INSIGHT PUBLICA®

INSIGHT PUBLICA®

Nadakkave, Kozhikode, Kerala
Tel:0495–4020666
www.insightpublica.com
e-mail: insightpublica@gmail.com

Kadamattathu Kathanarum
Muppathu Kadhakalum
Aithihyamala
(Malayalam)
Kottarathil Sankunni

Ist Insight Edition : January 2017
This Edition: March 2020

ISBN 978-93-85899-73-7
Published by
Insightinpublica Publishers Pvt. Ltd.
Printed at Repro India Limited, India

₹ 330

കടമറ്റത്ത് കത്തനാരും മുപ്പത് കഥകളും

ഐതിഹ്യമാല

കൊട്ടാരത്തിൽ ശങ്കുണ്ണി

INSIGHT PUBLICA®

കൊല്ല വർഷം 1030 മീനം 23ന (1855 മാർച്ച് 23) കോട്ടയത്ത്

വാസുദേവനുണ്ണിയുടെ രണ്ടാമത്തെ പുത്രനായി ജനിച്ചു. യഥാർത്ഥ പേര് വാസുദേവൻ. അച്ഛന്റെ പേരും ഇതുതന്നെയായിരുന്നതിനാൽ ആദ്യം തങ്ക എന്നും പിന്നീട് തങ്ക മാറി 'ശങ്ക' എന്നും വിളിപ്പേരു വന്നു. ജാതിപ്പേരായ ഉണ്ണി ചേർത്ത് പിൽക്കാലത്ത് ശങ്കുണ്ണി എന്നു പ്രസിദ്ധനായി. കുഞ്ഞിക്കുട്ടൻ തമ്പുരാന്റെ നിർബന്ധത്തിനു വഴങ്ങിയാണ് 36ാമത്തെ വയസ്സിൽ (1891) സുഭദ്രാഹരണം മണിപ്രവാളം എഴുതിയത്. പിന്നീട് കേശവദാസചരിതം രചിച്ചതും തമ്പുരാന്റെ നിർബന്ധത്താലായിരുന്നു. 1881 മുതൽ പന്ത്രണ്ടു വർഷത്തോളം ശങ്കുണ്ണി വിദേശീയരായ ബ്രിട്ടീഷ് ഉദ്യോഗസ്ഥരേയും മറ്റും മലയാളം പഠിപ്പിക്കുവാൻ തുടങ്ങി. 1893ൽ മാർ ദിവാന്നാസ്യോസ് സെമിനാരി ഹൈസ്കൂളിലെ ആദ്യ മലയാളം മുൻഷിയായി.

അതിനിടെ അദ്ദേഹം തന്റെ വിവിധങ്ങളായ സാഹിതീസപര്യയ്ക്കു തുടക്കം കുറിച്ചു. കൊടുങ്ങല്ലൂർ കുഞ്ഞിക്കുട്ടൻ തമ്പുരാൻ, കവി കേരളവർമ്മ വലിയകോയിത്തമ്പുരാൻ തുടങ്ങിയ പ്രമുഖരുമായി അക്കാലത്ത് ഏറെ ഇടപഴകി. ആയിടെ കണ്ടത്തിൽ വറുഗീസ് മാപ്പിള കോട്ടയത്തു തുടങ്ങിവെച്ച മലയാള മനോരമയിലും(1888) ഭാഷാപോഷിണിസഭയിലും(1892) സഹകരിച്ചു.

1898 മുതൽ ഐതിഹ്യമാലയുടെ രചന തുടങ്ങി. വറുഗീസ് മാപ്പിളയുടെ പ്രേരണ മൂലം മനോരമയിലും ഭാഷാപോഷിണിയിലും ഖണ്ഡശഃ പ്രസിദ്ധീകരിക്കാനായിട്ടായിരുന്നു ഐതിഹ്യമാല തുടങ്ങിവെച്ചതെങ്കിലും പിന്നീട് ഏതാണ്ട് ശങ്കുണ്ണിയുടെ മരണം വരെ രചന തുടർന്നു പോന്ന ഒരു പുസ്തകപരമ്പരയായി ഐതിഹ്യമാല മാറി. തിരുവിതാംകൂർ, കൊച്ചി, ബ്രിട്ടീഷ് മലബാർ എന്നീ രാജസദസ്സുകളിൽ നിന്നും എണ്ണമറ്റ സ്ഥാനങ്ങളും സമ്മാനങ്ങളും അദ്ദേഹത്തെ തേടി എത്തി. ഇക്കൂട്ടത്തിൽ 1904ൽ കൊച്ചി രാജാവ് സമ്മാനിച്ച 'കവിതിലകം' എന്ന സ്ഥാനവും സ്വർണ്ണമെഡലും എടുത്തുപറയേണ്ടതാണ്.

മണിപ്രവാള കൃതികൾ, നാടകങ്ങൾ, പരിഭാഷകൾ, കല്പിതകഥകൾ, ആട്ടക്കഥകൾ, കിളിപ്പാട്ട്, കൈകൊട്ടിപ്പാട്ട്, തുള്ളൽപ്പാട്ട്, വഞ്ചിപ്പാട്ട് ഗദ്യപ്രബന്ധങ്ങൾ എന്നീ വിഭാഗങ്ങളിലായി അറുപത് കൃതികൾ രചിച്ചിട്ടുണ്ട്

കൊട്ടാരത്തിൽ ശങ്കുണ്ണി

ഉള്ളടക്കം

കടമറ്റത്ത് കത്തനാർ 7

പിലാമന്തോൾ മൂസ്സ് 24

കാരാട്ടു നമ്പൂരി 29

മുഴമംഗലത്തു നമ്പൂരി 31

വയസ്കരകുടുംബവും അവിടുത്തെ ശാസ്താവും 35

കായംകുളത്തു രാജാവിന്റെ ശ്രീചക്രം 40

കുളപ്പുറത്തു ഭീമൻ 42

വലിയ പരിഷ ശങ്കരനാരായണച്ചാക്യാർ 48

ശ്രീകൃഷ്ണകർണാമൃതം 52

പുരുഹരിണപുരേശമാഹാത്മ്യം 55

തോലകവി 66

ഭർത്തൃഹരി 78

ചെമ്പകശ്ശേരിരാജാവ് 81

അവണാമനയ്ക്കൽ ഗോപാലൻ 85

പള്ളിപ്പുറത്തുകാവ് 95

എളേടത്തു തൈക്കാട്ടു മൂസ്സന്മാർ 114

കൈപ്പുഴത്തമ്പാൻ 122

കൊല്ലം വിഷാരിക്കാവ് 129

വയസ്കര ആര്യൻ നാരായണൻമൂസ്സ്
അവർകളുടെ ചികിത്സാനൈപുണ്യം 137

ചംക്രോത്തമ്മ	164
അവണങ്ങാട്ട് പണിക്കരും ചാത്തന്മാരും	169
കുട്ടഞ്ചേരി മൂസ്സ്	179
പള്ളിവാണപ്പെരുമാളും കിളിരൂർ ദേശവും	184
കടാങ്കോട്ടു മാക്കംഭഗവതി	189
ഒരു യൂറോപ്യന്റെ സ്വാമിഭക്തി	199
സംഘക്കളി	201
കൊട്ടാരക്കരച്ചന്ദ്രശേഖരൻ	206
പനയന്നാർ കാവ്	236
ഉത്രം തിരുനാൾ തിരുമനസ്സുകൊണ്ടും കഥകളിയോഗവും	243
കപ്ലിങ്ങാട്ടു നമ്പൂരിയും ദേശമംഗലത്തു വാര്യരും	253
ചെങ്ങന്നൂർ ഭഗവതി	261

കടമറ്റത്ത് കത്തനാർ

പ്രസിദ്ധ മാന്ത്രികനായിരുന്ന കടമറ്റത്തു കത്തനാരെക്കുറിച്ച കേട്ടിട്ടില്ലാത്തവരായി കേരളവാസികളിൽ അധികംപേരുണ്ടായിരിക്കുമെന്ന തോന്നുന്നില്ല. തിരുവിതാംകൂറില്ലുള്ള കുന്നത്തുനാട്ട താലൂക്കിൽ കടമറ്റം എന്ന ദേശത്ത് ഒരു പാവപ്പെട്ട കുടുംബത്തിലാണ് അദ്ദേഹം ജനിച്ചത്. അദ്ദേഹത്തിന്റെ പേരു 'പൗലൂസ്'' എന്നായിരുന്നു. അതിനാൽ അദ്ദേഹത്തിന്റെ ചെറുപ്പത്തിൽ അദ്ദേഹത്തെ എല്ലാവരും കൊച്ചുപൗലൂസ് എന്നായിരുന്നു വിളിച്ചിരുന്നത്. മാതാപിതാക്കന്മാർ മരിച്ചുപോവുകയും സഹോദരന്മാരും മറ്റും ഇല്ലാതെയിരിക്കുകയും ചെയ്യുകയാൽ ചെറുപ്പത്തിൽ ത്തന്നെ അദ്ദേഹം ആ കുടുംബത്തിൽ ഏകാകിയായിത്തീർന്നു. ഏറ്റവും ചെറുതായ ഒരു ചെറ്റപ്പുരയിലാണ് ആ കുടുംബക്കാർ താമസിച്ചിരുന്നത്. നിത്യവൃത്തിക്കു യാതൊരു മാർഗ്ഗവുമില്ലാതെ ഏകാകിയായി ആ ചെറ്റപ്പുരയിൽ താമസ്സിക്കയെന്നുള്ളത് കൊച്ചുപൗലൂസിന് ഏറ്റവും ദുഷ്കരവും ദുസ്സഹവുമായിത്തീർന്നു. അതിനാലവൻ ഒരു ദിവസം ആ വാസസ്ഥലത്തുനിന്നിറങ്ങി. സ്വദേശത്തുള്ള പള്ളിയിൽച്ചെന്നു തന്റെ കഷ്ടതയ്ക്കു എന്തെങ്കിലും നിവൃത്തിമാർഗ്ഗമുണ്ടാക്കിത്തരേണമെന്നു ഭക്തിപൂർവ്വം ദൈവത്തെ വിളിച്ചു പ്രാർത്ഥിച്ചു. ആ സമയം ആ പള്ളിയിലെ പ്രധാന വികാരിയായ കത്തനാർ ദൈവപ്രേരിതനായിട്ടോ എന്നു തോന്നുമാറ് അവിടെ വരികയും കൊച്ചു പൗലൂസിനെ കണ്ടിട്ട് 'ഏറ്റവും സുമുഖനും കോമളനുമായ ഈ ബാലകൻ ദുസ്സഹദുഃഖപാരവശ്യത്തോടു കൂടി ഇവിടെ വന്നു മുട്ടുകുത്തി ഇപ്രകാരം പ്രാർത്ഥിക്കുന്നതിന്റെ കാരണമെന്തായിരിക്കും'എന്നു വിചാരിച്ച് അവനെ അടുക്കൽ വിളിച്ചു വിവരമെല്ലാം ചോദിക്കുകയും കൊച്ചു പൗലൂസ് തന്റെ കഷ്ടതകളെല്ലാം അദ്ദേഹത്തെ ഗ്രഹിപ്പിക്കുകയും ചെയ്തു. ഉടനെ ആർദ്രമാനസനായി ഭവിച്ച ആ കത്തനാർ,'നീ ഒട്ടും വ്യസനിക്കേണ്ടാ. ഇവിടെ വന്ന് എന്നോടുകൂടി താമസിച്ചുകൊള്ളുക. നിന്നെ ഞാനെന്റെ പുത്രനെപ്പോലെ വിചാരിച്ചു യാതൊരു ബുദ്ധിമുട്ടിനുമിടയാക്കാതെ രക്ഷിച്ചുകൊള്ളാം' എന്നു പറഞ്ഞു കൂട്ടിക്കൊണ്ടുപോയി താമസിപ്പിച്ചു. വലിയ സമ്പന്നനായ ആ കത്തനാരുടെ വീട്ടിൽ അന്നവസ്ത്രാദികൾക്കു യാതൊരു ബുദ്ധിമുട്ടും കൂടാതെ ആ ബാലൻ സുഖമായി താമസിച്ചു.

കുറച്ചുദിവസത്തെ സഹവാസംകൊണ്ടുകൊച്ചുപൗലൂസ് ഏറ്റവും സുശീലനും നല്ല ബുദ്ധിമാനുമാണെന്നു മനസ്സിലാവുകയാൽ കത്തനാർ അവനെ ഒരു ഗുരുനാഥന്റെ അടുക്കലാക്കി യഥായോഗ്യം വിദ്യാഭ്യാസം

ചെയ്യിക്കുകയും സുറിയാനിയും ഒരു കത്തനാരാകുന്നതിനു വേണ്ടുന്നവയു മെല്ലാം സ്വയമേവ പഠിപ്പിക്കുകയും ചെയ്തു. ഇങ്ങനെ അഞ്ചാറു കൊല്ലം കഴിഞ്ഞപ്പോഴേക്കും കൊച്ചുപൗലൂസ് മലയാളം, സുറിയാനി എന്നീ ഭാഷകളിലും ഒരു പട്ടക്കാരൻ ഗ്രഹിച്ചിരിക്കേണ്ടുന്ന വിഷയങ്ങളിലും അതി നിപുണനായിത്തീരുന്നു. അനന്തരം കൊച്ചുപൗലൂസിന് ശെമ്മാശ്ശുപട്ടം കൊടുത്തു. അന്നുമുതൽ ആ യുവാവിനെ എല്ലാവരും 'പൗലൂസുശെമ്മാശൻ' എന്നു വിളിച്ചുതുടങ്ങുകയും ചെയ്തു.

അക്കാലത്ത് ആ കത്തനാർക്ക് അനവധി പശുക്കളും അവയെ മേയ്ക്കുന്നതിന് ഒരു ഭൃത്യനുമുണ്ടായിരുന്നു. ആ ഭൃത്യൻ രാവിലെ വല്ലതും ആഹാരം കഴിച്ചിട്ട് ഉച്ചയ്ക്കുണ്ണാൻ പൊതിച്ചോറും കെട്ടിയെടുത്തു പശുക്ക ളെയെല്ലാമഴിച്ചുവിട്ട് അടുക്കലുള്ള മലകളിൽക്കൊണ്ടുപോയി തീറ്റി, നേരം വൈകുമ്പോൾ പശുക്കളെയും കൊണ്ടുമടങ്ങിവരിക പതിവായിരുന്നു. ഒരു ദിവസം അവൻ പശുക്കളെയെല്ലാം തീറ്റി, നേരം വൈകിയപ്പോൾ എല്ലാറ്റി നെയും തിരിയെ അടിച്ചുകൊണ്ടുപോകുന്ന സമയം മദ്ധ്യേമാർഗ്ഗംനിന്ന് ഒരു വ്യാഘ്രം ചാടിവന്ന് ഒരു പശുവിനെ അടിച്ചുവീഴ്ത്തുകയും അതു കണ്ടശേഷം പശുക്കൾ വിരണ്ടു നാലുപുറത്തേക്കുമോടുകയും വ്യാഘ്രം അടിച്ചു വീഴ്ത്തിയ പശുവിനെ എടുത്തുകൊണ്ടു കാട്ടിലേക്കു പായുകയും ചെയ്തു. ഇതെല്ലാം കണ്ടു ഭയപരിതാപപരവശനായിത്തീർന്ന പശുപാലകഭൃത്യൻ ഉറക്കെ നിലവി ളിച്ചുകൊണ്ട് ഓടിച്ചെന്നു വിവരം കത്തനാരെ ധരിപ്പിച്ചു. പ്രാണാധിക സ്നേ ഹത്തോടുകൂടി രക്ഷിച്ചുകൊണ്ടിരിക്കുന്ന പശുക്കൾക്ക് ഇപ്രകാരം ആപത്തു നേരിട്ടിരിക്കുന്നതായിക്കേട്ടു കത്തനാർ അത്യന്തം വിഷണ്ണനായിത്തീർന്നു. ഉടനെ അദ്ദേഹം ആയുധപാണികളായ ചില അനുചരന്മാരോടു പൗലൂസു ശെമ്മാശനോടും കൂടി പശുക്കളെ അന്വേഷിച്ചു പുറപ്പെട്ടു. അവർ കാട്ടിൽ ക്കയറിയതിന്റെശേഷം ഓരോരുത്തരും പല വഴികളിലായിപ്പിരിഞ്ഞാണ് അന്വേഷണം നടത്തിയത്. സ്വല്പ സമയം കഴിഞ്ഞപ്പോഴേക്കും നേരമിരു ട്ടുകയും അന്ധകാരംകൊണ്ട് ഒന്നും കാൺമാൻവയ്യാതെയായിത്തീരുകയും ചെയ്യുകയാൽ 'ഇന്നിനി അന്വേഷിച്ചതുകൊണ്ടുഫലമൊന്നുമുണ്ടാവുകയില്ല' എന്നു പറഞ്ഞുകൊണ്ടുകത്തനാരും കൂട്ടരും മടങ്ങിപ്പോന്നു. കത്തനാരു വീട്ടി ലെത്തിയപ്പേഴേക്കും വ്യാഘ്രം പിടിച്ച ഒരു പശുവൊഴികെ ശേഷമെല്ലാം അവയുടെ ശാലകളിൽ വന്നെത്തിയിരുന്നു. 'ഒരു പശു പോയെങ്കിലും ശേഷ മുള്ളവ ആപത്തൊന്നും കൂടാതെ ഇങ്ങു വന്നെത്തിയല്ലോ' എന്നു വിചാരിച്ചു കത്തനാരൊരുവിധം സമാധാനപ്പെട്ടു. അപ്പോഴാണ് പൗലൂസുശെമ്മാശ ന്റെ കാര്യം അദ്ദേഹമോർത്തത്. രാത്രി നേരം വളരെ അധികമായിട്ടും ശെമ്മാശൻ മടങ്ങി വരായ്കയാൽ കത്തനാർ ഏറ്റവും വ്യസനാക്രാന്തനാ യിത്തീർന്നു. പോയത് ഒരുമിച്ചാണെങ്കിലും കാട്ടിൽ ചെന്നതിന്റെ ശേഷം കത്തനാരാകട്ടെ വേറെ കൂടെയുണ്ടായിരുന്നവരാകട്ടെ ആരും ശെമ്മാശനെ കാണുകയുണ്ടായില്ല. സമയമതിക്രമിക്കും തോറും കത്തനാർക്കുവ്യസനം വർദ്ധിച്ചുകൊണ്ടിരുന്നു. വാസ്തവത്തിൽ അദ്ദേഹത്തിനു ശെമ്മാശനെക്കുറിച്ചു പുത്രനിർവ്വിശേഷമായ വാൽസല്യമുണ്ടായിരുന്നു. കത്തനാരും ശെമ്മാശനും ഒരുമിച്ചാണ് ഭക്ഷണംകഴിക്കുക പതിവ്. അതിനാൽ ശെമ്മാശൻ കൂടി വന്നിട്ട് അത്താഴമുണ്ണാമെന്നു വിചാരിച്ച് കത്തനാർ അർദ്ധരാത്രിവരെ കാത്തിരുന്നു. എന്നിട്ടും ശെമ്മാശൻ വന്നില്ല. അതിനാൽ കത്തനാർ

അത്താഴമുണ്ടു എന്നു വരുത്തി, ഉറങ്ങാനായി പോയിക്കിടന്നു. എങ്കിലും മനോവിചാരം മൂലം അദ്ദേഹത്തിന് അല്പം പോലും ഉറക്കം വന്നില്ല. അദ്ദേഹം ഇരുന്നും കിടന്നും ശയനമുറിയിൽ അങ്ങോട്ടുമിങ്ങോട്ടും നടന്നും ഒരുവിധത്തിൽ നേരം വെളിച്ചമാക്കി. കത്തനാർ വെളുപ്പാൻ കാലത്തേ എണീറ്റു ദൈവത്തെ പ്രാർത്ഥിച്ചുകൊണ്ടുപത്തുപതിനഞ്ചു കൂട്ടുകാരോടുകൂടി കാട്ടിലേക്കു പോയി. അവിടെ അടുത്തുള്ള കാടും മലയുമെല്ലാം തിരഞ്ഞു പരിശോധിച്ചിട്ടും യാതൊരു ഫലവുമുണ്ടായില്ല. നാലഞ്ചു ദിവസം കഴിഞ്ഞിട്ടും വന്നു കാണായ്കയാൽ ശെമ്മാശനെയും കടുവാ പിടിച്ചു തിന്നതാണെന്നുതന്നെ എല്ലാവരും തീർച്ചപ്പെടുത്തി. എങ്കിലും കത്തനാർ അങ്ങനെ തീർച്ചയാക്കിയില്ല. അത്യന്തം സുശീലനും ദൈവഭക്തനുമായ ആ മനുഷ്യന് അങ്ങനെയുള്ള ദുർമരണത്തിന് ദൈവം ഇടവരുത്തുകയില്ലെന്നായിരുന്നു കത്തനാരുടെ വിചാരം. അതിനാൽ അദ്ദേഹം ശെമ്മാശന്റെ രക്ഷയ്ക്കായി സദാദൈവത്തോടപേക്ഷിച്ചുകൊണ്ടിരുന്നു.

എല്ലാവരും വിചാരിച്ചതുപോലെ ശെമ്മാശനു ജീവഹാനി സംഭവിച്ചില്ല. എന്നാൽ സ്വല്പം ചില കുഴപ്പങ്ങൾ പറ്റാതെയിരുന്നുമില്ല അദ്ദേഹം കാട്ടിൽക്കയറി വളരെ നേരം പശുക്കളെ അന്വേഷിച്ച് അലഞ്ഞു നടന്നു. പശുക്കളിൽ ഒന്നിനെപ്പോലും അവിടെയെങ്ങും കാണായാൽ ഒടുക്കം വലിയ മനസ്താപത്തോടുകൂടി വാസസ്ഥലത്തേക്കുതന്നെ മടങ്ങി. ചില സ്ഥലങ്ങളിൽ ചിലപ്പോൾ നടന്നാൽ പിശാചുക്കൾ കണ്ണുകെട്ടി വഴിയറിയാൻ വയ്യാതെയാക്കുമെന്നും മറ്റും ചിലർ പറയുന്നുണ്ടല്ലോ. അങ്ങനെ വല്ലതും സംഭവിച്ചിട്ടോ എന്തോ കുറെ നടക്കുമ്പോൾ ശെമ്മാശനു വഴി തെറ്റിയെങ്കിലും അദ്ദേഹമതു തൽക്കാലമറിഞ്ഞില്ല. വികാരിയുടെ വീട്ടിലേക്കെന്നു വിചാരിച്ചു കൊണ്ടാണ് അദ്ദേഹം നടന്നത്. വളരെ നടന്നിട്ടും വിചാരിച്ച സ്ഥലത്തെത്തായ്കയാൽ അദ്ദേഹത്തിനു ഭയം തോന്നിത്തുടങ്ങി. 'ഞാൻനടന്നു തുടങ്ങീട്ടു വളരെ നേരമായി. ഇതുവരെ വീട്ടിലെത്തിയില്ലല്ലോ. ഇതെന്താണ്? എനിക്കു വഴിതെറ്റിപ്പോയിരിക്കുമോ? ഞാൻ നടന്നു തുടങ്ങിയ സ്ഥലത്തുനിന്നു വീട്ടിലേക്കു കൂടിയാൽ രണ്ടുനാഴികയാവട്ടെ; അതിലധികം വഴിയില്ല. ഞാൻനടന്നുതുടങ്ങീട്ട് ഇപ്പോൾ ഏകദേശം ഒരു പന്ത്രണ്ടു നാഴികയായിരിക്കണം. ഇതെന്തൊരത്ഭുതമാണ്? ഇനിയെങ്ങോട്ടാണ് പോകേണ്ടത്? ഇരുട്ടിന്റെ കാഠിന്യംകൊണ്ട് ഇങ്ങോട്ടു വന്ന വഴിതന്നെ കാൺമാൻ വയ്യാതെയായിരിക്കുന്നു. വല്ലവരോടും വഴി ചോദിക്കാമെന്നുവച്ചാൽ ഇവിടെയെങ്ങും ആരെയും കാണുന്നില്ലെന്നല്ല, മനുഷ്യരുടെ ശബ്ദം കേൾക്കുകപോലും ചെയ്യുന്നില്ല' ഇങ്ങനെ ഓരോന്നു വിചാരിച്ചുകൊണ്ടു സാധുശീലനായ ആ ശെമ്മാശൻ ഒരു സ്ഥലത്തുനിന്നു. അതൊരു വലിയ ഗുഹയുടെ വാതിൽക്കലായിരുന്നു.

ശെമ്മാശൻ വിചാരമഗ്നനായി ഇങ്ങനെ നിന്ന് സമയം അതിഭയങ്കരമൂർത്തിയായ ഒരാൾ പിന്നിൽക്കൂടിച്ചെന്ന് അദ്ദേഹത്തെ പിടിച്ചെടുത്തു കൊണ്ട് ആ ഗുഹയിലേക്ക് ഇറങ്ങിപ്പോയി. ആ ഗുഹാന്തർഭാഗം ആദ്യം ഘോരാന്ധകാരമായമായും വിജനമായിട്ടുമാണ് കാണപ്പെട്ടത്. സ്വല്പം ദൂരം ചെന്നപ്പോൾ അവിടെ നിറച്ചു വിളക്കുകളും പകൽപ്പോലെ വെളിച്ചവും കണ്ടുതുടങ്ങി. ശെമ്മാശനെ എടുത്തിരുന്നയാൾ അദ്ദേഹത്തെ അവിടെ അതിവിശാലമായ ഒരു സ്ഥലത്തു കൊണ്ടുചെന്നു നിർത്തിയിട്ട് അവിടെ

ആസനസ്ഥനായിരുന്ന ഗംഭീരപുരുഷന്റെ അടുക്കൽച്ചെന്നു സവിനയം എന്തോ സ്വകാര്യമായി പറഞ്ഞു. ആസനസ്ഥനായിരുന്ന ആ ആളുടെ അടുക്കൽ പഞ്ചപുച്ഛമടക്കി വന്ദിച്ചുകൊണ്ടുചിലർ നിൽക്കുന്നുമുണ്ടായിരുന്നു. അവരെല്ലാവരും നഗ്നന്മാരും ഒരുപോലെ ഭയങ്കരാകൃതികളുമായിരുന്നു. എങ്കിലും ഒരാളുടെ ഇരിപ്പും മറ്റുള്ളവരുടെ നില്പ്പും കൊണ്ട് അവരുടെ സേവ്യസേവകഭാവം സ്പഷ്ടീഭവിച്ചിരിന്നു. അവരെ ആകെപ്പാടെ കണ്ടപ്പോൾ, മുമ്പേതന്നെ ഒരു ഭയങ്കര മൂർത്തിയാൽ ആക്രാന്തനാകയാൽ അർദ്ധഗതപ്രാണനായിത്തീർന്നിരുന്ന ശെമ്മാശന്റെ പ്രാണൻ മുഴുവനും പോയി എന്നുതന്നെ പറയാം. അദ്ദേഹം ഒരു ജീവച്ഛവം പോലെ അവിടെ നിന്നുവെന്നേയുള്ളൂ. അദ്ദേഹം മനസ്സുകൊണ്ടുദൈവത്തെ മുറുകെ പിടിച്ചിരുന്നതിനാലായിരിക്കാം നിലത്തുവീഴാതെ ഒരുവിധം നിന്നത്. അദ്ദേഹം കണ്ഠഗതപ്രാണനായി അങ്ങനെ നിൽക്കവെ ചില ബീഭൽസാകൃതികൾ അവിടെ വന്ന് ആ കൂട്ടത്തിൽ തലവനായി ഇരുന്നിരുന്ന ആളോട്, 'ഇപ്പോൾ കൊണ്ടുവരപ്പെട്ട ഈ മനുഷ്യനെ ഞങ്ങൾ മുറിച്ചു പങ്കുവച്ചു തിന്നുകൊള്ളട്ടെയോ?' എന്നു ചോദിച്ചു. ഇതുകേട്ടപ്പോൾ ശെമ്മാശന്റെ മനഃസ്ഥിതി ഏതുപ്രകാരമായിത്തീർന്നിരിക്കുമെന്നുള്ളതു വായനക്കാർ തന്നെ ഊഹിച്ചുകൊള്ളുകയല്ലാതെ പറഞ്ഞറിയിക്കാൻ ഞാൻ ശക്തനല്ല. എങ്കിലും ആ പ്രധാനപുരുഷൻ മറ്റുള്ളവരോടു പറഞ്ഞത് 'നിങ്ങൾ സ്വല്പം ക്ഷമിക്കുവിൻ. ഇവൻ ഒരു മര്യാദക്കാരനാണെന്നാണ് കണ്ടിട്ട് തോന്നുന്നത്. ഞാൻ പരീക്ഷിച്ചു നോക്കട്ടെ. ഇവൻ നമ്മോടുകൂടിത്താമസിക്കാൻ യോഗ്യനല്ലെന്നു കണ്ടാൽ നിങ്ങൾക്കുവിട്ടുതന്നേക്കാം. ഇപ്പോൾ ഇവിടെ നിൽക്കേണ്ടാ പൊയ്ക്കോൾവിൻ. ഞാൻവിളിക്കുമ്പോൾ വന്നാൽ മതി' എന്നാണ്. ഇതുകേട്ട് ആ വികൃതാകൃതികൾ വിഷാദത്തോടുകൂടി പിന്മാറിപ്പോയി. ഉടനെ കാട്ടുമുട്ടനായ ആ പ്രമാണി ശെമ്മാശനെ അടുക്കൽ വിളിച്ച് ഏറ്റവും വാൽസല്യഭാവത്തോടുകൂടി, 'അല്ലയോ സാധുവായ യുവാവേ, നീ ആരാണ്? എങ്ങനെയാണ് ഇവിടെ വന്നുചേർന്നത്? എന്റെ നിയമങ്ങളനുസരിച്ച് ഇവിടെ താമസിക്കാൻ നിനക്കു സമ്മതമുണ്ടെങ്കിൽ ഇവിടെ സുഖമായി താമസിക്കാം. ഉണ്ണാനും ഉറങ്ങാനും കുളിക്കാനും മറ്റും ഇവിടെ ധാരാളം സകൗര്യമുണ്ട്. യാതൊന്നിനും ഈ ഗുഹയിൽനിന്നും പുറത്തു പോകേണ്ടാ. ഇനി ഇവിടെനിന്നു പുറത്തുപോകാൻ എങ്ങനെയായാലും നിനക്ക് ഒരിക്കലും സാധിക്കയില്ല. ഇവിടെ വന്നുചേരുന്നവരെ വിട്ടയയ്ക്കുക പതിവില്ല. നമ്മുടെ ആജ്ഞ അനുസരിക്കുന്നവരെ ഇവിടെ സുഖമായി താമസിപ്പിക്കും. അല്ലാത്തവരെ ഇവിടെയുള്ള മനുഷ്യഭോജികൾ ഭക്ഷിക്കും. അങ്ങനെയാണ് ഇവിടുത്തെ പതിവ്' എന്നു പറഞ്ഞു.

ഇതുകേട്ട് ശെമ്മാശൻ, 'ഈ ദുഷ്ടന്റെ വരുതി അനുസരിക്കാത്ത പക്ഷം ഉടനെ മരിക്കേണ്ടതായിവരും. ഇവന്റെ ഇഷ്ടമനുസരിച്ചു താമസിച്ചാൽ ദൈവകൃപകൊണ്ട് ഒരു കാലത്ത് ഇവിടെനിന്നുപോയി രക്ഷപ്പെടാൻ തരംകിട്ടിയെന്നും വരാമല്ലോ' എന്നു വിചാരിച്ച് 'ഇവിടുത്തെ കല്പന അനുസരിച്ചു താമസിക്കുന്നതിന് എനിക്ക് പൂർണ്ണസമ്മതമാണ്. എന്നെ ആരും ഭക്ഷിക്കാതെ അവിടുന്നു രക്ഷിക്കണം' എന്നു പറഞ്ഞിട്ടു പിന്നെ താനാരാണെന്നും ആ ഗുഹയിൽ ചെന്നുചേർന്നത് ഇപ്രകാരമാണെന്നും മറ്റും വിവരിച്ച് അവനെ ഗ്രഹിപ്പിക്കുകയും ചെയ്തു. ശെമ്മാശന്റെ ആകൃതിയും

വാക്കും വിനയഭാവവുമെല്ലാം ആ സംഘപ്രമാണിക്കു വളരെ ബോധിച്ചു. അതിനാൽ സന്തോഷസമേതം അവൻ വീണ്ടും പറഞ്ഞു:

'നിന്നെ ആരുമുപദ്രവിക്കാതെ ഞാൻ രക്ഷിച്ചുകൊള്ളാം. നീയൊരു നല്ലവനാണെന്നും നമ്മുടെ കൂടെ താമസിക്കാൻ യോഗ്യനാണെന്നും നമുക്ക് ബോധപ്പെട്ടിരിക്കുന്നു. അതിനാൽ നാം നിന്നെ നമ്മുടെ ശിഷ്യനായി സ്വീകരിച്ചിരിക്കുന്നു. നമുക്കു മന്ത്രവാദവും ഇന്ദ്രജാലം മുതലായ വിദ്യകളും നല്ലപോലെ അറിയാം. അവയെല്ലാം നിന്നെയും നാം പഠിപ്പിക്കാം. നാം ഒരു മലയരയനാണ്. മലയരയന്മാർക്കു പാരമ്പര്യമായിതന്നെ മന്ത്രവാദമുണ്ട്. നാം അതു വിശേഷിച്ചും കൂടുതലായി പഠിച്ചിട്ടുണ്ട്. ഇവിടെയുള്ളവരിൽ മിക്കവരും എന്റെ ജാതിക്കാരാണ്. നിന്നെപ്പോലെ ഇവിടെ വന്നുചേർന്ന അന്യജാതിക്കാരും ചിലരുണ്ട്. എല്ലാവരും നമ്മുടെ ഭൃത്യന്മാർതന്നെ. നമ്മുടെ സ്ഥിരവാസം ഈ ഗുഹയിൽത്തന്നെയാണെങ്കിലും നാം നാട്ടുമ്പുറങ്ങളിൽ സഞ്ചരിക്കുകയും പല സ്ഥലങ്ങളിൽ പല അത്ഭുതകർമ്മങ്ങൾ പ്രവർത്തിക്കുകയും പലരിൽ നിന്നുമായി പല സമ്മാനങ്ങളും മറ്റും ലഭിക്കുകയും ചെയ്തിട്ടുണ്ട്. എങ്കിലും നാമാരാണെന്നും നമ്മുടെ വാസമെവിടെയാണെന്നും മറ്റും നാമാരെയും അറിയിച്ചിട്ടില്ല. അതൊന്നും ആരുമറിയരുതെന്നാണ് നമ്മുടെ വിചാരം. അതുകൊണ്ടാണ് ഇവിടെ വരുന്നവരെ ആരെയും വിട്ടയയ്ക്കാത്തത്. നമ്മുടെ ഭൃത്യന്മാരിൽ മനുഷ്യഭോജികളായിട്ടും ചിലരുണ്ട്. ആരും നമ്മുടെ അനുവാദം കൂടാതെ യാതൊന്നും പ്രവർത്തിക്കുകയില്ല. നീ ഇവിടെ നമ്മുടെ ശിഷ്യനായിത്താമസിക്കാമെന്നു തന്നെ തീർച്ചപ്പെടുത്തിയെങ്കിൽ നിന്റെ വസ്ത്രങ്ങളെല്ലാമഴിച്ചുകളയുക. നഗ്നന്മാരായിട്ടല്ലാതെ ഇവിടെ ആരും താമസിക്കാൻ പാടില്ലെന്നാണ് ഏർപ്പാട്.

നഗ്നനായിത്താമസിക്കുന്ന കാര്യം ശെമ്മാശന് ഒട്ടും സമ്മതമല്ലായിരുന്നു. എങ്കിലും ഗത്യന്തരമില്ലാതെയിരുന്നതിനാൽ ആ ക്രൂരൻ പറഞ്ഞതെല്ലാം സമ്മതിക്കുകയും അവിടെത്താമസിച്ച് ഇന്ദ്രജാലം, മഹേന്ദ്രജാലം, മന്ത്രവാദം മുതലായവ പഠിച്ചു തുടങ്ങുകയും ചെയ്തു. വൃത്തിഹീനന്മാരും, ക്രൂരന്മാരും ഭയങ്കരമൂർത്തികളുമായ ആ ദുഷ്ടന്മാരുടെ സഹവാസം സുശീലനായ ശെമ്മാശന് ഒട്ടും സന്തോഷാവഹമല്ലായിരുന്നു. എങ്കിലും ഉണ്ണാനുമുറങ്ങാനും കുളിക്കാനും മറ്റും അദ്ദേഹത്തിന് അവിടെ യാതൊരു ബുദ്ധിമുട്ടും ഉണ്ടായിരുന്നില്ല.

ഇങ്ങനെ പലോസ് ശെമ്മാശൻ ഒരു വ്യാഴവട്ടം (പന്ത്രണ്ടു സംവൽസരം) തികച്ചും ആ ഗുഹയിൽ താമസിച്ചു. അത്രയും കാലം കൊണ്ട് ആ മലയരയൻ പഠിച്ചിരുന്ന വിദ്യകൾ മുഴുവനും ശെമ്മാശനെ പഠിപ്പിക്കുകയും ബുദ്ധിമാനായ ശെമ്മാശൻ അവയെല്ലാം അക്ഷരംപ്രതി ഹൃദിസ്ഥമാക്കുകയും ചെയ്തു. ഇത്രയും കഴിഞ്ഞപ്പോഴേക്കും ശെമ്മാശന് ആ ഗുരുവിനെക്കുറിച്ചു വളരെ ഭക്തിയും അളവില്ലാതെ ബഹുമാനവും ഉണ്ടായിത്തീർന്നു. അപ്രകാരംതന്നെ ആ ഗുരുവിന് ശിഷ്യനെക്കുറിച്ച് ഏറ്റവും സ്നേഹവും പുത്രനിർവ്വിശേഷമായ വാൽസല്യവുമുണ്ടായി. എങ്കിലും 'ഇനി ഇവിടെനിന്നു വല്ലപ്രകാരവും വെളിക്കു ചാടണം' എന്നുള്ള വിചാരം ശെമ്മാശനും 'ഇനിയവൻ നമ്മെപറ്റിച്ചു ചാടിപ്പോയേക്കാം' എന്നുള്ള വിചാരം ആ മലയരയനുമുണ്ടാകാതെയിരുന്നില്ല. അതിനാൽ മലയരയൻ ശെമ്മാശനെ സദാ സൂക്ഷിച്ചു കൊള്ളുന്നതിനു കാവൽക്കാരെ പ്രത്യേകം ചട്ടംകെട്ടി. അവർ

രാത്രിയും പകലും ഒരു പോലെ ഗൃഹാദ്വാരത്തിങ്കൽ കാവലായി. എന്നു മാത്രമല്ല, രാത്രികാലങ്ങളിൽ അവർ ഓരോരുത്തർ മാറിമാറി ഉറക്കമിളച്ചിരുന്നു. കൂടെക്കൂടെ ശെമ്മാശനെ വിളിക്കണമെന്നും വിളിക്കുമ്പോഴെല്ലാം ശെമ്മാശൻ മൂളണമെന്നും ഏർപ്പാടു വയ്ക്കുകയും ചെയ്തു.അതിനാൽ മനോരാജ്യം സാധിക്കാതെ ശെമ്മാശൻ വല്ലാതെ കുഴങ്ങിവശായി. എന്തെല്ലാമേർപ്പാടു കളുണ്ടായിരുന്നാലും കാവൽക്കാരെയെല്ലാം മയക്കി വെളിയിൽച്ചാടുന്നതിനുള്ള വിദ്യ ശെമ്മാശനറിയാമായിരുന്നു. എങ്കിലും തന്റെ ഗുരുനാഥനെ വഞ്ചിക്കുന്നതിനു അദ്ദേഹത്തിനു മനസ്സുവന്നില്ല. അതിനാലാണ് അദ്ദേഹം കുഴങ്ങിയത്. ഏതു വിധവും പോകണമെന്നുള്ള വിചാരം മൂത്തുവരികയും അതിനു നിവൃത്തിയില്ലാതെയായിത്തീരുകയും ചെയ്യുകയാൽ ശെമ്മാശൻ ഏറ്റവും വിഷണ്ണനായി ഭവിച്ചു. വിഷാദം നിമിത്തം അദ്ദേഹത്തിന് ഉണ്ണാനുമുറങ്ങാനും ആസ്ഥ കുറയുകയും സദാ ഒരു മൗനം അദ്ദേഹത്തെ ബാധിച്ചുകൊണ്ടിരിക്കുകയും ചെയ്തു. അദ്ദേഹത്തെ പതിവുപോലെയല്ലാതെ വിഷണ്ണനായിക്കാണുകയാൽ അദ്ദേഹത്തിന്റെ ഗുരുവായ മലയരയൻ അദ്ദേഹത്തെ അടുക്കൽ വിളിച്ച്, 'നിനക്കെന്താണ് ഈയിടെ വലിയ വിഷാദമുള്ളതുപോലെ ഇരിക്കുന്നത്? സത്യം പറയണം. നിനക്ക് ഇവിടെനിന്ന് പോകണമെന്നുണ്ടേണ്ടാ' എന്നു സ്വകാര്യമായി ചോദിച്ചു.

ശെമ്മാശൻ: എനിക്കങ്ങനെ ആഗ്രഹമുണ്ടെങ്കിലും അവിടുന്ന് അതിനനുവദിക്കുകയില്ലല്ലോ. അവിടുന്ന് അനുവദിക്കാതെയിരിക്കുന്നിടത്തോളം കാലം അതു സാദ്ധ്യവുമല്ല. അവിടുത്തെ വിട്ടുപിരിയുന്ന കാര്യത്തിലും എനിക്കു വളരെ സങ്കടമുണ്ട്. എങ്കിലും അനാഥനായ എന്നെ ബാല്യകാലം മുതൽ ഇങ്ങോട്ടു പോരുന്നതു വരെ വാൽസല്യപൂർവ്വം രക്ഷിച്ചിരുന്ന ദയാലുവായ വികാരിയദ്ദേഹത്തെ ഒന്നു കണ്ടാൽക്കൊള്ളാമെന്നുള്ള ആഗ്രഹവും സാമാന്യത്തിലധികം എനിക്കുണ്ട്. ഈ രണ്ടു വിചാരവും കൂടി എന്നെ അത്യധികം വിഷണ്ണനാക്കിത്തീർത്തിരിക്കുന്നു. ഇങ്ങനെയെല്ലാമാണ് പരമാർത്ഥം. ഇനി ഇവിടുത്തെ കല്പനപോലെ.

മലയരയൻ: നീ സത്യം പറഞ്ഞതിനെക്കുറിച്ചു നാം അത്യന്തം സന്തോഷിക്കുന്നു. നിന്നെ വിട്ടുപിരിയുന്ന കാര്യം നമുക്കും വളരെ സങ്കടമായിട്ടുള്ളതാണ്. നിന്നെ ദുഃഖിപ്പിക്കുന്ന കാര്യവും അങ്ങനെതന്നെ. ഇവിടെ വരുന്ന വരെ വിട്ടയയ്ക്കുന്നതു നമ്മുടെ പതിവിനു വിരോധവുമാണ്. നാം മനസ്സാലെ നിന്നെ വിട്ടയച്ചാൽ നാമൊരസ്ഥിരചിത്തനാണെന്ന് ഇവിടെയുള്ളവർ വിചാരിക്കും. അതിനാൽ നാം അപ്രകാരം ചെയ്യുകയില്ല. എങ്കിലും നിന്റെ മനസ്സുപോലെ ചെയ്യുന്നതിനു നാമനുവദിച്ചിരിക്കുന്നു. നാമൊന്നും അറിഞ്ഞില്ലെന്നുള്ള ഭാവത്തിലിരുന്നേക്കാം. നമ്മുടെ കാവൽക്കാരറിയാതെ പോവാൻ നിനക്കു സാമർത്ഥ്യമുണ്ടെങ്കിൽ അങ്ങനെ ചെയ്തുകൊള്ളുക. നിനക്കു നിന്റെ ആദ്യരക്ഷിതാവിനെ കാണണമെന്ന് ആഗ്രഹമുണ്ടായിരിക്കുന്ന സ്ഥിതിക്ക് നീ നമ്മെയും കാലാന്തരത്തിൽ മറന്നുകളയുകയില്ലെന്നു നാം വിശ്വസിക്കുന്നു.

ശെമ്മാശൻ: എന്റെ ജീവനുള്ള കാലത്തു ഞാൻഅവിടുത്തെ വിസ്മരിക്കുകയോ അവിടുത്തെക്കുറിച്ച് എനിക്കുള്ള ഭക്തിബഹുമാനാദരങ്ങൾക്കു കുറവു വരികയോ ചെയ്യുന്നതല്ല.

മലയരയൻ: എന്നാൽ നീ ഇവിടെനിന്നു പുറത്തുപോയാൽ എന്നെക്കുറിച്ചും ഈ സ്ഥലത്തെക്കുറിച്ചും ആരോടും യാതൊന്നും പറയുകയില്ലെന്നു സത്യം ചെയ്യണം.

ശെമ്മാശൻ ഇതു കേട്ട ഉടനെ സസന്തോഷം സത്യം ചെയ്യുകയും ആ ഗുരുവിനെ വന്ദിച്ച് അനുഗ്രഹം വാങ്ങുകയും അന്നു രാത്രിയിൽതന്നെ ചില വിദ്യകൾ പ്രയോഗിച്ചു കാവൽക്കാരെയും മറ്റും ബോധംകെടുത്തിക്കിടത്തീട്ടു യഥേഷ്ടം ഗുഹയിൽനിന്നു പുറത്തിറങ്ങിപ്പോവുകയും ചെയ്തു. അദ്ദേഹം അവിടെച്ചെന്ന ദിവസം അഴിച്ചു സൂക്ഷിച്ചുവച്ചിരുന്ന ഉടുപ്പുകളും തൊപ്പിയുമെല്ലാം എടുത്തുകൊണ്ടാണ് ഗുഹയിൽ നിന്നു പുറത്തിറങ്ങിയത്. അതിനാൽ പുറത്തിറങ്ങിയ ഉടനെ അവയെല്ലാം ധരിച്ചു ശെമ്മാശന്റെ വേഷത്തിൽതന്നെയായിരുന്നു അദ്ദേഹത്തിന്റെ യാത്ര. അന്നു നിലാവുള്ള കാലമായിരുന്നതിനാൽ കുറെ നടന്നപ്പോൾ ആ പെരുങ്കാട്ടിനിടയിൽ ചില ചെറുവഴികൾ അദ്ദേഹം കണ്ടു. എങ്കിലും അവ എങ്ങോട്ടെല്ലാമുള്ളവയാണെന്നു തിരിച്ചറിയാൻ മാർഗ്ഗമൊന്നുമില്ലായിരുന്നു. 'എവിടെയെങ്കിലും ചെല്ലട്ടെ; മനുഷ്യരുള്ള ദിക്കിലെത്തിയാൽപ്പിന്നെ ചോദിച്ചറിഞ്ഞു സ്വദേശത്തേക്കു പോകാമല്ലോ' എന്നു വിചാരിച്ച് അവയിൽ ഒരു വഴിയേ അദ്ദേഹം നടന്നുതുടങ്ങി. അദ്ദേഹം ഗുഹയിലെ കാവൽക്കാരെയും മറ്റും ബോധംകെടുത്തിയിരുന്നതു മൂന്നേമുക്കാൽ നാഴിക നേരെത്തേക്കു മാത്രമായിരുന്നതിനാൽ അവർ ബോധം വീണു നോക്കുമ്പോൾ തന്നെ കാണാഞ്ഞിട്ടു പിന്നാലെ ഓടിയെത്തിയേക്കുമോ എന്നുള്ള ഭയമുണ്ടായിരുന്നതിനാൽ അദ്ദേഹം വളരെ വേഗത്തിലാണ് നടന്നത്. അങ്ങനെ പോയിപ്പോയി നേരം വെളുത്തപ്പോഴേക്കും അദ്ദേഹം മനുഷ്യസഞ്ചാരമുള്ള ഒരു ദിക്കിലെത്തി. അപ്പോൾ അദ്ദേഹത്തിന്റെ മനസ്സിൽ സ്വല്പം സമാധാനമായി. എങ്കിലും ഭയം മുഴുവനും വിട്ടുമാറിയില്ല. അതിനാൽ പിന്നെയും വേഗത്തിൽത്തന്നെ നടന്നു. അഞ്ചെട്ടു നാഴിക പുലർന്നപ്പോഴേക്കും അദ്ദേഹത്തിനു വിശപ്പും ദാഹവും ക്ഷീണവും കലശലാവുകയാൽ നടക്കാൻ വഹിയാതെയായി. അതിനാൽ വഴിയരികിൽ കണ്ടതായ ഒരു ചെറിയ വീട്ടിൽ കയറി. അവിടെ ഒരു വൃദ്ധ മാത്രമേ ഉണ്ടായിരുന്നുള്ളു. അവരോടു ശെമ്മാശൻ, 'വലിയമ്മേ,എനിക്കു വിശപ്പും ദാഹവും കലശലായിരിക്കുന്നു. കുറച്ചു കഞ്ഞി തരുമോ?' എന്നു ചോദിച്ചു.

വൃദ്ധ: എന്റെ മകനേ, അരിയില്ലാഞ്ഞിട്ട് ഇന്നലെത്തന്നെ ഇവിടെ കഞ്ഞിവച്ചില്ല. പിന്നെ ഞാൻ എങ്ങനെയാണ് കഞ്ഞി തരുന്നത്? ഇനി വല്ലയിടത്തും പോയി അരി മേടിച്ചുകൊണ്ട് വന്നിട്ടു വേണം കഞ്ഞിവയ്ക്കാൻ. അതുവരെ ഇവിടെ ഇരിക്കാമെങ്കിൽ ഉള്ളതിൽ പങ്കുതരാം.

ശെമ്മാശൻ: ഒരരിയുടെ തരിയെങ്കിലും ഇവിടെക്കാണാതിരിക്കുമോ?

വൃദ്ധ: ഒന്നോ ഒരു മുറിയോ അരി എന്റെ വട്ടി തട്ടിക്കുടഞ്ഞാൽ കാണുമായിരിക്കും. അതുകൊണ്ടെന്തു കാണിക്കാനാണ്?

ശെമ്മാശൻ: ഒരരിയെങ്കിലും എടുത്തുകൊണ്ടുവരണം. നമുക്കതുകൊണ്ടു വല്ലതും കൗശലമുണ്ടാക്കാം.

വൃദ്ധ: എന്റെ മകനേ, നിനക്കു പിച്ചുണ്ടോ? ആട്ടെ, ഞാൻ നോക്കട്ടെ. എന്നു പറഞ്ഞ് ആ വൃദ്ധ ചെന്ന് അവരുടെ അരിവട്ടി തട്ടിക്കുടഞ്ഞിട്ട് ഒരു പൊടിയരി കിട്ടിയതു ശെമ്മാശന്റെ കയ്യിൽ കൊണ്ടുചെന്നുകൊടുത്തു.

ഉടനെ ശെമ്മാശൻ 'ഇനി വല്യമ്മ വെള്ളം കോരി അടുപ്പത്തു വച്ചു തിള പ്പിക്കണം' എന്നു പറഞ്ഞു. ഇതു വെറും കമ്പമാണെന്നു വൃദ്ധയ്ക്കു തോന്നി. എങ്കിലും ഇയാൾ എന്തു ചെയ്യുന്നു എന്നു കാണാമല്ലോ എന്നു വിചാരിച്ചു വൃദ്ധ ഒരു പാത്രത്തിൽ വെള്ളം കോരി അടുപ്പത്തു വച്ചു തീകത്തിച്ചു വെള്ളം തിളപ്പിച്ചു. അപ്പോൾ ശെമ്മാശൻ ആ പൊടിയരികൊണ്ടുചെന്നു വെള്ളത്തി ലിട്ടു. കുറച്ചുനേരം കഴിഞ്ഞപ്പോൾ പാത്രം നിറച്ചു കഞ്ഞിയുണ്ടായി. അതു കണ്ടു വൃദ്ധ വിസ്മയിച്ചു. ഉടനെ അവർ ഉപായത്തിലൊരു പുഴക്കമുണ്ടായി. ശെമ്മാശനു കഞ്ഞി വിളമ്പിക്കൊടുത്തു. രണ്ടുപേരും വയറു നിറച്ചു കഞ്ഞി കുടിച്ചു കഴിഞ്ഞിട്ടും പിന്നെയും പാത്രത്തിലരയിടം കഞ്ഞി ശേഷിച്ചു. ശെമ്മാശൻ മലയരയന്റെ അടുക്കൽനിന്നു വിദ്യകളഭ്യസിച്ചിട്ട് ആദ്യമായി പ്രയോഗിച്ച വിദ്യ കാവൽക്കാരെ ബോധംകെടുത്തിയതും രണ്ടാമത്തെ വിദ്യ ഇതുമായിരുന്നു. കഞ്ഞികുടി കഴിഞ്ഞതിന്റെ ശേഷം ശെമ്മാശൻ വൃദ്ധയോട്, 'ഇവിടെ നിന്നു കടമറ്റത്തു പള്ളിയിലേക്ക് എത്തുദൂരമുണ്ട്' എന്നു ണ്ടചോദിച്ചു. 'ഒരു നാലു നാഴിക കാണും' എന്നു വൃദ്ധ പറഞ്ഞു. 'എന്നാൽ പരിഭ്രമിക്കാനൊന്നുമില്ല' എന്നു വിചാരിച്ചു ശെമ്മാശൻ അവിടെത്തന്നെ കിടന്ന് ഒന്നുറങ്ങി. ഉണർന്നെണീറ്റ് അദ്ദേഹം പതുക്കെ അവിടെനിന്നു പുറപ്പെട്ടു. വഴിക്കു കണ്ടവരോടൊക്കെ വഴി ചോദിച്ചുചോദിച്ച് സന്ധ്യ യ്ക്കു മുമ്പായി പഴയ വാസസ്ഥലത്തെത്തി. കത്തനാരെ കണ്ടു വന്ദിച്ചു. ശെമ്മാശനെ കണ്ടിട്ടു കത്തനാർ ആളറിഞ്ഞില്ല. അതിനാൽ ശെമ്മാശൻ 'അച്ഛൻ എന്നെ അറിയില്ലയോ? ഞാൻ ഇവിടുത്തെ ദാസനും ശിഷ്യനുമായ പൗലൂസാണ്'' എന്നു പറഞ്ഞു. അതു കേട്ടു കത്തനാർ, 'അയ്യോ, എന്റെ കുഞ്ഞേ, നീ മരിച്ചുപോയിയെന്നാണല്ലോ ഞാൻവിചാരിച്ചിരുന്നത്'' എന്നു പറഞ്ഞുകൊണ്ട് ശെമ്മാശനെ മുറുകെ കെട്ടിപ്പിടിച്ച് ആനന്ദാശ്രു പൊഴിച്ചു. അപ്പോൾ ശെമ്മാശനും സന്തോഷ പാരവശ്യത്താൽ പൊട്ടി ക്കരഞ്ഞുപോയി. പിന്നെ കുറച്ചുനേരത്തേക്കു സന്തോഷാധിക്യത്താൽ രണ്ടുപേർക്കും സംസാരിക്കാൻ ശബ്ദം പുറപ്പെടാതെയിരുന്നു. കുറച്ചുസമയം കഴിഞ്ഞപ്പോൾ കത്തനാർ ഒരുവിധം മനസ്സിനെ സമാധനപ്പെടുത്തിക്കൊ ണ്ട് 'നീ ഇത്രയും കാലം എവിടെയായിരുന്നു' എന്നു ചോദിച്ചു.

ശെമ്മാശൻ: ഞാൻഅന്നു പശുക്കളെ അന്വേഷിച്ചു കാട്ടിൽ നടന്ന പ്പോൾ വഴിതെറ്റി നടന്നു നടന്നു ഒടുക്കം പരിചയമില്ലാത്ത ഒരു സ്ഥലത്തു ചെന്നുചേർന്നു. അവിടെ വച്ചു ചില ദുഷ്ടന്മാർ എന്നെ പിടിച്ചു കാരാഗൃഹ ത്തിലാക്കി. അവിടെനിന്നു പോരാൻ ഇപ്പോൾ മാത്രമേ എനിക്കു തരംകി ട്ടിയുള്ളൂ. ഉടനെ ഞാൻപോരികയും ചെയ്തു.

കത്തനാർ: ദൈവകൃപകൊണ്ട് ഇപ്പോളെങ്കിലും തിരിയെപ്പോരാൻ സാധിച്ചുവല്ലോ. അതുതന്നെ ഭാഗ്യം. എന്റെ ഒരു മകൻ മരിച്ചുപോയിട്ടു വീണ്ടും ജനിച്ചുവന്നതുപോലെയുള്ള സന്തോഷം എനിക്കിപ്പോൾ തോന്നു ന്നുണ്ട്.

അവർ ഇങ്ങനെ ഓരോന്നു പറഞ്ഞുകൊണ്ടിരുന്നപ്പോൾ പള്ളിയിലെ കപ്പിയാർ ഓടി വിയർത്തു കിടുകിടാ വിറച്ചുകൊണ്ട് അവിടെയെത്തി, 'അയ്യോ, നമ്മുടെ പള്ളിയിൽ പിശാചുക്കൾ നിറഞ്ഞു. ഓരോന്നിന്റെ സ്വരൂപം എങ്ങനെയിരിക്കുന്നു! അവരെക്കണ്ടാൽ പേടിച്ചു ചത്തുപോകും. നേരം സന്ധ്യയായല്ലോ. പള്ളിയിൽ കേറി മണിയടിക്കാൻ നിവൃത്തിയില്ല.

അങ്ങോട്ടുചെന്നാൽ അവർ പിടിച്ച ജീവനോടെ വിഴുങ്ങും, സംശയമില്ല. ഓരോന്നിന്റെ പൊക്കം ഓരോ കൊന്നത്തെങ്ങോളമുണ്ട്. പിടിച്ചാൽ പിടിമുറ്റാത്ത വണ്ണം. കരിങ്കല്ലുകൊണ്ടുവാർത്തതുപോലെ എല്ലാം കറുക റെയിരിക്കുന്നു. ഇനി എന്താ നിവൃത്തി? ഇന്നു പള്ളിയിൽ മണിയടിയും നമസ്കാരവുമൊന്നും വേണ്ടയോ? അത് അച്ചൻ നിശ്ചയിക്കണം. ഇന്നവിടെ മനുഷ്യരായിട്ടുള്ളവരാരും വരികയില്ല; അതു തീർച്ചതന്നെ' എന്നു പറഞ്ഞു. അപ്പോൾ ശെമ്മാശൻ, 'ഞാനങ്ങോട്ടു വരാം. കപ്പിയാരും വരണം. ഞാൻ ആ പിശാചുക്കളെയൊക്കെ അവിടെനിന്നു മാറ്റിത്തരാം' എന്നു പറഞ്ഞു.

കത്തനാർ: അയ്യോ, നീ പോകണ്ടാ.ഇനിയും വല്ലതും ആപത്തുപറ്റിയേ ക്കും. ഞാനങ്ങോട്ടു ചെല്ലാം. എനിക്കു വല്ലതും പറ്റിയാലും തരക്കേടില്ല. വയസ്സ് എൺപത്തെട്ടായല്ലോ. ഇനി ഞാൻ ജീവിച്ചിരുന്നാൽ എത്ര നാളിരിക്കും? എന്റെ കുഞ്ഞിനു ചെറുപ്പമല്ലേ? നീ ഇനിയും വളരെക്കാലം ജീവിച്ചിരിക്കേണ്ടുന്ന ആളാണല്ലോ.

ശെമ്മാശൻ: ദൈവത്തിന്റെ കൃപകൊണ്ട് ആർക്കും ആപത്തൊന്നും സംഭവിക്കയില്ല. ഞാനിപ്പിശാചുക്കളെ അവിടെനിന്ന് ഓടിക്കാം. അച്ചൻ കൂടെ വരുന്നുണ്ടെങ്കിൽ വരണം, നമുക്കു പോകാം. അച്ചനെ അയച്ചിട്ടു ഞാനിവിടെ ഇരിക്കയില്ല. തീർച്ചതന്നെ.

ഇങ്ങനെപ്പറഞ്ഞ് കത്തനാരും ശെമ്മാശനും കപ്പിയാരുംകൂടി പള്ളിയി ലേക്കു ചെന്നു. കപ്പിയാരുടെ വാക്കു കേട്ടപ്പോൾത്തന്നെ പള്ളിയിൽ വന്നി രിക്കുന്നതു തന്നെ അന്വേഷിച്ചു കണ്ടുപിടിക്കാനായി ഗുഹയിൽ നിന്നു പുറ പ്പെട്ടിരിക്കുന്നവരായിരിക്കും എന്നു ശെമ്മാശൻ ഊഹിച്ചു. അവിടെച്ചെന്നു കണ്ടപ്പോൾ അങ്ങനെതന്നെ എന്നു തീർച്ചയാവുകയും ചെയ്തു. ശെമ്മാശൻ അവരുടെ അടുക്കലേക്കു ചെല്ലുന്നതു കണ്ടുപേടിച്ചുവിറച്ചുകൊണ്ട് കത്തനാർ, 'എന്റെ മകനേ, അടുത്തു പോകരുതേ' എന്നു പറഞ്ഞു. ശെമ്മാശൻ ഒരു കൂസലും കൂടാതെ അടുത്തുചെന്ന് അവരോട് 'നിങ്ങൾ ഇവിടെ എന്തിനു വന്നു? ഇതു ദേവാലയമാണ്. നിങ്ങൾക്കു കളിക്കാനും പാർക്കാനുമുള്ള സ്ഥലമല്ല. നിങ്ങൾക്കു ജീവനോടുകൂടി തിരിയെപ്പോകണമെന്നുണ്ടെങ്കിൽ ക്ഷണത്തിൽ ഇവിടെ നിന്നിറങ്ങി, വന്നവഴിയേ പൊയ്ക്കോൾവിൻ. അല്ലെങ്കിൽ നിങ്ങളുടെ കഥ ഞാൻകഴിക്കും' എന്നു പറഞ്ഞു. അതു കേട്ട് ആ കാട്ടുമുട്ടന്മാർ 'ഞങ്ങൾ നിന്നെക്കൊണ്ടുപോകാനായിട്ടാണ് വന്നത്. നിന്നെയും കൊണ്ടല്ലാതെ ഞങ്ങൾ പോവുകയില്ല' എന്നു പറഞ്ഞുകൊണ്ട് ശെമ്മാശനെ പിടിക്കാനായി എല്ലാവരും അടുത്തുകൂടി. ശെമ്മാശൻ ഒരു വിദ്യ പ്രയോഗിക്കുകയും ആ ദുഷ്ടന്മാർ ബോധംകെട്ടു വെട്ടിയിട്ട മരങ്ങൾ പോലെ തൽക്ഷണം നിലംപതിക്കുകയും ചെയ്തു. ഇതു കണ്ടു കത്തനാരും കപ്പിയാരും അത്ഭുതപരവശരായിത്തീർന്നു. ഉടനെ കപ്പിയാർ മണിയ ടിക്കുകയും പള്ളിയിൽ പതിവിലധികം ആളുകൾ വന്നുകൂടുകയും ചെയ്തു. വൈകുന്നേരം പതിവുള്ള കർമ്മാനുഷ്ഠാനങ്ങളെല്ലാം കഴിഞ്ഞതിന്റെ ശേഷം ജനങ്ങളെല്ലാവരും ആ കാട്ടാളന്മാരുടെ ഭയങ്കര ആകൃതി കണ്ടും ശെമ്മാശന്റെ വിദ്യയെക്കുറിച്ചു കേട്ടും വിസ്മയിച്ചു. അപ്പോൾ കത്തനാർ ശെമ്മാശനോട്, 'ഇവർ മരിച്ചുപോയിരിക്കുമോ?' എന്നു ചോദിച്ചു.

ശെമ്മാശൻ: മരിച്ചിട്ടില്ല. വേണമെങ്കിൽ മരിപ്പിക്കാം.

കത്തനാർ: ഏതുവിധവും ഇവരെ ഇവിടെനിന്നു കളയണമല്ലോ. ഇവർ ഇവിടെ കിടന്നാലും നടന്നാലും ഉപദ്രവം തന്നെ.

ശെമ്മാശൻ: ഇപ്പോൾ കളഞ്ഞേക്കാം.

അദ്ദേഹം പിന്നെയും എന്തോ വിദ്യ പ്രയോഗിച്ചു. ഉടനെ ആ ഉറക്കത്തിൽനിന്നെന്നപ്പോലെ ഉണർന്നേണീറ്റു. ഭയങ്കരാകൃതികൾ അപ്പോൾ ശെമ്മാശൻ, 'എന്താ ഇനിപ്പൊയ്ക്കോള്ളാമോ? വേണമെങ്കിൽ കുറച്ചുകൂടി വല്ലതുമാവാം' എന്നു പറഞ്ഞു. അതു കേട്ട് ആ കാട്ടുമൂട്ടന്മാർ

'അയ്യോ, ഇനി ഒന്നും വേണ്ടാ. ഞങ്ങൾ പൊയ്ക്കൊള്ളാം' എന്നു പറഞ്ഞു ശെമ്മാശനെ വന്ദിച്ചിട്ട് അപ്പോൾത്തന്നെ അവിടെനിന്നു പോയി. ഇതു കണ്ട് അവിടെ കൂടിയിരുന്നവരെലാം അത്ഭുതപ്പെട്ടുകയും ശെമ്മാശനെ വളരെ പുകഴ്ത്തുകയും ചെയ്തു. അപ്പോൾ കത്തനാർ ശെമ്മാശനോട്, 'എന്റെ മകനേ, നീ ഈ ദിവ്യശക്തി എവിടെനിന്നു കിട്ടി?' എന്നു ചോദിച്ചു. 'ഇതൊന്നും എന്റെ ശക്തിയില്ല എല്ലാം ദൈവത്തിന്റെ ശക്തിയാണ്. ദൈവം സർവ്വശക്തനാണല്ലോ' എന്നു ശെമ്മാശൻ മറുപടി പറയുകയും ചെയ്തു.

അനന്തരം അധികം താമസിയാതെ മേൽപട്ടക്കാരെല്ലാവരുംകൂടി ശെമ്മാശനു കത്തനാർപട്ടം കൊടുത്തു. അന്നു മുതൽ അദ്ദേഹത്തെ ജനങ്ങൾ 'കടമറ്റത്തു കത്തനാർ' എന്നും 'കടമറ്റത്തച്ചൻ' എന്നും അവരുടെ സ്ഥിതി അനുസരിച്ചു പറഞ്ഞുതുടങ്ങി. അക്കാലത്ത് അദ്ദേഹം സ്വദേശത്തു ചിലർക്കുണ്ടായ ബാധോപദ്രവങ്ങളും ചാത്തന്റെ ഉപദ്രവങ്ങളും മറ്റും മാറ്റുകയാൽ അദ്ദേഹം വലിയ മന്ത്രവാദിയാണെന്ന് ഒരു പ്രസിദ്ധി ഉണ്ടായിത്തീരുകയും തന്നിമിത്തം ദൂരസ്ഥലങ്ങളിൽനിന്നുകൂടി ആളുകൾ വന്നു മന്ത്രവാദത്തിനായി അദ്ദേഹത്തെ കൊണ്ടുപോയിത്തുടങ്ങുകയും ആ മാർഗ്ഗത്തിൽ അദ്ദേഹത്തിനു ധാരാളം പണം കിട്ടിത്തുടങ്ങുകയും ചെയ്തു. അങ്ങനെ കുറച്ചുകാലം കഴിഞ്ഞപ്പോഴേക്കും അദ്ദേഹം നല്ല സമ്പന്നനായിത്തീരുകയും അദ്ദേഹത്തിന്റെ രക്ഷിതാവായിരുന്ന വികാരിക്കത്തനാർ ചരമഗതിയെ പ്രാപിക്കുകയും ചെയ്യുകയാൽ അദ്ദേഹം സ്വന്തമായി ഒരു ഗൃഹം പണികഴിപ്പിച്ചു താമസം അങ്ങോട്ടു മാറ്റി. അതിനാൽ അദ്ദേഹം പാചകന്മാരായും പരിചാരകന്മാരായും മറ്റും നാലഞ്ചുപേരെ തന്നോട്ടുകൂടി താമസിപ്പിച്ചു തുടങ്ങുകയും ചെയ്തു.

അപ്പോഴേക്കും 'കടമറ്റത്തു കത്തനാർ' എന്നുള്ള കീർത്തി ലോകത്തിൽ സർവ്വത്ര വ്യാപിച്ചു. കടമറ്റത്തു കത്തനാർ വിചാരിച്ചാൽ സാധിക്കാത്ത കാര്യം ലോകത്തിൽ യാതൊന്നുമില്ലെന്നുള്ള വിശ്വാസം സകല ജനങ്ങളുടെയിടയിലും ദൃഢമായിത്തീർന്നു. അതിനാൽ ഓരോരോ കാര്യങ്ങൾക്കായി അദ്ദേഹത്തെ കൊണ്ടുപോകുവാൻ ജനങ്ങൾ സദാ വന്നുകൊണ്ടിരുന്നു. ആരാവശ്യപ്പെട്ടാലും എവിടെയായാലും അദ്ദേഹം പൊയ്ക്കൊണ്ടിരിക്കുകയും ചെയ്തു. അതിനാൽ അദ്ദേഹം സ്വഗൃഹത്തിൽ താമസിച്ചിരുന്ന ദിവസം ചുരുക്കമായിരുന്നു. അദ്ദേഹം ഒരു കാര്യത്തിനായി പോയിട്ട്, അതു സാധിക്കാതെ വരിക ഒരിക്കലുമുണ്ടായില്ല. ആർക്കായാലും ഏതു കാര്യമായാലും സാധിച്ചുകൊടുത്താൽ ഇന്നതു കിട്ടണമെന്നുള്ള നിർബന്ധവും അദ്ദേഹത്തിനുണ്ടായിരുന്നില്ല. അദ്ദേഹം വിചാരിക്കുന്നതിൽ കൂടുതലായിട്ടല്ലാതെ അദ്ദേഹത്തിനാരും കൊടുക്കാറുമില്ല. അതിനാലദ്ദേഹം

കാലക്രമേണ വലിയ കുബേരനായിത്തീർന്നു. കടമറ്റത്തു കത്തനാരുടെ മന്ത്രവാദമെന്നുള്ള പ്രസിദ്ധി ലോകത്തിലെല്ലാം നിറഞ്ഞു കവിയുകയാൽ അനേകം ദിക്കുകളിൽനിന്നും പലരും മന്ത്രവാദം പഠിക്കാനായി അദ്ദേഹത്തിന്റെ അടുക്കൽ വന്നു ചേരുകയും എല്ലാവരെയും അദ്ദേഹം പഠിപ്പിക്കുകയും ചെയ്തിരുന്നു. അതിനാൽ അദ്ദേഹത്തിനു ശിഷ്യ സമ്പത്തും ധാരാളമുണ്ടായി. 'കടമറ്റത്തു സമ്പ്രദായം' എന്നുള്ളത് ഇന്നും പ്രസിദ്ധമാണല്ലോ. ആ സമ്പ്രദായക്കാരായ മന്ത്രവാദികൾ ഇപ്പോഴും പല സ്ഥലങ്ങളിലുമുണ്ട്. ഇപ്രകാരമെല്ലാമാണ് കടമറ്റത്തു കത്തനാരുടെ ജീവിതകഥാ സംക്ഷേപം മരിക്കുന്നതുവരെ താൻ മന്ത്രവാദം മുതലായവ പഠിച്ചത് ആരോടാണെന്നും മറ്റുമുള്ള വിവരം അദ്ദേഹം ആരോടും പറഞ്ഞില്ല. ഗുരുവിന്റെ അടുക്കൽവച്ചു ചെയ്ത സത്യം അദ്ദേഹം ശരിയായിട്ടുതന്നെ നിർവ്വഹിച്ചു. എങ്കിലും അദ്ദേഹം സ്വന്തം ജീവചരിത്രം ഒരു താളിയോലഗ്രന്ഥത്തിലെഴുതി സൂക്ഷിച്ചിരുന്നു. അദ്ദേഹത്തിന്റെ കാലശേഷം ആ ഗ്രന്ഥം മൂലമാണ് അദ്ദേഹത്തിന്റെ ജീവചരിത്രം പ്രസിദ്ധമായിത്തീർന്നത്.

കടമറ്റത്തു കത്തനാരുടെ കുടുംബം അദ്ദേഹത്തോടുകൂടിത്തന്നെ അവസാനിച്ചു. അദ്ദേഹം താമസിച്ചിരുന്ന ഗൃഹംപോലും ഇപ്പോൾ അവിടെ കാൺമാനില്ല. എങ്കിലും ചില മന്ത്രവാദികളും മറ്റും ഇപ്പോഴും ആ സ്ഥലത്തു ചെന്ന് അദ്ദേഹത്തെ ധ്യാനിച്ചു വന്ദിക്കുകയും ചില കാര്യസിദ്ധിക്കായി പ്രാർത്ഥിക്കുകയും ചില വഴിപാടുകൾ കഴിക്കുകയും മറ്റും ചെയ്തുവരുന്നുണ്ട്. അത്ഭുതകർമ്മങ്ങൾ പ്രവർത്തിക്കുന്ന മഹാന്മാരെക്കുറിച്ചുള്ള ഭക്തി ജനങ്ങളുടെ ഹൃദയത്തിൽനിന്ന് എളുപ്പത്തിൽ വിട്ടുപോവുകയില്ല. പുളിയാമ്പള്ളി നമ്പൂരിക്കും മറ്റും ഇപ്പോഴും ചിലർ വെള്ളംകുടി നടത്തിവരുന്നുണ്ടല്ലോ. ഇനി കത്തനാരുടെ അത്ഭുതകർമ്മങ്ങളിൽ ചിലതുകൂടിപ്പറയാം.

പണ്ടു തിരുവനന്തപുരത്തുനിന്ന് പത്മനാഭപുരത്തേക്കു പോകുന്ന വഴിക്കു കുറെയിട മനുഷ്യവാസമില്ലാതെ വെറും കാടായിക്കിടന്നിരുന്നു. എങ്കിലും തിരുവനന്തപുരത്തുനിന്നു കിഴക്കോട്ടു പോകാനും കിഴക്കുള്ള വർക്കു തിരുവനന്തപുരത്തും മറ്റും വരാനും വേറെ വഴിയില്ലാതിരുന്ന തിനാൽ ജനങ്ങൾ അക്കാലത്തു സാധാരണമായി സഞ്ചരിച്ചിരുന്നത് ആ കാട്ടുവഴിയേതന്നെയായിരുന്നു. ആ കാട്ടിൽ ഒരിക്കൽ ഒരു യക്ഷി വന്നുകൂടി. ആ യക്ഷി പകൽസമയത്തും സർവ്വാംഗസുന്ദരിയും യുവതിയുമായ ഒരു വേശ്യസ്ത്രീയുടെ വേഷം ധരിച്ച് ആ വഴിയിൽച്ചെന്നു നിൽക്കും. അ വഴിയേ പോകുന്നവരോട് ആദ്യംതന്നെ 'ഒരിക്കൽ മുറുക്കാൻ ചുണ്ണാമ്പു തരാമോ?' എന്നു സസ്മിതം ചോദിക്കും. ചുണ്ണാമ്പു കൊടുത്തു കഴിയുമ്പോൾ നർമ്മസല്ലാപം തുടരും. അവളുടെ വാക്കു കേട്ടാൽ മയങ്ങിപ്പോകാത്തവരില്ലായിരുന്നു. അതിനാൽ അവൾ പറഞ്ഞു മയക്കി ഓരോരുത്തരെയും കാട്ടിലേക്കു കൂട്ടിക്കൊണ്ടു പോകും. കാട്ടിൽചെന്നാലുടനെ പിടിച്ചു കടിച്ചുകീറി ചോര കുടിക്കുകയും നഖവും ശിഖയുമല്ലാത്തതെല്ലാം ഭക്ഷിക്കുകയും ചെയ്യും. ഇതായിരുന്നു അവളുടെ പതിവ്. ഇങ്ങനെ അവൾ അനേകമാളുകളെ ഭക്ഷിച്ചു. ഇതറിഞ്ഞു ജനങ്ങൾ അതിലേ നടക്കാതായി. അപ്പോൾ ആ യക്ഷി രാത്രികാലങ്ങളിൽ കുടിയിടയിൽ കടന്നും മനുഷ്യരെ പിടിച്ചു ഭക്ഷിച്ചുതുടങ്ങി. അതിനാൽ ജനങ്ങൾ ഏതുവിധവും ഈ യക്ഷിയെ ഇവിടെനിന്ന് ഒഴിച്ചുവിടണമെന്നു വിചാരിച്ച് അനേകം മന്ത്രവാദികളെ വരുത്തി പല വിദ്യകൾ ചെയ്യിച്ചു.

അതൊന്നുകൊണ്ടും യതൊരു ഫലവുമുണ്ടായില്ല. ഒടുക്കം ചിലർ കടമറ്റത്തു ചെന്നു കത്തനാരെ കണ്ടു വിവരം പറഞ്ഞ് അദ്ദേഹത്തെ കൂട്ടിക്കൊണ്ടു പോയി.

കത്തനാർ ആ സ്ഥലത്തു ചെന്നപ്പോഴും യക്ഷി മേൽപറഞ്ഞ വേഷത്തിൽ വഴിയിൽത്തന്നെ നിൽക്കുന്നുണ്ടായിരുന്നു. അദ്ദേഹം ചെന്നപ്പോൾ യക്ഷി പതിവുപോലെ പുഞ്ചിരിച്ചുകൊണ്ട്, 'ഒന്നു മുറുക്കാൻ ചുണ്ണാമ്പു തരാമോ?' എന്നു ചോദിച്ചു. അതുകേട്ടു കത്തനാർ സന്തോഷത്തോടുകൂടി 'തരാമല്ലോ' എന്നു പറഞ്ഞിട്ടു കുറച്ചു ചുണ്ണാമ്പെടുത്ത് ഒരിരുമ്പാണിമേൽ വച്ചു നീട്ടിക്കൊടുത്തു. അതു മേടിക്കാൻ യക്ഷി സ്വല്പം മടിച്ചു. ഏങ്കിലും മേടിച്ചു. അതോടുകൂടി യക്ഷി കത്തനാരുടെ ബന്ധനത്തിലകപ്പെടുകയും അവൾക്ക് ഒന്നിനും ശക്തിയില്ലാതായിത്തീരുകയും ചെയ്തു.

ചുണ്ണാമ്പോടുകൂടി ആ ഇരുമ്പാണി കൈയിൽ കൊടുത്തു എന്നാണ് യക്ഷിക്കു തോന്നിയത്. എന്നാൽ കത്തനാർ ഒരു മന്ത്രം ജപിച്ച് ആ ആണി അവളുടെ ശിരസ്സിൽ തറയ്ക്കുകയാണ് ചെയ്തത്. ആ വാസ്തവവും യക്ഷി അറിഞ്ഞില്ല.

ചുണ്ണാമ്പ് കൊടുത്തിട്ട് ഉടനെ കത്തനാർ നടന്നുതുടങ്ങി. ഒരു ദാസിയെപ്പോലെ യക്ഷിയും അദ്ദേഹത്തിന്റെ പിന്നാലെ നടന്നു. അങ്ങനെ നടന്നും ഇടയ്ക്ക് ചില സ്ഥലങ്ങളിലും താമസിച്ചും നാലഞ്ചു ദിവസംകൊണ്ട് അവർ കായംകുളത്തു വന്നു ചേർന്നു. അവിടെ കത്തനാർക്കു പരിചയമുള്ള ഒരു വീടുണ്ടായിരുന്നതിനാൽ അദ്ദേഹം അവിടെ കയറി. യക്ഷിയും കൂടെത്തന്നെ ഉണ്ടായിരുന്നു. ആ വീട് കത്തനാരുടെ മാതുലന്റേതായിരുന്നുവത്രേ. അവിടെ അക്കാലത്തു കത്തനാരുടെ മാതുലിയും വയോവൃദ്ധയും വിധവയുമായ ഒരു സ്ത്രീ മാത്രമേ ഉണ്ടായിരുന്നുള്ളൂ. ആ വിധവ യക്ഷിയെ കണ്ടിട്ട് 'ഇവളേതാണ്' എന്നു ചോദിച്ചു.

കത്തനാർ: ഇവളെ ഇപ്പോൾ ഞാനെന്റെ ദാസിയാക്കിയിരിക്കുകയാണ്, എന്താ ചോദിച്ചത്?

വൃദ്ധ: എനിക്കു സഹായത്തിന് ഇവിടെ ഒരു പെണ്ണുണ്ടായാൽ കൊള്ളാമെന്നുണ്ട്. ഇവിടെ ഞാൻമാത്രമല്ലേയുള്ളൂ? അതാണ് ചോദിച്ചത്.

കത്തനാർ: ഓഹോ, വിരോധമില്ല. വേണമെങ്കിൽ ഇവളെ ഇവിടെ താമസിപ്പിച്ചേക്കാം.

ഇതുകേട്ടു വൃദ്ധയ്ക്കു വളരെ സന്തോഷമായി. അവർ ആ യക്ഷിയെ തന്റെ പുത്രിയെപ്പോലെ വാൽസല്യപൂർവം സ്വീകരിച്ചു. ഉടനെ കത്തനാർ കുളിക്കാൻ പോയി. യക്ഷിയും വൃദ്ധയും കുടി ഭക്ഷണത്തിനെല്ലാം കാലമാക്കി. കത്തനാർ കുളിയും ഊണും കഴിഞ്ഞു സ്വല്പമൊന്നു കിടന്നു. വൃദ്ധയും യക്ഷിയും ഊണു കഴിഞ്ഞ് ഓരോ വർത്തമാനങ്ങളും പറഞ്ഞ് അവിടെ വേറൊരു മുറിയിലിരുന്നു. ആ സമയം വാൽസല്യത്തോടുകൂടി അവർ, യക്ഷിയുടെ തലമുടി ഭംഗിയായി കെട്ടിക്കുന്നതിനായി ചീർപ്പെടുത്തു ചീകി. അപ്പോൾ എന്തോ തടഞ്ഞതായി തോന്നുകയാൽ അവർ സൂക്ഷിച്ചു നോക്കുകയും യക്ഷിയുടെ തലയിൽ ഒരിരുമ്പാണി തറച്ചിരിക്കുന്നതായി കാണുകയും ചെയ്തു. ഉടനെ വൃദ്ധ, 'അയ്യോ മകളെ, ഇതാ നിന്റെ തലയിൽ ഒരിരുമ്പാണി തറച്ചിരിക്കുന്നു. ഇതെങ്ങനെ വന്നു? കഷ്ടംതന്നെ' എന്നു

പറഞ്ഞ് ആ ആണി വലിച്ചൂരി. തൽക്ഷണം യക്ഷി പൂർവ്വസ്ഥിതിയെ പ്രാപിക്കുകയും അദൃശ്യമായി ഭവിക്കുകയും ചെയ്തു. വർത്തമാനങ്ങൾ പറഞ്ഞുകൊണ്ട് അടുക്കൽ ഇരുന്നിരുന്നവൾ പെട്ടെന്ന് അദൃശ്യയായിത്തീർന്നപ്പോൾ വൃദ്ധ വല്ലാതെ പരിഭ്രമിച്ച് കത്തനാരുടെ അടുക്കൽചെന്നു വിവരം പറഞ്ഞു. തലയിൽ തറച്ചിരുന്ന ആണി ഊരിക്കളഞ്ഞു എന്നു കേട്ടപ്പോൾ, എന്നാൽ കാര്യം തെറ്റി എന്നു പറഞ്ഞിട്ട് കത്തനാരും പിന്നാലെ പുറപ്പെട്ടു. ചില ലക്ഷണങ്ങൾകൊണ്ട് യക്ഷി വടക്കോട്ടാണ് പോയതെന്നറിഞ്ഞു കത്തനാരും വടക്കോട്ടുതന്നെനടന്നു. കുറച്ചുദൂരം ചെന്നപ്പോൾ യക്ഷി അതിവേഗത്തിൽ നടന്നുപോകുന്നതു കത്തനാർ കണ്ടു. കൂടെ എത്തണമെന്നു വിചാരിച്ച് കത്തനാരും ക്ഷണത്തിൽ നടന്നു. രണ്ടുപേരും മാന്നാറിൽ വന്നു ചേർന്നു. കത്തനാർ ആറ്റുകടവിലെത്തിയപ്പോഴേക്കും കടത്തുകാരൻ യക്ഷിയെ ഒരു തോണിയിൽ കയറ്റി 'പനയന്നാർകാവിൽ' ക്കടവിലിറക്കിക്കഴിഞ്ഞു. കത്തനാർക്കു പിന്നാലെ എത്തുന്നതിനു തൽക്കാലമവിടെ വേറെ വള്ളമില്ലായിരുന്നു. വള്ളം കിട്ടീട്ട് അതിൽക്കയറി അക്കരെച്ചെല്ലുമ്പോഴേക്കും യക്ഷി അവിടെനിന്നു പൊയ്ക്കളഞ്ഞെങ്കിലോ എന്നു വിചാരിച്ച് കത്തനാർ അവിടെനിന്നുകൊണ്ട് യക്ഷിക്ക് അവിടെനിന്നു പോകാൻ പാടില്ലാത്ത വിധത്തിൽ ഒരു വിദ്യ പ്രയോഗിച്ചു. പിന്നെ അദ്ദേഹം ഒരു വാഴയിൽനിന്നു ഒരു ഉശനില മുറിച്ചെടുത്തു വെള്ളത്തിലിട്ട് അതിൽക്കയറി തുഴഞ്ഞ് അക്കരെയിറങ്ങി യക്ഷിയുടെ അടുക്കൽചെന്ന്, 'നീ എവിടെപ്പോകുന്നു' നിന്നെ ഞാൻ വിട്ടയയ്ക്കുകയില്ല. ജനങ്ങൾക്കു യാതൊരു ഉപദ്രവവും ചെയ്യാതെ ഇവിടെ ഇരുന്നുകൊള്ളമെങ്കിൽ ഞാനങ്ങനെ അനുവദിക്കാം. അല്ലാത്തപക്ഷം നിന്നെ ഞാൻഅറുത്തു ഹോമിക്കും. ഏതാണ് നിനക്കു സമ്മതമെന്നു പറയുക' എന്നു പറഞ്ഞു. അതുകേട്ട് യക്ഷി, ' ഞാൻ ആരെയും ഉപദ്രവിക്കാതെ ഇനിയെന്നും ഇവിടെ ഇരുന്നുകൊള്ളാം. എന്നെ സംഹരിക്കരുതെന്നു ഞാനപേക്ഷിക്കുന്നു' എന്നു പറഞ്ഞു. 'ഇവിടെ ഇരുന്നുകൊള്ളാമെങ്കിൽ അങ്ങനെ സത്യം ചെയ്യുക' എന്നു കത്തനാർ പറയുകയും യക്ഷി അപ്രകാരം സത്യം ചെയുകയും ചെയ്തു. അന്നുമുതൽ ആ യക്ഷി അവിടെത്തന്നെ താമസമായി. യക്ഷി അദൃശ്യയായിട്ടാണ് അവിടെ താമസിക്കുന്നത്. എങ്കിലും കറുത്തവാവ്, വെള്ളിയാഴ്ച ഇങ്ങനെയുള്ള ദിവസങ്ങളിൽ അർദ്ധരാത്രി സമയത്തും മറ്റും ചിലർ ആ യക്ഷിയെ സുന്ദരിയായ സ്ത്രീയുടെ രൂപത്തിലും കത്തുന്ന തീയായിട്ടും മറ്റും ഇപ്പോഴും ചില കാലങ്ങളിൽ കാണാറുണ്ടെന്നാണ് കേൾവി. അവിടെയുള്ള ഭദ്രകാളീക്ഷേത്രത്തെ പ്രധാനമാക്കിപ്പറയുമ്പോൾ ജനങ്ങൾ ആ യക്ഷിയെ 'പനയന്നാർക്കാവിലെ യക്ഷി'യെന്നും ദേശപ്പേരിനെ അടിസ്ഥാനപ്പെടുത്തിപ്പറയുമ്പോൾ 'പരുമലയക്ഷി' എന്നും പറഞ്ഞുവരുന്നു. ആ യക്ഷി അവിടെ വന്നതിൽപിന്നെ ആരെയും ഒരുവിധത്തിലും ഉപദ്രവിച്ചതായി കേട്ടുകേൾവി പോലുമില്ല.

കടമറ്റത്തു കത്തനാരും അക്കാലത്തുണ്ടായിരുന്ന കുഞ്ചമൺമഠത്തിൽ മൂത്തപോറ്റിയും തമ്മിൽ പരിചയമെന്നല്ല, വലിയ സ്നേഹമായിരുന്നു. കുഞ്ചമൺ പോറ്റിമാർ പണ്ടേതന്നെ വലിയ മന്ത്രവാദികളും ചാത്തന്മാരെ സേവിച്ചു വശംവദന്മാരാക്കീട്ടുള്ളവരുമാണെന്നു പ്രസിദ്ധമാണല്ലോ. കത്തനാരും വലിയ മന്ത്രവാദിയായി സഞ്ചരിക്കുമ്പോൾ വഴിയിൽ വച്ചും മറ്റും കത്തനാരും പോറ്റിയും തമ്മിൽ കാണുകയും അപ്പോഴെല്ലാം പോറ്റി

കത്തനാരെ മഠത്തിലേക്കു ചെല്ലാനായി ക്ഷണിക്കുകയും പതിവായിരുന്നു.

ഇങ്ങനെ കുറച്ചുകാലം കഴിഞ്ഞപ്പോൾ ഒരിക്കൽ കുഞ്ചമൺമഠത്തി ലൊന്നു പോകണമെന്നു കത്തനാർ നിശ്ചയിച്ചു. അവർ തമ്മിൽ വലിയ സ്നേഹമായിരുന്നുവെങ്കിലും സ്വൽപം ഉൾത്തിട്ടുക്കമുണ്ടായിരുന്നു. താൻ ചാത്തന്മാരെ തന്റെ ഭൃത്യന്മാരെപ്പോലെ ആക്കീട്ടുണ്ടല്ലോ എന്നും അതു കത്തനാർക്കു സാധിച്ചിട്ടില്ലല്ലോ എന്നുമായിരുന്നു പോറ്റിയുടെ വിചാരം. ഇന്ദ്രജാലം മഹേന്ദ്രജാലം മുതലായ വിദ്യകളിൽ പോറ്റിക്കുതന്നോളം നൈപുണ്യമില്ലല്ലോ എന്നൊരു വിചാരം കത്തനാർക്കുമുണ്ടായിരുന്നു. അതിനാൽ കത്തനാർ ഒരു കൗശലം പ്രയോഗിച്ചു. കുഞ്ചമൺപോറ്റി എവി ടെയെങ്കിലും വള്ളത്തിലോ ബോട്ടിലോ കയറിപ്പോകുമ്പോൾ ഊന്നാനും തണ്ടുവലിക്കാനും മറ്റും അന്യന്മാർക്കു അദൃശ്യന്മാരായ ചാത്തന്മാരാണ് പതിവ്. അതുപോലെ തനിക്കും പോകണമെന്നു നിശ്ചയിച്ച് കത്തനാർ ഒരു വള്ളത്തിൽ കയറി ഊന്നുകാരാരുമില്ലാതെ പുറപ്പെട്ടു കുഞ്ചമൺ പോറ്റിയുടെ കടവിൽച്ചെന്നടുത്തു. ആരും ഊന്നുകയും തഴയുകയും മറ്റും ചെയ്യാതെ ഒരു വള്ളം വന്നടുക്കുന്നതു കണ്ടു പോറ്റി കടവിലേക്കു ചെന്നു. അപ്പോൾ കത്തനാർ വള്ളത്തിൽനിന്നു കരയ്ക്കിറങ്ങി. അപ്പോൾ 'ഹേ, ഇതെന്താണ് വള്ളക്കാരാരുമില്ലതെ പുറപ്പെട്ടത്?' എന്നു ചോദിച്ചു.അതിനുത്തരമായി കത്തനാർ,'തൽക്കാലം വള്ളക്കാരെ അന്വേഷിച്ചിട്ടു കിട്ടിയില്ല. ഇങ്ങോട്ടു യാത്ര നിശ്ചയിക്കുകയും ചെയ്തു. അതിനാൽ എന്നെ ഇവിടെക്കൊണ്ടിറക്ക ണമെന്നു തോണിയോടുതന്നെ പറഞ്ഞിട്ടു ഞാൻ തോണിയിൽ കയറി. തോണി അന്യസഹായം കിട്ടാതെ ഇവിടെ വന്നടുക്കുകയും ചെയ്തു' എന്നു പറഞ്ഞു. ഇതു കേട്ടപ്പോൾ തോണി തനിയെ നടന്നതു കത്തനാരുടെ ഇന്ദ്രജാലവിദ്യകൊണ്ടാണെന്നും ഇതു തന്നെ ആക്ഷേപിക്കാനായി പ്ര യോഗിച്ചതാണെന്നും പോറ്റിക്കു മനസ്സിലായി. എങ്കിലും പിന്നെയൊന്നും അദ്ദേഹം പറഞ്ഞില്ല.

ഉടനെ പോറ്റി കത്തനാർക്കു കുളിക്കാനും ഉണ്ണാനും വേണ്ടതെല്ലാം ചട്ടംകെട്ടിക്കൊടുത്തു. ഭക്ഷണാനന്തരം സ്വൈര്യ സല്ലാപം ചെയ്തുകൊണ്ടു രണ്ടുപേരുംകൂടി നേരം നാലഞ്ചുനാഴിക പകലാവുന്നതുവരെ അവിടെയി രുന്നു. അതിന്റെ ശേഷം കത്തനാർ, 'നേരം വൈകിത്തുടങ്ങിയല്ലോ, എനിക്ക് ഇന്നുതന്നെ പോകേണ്ടിയിരിക്കുന്നു. അതിനനുവാദം തരണം' എന്നു പറഞ്ഞു. അപ്പോൾ പോറ്റി, 'ഞാൻ പലപ്രാവശ്യമപേക്ഷിച്ചിട്ടാണ് കത്തനാരിവിടെ വന്നത്. ഒരു നാലു ദിവസമെങ്കിലും താമസിക്കാതെ ഇന്നു തന്നെ പോകുന്നതു വലിയ സങ്കടമാണ്. എനിക്കു കത്തനാരോടു ചോദിച്ചു ചില സംഗതികൾ അറിയാനുണ്ട്. അതിനാൽ നിവൃത്തിയുണ്ടെങ്കിൽ രണ്ടു ദിവസമെങ്കിലും ഇവിടെ താമസിച്ചിട്ടു പോയാൽക്കൊള്ളാം. അതിനു സൗകര്യമില്ലെങ്കിൽ ഞാനൊന്നും പറയുന്നില്ല. ഇഷ്ടംപോലെ ചെയ്യുക. അല്ലാതെ നിവൃത്തിയില്ലല്ലോ' എന്നു പറഞ്ഞു വളരെ നിർബന്ധിച്ചു. എങ്കിലും 'ഇന്നു പോകാതിരിക്കാൻ നിവൃത്തിയില്ല. ചങ്ങനാശ്ശേരിയിൽ ഒരു സ്ഥലത്ത് ഇന്ന് എത്തിക്കൊള്ളമെന്നു ഞാൻ തീർച്ചയായി പറഞ്ഞിട്ടു ണ്ട്. അങ്ങോട്ടാണ് ഇപ്പോൾ പോകുന്നത്. താമസിയാതെ ഞാൻ ഇനിയും ഇവിടെ വന്നുകൊള്ളാം' എന്നു പറഞ്ഞ് കത്തനാർ യാത്രയായി. കടവുവരെ അനുയാത്രയായി പോറ്റിയും വന്നു. അപ്പോൾ കത്തനാരുടെ വള്ളം അവിടെ

ഇല്ലായിരുന്നു. 'ഓ, നമ്മുടെ വള്ളമിവിടെ കാണുന്നില്ലല്ലോ' എന്നു പറഞ്ഞു കത്തനാർ നാലു പുറത്തേക്കും മേൽപ്പോട്ടും നോക്കി. അപ്പോൾ വള്ളം കടവിനടുത്തു നിന്നിരുന്ന ഒരു വലിയ മാവിന്റെ മുകളിലിരിക്കുന്നതു കണ്ടിട്ട്''ഇത് പോറ്റി തന്നെ അവമാനിക്കാനായി തന്റെ ചാത്തന്മാരെ ക്കൊണ്ടു ചെയ്യിച്ച വിദ്യയാണ്'' എന്നു മനസ്സിൽ വിചാരിച്ചു കൊണ്ട് കത്തനാർ, 'ഇതാ എന്റെ തോണി ഈ മാവിന്റെ മുകളിലിരിക്കുന്നു. ഇവിടുത്തെക്കടവിലാണ് ഞാൻ തോണിയിട്ടിരുന്നത്. അതിനാൽ അതു താഴെ ഇറക്കിച്ചു തരാനുള്ള ചുമതല ഇവിടേക്കാണ്'' എന്നു പോറ്റിയോടു പറഞ്ഞു.

പോറ്റി: മാവിന്റെ മുകളിലിരിക്കുന്ന വള്ളം താഴെ ഇറക്കിച്ചുതരാൻ ഞാൻ വിചാരിച്ചാൽ സാധിക്കയില്ല. അതു കത്തനാർതന്നെ എങ്ങനെയെങ്കിലും ഇറക്കിച്ചുക്കൊണ്ടുപൊയ്ക്കൊള്ളണം.

കത്തനാർ: ഉപായമൊന്നും പറയേണ്ട. സംഗതിയൊക്കെ എനിക്കറിയാം. തോണി താഴെ ഇറക്കിച്ചു തരാത്തപക്ഷം അന്തർജ്ജനങ്ങൾ വസ്ത്രമുടുക്കാതെ വെളിയിലിറങ്ങി വന്ന്, മാവിന്മേൽക്കയറി, തോണിയെടുത്തു താഴെ കൊണ്ടുവരാനുള്ള വിദ്യ ഞാൻ പ്രയോഗിക്കും. അതു കൂടാതെ കഴിക്കുകയല്ലേ നല്ലത്?

പോറ്റി: കത്തനാർ വിചാരിച്ചാൽ അതു സാധിക്കുമോ?

കത്തനാർ: പരീക്ഷിച്ചു നോക്കാം.

കത്തനാരും പോറ്റിയും തമ്മിൽ ഇത്രയും സംഭാഷണം കഴിഞ്ഞപ്പോഴേക്കും അവിടെയുണ്ടായിരുന്ന അന്തർജ്ജങ്ങൾ വിവസ്ത്രകളായി പുറത്തേക്കു വന്നു തുടങ്ങി. അതു കണ്ടു പോറ്റി, 'അയ്യോ, എന്റെ കത്തനാരെ, എന്നെ അവമാനിക്കരുതേ, ഞാനിപ്പോൾ വള്ളമിറക്കിച്ചു തരാം' എന്നു പറയുകയും ചാത്തന്മാരെകൊണ്ടുവള്ളമിറക്കിച്ച് അതു കിടന്നിരുന്ന സ്ഥലത്താക്കിച്ചു കൊടുക്കുകയും ഉടനെ അന്തർജ്ജനങ്ങളെല്ലാം അകത്തേക്കുതന്നെ പോവുകയും ചെയ്തു. അപ്പോൾത്തന്നെ കത്തനാരും പോറ്റിയും ഇനി ഒരിക്കലും തമ്മിൽതമ്മിൽ മൽസരിക്കില്ലെന്നും യോജിപ്പോടും സ്നേഹത്തോടുംകൂടിയിരുന്നുകൊള്ളാമെന്നും പരസ്പരം കൈ പിടിച്ചു സത്യം ചെയ്തു. രണ്ടുപേരും ആജീവനാന്തം അങ്ങനെതന്നെ ഇരിക്കുകയും ചെയ്തു.

ഒരിക്കൽ യെറുശലേമിൽനിന്നോ മറ്റോ ഒരു ബാവ മലയാളരാജ്യം സന്ദർശിക്കുന്നതിനായി വന്നിരുന്നു. അദ്ദേഹം പല സ്ഥലങ്ങളിൽ സഞ്ചരിച്ച കൂട്ടത്തിൽ ഒരു ദിവസം കടമറ്റത്തു പള്ളിയിൽ വന്നുചേർന്നു. അപ്പോൾ കത്തനാർ ചില സാധനങ്ങൾ കാഴ്ചവച്ച് ബാവായെ വന്ദിച്ചു. കാഴ്ചവച്ച സാധനങ്ങൾ യൂറോപ്പുരാജ്യങ്ങളിലല്ലാതെ മലയാളത്തിൽ കിട്ടാത്തവയായിരുന്നു. അതിനാൽ അവ കണ്ട് ബാവാ ഏറ്റവും സന്തോഷിക്കുകയും വിസ്മയിക്കുകയും 'ഈ കൂട്ടത്തിൽ പച്ചമുന്തിരിങ്ങക്കുലകൂടി ആകാമായിരുന്നു. അത് ഈ ദിക്കിൽ സുലഭമായിരിക്കുമല്ലോ' എന്നു പറയുകയും ചെയ്തു.

അപ്പോൾ കത്തനാർ, 'ഇവിടെ സുലഭമല്ലാതെ ഒന്നുമില്ല, പച്ചമുന്തിരിങ്ങാക്കുല എത്രവേണമെങ്കിലും ഉണ്ടാകും. ഒരു മുന്തിരിങ്ങാപ്പഴം കഴിച്ചിട്ടാൽ ഒരു മാത്ര കഴിയുന്നതിനു മുമ്പ് പച്ചമുന്തിരിങ്ങാക്കുല പറിക്കാം' എന്നു പറഞ്ഞു. ഇതു കേട്ടു ബാവാ, 'എന്നാൽ അതൊന്നു കണ്ടാൽക്കൊള്ളാം' എന്നു പറയുകയും ഉടനെ കത്തനാർ ഒരു മുന്തിരിങ്ങാപ്പഴം പള്ളിമുറ്റത്തു

കഴിച്ചിട്ടുകയും മാത്രയ്ക്ക മുമ്പ് അത് മുളച്ചു പടർന്ന് അസംഖ്യം മുന്തിരിങ്ങാക്കുലകളുണ്ടാവുകയും ചെയ്തു. ബാവാ അതു കണ്ടു പൂർവാധികം വിസ്മയിച്ച് ഒരു പച്ച മുന്തിരിങ്ങാക്കുല പറിച്ചെടുത്തു പരീക്ഷിച്ചു നോക്കിയതിൽ കാഴ്ചയിലും സ്വാദിലും യാതൊരു വ്യത്യാസവുമുണ്ടായിരുന്നില്ല.

ബാവാ പള്ളിയിൽനിന്നു പുറത്തിറങ്ങിയപ്പോൾ ആരോ ഒരാൾ, കത്തനാർ വലിയ മാന്ത്രികനും ഇന്ദ്രജാലക്കാരനുമാണെന്നും അദ്ദേഹം പച്ചമുന്തിരിങ്ങായുണ്ടാക്കിയത് ഇന്ദ്രജാലംകൊണ്ടാണെന്നും കത്തനാരുടെ വാസസ്ഥലത്ത് അനേകം മന്ത്രവാദഗ്രന്ഥങ്ങളുണ്ടെന്നും മറ്റും ബാവായെ ഗ്രഹിപ്പിച്ചു. ഉടനെ ബാവാ കത്തനാരുടെ വാസസ്ഥലത്തു ചെന്ന് അവിടെയുണ്ടായിരുന്ന ഗ്രന്ഥങ്ങളെല്ലാമെടുപ്പിച്ചു തീയിലിട്ടു ചുടുവിച്ചു. അപ്പോൾ ആ ഗ്രന്ഥങ്ങളെലാം പക്ഷികളെപ്പോലെ പറന്ന് ആകാശമാർഗ്ഗത്തിങ്കൽ പ്പോയി നിന്നു. ബാവായും കൂട്ടരും വളരെ ശ്രമിച്ചിട്ടും അതിലൊരു ഗ്രന്ഥം പോലും നശിപ്പിക്കാൻ കഴിഞ്ഞില്ല. ഒടുക്കം ബാവാ കത്തനാരെ അടുക്കൽ വിളിച്ച്, 'എന്റെ മക്കളെ, ഈവക വിദ്യകളൊന്നും ക്രിസ്ത്യാനികൾക്കു ചേർന്നതല്ല. അതിനാൽ നീ ഇനി മേലാൽ മന്ത്രവാദവും മറ്റും ചെയ്യരുത്' എന്നു പറഞ്ഞു. അപ്പോൾ കത്തനാർ, ' ഞാൻ ദൈവത്തെ മറന്നും ജനങ്ങൾക്കു ഉപദ്രവമായും യാതൊന്നും ചെയ്യാറില്ല. മേലാൽ ചെയ്യുകയുമില്ല. പഠിച്ച വിദ്യ ജനോപകാരാർത്ഥമായി ചെയ്യരുതെന്നു കൽപ്പിക്കുന്നതു സങ്കടമാണ്. ജനങ്ങൾക്കു ഉപദ്രവകരമല്ലാത്തതെല്ലാം ചെയ്തുകൊള്ളുന്നതിനു കൽപ്പിച്ചനുവദിക്കണം' എന്നാണ് മറുപടി പറഞ്ഞത്. വളരെ വാദപ്രതിവാദങ്ങൾ കഴിഞ്ഞതിന്റെ ശേഷം യഥേഷ്ടം എന്തുംചെയ്തുകൊള്ളുന്നതിന് അനുവദിച്ചു കത്തനാരെ അനുഗ്രഹിച്ചിട്ട് ബാവാ അവിടെ നിന്നു പോവുകയും ചെയ്തു.

ഒരിക്കൽ ലന്തക്കാരുടെ ഉപദ്രവം ദുസ്സഹമായിത്തിരുകയാൽ അന്നു നാടുവാണിരുന്ന കൊച്ചിത്തമ്പുരാൻ കടമറ്റത്തു കത്തനാർക്ക് ആളയച്ചു കോവിലകത്തു വരുത്തി വിവരം കൽപ്പിച്ചപ്പോൾ കത്തനാർ ഒരമ്പു ജപിച്ചു കൊടുത്തിട്ട്'ഈ അമ്പ് എയ്തു ലന്തക്കാരുടെ പാളയത്തിൽ വീഴിച്ചാൽ ഇവിടേക്കുള്ള ഉപദ്രവമൊഴിയും' എന്നു പറയുകയും തമ്പുരാൻ ആ അമ്പ് ഒരു ഭടനെകൊണ്ടെയ്യിച്ചു ലന്തക്കാരുടെ പാളയത്തിൽ വീഴിക്കയും അപ്പോൾ മുതൽ ലന്തപ്പടയാളികൾക്കു ബുദ്ധിഭ്രമമാരംഭിക്കുകയും അവർ പരസ്പരം വെട്ടിയും കുത്തിയും എല്ലാവരും മരിക്കുകയും അങ്ങനെ കൊച്ചിത്തമ്പുരാനു നേരിട്ടിരുന്ന ഉപദ്രവം ശമിക്കുകയും ചെയ്തു.

ചില ക്ഷേത്രസന്നിധിയിലും മറ്റും വഴിപാടായിട്ടോ വിനോദത്തിനായിട്ടോ 'പടേണി' എന്നൊരു കളി ഇപ്പോഴും നടപ്പുണ്ടല്ലോ. അതിൽ സംഘക്കളിയിലും മറ്റുമുള്ളതുപോലെ പല വേഷങ്ങൾ കെട്ടിവരിക പതിവാണ്. അക്കൂട്ടത്തിൽ മുൻകാലങ്ങളിൽ ഒരു കത്തനാരുടെ വേഷംകൂടി പതിവുണ്ടായിരുന്നു. ഒരിക്കൽ കടമറ്റത്തു കത്തനാർ എവിടെയോ പോയി വരുന്ന സമയം ഒരു പടേണി കാണുന്നതിനിടയായി. ഒരാൾ ഒരു കത്തനാരുടെവേഷം ധരിച്ചു അരങ്ങത്തു വന്നു ചില ഗോഷ്ടികൾ കാണിക്കുകയും ചില അസഭ്യങ്ങൾ പറയുകയും മറ്റും ചെയ്യുന്നതാണ് അദ്ദേഹം കണ്ടത്. ഉടനെ അദ്ദേഹം എന്തോ ഒരു വിദ്യ പ്രയോഗിക്കുകയാൽ കത്തനാരുടെ വേഷം ധരിച്ചിരുന്നയാൾ ബോധരഹിതനായി മുഷ്ടി ചുരുട്ടി തന്നത്താൻ മാറത്തടിച്ചു തുടങ്ങി. പടേണിക്കാർ വിചാരിച്ചിട്ട് ഭേദപ്പെടുത്താൻ

കഴിഞ്ഞില്ല കത്തനാരുടെ വേഷം ധരിച്ചയാൾ തന്നത്താനടിച്ചു മരിക്കു മെന്നുള്ള ദിക്കായി. അപ്പോൾ കടമറ്റത്തു കത്തനാർ അവിടെ അടുത്തൊരു സ്ഥലത്തു വന്നിരിക്കുന്നുണ്ടെന്നും, അദ്ദേഹം എന്തോ ചെയ്തിട്ടാണ് ഈ വേഷക്കാരൻ ഇപ്രകാരം ചെയ്യുന്നതെന്നും പടേണിക്കാർക്കു മനസ്സിലായി. അവരെല്ലാം കൂടി കത്തനാരുടെ അടുക്കൽ ചെന്നു കാൽക്കൽ വീണു നമസ്കരിച്ചിട്ടു ക്ഷമായാചന ചെയ്തു. മേലാൽ പടേണികളിൽ കത്തനാരുടെ വേഷം കെട്ടുകയില്ലെന്ന് അവരെക്കൊണ്ട് സത്യം ചെയ്യിച്ചിട്ട് കത്തനാർ എന്തോ ചെയ്ത് ആ വേഷക്കാരനെ സ്വസ്ഥനാക്കിത്തീർത്തു. അന്നുമുതൽ പടേണിക്കാർ കത്തനാരുടെ വേഷം ധരിക്കാതെയുമായി.

ഇങ്ങനെ പറഞ്ഞു തുടങ്ങിയാൽ കടമറ്റത്തു കത്തനാരുടെ അത്ഭുതകർമ്മങ്ങൾ അസംഖ്യമുണ്ട്. അവയെല്ലാം പറഞ്ഞുതീർക്കാൻ ആരാലും സാധിക്കുന്നതല്ല. ഇത്രയും പറഞ്ഞതുകൊണ്ടുതന്നെ കത്തനാർ അസാമാന്യനായ ഒരു മാന്ത്രികനായിരുന്നെന്നു സ്പഷ്ടമാകുന്നുണ്ടല്ലോ.

പുരാതനന്മാരായ മഹർഷിമാർ, മന്ത്രവാദം സംബന്ധിച്ച് മന്ത്രസാരം, യന്ത്രസാരം, പ്രയോഗസാരം, പ്രപഞ്ചസാരം മുതലായ അനേകം ഗ്രന്ഥങ്ങൾ ഉണ്ടാക്കീട്ടുണ്ടല്ലോ. അതുപോലെ കടമറ്റത്തു കത്തനാരും അസംഖ്യം മന്ത്രവാദഗ്രന്ഥങ്ങൾ നിർമ്മിച്ചിട്ടുണ്ട്. അവയെല്ലാം ഒരുമാതിരി ഭാഷയിലാണെന്നേയുള്ളു.

●

പിലാമന്തോൾ മൂസ്സ്

പിലാമന്തോൾ മൂസ്സിന്റെ ഇല്ലം ബ്രിട്ടീഷുമലബാറിൽ വള്ളുവനാട്ടു താലൂക്കിൽ പിലാമന്തോൾ അംശത്തിൽ പിലാമന്തോൾ ദേശത്താണ്. ഈ ഇല്ലക്കാർ പണ്ടു സാമൂരിരിപ്പാട്ടു തമ്പുരാന്റെ ഇഷ്ടന്മാരും പ്രത്യേക വൈദ്യന്മാരും വൈദ്യവിഷയത്തിൽ അതിവിദഗ്ദ്ധന്മാരും സുപ്രസിദ്ധന്മാരുമായിരുന്നു. ആ സ്ഥിതിക്കു ഇപ്പോഴും വലിയ വ്യത്യാസമൊന്നും വന്നിട്ടില്ല.

പണ്ടൊരിക്കൽ (അന്നു നാടുവാണിരുന്ന) തിരുവിതാംകൂർ മഹാരാജാവു തിരുമനസ്സിലേക്ക് അതികഠിനമായ ഒരു ശീലായ്മ (വയറ്റിൽ വേദന) ഉണ്ടാവുകയും തിരുവിതാംകൂറിലും കൊച്ചിയിലും മറ്റുമുള്ള പ്രസിദ്ധന്മാരായ സകല വൈദ്യന്മാരും പഠിച്ച പണി എല്ലാം നോക്കീട്ടും അതു ഭേദമാകാതെയിരിക്കുകയും ചെയ്യുകയാൽ ഒടുക്കം പിലാമന്തോൾ മൂസ്സിനെ വരുത്തണമെന്നു നിശ്ചയിച്ചു അങ്ങോട്ടാളയച്ചു. മുമ്പുണ്ടായിരുന്ന പിലാമന്തോൾ മൂസ്സന്മാരെക്കുറിച്ചുള്ള കേൾവി നിമിത്തമാണ് അങ്ങോട്ടാളയച്ചത്. എന്നാൽ അക്കാലത്ത് അവിടെ പ്രായപൂർത്തി വന്നവരോ വൈദ്യവിദ്യ അഭ്യസിച്ചവരോ ആയ പുരുഷന്മാർ ആരുംതന്നെ ഉണ്ടായിരുന്നില്ല. ഏകദേശം പതിന്നാലു വയസ്സുമാത്രം പ്രായമായ ഒരു ഉണ്ണിമൂസ്സു മാത്രമേ അവിടെ ഉണ്ടായിരുന്നുള്ളു. ഉപനയനവും സമാവർത്തനവും കഴിഞ്ഞിരുന്നുവെങ്കിലും വൈദ്യവിഷയകമായി യാതൊന്നും അവിടുന്നു പഠിച്ചിരുന്നില്ല. മഹാരാജാവു തിരുമനസ്സിലെ ആളുകൾ ചെന്നു വിവരം പറഞ്ഞപ്പോൾ അവിടുന്ന് അത്യന്തം വിഷണ്ണനായിത്തീർന്നു. 'എന്റെ പൂർവന്മാർ മഹായോഗ്യന്മാരും വലിയ വൈദ്യന്മാരും വൈദ്യവിഷയമായി പല അത്ഭുതകർമ്മങ്ങൾ ചെയ്തിട്ടുള്ളവരും പ്രസിദ്ധന്മാരുമായിരുന്നതിനാലാണല്ലോ മഹാരാജാവു കല്പിച്ച് ഇവിടെ ആളയയ്ക്കാനിടയായത്. കഷ്ടം! ഈശ്വരാ! ഞാനിങ്ങനെയായിപ്പോയല്ലോ. എന്റെ അച്ഛൻ എനിക്കു ബാല്യമായിരുന്നപ്പോൾതന്നെ മരിച്ചുപോയതിനാലാണല്ലോ എനിക്ക് ഒന്നും പഠിക്കാനിടയാകാഞ്ഞത്. തിരുവിതാംകൂറിൽ പോയി മഹാരാജാവിന്റെ സുഖക്കേടു ഭേദമാക്കിയെങ്കിൽ എനിക്കു വളരെ ശ്രേയസ്സും യശസ്സും ബഹുമതിയും ലഭിക്കുമായിരുന്നു. ഒന്നും പഠിച്ചിട്ടില്ലാത്ത ഞാൻ വിചാരിച്ചാൽ അതു സാധ്യമല്ലല്ലോ. ഈശ്വരാ! ഇപ്പോൾ ഞാൻ ഇവിടെ എന്താണ് ചെയ്യേണ്ടത്? എനിക്കൊന്നു അറിഞ്ഞുകൂടെന്നു പറഞ്ഞാൽ ഈ കുടുംബത്തേക്കുകൂടി കുറച്ചിലായിത്തീരുമല്ലോ' എന്നിങ്ങനെ വിചാരിച്ച് അവിടുന്ന് ഏറ്റവും വിഷാദത്തോടുകൂടി അകത്തു ചെന്നു തന്റെ അമ്മയെ വിളിച്ചു വിവരമെല്ലാം പറഞ്ഞു. അപ്പോൾ ആ അന്തർജനം, 'ഉണ്ണി ഒട്ടും

വിഷാദിക്കേണ്ടാ, നമ്മുടെ പരദൈവമായ പരമേശ്വരനെ ഭക്തിപൂർവം പന്ത്രണ്ടു ദിവസം ഭജിക്കുക. അദ്ദേഹം എന്തെങ്കിലും നിവൃത്തിയുണ്ടാക്കിത്തരും. ഭജനം കഴിഞ്ഞിട്ടു ചെല്ലാമെന്നു പറഞ്ഞു മഹാരാജാവിന്റെ ആളുകളെ അയയ്ക്കുക' എന്നു പറഞ്ഞു. അപ്രകാരംതന്നെ ഉണ്ണിമൂസ്സ് പുറത്തു വന്നു മഹാരാജാവിന്റെ ആളുകളോട്,'എനിക്ക് ഇപ്പോൾ അമ്പലത്തിൽ ഭജനമാണ്. അതിനി പന്ത്രണ്ടു ദിവസംകൂടിയുണ്ട്. അതു കഴിഞ്ഞല്ലാതെ വരാൻ എനിക്കു നിവൃത്തിയില്ല. നിങ്ങൾ പോയി ഭജനം കഴിയുമ്പോഴേക്കും വരുക. പിന്നെ നമുക്ക് ഒരുമിച്ചു പോകാം' എന്നു പറഞ്ഞു. അതു കേട്ടു രാജപുരുഷന്മാർ, 'പന്ത്രണ്ടു ദിവസം കഴിഞ്ഞാൽ മതിയല്ലോ. അത്രയും ദിവസംകൊണ്ട് പോയിവരാൻ സാധിക്കയില്ല. സ്വല്പം താമസിച്ചാലും ഒരുമിച്ചുകൊണ്ടു ചെല്ലണമെന്നാണ് കല്പന. അതിനാൽ ഭജനം കഴിയുന്നതുവരെ ഞങ്ങൾ ഇവിടെ താമസിച്ചുകൊള്ളാം' എന്നു പറഞ്ഞു. 'എന്നാൽ അങ്ങനെതന്നെ' എന്നു ഉണ്ണിമൂസ്സും സമ്മതിക്കുകയും അവിടുന്നു അന്നുതന്നെ ഭജനം ആരംഭിക്കുകയും ചെയ്തു. ഭജനം അത്യന്തം ഭക്തിയോടും വലിയ നിഷ്ഠയോടും കൂടിയായിരുന്നു. ഭജനം തുടങ്ങിയതിന്റെ പതിനൊന്നാം ദിവസം രാത്രിയിൽ ഉണ്ണിമൂസ്സ് അമ്പലത്തിൽക്കിടന്നുറങ്ങിയ സമയം ഒരു വൃദ്ധബ്രാഹ്മണൻ തന്റെ അടുക്കൽ വന്ന് 'ഹേ! അങ്ങ് ഒട്ടും വ്യസനിക്കേണ്ടാ. അങ്ങു തിരുവിതാംകൂറിൽച്ചെന്ന്, ഇതാ, ഈ മരുന്നു മൂന്നു നേരം കാഞ്ഞവെള്ളത്തിൽ കലക്കി മഹാരാജാവിനു കൊടുക്കണം. ഇതുകൊണ്ടു നല്ല സുഖമാകും. മഹാരാജാവ് എന്തെങ്കിലും തന്നാൽ ഒന്നും വാങ്ങരുത്. 'എനിക്ക് ഇതൊന്നും വേണ്ടാ' എന്നു പറയണം. അപ്പോൾ 'പിന്നെ എന്താണ് വേണ്ടത്?' എന്നു മഹാരാജാവു ചോദിക്കും. ഉടനെ അങ്ങ് 'താമ്രപർണ്ണീനദിയിൽ ധന്വന്തരിയുടെ വിഗ്രഹം കിടക്കുന്നുണ്ട്. അത് അവിടെനിന്ന് എടുപ്പിച്ച് എന്റെ പരദേവതയായ ശിവന്റെ ഇടത്തുവശത്ത് ആ അമ്പലത്തിൽത്തന്നെ പ്രതിഷ്ഠ കഴിപ്പിച്ചുതരണം. ഇതാണ് എനിക്ക് വേണ്ടത്. ബിംബം മുങ്ങിയെടുക്കാനുള്ള ആളുകൾ താമ്രാപർണ്ണീതീരത്തു ചെല്ലുമ്പോൾ, അതു കിടക്കുന്ന സ്ഥലം കാണിച്ചുകൊടുക്കുന്നതിനും പ്രതിഷ്ഠ കഴിക്കുന്നതിനുമുള്ള ആൾ അവിടെ വരും. ആൾ പറയുന്ന സ്ഥലത്തുനിന്നു ബിംബമെടുപ്പിച്ച് ആ ആളെക്കൊണ്ടു പ്രതിഷ്ഠ കഴിപ്പിചാൽ മതി' എന്നു പറയണം. 'ഇത് എങ്ങനെ അറിഞ്ഞു?' എന്നു മഹാരാജാവു ചോദിച്ചാൽ ഈ പരമാർത്ഥമൊന്നും പറയരുത്. 'ഞാൻ ഇങ്ങനെ കേട്ടിട്ടുണ്ട്'' എന്നു മാത്രമേ പറയാവൂ. മഹാരാജാവു ബിംബം എടുപ്പിച്ചു പ്രതിഷ്ഠ കഴിപ്പിച്ചാൽപ്പിന്നെ ഇപ്പോൾ ശിവനെ എന്നപോലെതന്നെ ധന്വന്തരിയെയും പരദേവതയായി വിചാരിച്ചു സേവിച്ചു കൊള്ളണം. പൂജാനിവേദ്യാധികൾ രണ്ടു സ്ഥലത്തും യാതൊരു വ്യത്യാസവും കൂടാതെ ഭക്തിപൂർവ്വം ഒരുപോലെ നടത്തിച്ചുകൊള്ളണം. എന്നാൽ നിങ്ങൾക്കു ഐശ്വര്യവും വൈദ്യത്തിൽ പ്രസിദ്ധിയും പൂർവ്വാധികം വർദ്ധിക്കും' എന്നു പറഞ്ഞു മൂന്നു ഗുളിക തന്റെ കയ്യിൽ വച്ചതായി ഉണ്ണി മൂസ്സിനു തോന്നി. ഉടനെ ഉണർന്നു നോക്കിയപ്പോൾ അവിടെയെങ്ങും ആരെയും കണ്ടില്ല. എങ്കിലും മൂന്നു ഗുളിക തന്റെ കൈയ്യിൽ ഇരിക്കുന്നതായി കണ്ട് ഉണ്ണിമൂസ്സു വളരെ വിസ്മയിക്കുകയും വൃദ്ധബ്രാഹ്മണന്റെ വേഷത്തിൽ തന്റെ അടുക്കൽ വന്ന് ഇപ്രകാരം പറയുകയും മരുന്നു തരുകയും ചെയ്തത് തന്റെ പരദേവതയായ

ശ്രീപരമേശ്വരൻതന്നെയാണെന്നു വിശ്വസിക്കുകയും ചെയ്തു.

പന്ത്രണ്ടു ദിവസംകഴിഞ്ഞു പതിമൂന്നാം ദിവസം യഥാവിധി ഭജനം കാലംകൂട്ടുകയും ഇല്ലത്തു ചെന്ന് അമ്മയെ വിളിച്ചു വിവരമെല്ലാം ധരിപ്പിക്കുകയും പാദത്തിങ്കൽ വീണു നമസ്കരിച്ചു യാത്ര പറഞ്ഞ് അനുഗ്രഹവും അനുവാദവും വാങ്ങിയതിന്റെ ശേഷം ഉണ്ണിമൂസ്സ മഹാരാജാവിന്റെ ആളുകളോടുകൂടി തിരുവിതാംകൂറിലേക്ക് പുറപ്പെടുകയും യഥാകാലം രാജധാനിയിലെത്തി മഹാരാജാവിനെ കാണുകയും തന്റെ കൈവശമുണ്ടായിരുന്ന ഗുളിക മൂന്നും മൂന്നു നേരമായി മഹാരാജാവിനെ സേവിപ്പിക്കുകയും ചെയ്തു.

ആ ഗുളിക സേവിച്ചതോടുകൂടി തിരുമനസ്സിലേക്കു വയറ്റിൽ വേദന നിശ്ശേഷം വിട്ടുമാറി. അവിടുന്നു പരിപൂർണ്ണസുഖത്തെ പ്രാപിച്ചു. അതിനാൽ അവിടുന്നു സന്തോഷിച്ച് ഉണ്ണിമൂസ്സിനു വിലപിടിച്ച അനേകം സമ്മാനങ്ങൾ കല്പിച്ചു കൊടുത്തു. ഉണ്ണിമൂസ്സ്, 'എനിക്ക് ഇതൊന്നും ആവശ്യമില്ല' എന്നു പറഞ്ഞ് ഉപേക്ഷിച്ചതല്ലാതെ അവയിലൊന്നും സ്വീകരിച്ചില്ല. 'പിന്നെ മൂസ്സിന് എന്താണ് വേണ്ടതെ'ന്ന് കല്പിച്ചു ചോദിച്ചപ്പോൾ ഉണ്ണിമൂസ്സ തന്നോട് ഉറക്കത്തിൽ വൃദ്ധബ്രാഹ്മണൻ പറഞ്ഞതുപോലെയൊക്കെ പറയുകയും അപ്രകാരമെല്ലാം ചെയ്യുന്നതിനു വേണ്ടുന്ന പണവുംകൊടുത്തു തക്കതായ ആളുകളെ കല്പിച്ചയയ്ക്കുകയും ചെയ്തു.

മഹാരാജാവു തിരുമനസ്സുകൊണ്ടു കല്പിച്ചയച്ച ആളുകൾ താമ്രപർണ്ണീതീരത്തെത്തി, ഏതു ഭാഗത്താണ് മുങ്ങിത്തപ്പേണ്ടതെന്നു സംശയിച്ചുകൊണ്ടുനിന്നപ്പോൾ എവിടെനിന്നോ അവിടെ ഒരു സന്യാസി ചെന്നുചേർന്നു. അപ്പോൾ ഒരു കൃഷ്ണപ്പരുന്തു നദിയുടെ മേൽഭാഗത്തു വട്ടത്തിൽ പറന്നുകൊണ്ടിരിക്കുകയും ചെയ്തു. ആ സന്യാസി രാജപുരുഷന്മാരോടു 'നിങ്ങൾ എന്താണ് സംശയിച്ചു നിൽക്കുന്നത്? ആ പരുന്തു പറക്കുന്നതിന്റെ നേരെ താഴെ മുങ്ങി നോക്കിയാൽ ബിംബം കിട്ടും' എന്നു പറഞ്ഞു. മഹാരാജാവിന്റെ ആളുകൾ അവിടെ മുങ്ങിത്തപ്പുകയും ധന്വന്തരിയുടെ ഒരു ശിലാവിഗ്രഹം കണ്ടുകിട്ടുകയും ചെയ്തു. ബിംബമെടുത്തു കരയ്ക്കു കൊണ്ടുവന്നപ്പോൾ ആ സന്യാസി, 'നിങ്ങൾ ഈ ബിംബം കൊണ്ടുപോയി പ്രതിഷ്ഠയ്ക്കു വേണ്ടതൊക്കെ തയ്യാറാക്കുവിൻ. പ്രതിഷ്ഠയ്ക്കുള്ള മുഹൂർത്തമാകുമ്പോൾ ഞാനവിടെ വന്നു പ്രതിഷ്ഠ നടത്തിക്കൊള്ളാം'എന്നു പറഞ്ഞിട്ട് അവിടെനിന്നു പോവുകയും ചെയ്തു. ആ സന്യാസി എവിടെനിന്നാണ് വന്നതെന്നും എങ്ങോട്ടാണ് പോയതെന്നും ആർക്കും നിശ്ചയമില്ല.

മഹാരാജാവിന്റെ ആളുകൾ ബിംബവുംകൊണ്ടു പിലാമന്തോൾ എത്തി, ബിംബം അവിടെ പുഴയിൽ ജലാധിവാസം ചെയ്യിക്കുകയും മൂസ്സിന്റെ പരദേവതയായ ശിവന്റെ അമ്പലത്തിൽത്തന്നെ മുമ്പുണ്ടായിരുന്ന ശ്രീകോവിലിന്റെ ഇടത്തുവശത്തായി ഒരു ശ്രീകോവിൽകൂടി പണിയിക്കുകയും പ്രതിഷ്ഠയ്ക്ക് ഒരു ശുഭമുഹൂർത്തം നിശ്ചയിക്കുകയും മുഹൂർത്ത സമയമായപ്പോൾ മേൽപ്പറഞ്ഞ സന്യാസി അവിടെ എത്തുകയും ബിംബമെടുത്തുകൊണ്ടുവരാൻ ആജ്ഞാപിക്കുകയും ചെയ്തു. ഉടനെ രണ്ടു ബ്രാഹ്മണശ്രേഷ്ഠന്മാർ പോയി ബിംബമെടുക്കാൻ നോക്കിയിട്ടു സാധിക്കായ്കയാൽ പിന്നെ നാലഞ്ചുപേർകൂടി പോയി. എന്നിട്ടു സാധിച്ചില്ല. കിം ബഹുനാ? അസംഖ്യം ബ്രാഹ്മണന്മാർകൂടി ശ്രമിച്ചിട്ടും ആ ബിംബം കിടന്ന സ്ഥലത്തുനിന്ന്

ഇളക്കിയെടുക്കാൻപോലും കഴിഞ്ഞില്ല. ആരു വിചാരിച്ചാലും ബിംബം അവിടെനിന്ന് ഇളക്കിയെടുക്കാൻ സാധിക്കയില്ലെന്നു തീർച്ചയായപ്പോൾ ആ സന്യാസി ഒരു ജലപാത്രവുമെടുത്തുകൊണ്ട് ആ സ്ഥലത്തേക്കു ചെല്ലുകയും ഒരു കൈകൊണ്ടു നിഷ്പ്രയാസം ആ ബിംബം പുഴയിൽനിന്ന് എടുക്കുകയും മറ്റേക്കയ്യിലുണ്ടായിരുന്ന ജലപാത്രത്തിൽ വെള്ളം മുക്കിയെടുക്കുകയും ചെയ്തുകൊണ്ട് അമ്പലത്തിലെത്തി. മുഹൂർത്തസമയത്തുതന്നെ ബിംബം പ്രതിഷ്ഠിക്കുകയും ജലപാത്രത്തിലുണ്ടായിരുന്ന വെള്ളംകൊണ്ട് ബിംബത്തിന് അഭിഷേകം കഴിക്കുകയും ചെയ്തു. അന്നുമുതൽ പിലാമന്തോൾ മൂസ്സന്മാർക്കു ശിവനും ധന്വന്തരിയും പരദേവതമാരായിത്തീർന്നു. അവർ ഇന്നും ആ രണ്ടു ദേവന്മാരെയും ഒരുപോലെ സേവിക്കുകയും ആചരിക്കുകയും ചെയ്തുവരുന്നു. അവിടെ രണ്ടു ദേവന്മാർക്കും നിത്യനിദാനം, മാസവിശേഷം, ആട്ടവിശേഷം മുതലായവയെല്ലാം ഇന്നും ഒരുപോലെ തന്നെയാണ് നടത്തിവരുന്നത്. ആരെങ്കിലും അവിടെ വഴിപാടു കഴിക്കുകയാണെങ്കിലും രണ്ടു ദേവന്മാർക്കും ഒരുപോലെ വേണം. ഒരു കദളിപ്പഴം നിവേദിക്കുകയാണെങ്കിൽ അതു നടുവേ മുറിച്ചു രണ്ടിടത്തു ഒരുപോലെ നിവേദിക്കണം. ഇങ്ങനെയെല്ലാം ഇപ്പോഴും നടന്നുവരുന്നു.

തിരുവിതാംകൂർ മഹാരാജാവിന്റെ സുഖക്കേടു ഭേദമാക്കിയ ഉണ്ണി മൂസ്സ് ധന്വന്തരിയുടെ പ്രതിഷ്ഠ കഴിഞ്ഞതിന്റെ ശേഷം ആ ദേവനെയും പൂർവ്വപരദേവതയായ ശിവനെയും ഭക്തിപൂർവ്വം വളരെ സേവിക്കുകയും അഷ്ടവൈദ്യന്മാരിലൊരാളായ ആലത്തൂർനമ്പിയുടെ അടുക്കൽ യഥാക്രമം വൈദ്യശാസ്ത്രം പഠിക്കുകയും വൈദ്യവിഷയത്തിൽ അവിടുന്ന് അതിസമർത്ഥനും വിശ്വവിശ്രുതനുമായിത്തീരുകയും അനന്തരം തന്റെ ഗുരുനാഥന്റെ പുത്രിയായ ഒരു കന്യകയെ യഥാക്രമം വിവാഹം കഴിക്കുകയും അതിൽ അവിടേക്കു ധാരാളം പുത്രസന്താനങ്ങളുണ്ടാവുകയും ആ സന്താനപരമ്പര ക്രമേണ വർദ്ധിക്കുകയും അവരെല്ലാവരും അവരുടെ പരദേവതമാരെ യഥാക്രമം സേവിക്കുകയാൽ വൈദ്യവിഷയത്തിൽ പൂർവന്മാരെ അതിശയിച്ചു പ്രസിദ്ധന്മാരായിത്തീരുകയും ചെയ്തു.

ധന്വന്തരിയെ പ്രതിഷ്ഠിച്ച സന്യാസി പ്രതിഷ്ഠാനന്തരം എങ്ങോട്ടും പോയില്ല. തപസ്സുചെയ്തുകൊണ്ട് ആ അമ്പലത്തിൽത്തന്നെ വളരെക്കാലമിരിക്കുകയും ഒടുക്കം അവിടെവച്ചുതന്നെ സ്വർഗ്ഗാരോഹണം ചെയ്യുകയും ചെയ്തു. സന്യാസിയുടെ മൃതശരീരം ആ അമ്പലത്തിൽത്തന്നെ രണ്ടു ശ്രീകോവിലുകളുടെയും മദ്ധ്യത്തിലായി ഭൂമിദാനം ചെയ്തു(സംസ്കരിക്ക)പ്പെടുകയും ആ സ്ഥലത്ത് ഒരു തറകെട്ടിച്ചു തുളസി നടുകയും ചെയ്തു. ആ തുളസിത്തറയും തുളസിയും ഇപ്പോഴും അവിടെ കാൺമാനുണ്ട്.

ധന്വന്തരിയുടെ പ്രതിഷ്ഠയും സന്യാസിയുടെ സ്വർഗ്ഗാരോഹണവും മറ്റും കഴിഞ്ഞിട്ടു വളരെ തലമുറകൾക്കുശേഷം പിലാമന്തോൾ മൂസ്സിന്റെ ഇല്ലത്ത് ഒരു കാലത്ത് ഓരോരുത്തരായി കാലധർമ്മത്തെ പ്രാപിക്കുകയും ഒടുക്കം ഒരു കന്യക മാത്രം ശേഷിക്കുകയും ചെയ്തു. അക്കാലത്തു നാടുവാണിരുന്ന സാമൂതിരിപ്പാടു തമ്പുരാന്റെ പുറത്ത് ഏറ്റവും വലിയതായ ഒരു പ്രമേഹകുരു ഉണ്ടാവുകയും അതിനു ചികിത്സിക്കുന്നതിനു പിലാമന്തോൾ ഇല്ലത്തു മൂസ്സന്മാരാരും ഇല്ലാതെയിരിക്കുകയും ചെയ്കയാൽ അവിടുത്തെ പ്രധാന ശിഷ്യന്മാരിലൊരാളും പിലാമന്തോൾക്കു സമീപം 'കുലുക്കല്ലൂർ' എന്ന

ദേശത്തുകാരനും 'വടക്കുംകര' എന്ന് ഇല്ലപ്പേരുമായ ഒരു നമ്പൂതിരിയെക്കൊണ്ടു ചികിത്സിപ്പിച്ചു. ശസ്ത്രക്രിയ ചെയ്യാതെ സുഖപ്പെടുത്താൻ പ്രയാസമാണെന്നു തോന്നുകയാൽ നമ്പൂരി കുരു കീറുകയും ചികിത്സിച്ചു ദീനം ഭേദമാക്കുകയും ചെയ്തു. ശസ്ത്രക്രിയ ചെയ്യുകയാൽ ആ നമ്പൂരിയുടെ ശ്രാദ്ധാദികൾ ശേഷമുള്ള നമ്പൂതിരിമാർ നടത്തിക്കൊടുക്കാതിരിക്കുകയും അദ്ദേഹത്തിനു സ്വന്തം ഇല്ലത്തുതന്നെ താമസിക്കാൻ പാടില്ലെന്നായിത്തീരുകയും ചെയ്തു. അതിനാൽ ആ വിവരം നമ്പൂരി സാമൂതിരിപ്പാടുതമ്പുരാന്റെ അടുക്കൽ അറിയിക്കുകയും തമ്പുരാൻ ആ നമ്പൂതിരിയെക്കൊണ്ട് പിലാമന്തോളില്ലത്തുണ്ടായിരുന്ന കന്യകയെ വിവാഹം കഴിപ്പിക്കുകയും സർവ്വസ്വദാനമായി അവിടെ ദത്തു കയറ്റി താമസിപ്പിക്കുകയും ആ നമ്പൂതിരിക്കായി വളരെ വസ്തുവഹകൾ കല്പിച്ചു കൊടുക്കുകയും ചെയ്തു. പിലാമന്തോൾ മൂസ്സിന്റെ ഇല്ലത്തേക്ക് ഇപ്പോൾ ഉള്ള വസ്തുക്കളിൽ മിക്കവയും സാമൂതിരിപ്പാടു തമ്പുരാൻ ഇപ്രകാരം കല്പിച്ചു കൊടുത്തിട്ടുള്ളവയും ആ ഇല്ലത്തുള്ളവർ വടക്കുംകര നമ്പൂരിയുടെ സന്താനപരമ്പരയിലുൾപ്പെട്ടവരുമാണ്. ഇപ്പോൾ ഈ ഇല്ലത്ത് ഒരു മൂസ്സും അവിടുത്തെ അമ്മയും അവിടുന്നു വിവാഹം കഴിച്ചിട്ടുള്ള അന്തർജ്ജനവും രണ്ടു പുരുഷസന്താനങ്ങളും ഒരു സ്ത്രീ സന്താനവും മാത്രമേ ഉള്ളു. ആ പുരാതന കുടുംബം സകലൈശ്വര്യങ്ങളോടുംകൂടി എന്നെന്നും വർദ്ധിച്ചിരിക്കുവാൻ സർവ്വേശ്വരൻ കടാക്ഷിക്കുമാറാകട്ടെ.

●

കാരാട്ടു നമ്പൂരി

പണ്ടൊരിക്കൽ ഒരു ദിവസം രാവിലെ തൃശ്ശൂർ ബ്രഹ്മസ്വംമഠത്തിൽ വേദാദ്ധ്യായനം ചെയ്തു താമസിച്ചിരുന്ന ഉണ്ണിനമ്പൂരിമാരോടുകൂടി വാദ്ധ്യാൻനമ്പൂരി വടക്കുംനാഥക്ഷേത്രത്തിൽ തൊഴാൻ ചെന്ന സമയം നടയിൽ തൂക്കിയിരുന്ന ഒരു വലിയ മണിയിൽ ഏറ്റവും ഭയങ്കരമായ ഒരു സർപ്പം ചുറ്റിപ്പിണഞ്ഞിരിക്കുന്നതായി കണ്ടു. വാദ്ധ്യാൻനമ്പൂരി മുതലായവരെല്ലാം ഭയപ്പെട്ടു പിൻമാറി. അതുകണ്ട് അമ്പലത്തിൽ ജപിച്ചു കൊണ്ടിരുന്ന കാരാട്ടുനമ്പൂരി കാരണം ചോദിക്കുകയും വാദ്ധ്യാൻനമ്പൂരി വിവരം അദ്ദേഹത്തെ ധരിപ്പിക്കുകയും ചെയ്തു. കാരാട്ടുനമ്പൂരി വലിയ വിഷവൈദ്യനായിരുന്നതിനാൽ 'അത്ര ഉള്ളോ? അതിനു സമാധാനമുണ്ടാക്കാം' എന്നു പറഞ്ഞുകൊണ്ട് എണീറ്റു നടയിലേക്കു ചെന്നു. അദ്ദേഹം ഒരു മന്ത്രം ജപിച്ചു സർപ്പത്തെ ബന്ധിച്ചിട്ടു അതിന്റെ വാലിൻമേൽ പിടിച്ചു വലിച്ചു. അപ്പോൾ വാൽ വളരെ നീളത്തിൽ കണ്ടു. നമ്പൂരി ആ സർപ്പത്തെ ആ മണിയിൻമേൽ രണ്ടു മൂന്നു കൂടി ചുറ്റി. എന്നിട്ടും വാലിന്റെ നീളം കുറയാതെ കൂടിക്കൂടി വന്നു. നമ്പൂരി സർപ്പത്തിന്റെ വാലിൻമേൽ പിടിച്ചുകൊണ്ടു ശ്രീകോവിലിനു മൂന്നു ചുറ്റായി പ്രദക്ഷിണം വെച്ചു. അപ്പോൾ സർപ്പം നീണ്ടു ശ്രീകോവിലിനു മൂന്നു ചുറ്റായി എങ്കിലും മണിയിൻമേൽ ചുറ്റിയിരുന്ന ആറു ചുറ്റും വിട്ടില്ല. ഇതിന് എത്ര നീളമുണ്ടെന്നറിയണം എന്നു നിശ്ചയിച്ചു കൊണ്ടു നമ്പൂരി സർപ്പത്തിന്റെ വാലിൻമേൽ പിടിച്ചുകൊണ്ട് അമ്പലത്തിന്റെ മുറ്റത്തിറങ്ങി. അപ്പോൾ സർപ്പം അത്രയും നീണ്ടു. നമ്പൂരി വീണ്ടും അമ്പലത്തിനാകപ്പാടെ മൂന്നു വലത്തുവെച്ചു. അപ്പോൾ സർപ്പത്തിന്റെ ദേഹം അമ്പലത്തിനു മൂന്നു ചുറ്റായി. എങ്കിലും മണിയിലുണ്ടായിരുന്ന ചുറ്റു വിടുകയോ അതിന്റെ നീളം അവസാനിക്കുകയോ ചെയ്തില്ല. നമ്പൂരിയുടെ മനസ്സിൽ കുറച്ചു ഭയം ജനിച്ചു. ഈ സർപ്പം സാമാന്യക്കാരനല്ലെന്നും അദ്ദേഹം നിശ്ചയിച്ചു. ഉടൻ വാലിന്മേൽനിന്നു വിട്ടിട്ട് അദ്ദേഹം ഓടി വടക്കേ ചിറയിൽ ചെന്നുചാടി. അവിടെ വെള്ളത്തിൽ കിടന്നുകൊണ്ട് ഗരുഡനെ ധ്യാനിച്ച് ഒരു മന്ത്രം ജപിച്ചു തുടങ്ങി. ആ സമയം വടക്കുംനാഥ ശ്രീകോവിലിനകത്തുനിന്ന് 'കാരാട്ടിനോടു മത്സരിക്കേണ്ട വാസുകീ! ഇങ്ങോട്ടു പോരൂ, അതാണു നല്ലത്" എന്നൊരശരീരിവാക്കു കേൾക്കപ്പെട്ടു. ഉടനെ ആ സർപ്പത്തെ കാണാതാവുകയും ചെയ്തു. ഈ അശരീരിവാക്കു ഭഗവാന്റെ തന്നെയായിരുന്നുവെന്നും ആ സർപ്പം സാക്ഷാൽ വാസുകി തന്നെയായിരുന്നുവെന്നുമുള്ളതു വിശേഷിച്ചു പറയണമെന്നില്ലല്ലോ.

നമ്പൂരി വെള്ളത്തിൽനിന്നു പൊങ്ങി കരയ്ക്കു കയറിയപ്പോൾ അദ്ദേഹത്തിന്റെ പുരോഭാഗത്തു സാക്ഷാൽ ഗരുഡൻ ആവിർഭവിച്ചു. അപ്പോഴേക്കും സർപ്പം അന്തർദ്ധാനംചെയ്തുകളഞ്ഞതിനാൽ നമ്പൂരി ഗരുഡനെ വന്ദിച്ചു

മടക്കിയയയ്ക്കുകയും ചെയ്തു. കാരാട്ടുനമ്പൂരി കുറച്ചുകൂടി വിഷവൈദ്യം പഠിക്കണമെന്നു നിശ്ചയിച്ചു പല സ്ഥലങ്ങളിൽ സഞ്ചരിച്ചു. അദ്ദേഹത്തേക്കാൾ പഠിത്തമുള്ളവരായി കേരളത്തിൽ ആരെയും കണ്ടുകിട്ടായ്കയാൽ അദ്ദേഹം പരദേശക്കു കടന്നു. ബദര്യാശ്രമത്തുവെച്ച് അദ്ദേഹം വിഷവൈദ്യത്തിൽ അതിനിപുണനായ ഒരു സന്യാസിയെ കണ്ടു. തനിക്കു വിഷവൈദ്യം കുറച്ചുകൂടി പഠിച്ചാൽ കൊള്ളാമെന്നുള്ള വിവരം അദ്ദേഹം ആ സന്യാസിയെ ഗ്രഹിപ്പിച്ചു. 'അങ്ങേക്കു വിഷവൈദ്യത്തിലെന്തെല്ലാമറിയാം' എന്നു സന്യാസി ചോദിച്ചു. 'സർപ്പങ്ങളുടെയെല്ലാം വിഷമിറക്കാനറിയാം' എന്നു നമ്പൂരി പറഞ്ഞു. 'അതുവ്വോ?' എന്നു പറഞ്ഞു സന്യാസി നമ്പൂരിയെ കൂട്ടിക്കൊണ്ട് അവിടെ നിന്നു പുറപ്പെട്ടു. അഞ്ചാറു ദിവസംകൊണ്ട് അവർ വലിയ വനത്തിലെത്തി. സന്യാസി നമ്പൂരിയെയും കൊണ്ട് അവിടെ ഒരു വലിയ മരത്തിന്റെ മുകളിൽ കയറി. നമ്പൂരിയെ സന്യാസി ആ മരത്തോടു കൂട്ടിവെച്ചു മുറുക്കെ കെട്ടിയതിന്റെ ശേഷം ഒരു മരുന്നെടുത്തു കിഴക്കോട്ടു കാണിച്ചു. അപ്പോൾ ആ വനത്തിൽ കിഴക്കുഭാഗത്തുണ്ടായിരുന്ന മൃഗങ്ങളും പക്ഷികളുമെല്ലാം പടിഞ്ഞാട്ടു പാഞ്ഞു തുടങ്ങി. കരി, കരടികൾ, കടുവാ പുലി, സിംഹം മുതലായ മൃഗങ്ങളുടെ ഓട്ടം കണ്ട് നമ്പൂരി വളരെ പരിഭ്രമിച്ചു. അങ്ങനെ ഇരിക്കുമ്പോൾ ഒരു സർപ്പത്തിന്റെ വരവായി. ആ സർപ്പം ഒരു വലിയ കാട്ടാനയെ കൊത്തിയെടുത്തു ഫണം ഉയർത്തിപ്പിടിച്ചുകൊണ്ടാണ് വന്നത്. ആ സർപ്പം ഒരു പെരുമ്പാമ്പ് ഒരു ചെറുതവളയെയെന്നപോലെ നിഷ് പ്രയാസമായിട്ടാണ് ആ വലിയ കൊലകൊമ്പനെ കൊത്തിയെടുത്തിരുന്നത് എന്നു പറഞ്ഞാൽ പിന്നെ ആ സർപ്പത്തിന്റെ വലിപ്പവും ഭയങ്കരത്വവും എത്രമാത്രമുണ്ടായിരുന്നുവെന്നുള്ളതു പ്രത്യേകം വിവരിക്കണമെന്നില്ലല്ലോ. ആ സർപ്പത്തിന്റെ ഫൂൽക്കാരത്തിൽനിന്നു പുറപ്പെടുന്ന വിഷജ്വാല തട്ടി സമീപത്തുള്ള കാടുകളും മരങ്ങളുമെല്ലാം കരിയുന്നുണ്ടായിരുന്നു. ഇങ്ങനെ ആ സർപ്പത്തിന്റെ വരവുകണ്ടപ്പോൾ നമ്പൂരി മൂർച്ഛിച്ചു പോയി. മരത്തിൻ മേൽക്കൂട്ടിവെച്ചു മുറുക്കികെട്ടിയിരുന്നതിനാൽ താഴെ വീണില്ല എന്നേ ഉള്ളൂ. സന്യാസി ഉടനെ മരുന്നെടുത്തു പടിഞ്ഞാറോട്ടു കാണിച്ചു. പടിഞ്ഞാട്ടുപോയ പക്ഷിമൃഗാദികളെല്ലാം തൽക്ഷണം കിഴക്കോട്ടും പോയി. ആ കൂട്ടത്തിൽ ആ സർപ്പവും തിരികെ മടങ്ങി. അപ്പോഴേക്കും നമ്പൂരിക്കു ബോധം വീണു. സന്യാസി 'സർപ്പങ്ങളുടെ എല്ലാം വിഷമിറക്കാമെന്ന് അങ്ങ് പറഞ്ഞിരുന്നുവല്ലോ. ഇങ്ങനെയുള്ള സർപ്പങ്ങളുടെ വിഷമിറക്കാമോ?' എന്നു ചോദിച്ചു. 'അയ്യോ! ഇതിനു ഞാൻ ശക്തനല്ല. ഇത്ര ഭയങ്കരങ്ങളായ സർപ്പങ്ങളുണ്ടെന്നുതന്നെ ഞാൻ ധരിച്ചിരുന്നില്ല' എന്നു നമ്പൂരി പറഞ്ഞു. പിന്നെ രണ്ടുപേരും മരത്തിൻമേൽ നിന്ന് താഴെ ഇറങ്ങി. ബദര്യാശ്രമത്തുതന്നെ വന്നുചേർന്നു. അവിടെവെച്ച് ആ സന്യാസി വിഷവൈദ്യത്തിനു വേണ്ടുന്ന മരുന്നുകളും മന്ത്രങ്ങളുമെല്ലാം നമ്പൂരിക്ക് ഉപദേശിച്ചുകൊടുത്തു. നമ്പൂരി ആ ഉപദേശങ്ങളെല്ലാം ഗ്രഹിച്ചു സന്യാസിയെ ഭക്തിപൂർവ്വം വന്ദിച്ചു യാത്ര പറഞ്ഞു. തിരിയെ പോരുകയും ചെയ്തു.

സ്വദേശത്തു വന്നതിന്റെ ശേഷം കാരാട്ടുനമ്പൂരി വിഷവൈദ്യത്തിൽ പൂർവാധികം പ്രസിദ്ധനായിത്തീർന്നു. വിഷവൈദ്യം സംബന്ധിച്ച് അദ്ദേഹം അനേകം അത്ഭുതകർമങ്ങൾ ചെയ്യുകയും അദ്ദേഹത്തിന്റെ ശിഷ്യത്വം സമ്പാദിച്ച് അനേകം പേർ ഈ വിഷയത്തിൽ യോഗ്യന്മാരായിത്തീരുകയും ചെയ്തു. ●

മുഴമംഗലത്തു നമ്പൂരി

ചിലർ മുഴമംഗലത്തു നമ്പൂരിയെന്നും മറ്റു ചിലർ മഹിഷമംഗലത്തു നമ്പൂരിയെന്നും പറഞ്ഞുവരുന്ന മുഴമംഗലത്തു നമ്പൂരിയെ, അദ്ദേഹത്തിന് ആഭിജാത്യവും വേദശാസ്ത്രാദികളിലുള്ള അഭിജ്ഞതയും സ്വൽപം കുറവായിരുന്നതിനാൽ, ഒരു യാഗശാലയിൽനിന്നു ബഹിഷ്ക്കരിക്കുകയും അദ്ദേഹം അവിടെനിന്നു പരദേശത്തു പോയി ശ്രുതിസ്മൃത്യാദികളെല്ലാം പഠിച്ചു തിരിച്ചുവന്നതിന്റെശേഷം ഒരു യാഗസ്ഥലത്തു പോയി യാഗശാലയുടെ പുറത്തു നിൽക്കുകയും ആ സമയം അകത്തു വപ ഹോമിക്കുന്നതിനുള്ള മന്ത്രം പിഴച്ചു ചൊല്ലുന്നതായി കേട്ടു പെട്ടെന്നു യാഗശാലയ്ക്കകത്തു കടന്നു തന്റെ കയ്യിലുണ്ടായിരുന്ന വീശുപാള ഹോമകുണ്ഡത്തിന്റെ മീതെ പിടിച്ചുകൊണ്ടു 'മംഗലം യാഗശാലയിൽ കടന്നാൽ പ്രായശ്ചിത്തം മതി; വപ പിഴച്ചാൽ പ്രായശ്ചിത്തമില്ല; യാഗം നിഷ്ഫലമായിപ്പോകും' എന്നു പറയുകയും പിന്നെ അദ്ദേഹം ആ മന്ത്രം ശരിയായി ചൊല്ലിക്കൊടുത്തു ഹോമം നടത്തുകയും അന്നു മുതൽ മറ്റുള്ള നമ്പൂരിമാർ യാഗമുള്ള സ്ഥലങ്ങളിലെല്ലാം അദ്ദേഹത്തെക്കൂടി ക്ഷണിച്ചു യാഗശാലയ്ക്കകത്ത് ഒരു മാന്യസ്ഥലത്തു പലക കൊടുത്തിരുത്തിത്തുടങ്ങുകയും ചെയ്തു എന്നും ഇപ്പോഴും യാഗമുള്ള സ്ഥലങ്ങളിലെല്ലാം ഒരു മാന്യസ്ഥലത്തു 'മഴമംഗലത്തിന്' എന്നു പറഞ്ഞ് ഒരു പലക വയ്ക്കുക പതിവുണ്ടെന്നും മറ്റുമുള്ള കഥ പ്രസിദ്ധമാണല്ലോ.

മുഴമംഗലത്തു നമ്പൂരി മേൽപ്പറഞ്ഞ പ്രകാരം സർവ്വമാന്യനായി ത്തീർന്നതിന്റെ ശേഷം, ചില പോറ്റിമാരുടെ പൌരോഹിത്യം വഹിച്ചുകൊണ്ടു തിരുവിതാംകൂറിൽ തിരുവല്ല, ചെങ്ങന്നൂർ മുതലായ ദേശങ്ങളിൽ, കുറച്ചുകാലം താമസിച്ചിരുന്നു. അക്കാലത്തു ചെങ്ങന്നൂരു 'വാഴമാവേലി' എന്നില്ലപ്പേരായ ഒരു പോറ്റിയുടെ മഠത്തിൽ നിത്യശ്രാദ്ധമുണ്ടുകൊണ്ട് അദ്ദേഹത്തിന് ഒരു കൊല്ലം താമസിക്കേണ്ടതായി വന്നു. അതിനിടയ്ക്ക് ഒരു ദിവസം വാഴമാവേലിപ്പോറ്റിയുടെ പുത്രനും പ്രധാനശിഷ്യനുമായ കൃഷ്ണൻ എന്ന ശുദ്ധയുവാവ് ഏകദേശം സന്ധ്യയാകാറായ സമയം ആ മഠത്തിന്റെ മുറ്റത്തിറങ്ങി പടിഞ്ഞാട്ടു നോക്കി നിന്നുകൊണ്ട് അമാവാസി നാൾ ചന്ദ്രനെക്കണ്ടാലുള്ള ഫലമെന്താണ് എന്ന് മുഴമംഗലത്തു നമ്പൂരിയോടു ചോദിച്ചു. അതിനുത്തരമായി നമ്പൂരി, 'എനിക്ക് നിശ്ചയമില്ല' എന്നു പറഞ്ഞുകൊണ്ടു ചന്ദ്രനെക്കാണാനായി മുറ്റത്തിറങ്ങി പടിഞ്ഞാട്ടു നോക്കി. അപ്പോൾ ആ ശുദ്ധയുവാവ് കൈകൊട്ടിചിരിച്ചു അപ്പോഴാണു നമ്പൂരിക്കു കാര്യം മനസ്സിലായത്. ശ്രുതിസ്മൃതികളും മറ്റും പഠിച്ചിട്ടുണ്ടായിരുന്നുവെങ്കിലും അദ്ദേഹത്തിനു ജ്യോതിശ്ശാസ്ത്രത്തിന്റെ ഗന്ധം പോലുമുണ്ടായിരുന്നില്ല. പോറ്റി

ജ്യോതിശ്ശാസ്ത്രത്തിൽ അതിനിപുണനായിരുന്നു. അദ്ദേഹം ആ പുത്രനെയും ആ ശാസ്ത്രം നല്ലപോലെ പഠിപ്പിച്ചിരുന്നു. നമ്പൂരി ആ വിഷയത്തിൽ അനഭിജ്ഞനായിരുന്നതിനാൽ അദ്ദേഹത്തെ പരിഹസിക്കാനായിട്ടാണ് ആ യുവാവ് അമാവാസിനാളത്തെ ചന്ദ്രദർശനഫലമെന്താണെന്നു ചോദിച്ചത്. അയാൾ ചിരിച്ചു തുടങ്ങിയപ്പോൾ മാത്രമേ നമ്പൂരിക്ക് ഈ കളവു മനസ്സിലായുള്ളൂ. കറുത്തവാവുനാൾ ചന്ദ്രനെക്കാണാനായി നോക്കിയതും വലിയ ഭോഷത്വമായിപ്പോയല്ലോ. ആകെപ്പാടെ നമ്പൂരി ഏറ്റവും വിഷണ്ണനായി. അപ്പോൾ അദ്ദേഹത്തിന് ഒരു വാശി തോന്നുകയും 'ഇനി ജ്യോതിശ്ശാത്രം പഠിച്ച് ഈ വിഷയത്തിൽ ഇവനെ (പോറ്റിയുടെ പുത്രനെ) മടക്കിയല്ലാതെ മറ്റൊരു കാര്യമില്ല' എന്ന് അദ്ദേഹം മനസ്സുകൊണ്ടു തീർച്ചപ്പെടുത്തുകയും ചെയ്തു.

അടുത്ത ദിവസംതന്നെ നമ്പൂരി തന്നെക്കൂടി ജ്യോതിശ്ശാസ്ത്രം പഠിപ്പിക്കണമെന്നും പോറ്റിയോടപേക്ഷിക്കുകയും പോറ്റി അപ്രകാരം ചെയ്യാമെന്നു സമ്മതിക്കുകയും ഒരു സന്മുഹൂർത്തത്തിൽ അദ്ദേഹം നമ്പൂരിയെ പഠിപ്പിച്ചുതുടങ്ങുകയും ചെയ്തു.

നമ്പൂരി ഏറ്റവും ബുദ്ധിമാനും നല്ല വ്യുൽപന്നനുമായിരുന്നതിനാൽ ജ്യോതിശ്ശാസ്ത്രം പഠിക്കുന്നതിന് അദ്ദേഹത്തിന് അധികം ബുദ്ധിമുട്ടോ കാലതാമസമോ വേണ്ടിവന്നില്ല. കുറച്ചു ദിവസത്തെ പരിശ്രമംകൊണ്ട് അദ്ദേഹം ആ വിഷയത്തിൽ അതിനിപുണനായിത്തീർന്നു എന്നു മാത്രമല്ല, അദ്ദേഹത്തിനു പോറ്റിയെക്കാൾ യുക്തിയും ബുദ്ധിയുമുണ്ടായിരുന്നതിനാൽ 'തിരിയിൽനിന്നു' കൊളുത്തിയ പന്തം പോലെ' അദ്ദേഹം ആ വിഷയത്തിൽ ഗുരുവിനെക്കാളധികം പ്രകാശിച്ചു. പഴയ സമ്പ്രദായത്തിൽ വളരെ ക്രിയകൾ ചെയ്യേണ്ടതായ സംഗതികൾ നമ്പൂരി സ്വയമേവ എളുപ്പത്തിലുള്ള ചില വഴികൾ കണ്ടുപിടിക്കുകയും അതിലേക്കും പുതിയതായി ചില പ്രമാണങ്ങൾ ഉണ്ടാക്കിത്തുടങ്ങുകയും ചെയ്തു. ഇത്രയുമായപ്പോഴേക്കും പോറ്റിക്കു നമ്പൂരിയെക്കുറിച്ചു വളരെ ബഹുമാനം തോന്നിത്തുടങ്ങി. പോറ്റിയുടെ പുത്രനു താൻ നമ്പൂരിയെ മുമ്പു പരിഹസിച്ചതിനു പകരം അദ്ദേഹം തന്നെ ജ്യോതിശ്ശാസ്ത്രവിഷയത്തിൽ എങ്ങനെയെങ്കിലും അവമാനിക്കാതെയിരിക്കയില്ലെന്നുള്ള വിചാരം നിമിത്തം മനസ്സിൽ ഭയം ജനിക്കുകയും ആ വിവരം അയാൾ അയാളുടെ പിതാവും ഗുരുവുമായ പോറ്റിയെ ഗ്രഹിപ്പിക്കുകയും ചെയ്തു.

പോറ്റിയുടെ സംവൽസരദീക്ഷ കഴിഞ്ഞപ്പോഴേക്കും നമ്പൂരിയുടെ ജ്യോതിശാസ്ത്രപഠനവും കഴിഞ്ഞു. ഉടനെ നമ്പൂരി പോറ്റിക്കു ഗുരുദക്ഷിണ കഴിക്കാനായി നിശ്ചയിച്ച വിവരം പോറ്റിയോടു പറഞ്ഞു. അപ്പോൾ പോറ്റി 'അങ്ങ് എനിക്കു ദക്ഷിണയായി ഒന്നും തരണമെന്നില്ല. എന്റെ പ്രിയപുത്രനെ അങ്ങ് അവമാനിക്കാതെയിരിക്കുകമാത്രം ചെയ്താൽ മതി. അതിലധികം സന്തോഷകരമായി എനിക്കുമറ്റൊന്നുമില്ല' എന്നു പറഞ്ഞു. ഉടനെ നമ്പൂരി, 'എന്നാൽ ഞാൻ ഇത്ര പ്രയാസപ്പെട്ട് ഈ ശാസ്ത്രം പഠിച്ചതെന്തിനാണ്? എന്റെ പ്രയത്നത്തിന്റെ പ്രധാനോദ്ദേശ്യം ഇയ്യാളെ അവമാനിക്കയെന്നുള്ളതാണ്. അതിനാൽ അതിലേക്ക് അവിടുന്നു സദയം അനുവദിക്കണമെന്നു ഞാൻ അപേക്ഷിക്കുന്നു' എന്നു പറഞ്ഞു. ഇതിനുത്തരമായി പോറ്റി, 'അങ്ങ് ഇത് പഠിച്ചത് ഈ ഉദ്ദേശ്യത്തോടുകൂടിയായിരിക്കാം.

എന്നാൽ ഞാൻ പഠിപ്പിച്ചത് അങ്ങയുടെ പഠിത്തം ജനോപകാരകരമായി വരണമെന്നു വിചാരിച്ചാണ്. അതിനാൽ അത് അങ്ങനെയാക്കിത്തീർക്കാനായിട്ടാണ് അങ്ങ് ശ്രമിക്കേണ്ടത്'' എന്ന് പറഞ്ഞു. അപ്പോൾ നമ്പൂരി, 'അതങ്ങനെയാവാം. എന്നാൽ അങ്ങയുടെ മകന്റെ പഠിത്തം ജനോപദ്രവകരമാകാതെയിരിക്കത്തക്കവിധത്തിലാക്കണമെന്നുകൂടി എനിക്കാഗ്രഹമുണ്ട്. അതിനെങ്കിലും അവിടുന്നനുവദിക്കണം' എന്നു പറഞ്ഞു. ഇതു കേട്ടപ്പോൾ പോറ്റി, 'ഓഹോ; അങ്ങനെ ചെയ്യുന്നതിന് എനിക്ക് വിരോധമില്ല'എന്നു സമ്മതിച്ചു പറഞ്ഞു. ഉടനെ നമ്പൂരി,'എന്നാൽ അങ്ങയുടെ മകൻ ഗണിച്ചുണ്ടാക്കി, എഴുതിവച്ചിരിക്കുന്ന പഞ്ചാംഗത്തിൽ ചില അബദ്ധങ്ങളുണ്ട്. അവ ജനോപദ്രവകരങ്ങളായിത്തീരുന്നതാകയാൽ ആ പഞ്ചാംഗം ചുട്ടുകളയണമെന്നാണ് എന്റെ ആഗ്രഹം' എന്നു പറഞ്ഞു. അപ്പോൾ പോറ്റി, 'അതില്ല; അവന്റെ പഞ്ചാംഗത്തിൽ അബദ്ധമൊന്നും കാണാനിടയില്ല. അതു ഞാൻ കൂടി പരിശോധിച്ചിട്ടുള്ളതാണ്'' എന്നു പറഞ്ഞു. ഉടനെ നമ്പൂരി, 'ആരെല്ലാം പരിശോധിച്ചതായാലും ആ പഞ്ചാംഗത്തിലബദ്ധമുണ്ട്'' എന്നു പറഞ്ഞു. 'എന്താണബദ്ധം?' എന്നു പോറ്റി ചോദിച്ചതിനു നമ്പൂരി 'മുഹൂർത്തങ്ങൾക്ക് ഇടിമുഴക്കമുണ്ടാകും. അതു തന്നെ' എന്നുത്തരം പറഞ്ഞു.

പിന്നെ ഇടിമുഴക്കമുണ്ടാവുകയില്ലെന്നും ഉണ്ടാകുമെന്നും അവർ തമ്മിൽ വളരെ വാദിച്ചതിന്റെശേഷം എന്നാൽ അതൊന്നു പരീക്ഷിച്ചു നോക്കണമെന്നും പോറ്റിയും അങ്ങനെതന്നെ എന്നു നമ്പൂരിയും പറഞ്ഞു സമ്മതിച്ചു. അപ്രകാരം പോറ്റിയുടെ മകന്റെ മുഹൂർത്തചാർത്തനുസരിച്ച് ഒരു ക്രിയ നടത്തുന്ന ഒരു സ്ഥലത്ത് പോറ്റിയും നമ്പൂരിയും ചെന്നുചേർന്നു. അപ്പോൾ വർഷകാലമല്ലായിരുന്നു. ഇടിമുഴക്കമുണ്ടാകുന്നതിനുള്ള ലക്ഷണമൊന്നും മുഹൂർത്തമാകുന്നതുവരെ കണ്ടിരുന്നുമില്ല. എങ്കിലും മുഹൂർത്തസമയമായപ്പോൾ പെട്ടെന്ന് ഒരിടിമുഴക്കമുണ്ടായി. അതു കേട്ട് അത്ഭുതപരവശനായ വാഴമാവേലിപ്പോറ്റി 'അമ്പാ! മുഴക്കമംഗലമേ' എന്നു പറഞ്ഞു. ഇതു നിമിത്തം നമ്പൂരിക്കു 'മുഴക്കമംഗലം' എന്ന പേരു സിദ്ധിച്ചു. അദ്ദേഹത്തിന്റെ പുരാതനമായ ഇല്ലപ്പേരു 'മംഗലം' കാല ക്രമേണ എന്നു മാത്രമായിരുന്നു. മുഴക്കമംഗലമെന്നുള്ളതു മുഴമംഗലമെന്നായി. വടക്കരായ ചില നമ്പൂരിമാർ 'മുഴാമംഗലം' എന്നും പറയാറുണ്ട്.

ഇടിമുഴക്കമുണ്ടായതിനാൽ ആ ക്രിയ മുടങ്ങുകയും അവിടെക്കൂടിയിരുന്നവരെല്ലാം കൂടി പോറ്റിയുടെ മകന് 'അബദ്ധപഞ്ചാംഗക്കാരൻ' എന്നു പേരിടുകയും അങ്ങനെ മുഴമംഗലത്തു നമ്പൂരിയുടെ ആഗ്രഹം പരിപൂർണ്ണമായി സാധിക്കുകയും ചെയ്തു. അനന്തരം മുഴമംഗലത്തു നമ്പൂരിയുടെ ആഗ്രഹപ്രകാരം വാഴമാവേലിപ്പോറ്റി തന്റെ പുത്രൻ ഗണിച്ചുണ്ടാക്കിവച്ചിരുന്ന നൂറുസംവൽസരത്തെ പഞ്ചാംഗവും എടുത്തു ചുട്ടുകളയുകയും അതിനു പകരം പഞ്ചാംഗം ഗണിച്ചുണ്ടാക്കിക്കൊടുക്കണമെന്നും നമ്പൂരിയോടാവശ്യപ്പെടുകയും നമ്പൂരി ഇടിമുഴക്കമുണ്ടാകാത്ത മുഹൂർത്തങ്ങളോടുകൂടി ആയിരം സംവൽസരത്തെ പഞ്ചാംഗം ഗണിച്ചുണ്ടാക്കിക്കൊടുക്കുകയും ചെയ്തു. ആ പഞ്ചാംഗം ഇപ്പോഴും വാഴമാവേലിപ്പോറ്റിയുടെ മഠത്തിലിരിക്കുന്നുണ്ടെന്നാണ് കേൾവി.

മുഴമംഗലത്തെ നമ്പൂരി ജനോപകരാർത്ഥമായി കാലദീപം മുതലായ ജ്യോൽസ്യഗ്രന്ഥങ്ങൾ കൂടാതെ ആശൗചം, പ്രായച്ഛിത്തം മുതലായ

വയ്ക്കുള്ള അനേകം പ്രമാണഗ്രന്ഥങ്ങളും നൈഷധചമ്പു മുതലായ വളരെ ഭാഷാഗ്രന്ഥങ്ങളും ഭാണം, കൊടിയവിരഹം മുതലായ പല സംസ്കൃതഗ്രന്ഥങ്ങളുമുണ്ടാക്കിയിട്ടുണ്ട്. അവയിൽ പലതും അച്ചടിക്കുകയും വളരെ പ്രചാരം സിദ്ധിക്കുകയും ചെയ്തിട്ടുള്ളവയാകയാൽ അവയുടെ ഗുണപൗഷ്കല്യത്തെപ്പറ്റി ഒന്നുംതന്നെ പറയുന്നില്ല.

മുഴമംഗലത്തു നമ്പൂതിരി സംസ്കൃതത്തിലും ഭാഷയിലും ഓരോ ആശൗചഗ്രന്ഥങ്ങളുണ്ടാക്കിയിട്ടുണ്ട്. ആശൗചഗ്രന്ഥങ്ങൾ വേറെയും പല മഹാന്മാരുമുണ്ടാക്കീട്ടുണ്ടെങ്കിലും അവയിലൊന്നും മുഴമംഗലത്തു നമ്പൂതിരിയുടെ ആശൗചഗ്രന്ഥങ്ങളോളം സർവ്വസമ്മതത്വവും പ്രചാരവും സിദ്ധിച്ചിട്ടില്ല. ആകെപ്പാടെ നോക്കിയാൽ അദ്ദേഹം ഒരു സരസകവിയും നല്ല വിദ്വാനുമായിരുന്നു എന്നുതന്നെ വിചാരിക്കേണ്ടിയിരിക്കുന്നു.

●

വയസ്കരകുടുംബവും അവിടുത്തെ ശാസ്താവും

പണ്ട് പന്ത്രണ്ടു കൊല്ലം കഴിയുമ്പോൾ തിരുനാവായ മണൽപ്പുറത്തു വച്ചു ഒരു മാമാങ്കം നടത്തുകയും അതിനു സകല നാട്ടു രാജാക്കന്മാരും അവിടെ ചെന്നു കൂടുകയും ചെയ്തിരുന്നു എന്നുള്ളതു പ്രസിദ്ധമാണല്ലോ. മാഘ മാസത്തിലെ വെളുത്തപക്ഷത്തിൽ വരുന്ന മകം നക്ഷത്രം സംബന്ധിച്ചാണ് ഈ അടിയന്തിരം നടത്തിവരുന്നത്. അതിനാൽ ഇതിനു 'മാഘമകം' എന്നു നാമം സിദ്ധിച്ചു. അതു ലോപിച്ചു മഹാമകം എന്നും മാമകം എന്നും ഒടുക്കം മാമാങ്കമെന്നുമായിത്തീർന്നു. ഒരിക്കൽ മാമാങ്കത്തിൽ സംബന്ധിക്കാനായിപ്പോയ തെക്കുംകൂർ വലിയ രാജാവിനു മദ്ധ്യേമാർഗ്ഗം ഒരു പരു(കുരു)വിന്റെ ഉപദ്രവം കലശലായിത്തീർന്നു.

രാജധാനിയിൽ നിന്നു പുറപ്പെട്ടപ്പോൾ തന്നെ അദ്ദേഹത്തിനു ഈ പരുവിന്റെ അസഹ്യത കുറേശ്ശെ ഉണ്ടായിരുന്നു. എങ്കിലും അതു സാരമില്ല എന്നും അടിയന്തിരത്തിനു പോകാതെയിരിക്കാൻ നിവൃത്തിയില്ലല്ലോ എന്നു വിചാരിച്ചാണ് അദ്ദേഹം പോയത്. പരു എന്നു പറഞ്ഞാൽ അതു കേവലം നിസ്സാരമായ ഒരു പരുവല്ലായിരുന്നു. പ്രമേഹക്കുരുവെന്നും ആയിരക്കണ്ണി എന്നും മറ്റും പറയുന്ന വലിയ വക പരുവായിരുന്നു. ഒന്നു രണ്ടു ദിവസത്തെ യാത്ര കഴിഞ്ഞപ്പോഴേക്കും പരു മുതുകത്ത് ഒരു ചങ്ങഴി കമഴ്ത്തിയിടത്തോളം വലുതാവുകയും വേദന സഹിക്കാൻ വയ്യാതെയായിത്തീരുകയും ചെയ്തു. അങ്ങനെ പോയി ഒരുവിധം ആലത്തൂർ നമ്പിയുടെ ഇല്ലത്തു ചെന്നു ചേർന്നു. എന്നുമാത്രമല്ല, അന്നത്തെ നമ്പി സുപ്രസിദ്ധനായ നല്ല വൈദ്യനും ആയിരുന്നു. ആഗതനായ അതിഥി തെക്കുംകൂർ വലിയ രാജാവാണെന്നറിഞ്ഞപ്പോൾ നമ്പി വളരെ ആദരവോടുകൂടി അദ്ദേഹത്തെ സൽക്കരിച്ചിരുത്തുകയും സബഹുമാനം കുശലപ്രശ്നം ചെയുകയും ചെയ്തതിന്റെ ശേഷം ആഗമനപ്രയോജനം എന്തെന്നു ചോദിക്കുകയും ചെയ്തു. അപ്പോൾ രാജാവ്, താൻ മാമാങ്കത്തിൽ സംബന്ധിക്കാനായിട്ടാണ് പുറപ്പെട്ടതെന്നും മദ്ധ്യേമാർഗം പിടകവ്യാധി ബാധിതനായിത്തീർന്നുവെന്നും വേദന ദുസ്സഹമായിരിക്കുന്നുവെന്നും അതിനാൽ ഉടനെ ദീനം ഭേദമാക്കി തിരുനാവായ്ക്കു അയയ്ക്കണമെന്നും പറഞ്ഞു. നമ്പി പരുവിന്റെ സ്ഥിതി നോക്കിയതിന്റെ ശേഷം 'ഇതു ഭേദമായിട്ടു മാമാങ്കത്തിനു പോവുകയെന്നുള്ളത് അസാദ്ധ്യമാണ്. ഒരു മാസം ഇവിടെ താമസിക്കാമെന്നുണ്ടെങ്കിൽ ഞാൻ ദീനം ഭേദമാക്കി അയയ്ക്കാം. അതിൽക്കുറഞ്ഞ കാലംകൊണ്ട് എന്നാൽ അതു സാധ്യമല്ല' എന്നു പറഞ്ഞു. നമ്പിയെക്കാൾ യോഗ്യനായ

ഒരു വൈദ്യൻ ഭൂലോകത്തിലില്ലെന്നു അക്കാലത്തു പ്രസിദ്ധമായിരുന്ന തിനാൽ അദ്ദേഹം പറഞ്ഞതിനെ രാജാവു സമ്മതിച്ചു. നമ്പി രാജാവിനു താമസിക്കുവാൻ തന്റെ പത്തായപ്പുരമാളിക ഒഴിഞ്ഞുകൊടുക്കുകയും മുറയ്ക്കു ചികിത്സ ആരംഭിക്കുകയും ചെയ്തു.

അങ്ങനെ ഏകദേശം ഒരു മാസം കഴിഞ്ഞപ്പോഴേക്കും പരു നല്ലപോലെ പഴുത്തു. പിന്നെ, അതൊന്നു കീറണമെന്നു നമ്പി നിശ്ചയിച്ചു. ചെറുപ്പത്തിൽ ശസ്ത്രക്രിയയ്ക്ക് അതി സമർത്ഥനായിരുന്നുവെങ്കിലും പ്രായാധിക്യംനിമിത്തം കൈയ്ക്ക് ഒരു വിറയൽ ബാധിച്ചിരിന്നതിനാൽ അക്കാലത്തു നമ്പിക്ക് അത് ഏറ്റവും ദുസ്സാദ്ധ്യമായിരുന്നു. അദ്ദേഹത്തിന്റെ പുത്രന്മാർ അപ്പോൾ കേവലം കുട്ടികളുമായിരുന്നു. അതിനാൽ നമ്പി തന്റെ കൂടെ പഠിച്ചു താമസി ച്ചിരുന്ന പ്രധാന ശിഷ്യനായ വരിക്കുമാശ്ശേരി നമ്പൂരിപ്പാടിനോട് 'എന്താ നമ്പൂരിക്ക് ഈ കുരുവൊന്നു കീറുക വയ്യേ?' എന്നു ചോദിച്ചു. നമ്പൂരിപ്പാടു ശാസ്ത്രപരിജ്ഞാനംകൊണ്ടും ചികിത്സകൾ ചെയ്തുള്ള പരിചയംകൊണ്ടും പഴക്കംകൊണ്ടും കൈപ്പുണ്യംകൊണ്ടും നല്ല വൈദ്യനെന്നുള്ള ഒരു പേരു സമ്പാദിച്ചിരുന്നു. എങ്കിലും അദ്ദേഹം അതുവരെ ശസ്ത്രക്രിയയൊന്നും ചെയ്തി രുന്നില്ല. എന്നുവരുകിലും ബുദ്ധിമാനും സമർത്ഥനുമായ അദ്ദേഹത്തിന് ഇത് ദുഷ്കരമായിത്തോന്നിയില്ല. 'ഗുരുനാഥൻ അടുക്കലിരുന്ന് അനുഗ്രഹ പൂർവം പറഞ്ഞു തന്നാൽ ഞാനിതു ചെയാം' എന്ന് അദ്ദേഹം മറുപടി പറയുകയും അപ്രകാരം തന്നെ നമ്പിയുടെ സാന്നിധ്യത്തോടുകൂടി പരു കീറുകയും നമ്പി പിന്നെയും യഥാവിധി ചികിത്സകൾ ചെയ്യുകയും ആകെ മൂന്നുമാസം കൊണ്ട് രാജാവു പൂർണ്ണസുഖത്തെ പ്രാപിക്കുകയും ചെയ്തു. ഈ കാലത്തിനിടയ്ക്കു മാമാങ്കം കഴിഞ്ഞു പോവുകയാൽ രാജാവു നമ്പിക്കും നമ്പൂ രിപ്പാട്ടിലേക്കും പലവിധ സമ്മാനങ്ങളും മറ്റും കൊടുത്തു സന്തോഷിപ്പിച്ചിട്ടു സ്വരാജ്യത്തിലേക്കു മടങ്ങി. അന്നു തെക്കുംകൂർ രാജാക്കന്മരുടെ രാജധാനി ഇപ്പോൾ തിരുവിതാംകൂറിലുൾപ്പെട്ടിരിക്കുന്ന 'തളി' എന്ന സ്ഥലത്തായിരു ന്നു. തെക്കുംകൂർ രാജാവു സ്വദേശത്തേക്കു മടങ്ങിയതിന്റെ ശേഷം ഏതാനും ദിവസം കഴിഞ്ഞപ്പോൾ വാരിക്കുമാശ്ശേരി നമ്പൂരിപ്പാട്ടിലേക്ക് അച്ഛന്റെ ശ്രാദ്ധമായി. അതു സഹോദരന്മാരോടുകൂടി വേണ്ടതാകയാൽ നമ്പിയോട് അനുവാദം വാങ്ങിക്കൊണ്ട് അദ്ദേഹം ഇല്ലത്തേക്കു പോയി. അദ്ദേഹം ഇല്ലത്തു ചെന്നപ്പോൾ അദ്ദേഹത്തിന്റെ ജ്യേഷ്ഠൻ അദ്ദേഹത്തോട് 'താൻ ശസ്ത്രക്രിയ ചെയ്തതു കൊണ്ട് തന്നോടുകൂടി ഞാനും അനുജന്മാരും ശ്രാദ്ധ മൂട്ടാൻ പാടില്ലെന്നും തന്നോടുകൂടി ഞങ്ങൾ ബലി നടത്തുകയാണെങ്കിൽ ശ്രാദ്ധത്തിന് ആരും വരികയില്ലെന്നും നമ്മുടെ സ്വജനങ്ങൾ പറഞ്ഞിരിക്കു ന്നു. അവർ അപ്രകാരം പറഞ്ഞതു ന്യായവുമാണല്ലോ. ബ്രാഹ്മണരിൽ അഷ്ട വൈദ്യന്മാർക്കല്ലാതെ ശസ്ത്രക്രിയ വിധിച്ചിട്ടുണ്ടോ? അതിനാൽ താനങ്ങനെ ചെയ്തതു തെറ്റുതന്നെയാണെന്നാണ് വാദ്ധ്യാന്മാർ, വൈദികന്മാർ മുതലാ യവരുടെയും അഭിപ്രായം. ഞാനവരോടു ചോദിക്കുകയും ചെയ്തു. ഒരുമിച്ചു ശ്രാദ്ധമൂട്ടാമെന്നു ആരും പറഞ്ഞില്ല' എന്നു പറഞ്ഞു. അതുകേട്ടു വൈദ്യൻ നമ്പൂരിപ്പാട് 'അങ്ങനെയാണ് അവരൊക്കെ പറയുന്നതെങ്കിൽ ഒരുമിച്ചു ശ്രാദ്ധമൂട്ടണമെന്നില്ല. ഞാൻ ഇപ്പോൾ തന്നെ ഗുരുനാഥന്റെ ഇല്ലത്തേക്കു പോകുന്നു' എന്നു പറഞ്ഞ് അപ്പോൾ തന്നെ അവിടെനിന്ന് ഇറങ്ങിപ്പോ വുകയും നമ്പിയുടെ അടുക്കലെത്തി വിവരമെല്ലാം പറയുകയും ചെയ്തു. ഇതു

കേട്ടപ്പോൾ താൻ നിമിത്തം തന്റെ പ്രിയശിഷ്യന് ഇപ്രകാരം ഒരു സ്വജന ശാസ്യത്തിന് ഇടയായല്ലോ എന്നു വിചാരിച്ചു ശിഷ്യവത്സലനായ നമ്പിക്കു വളരെ കുണ്ഠിതമുണ്ടായി. എങ്കിലും അദ്ദേഹം അതു പുറത്തു കാണിക്കാതെ ധൈര്യസമേതം 'ഇതുകൊണ്ടു നമ്പൂരി ഒട്ടും വിഷാദിക്കേണ്ട: നമ്പൂരി ഇവിടെ താമസിച്ചു കൊള്ളൂ. ഞാൻ പറഞ്ഞതു കേട്ടതു കൊണ്ടു നമ്പൂരിക്കു മേലാൽ ശ്രേയസ്സല്ലാതെ ദോഷം വരികയില്ല. ഗുരുത്വമുള്ളവർക്കു ദോഷം വരണമെങ്കിൽ ഈശ്വരൻ ഇല്ലെന്നു വരണം. നമ്പൂരിയുടെ ഇല്ലം ഇതു തന്നെ എന്നു വിചാരിച്ചുകൊള്ളൂ. ഈ കുടുംബമുള്ള കാലത്ത് നമ്പൂരിക്ക് ഇവിടെ യാതൊരു സ്വാതന്ത്ര്യക്കുറവും വരികയില്ല' എന്നു പറഞ്ഞു. 'ഗുരുനാഥൻ പറഞ്ഞതു പോലെയൊക്കെത്തന്നെയാണ് എന്റെ വിശ്വാസവും' എന്നു നമ്പൂരിപ്പാട്ടും പറഞ്ഞു. അന്നുമുതൽ അദ്ദേഹം ആ ഇല്ലത്തെ ഒരാളെപ്പോലെ അവിടെത്തന്നെ സ്ഥിരതാമസമാക്കുകയും ശ്രാദ്ധദിവസം നമ്പി ഒരു നമ്പൂരിയെ വരുത്തി ശ്രാദ്ധം നടത്തിച്ചു കൊടുക്കുകയും ചെയ്തു.

അനന്തരം അധികം താമസിയാതെ നമ്പി നമ്പൂരിപ്പാട്ടിലേക്കു പറ്റിയ ദുർഘടസംഗതിയും അദ്ദേഹം നമ്പിയുടെ ഇല്ലത്തുതന്നെ താമസിച്ചു വരുന്ന വിവരവും കാണിച്ച് ഒരെഴുത്തെഴുതി ഒരു ദൂതന്റെ പക്കൽ കൊടുത്തു തെക്കുംകൂർ വലിയ രാജാവിന്റെ അടുക്കലയച്ചു. നമ്പിയുടെ എഴുത്തു ദൂതൻ കൊണ്ടു ചെന്നു രാജാവിനു കൊടുത്തത് ഒരു നല്ല അവസരത്തിലായിരുന്നു. അക്കാലത്തു വയസ്കരയില്ലത്തു പുരുഷന്മാരാരുമില്ലാതെയായിത്തീരുകയും ഒരു കന്യകമാത്രം ശേഷിക്കുകയും ചെയ്കയാൽ ആ കന്യകയെ സർവ്വസ്വ ദാനമായി വിവാഹം കഴിപ്പിച്ചു ദത്തുകയറ്റുവാൻ ആരെയാണ് വേണ്ടതെന്നു രാജാവു വേണ്ടതക്ക ആളുകളുമായി ആലോചിച്ചു കൊണ്ടിരുന്ന സമയ ത്താണ് നമ്പിയുടെ ഭൃത്യൻ എഴുത്തു കൊണ്ടു ചെന്നു രാജാവിനു കൊടുത്തത്. എഴുത്തു വായിച്ചു കേട്ടപ്പോൾ ഇതൊരു ശുഭലക്ഷണമാണെന്നും ഈ നമ്പൂരിപ്പാട്ടിലെക്കൊണ്ടുതന്നെ ആ കന്യകയെ വിവാഹം കഴിപ്പിച്ച് വയസ്ക രയില്ലത്തു ദത്തുകയറ്റണമെന്നും രാജാവിനും അവിടെക്കൂടിയിരുന്ന ഇതര ജനങ്ങൾക്കും തോന്നുകയും ആ വിവരത്തിനു രാജാവ് ഒരെഴുത്തെഴുതി നമ്പിയുടെ അടുക്കലേക്ക് ആ ഭൃത്യന്റെ പക്കൽതന്നെ കൊടുത്തയയ്ക്കുക യും ചെയ്തു. രാജാവിന്റെ എഴുത്തു കണ്ടപ്പൊൾ നമ്പിക്ക് അപരിമിതമായ സന്തോഷമുണ്ടായി എന്നുള്ളത് വിശേഷിച്ച് പറയണമെന്നില്ലല്ലോ. നമ്പി ആ എഴുത്തു നമ്പൂരിപാട്ടിലേക്കു കാണിക്കുകയും പോകാൻ മനസ്സുണ്ടോ എന്നു ചോദിക്കുകയും ചെയ്തു. അതിനു നമ്പൂരിപ്പാട്, 'ഗുരുനാഥൻ പറഞ്ഞാൽ എവിടെ പോകുന്നതിനും എനിക്കു സമ്മതമാണ്. വിശേഷിച്ച്, ധാരാളം വസ്തുവകകളും പ്രശസ്തിയും വൈദ്യപാരമ്പര്യമുള്ള വയസ്കരയില്ലത്തിന്റെ ഉടമ സ്ഥനും തെക്കുംകൂർ രാജാവിന്റെ പ്രിയ വൈദ്യനുമായിത്തീരുന്ന കാര്യത്തിൽ എനിക്കു വളരെ സന്തോഷമുണ്ട്. എങ്കിലും ചമ്രവട്ടത്തെ തിങ്കൾഭജനം മുട ക്കുന്ന കാര്യത്തിൽ എനിക്കു വളരെ മനസ്താപവുമുണ്ട്. അതു ഞാൻ വളരെ ക്കാലമായി നിർവിഘ്നം നടത്തിപ്പോരുന്നതാണല്ലോ' എന്നാണു മറുപടി പറഞ്ഞത്. 'ആലോചിച്ച് ഇഷ്ടംപോലെ ചെയ്യുക. എനിക്കു നിർബന്ധമില്ല. നമ്പൂരിക്കു മേലാൽ ശ്രേയസ്കരമായിരിക്കുന്നതു രാജവിന്റെ ഹിതാനുവർ ത്തിയായി കോട്ടയത്തു പോയി താമസിക്കുന്നതായിരിക്കും. അതുകൊണ്ടു പറഞ്ഞു എന്നേ ഉള്ളൂ' എന്നു നമ്പിയും പറഞ്ഞു. നമ്പൂരിപ്പാട്ടിലെ ഹൃദയം

ആകെപ്പാടെ അത്യന്തം സംശയഗ്രസ്തമായിത്തീർന്നു. പോയാൽക്കൊള്ളാമെന്നുള്ള ആഗ്രഹം അതികലശലായി വർദ്ധിച്ചു. മാസത്തിലൊരിക്കൽ ചമ്രവട്ടത്തു പോയി ദർശനം കഴിക്കുകയെന്നുള്ള പതിവു മുട്ടിക്കുക എന്നുള്ള കാര്യം അത്യന്തം വ്യസനകരമായിത്തീർന്നു. നമ്പിയുടെ ഇല്ലത്തെ താമസം എന്നും സുഖമായിരിക്കാൻ തരമില്ലല്ലോ. ഗുരുനാഥന്റെ കാലം കഴിഞ്ഞാൽപ്പിന്നെ ശേഷമുള്ളവർക്കു നമ്പൂരിപ്പാട്ടിലെ പേരിൽ അത്രയും സ്നേഹവും വാത്സല്യവുമുണ്ടാകുമോ? 'അപ്പോൾ കടിച്ചതുമില്ല, പിടിച്ചതുമില്ല' എന്ന സ്ഥിതിയിലായിത്തീരും. അതിൽ ഭേദം ദൈവഗത്യാ ലഭിച്ച ഭാഗ്യത്തെ ഉപേക്ഷിക്കാതെയിരിക്കയാണല്ലോ. ആകെപ്പാടെ നമ്പൂരിപ്പാട്ടീന്ന് ഏറ്റവും കുഴങ്ങിവശായി. ഉടനെ അദ്ദേഹം ചമ്രവട്ടത്തേക്ക് പോയി. അവിടെച്ചെന്നു കുളിച്ചുതൊഴുത് 'എല്ലാം വേണ്ടതുപോലെ ആക്കിത്തരണം' എന്നു സ്വാമിസന്നിധിയിൽ ഭക്തിപൂർവ്വം പ്രാർത്ഥിച്ചു. അന്നു നമ്പൂരിപ്പാട്ടീന്ന് അത്താഴം കഴിഞ്ഞു കിടന്നുറങ്ങിയപ്പോൾ ഒരാൾ അദ്ദേഹത്തിന്റെ അടുക്കൽച്ചെന്ന് 'ഹേ! അങ്ങ് ഒട്ടു വ്യസനിക്കേണ്ട. തെക്കോട്ടു പൊയ്ക്കൊള്ളൂ. അങ്ങേക്ക് എന്നെ ക്കാണുന്നതിനു ഞാൻ അവിടെ വന്നു കൊള്ളാം' എന്നു പറഞ്ഞതായി അദ്ദേഹത്തിനു തോന്നി. ഉടനെ അദ്ദേഹമുണർന്നു കണ്ണു തുറന്നു നോക്കിയപ്പോൾ അവിടെയെങ്ങും ആരെയും കണ്ടുമില്ല. എങ്കിലും ഭക്തവൽസലനായ ചമ്രവട്ടത്തു ശാസ്താവുതന്നെയാണ് തന്റെ അടുക്കൽ വന്ന് ഇപ്രകാരം പറഞ്ഞതെന്നു നമ്പൂരിപ്പാടു ദൃഢമായി വിശ്വസിക്കുകയും പിറ്റേ ദിവസം രാവിലെ ഈ വിവരം നമ്പിയോടു പറയുകയും ചെയ്തു. അപ്പോൾ നമ്പിക്കും വളരെ സന്തോഷമായി.

അടുത്ത ദിവസം തന്നെ നമ്പി നമ്പൂരിപ്പാടോടുകൂടി കോട്ടയത്തേക്കു പുറപ്പെടുകയും യഥാകാലം തെക്കുംകൂർ രാജാവിന്റെ അടുക്കലെത്തി സംഗതികളെല്ലാം ധരിപ്പിക്കുകയും ചെയ്തു. അനന്തരം അധികം താമസിയാതെ ഒരു മുഹൂർത്തത്തിൽ വയസ്കരയില്ലത്തെ കന്യകയെ നമ്പൂരിപ്പാട്ടിലെക്കൊണ്ടു വേളി കഴിപ്പിച്ച് അദ്ദേഹത്തെ അവിടെ ദത്തു കയറ്റി. രാജാവുകൂടി ചെന്നിരുന്നാണ് ഈ അടിയന്തിരം നടത്തിയത്. പിന്നെ ആ അടിയന്തിരം വളരെ കേമമായിരുന്നു എന്നു പറയേണ്ടതില്ലല്ലോ. ഈ അടിയന്തിരം സംബന്ധിച്ച് ഏഴു ദിവസം കെങ്കേമമായ സദ്യയും സംഘക്കളി മുതലായ ആഘോഷങ്ങളുമുണ്ടായിരുന്നു. അത്രയും ദിവസം രാജാവും അവിടെത്തന്നെ എഴുന്നള്ളിത്താമസിക്കുകയും ചെയ്തു.

അതിനിടയ്ക്ക് ഒരു ദിവസം സദ്യയ്ക്ക് കറിക്കുവെട്ടു തുടങ്ങിയപ്പോൾ ചേന സ്വൽപം പോരാതെ വന്നു. അന്നു വയസ്കരയില്ലത്തിനു തെക്കുവശത്ത് (ഇപ്പോൾ അമ്പലമിരിക്കുന്ന സ്ഥലത്ത്) ഇല്ലത്തെ വാലിയക്കാരാൻ ധാരാളമായി ചേന കൃഷി ചെയ്തിരുന്നതിനാൽ അവിടെനിന്നു രണ്ടുമൂന്നു ചേനകൂടി പറിച്ചു കൊണ്ടു വരുവാനായി ഒരു ഭൃത്യൻ ഒരു തുമ്പയുമെടുത്തുംകൊണ്ട് ഓടിപ്പോയി. അവൻ ചേന പറിക്കാനായി ഒരു ചേനയുടെ ചുവട്ടിൽ ഒന്നു വെട്ടിയപ്പോൾ അവിടെനിന്നു രക്തം പ്രവഹിച്ചുതുടങ്ങി. രക്തപ്രവാഹം കണ്ടു ഭയപ്പെട്ട് ആ ഭൃത്യൻ ഓടിച്ചെന്നു വിവരം കറിക്കുവെട്ടുകാരെ അറിയിച്ചു. അപ്പോഴേക്കും ഈ വർത്തമാനം അവിടെയൊക്കെപ്പരന്നു. ഉടനെ രാജാവും ആലത്തൂർ നമ്പി മുതലായവരും ആ സ്ഥലത്തെത്തി മണ്ണു മാറ്റിച്ചു നോക്കിയപ്പോൾ അവിടെ ശിവലിംഗംപോലെ ഒരു ശിലാബിംബം

മുളച്ചിരിക്കുന്നതായി കണ്ടു. വരിക്കമാശ്ശേരിനമ്പൂരിപ്പാട്ടിലേക്കു ചമ്രവട്ടത്തയ്യപ്പന്റെ ദർശനമുണ്ടായിട്ടുള്ള വിവരം മുൻപേതന്നെ എല്ലാവരുമറിഞ്ഞിരുന്നതിനാൽ ഇതു ചമ്രവട്ടത്തയ്യപ്പൻ ഇളകൊണ്ടിരിക്കുന്നതാണെന്നു സർവ്വജനങ്ങളും തീർച്ചപ്പെടുത്തുകയും പ്രശ്നക്കാർ അപ്രകാരംതന്നെ വിധിക്കുകയും ചെയ്തു. ആ വിഗ്രഹം കാണപ്പെട്ട് ഉടനെ ഒരു നമ്പൂരിയെക്കൊണ്ടു പൂജ നടത്തിച്ചു. അപ്പോൾ നിവേദ്യത്തിന് ഉപയോഗിച്ചത് അവിടത്തെ അന്തർനമുണ്ടാക്കിയ വൽസൻ (അട) ആണ്. അതിനാൽ വയസ്കരശാസ്താവിനു വൽസൻവഴിപാടു പ്രധാനമായിത്തീർന്നു. പിന്നീട് അവിടെ ക്ഷേത്രംപണി മുതലായവ നടത്തുകയും വയസ്കര ശാസ്താവെന്നുള്ള പ്രസിദ്ധി ലോകത്തിൽ പരക്കുകയും ആ ശാസ്താവു വയസ്കരയില്ലത്തെ കുടുംബപരദേവതയായിത്തീരുകയും ചെയ്തു. രോഗശമനത്തിനായും മറ്റും ഇപ്പോൾ അവിടെ പലരും വൽസൻവഴിപാടു നടത്തിവരുന്നുണ്ട്. ഇപ്രകാരമാണ് വയസ്കരശാസ്താവിന്റെ ആഗമം. വയസ്കരക്കുടുംബക്കാരെ മുൻകാലങ്ങളിൽ 'പോറ്റി' എന്നാണ് പറഞ്ഞുവന്നിരുന്നത്. വരിക്കമാശ്ശേരിനമ്പൂരിപ്പാട് അവിടെ ദത്തുകയറുകയും അദ്ദേഹത്തിന്റെ സന്താനപരമ്പരാജാതന്മാർ അവിടെ കുടുംബനാഥന്മാരായിത്തീരുകയും ചെയ്തിട്ടും ആ പേരിനു മാറ്റം വന്നില്ല. പിന്നീടു കൊല്ലം 995ാം ആണ്ടായപ്പോഴേക്കും അവിടെ ആ പരമ്പരയും അവസാനിച്ചു യഥാപൂർവം ഒരു കന്യക ശേഷിച്ചു. ആ കന്യകയെ പാമന്തോൾ മൂസ്സ് സർവ്വസ്വദാനമായി വിവാഹം കഴിച്ച് അവിടെ ദത്തുകയറി. അക്കാലം മുതൽക്കാണ് ആ കുടുംബക്കാർക്കു 'മൂസ്സ്' എന്നുള്ള പേരു സിദ്ധിക്കുകയും പ്രസിദ്ധമായിത്തീരുകയും ചെയ്തത്. ഇപ്പോഴും വയസ്കരക്കുടുംബത്തിലുള്ളത് ആ പ്ലാമന്തോൾ മൂസ്സിന്റെ സന്താനപരമ്പരാജാതന്മാരാണ് അതായത്, ആ പ്ലാമന്തോൾ മൂസ്സിന്റെ പുത്രന്റെ പുത്രന്മാരും തത്പുത്രന്മാരും.

●

കായംകുളത്തു രാജാവിന്റെ ശ്രീചക്രം

കായംകുളം രാജ്യം പിടിച്ചടക്കണമെന്നുള്ള ഉദ്ദേശ്യത്തോടുകൂടി രാമയ്യൻ ദളവ തിരുവിതാംകൂർ (മാർത്താണ്ഡവർമ്മ) മഹാരാജാവിന്റെ ചാരത്വം സ്വീകരിച്ചു കൊണ്ട് ഒരിക്കൽ വേഷം മാറി കായംകുളത്തു ചെന്നു ചേർന്നു. ഗൂഢമായി അവിടുത്തെ സ്ഥിതിഗതികൾ അന്വേഷിച്ചപ്പോൾ രാജ്യവും വംശവും നശിക്കാത്തക്കവണ്ണമുള്ള ചില ദുർന്നടപ്പുകൾ രാജാവിനുള്ളതായി ദളവയ്ക്ക് അറിവു കിട്ടി. എങ്കിലും അവിടെ ഐശ്വര്യം ഉപര്യുപരി വർദ്ധിച്ചുകൊണ്ടുതന്നെ ഇരിക്കുന്നതായിക്കണ്ട് അതിന്റെ കാരണമെന്താണെന്ന് അദ്ദേഹം വീണ്ടും അന്വേഷിച്ചു. അപ്പോൾ ആ രാജാവിന്റെ തേവാരപ്പുരയിൽ ഒരു ശ്രീചക്രം ഇരിക്കുന്നുണ്ടെന്നും അതു സർവ്വലക്ഷണങ്ങളും ഒത്തതാണെന്നും അതിന്റെ പൂജ പ്രതിദിനം അവിടെ ശരിയായി നടന്നുവരുന്നുണ്ടെന്നും അതവിടെ ഇരിക്കുന്ന കാലത്ത് ആ രാജ്യത്തിനും രാജവംശത്തിനും ഐശ്വര്യാഭിവൃദ്ധിയല്ലാതെ നാശം ഒരിക്കലും ഉണ്ടാകുന്നതല്ലെന്നും അദ്ദേഹത്തിനു മനസ്സിലാവുകയും ഏതു വിധവും ഈ ശ്രീചക്രം തട്ടിയെടുത്തു കൊണ്ടുപോകണമെന്ന് അദ്ദേഹം തീർച്ചയാക്കുകയും ചെയ്തു.

അനന്തരം ദളവ ഒരു ഭ്രാന്തന്റെ വേഷം ധരിച്ചു തേവാരപ്പുരയുടെ അടുക്കൽ ചെന്നുകൂടി. വല്ലതുമൊക്കെ അസംബന്ധങ്ങൾ പുലമ്പിക്കൊണ്ടിരിക്കുമെന്നല്ലാതെ അദ്ദേഹം അവിടെ ഉപദ്രവമൊന്നും ചെയ്തിരുന്നില്ല. എന്നുമാത്രമല്ല, അതിരാവിലെ കുളിച്ചു ഭസ്മക്കുറിയിട്ടു പൂക്കളൊരുക്കിക്കൊടുക്കുക, പൂജാപാത്രങ്ങൾ തേച്ചു മുക്കിക്കൊടുക്കുക മുതലായ ചില ഉപകാരങ്ങൾ ചെയ്തും പോന്നു. ഇങ്ങനെ കുറച്ചു ദിവസം കഴിഞ്ഞപ്പൊൾ 'ഈ സാധുമനുഷ്യനു ഭ്രാന്തുണ്ടെങ്കിലും ഈയാൾ ഉപദ്രവിയല്ല' എന്നൊരു വിശ്വാസം അവിടെ എല്ലാവർക്കുമുണ്ടായിത്തീർന്നു.

പൂജക്കാർ രാവിലെ കുളിച്ചുവന്നു നിർമ്മാല്യം (തലേദിവസംപൂജിച്ച പൂവ്) വാരി പുറത്തിട്ടാലുടനെ ഈ ഭ്രാന്തൻ അതെല്ലാം വാരി ഒരു വട്ടിയിലാക്കി തലയിൽ വച്ചുകൊണ്ടു കോട്ടവാതിൽക്കൽച്ചെന്ന് അവിടെ കാവൽ നിൽക്കുന്ന പട്ടാളക്കാരോട് 'ഇതാ ശ്രീചക്രം ഞാൻകൊണ്ടുപോകുന്നു; വേണമെങ്കിൽ പിടിച്ചുകൊൾവിൻ. അല്ലെങ്കിൽ ഞാൻ കൊണ്ടുപോകും' എന്നു പറയും. അപ്രകാരം രാജാവിരിക്കുന്ന മാളികയുടെ ചുവട്ടിലും ചെന്നു നിന്ന് 'ഇതാ ശ്രീ ചക്രം ഞാൻ കൊണ്ടുപോകുന്നു; ഇവിടുത്തെ ചോറു തിന്നുന്ന

പട്ടാളക്കാർ നന്ദിയില്ലാത്തവരാണ്; അവരോടു ഞാൻവിവരം പറഞ്ഞിട്ട് അവർ എന്നെ പിടിച്ചില്ല. അവിടുന്നും മൗനവലംബിച്ചുകൊണ്ടിരിക്കുക യാണെങ്കിൽ ശ്രീചക്രം പോകും; ഇവിടം നശിക്കുകയും ചെയ്യും. പിന്നെ വിചാരിച്ചാൽ ഫലമൊന്നുമുണ്ടാവുകയില്ല' എന്നു വിളിച്ചുപറയും. ഇതുകേട്ടു പട്ടാളക്കാരും രാജാവിന്റെ ആൾക്കാരും രണ്ടു മൂന്നു ദിവസം ഭ്രാന്തന്റെ വട്ടി പരിശോധിച്ചു. അതിൽ പൂക്കളല്ലാതെ ഒന്നും കണ്ടില്ല. പിന്നെ അയാൾ വിളിച്ചുപറഞ്ഞാൽ, ഓഹോ, കൊണ്ടു പൊയ്ക്കൊള്ളൂ. ഇവിടെ ആർക്കും ശ്രീചക്രം വേണ്ടാ' എന്ന് എല്ലാവരും പറയുക പതിവായി. ഇങ്ങനെ ഏകദേശം ആറു മാസത്തോളം കാലം പതിവായി ചെയ്തതിന്റെ ശേഷം ഒരു ദിവസം തേവാരപ്പുരയിൽ പൂജക്കാരനില്ലാതിരുന്ന തരം നോക്കി രാമയ്യൻ ദളവ ശ്രീചക്രമെടുത്തു വട്ടിയിലാക്കി അതിന്റെ മീതെ പൂക്കളും വാരിയിട്ടു തലയിൽവച്ചു പതിവുപോലെ കോട്ടവാതിൽക്കലെത്തി പട്ടാളക്കരെ വിളിച്ച് 'ഇതാ ശ്രീചക്രം ഞാൻകൊണ്ട് പോകുന്നു; ഇത്രനാളും പറഞ്ഞതുപോലെയല്ല; ഇന്നു സത്യമായിട്ടു ശ്രീ ചക്രം എന്റെ വട്ടിയിലുണ്ട്'' എന്നു പറഞ്ഞു. എങ്കിലും ഇയ്യാൾ പതിവുപോലെ ഭ്രാന്തു പറയുകയാണെന്നു വിചാരിച്ചു പട്ടാളക്കാർ ചിരിച്ചുകൊണ്ട് 'എന്നാൽ കൊണ്ടു പൊയ്ക്കൊള്ളൂ' എന്നു പറഞ്ഞതല്ലാതെ രാമയ്യനെ പിടിക്കുന്നതിനോ വട്ടി പരിശോധി ക്കുന്നതിനോ ചെന്നില്ല. രാമയ്യൻ പിന്നെ രാജാവിരിക്കുന്ന മാളികയുടെ ചുവട്ടിലും ചെന്നു നിന്നു പതിവുപോലെ വിളിച്ചു പറഞ്ഞു. അതുകേട്ടിട്ടു രാജാവും ചിരിച്ചുകൊണ്ടിരുന്നതേയുള്ളൂ. ഉടനെ രാമയ്യൻ നേരെ തെക്കോട്ടു വച്ചടിച്ചു. കുറച്ചു സമയം അഴിഞ്ഞു പൂജക്കാരൻ തേവാരപ്പുരയിൽ ചെന്ന സമയം അവിടെ ശ്രീചക്രം കാണായ്കയാൽ പരിഭ്രമിച്ചു വിവരം ഗാട്ടുനി ന്നിരുന്ന പാട്ടാളക്കാരെ അറിയിച്ചു.

അപ്പോഴേക്കും അവിടെ വലിയ ബഹളമായി. സംഗതി രാജാവുവരെ എല്ലാവരുമറിഞ്ഞു. ഭ്രാന്തനെ അന്വേഷിച്ചു പിടിക്കുന്നതിനായി രാജഭടന്മാർ നാലുദിക്കിലേക്കും ഓട്ടം തുടങ്ങി. ഭ്രാന്തൻ വേഷം മാറി പമ്പ കടന്നിരുന്നതി നാൽ ഭടന്മാരെല്ലാം ഇച്ഛാഭംഗത്തോടുകൂടി മടങ്ങിപ്പോന്നു. ഭ്രാന്തനെ എങ്ങും കാണ്മാനില്ലെന്നു രാജസന്നിധിയിലറിയിച്ചു. ആ ശ്രീചക്രം പോയതിനാൽ രാജാവിനും രാജ്യവാസികൾക്കും വളരെ മനസ്താപമുണ്ടായി. അവിടെ പിന്നെയും പലവിധത്തിൽ അതിനെപ്പറ്റി അന്വേഷണങ്ങൾ നടത്തി; ഒരു തുമ്പുമുണ്ടായില്ല.അധികം താമസിയാതെ കായംകുളം രാജ്യം തിരുവി താംകൂറിൽ ചേരുകയും ചെയ്തു. ആ ശ്രീചക്രം ഇപ്പോഴും തിരുവനന്തപുരത്തു തേവാരപ്പുരയിൽ ഇരിക്കുന്നുണ്ടെന്നാണു കേൾവി.

●

കുളപ്പുറത്തു ഭീമൻ

മീനച്ചിൽ താലൂക്കിൽ കയ്യൂർ ദേശത്തു കുളപ്പുറത്ത് എന്ന നായർ ഗൃഹത്തിൽ കൊല്ലവർഷം ഒൻപതാം ശതകത്തിൽ ജീവിച്ചിരുന്ന ഒരു മനുഷ്യന്റെ പേരാണ് മുകളിൽ പറഞ്ഞിരിക്കുന്നത്. ഈ മനുഷ്യന്റെ സാക്ഷാൽ പേര് എന്തായിരുന്നു എന്ന് നിശ്ചയമില്ല. അത്ഭുതകർമ്മങ്ങൾ നിമിത്തം ജനങ്ങൾ കൊടുത്തിട്ടുള്ളതാണ്. കുളപ്പുറത്തു ഭീമന്റെ അത്ഭുത കർമ്മങ്ങൾ പറയുകയെന്നുവച്ചാൽ അവസാനമില്ലാതെയുണ്ട്. അവയിൽ ചിലതു മാത്രമേ ഇവിടെ വിവരിക്കണമെന്നു വിചാരിക്കുന്നുള്ളൂ.

ആജാനുബാഹുവും സ്ഥൂലശരീരനും ഉന്നതകായനുമായിരുന്ന ഭീമൻ കാഴ്ചയിൽ ഒരു ഭീമൻ തന്നെയായിരുന്നുവെങ്കിലും ഒട്ടും വിരൂപനായിരുന്നില്ല 'വ്യൂഢോരസ്കോവൃഷസ്കന്ധസ്സാലപ്രാംശുർമ്മഹാഭുജഃ' എന്നു കാളിദാസൻ ദിലീപരാജാവിനെ വർണ്ണിച്ചിട്ടുള്ളതു നമ്മുടെ ഭീമനും നല്ലപോലെ ചേരുമായിരുന്നു. എന്നാൽ നമ്മുടെ ഭീമനു ചെറുപ്പത്തിൽ മതിയാകത്തക്കവണ്ണമുള്ള ആഹാരം സ്വഗൃഹത്തിൽ നിന്നു ലഭിച്ചിരുന്നില്ല. ഭീമനു ഭക്ഷണം സാധാരണ മനുഷ്യരെപ്പോലെ ആയാൽ മതിയാവുകയില്ലെന്ന് അറിഞ്ഞിരുന്നതുകൊണ്ട് അയാൾക്കു പതിവായി കാലത്തു കഞ്ഞിക്കു മൂന്നേകാലും അത്താഴത്തിന് ആറേകാലും ഇടങ്ങഴി അരിവീതമാണ് കാരണവർ പതിവുവച്ചിരുന്നത്. അതുകൊണ്ട് നമ്മുടെ ഭീമന് ഒട്ടും മതിയായിരുന്നില്ല. അതിനാൽ അയാൾ സമീപത്തുള്ള കാടുകളിൽ കയറി ഉടുമ്പ്, മുയൽ മുതലായവയെ പിടിച്ചു കൊണ്ടുവന്നു ചുട്ടു തിന്നു കൂടിയാണ് ചെറുപ്പത്തിൽ ജീവിച്ചിരുന്നത്. കാരണവർ മരിക്കുകയും തനിക്കു തറവാട്ടിൽ കാരണവസ്ഥാനവും സ്വാതന്ത്ര്യവും ലഭിക്കുകയും ചെയ്ത കാലം മുതൽ ഭീമൻ തന്റെ ഭക്ഷണത്തിനുള്ള പതിവു ഭേദപ്പെടുത്തി. കാലത്തു കഞ്ഞിക്ക് ഇരുപത്തഞ്ചേകാലിടങ്ങഴി അരിയും അതിനു ചേർന്ന പുഴുക്കും അത്താഴത്തിനു മൂന്നു പറ അരിയും അതിനു ചേർന്ന മറ്റു വിഭവങ്ങളുമാണ് ഭീമൻ സ്വയമേവ നിശ്ചയിച്ചപതിവ്. ഈ പതിവ് അയാളുടെ പതിനാറാമത്തെ വയസ്സിൽ നിശ്ചയിച്ചതാണ്. അതിനെ പിന്നെ ഒരിക്കലും അയാൾ ഭേദപ്പെടുത്തിയിരുന്നുമില്ല. എന്നാൽ ഇത്രയും കൊണ്ട് അയാൾക്കു മതിയായിരുന്നു എന്ന് ആരും വിചാരിച്ചുപോകരുത് അയാൾ കാരണവരായപ്പോൾ തറവാട്ടിൽ അധികച്ചെലവുണ്ടാക്കി എന്നുള്ള ദുഷ്പേരു തനിക്കുണ്ടാകരുതല്ലോ എന്നു വിചാരിച്ചും ഇതിലധികം ചെലവുചെയ്യാൻ മുതലില്ലാതെയിരുന്നതുകൊണ്ടും ഇത്രയും മതിയെന്നു നിശ്ചയിച്ചു എന്നേയുള്ളൂ. പോരാത്തതു യഥാപൂർവ്വം വന്യ മൃഗങ്ങളെക്കൊണ്ടുതന്നെയാണ് അയാൾ

നികത്തിപ്പോന്നത്. പക്ഷേ, പ്രായത്തിനും സ്ഥിതിക്കും തക്കവണ്ണം അയാൾ അതൊന്നു പരിഷ്കരിച്ചിരുന്നു. ചെറുപ്പത്തിൽ ഉടുമ്പ്, മുയൽ മുതലായവയെ പിടിച്ചു ചുട്ടു തിന്നുകയാണല്ലോ അയാൾ ചെയ്തിരുന്നത്. യൗവ്വനമായപ്പോൾ മാൻ, പന്നി മുതലായവയെ പിടിച്ചു കൊണ്ടുവന്നു കാലുകൾ കെട്ടി വലിയ ചെമ്പിലോ വാർപ്പിലോ ഇട്ട് അടുപ്പത്തുവച്ചു വെള്ളമൊഴിച്ചു വേവിച്ചെടുത്തു തോൽ പൊളിച്ചാണ് അയാൾ തിന്നിരുന്നത്. അതും ഒരു വിശേഷ രീതിയിലായിരുന്നു. ഭീമനു പകൽ സമയം കിടക്കുന്നതിന് ഒരു തൂക്കുവഞ്ചി (ഊഞ്ഞാൽക്കട്ടിൽ) ഒരു മുറിക്കകത്തു തൂക്കിയിരുന്നു. ഇതിന്റെ തലയ്ക്കലായി മാൻ,പന്നി മുതലായവയുടെ വേവിച്ച മാംസം പൊക്കംപാകത്തിനു കെട്ടിത്തൂക്കും. പിന്നെ ഊഞ്ഞാൽക്കട്ടിലിൽ മലർന്നു കിടന്ന് ആടിക്കൊണ്ടു കടിച്ചു കടിച്ചുതിന്നും. ഇങ്ങനെയാണ് പതിവ്. കഞ്ഞിയും ചോറും കറികളും കൂടാതെ രണ്ടു പന്നിയെയും ഒരു മാനിനെയും അയാൾ പ്രതിദിനം ഇങ്ങനെ ഭക്ഷിച്ചിരുന്നു.

നമ്മുടെ ഭീമൻ ഗംഭീരനായിരുന്നുവെങ്കിലും ഒരു വിനോദശീലനുമായിരുന്നു. അയാൾ മാനിനെയും പന്നിയെയും മറ്റും പിടിക്കാൻ കാട്ടിൽ പോകുമ്പോൾ ചില ദിവസങ്ങളിൽ നാലും അഞ്ചും പുലിക്കുട്ടികളെയും പിടിച്ചുകൊണ്ടു പോരും അവയെ വീട്ടിൽ കൊണ്ടുവന്നു പൂച്ചക്കുട്ടികളെപ്പോലെ വളർത്തി, ചില കളികൾ പഠിപ്പിച്ചു സർക്കസ്സുകാരെപ്പോലെ കളിപ്പിക്കുക പതിവായിരുന്നു. ഒരിക്കൽ ഭീമൻ കാട്ടിൽ ചെന്നപ്പോൾ ഒരു വലിയ കടുവയെ കണ്ടു. അതിനെയും അയാൾ പിടിച്ചു വീട്ടിൽ കൊണ്ടുവന്നു. ശ്രീകൃഷ്ണൻ ഉരൽ വലിച്ചുകൊണ്ടു ചെന്ന വഴിയിൽ നിന്നിരുന്ന കകുഭദ്രുമങ്ങൾ പോലെ രണ്ടു മരങ്ങൾ അടുത്തടുത്തു കുളപ്പുറത്തു പുരയിടത്തിൽ നിൽക്കുന്നുണ്ടായിരുന്നു. ഭീമൻ ആ കടുവായെ ആ മരങ്ങളുടെ ഇടയ്ക്കു കയറ്റി ഒന്നമർത്തി അവിടെ നിറുത്തി. കടുവാകാലുകൾ നിലത്തു തൊടാതെയും വായ്പൊളിച്ചും നാക്കുനീട്ടിയും കണ്ണുകൾ മിഴിച്ചും മുൻപോട്ടും പുറകോട്ടും പോകാൻ നിവൃത്തിയില്ലാതെയും അവിടെ നിലായായി. അതിനാൽ ആ ദിക്കുകാർക്കു ജീവനോടു കൂടിയ കടുവയെ നിർഭയമായി അടുത്തു കാണുന്നതിന് അന്നു തരപ്പെട്ടു.

ഒരിക്കൽ ഭീമൻ കാട്ടിൽ ചെന്നപ്പോൾ ഒരു കാട്ടുപോത്ത് അയാളെ വെട്ടാനായി ചാടിച്ചെന്നു. പൊത്തിനെ കണ്ടപ്പോൾ അയാൾക്കു സ്വൽപം ഭയമുണ്ടായി എങ്കിലും അയാൾ ധൈര്യസമേതം അതിന്റെ കൊമ്പുകളിൽ പ്പിടിച്ചു തല കുനിച്ചു മോന്ത നിലത്തിട്ട് ഉരച്ചു തുടങ്ങി. അങ്ങനെ കുറച്ചു കഴിഞ്ഞപ്പോൾ പോത്തിന്റെ മുൻവശത്തുണ്ടായിരുന്ന പല്ലുകളെലാം രക്തപ്രാവാഹത്തോടുകൂടി നിലത്തു വീണു. ഭീമനെ കൊല്ലാനായി വന്ന പോത്തിന്റെ വിചാരം അപ്പൊൾ താൻ ചാകാതെ വല്ല പ്രകാരവും പോയിപ്പിഴച്ചാൽ മതിയെന്നായി. ആ സമയം ഭീമൻ പോത്തിനെ പുറകോട്ടൊന്നു തള്ളുകയും പോത്ത് അവിടെ മറിഞ്ഞു വീഴുകയും ആ തരത്തിനു ഭീമൻ ഓടി വീട്ടിലേക്കും പോത്ത് ഒരു വിധം എഴുന്നേറ്റ് കാട്ടിലേക്കും പോവുകയും ചെയ്തു.

ഭീമൻ ജീവിച്ചിരിന്ന കാലത്ത് കയ്യൂർ ദേശത്തും സമീപപ്രദേശങ്ങളിലും കച്ചവടസ്ഥലങ്ങൾ ഉണ്ടായിരുന്നില്ല. അതിനാൽ ആ ദേശക്കാർക്ക് ഉപ്പ് എട്ടുപത്തു നാഴിക കിഴക്ക് ഈരാറ്റുപേട്ട എന്ന സ്ഥലത്തു പോയി

വാങ്ങിക്കൊണ്ട് വരേണ്ടിയിരുന്നു. കുളപ്പുറത്തു വീട്ടിലേക്കു ഭീമൻ തന്നെ പോയി അഞ്ചാറു പറ ഉപ്പ് ഒരുമിച്ചു വാങ്ങിക്കൊണ്ടുപോരുകയാണ് പതിവ്. ഭീമൻ ഉപ്പുവാങ്ങാൻ പോകുന്ന സമയം അയൽ വീട്ടുകാരും അവരവർക്കു ആവശ്യമുള്ള ഉപ്പിനു വേണ്ടുന്ന പണവും പാത്രവും അയാളെ ഏൽപ്പിച്ചയയ്ക്കുക പതിവാണ്. അക്കാലത്ത് ഇപ്പോഴത്തെപ്പോലെ ചാക്കു സുലഭമല്ലാതിരുന്നതിനാൽ ഉപ്പും മറ്റും വാങ്ങിക്കൊണ്ട് പോരുന്നതു നെപ്പട്ടിലായിരുന്നു. ഒരു നെപ്പട്ടിൽ ആറു പറ ഉപ്പുകൊള്ളും. അതിനാൽ ഒരു ചുമട്ടുപ്പ് എന്നു പറഞ്ഞാൽ ആറു പറ ഉപ്പെന്നു കണക്കാക്കാം. ഒരിക്കൽ ഭീമൻ പോയി തനിക്കും അയൽ വീട്ടുകാർക്കും കൂടി ആറു ചുമട്ടുപ്പു വാങ്ങിക്കെട്ടി മീതെയ്ക്കു മീതെയായി തലയിൽക്കയറ്റിക്കൊണ്ട് ഈരാറ്റുപേട്ടയിൽ നിന്നു സ്വദേശത്തേക്കു പുറപ്പെട്ടു. അങ്ങനെ ഏകദേശം നാലു നാഴിക ദൂരം പോയപ്പോൾ കുറേശ്ശേ മഴ ആരംഭിച്ചു. ഉപ്പു നനഞ്ഞാൽ നഷ്ടപ്പെട്ടുപോകുമല്ലോ അതു നനയ്ക്കാതെ കൊണ്ടു പോകാൻ എന്താണ് കൗശലമെന്നു വിചാരിച്ചു നോക്കിയപ്പോൾ വഴിക്കടുത്തുതന്നെ ഒരു വലിയ ആഞ്ഞിലിത്തടി കാമരം കേറ്റിയറുത്തി നട്ടു പൊളിച്ചിട്ടു വച്ചിരിക്കുന്നതായിക്കണ്ടു ഭീമൻ അതിലൊരു പൊളിച്ചെടുത്തു ചുമടുകളുടെ മീതെ വച്ചുകൊണ്ട് ഉപ്പു നനയ്ക്കാതെ കൊണ്ടുപോയി. വീട്ടിലെത്തിയപ്പോഴേക്കും മഴ മാറിയതിനാൽ അയാൾ ആ തടിയെടുത്ത് ഒരു മാവിന്മേൽ ചാരിവച്ചിട്ട് ചുമടുകൾ ഒരോന്നായി താഴെ ഇറക്കി വയ്ക്കുകയും അയൽക്കാർക്കു ള്ളതു കൊടുക്കുകയും തനിക്കുള്ളതു വീട്ടുകാരെ ഏൽപ്പിക്കുകയും ചെയ്തു. പിന്നെ ഭീമൻ തന്റെ പുരപൊളിച്ചു പണി കഴിച്ചപ്പോൾ അന്നു മാവിന്മേൽ ചാരി വച്ചിരുന്ന തടികൂടി എടുത്തുപയോഗിച്ചു. ഇരുപത്തൊമ്പതുകോൽ പതിനാറു കണക്കിൽ പണിയിച്ച തായിപ്പുരയുടെ പടി (നെടിയതും കുറിയതും) നാലും ആ ഒരു പൊളിപ്പുകൊണ്ടു തീർന്നു. പടി ഒന്നേകാൽക്കോൽ ചതുരമായിരുന്നു. അതുകൊണ്ട് ആ തടിയുടെ വലിപ്പം എത്രമാത്രമുണ്ടായിരുന്നു എന്ന് ഊഹിക്കാമല്ലോ. ആ പുരയും പടിയും കണ്ടിട്ടുള്ളവരിൽ പലർ ഇപ്പോഴും ആ ദേശത്തു ജീവിച്ചിരിക്കുന്നുണ്ട്.

മീനച്ചിൽ മുതലായ സ്ഥലങ്ങളിൽ പ്രധാനമായി നെൽ കൃഷി ചെയ്യുന്നതു മലകളിലാണല്ലോ. മലകളിൽ നെൽകൃഷി ചെയ്യുന്നതു പത്തും പന്ത്രണ്ടും കൊല്ലങ്ങൾ കൂടുമ്പോൾ മാത്രമേ പതിവുള്ളൂ. അതിനാൽ ഒരു സ്ഥലത്തു വലിയ മരങ്ങളും കാടുകളും നിറഞ്ഞിരിക്കും. വിതയ്ക്കുന്ന കാലത്തിനു രണ്ടുമൂന്നു മാസം മുൻപേ ഉടമസ്ഥന്മാർ ആ മരങ്ങളും കാടുകളുമെല്ലാം കൂലിക്കാരെക്കൊണ്ടു വെട്ടിച്ചിടും. അതിന് ഉഴവുവെട്ട് എന്നാണ് പേർ പറഞ്ഞുവരുന്നത്. ആ മരങ്ങളും കാടുകളുമെല്ലാം ഉണങ്ങിക്കഴിയുമ്പോൾ ഉടമസ്ഥന്മാർ കൂലിക്കാരെയും ആനകളെയും കൊണ്ട് ആ സ്ഥലത്തു ചെന്ന് വേലിക്കാവശ്യമുള്ള തടികൾ പിടിച്ചു വിതയ്ക്കാനുള്ള സ്ഥലത്തിന്റെ നാലരികുകളിലും വെയ്പിക്കുകയും അധികമുള്ള തടികൾ പിടിപ്പിച്ചു കൃഷി സ്ഥലത്തിനു പുറത്താക്കുകയും ഉണങ്ങിക്കിടക്കുന്ന കാടുകളും മറ്റും തീയിട്ടു ചുടുകയും ചെയ്യും. അതിന് ഉഴവു ചുടുക എന്നാണ് കൃഷിക്കാർ പറയുന്നത്. ഇത്രയും കഴിഞ്ഞാൽപ്പിന്നെ നിലം ഉഴുതും കിളച്ചും കല്ലും കട്ടകളും പെറുക്കി മാറ്റിയും പുല്ലും മറ്റും പറിച്ചും പെറുക്കിയും കളഞ്ഞും വെടിപ്പാക്കും. അതിന് ഉഴവൊരുക്കുക എന്നാണ് പറയുന്നത് ഈ പണികളിൽ പ്രധാനമായതും

പ്രയാസമേറിയതും ഉഴവു ചുടുക എന്നുള്ളതാണ്.

എന്നാൽ അതിനു നമ്മുടെ ഭീമന് ഒരു പ്രയാസവുമുണ്ടായിരുന്നില്ല. ഭീമൻ ഉഴവുചുടാൻ പോകുമ്പോൾ അയാൾക്കു സഹായത്തിനു കൂലിക്കാരും ആനകളും ഒന്നും വേണ്ടാ. അയാൾ ആ ജോലി മുഴുവനും തീർത്തു തിരിയെ വീട്ടിൽ വന്നിട്ടല്ലാതെ കഞ്ഞിയും ചോറുമൊന്നും കഴിക്കാറില്ല. ആ ജോലിക്കിടയിൽ അയാൾ കാച്ചിലും കിഴങ്ങും ചേനയും മറ്റും ധാരാളമായി ചുട്ടുതിന്നും. മലയിലേക്കു പോകുന്ന സമയം തന്നെ ചുട്ടുതീറ്റിക്കുള്ള സാമാനങ്ങൾ കൂടി അയാൾ കൊണ്ടുപോകും; അങ്ങനെയാണ് പതിവ്. ഭീമൻ ഉഴവുസ്ഥലത്തു ചെന്നാലുടനെ വേലിക്ക് ആവശ്യമുള്ള തടികൾ പെറുക്കിയെടുത്തു നാലരികുകളിലും അടുക്കി വയ്ക്കും. പിന്നെ ഒരു തടി കരയിലെടുത്ത് അതുകൊണ്ട് ശേഷമുള്ള തടികൾ നാലു വശത്തേക്കും തോണ്ടി എറിയും ആ തടികൾ ചുറ്റുമുള്ള അയൽ വസ്തുക്കളിൽ ചെന്നുവീഴും. അതിനാൽ ഭീമൻ ഉഴവുചുടുന്ന സ്ഥലത്തിനു സമീപം ചുറ്റുമുള്ള വസ്തുക്കളിൽ ആരും കൃഷി നടത്താറില്ല. ഭീമൻ തോണ്ടിയെറിയുന്ന തടികൾ ആനകളെക്കൊണ്ടല്ലാതെ മാറ്റാൻ സാധിക്കുകയില്ലല്ലോ. അതിനുള്ള പ്രയാസം കൊണ്ടാണ് അയൽവസ്തുക്കളുടെ ഉടമസ്ഥന്മാർ കൃഷി വേണ്ടെന്നു വയ്ക്കുന്നത്. തടികളെല്ലാം മാറ്റിക്കഴിഞ്ഞാൽപ്പിന്നെ ഭീമൻ ഉണങ്ങിക്കിടക്കുന്ന കാടിനു തീവയ്ക്കും ആ തീയിലിട്ടാണ് അയാൾ കാച്ചിൽ, കിഴങ്ങു മുതലായവ ചുട്ടു തിന്നുന്നത്. ആ സമയം മുയൽ പന്നി മുതലായവയെയും അനായാസേന ലഭിച്ചാൽ അയാൾ ഉപേക്ഷിക്കാറില്ല. അവയെയും അയാൾ ചുട്ടു തിന്നുക തന്നെ ചെയ്യും. ഇപ്രകാരമെല്ലാമായിരുന്നു ഭീമന്റെ ഉഴവുചുടൽ.

അടുത്തുള്ള പൂഞ്ഞാർ എന്ന സ്ഥലത്ത് ഒരു വീട്ടുകാർ ഒരു കിണർ കുഴിപ്പിച്ചു. കുഴിച്ചു കുഴിച്ച് അടിയിൽ ച്ചെന്നപ്പോൾ അവിടെ ഒരു വലിയ പാറ കാണപ്പെട്ടു. ആ പാറയുടെ അടിയിൽ ധാരാളം വെള്ളവുമുണ്ടായിരുന്നു. എങ്കിലും ആ പാറ എടുത്തു മാറ്റാതെ വെള്ളം കോരിയെടുക്കാൻ നിവൃത്തിയില്ലായിരുന്നു. വെള്ളത്തിനു മീതെ ആ പാറ ഒരടപ്പുപോലെയാണ് കിടന്നിരുന്നത്. അതിനാൽ ആ പാറ എടുത്തു മറ്റുന്നതിനായി വലിയ വടങ്ങളും ചങ്ങലകളുമിട്ടു കെട്ടി അനേകമാളുകൾ കൂടി പിടിക്കുകയും ആനകളെക്കൊണ്ടു പിടിപ്പിക്കുകയും ചെയ്തു നോക്കീട്ടും ആ പാറ ഇളക്കാൻപോലും സാധിച്ചില്ല. ഒടുക്കം ആ വീട്ടുകാർ ഈ കാര്യം നമ്മുടെ ഭീമനെക്കൊണ്ട് കഴിപ്പിക്കണമെന്നു നിശ്ചയിച്ച് ഒരു സദ്യയ്ക്കു വട്ടം കൂട്ടി. ഭീമനെ ക്ഷണിച്ചുവരുത്തി കേമമായി ഭക്ഷണം കഴിപ്പിച്ചു ഭീമൻ ഊണും കഴിഞ്ഞ് എഴുന്നേറ്റപ്പോൾ ആ വീട്ടുകാർ അയാളോടു 'കൈകഴുകുവാൻ വെള്ളം കിണറ്റിലാണ് വെള്ളം കോരിയെടുത്തു കൈ കഴുകിക്കൊള്ളണം' എന്നു പറഞ്ഞ്, ഒരു പാളയും കയറും എടുത്തുകൊടുത്തു. ഭീമൻ പാളയും കയറും ഇടത്തുകൈകൊണ്ട് എടുത്തുകൊണ്ടുപോയി. കിണറ്റിൽ നോക്കിയപ്പോൾ അതിൽ ഒരു വലിയ പാറയും അതിന്മേൽ ചില വടങ്ങളും ചങ്ങലകളുമിട്ടു കെട്ടിയിരിക്കുന്നതു കണ്ടു. ഉടനെ അയാൾ പാളയും കയറും അവിടെ വെച്ചിട്ട് ഇടത്തുകൈകൊണ്ടു തന്നെ വടങ്ങളിൽ പിടിച്ചുവലിച്ചു നിഷ്പ്രയാസം പാറ കരയ്ക്കെടുത്തിടുകയും പാളയും കയറുമെടുത്തു വെള്ളം കോരി കൈകഴുകുകയും ചെയ്തു. ഇതു കണ്ടിട്ട് ആ വീട്ടുകാർക്കും അന്യന്മാർക്കുമുണ്ടായ സന്തോഷവും വിസ്മയവും സീമാതീതമായിരുന്ന വെന്നുള്ളതു പറയണമെന്നില്ലല്ലോ.

നമ്മുടെ ഭീമൻ പൂഞ്ഞാറ്റിൽത്തമ്പുരാക്കന്മരുടെ ഒരു ഇഷ്ടനായിരുന്നു. അയാൾ തമ്പുരാക്കന്മാരുടെ ആവശ്യപ്രകാരം കൂടെക്കൂടെ അവിടെപ്പോവുകയും മനുഷ്യർക്കു ദുസ്സാധ്യങ്ങളായ അനേകം കാര്യങ്ങൾ സാധിച്ചുകൊടുക്കുകയും തമ്പുരാക്കന്മാർ സന്തോഷിച്ച് ഇയാൾക്ക് ചില സമ്മാനങ്ങൾ കൊടുക്കുകയും സാധാരണമായിരുന്നു. അങ്ങനെ ഉണ്ടായിട്ടുള്ളവയിൽ ഒരു സംഗതി മാത്രം താഴെ കുറിക്കുന്നു.

ഒരിക്കൽ പാണ്ടിക്കാരായ മറവരും മുഹമ്മദീയരും കുടി പൂഞ്ഞാർ ദേശത്തെ ആക്രമിക്കുവാൻ വരുന്നതായിക്കേട്ടു പൂഞ്ഞാറ്റിൽ വലിയ തമ്പുരാൻ ആ വിവരം കുളപ്പുറത്തു ഭീമനെ അറിയിച്ചു. ഉടനെ ഭീമൻ ആളയച്ചു തന്റെ സ്നേഹിതനായ മന്ദത്തുപണിക്കരെയും കുളപ്പുറത്തു വരുത്തി. പണിക്കർ കുളപ്പുറത്ത് ഭീമനോളം തന്നെ ദേഹപുഷ്ടിയും കായബലവുമുള്ള ആളല്ലായിരുന്നുവെങ്കിലും ഒരു ചെറിയ ഭീമൻ തന്നെയായിരുന്നു. അയാൾക്കു കാലത്തെ കഞ്ഞിക്കു പന്ത്രണ്ടേകാലിടങ്ങഴി അരിയും അതിനു ചേർന്ന പുഴുക്കുമേ പതിവുണ്ടായിരുന്നുള്ളൂ. അവർ തമ്മിൽ ആലോചിച്ച് ഉടനെ പൂഞ്ഞാറ്റിലേക്ക് പോകണമെന്നു തീർച്ചപ്പെടുത്തീട്ടു രണ്ടു പേരും കൂടി ഉണ്ണാനിരുന്നു. ഊണ് ഏകദേശം പകുതിയായപ്പോൾ ഒരാൾ ഓടിവന്നു 'മറവരും മുഹമ്മദീയരും വന്നടുത്തിരിക്കുന്നു. ഉടനെ വരണമെന്നു തമ്പുരാൻ കൽപിച്ചിരിക്കുന്നു' എന്നു പറഞ്ഞു. അതു കേട്ട് 'എന്നാലിനി പോയിവന്നിട്ട് ഊണു മുഴുവനാക്കാം' എന്നു പറഞ്ഞ് രണ്ടുപേരും എഴുന്നേറ്റ് കൈകഴുകി. അപ്പോൾ തക്കതായ ആയുധമൊന്നും കാണാഞ്ഞിട്ടു രണ്ടുപേരും ഓരോ കൊന്നത്തെങ്ങു ചുവടോടെ പറിച്ചെടുത്തു കൊണ്ട് ഓടിപ്പോയി. ഭീമനും പണിക്കരും കൊന്നത്തെങ്ങുമായി ചെല്ലുന്നതു കണ്ടപ്പോൾത്തന്നെ മറവരും മുഹമ്മദീയരും പേടിച്ചോടി പമ്പകടന്നൊളിച്ചു. ഊണു മുഴുവനാക്കണമല്ലോ എന്നു വിചാരിച്ചു ഭീമനും പണിക്കരും അപ്പോൾത്തന്നെ തിരിച്ചു പോരുകയും ചെയ്തു.

ഈ സംഗതി നടന്നത് ഒരു വെള്ളപ്പൊക്കക്കാലത്തായിരുന്നു. ഇവർ അങ്ങോട്ടു പോയപ്പോൾ വെള്ളം ആറു നിറഞ്ഞിരുന്നതേയുള്ളൂ ഇവർ ഇങ്ങോട്ടു വന്നപ്പോഴേക്ക് ആ വെള്ളം കരകവിഞ്ഞൊഴുകി ഇരുകരയിലും സാധാരണമനുഷ്യർക്കു നിലയില്ലാതെയായിരുന്നു. എങ്കിലും ഭീമന് അരയോളവും പണിക്കർക്കു മുലയോളവും മാത്രമേ വെള്ളമുണ്ടായിരുന്നുള്ളൂ. അവർ ആ വെള്ളത്തിൽക്കൂടിയാണ് നടന്നുപോയത്. അവർ അങ്ങനെ പോന്നപ്പോൾ ഒരു വീട്ടിന്റെ ഇറയത്ത് ഒരു പത്തായമിരിക്കുന്നത് കണ്ടു ആ വിട്ടിനകത്തും വെള്ളം കയറിയിരുന്നതിനാൽ അവിടെപ്പാർത്തിരുന്നവരെല്ലാം പ്രാണരക്ഷാർത്ഥം ഓടിപ്പോയിരുന്നതുകോണ്ട് ആ വീടു കേവലം നിർജ്ജനമായിരുന്നു; പത്തായവും ഇളകിപ്പോകാറായിരുന്നു. ആർക്കും ഉപയോഗപ്പെടാതെ വെറുതെ പോകേണ്ടാ എന്നു വിചാരിച്ച് ഭീമൻ അതെടുത്തു തലയിൽവച്ചുകൊണ്ടു നടന്നു. സ്വഗൃഹത്തിലെത്തി പത്തായം താഴെ ഇറക്കി വച്ചു. അതിലുണ്ടായിരുന്ന നെല്ല് വാരിയിട്ട് അളന്നുനോക്കീട്ടു നൂറുപറയുണ്ടായിരുന്നു. നെല്ലു തിരിയെ പത്തായത്തിൽത്തന്നെ ആക്കിക്കഴിഞ്ഞപ്പോഴേക്കും പണിക്കരും അവിടെയെത്തി.

പിന്നെ രണ്ടുപേരും കൂടി പകുതിയാക്കി വച്ചിരുന്ന ഭക്ഷണം മുഴുവനാക്കുകയും പണിക്കർ അപ്പോൾത്തന്നെ യാത്ര പറഞ്ഞ് അയാളുടെ വീട്ടിലേക്ക്

പോകയും ഭീമൻ അവിടെത്തന്നെ കിടന്നുറങ്ങുകയും ചെയ്തു.

നമ്മുടെ ഭീമന്റെ കഥകൾ ഇനിയും വളരെ പറയാനുണ്ട്. എങ്കിലും വിസ്താരഭയം നിമിത്തം അതിനായി തുനിയുന്നില്ല. ഇത്രയും പറഞ്ഞതുകൊണ്ടു തന്നെ നമ്മുടെ കഥാനായകൻ ഒരസാമാന്യമനുഷ്യനായിരുന്നു എന്നു സ്പഷ്ടമാകുന്നുണ്ടല്ലോ. നമ്മുടെ ഭീമന് ഈശ്വരഭക്തി, സത്യം മുതലായ സൽഗുണങ്ങൾ ധാരാളമായിട്ടുണ്ടായിരുന്നു. 'ബ്രാഹ്മേ മുഹൂർത്ത ഉത്തിഷ്ഠേൽസ്വസ്ഥേ രക്ഷാർത്ഥമായുഷഃ' എന്നുള്ള പ്രമാണത്തെ അയാൾ ആജീവനാന്തം ശരിയായി ആചരിച്ചിരുന്നു. അതിനാൽ അയാൾ നൂറു വയസ്സു തികഞ്ഞതിന്റെ ശേഷമാണ് ചരമഗതിയെ പ്രാപിച്ചത്. അതും അനായസേന തന്നെയായിരുന്നു. നമ്മുടെ കഥാനായകനു രോഗപീഡ നിമിത്തവും മറ്റും ഒരു ദിവസം പോലും കിടന്നു കഷ്ടപ്പെടേണ്ടതായി വന്നില്ല.

ഭീമൻ മരിച്ചതിന്റെ ശേഷം അയാളുടെ പ്രേതം (പരേതാത്മാവ്) ആ വീട്ടുകാരെയും മറ്റും അസാമാന്യമായി ഉപദ്രവിച്ചുകൊണ്ടിരുന്നു. അത് അയാളുടെ അപരക്രിയകൾ ആരും വേണ്ടതുപോലെ ചെയ്യാഞ്ഞിട്ടായിരിക്കാം.

'ആബ്ദദീക്ഷാദിലോപേന പ്രേതാ യാന്തി പിശാചതാം
സ്വജനാൻ ബാധമാനാസ്തേ വിചരന്തി മഹീതലേ'

എന്നുണ്ടല്ലോ ആ ഉപദ്രവം ഈ പ്രേതത്തിന്റേതാണെന്നും മറ്റും അറിയാതെതന്നെ വളരെക്കാലം കഴിഞ്ഞു. ക്രമേണ ആ ഉപദ്രവം ദുസ്സഹമായിത്തീരുകയാൽ ഈ അടുത്ത കാലത്തു പ്രശ്നംവെപ്പിച്ചു നോക്കുകയും അപ്പോൾ അത് ഈ ഭീമന്റെ ഉപദ്രവമാണെന്നും ഭീമൻ സാധാരണ മനുഷ്യനല്ലായിരുന്നുവെന്നും അയാൾ ദേവാംശമായിട്ടുള്ള ഒരു അവതാരപുരുഷനായിരുന്നുവെന്നും അയാളുടെ വിഗ്രഹമുണ്ടാക്കിച്ചു പ്രേതത്തെ ആ വിഗ്രഹത്തിന്മേലാവാഹിച്ചു പ്രതിഷ്ഠ കഴിപ്പിക്കുകയും ആണ്ടുതോറും മുടങ്ങാതെ പൂജ നടത്തിക്കുകയും ചെയ്തല്ലാതെ ഉപദ്രവം നീങ്ങുകയില്ലെന്നും കാണുകയാൽ ആ വീട്ടുകാർ അപ്രകാരമൊക്കെ ചെയ്യിച്ചു പൂജ ആണ്ടുതോറും ഇപ്പോഴും നടത്തിവരുന്നുണ്ട്. പ്രതിഷ്ഠ കുളപ്പുറത്തുപുരയിടത്തിന്റെ കന്നിപദത്തിൽ ഭദ്രകാളിമറ്റപ്പിള്ളി നമ്പൂതിരിപ്പാട്ടിലേക്കൊണ്ടാണ് നടത്തിച്ചത്. പ്രതിഷ്ഠ കഴിഞ്ഞതിൽപ്പിന്നെ ഭീമന്റെ ഉപദ്രവം ആ വീട്ടിലെന്നല്ല ആ ദേശത്തുതന്നെ എങ്ങും ഉണ്ടാകാറില്ല. പ്രതിഷ്ഠിക്കപ്പെട്ടിരിക്കുന്ന വിഗ്രഹം കണ്ടാൽ ഭീമന്റേതാണെന്നുതന്നെ തോന്നും. അതിന്റെ സ്ഥൗല്യം അത്രയ്ക്കു മാത്രമുണ്ട്. അവിടെ സാന്നിദ്ധ്യത്തിനും ഒട്ടും കുറവില്ല. ചില കാര്യങ്ങൾ സാധിക്കുന്നതിനുവേണ്ടി പലരും ഭീമനു വഴിപാടുകൾ കഴിക്കുകയും ചിലർക്കു ചിലതു സാധിക്കുകയും ചെയ്യുന്നുണ്ട്. അവിടെ സാധാരണ വഴിപാടു കരിക്കും പഴവും നിവേദിക്കുകയാണ്. ചിലർ അപ്പം, അട, കൊഴുക്കട്ട മുതലായവ ഉണ്ടാക്കിച്ചു നിവേദിപ്പിക്കുകയും ചെയ്യുന്നുണ്ട്. അവയ്ക്ക് അരി ഒന്നേകാലിടങ്ങഴി മുതൽ മുപ്പത്തറേകാലിടങ്ങഴി വരെ നടപ്പുണ്ട്. അവിടെ പ്രതിഷ്ഠ ഒരു മേടമാസം പതിനാലാം തീയതിയായിരുന്നതിനാൽ ആണ്ടുതോറും വിശേഷദിവസമായി ആചരിച്ചുവരുന്നത് ആ ദിവസമാണ്.

●

വലിയ പരിഷ ശങ്കരനാരായണച്ചാക്യാർ

മുൻപൊരു കാലത്ത് അമ്പലപ്പുഴ ശങ്കരനാരായണച്ചാക്യാർ എന്നു പ്രസിദ്ധനായിട്ട് ഒരു മഹാനുണ്ടായിരുന്നു. അമ്പലപ്പുഴച്ചാക്യാരെ വലിയ പരിഷച്ചാക്യാരെന്നുകൂടി പറയാറുള്ളതിനാൽ ഈ മഹാനെ സാധാരണയായി വലിയ പരിഷ ശങ്കരനാരായണച്ചാക്യാർ എന്നാണ് എല്ലാവരും പറഞ്ഞുവന്നിരുന്നത്. ആ ചാക്യാർ കൊല്ലം 1022ാം ആണ്ട് നാടുനീങ്ങിയ മഹാരാജാവ് തിരുമനസ്സിലെക്കാലത്തു തിരുവനന്തപുരത്തു ചെല്ലുകയും തിരുമനസ്സിലെ സേവകൻമാരിൽ ഒരാളും ആ തിരുമേനിയിൽനിന്നു കരീന്ദ്രൻ എന്ന വിശേഷപ്പേരു ലഭിച്ച മഹാനുമായിരുന്ന കിളിമാനൂർ ചെറുണ്ണിക്കോയിത്തമ്പുരാൻ മുഖാന്തരം തിരുമനസ്സറിയിച്ചു മുഖം കാണിക്കുകയും അവിടെ തിരുവമ്പാടി മണ്ഡപത്തിൽവെച്ചു പന്ത്രണ്ടു ദിവസത്തെ കൂത്തു നടത്തുന്നതിനു കല്പനയുണ്ടാവുകയും ചെയ്തു. കൂത്തു പ്രബന്ധം പറയുകയായിരുന്നു. ചാക്യാരുടെ വാക്കധിപ കേൾക്കുന്നതിന് ഒരു ദിവസം എഴുന്നള്ളിയിരുന്നു. പിന്നെ എഴുന്നള്ളാതെയിരുന്നപ്പോൾ കോയിത്തമ്പുരാൻ, തിരുമനസ്സിലെ അടുക്കൽ 'ചാക്യാരുടെ കൂത്ത് അവിടെയ്ക്കത്ര രസിച്ചില്ലെന്നുണ്ടോ?' എന്നു ചോദിച്ചു. അതിനു തിരുമനസ്സുകൊണ്ട്, 'എന്നില്ല. ചാക്യാർ ശ്ലോകാർത്ഥം പിഴയ്ക്കാതെ വിസ്തരിച്ചു പറയുന്നുണ്ടല്ലോ. വാക്കിനു മാധുര്യമില്ലാതത്തിനാൽ കേൾക്കാൻ സുഖം പോരാ എന്നേ ഉള്ളൂ' എന്നു മറുപടി കല്പിക്കുകയും ചെയ്തു. പന്ത്രണ്ടു ദിവസത്തെ കൂത്തു കഴിഞ്ഞപ്പോൾ ചാക്യാർക്കു പതിവുള്ള പണം കൊടുക്കാൻ കല്പിച്ചതല്ലാതെ സമ്മാനമൊന്നും കല്പിച്ചു കൊടുത്തതുമില്ല. കോയിത്തമ്പുരാനോടു മേൽപ്പറഞ്ഞപ്രകാരം കല്പിച്ചത് എങ്ങനെയോ ചാക്യാർ മനസ്സിലാക്കി. അതുകൊണ്ടും സമ്മാനമൊന്നും ലഭിക്കായ്കകൊണ്ടും ചാക്യാർക്കു വളരെ കുണ്ഠിതമുണ്ടായി. എങ്കിലും ചാക്യാർ നിരുൽസാഹിയായി ഭവിക്കാതെ ഈ തിരുമനസ്സിലെ തൃക്കയ്യിൽനിന്നു സമ്മാനം വാങ്ങുവാൻ സാധിക്കുമോ എന്നൊന്നു പരീക്ഷിച്ചു നോക്കണമെന്ന് നിശ്ചയിച്ച് തിരുവനന്തപുരത്തു നിന്നു കന്യാകുമാരിക്കു പോയി. അവിടെ ഒരു സംവൽസരഭജനം നടത്തിയതിന്റെ ശേഷം വീണ്ടും തിരുവനന്തപുരത്തു വരികയും കോയിത്തമ്പുരാനെ കാണുകയും കോയിത്തമ്പുരാൻ വിവരം തിരുമനസ്സറിയിക്കുകയും അപ്പോഴും പന്ത്രണ്ടു ദിവസത്തെ കൂത്തു നടത്തുവാൻ കല്പനയുണ്ടാവുകയും ചെയ്തു. കൂത്തു തുടങ്ങി നാലഞ്ചു ദിവസമായിട്ടും വാക്കു കേൾക്കാൻ ഒരു ദിവസവും എഴുന്നള്ളിയില്ല. അതിനാൽ ചെറുണ്ണിക്കോയിത്തമ്പുരാൻ, 'എന്താ ചാക്യാരുടെ വാക്കു കേൾക്കാൻ

ഇതുവരെ എഴുന്നള്ളിയില്ലല്ലോ. ഒരു ദിവസമെങ്കിലും എഴുന്നള്ളി കേൾക്കേണ്ടതാണ്" എന്നു പറഞ്ഞു. അതുകേട്ടു തിരുമനസ്സുകൊണ്ട്'കഴിഞ്ഞകൊല്ലം കേട്ടതാണല്ലോ' എന്നു കല്പിച്ചു. അപ്പോൾ കോയിത്തമ്പുരാൻ 'അതുകൊണ്ടു മതിയായില്ല. കഴിഞ്ഞകൊല്ലം കല്പിച്ചതു ചാക്യാരുടെ വാക്കിനു മാധുര്യമില്ല എന്നാണല്ലോ. ഇക്കൊല്ലം അങ്ങനെയല്ല. വാക്കിന് ഇതിലധികം മാധുര്യമുണ്ടാകാൻ നിവൃത്തിയില്ലാത്ത നിലയിലായിട്ടുണ്ട്" എന്നറിയിച്ചു. എന്നാൽ നാളെത്തന്നെ ഒന്നു കേട്ടുകളയാം' എന്നു കല്പിക്കുകയും ചെയ്തു.

പിറ്റേ ദിവസം എഴുന്നള്ളി ചാക്യാരുടെ വാക്കു കേട്ടു വളരെ സന്തോഷിച്ചു. ഉടനെ ഒന്നാം തരത്തിലെ രണ്ടു വീരശൃംഘല വരുത്തി കൂത്തു കഴിഞ്ഞയുടനെ ചാക്യാരെ കല്പിച്ചു വിളിപ്പിച്ചു തൃക്കൈകൊണ്ടു തന്നെ രണ്ടു കയ്യിന്മേലിട്ടുവിക്കുകയും 'കൂത്തു വളരെ നന്നായി. ഇത്രയും മാധുര്യമുള്ള വാക്കു ചാക്യാൻമാർ പറഞ്ഞ് ഇതിനു മുമ്പു കേട്ടിട്ടില്ല. വളരെ സന്തോഷമായി' എന്നു കല്പിക്കുകയും ചെയ്തു. ആദ്യം നിശ്ചയിച്ചതുകൂടാതെ കല്പനപ്രകാരം പിന്നെ നാൽപ്പതു ദിവസത്തെ കൂത്തുകൂടിയുണ്ടായി. എല്ലാ ദിവസവും എഴുന്നള്ളി വാക്കു കേൾക്കുകയും വളരെ സന്തോഷമായി കല്പിക്കുകയും ഓണപ്പുടവ കൊടുത്തയയ്ക്കുകയും ചെയ്തു.

അക്കാലം മുതൽ വലിയ പരിഷ ശങ്കരനാരായണച്ചാക്യാർ എന്നുള്ള പ്രസിദ്ധി ഭൂലോകമെല്ലാം നിറഞ്ഞു. 'ഇങ്ങനെയൊരു ചാക്യാർ മുമ്പുണ്ടായിട്ടുമില്ല. ഇനി ഉണ്ടാവുകയുമില്ല' എന്നു സകല ജനങ്ങളും ഒരു പോലെ പ്രശംസിച്ചുതുടങ്ങുകയും ചെയ്തു. അതു വാസ്തവമായിരുന്നു. വാക്കിന് മാധുര്യാദിഷൾഗുണങ്ങളുടെ തികച്ചിൽ ഇതുപോലെയുണ്ടായിട്ട് ഒരു ചാക്യാർ അതിനുമുമ്പും അതിൽ പിന്നെയുമുണ്ടായിട്ടില്ലെന്നുതന്നെയാണ് കേൾവി.

ഇത്രയുമായപ്പോഴേക്കും വിദ്വാൻമാർക്ക് ഉണ്ടാകാത്തവയും ഉണ്ടാകരുതാത്തവയുമായ ചില ദുർഗുണങ്ങൾ ആ ചാക്യാർക്കുണ്ടായിത്തീർന്നു. അവ മറ്റൊന്നുമല്ല. അഹംഭാവം, പരപുച്ഛം, ദുരാഗ്രഹം ഇത്യാദികളാണ്. അതിനാൽ സാമാന്യക്കാരു പറഞ്ഞാലും വിളിച്ചാലും അയാൾ എങ്ങും പോകാതെയും കൂത്തു കഴിക്കാതെയുമായി. വലിയ രാജാക്കൻമാരോ പ്രഭുക്കൻമാരോ അല്ലാതെ വല്ലവരും വിളിച്ചാൽ വച്ചിടത്തുമൊക്കെപ്പോയി കൂത്തു കഴിക്കുന്നതു കുറച്ചിലാണെന്നാണ് അയാൾക്കു പ്രധാനമായിട്ടുണ്ടായ ഒരു വിചാരം.

ഇങ്ങനെയിരിക്കുമ്പോൾ മുറജപത്തിനു പോകാനായി വാദ്ധ്യാന്മാർ, വൈദികന്മാർ, വലിയ വലിയ ആടന്മ്യന്മാർ മുതലായി അസംഖ്യം ബ്രാഹ്മണശ്രേഷ്ഠന്മാർ ഒരു ദിവസം അമ്പലപ്പുഴ വന്നു ചേർന്നു. ശങ്കരനാരായണച്ചാക്യാരുടെ വാക്കു വളരെ കേമമാണെന്നും മറ്റും ഓരോരുത്തർ സ്തുതിക്കുന്നതല്ലാതെ ആ ചാക്യാരുടെ വാക്ക് അവരാരും കേട്ടിട്ടുണ്ടായിരുന്നില്ല. അതിനാൽ അമ്പലപ്പുഴയെത്തുമ്പോൾ അതൊന്നു കേൾക്കണമെന്നു തീർച്ചപ്പെടുത്തിക്കൊണ്ടാണ് അവിടെ വന്നു ചേർന്നത്. തോണിയിൽ നിന്ന് ഇറങ്ങിയ ഉടനെ ചാക്യാരെക്കണ്ടു കൂത്തിന്റെ കാര്യം ഏർപ്പാടു ചെയ്തിട്ടുവേണം മറ്റുള്ള കാര്യങ്ങളൊക്കെ എന്നു നിശ്ചയിച്ച് ഒട്ടുവളരെ നമ്പൂരിമാർ ചാക്യാരുടെ മഠത്തിലെത്തി. ചാക്യാർ അവരെ യഥോചിതം ആസനസൽക്കാരം ചെയ്തിരുത്തീട്ട് അവർ അവിടെ ചെന്നതിന്റെ കാരണം

ചോദിച്ചു. നമ്പൂരിമാർ അവരുടെ ആഗ്രഹത്തെ ചാക്യാരെ അറിയിച്ചു. അപ്പോൾ ചാക്യാർ 'ഇന്ന് എനിക്കു നല്ല സുഖമില്ലാത്ത ദിവസമാണ് . നാളെയോ മറ്റോ ആവാം' എന്നു പറഞ്ഞു.

നമ്പൂരിമാർ: ചാക്യാർ ഇങ്ങനെ മടി പറയരുത്. ഞങ്ങളിത് ആഗ്രഹിച്ചു തുടങ്ങീട്ടു വളരെ നാളായി. ഏതെങ്കിലും മുറജപത്തിന് ഇങ്ങോട്ടു വരണമല്ലോ. അപ്പോൾ ഇതും സാധിച്ചുകൊള്ളാമെന്നു ഞങ്ങൾ ഉറപ്പായി വിശ്വസിച്ചുംകൊണ്ടാണ് വന്നത്. അത് ചാക്യാർ സാധിപ്പിക്കണം.അല്ലെങ്കിൽ ഞങ്ങൾക്ക് വളരെ വ്യസനവും ഇച്ഛാഭംഗവുമുണ്ടാകും. ഞങ്ങൾക്കു ഒരു സ്ഥലത്ത് ഒരു നേരത്തിലധികം താമസിക്കാവുന്നതല്ല. ചാക്യാരുടെ വാക്കു കേൾക്കാനുള്ള ആഗ്രഹാധിക്യംകൊണ്ടാണ് അത്താഴത്തിനുകൂടി ഇവിടെ താമസിക്കാമെന്നു വച്ചത്. അത്താഴം കഴിഞ്ഞാലുടനെ പോകാതെയിരിക്കാൻ ഞങ്ങൾക്കു നിവൃത്തിയില്ല.

ചാക്യാർ: ഇന്ന് എങ്ങനെയായാലും സാധിക്കയില്ല. നാളെയാണെങ്കിൽ വല്ലതുമാവട്ടെ. പ്രയാസമായിട്ടാണിരിക്കുന്നത്. എനിക്കു തീരെ സുഖമില്ല. ഒരു ജലദോഷച്ഛായയോ ഒച്ചയടപ്പോ ഏതാണ്ടൊക്കെയുണ്ട്.

നമ്പൂരിമാർ: അതെന്താക്കെയായാലും കൂത്തിന്നു വേണം. അതിനു ചാക്യാരു യാതൊരു ഒഴികഴിവും പറയരുത്. ഇവിടെ വന്നിട്ടു ചാക്യാരുടെ വാക്കു കേൾക്കാതെ പോകുന്നതു ഞങ്ങൾക്കു വലിയ സങ്കടമാണ്. പണം എത്ര വേണമെങ്കിലും തരാൻ ഞങ്ങൾ തയ്യാറാണ്.

ചാക്യാർ: പണത്തിന്റെ കാര്യം വിചാരിച്ചിട്ടു മറ്റുമല്ല. എനിക്കിന്നു നിവൃത്തിയില്ലാഞ്ഞിട്ടാണ്.

നമ്പൂരിമാർ: അയ്യോ! ചാക്യാരങ്ങനെ പറയരുത്. ഞങ്ങൾ പലർകൂടി അപേക്ഷിക്കുന്നതാണ്. വാദ്ധ്യാന്മാരും വൈദികന്മാരും വേറെ പല യോഗ്യന്മാരും വന്നിട്ടുണ്ട്. അവർക്കൊക്കെ ചാക്യാരുടെ വാക്കു കേട്ടാൽ കൊള്ളാമെന്നു വളരെ മോഹമുണ്ട്. അതിനാൽ ചാക്യാർ ഞങ്ങളുടെ അപേക്ഷയെ ഉപേക്ഷിക്കരുത്.

ചാക്യാർ: ഇതൊരു നാശമായിട്ടു തീർന്നല്ലോ. എന്തു പറഞ്ഞാലും ഒഴിച്ചുപോവുകയില്ലെന്നുവച്ചാലെങ്ങനെയാണ്? ഇന്നെനിക്കു പ്രയാസമാണെന്നു പറഞ്ഞില്ലേ? വല്ലവരും വന്നു പറഞ്ഞുലുടനെ <u>കൂത്തു</u> കഴിക്കാൻ ഇവിടെ തയ്യാറില്ല. എന്റെ വാക്കു കേൾക്കണമെന്നുള്ളവർ എന്റെ സൗകര്യംകൂടി നോക്കണം. ഇനി ഇക്കാര്യത്തെപ്പറ്റി എന്നോടൊന്നും പറയേണ്ട. ഞാനതിനു തയ്യാറായില്ല. വേണമെങ്കിൽ നിങ്ങൾ മടക്കത്തിലിതിലേ വന്നാൽ സകൗര്യമുണ്ടെങ്കിൽ അന്നാവാം.

ചാക്യാർ ഇപ്രകാരം തീർച്ചയാക്കി പറഞ്ഞപ്പോൾ ശുദ്ധാത്മാക്കളായ ആ ബ്രാഹ്മണശ്രേഷ്ഠർക്കു സഹിക്കവയ്യാതെകണ്ടുള്ള വ്യസനവും ഇച്ഛാഭംഗവും ഉണ്ടായെന്നുള്ളതു പറയേണ്ടതില്ലല്ലോ. അവരെല്ലാവരും വലിയ ആഢ്യന്മാരും ജന്മികളുമായിരുന്നു. അവരെന്തെങ്കിലും ആരോടെങ്കിലും പറഞ്ഞാൽ സമ്മതിക്കുകയല്ലാതെ ആരും പതിവില്ല. ഇങ്ങനെ ഒരനുഭവം അവർക്ക് ഇദംപ്രഥമമായിട്ടായിരുന്നു. ആരോടെങ്കിലും എന്തെങ്കിലും പറയണമെങ്കിൽ ആളയച്ചുവരുത്തിപ്പറയുകയല്ലാതെ അവർ മറ്റൊരാളിരിക്കുന്നിടത്തു ചെന്ന് ഒരു കാര്യം പറയുകതന്നെ പതിവില്ല. ചാക്യാരുടെ വാക്കു

കേൾക്കാനുള്ള ആഗ്രഹാധിക്യം നിമിത്തം അവർ സ്വാഭിമാനമെല്ലാം വിട്ട് ആ ചാക്യാരുടെ ഇരിപ്പിടത്തുചെന്ന് വളരെ താഴ്മയോടുകൂടി പല വിധത്തിൽ അപേക്ഷിച്ചിട്ടും അയാൾ അതിനെ കൈക്കൊള്ളാതെയിരുന്ന തിൽ അവർക്കു വളരെ വ്യസനമുണ്ടായത് ഒരത്ഭുതമല്ല. ചാക്യാരുടെ ധിക്കാ രവചനം കേട്ടിട്ട് അവർക്കു വ്യസനം മാത്രമല്ല, കുറേശ്ശേ കോപവുമുണ്ടായി. അവരിൽ വയോവൃദ്ധനും തപോവൃദ്ധനുമായ ഒരു നമ്പൂരി വ്യസനത്തോടു കൂടി 'ഞങ്ങൾ ഇങ്ങോട്ടു മടങ്ങിവരുമ്പോളല്ലാതെ തരമാവുകയില്ല അല്ലേ? അതു തീർച്ചതന്നെയാണോ?' എന്നു വീണ്ടും ചോദിച്ചു. 'തീർച്ചതന്നെ' എന്നു ചാക്യാർ മറുപടി പറഞ്ഞു. അപ്പോൾ ആ നമ്പൂരി ഞങ്ങൾ 'തിരിയെ വരുമ്പോഴേയ്ക്കും നിനക്കു പറയാൻ വയ്യാതെയായിപ്പോയെങ്കിലോ?' എന്നു ചോദിച്ചു. അതിനുത്തരം പറയാനായി ചാക്യാർ 'എ' എന്നൊരക്ഷരം മാത്രം പറഞ്ഞു. അപ്പോഴേയ്ക്കും നാവു തളർന്നു പോയതിനാൽ ഒന്നും പറയാൻ വയ്യാതെയായിപ്പോയി. നമ്പൂരിമാർ കുളിയും ഊണും കഴിച്ചു തിരുവനന്ത പുരത്തേക്കു പോയി. ചാക്യാർ ഒന്നും സംസാരിക്കാൻ വയ്യാതെ കേവലം മൂകനെപ്പോലെ പിന്നെയും വളരെക്കാലം ജീവിച്ചിരുന്നു. പശ്ചാത്താപമനു ഭവിച്ചതിന്റെ ശേഷം ചരമഗതിയെ പ്രാപിക്കുകയും ചെയ്തു.

●

ശ്രീകൃഷ്ണകർണാമൃതം

ഒരു വില്വമംഗലത്തു നമ്പൂരി അദ്ദേഹത്തിന്റെ ഇല്ലത്തുനിന്നു രണ്ടുമൂന്നു നാഴിക അകലെയുള്ള ഒരമ്പലവാസിസ്ത്രീയെ സംബന്ധം ചെയ്തിരുന്നു. അദ്ദേഹത്തിന് ആ ഭാര്യയെക്കുറിച്ച് അളവറ്റ പ്രേമമുണ്ടായിരുന്നതിനാൽ അദ്ദേഹം എവിടെയെല്ലാം പോയാലും എന്തെല്ലാം പ്രതിബന്ധങ്ങൾ നേരിട്ടാലും രാത്രിയിൽ ഭാര്യഗൃഹത്തിൽച്ചെന്നല്ലാതെ കിടക്കുകയില്ലെന്നു നിശ്ചയം ചെയ്തിരുന്നു. ഒരു ദിവസം ഉച്ചയായപ്പോൾ മുതൽ അതികലശലായിട്ട് മഴ തുടങ്ങി. നമ്പൂരി അത്താഴം കഴിഞ്ഞ് മഴ മാറാനായി വളരെ നേരം കാത്തിരുന്നു. പത്തു നാഴിക രാച്ചെന്നിട്ടും മഴ മാറിയില്ല. അപ്പോൾ കറുത്ത പക്ഷമായിരുന്നതിനാൽ അതികഠിനമായ ഇരുട്ടുമുണ്ടായിരുന്നു. എങ്കിലും പുറപ്പെടുകതന്നെ എന്നു നിശ്ചയിച്ച് അദ്ദേഹം ചൂട്ടും കത്തിച്ച് ഇല്ലത്തുനിന്നു പുറപ്പെട്ടു. കുടയുണ്ടായിരുന്നുവെങ്കിലും കാറ്റടികൊണ്ടു നനഞ്ഞു. അരനാഴിക കഴിയുന്നതിനുമുമ്പു ചൂട്ടുകെട്ടു. പിന്നെ കൂരിരുട്ടുകൊണ്ടു കണ്ണുതീരെ കാണാൻ പാടില്ലായിരുന്നു. എങ്കിലും തപ്പിത്തടഞ്ഞ് അദ്ദേഹം മുമ്പോട്ടുതന്നെ നടന്നു. അങ്ങനെ ഒരു വിധത്തിൽ മധ്യേമാർഗ്ഗമുണ്ടായിരുന്ന പുഴക്കടവിൽച്ചെന്നു ചേർന്നു. രാവിലെ ഭാര്യാഗൃഹത്തിൽനിന്നു പോന്ന സമയം ആ പുഴയിൽ അദ്ദേഹത്തിനു കഷ്ടിച്ചു പാദം മുങ്ങാൻ മാത്രമേ വെള്ളമുണ്ടായിരുന്നുള്ളൂ. രാത്രിയായപ്പോഴേക്കും കിഴക്കൻ വെള്ളം വന്നു പുഴ നിറഞ്ഞു കവിഞ്ഞൊഴുകിത്തുടങ്ങിയിരുന്നു. കടവിലെങ്ങും ആളുമില്ല, തോണിയുമില്ല. തുമ്പിക്കൈവണ്ണത്തിൽ ധാരമുറിയാതെയുള്ള മഴയും അതികഠിനമായ കാറ്റുമുള്ള സമയത്ത് വിളിച്ചാലാരും കേൾക്കുകയുമില്ലല്ലോ. എന്താ നിവൃത്തി? പോകാതെയിരിക്കാനും പാടില്ല. ആകെപ്പാടെ നമ്പൂരി ഏറ്റവും വിഷണ്ണനായിത്തീർന്നു. ആ സമയം ദൈവഗത്യാ ഒരു ഇടിമിന്നലുണ്ടായി. അപ്പോൾ ആ കടവിൽ ഒരു തടി അടുത്തു കിടക്കുന്നതായി അദ്ദേഹം കണ്ടു. ഉടനെ തപ്പിപ്പിടിച്ച് ആ തടിയിന്മേൽക്കയറി കൈകൊണ്ടും കാൽ കൊണ്ടും തുഴഞ്ഞ് ഒരു വിധത്തിൽ മറുകരയിലടുത്തു. ആ കരയ്ക്കിറങ്ങിയപ്പോൾ കാലിന്മേൽ ഒരു കയറു തടഞ്ഞു. തപ്പിനോക്കിയപ്പോൾ അത് ആ തടിയുടെ ഒരറ്റത്തുകെട്ടിയിട്ടുള്ളതാണെന്നു മനസ്സിലായി. അതിനാൽ നമ്പൂരി ആ തടി ഒഴുകിപ്പോകാതെയിരിക്കാനായി കയറിന്റെ ഒരറ്റം പിടിച്ച് ഒരു മരത്തിന്മേൽ കെട്ടിയിട്ടിട്ടാണ് പോയത്.

ഏകദേശം അർദ്ധരാത്രിയായപ്പോഴേക്കും നമ്പൂരി നനഞ്ഞൊലിച്ച് ഭാര്യാഗൃഹത്തിൽ ചെന്നുചേർന്നു. അപ്പോൾ നമ്പൂരിയുടെ ഭാര്യ ഉറങ്ങീട്ടില്ലായിരുന്നു. അവർ വിളക്കത്ത് എന്തോ ഒരു പുസ്തകമെടുത്തു

വായിച്ചുകൊണ്ടിരിക്കുകയായിരുന്നു. അതിനാൽ നമ്പൂരി ചെന്നു വിളിച്ച ഉടനെ വാതിൽ തുറന്നു. നമ്പൂരി മുണ്ടുപിഴിഞ്ഞു തലയും മേലുമെല്ലാം തോർത്തിയതിന്റെ ശേഷം അകത്തു കടന്ന് ഈറൻ മാറിയപ്പോഴേക്കും ഭാര്യ മുറുക്കാനെടുത്തു കൊടുത്തു. നമ്പൂരി മുറുക്കിയതിന്റെ ശേഷം അന്നു വഴിക്കുണ്ടായ കഷ്ടപ്പാടുകളെല്ലാം വിസ്തരിച്ചു ഭാര്യയെ കേൾപ്പിച്ചു. അതൊക്കെ കേട്ടപ്പോൾ ആ പതിവ്രതാരത്നത്തിനു വളരെ വിഷാദമുണ്ടായി. ആ സ്ത്രീ ഭർത്താവിനെപ്പോലെതന്നെ വൈദുഷ്യമുള്ള കൂട്ടത്തിലായിരുന്നു. നമ്പൂരി വർത്തമാനമെല്ലാം പറഞ്ഞുകഴിഞ്ഞപ്പോൾ ആ സ്ത്രീ ആ മുറിക്കകത്തു ഭിത്തിയിന്മേൽ ആണി തറച്ചു തൂക്കിയിരുന്ന ചിത്രപടത്തെ ചൂണ്ടിക്കാണിച്ചുകൊണ്ട് 'അവിടേക്ക് അടിയനെക്കുറിച്ചുള്ള ഏകാഗ്രചിത്തത്വം അങ്ങോട്ടായിരുന്നുവെങ്കിൽ ഇതിനു മുമ്പു തന്നെ സായൂജ്യം ലഭിക്കുമായിരുന്നു. ഈ ബ്രാഹ്മണജന്മം ഇപ്രകാരം തുലച്ചു കളയുന്നതു കഷ്ടം തന്നെ' എന്നു പറഞ്ഞു. ആ ചിത്രപടം ശ്രീകൃഷ്ണന്റേതായിരുന്നു.

ഭാര്യയുടെ ഈ വചനശല്യം നമ്പൂരിയുടെ ഹൃദയത്തിൽ നല്ല പോലെ കൊണ്ടു തറച്ചു. അതോടുകൂടി അദ്ദേഹത്തിനു പരമാർത്ഥജ്ഞാനമുണ്ടാവുകയും ചെയ്തു. അദ്ദേഹം ആ ചിത്രപടത്തിൽത്തന്നെ സൂക്ഷിച്ചു നോക്കിക്കൊണ്ടു നിശ്ചേഷ്ടനായി ഇരുന്നതിന്റെശേഷം 'ശരിതന്നെ, നീ പറഞ്ഞതു പരമാർത്ഥമാണ്. ഇപ്പോഴാണ് എനിക്കു തത്ത്വബോധമുണ്ടായത്. ഇപ്പോൾ എന്റെ മനസ്സ് നിങ്കൽനിന്നു നിവർത്തിച്ചു ഭഗവാങ്കൽ പതിഞ്ഞിരിക്കുന്നു. എന്റെ മനസ്സിനെ ദുർമ്മാർഗ്ഗത്തിൽനിന്നു തിരിച്ചു സന്മാർഗ്ഗത്തിങ്കലാക്കിത്തീർത്ത നിന്നെ ഞാൻ എന്റെ ഒരു ഗുരുവെന്നു തന്നെ വിചാരിക്കുന്നു' എന്നു പറഞ്ഞിട്ട് അദ്ദേഹം വീണ്ടും ആ ചിത്രപടത്തിൽ ദൃഷ്ടി പതിപ്പിച്ചുകൊണ്ട് അവിടെത്തന്നെ ഇരുന്നു. ആ സമയം ആ ദ്വിജേന്ദ്രന്റെ മുഖസുധാകരങ്കൽനിന്ന് അനർഗ്ഗളമായി പ്രവഹിച്ച പദ്യപരമ്പരയാണ് 'ശ്രീകൃഷ്ണകർണ്ണാമൃത'മെന്നു പറയുന്നത് (ആ പദ്യവൃന്ദം ശ്രീകൃഷ്ണനെക്കുറിച്ചുള്ളതും ശ്രോതാക്കൾക്കു കർണ്ണാമൃതമായിട്ടുള്ളതുമാകയാലായിരിക്കാം അതിനു ശ്രീകൃഷ്ണകർണ്ണാമൃതമെന്നു നാമം സിദ്ധിച്ചത്. അഥവാ, അതു ശ്രീകൃഷ്ണനു തന്നെ കർണ്ണാമൃതമായിത്തീർന്നതിനാലാണ് ഈ പേരു സിദ്ധിച്ചതെന്നും വരാം). നമ്പൂരി ശ്ലോകങ്ങൾ ചൊല്ലിത്തുടങ്ങിയപ്പോൾ അദ്ദേഹത്തിന്റെ ഭാര്യ അവ എഴുതിത്തുടങ്ങുകയും ചെയ്തു. എന്നാൽ നമ്പൂരി ചൊല്ലിയ ശ്ലോകങ്ങളെല്ലാം ആ വിദുഷി എഴുതിയെടുത്തില്ല. നമ്പൂരി ശ്ലോകം ചൊല്ലിത്തുടങ്ങിയപ്പോൾ ആ ചിത്രപടം തലകുലുക്കിത്തുടങ്ങി. എന്നാൽ ചില ശ്ലോകങ്ങൾ ചൊല്ലിയപ്പോൾ തല കുലുക്കിയില്ല. ചിത്രപടം തലകുലുക്കി ശ്ളാഘിക്കാതെയിരുന്ന ശ്ലോകങ്ങൾ ആ സ്ത്രീ എഴുതിയുമില്ല. ശ്ലോകങ്ങളുടെ രസികത്വംകൊണ്ടു ഭഗവാൻ സന്തോഷിച്ചാണ് ചിത്രപടം തലകുലുക്കുന്നതെന്നും, ചില ശ്ലോകങ്ങൾക്കു രസികത്വം മതിയാവാഞ്ഞിട്ടാണ് തലകുലുക്കാത്തതെന്നുമായിരുന്നു ആ സ്ത്രീയുടെ വിശ്വാസം. ശ്രീകൃഷ്ണകർണ്ണാമൃതത്തിലുള്ള ശോകങ്ങൾ മുഴുവനും ചൊല്ലിക്കഴിഞ്ഞതിന്റെ ശേഷമേ നമ്പൂരി ആ ഇരുന്നയിരുപ്പിൽനിന്ന് എണീറ്റുള്ളു.

നമ്പൂരി പിന്നെ ഒന്നും മിണ്ടാതെ വെളിയിലിറങ്ങി നടന്ന് ആറ്റുകടവിലെത്തി. തലേദിവസം താൻ കെട്ടിയിരുന്ന തടി അവിടെ കിടപ്പുണ്ടോ എന്നു നോക്കിയപ്പോൾ അത് അവിടെ കിടക്കുന്നതായി അദ്ദേഹം കണ്ടു.

പക്ഷേ, അത് ഒരു മനുഷ്യന്റെ മൃതശരീരമായിരുന്നു. അപ്പോഴാണ് താൻ ശവത്തിന്മേൽക്കയറിയാണ് നദീതരണം ചെയ്തതെന്നുള്ള പരമാർത്ഥം അദ്ദേഹത്തിനു മനസ്സിലായത്. ആ ശവത്തിന്റെ കഴുത്തിൽ ഒരു കയറുമുണ്ടായിരുന്നതിനാൽ ആ മനുഷ്യൻ ആ മനുഷ്യൻ കെട്ടിത്തൂങ്ങി മരിച്ചതാണെന്നും ആ ശവം ആരോ കയറോടുകൂടി അഴിച്ചെടുത്തു പുഴയിലിടുകയും ഒഴുക്കുകൊണ്ട് ഈ കടവിൽ വന്നു ചേരുകയും ചെയ്തതാണെന്നും അദ്ദേഹം ഊഹിച്ചു. നമ്പൂരി ഉടനെ ഒരു തോണി വരുത്തി അതിൽക്കയറി അക്കരെ കടക്കുകയും ഇല്ലത്തു ചെന്നതിന്റേശേഷം കുളിച്ച് അഞ്ചുപേരെക്കൊണ്ടും പുണ്യാഹം കഴിപ്പിക്കുകയും അധികദിവസം കഴിയുന്നതിനുമുമ്പ് സന്യസിക്കുകയും കാലക്രമേണ അദ്ദേഹം 'വില്വമംഗലത്തു സ്വാമിയാർ' എന്നു പ്രസിദ്ധനായിത്തീരുകയും ചെയ്തു.

●

പുരുഹരിണപുരേശമാഹാത്മ്യം

പുരുഹരിണപുര (ഏറ്റുമാനൂർ) മഹാക്ഷേത്രം ധനപുഷ്ടികൊണ്ടും പ്രസിദ്ധികൊണ്ടും തിരുവതാംകൂറിലുള്ള മഹാക്ഷേത്രങ്ങളിൽ ഒട്ടും അപ്രധാനമല്ലാത്തതാണെന്നുള്ളതിനു സംശയമില്ല. ഇവിടെ ഖരപ്രകാശമഹർഷിയാൽ പ്രതിഷ്ഠിക്കപ്പെട്ട അഘോര (അത്യുഗ്ര) മൂർത്തിയായ ശിവന്റെ സാന്നിധ്യം ആദ്യകാലം മുതൽക്കുതന്നെ ഉണ്ടായിരുന്നു എന്നും, പിന്നീടു തപസ്വിയായ ഒരു ബ്രാഹ്മണന്റെ ശാപം നിമിത്തം ഈ സ്ഥലം ആയിരം സംവൽസരക്കാലം വലിയ വനമായി കിടന്നുപോയി എന്നും തദനന്തരം പ്രസിദ്ധനായ വില്വമംഗലത്തു സ്വാമിയാരാണ് ഈ സ്ഥലം കണ്ടുപിടിക്കുകയും മുപ്പത്താറു നാഴിക ചുറ്റളവുള്ള സ്ഥലം മുഴുവനും ദേവന്റെ സങ്കേതമാക്കിത്തീർക്കുകയും ഈ സ്ഥലത്തുനിന്നുള്ള ആദായം കൊണ്ടും അയൽദേശവാസികളായും മറ്റുമുള്ള മഹാജനങ്ങളുടെ സഹായത്തോടുകൂടിയും ഇവിടെ ക്ഷേത്രം പണി കഴിപ്പിക്കുകയും പ്രസിദ്ധ തന്ത്രിയായ താഴമൺ പോറ്റിയെക്കൊണ്ട് ദേവനു നവീകരണത്തോടുകൂടി കലശം മുതലായ ക്രിയകൾ നടത്തിക്കുകയും പടിത്തരം നിശ്ചയിക്കുകയും മറ്റും ചെയ്തതെന്നുമാണ് ഐതിഹ്യം. അതൊക്കെയെങ്ങനെയായാലും ഇവിടെ അസാമാന്യമായി ദേവസാന്നിധ്യമുണ്ടെന്നും ഇവിടത്തെ ദേവന്റെ മാഹാത്മ്യം അദ്ഭുതകരമാണെന്നുമുള്ളതിനു സംശയമില്ല. ഏറ്റുമാനൂർ ദേവന്റെ പ്രസിദ്ധി കേരളത്തിൽ മാത്രമല്ല, പരദേശങ്ങളിലും ധാരാളമായി വ്യാപിച്ചിട്ടുണ്ട്. ഈ ദേവസന്നിധിയിൽ ഭക്തിയോടുകൂടി ഭജനമിരുന്നാൽ ഒഴിയാത്ത ബാധയും ഭേദപ്പെടാത്ത രോഗവുമില്ലെന്നുള്ളതു ലോകപ്രസിദ്ധമാണ്. ആ ദേവ സന്നിധിയിൽ പ്രാർത്ഥിച്ചാൽ സാധിക്കാത്ത കാര്യവുമില്ല. അതിനാൽ പലവിധത്തിലുള്ള കാര്യസിദ്ധിയെ ഉദ്ദേശിച്ചു പല സ്ഥലങ്ങളിൽനിന്നും അനേകമാളുകൾ പ്രതിദിനമെന്നപോലെ ഇപ്പോഴും അവിടെ വരികയും ഭജിക്കുകയും ചെയ്യുന്നുണ്ട്. രക്ഷസ്സ്, അപസ്മാരം എന്നീ ബാധകളെ ഒഴിക്കുന്ന വിഷയത്തിലാണ് ഏറ്റുമാനൂർ മഹാദേവന്റെ ശക്തി സവിശേഷം പ്രത്യക്ഷപ്പെട്ടു കാണുന്നത്. ഇവ ഇതരദേവസന്നിധിയിൽപ്പോയാൽ എളുപ്പത്തിൽ ഒഴിയുകയില്ലല്ലോ. അതിനാൽ ഇവിടെ ഭജനത്തിനായും മറ്റും വരുന്നവരിൽ അധികം പേരും രക്ഷസ്സോ, അപസ്മാരമോ ബാധിച്ചവരായിരിക്കും. വേറെ കാര്യങ്ങളെ ഉദ്ദേശിച്ചും ഇവിടെ പലരും വരുന്നുണ്ട്. വിശ്വാസവും ഭക്തിയുമുള്ളവരിലാരും ഈ ദേവസന്നിധിയിൽ വന്നിട്ടു കാര്യം സാധിക്കാതെ മടങ്ങിപ്പോയിട്ടില്ല.

പണ്ടൊരിക്കൽ ഒരു ചെമ്പകശ്ശേരി (അമ്പലപ്പുഴ) രാജാവിനു

സഹിക്കവഹിയാതെയുള്ള ഒരു വയറ്റിൽവേദനയുണ്ടായി. അനേകം വൈദ്യന്മാരെക്കൊണ്ടു ചികിത്സിപ്പിക്കുകയും പല ക്ഷേത്രങ്ങളിൽ ഭജനമിരിക്കുകയും ചെയ്തിട്ടും വയറ്റിൽവേദനയ്ക്കു യാതൊരു കുറവുമുണ്ടായില്ല. പിന്നെ ഏറ്റുമാനൂർ ദേവസന്നിധിയിൽച്ചെന്നു ഭജിച്ചാൽ ഈ ഉദരവ്യാധി ശമിക്കുമെന്നു കാണുകയാൽ രാജാവ് അവിടെച്ചെന്ന് ഭജനം തുടങ്ങി. നാൽപത്തൊന്നു ദിവസത്തെ ഭജനം കഴിഞ്ഞപ്പോൾത്തന്നെ രാജാവിനു വേദന വളരെക്കുറയുകയും ഒരുവിധം സഹിക്കാമെന്നുള്ള സ്ഥിതിയാവുകയും ചെയ്തു. പിന്നെയും അദ്ദേഹം ഭക്തിയോടും വിശ്വാസത്തോടും നിഷ്ഠയോടുംകൂടി ഒരു സംവൽസരം ഭജിച്ചു. വയറ്റിൽവേദന നിശ്ശേഷം മാറി രാജാവു പൂർണ്ണസുഖത്തെ പ്രാപിച്ചു. ഭജനം ഏതാണ്ടു പതിനൊന്നു മാസമായപ്പോൾത്തന്നെ രാജാവു ഭജനം കാലംകൂടുന്ന ദിവസം ക്ഷേത്രത്തിൽ ഒരു സദ്യയും വിളക്കും കഴിക്കണമെന്നു നിശ്ചയിച്ചു. അതു നിശ്ചയിച്ച ദിവസം രാത്രിയിൽ കിടന്നുറങ്ങിയ സമയം രാജാവിന് ഒരു സ്വപ്നമുണ്ടായി. അദ്ദേഹത്തിന്റെ അടുക്കൽ ഒരാൾ ചെന്ന്, 'എനിക്ക് സദ്യയും വിളക്കുമൊന്നും ആവശ്യമില്ല; വിചാരിച്ചിട്ടുള്ള സംഖ്യ പണമായിട്ടോ പണ്ടമായിട്ടോ തന്നാൽ മതി' എന്നു പറഞ്ഞതായിട്ടാണ് സ്വപ്നം കണ്ടത്. ഇത് ഏറ്റുമാനൂർ മഹാദേവൻ തന്നെ അരുളിച്ചെയ്തതാണെന്ന് അദ്ദേഹത്തിനു തോന്നി. പിറ്റേദിവസം പ്രശ്നം വെയ്പിച്ചു നോക്കീട്ട് അങ്ങനെതന്നെ വിധിക്കുകയും ചെയ്തു. അതിനാൽ രാജാവു സദ്യയ്ക്കും വിളക്കിനുമായി നിശ്ചയിച്ചിരുന്ന സംഖ്യയിൽനിന്ന് ഏതാനും ചിലവുചെയ്ത് ഓട്ടുകൊണ്ട് ഒരു വൃഷഭവിഗ്രഹം വാർപ്പിച്ച് ഭജനം കാലംകൂടിയ ദിവസം നടയ്ക്കു വയ്ക്കുകയും ശേഷം പണം ഭണ്ഡാരത്തിലിടുകയും ചെയ്തു. ആ വൃഷഭവിഗ്രഹത്തിന്റെ അകം പൊള്ളയാണ്. അതിന്റെ ഒരു വശത്ത് ഒരു ദ്വാരവും ആ ദ്വാരത്തിനു ശംഖു പിരിയായിട്ട് ഒരടപ്പുമുണ്ട്. ആ വിഗ്രഹത്തിനകത്തു നിറച്ച് ചെന്നെല്ലു വിത്താക്കി അടച്ചാണ് അതു നടയ്ക്കുവെച്ചത്. അതു നടയ്ക്കുവെച്ച രാത്രിയിൽ രാജാവിനു വീണ്ടും ഒരു ദർശനമുണ്ടായി. അദ്ദേഹം കിടന്നുറങ്ങിയ സമയം, മുൻപു സ്വപ്നത്തിൽക്കണ്ട ആൾ തന്നെ അദ്ദേഹത്തിന്റെ അടുത്തുചെന്ന്, 'ഞാൻവളരെ സന്തോഷിച്ചിരിക്കുന്നു. ഇനി അങ്ങേയ്ക്കു വയറ്റിൽവേദന ഒരിക്കലുമുണ്ടാവില്ല. നാളെത്തന്നെ സ്വദേശത്തേയ്ക്കു പൊയ്ക്കൊള്ളൂ. അങ്ങു നടയ്ക്കുവെച്ചിരിക്കുന്ന വൃഷഭവിഗ്രഹത്തിന്റെ അടപ്പുതുറന്ന് ഒരു നെല്ലെടുത്തു ഭക്ഷിച്ചാൽ ആർക്കും ഏതു വിധത്തിലുള്ള ഉദരവ്യാധിയും ശമിക്കും' എന്നു പറഞ്ഞതായിട്ട് അദ്ദേഹത്തിനു തോന്നി. രാജാവ് ആ വിവരം ദേവസ്വക്കാരെ അറിയിച്ചിട്ടു പിറ്റേ ദിവസം തന്നെ സ്വദേശത്തേയ്ക്കു പോയി. ആ വൃഷഭവിഗ്രഹം ഇപ്പോഴും ഏറ്റുമാനൂർ ക്ഷേത്രത്തിൽ മണ്ഡപത്തിലിരിക്കുന്നുണ്ട്. അതിൽ നിന്നു നെല്ലെടുത്തു തിന്നിട്ടു പലർക്കും ഉദരവ്യാധി ഭേദമാകുന്നുമുണ്ട്. ഭക്തിയും വിശ്വാസവുമില്ലാത്തവർക്കു യാതൊരു ഫലവും കാണുകയില്ലെന്നു മാത്രമേയുള്ളൂ.

പണ്ടൊരു കാലത്ത് ഒരു പൂഞ്ഞാറ്റിൽത്തമ്പുരാൻ ആളറിയാതെ ഒരു പരദേശബ്രാഹ്മണനെ വെട്ടിക്കൊന്നു. ആ ബ്രഹ്മരക്ഷസ്സ് തമ്പുരാനെ ബാധിക്കുകയും തന്നിമിത്തം തമ്പുരാൻ വലിയ കഷ്ടസ്ഥിതിയിലായിത്തീരുകയും ചെയ്തു. ആ രക്ഷസ്സിനെ ഒഴിക്കാനായിട്ടു തമ്പുരാൻ പലരെക്കൊണ്ടും മന്ത്രവാദങ്ങൾ ചെയ്യിക്കുകയും അനേകം ദേവാലയങ്ങളിൽ ഭജനമാരംഭിക്കുകയും ചെയ്തിട്ടും യാതൊരു ഫലവുമുണ്ടായില്ല. ഒടുക്കം

അദ്ദേഹം ഏറ്റുമാനൂർ ദേവസന്നിധിയിലെത്തി, ഏറ്റവും നിഷ്ഠയോടുകൂടി ഭജനം തുടങ്ങി. നാൽപത്തൊന്നാം ദിവസം രക്ഷസ്സ തുള്ളി സത്യം ചെയ്ത് ഒഴിഞ്ഞുപോയി. അനന്തരം തമ്പുരാൻ പ്രതിദിനം മുപ്പത്താറു ബ്രാഹ്മണർ ക്കുവീതം ക്ഷേത്രത്തിൽ നമസ്കാരം (ഭക്ഷണം) കൊടുക്കുന്നതിനു വേണ്ടുന്ന വസ്തുവകകൾ ദേവസ്വത്തിലേക്കു വെച്ചൊഴിഞ്ഞു കൊടുത്തു. ആ മുപ്പത്താറു നമസ്കാരം ഇപ്പോഴും അവിടെ മുടക്കം കൂടാതെ നടന്നു വരുന്നുണ്ട്.

ഒരിക്കൽ സാമൂതിരിപ്പാട്ടു തമ്പുരന്റെ ഭാഗിനേയിയും 'മാധവി' എന്നു പേരുമായ ഒരു തമ്പുരാട്ടിയുടെ തലയിൽ ഒരു വലിയ വ്രണമുണ്ടായി. അനേകം ചികിത്സകൾ ചെയ്തിട്ടും യാതൊരു ഫലവുമുണ്ടായില്ല. ഒടുക്കം വ്രണം വളരെ വർദ്ധിക്കുകയും പുഴുക്കുകയും ചെയ്തു. അപ്പോൾ തമ്പുരാട്ടി ക്കു വേദനയും മനസ്താപവും സഹിക്കാൻ വയ്യാതെയായി ത്തീർന്നു. ഒരു ദിവസം രാത്രിയിൽ തമ്പുരാട്ടി വേദന കൊണ്ട് ഉറക്കം വരാതെ വ്യസനിച്ചു കൊണ്ട് കിടന്നപ്പോൾ ഏറ്റുമാനൂർ മഹാദേവന്റെ മാഹാത്മ്യങ്ങൾ പലരും പറഞ്ഞു കേട്ടിട്ടുള്ളതിനെക്കുറിച്ച് ഓർമ്മ വരികയാൽ 'എന്റെ ഏറ്റുമാനൂർ മഹാദേവാ, എന്റെ ഈ വ്യാധി മാറ്റി ഒരു ദിവസമെങ്കിലും സുഖമായി ജീവിച്ചിരിക്കാൻ എനിക്കു സംഗതിയാക്കിത്തന്നാൽ അവിടെ എന്റെ പേർക്ക് എന്നും ഒരു പൂജ നടത്തിച്ചേക്കാം. അനേകം പേരുടെ രോഗങ്ങളും ബാധകളും മാറ്റി അവിടുന്നു രക്ഷിക്കുന്നുണ്ടല്ലോ. എന്നെക്കുറിച്ചുകൂടി അവി ടേയ്ക്കു സ്വൽപം കൃപയുണ്ടാകേണമേ' എന്നു പ്രാർത്ഥിച്ചു. സ്വൽപസമയം കഴിഞ്ഞപ്പോൾ വേദന കുറയുകയും തമ്പുരാട്ടി ഉറങ്ങിത്തുടങ്ങുകയും ചെയ്തു. ആ സമയം വലത്തുകൈയിൽ ഒരു വാളും ഇടത്തു കൈയിൽ ഒരു ഭസ്മസ ഞ്ചിയും അരയിൽ ഒരു പട്ടും ധരിച്ച്, ഒരാൾ തന്റെ അടുക്കൽ വരികയും വാൾകൊണ്ടു തലയിലെ പുഴുക്കളെയെല്ലാം വടിച്ചു കളഞ്ഞു ഭസ്മം തേച്ചിട്ട് 'നീ ഒട്ടും വ്യസനിക്കേണ്ട, നിന്റെ സുഖക്കേടു നിശ്ശേഷം ഭേദമായിരി ക്കുന്നു' എന്നു പറയുകയും ചെയ്തു എന്നു തമ്പുരാട്ടി സ്വപ്നം കണ്ടു. നേരം വെളുത്തു തമ്പുരാട്ടി ഉണർന്നു തലയിൽ തപ്പി നോക്കിയപ്പോൾ വ്രണം നിശേഷം ഉണങ്ങിയിരിക്കുന്നതായി അറിഞ്ഞു. ലേശം പോലും വേദന ഉണ്ടായിരുന്നുമില്ല. ഉടനെ തമ്പുരാട്ടി ഈ വിവരമെല്ലാം സാമൂതിരിപ്പാട്ടു തമ്പുരാന്റെ അടുക്കൽ അറിയിക്കുകയും തമ്പുരാൻ അത്യധികം സന്തോ ഷിക്കുകയും വിസ്മയിക്കുകയും അടുത്ത ദിവസം തന്നെ മാധവിത്തമ്പുരാട്ടി യെയും കൊണ്ടു പരിവാരസമേതം പുറപ്പെട്ട് ഏറ്റുമാനൂരെത്തുകയും ചെയ്തു. തമ്പുരാൻ അവിടെ ഏതാനും ദിവസം താമസിച്ചു 336 പറ നിലവും ഏഴര മുറി പുരയിടവും വാങ്ങി. അതിന്റെ ആധാരവും അസംഖ്യം പണവും പട്ടും രത്നങ്ങളും മാധവി ത്തമ്പുരാട്ടിയെക്കൊണ്ടു നടയ്ക്കുവെയ്പ്പിച്ചു വന്ദിപ്പിക്കുകയും ആ വസ്തുക്കളുടെ ആദായമെടുത്ത് പതിവായി ദേവന് അഭിഷേകം കഴി ഞ്ഞാലുടനെ ഒരു പൂജ നടത്തുന്നതിന് ഏർപ്പാടു ചെയുകയും ചെയ്തു. ഈ പൂജ പതിവായി നിർവ്വിഘ്നം നടത്തിക്കുന്നതിനായി അദ്ദേഹം തന്റെ ശമ്പ ളക്കാരിൽ ചിലരെ അവിടെ താമസിപ്പിച്ചു. അവർക്കു താമസിക്കു ന്നതിന് ഒരു മഠം പണിയിച്ചുകൊടുക്കുകയും ചെയ്തു. ഇത്രയുമൊക്കെ ക്കഴിച്ചിട്ടാണ് തമ്പുരാൻ മടങ്ങിപ്പോയത്. അത്രയും കാലം ഏറ്റുമാനൂർ മഹാദേവനെ ഭജിച്ചുകൊണ്ട് മാധവിത്തമ്പുരാട്ടിയും അവിടെത്താമസി ച്ചിരുന്നു. തമ്പുരാ ട്ടിയുടെ വകയായി ഏർപ്പെടുത്തിയ പൂജ ഇപ്പോഴും അവിടെ പതിവായി

നിർവ്വിഘ്നം നടന്നുവരുന്നുണ്ട്. ആ പൂജയ്ക്ക് 'മാധവിപ്പള്ളിപ്പൂജ' എന്നാണ് പേരു പറഞ്ഞുവരുന്നത്. പൂജ വകയ്ക്കായി ദേവസ്വത്തിലേക്ക് ഏൽപ്പിച്ചുകൊടുത്ത നിലത്തിന് 'മാധവിപ്പള്ളിനില' മെന്നും പുരയിടങ്ങൾക്ക് 'മാധവിപ്പള്ളിപ്പുരയിട'മെന്നും ഇപ്പോഴും പേരു പറഞ്ഞുവരുന്നു. ഈ പൂജയ്ക്കു നീലക്കരിമ്പിന്റെ ആറുപലം ശർക്കരയും ആറു നാളികേരവും രണ്ടു ഉടം നെയ്യും ഇരുനാഴി അരിയുമായിട്ട് ഒരു ഇടിച്ചു പിഴിഞ്ഞ പായസവും ഒരു പറ അരി വെള്ള നിവേദ്യവും വിളക്കു വകയ്ക്ക് നാഴി എണ്ണയുമാണ് പതിവ്.

കൊല്ലം 929ാം ആണ്ട് വടക്കുംകൂർ രാജ്യം പിടിച്ചടക്കുന്നതിനായി തിരുവതാംകൂർ മഹാരാജാവിന്റെ സൈന്യങ്ങൾ അവിടെ പ്രവേശിച്ചപ്പോൾ മാധവിപ്പിള്ളനിലത്തിലെ വിളവും മാധവിപ്പിള്ളപ്പുരയിടങ്ങളിലെ ഫലപുഷ്ടിയുള്ള വൃക്ഷങ്ങളും മാധവിപ്പള്ളി മഠവും നശിപ്പിച്ചുകളയുകയും തന്നിമിത്തം മഹാരാജവിന് ഏറ്റുമാനൂർ മഹാദേവന്റെ അനിഷ്ടവും പല വിധത്തിലുള്ള അനർത്ഥങ്ങളും സംഭവിക്കുകയാൽ തദ്ദോഷപരിഹാരാർത്ഥം മഹാരാജാവു പ്രായശ്ചിത്തമായി എട്ടുമാറ്റിൽ ഏഴായിരത്തി ഒരുന്നൂറ്റി നാൽപത്തിമൂന്നേ അരയ്ക്കാൽ കഴഞ്ചു സ്വർണ്ണം കൊണ്ട് ഏഴര ആനകളെയും ഏഴു കഴഞ്ചു സ്വർണ്ണം കൊണ്ട് തോട്ടിയും വളറും തൊണ്ണൂറ്റാറര കഴഞ്ചു സ്വർണ്ണം കൊണ്ട് ഒരു പഴുക്കാക്കുലയും നടയ്ക്കു വെയ്ക്കുകയും മാണിക്കം ദേശത്തുൾപ്പെട്ട 168 പറ നിലവും ഇരുപത്തി മൂന്നര മുറി പുരയിടവും ഒരു മഠവും ഏറ്റുമാനൂർ മഹാദേവനായി ദേവസ്വത്തിലേയ്ക്കു വെച്ചൊഴിഞ്ഞു കൊടുക്കുകയും ചെയ്തതായി ഒരു പ്രായശ്ചിത്തച്ചാർത്ത് കൊല്ലം 964ാം ആണ്ട് ഇടവമാസം പന്ത്രണ്ടാം തിയതി എഴുതിവെച്ചതായി ദേവസ്വത്തിൽ ഇപ്പോഴും കാണുന്നുണ്ട്. ഈ ഏഴര പൊന്നാനകളെ 973ാം ആണ്ട് നാടു നീങ്ങിയ കാർത്തിക തിരുനാൾ രാമവർമ്മ മഹാരാജാവുണ്ടാക്കിച്ചു വൈക്കത്തപ്പനു വഴിപാടായി കൊടുത്തയച്ചതാണെന്നും ആനകളെ കൊണ്ടുപോയവർ ഏറ്റുമാനൂരെത്തി യപ്പോൾ ഏറ്റുമാനൂർ മഹാദേവന്റെ വിരോധം കൊണ്ട് ആനകളെ അവിടെനിന്നു കൊണ്ടുപോകാൻ നിവൃത്തിയില്ലാതെ വരികയാൽ അവ ഏറ്റുമാനൂർ ദേവന്റെ വകയായിത്തീർന്നതാണെന്നും മറ്റും ഒരൈതിഹ്യമുണ്ട്. മേൽപറഞ്ഞ പ്രായശ്ചിത്തച്ചാർത്തുകൊണ്ട് ആദ്യം പറഞ്ഞതുതന്നെ വാസ്തവമാണെന്നു വിചാരിക്കാം. ഏതുവിധമായാലും ഈ പൊന്നാനകൾ ഇപ്പോഴും ഏറ്റുമാനൂരുണ്ടെന്നുള്ളതിൽ പക്ഷാന്തരത്തിനവകാശമില്ല. മരംകൊണ്ടുണ്ടാക്കി സ്വർണ്ണത്തകിടുകൊണ്ടു പൊതിഞ്ഞ ഏഴര (ഏഴു വലിയതും ഒന്നു ചെറിയതുമായ) പ്പൊന്നാനകളെ ഏറ്റുമാനൂർ ക്ഷേത്രത്തിൽ ആണ്ടുതോറും ഉത്സവകാലത്ത് ഭണ്ഡാരത്തിൽ നിന്നെടുത്ത് വിളക്കിനും മറ്റുമുള്ള എഴുന്നള്ളത്തുസമയത്ത് അകമ്പടിയായി കൊണ്ടു നടക്കുന്നത് പതിവായിക്കാണുന്നുണ്ടല്ലോ. ഈ പൊന്നാനകളും പഴുക്കാക്കുലയും കൂടാതെ ഓരോ കാലത്ത് ഓരോ രാജാക്കന്മാരും പ്രഭുക്കന്മാരും മറ്റും നടയ്ക്കു വച്ചിട്ടുള്ളതായ വലംപിരിശംഖ്, നെല്ലുമാണിക്യം മുതലായ അനേകം ദിവ്യവസ്തുക്കളും പൊന്നുപണവും പണ്ടങ്ങളുമായി അസംഖ്യം മുതലും ഏറ്റുമാനൂർ മഹാദേവന്റെ ഭണ്ഡാരത്തിലിരിക്കുന്നുണ്ട്. 'ചൊൽക്കൊള്ളുന്നേറ്റുമാനൂരധിപതി ഭഗവാൻ വിത്തമാർജിച്ചനേകം വെയ്ക്കുന്നു' എന്നുള്ളതു പ്രസിദ്ധമാണല്ലോ. തിരുവതാംകൂർ മഹാരാജാവ് അമ്പലപ്പുഴ രാജ്യം പിടിച്ചടക്കാനായി സൈന്യസമേതം ആക്രമിച്ച സമയം അവിടെ

തേവാരക്കാരനായിരുന്ന കാക്കൂർ ചെമ്മന്തട്ടമഠത്തിൽ നമ്പൂരി തേവാരവിഗ്രഹങ്ങളും സാളഗ്രാമ ങ്ങൾ മുതലായവയുമെടുത്തുകൊണ്ട് ഗൂഢമായി പെട്ടെന്ന് വള്ളം കേറിപ്പോയി. ഈ വർത്തമാനം ചാരമുഖേന ഗ്രഹിച്ച മഹാരാജാവും ഒരു ഓടിവള്ളത്തിൽ കയറി പിന്നാലെ ചെന്നു. മധ്യേമാർഗം നമ്പൂരിയെ വെട്ടിക്കൊന്ന് അദ്ദേഹത്തിന്റെ കൈവശമുണ്ടായിരുന്ന സാധനങ്ങളെടുത്തും കൊണ്ട് മടങ്ങിപ്പോന്നു. ആ ബ്രഹ്മഹത്യാദോഷം തീരുന്നതിനായി മഹാരാജാവു കഠിനനിഷ്ഠയോടുകൂടി ഏറ്റുമാനൂർ ദേവനെ നാൽപത്തൊന്നു ദിവസം ഭജിക്കുകയും മഹാദേവപ്രസാദത്താൽ ആ ദോഷം തീരുകയും ചെയ്തു. മഹാരാജാവു ഭജനം കാലം കൂടിയത് ഒരു തുലാമാസത്തിൽ തിരുവോണദിവസമായിരുന്നു. അതിനാൽ മഹാരാജാവു താൻ വെട്ടിക്കൊന്ന നമ്പൂരിയുടെ ഇല്ലക്കാരുൾപ്പടെ വേങ്ങാട്ടുഗ്രാമത്തി ലുള്ള 141 ഇല്ലക്കാരെയും തലേദിവസം വൈകുന്നേരം തന്നെ ഏറ്റുമാനൂർ ക്ഷേത്രത്തിൽ വരുത്തി, അന്നും പിറ്റേദിവസവുമായി മൂന്നുനേരം ചതുർവ്വിധ വിഭവങ്ങളോടുകൂടി ഭക്ഷണവും തിരുവോണദിവസം 101 പണവും 12 വസ്ത്രവും വീതം ദക്ഷിണയും (ദാനവും) അവർക്കെല്ലാവർക്കും കൊടുത്ത് സന്തോഷിപ്പിച്ച് അനുഗ്രഹം വാങ്ങുകയും ഇപ്രകാരം ആണ്ടുതോറും ആ മഹാദേവസന്നിധിയിൽ വച്ചു നടത്തുന്നതിനു നിശ്ചയിക്കുകയും ചെയ്തു. ആണ്ടുതോറും തുലാമാസത്തിൽ തിരുവോണ ദിവസവും തലേദിവസം വൈകുന്നേരവുമായി വേങ്ങാട്ടുഗ്രാമക്കാരായ 141 നമ്പൂരിമാർക്കു മൂന്നു നേരത്തെ സദ്യയും 101 പണവും 12 വസ്ത്രവും വീതം തിരുവോണദിവസം ദാനവും ഏറ്റുമാനൂർ മഹാദേവസന്നിധിയിൽ വെച്ചു മഹാരാജാവു തിരുമനസ്സിലെ വകയായി ഇപ്പോഴും നടത്തി വരുന്നുണ്ട്. ഈ അടിയന്തിരത്തിനു 'പട്ടത്താനം' എന്നാണ് പേരു പറഞ്ഞുവരുന്നത്. ഇപ്പോൾ ഈ ദാനം മഹാരാജാവു തിരുമനസ്സിലെ പ്രതിനിധിയായി ഏറ്റുമാനൂരെത്തി നടത്തിവരുന്നത് വഞ്ഞിപ്പുഴത്തമ്പുരാനാണ്. ഇതിലേയ്ക്കു തമ്പുരാനു ചില അനുഭവങ്ങൾ കൽപിച്ചുവച്ചിട്ടുമുണ്ട്.

ഏറ്റുമാനൂർ ക്ഷേത്രത്തിലെ ബലിക്കൽപ്പുരയിൽ വലിയ ബലിക്കല്ലിന്റെ പടിഞ്ഞാറുവശത്തായി ഒരു വലിയ തൂക്കുവിളക്കുണ്ട്. അതു മേൽത്തട്ടിന്മേൽ ഒരു കുറ്റിയും വളയും തറച്ച് അതിന്മേലാണു തൂക്കിയി രിക്കുന്നത്. ആ വിളക്കിനു സാധാരണയായി പറഞ്ഞു വരുന്ന പേര് 'വലിയ വിളക്ക്' എന്നാണ്. അതു വാടാവിളക്കായി എന്നും അഹോരാത്രം കത്തിക്കൊണ്ടു തന്നെ നിൽക്കുന്നു. ആ വിളക്കു വകയ്ക്കു ദേവസ്വത്തിൽ നിന്നും യാതൊരു ചെലവും പതിവില്ല. ആ വിളക്കു വകയ്ക്കായി വഴിപാടായിട്ടു വരുന്ന എണ്ണകൊണ്ട് ആ ചെലവു നടക്കുന്നുണ്ടെന്നു മാത്രമല്ല, ആണ്ടുതോറും 100-150 ചോതന എണ്ണവീതം മിച്ചം വരുന്നുണ്ട്. ഏറ്റുമാനൂർ വലിയ വിളക്കു കൊളുത്തിക്കുക പ്രധാനമായിട്ടുള്ള ഒരു വഴിപാടാണ്. ബാധോപദ്രവമുള്ളവർ അവിടെ ഭജനമിരിക്കുകയോ ദർശനത്തിനായി നടയിൽ ചെല്ലുകയോ ചെയ്താൽ തുള്ളി സത്യംചെയ്ത് ഒഴിഞ്ഞു പോകുക സാധാരണമാണ്. അങ്ങനെ സത്യം ചെയ്യുന്നതെല്ലാം ഈ വലിയ വിളക്കു പിടിച്ചാണ്. ഈ വിളക്കിന്റെ അടിത്തട്ടിനു മുകളിലായി ഒരു മൂടിയുണ്ട്. അതിന്മേൽ ദീപജ്വാല തട്ടി എല്ലായ്പ്പോഴും മഷി പിടിച്ചിരിക്കും. ആ മഷിയെടുത്തു കണ്ണെഴുതിയാൽ സകലവിധ നേത്രരോഗങ്ങളും മറ്റുള്ള വ്യാധികളും ശമിക്കുമെന്നുള്ളതു പ്രസിദ്ധമാണ്. പലവിധത്തിലുള്ള ചികിത്സകൾ ചെയ്തിട്ടും ഭേദമാകാത്ത നേത്രരോഗങ്ങൾ

ഈ മഷിയെടുത്ത് കണ്ണെഴുതിയിട്ട് പലർക്കും ഭേദമായിട്ടുണ്ട്. ഇപ്രകാര മെല്ലാം മാഹാത്മ്യമുള്ള ഈ വിളക്ക് ഇവിടെ വന്നുചേർന്നതെങ്ങനെയാ ണെന്നുകൂടി വായനക്കാർ അറിഞ്ഞിരിക്കേണ്ടതാകയാൽ അതു താഴെ പറഞ്ഞുകൊള്ളുന്നു.

ഏറ്റുമാനൂർ മഹാക്ഷേത്രം ജീർണ്ണോദ്ധാരണാർത്ഥം കൊല്ലം 717ാം ആണ്ട് അനുജ്ഞ വാങ്ങി പണി ആരംഭിക്കുകയും 721ാം ആണ്ട് പണി കഴിഞ്ഞു ദ്രവ്യകലശം മുതലായവ നടത്തുകയും ചെയ്തു. നാലാം കലശം കഴിഞ്ഞ ദിവസം ഊരാൺമക്കാരും സമുദായവും ക്ഷേത്രസംബന്ധികളും മറ്റും കൃതാർത്ഥതയോടും സന്തോഷത്തോടുംകൂടി പടിഞ്ഞാറേ ഗോപുര ത്തിങ്കൽക്കൂടി അമ്പലം പണിയും കലശവും നിശ്ചിതകാലത്തു തന്നെ നിഷ്പ്രയാസം കഴിഞ്ഞുകൂടിയതിനെക്കുറിച്ചും മഹാദേവന്റെ മാഹാത്മ്യ ത്തെപ്പറ്റിയും മറ്റും ഓരോന്നു പറഞ്ഞുകൊണ്ടു നിന്ന സമയം ദാരിദ്ര്യദേവ തയുടെ മൂർത്തിയോ എന്നു തോന്നുമാറ് പ്രാകൃതവേഷനായ ഒരു മൂശാരി മേൽപറഞ്ഞ പ്രകാരം അടിത്തട്ടിനു മുകളിൽ ഒരു മൂടിയും തറച്ചുതൂക്കാനുള്ള കുറ്റി, വളയം, തുടൽ ഇവയുള്ളതുമായ ഒരു വലിയ തൂക്കുവിളക്ക് അവിടെ കൊണ്ടുവന്നു വച്ചിട്ട് 'ഈ വിളക്ക് ഇവിടെ എടുത്തുകൊണ്ട് എനിക്കു വല്ലതും തരണം. ഇന്നതു കിട്ടണമെന്നില്ല; ഇന്നത്തെ ചെലവിനുള്ള വക കിട്ടിയാലും മതി. ഈ വിളക്കു വളരെ മാഹാത്മ്യമുള്ളതാണ്. ഇവിടെ എടുക്കാതെയിരിക്കരുത്'' എന്നു പറഞ്ഞു. അപ്പോൾ അവിടെ കൂടിയിരു ന്നവരിൽ ഒരാൾ, 'ഈ വിളക്കിന്റെ മാഹാത്മ്യമെന്താണ്? ഇതിൽ എണ്ണ ഒഴിക്കാതെ കത്തുമോ?' എന്നു ചോദിച്ചു. അതിനുത്തരമായി മൂശാരി, 'ഏറ്റുമാനൂർ മഹാദേവന്റെ മാഹാത്മ്യം കൊണ്ട് അങ്ങനെയും വന്നേക്കാം' എന്നു പറഞ്ഞു. അവിടെ കൂടിയിരുന്നവർ ഓരോരുത്തരും ആ വിളക്കെടുത്തു മാറ്റിവെയ്ക്കാൻ നോക്കീട്ടു സാധിച്ചില്ല. അപ്പോൾ ഒരാൾ, 'രണ്ടുപേരെടുത്താൽ പൊങ്ങാത്ത ഈ വിളക്ക് ഇവിടെ എവിടെയാണ് തൂക്കുന്നത്? ഇതെടുത്തു തൂക്കുന്നതാരാണ്? ഇത് അസാദ്ധ്യമായ കാര്യമാണ്'' എന്നു പറഞ്ഞു.

ഈ സമയം ഊരാൺമക്കാരായ നമ്പൂരിമാരിൽ ഒരാൾ ഉറക്കെ അട്ടഹ സിച്ചുകൊണ്ടു തുള്ളിയുറഞ്ഞു ചെന്ന് ഇടതുകൈകൊണ്ട് ആ വിളക്കു നിഷ്പ്ര യാസം എടുത്തുകൊണ്ട് ബലിക്കൽപ്പുരയിലേക്ക് ഓടിപ്പോയി. പിന്നാലെ അവിടെ കൂടിയിരുന്ന ജനങ്ങളും ചെന്നു. അവർ അവിടെയെത്തിയപ്പോൾ വലിയ ബലിക്കല്ലിനോടടുത്ത് പടിഞ്ഞാറുഭാഗത്തായി മേൽത്തട്ടിന്മേൽ കുറ്റിയും വളയവും തറച്ചു വിളക്കു തൂക്കിയിരിക്കുന്നതായും തുള്ളിയ നമ്പൂരി സ്വബോധത്തോടു കൂടി സ്വസ്ഥനായി അവിടെ നിൽക്കുന്നതായും കണ്ടു. ഉടനെ ചിലർ, 'ഈ വിളക്ക് ഇപ്പോൾ തന്നെ കത്തിക്കണം' എന്നു പറഞ്ഞ് എണ്ണയും തിരിയും കൊണ്ടുവന്നു. തിരി വിളക്കിലിട്ട് എണ്ണയൊ ഴിക്കുന്നതിനു മുമ്പായി അതിഭയങ്കരമായ ഒരു ഇടിയും മിന്നലുമുണ്ടായി. അതോടുകൂടി അവിടെക്കൂടിയിരുന്നവർക്കെല്ലാം കുറച്ചു സമയത്തേക്കു കണ്ണു കാണാൻ വയ്യാതെയായിപ്പോയി. എല്ലാവർക്കും കണ്ണു കാണാറായപ്പോൾ വിളക്കിൽ എണ്ണ നിറഞ്ഞിരിക്കുന്നതായും വിളക്കു കത്തുന്നതായും കണ്ടു. കൊണ്ടുചെന്നുവെച്ച എണ്ണ മുഴുവനും അവിടെത്തന്നെ ഇരിക്കുന്നുമുണ്ടായി രുന്നു. ഇപ്രകാരമാണ് ഈ വലിയ വിളക്കിന്റെ ആഗമം.

എല്ലാവരും വിസ്മയാകുലരായി കുറച്ചുനേരം നിന്നതിന്റെ ശേഷം

അവർക്കു മൂശാരിയുടെ കാര്യം ഓർമവന്നു. 'അവനു വല്ലതും കൊടുത്തയയ്ക്കണം. അവനൊരു പാവമാണ്. നേരം വൈകിത്തുടങ്ങി. അവന് അത്താഴത്തിന് ഇവിടെനിന്നു വല്ലതും കിട്ടി കൊണ്ടുചെന്നിട്ടു വേണമായിരിക്കും' എന്നു പറഞ്ഞുകൊണ്ട് എല്ലാവരും വീണ്ടും ഗോപുരത്തിങ്കലെത്തി. മൂശാരിയെ അവിടെക്കാണാഞ്ഞിട്ടു നാലു ദിക്കിലേക്കും ആളുകളെ അയച്ച് അന്വേഷിപ്പിച്ചു. അവിടെയെങ്ങും അവനെ കണ്ടില്ല. അവൻ ഏതു ദിക്കുകാരനെന്നോ എവിടെനിന്നു വന്നു എന്നോ എങ്ങോട്ടു പോയി എന്നോ അറിയാൻ പോലും കഴിഞ്ഞില്ല. അതുകൊണ്ട് അവൻ കേവലം ഒരു മൂശാരി അല്ലായിരുന്നു എന്നും ഒരു ദിവ്യനായിരുന്നു എന്നും എല്ലാവരും തീർച്ചപ്പെടുത്തി. രണ്ടുപേർക്കൂടിപ്പിടിച്ചാൽ നീക്കിവെയ്ക്കാൻ കഴിയാത്തതായ ആ വിളക്ക് അവൻ തനിച്ച് എടുത്തുകൊണ്ടുവന്നപ്പോൾത്തന്നെ അവൻ കേവലമൊരു മനുഷ്യനല്ലെന്ന് അറിയേണ്ടതായിരുന്നു. അപ്പോൾ അതിനെക്കുറിച്ച് ആരും ഓർത്തില്ല എന്നേയുള്ളൂ.

ഇങ്ങനെ ഏറ്റുമാനൂർ മഹാദേവന്റെ മാഹാത്മ്യത്താൽ അവിടെയുണ്ടായിട്ടുള്ള അത്ഭുതങ്ങൾ പറഞ്ഞാൽ ഒരിക്കലും അവസാനിക്കുകയില്ല. അതിനാൽ ഈ അടുത്ത കാലത്തുണ്ടായ ഒരത്ഭുതസംഗതികൂടി പറഞ്ഞിട്ട് ഈ ഉപന്യാസത്തെ സമാപിപ്പിക്കാമെന്നു വിചാരിക്കുന്നു.

വയോവൃദ്ധനായ ഒരു പരദേശബ്രാഹ്മണൻ ചേർത്തലയുള്ള ധനവാനായ ഒരു തിരുമുൽപാടിന്റെ അടുക്കൽചെന്ന്, 'എന്റെ കൈവശം ആയിരം രൂപയുണ്ട്. ഇത് എന്റെ ചെറുപ്പം മുതൽ ഓരോ സ്ഥലങ്ങളിൽ സദ്യയ്ക്കു ദേഹണ്ഡം (പാചകവൃത്തി) കഴിച്ചും പ്രതിഗ്രഹം വാങ്ങിയും മറ്റും വളരെ കഷ്ടപ്പെട്ടു സമ്പാദിച്ചതാണ്. ഇതല്ലാതെ എനിക്കു വേറെയാതൊരു സമ്പാദ്യവുമില്ല. ഇപ്പോൾ എനിക്ക് അധ്വാനിക്കാൻ ശേഷിയില്ലാതെയായിരിക്കുന്നു. രണ്ടുമൂന്നു കുട്ടികളുള്ളവർക്ക് ഒന്നും ചെയ്വാൻ പ്രായമായിട്ടില്ല. ഭാര്യയ്ക്ക് ദേഹത്തിനു നല്ല സുഖമില്ല. ഈ പണത്തിന്റെ പലിശകൊണ്ടുവേണം നിത്യവൃത്തി കഴിഞ്ഞുകൂടാൻ. അതിനാൽ ഈ രൂപ ഇവിടുന്ന് ആർക്കെങ്കിലും കൊടുത്തു പലിശ ഈടാക്കിത്തന്ന് ഈ പാവപ്പെട്ട ബ്രാഹ്മണകുടുംബത്തെ ഇവിടുന്നു രക്ഷിക്കണം. മറ്റാരുടെ കൈവശവും കൊടുക്കാൻ എനിക്കു വിശ്വാസമില്ല. ഇവിടെ ഏർപ്പാടുള്ളവർ ധാരാളമുള്ളതുകൊണ്ട് ഇവിടെയ്ക്ക് ഇതൊരു ബുദ്ധിമുട്ടായി വരികയുമില്ലല്ലോ' എന്നു പറഞ്ഞു. അതുകേട്ടു തിരുമുൽപാട്, 'ഇതു വാങ്ങി ആർക്കെങ്കിലും കൊടുത്തു ശരിയായ പ്രമാണം വാങ്ങുകയും ആണ്ടുതോറും മുറയ്ക്കു പലിശ വാങ്ങി അങ്ങേക്കു തരികയും അതിനൊക്കെ കണക്കെഴുതുകയും മറ്റും പ്രയാസമുള്ള കാര്യമാണ്. ചിലർക്കു കൊടുത്തിട്ടു കിട്ടാതെ വന്നാൽ അന്യായം കൊടുത്ത് ഈടാക്കേണ്ടാതായും വരും. അപ്പോൾ കുറേശ്ശെ പാഴ്ച്ചെലവും ബുദ്ധിമുട്ടും വേണ്ടിവന്നേക്കും. ചിലപ്പോൾ പണം പലിശയ്ക്കു പോകാതെ ഇരിപ്പായിപ്പോയാലും ഞാൻ അങ്ങേയ്ക്കു പലിശ തരണമല്ലോ. അതെനിക്കു നഷ്ടകാരണമായിത്തീരുമല്ലോ. ഇങ്ങനെയൊക്കെയാണ് പരമാർത്ഥസ്ഥിതി എങ്കിലും അങ്ങ് എന്റെ അടുക്കൽ വന്ന് അപേക്ഷിച്ചിട്ടു ഞാൻ തീരെ ഉപേക്ഷിക്കുന്നതു കഷ്ടമാണല്ലോ. അതിനാൽ ആയിരം രൂപയ്ക്ക് ആണ്ടിൽ അറുപതു രൂപ പലിശയായിട്ടു സമ്മതമുണ്ടെങ്കിൽ രൂപ തന്നേക്കൂ; ഞാൻ എടുത്തുകൊള്ളാം. പണം പലിശയ്ക്കു പോകാതെ ഇവിടെ ഇരുന്നു പോയാലും ഈ പലിശ ഞാൻ തന്നേക്കാം.

ഒരു ബ്രാഹ്മണകുടുംബം രക്ഷിക്കാനായിട്ടു സ്വൽപം നഷ്ടവും ബുദ്ധിമുട്ടും വന്നാലും അതൊന്നും ഒരു വലിയ കാര്യമായി ഞാൻ വിചാരിക്കുന്നില്ല. പലിശ ഞാൻ പറഞ്ഞതിൽ കൂടുതൽ വേണമെന്നുണ്ടെങ്കിൽ പണം ഇവിടെ വേണ്ടാ. വേറെ ആർക്കെങ്കിലും കൊടുത്തുകൊള്ളൂ' എന്നു പറഞ്ഞു. പലിശ സ്വൽപം കുറഞ്ഞാലും മുതലിനു ദോഷം വരികയില്ലല്ലോ എന്നു വിചാരിച്ചു ബ്രാഹ്മണൻ തിരുമുൽപാടു പറഞ്ഞതുപോലെ തന്നെ പലിശ സമ്മതിച്ചു ഉറുപ്പിക കൊടുത്തു. തിരുമുൽപാട് ഉറുപ്പിക ആയിരവും എണ്ണിയെടുത്തുകൊണ്ട് അതിന് ബ്രാഹ്മണന് ഒരു പ്രമാണവും എഴുതിക്കൊടുത്തു. പ്രമാണം വാങ്ങിക്കൊണ്ടു ബ്രാഹ്മണൻ അപ്പോൾതന്നെ പോവുകയും ചെയ്തു. പിന്നെ ആണ്ടു തികഞ്ഞപ്പോൾ ബ്രാഹ്മണൻ തിരുമുൽപാടിന്റെ അടുക്കലെത്തി. ഉടനെ തിരുമുൽപാടു പലിശവക ഉറുപ്പിക അറുപതും എണ്ണിക്കൊടുക്കുകയും ബ്രാഹ്മണൻ അതു വാങ്ങിക്കൊണ്ടു രശീതു കൊടുക്കുകയും ചെയ്തു.

അങ്ങനെ അഞ്ചാറുകൊല്ലം കഴിഞ്ഞപ്പോൾ പ്രമാണത്തിനു കാലഹരണം സംഭവിക്കാറായതിനാൽ കാലഹരണം വരുന്നതിന്റെ തലേദിവസം ബ്രാഹ്മണൻ തിരുമുൽപാടിന്റെ അടുക്കൽ ചെന്ന്, 'നമ്മുടെ പ്രമാണത്തിന് കാലഹരണദോഷം സംഭവിക്കാറായിരിക്കുന്നു. അതിനാൽ അതൊന്നു മാറിയെഴുതിത്തന്നാൽ കൊള്ളാം. എനിക്ക് അവിടുത്തെപ്പേരിൽ അവിശ്വാസമുണ്ടായിട്ടു പറയുന്നതല്ല. പ്രമാണത്തിനു കാലഹരണം വന്നാലും ഇവിടെ നേരുകേടു പറയുകയില്ലെന്ന് എനിക്കു നല്ല ധൈര്യമുണ്ട്. എങ്കിലും മനുഷ്യാവസ്ഥയല്ലേ? പ്രമാണം ശരിയായിത്തന്നെ ഇരിക്കട്ടെ എന്നു വിചാരിച്ചു പറയുന്നതാണ്. ഞാൻ അഗതിയാണെന്നും എനിക്കു വേറെ സമ്പാദ്യമൊന്നും ഇല്ലെന്നും അറിയാമല്ലോ' എന്നു പറഞ്ഞു. അപ്പോൾ തിരുമുൽപാട്, 'പ്രമാണത്തിനു നാളെ കാലഹരണമാകും എന്നുള്ള കാര്യം ഞാൻ ഓർത്തുകൊണ്ടു തന്നെയാണിരിക്കുന്നത്. ഇനി പ്രമാണം മാറിയെഴുതാനും, അങ്ങേയ്ക്കു പലിശ തന്നു കൊണ്ടിരിക്കാനും മറ്റും എന്നെക്കൊണ്ടു സാധിക്കയില്ല. ഇവിടെയുള്ള കൊടുക്കൽവാങ്ങലുകളെല്ലാം തന്നെ ഇനി മതിയാക്കണമെന്നാണ് ഞാൻ വിചാരിക്കുന്നത്. അങ്ങേയ്ക്കു തരുവാനുള്ള ഒരാണ്ടത്തെ പലിശയും മുതലും നാളെ രാവിലെ വന്നാൽ തന്നേക്കാം. പണം ഇവിടെ തയ്യാറുണ്ട്. ഒരു നൂറോ നൂറ്റമ്പതോ ഉറുപ്പിക മാത്രമേ പോരാതെയുള്ളൂ. അതു നാളെ രാവിലെ ഉണ്ടാവും. എനിക്ക് ഒരാൾ ഒരഞ്ഞൂറുറുപ്പിക പലിശ തരാനുണ്ട്. അതു നാളെ കാലത്ത് ഏഴുമണിക്കുമുമ്പ് ഇവിടെ കൊണ്ടുവരാമെന്നാണ് അയാൾ പറഞ്ഞിരിക്കുന്നത്. അയാളെ ഞാൻ ഇന്നലെ വൈകുന്നേരവും കണ്ടു പറഞ്ഞിട്ടുണ്ട്'എന്നു പറഞ്ഞു. അതു കേട്ടു ബ്രാഹ്മണൻ, 'മുതൽ കുറച്ചുകാലം കൂടെ ഇവിടെത്തന്നെ നിറുത്തിയാൽ കൊള്ളാമെന്നാണ് എന്റെ ആഗ്രഹം' എന്നു പറഞ്ഞു. 'ഇനി അതിനൊക്കെ പ്രയാസമാണ്. അങ്ങു പണം വേറെ ആർക്കെങ്കിലും കൊടുത്തുകൊള്ളണം. മുതലുള്ള ആളായിരിക്കുകയും വസ്തു ഈടു കാണിച്ച് പ്രമാണം തരികയും ചെയ്താൽ പിന്നെ പേടിക്കാനെന്താണുള്ളത്? പണം തന്നില്ലെങ്കിൽ നമുക്കീടാക്കാമല്ലോ?' എന്നു തിരുമുൽപാടു പറയുകയാൽ ബ്രാഹ്മണൻ ഒടുക്കം അങ്ങനെ സമ്മതിച്ച് അന്നവിടെത്താമസിച്ചു. പിറ്റേദിവസം കാലത്തു മണി ഏകദേശം എട്ടായപ്പോൾ തിരുമുൽപ്പാട്, 'അയാൾ വന്നില്ലല്ലോ, ഞാനൊന്നിറങ്ങി അയാളെ അന്വേഷിക്കട്ടെ. താമസിക്കയില്ല; ക്ഷണത്തിൽ

വന്നേക്കാം. പണം അതു കിട്ടാനില്ലെങ്കിൽ വേറെ ഉണ്ടാകും. എങ്ങനെയാ യാലും കാര്യത്തിനു കുഴപ്പമില്ല. ഞാൻ മടങ്ങി വരുമ്പോഴേയ്ക്കും അങ്ങ് കുളിച്ച് ഊണുകഴിക്കണം. പണവും കൊണ്ടുപോകുമ്പോൾ കുളിക്കാനുമുണ്ണാനുമായി വഴിക്കു വല്ല സ്ഥലത്തും കയറുന്നതു ശരിയല്ല; വല്ലതും അനർത്ഥമുണ്ടായാൽ വിഷമമാണ്. കാലം കലിയുഗമല്ലേ? ഇപ്പോൾ ആരെയും വിശ്വസിക്കാൻ പാടില്ല. പണം ആളെക്കൊല്ലിയാണ്; നല്ലപോലെ സൂക്ഷിക്കണം. 'സൂക്ഷിച്ചാൽ ദുഃഖിക്കേണ്ട' എന്നുണ്ടല്ലോ' എന്നു പറഞ്ഞിട്ട് അവിടെനിന്ന് ഇറങ്ങിപ്പോയി. ബ്രാഹ്മണൻ കുളിയും ഊണും കഴിച്ചു തിരുമുൽപ്പാടിന്റെ വരവിനെത്തന്നെ പ്രതീക്ഷിച്ചുകൊണ്ടിരുന്നു. നേരം പത്തുമണിയായി. പന്ത്രണ്ടുമണിയായി, രണ്ടുമണിയായി. തിരുമുൽപ്പാടിനെക്കാണുന്നില്ല. അപ്പോൾ ബ്രാഹ്മണനു കുറേശ്ശെ ദുശ്ശങ്ക തുടങ്ങി. അന്നു പ്രമാണം മാറി യെഴുതുകയോ അന്യായം കോടതിയിൽ കൊടുക്കുകയോ ചെയ്തില്ലെങ്കിൽ കാലഹരണമാവും. സംഖ്യ ആയിരം രൂപായ്ക്കു മേലുള്ളതിനാൽ അന്യായം കൊടുക്കണമെങ്കിൽ ആലപ്പുഴ ജില്ലാക്കോർട്ടിൽ വേണം. രണ്ടുമണിക്കു തന്നെ പോയാലും കച്ചേരി പിരിയുന്നതിനുമുമ്പ് ആലപ്പുഴച്ചെന്ന് അന്യാ യമെഴുതിച്ചു കോടതിയിൽ കൊടുക്കുന്ന കാര്യം അസാധ്യമാണല്ലോ. അതിനാൽ ബ്രാഹ്മണൻ മനസ്സിലെ വ്യസനവും പരിഭ്രമവും പുറത്തുകാ ണിക്കാതെ ധൈര്യത്തോടുകൂടി അവിടെത്തന്നെയിരുന്നു.

ഏകദേശം മൂന്നു മണിയായപ്പോൾ തിരുമുൽപ്പാടു മടങ്ങിയെത്തി. അദ്ദേഹം അതുവരെ കുളിക്കുകയും ഉണ്ണുകയും ഉണ്ടായിട്ടില്ലായിരുന്നു. അതിനാൽ ഗൃഹത്തിലെത്തിയ ക്ഷണത്തിൽ ഒന്നും മിണ്ടാതെ കുളിക്കാ നുമുണ്ണാനും പോയി. കുളിയും ഊണും കഴിഞ്ഞപ്പോഴേയ്ക്കും നേരമേകദേശം മണി നാലരയോളമായി. അപ്പോൾ പുറത്തു ബ്രാഹ്മണന്റെ അടുക്കൽ വന്നു. 'പണത്തിനായി ഓടി നടന്നതുകൊണ്ട് കുളിക്കാനും ഉണ്ണാനും ഒന്നും ഒത്തില്ല. ഇന്നു ഞാൻ ഇപ്പോഴാണ് ഊണു കഴിച്ചത്. ഇങ്ങനെ ഒരു കഷ്ട പ്പാട് എനിക്ക് ഇതിനുമുമ്പ് ഒരിക്കലുമുണ്ടായിട്ടില്ല. അതുകൊണ്ട് തരക്കേ ടൊന്നുമില്ല. ഇന്ന് ഏതെങ്കിലും നേരം വൈകിയല്ലോ. നാളെ നേരത്തെ ഏർപ്പാടു തീർത്തേക്കാം' എന്നു പറഞ്ഞു. തിരുമുൽപ്പാട് പറഞ്ഞതിനെ വിശ്വസിച്ച് ബ്രാഹ്മണൻ അവിടെത്താമസിച്ചു. പിറ്റേദിവസം കാലത്തേ തിരുമുൽപ്പാട് ഉറക്കമുണർന്നു പുറത്തു വന്ന് ബ്രാഹ്മണനോട് 'പ്രമാണ മെടുക്കൂ, നോക്കട്ടെ' എന്നു പറഞ്ഞു. ഉടനെ അദ്ദേഹം പ്രമാണമെടുത്തു കൊടുത്തു. തിരുമുൽപ്പാട് പ്രമാണം വാങ്ങി നോക്കീട്ട്, 'ഹേ! ഈ പ്രമാണ ത്തിനു കാലഹരണം വന്നുപോയല്ലോ. കാലഹരണം വന്ന പ്രമാണത്തിനു പണം കൊടുക്കുക ഇവിടെ പതിവില്ല. എനിക്കാരും തരാറുമില്ല. അതിനാൽ പണത്തിനായി ഇനി താമസിക്കണമെന്നില്ല. അങ്ങേക്കു പോകാം' എന്നു പറഞ്ഞു. ഇതു കേട്ടിട്ട് തിരുമുൽപ്പാടു നേരംപോക്കു പറയുകയാണെന്നു വിചാരിച്ചു ബ്രാഹ്മണൻ 'ഹേ നേരംപോക്കു പറയാതെ പണം തന്ന് എന്നെ അയക്കണം. നേരം പുലരുന്നു. ഇനിയും ഇവിടെ താമസിക്കാൻ എനിക്കു നിവൃത്തിയില്ല' എന്നു പറഞ്ഞു. 'താമസിക്കണമെന്നില്ല എന്നു ഞാൻ പറഞ്ഞില്ലേ? ഇങ്ങനെയുള്ള കാര്യങ്ങളിൽ നേരംപോക്കു പറയുക എനിക്കു പതിവില്ല ഞാൻ കാര്യമാണ് പറഞ്ഞത്. കാലഹരണം വന്ന പ്രമാണപ്രകാരമുള്ള പണം തരാൻ ഞാൻ തയ്യാറല്ല. ഇതു തീർച്ചയാണ്'

എന്നു തിരുമുൽപ്പാട് ഗൌരവഭാവത്തോടുകൂടി വീണ്ടും പറഞ്ഞപോൾ ബ്രാഹ്മണനുണ്ടായ മനസ്താപം എത്രമാത്രമെന്നു പറയാൻ പ്രയാസം. അദ്ദേഹം വ്യസനസമേതം വീണ്ടും വളരെയൊക്കെ പറഞ്ഞുനോക്കി. യാതൊരു ഫലവുമുണ്ടായില്ല. തിരുമുൽപ്പാടു പണം കൊടുക്കുകയില്ലെന്നു തീർച്ചയായപ്പോൾ ആ സാധു കരഞ്ഞുകൊണ്ട് അവിടെനിന്ന് ഇറങ്ങി പ്പോയി. ഉടനെ ഒരു തോണിയിൽക്കയറി കായലിനു കിഴക്കേക്കരയിലിറങ്ങി വൈക്കത്തു ചെന്ന് കുളിയും നിത്യകർമാനുഷ്ഠാനവും കഴിച്ചു ക്ഷേത്രത്തിലെത്തി വൈക്കത്തപ്പനെ തൊഴുതിട്ടു മണ്ഡപത്തിൽ കയറി ജപിച്ചുകൊണ്ടിരുന്നു. സദ്യയ്ക്ക് ഇലവെച്ചു തുടങ്ങീട്ടും അദ്ദേഹം അവിടെ നിന്ന് എണീറ്റില്ല. ഊണു കഴിക്കാനായി പലരും ചെന്നു വിളിച്ചിട്ടും അദ്ദേഹം പോയില്ല. ജലപാനം പോലും കഴിക്കാതെ അദ്ദേഹം അവിടെത്തന്നെ ഇരുന്നു. നേരം സന്ധ്യയായപ്പോൾ പോയി സന്ധ്യാവന്ദനം കഴിച്ചു തിരിച്ചുവന്നു. പിന്നെയും മണ്ഡപത്തിൽക്കയറി ജപിച്ചുകൊണ്ടിരുന്നു. അത്താഴശ്ശീവേലി കഴിഞ്ഞ് അമ്പലമടയ്ക്കാറായപ്പോൾ ചിലർ ചെന്നു പുറത്തിറങ്ങിപ്പോകണമെന്നു പറഞ്ഞതിനാൽ അദ്ദേഹം അവിടെ നിന്നിറങ്ങി കൊടിമരച്ചുവട്ടിൽ ചെന്നിരുന്നു. കുറച്ചു കഴിഞ്ഞപ്പോൾ ക്ഷേത്രം കാവൽക്കാർ ചെന്ന് അവിടെനിന്നുമിറങ്ങി മതിൽക്കു പുറത്തു പോകണമെന്നു പറയുകയാൽ അദ്ദേഹം പോയി കിഴക്കേ ഗോപുരത്തിന്റെ പുറത്തേത്തറയിൽ ചെന്നിരുന്നു. നേരം രാത്രി ഏകദേശം പത്തു മണിയായപ്പോൾ ഇരിക്കാൻ വയ്യാതെയായിട്ട് അദ്ദേഹം അവിടെക്കിടന്നു. വ്യസനം കൊണ്ട് ഉറക്കം വന്നില്ലെങ്കിലും വിശപ്പും ക്ഷീണവും കൊണ്ട് അദ്ദേഹം കണ്ണടച്ച് സ്വൽപമൊന്നു മയങ്ങി. അപ്പോൾ ഒരു വൃദ്ധബ്രാഹ്മണൻ അദ്ദേഹത്തിന്റെ അടുക്കൽ ചെന്ന് 'ഇവിടെ പട്ടിണി കിടക്കാൻ പാടില്ല അങ്ങ് ഏറ്റുമാനൂർചെന്ന് സങ്കടം പറയൂ. ഏറ്റുമാനൂർ ദേവൻ നിവൃത്തിയുണ്ടാക്കിത്തരും' എന്നു പറഞ്ഞതായി അദ്ദേഹത്തിനു തോന്നി. ഉടനെ കണ്ണു തുറന്ന് നോക്കീട്ട് അവിടെയെങ്ങും ആരെയും കണ്ടില്ല. ഇതു വൈക്കത്തപ്പന്റെ അരുളപ്പാടുതന്നെയാണ് എന്നു നിശ്ചയിച്ച് അദ്ദേഹം അവിടെനിന്നെണീറ്റു പതുക്കെ നടന്നുതുടങ്ങി. പിറ്റേദിവസം കാലത്തെ ഏകദേശം എട്ടുമണിയായപ്പോഴേയ്ക്കും അദ്ദേഹം ഒരുവിധത്തിൽ ഏറ്റുമാനൂരെത്തി. ഉടനെ പോയിക്കുളിച്ചു നിത്യകർമാദികൾ കഴിച്ചുകൊണ്ട് ക്ഷേത്രത്തിലെത്തി. മഹാദേവനെ വന്ദിച്ചിട്ടു മണ്ഡപത്തിലിരുന്നു ജപം തുടങ്ങി. നമസ്കാരമൂണു കാലമായപ്പോൾ പലരും ചെന്നു വിളിച്ചിട്ടും അദ്ദേഹം പോകാതെ ജപിച്ചുകൊണ്ടുതന്നെ ഇരുന്നു. അദ്ദേഹം അങ്ങനെ ഇരിക്കട്ടെ! ഇനി നമുക്കു തിരുമുൽപ്പാടിന്റെ സ്ഥിതി എങ്ങനെയിരിക്കുന്നു എന്നു നോക്കാം.

ബ്രാഹ്മണൻ ഏറ്റുമാനൂരെത്തിയ ദിവസം കാലത്തു പത്തുമണിയായപ്പോൾ തിരുമുൽപ്പാടിനു മുളകരച്ചു തേച്ചതുപോലെയോ ഉമിത്തീയിലിട്ടതുപോലെയോ ഇന്നവിധമെന്നു പറയാൻ വയ്യാത്തവിധം ദേഹമാസകലം ഒരു നീറ്റലും പുകച്ചിലും തുടങ്ങി. അതു ക്രമേണ വർദ്ധിച്ച് തിരുമുൽപ്പാടിന് ഇരിക്കാനും കിടക്കാനും കുളിക്കാനും ഉണ്ണാനും ഒന്നും വയ്യാത്ത വിധത്തിലായി. ഉടനെ വൈദ്യന്മാരും മന്ത്രവാദികളുമൊക്കെയെത്തി ചികിത്സകളും മന്ത്രവാദങ്ങളുമൊക്കെത്തുടങ്ങി. അവരെല്ലാവരും പഠിച്ച വിദ്യകളൊക്കെ പ്രയോഗിച്ചിട്ടും അദ്ദേഹത്തിനു സുഖക്കേടുകൂടിവന്നതല്ലാതെ

ലേശം പോലും കുറഞ്ഞില്ല. പിന്നെ പ്രസിദ്ധനായ കായിക്കര മേനവനെ വരുത്തി പ്രശ്നം വയ്പിച്ചു നോക്കിച്ചപ്പോൾ ധനസംബന്ധമായ ഒരു കാര്യത്തിനായി ഒരു ബ്രാഹ്മണൻ ചെന്ന് ഏറ്റുമാനൂർ മഹാദേവനെ ശരണം പ്രാപിച്ചിരിക്കുന്നതിനാൽ ആ മഹാദേവന്റെ കോപം നിമിത്തമാണ് ഈ സുഖക്കേടുണ്ടായിരിക്കുന്നതെന്നും, ബ്രാഹ്മണനു കൊടുക്കാനുള്ള സംഖ്യ കൊടുത്തു ക്ഷമായാചനം ചെയ്യുകയും അത്രയും സംഖ്യ ഭണ്ഡാരത്തിലിട്ടു മഹാദേവനെ വന്ദിക്കുകയും ചെയ്യാതെ സുഖക്കേടു ഭേദമാവുകയില്ലെന്നും അങ്ങനെ ചെയ്താൽ ഉടനെ സുഖമാകുമെന്നും വിധിച്ചു. ഉടനെ തിരുമുൽപ്പാട് ആയിരത്തി ഒരുനൂറു രൂപ വീതം രണ്ടു കിഴി കെട്ടിയെടുപ്പിച്ചുകൊണ്ട് ഒരു തോണിയിൽ കയറി പുറപ്പെട്ട് ഏറ്റുമാനൂർക്കു സമീപം അതിരമ്പുഴയെത്തി കരയ്ക്കിറങ്ങി നടന്ന് ഏറ്റുമാനൂർ ചെന്നു ചേർന്നു. അദ്ദേഹം കുളിച്ച് അമ്പലത്തിൽ ചെന്നപ്പോൾ ഉത്തമർണ്ണനായ ബ്രാഹ്മണൻ മണ്ഡപത്തിൽ ജപിച്ചുകൊണ്ടിരിക്കുന്നതു കണ്ട് ഒരു കിഴി അദ്ദേഹത്തിന്റെ മുമ്പിൽ വച്ചു നമസ്കരിച്ചു ക്ഷമായാചനം ചെയ്യുകയും മറ്റേക്കിഴിയിലെ സംഖ്യ ഭണ്ഡാരത്തിലിട്ട് മഹാദേവനെ വന്ദിക്കുകയും ചെയ്തു. ഇത്രയും ചെയ്തുകഴിഞ്ഞപ്പോൾ തിരുമുൽപ്പാടിനു സുഖക്കേടൊക്കെ മാറി പൂർണ്ണസുഖമായി. ബ്രാഹ്മണനു മനസ്താപം തീർന്നു സന്തോഷമായി. അദ്ദേഹം കിഴിയഴിച്ച് എണ്ണിനോക്കി ആയിരം രൂപയെടുക്കുകയും നൂറു രൂപ ഭണ്ഡാരത്തിലിടുകയും ചെയ്തു. പിന്നെ അദ്ദേഹവും തിരുമുൽപ്പാടും പോയി ഊണു കഴിച്ച് വീണ്ടും നടയ്ക്കൽ ചെന്ന് മഹാദേവനെ വന്ദിച്ചിട്ട് അവരവരുടെ ദേശങ്ങളിലേക്കു മടങ്ങിപ്പോയി. ആയിരത്തി അറുപതു രൂപ കൊടുക്കേണ്ടതു കൊടുക്കാതെയിരുന്ന തിരുമുൽപ്പാടിന് ആയിരത്തി ഒരുനൂറ്റി നാൽപതു രൂപ നഷ്ടവും കൊടുക്കേണ്ടതു കൊടുപ്പിച്ച ഏറ്റുമാനൂർ മഹാദേവനു ആയിരത്തി ഇരുനൂറു രൂപ ലാഭവുമായി. ഇപ്രകാരമൊക്കെയാണ് ഏറ്റുമാനൂർ മഹാദേവന്റെ മാഹാത്മ്യം. ആ ദേവസ്വം തിരുവതാംകൂർ സർക്കാരിൽ ചേർത്തപ്പോൾ അവിടുത്തെ നിത്യനിദാനാദികൾക്കു മുമ്പുണ്ടായിരുന്ന പതിവിൽ വളരെ കുറച്ചിട്ടുണ്ട്. കാലഭേദം കൊണ്ട് അവിടുത്തെ പൂജാകർമാദികൾക്ക് വളരെ വൈകല്യവും വന്നിട്ടുണ്ട്. എങ്കിലും ദേവസാന്നിധ്യത്തിന് ഇപ്പോഴും അവിടെ യാതൊരു കുറവും വന്നിട്ടില്ല.

●

തോലകവി

ഇദ്ദേഹം ഒരു മലയാള ബ്രാഹ്മണകുലത്തിൽ ജനിച്ച ആളായിരുന്നു എന്നല്ലാതെ ഇദ്ദേഹത്തിന്റെ ഇല്ലം എവിടെയായിരുന്നുവെന്നും സാക്ഷാൽ പേരെന്തായിരുന്നുവെന്നും ജീവിച്ചിരുന്ന കാലമേതെന്നും മറ്റു മറിയുന്നതിനു ശരിയായ ലക്ഷ്യമൊന്നും കാണുന്നില്ല. എങ്കിലും ഇദ്ദേഹം അഭിഷേകം, തപതീസംവരണം, സുഭദ്രാധനഞ്ജയം എന്നീ നാടകങ്ങളുടെയും ആശ്ചര്യമഞ്ജരി എന്ന ഗദ്യപ്രബന്ധത്തിന്റെയും നിർമാതാവും കേരളചക്രവർത്തിയുമായിരുന്ന 'കുലശേഖരവർമാ'വെന്ന ചേരമാൻ പെരുമാളുടെക്കൂടെ സേവകനായി തിരുവഞ്ചിക്കുളത്തു താമസിച്ചിരുന്നതായി കേൾവിയുണ്ട്. അതിനാൽ തോലകവി ജീവിച്ചിരുന്നത് ആ ചേരമാൻ പെരുമാളുടെ കാലത്തായിരുന്നു എന്നു വിചാരിക്കാം. തോലകവിയുടെ കുടുംബവും വംശ്യന്മാരും ഇപ്പോൾ ഇല്ലെന്നു തീർച്ചയാണ്. അദ്ദേഹത്തിന്റെ ചരിത്രം വിചാരിച്ചാൽ അതൊന്നുമുണ്ടായിരിക്കാൻ മാർഗവുമില്ല. തോലകവി ഉപനയനം കഴിഞ്ഞു ബ്രഹ്മചാരിയായിരുന്ന കാലത്തുതന്നെ അദ്ദേഹത്തിന്റെ അച്ഛൻ മരിച്ചു. പിന്നെ ആ കുടുംബത്തിൽ അദ്ദേഹവും വിധവയായ അമ്മയും മാത്രമേ ഉണ്ടായിരുന്നുള്ളൂ. തോലകവി വിവാഹം കഴിച്ചിരുന്നില്ല. പിന്നെ ആ വംശം വർദ്ധിക്കാനിടയില്ലല്ലോ.

തോലകവി ചെറുപ്പത്തിൽത്തന്നെ ബുദ്ധിയും യുക്തിയുമുള്ള ആളും ഫലിതക്കാരനും പരിഹാസശീലനുമായിരുന്നു. ഒരു ദിവസം അദ്ദേഹം അദ്ദേഹത്തിന്റെ ഇല്ലത്ത് ഊണുകഴിച്ചുകൊണ്ടും അമ്മ വിളമ്പിക്കൊടുത്തുകൊണ്ടുമിരുന്ന സമയം അവിടെ ദാസ്യ പ്രവൃത്തികൾ ചെയ്തു താമസിച്ചിരുന്ന 'ചക്കി' എന്നു പേരായ വൃഷലി ഇതൊരു നല്ല അവസരമാണെന്നു കരുതി നെല്ലു മോഷ്ടിച്ചെടുക്കാനായി പത്തായത്തിൽ കയറി. തോലനും അമ്മയും അടുക്കളയിലായിരുന്നതിനാൽ ആരും കാണുകയില്ലെന്നു വിചാരിച്ചാണ് അവൾ ആ തരം നോക്കി പത്തായത്തിൽ കയറിയത്. എങ്കിലും തോലൻ അതു കണ്ടു. ബ്രഹ്മചാരികൾ ഉണ്ടിരിക്കുമ്പോൾ മിണ്ടരുതെന്നും അഥവാ വല്ലതും സംസാരിക്കുകയാണെങ്കിൽ അതു സംസ്കൃതത്തിലേ ആകാവൂ എന്നും മലയാള ബ്രാഹ്മണരുടെ ഇടയിൽ ഒരു ചട്ടമുണ്ട്. തോലന് സംസ്കൃതഭാഷാജ്ഞാനമില്ലായിരുന്നതിനാൽ ഒരു സമയം അദ്ദേഹം കണ്ടാലും തത്ക്കാലമൊന്നും മിണ്ടുകയില്ലെന്നുള്ള വിചാരവും ചക്കിക്ക് ഉണ്ടായിരുന്നു. എന്നാൽ തോലൻ ഇതു കണ്ടിട്ടു മിണ്ടാതെയിരുന്നില്ല. അദ്ദേഹത്തിനു ഗീർവ്വാണഭാഷാജ്ഞാനമില്ലായിരുന്നുവെങ്കിലും തൽക്കാലാവശ്യത്തിനായി അദ്ദേഹം തന്റെ യുക്തികൊണ്ടും ബുദ്ധികൊണ്ടും

ചില വാക്കുകൾ സൃഷ്ടിച്ചാണ് സംസാരിച്ചത്. അത് 'പനസി ദശായാം പാശി' എന്നായിരുന്നു. പനസം എന്നു പറഞ്ഞാൽ ചക്ക എന്നും ദശ എന്നു പറഞ്ഞാൽ പത്ത് എന്നും പാശം എന്നു പറഞ്ഞാൽ കയറ് എന്നും അർത്ഥമുള്ളതിനാൽ പനസി എന്നു പറഞ്ഞാൽ ചക്കി എന്നും ദശായാം എന്നു പറഞ്ഞാൽ പത്തായത്തിലെന്നും പാശി എന്നു പറഞ്ഞാൽ കയറി എന്നും അർത്ഥം സിദ്ധിക്കുമെന്നു യുക്തികൊണ്ടു നിശ്ചയിച്ചാണ് അദ്ദേഹം ഇങ്ങനെ പറഞ്ഞത്. തോലന്റെ അമ്മയും പുത്രനെപ്പോലെത്തന്നെ ബുദ്ധിയും യുക്തിയുമുള്ള കൂട്ടത്തിലായിരുന്നു. അതിനാൽ ആ അന്തർജനം പുത്രൻ പറഞ്ഞതിന്റെ അർത്ഥം മനസ്സിലാക്കുകയും ഉടൻ ഓടിച്ചെന്ന് ചക്കിയുടെ കളവു കണ്ടുപിടിക്കുകയും ചെയ്തു എങ്കിലും 'ഇനി മേലാൽ ഇങ്ങനെ ചെയ്യരുതെ'ന്നും പറഞ്ഞു ശാസിച്ചതല്ലാതെ ആ അന്തർജനം ചിരപരിചിതയും അനന്യശരണയുമായിരുന്ന ആ വൃഷലിയെ ഉപേക്ഷിച്ചില്ല. അതിനാൽ അവൾ പിന്നെയും യഥാപൂർവ്വം അവിടെത്തന്നെ താമസിച്ചു. എങ്കിലും അക്കാലം മുതൽ അന്തർജനവും തോലനും പ്രത്യേകം സൂക്ഷിച്ചു തുടങ്ങിയതുകൊണ്ട് അവൾക്ക് അവിടെനിന്ന് ഒന്നും മോഷ്ടിച്ചെടുക്കാൻ തരമില്ലാതെയായിത്തീർന്നു. അതിനാലവൾ, 'ബ്രഹ്മചാരിയെ ഏതു വിധവും സ്വാധീനപ്പെടുത്തണം. ഇദ്ദേഹത്തിന്റെ സഹായം കൂടാതെ ഇവിടെനിന്നും യാതൊന്നും കൈക്കലാക്കുവാൻ സാധിക്കയില്ല' എന്നു വിചാരിച്ച് അദ്ദേഹത്തെ വശപ്പെടുത്താൻ ഉത്സാഹിച്ചു തുടങ്ങി. ഈ ആഗ്രഹം സാധിക്കുന്നതിനായി അവൾ പ്രയോഗിച്ച ഉപായങ്ങൾ ഗൂഢമായി ചില നർമ്മാലാപങ്ങളും ശൃംഗാരചേഷ്ടകളും മറ്റുമായിരുന്നു. ആദ്യ കാലത്ത് ഇവകൊണ്ട് വിശേഷിച്ചു ഫലമൊന്നും ഉണ്ടായില്ല. എങ്കിലും ക്രമേണ തോലനു പ്രായം കൂടിവരികയും അതോടുകൂടി അദ്ദേഹത്തിനു ചക്കിയുടെ ചേഷ്ടകളിലും നാട്യങ്ങളിലും രഹസ്യ സല്ലാപങ്ങളിലും ഒരു കൗതുകം ജനിക്കുകയും ചെയ്തു. പതിനാറു വയസ്സാകാതെ സമാവർത്തനം കഴിച്ചുകൂടാ എന്നാണല്ലോ മലയാള ബ്രാഹ്മണരുടെ നിയമം. ഈ ബ്രഹ്മചാരി പതിനാറു വയസ്സാകുന്നതിനു മുമ്പു തന്നെ മന്മഥാക്രാന്തഹൃദയനായിത്തീരുകയും ചക്കിയുടെ അപാംഗവലയിലകപ്പെടുകയും അങ്ങനെ ബ്രഹ്മചര്യവ്രതത്തിനു ഭംഗം വരുത്തുകയും അതു പലരും അറിയുന്നതിന് ഇടയാവുകയും ചെയ്തു. ഇതിനു വിധിപ്രകാരം പ്രായശ്ചിത്തവും മറ്റും ചെയ്യിച്ച് അദ്ദേഹത്തെ ശുദ്ധീകരിച്ചെടുക്കുന്നതിന് അദ്ദേഹത്തിന് അച്ഛനും മറ്റും ജീവിച്ചിരിക്കുന്നുണ്ടായിരുന്നില്ലല്ലോ. എന്നു മാത്രമല്ല, അദ്ദേഹം തരം കിട്ടുമ്പോഴെല്ലാം എല്ലാവരെയും പരിഹസിക്കാറുമുണ്ടായിരുന്നതുകൊണ്ട് സ്വജനങ്ങൾക്കൊക്കെ അദ്ദേഹത്തോടു വിരോധവുമുണ്ടായിരുന്നു. അതിനാൽ എല്ലാവരും കൂടി അദ്ദേഹത്തെ ഭ്രഷ്ടനാക്കിക്കളഞ്ഞു. സമാവർത്തനത്തിന്റെ കാലമായിട്ടും ആരും അത് നടത്താതെയിരിക്കുകയും നടത്തുകയില്ലെന്നു തീർച്ചയാവുകയും ചെയ്തപ്പോൾ അദ്ദേഹം സ്വയമേവ അദ്ദേഹത്തിന്റെ കഴുത്തിൽക്കിടന്നിരുന്ന തോൽ പറിച്ചു കളഞ്ഞു. അങ്ങനെയായിരുന്നു അദ്ദേഹത്തിന്റെ സമാവർത്തനം. ബ്രാഹ്മണകുമാരന്മാരെ ഉപനയിക്കുമ്പോൾ പൂണൂലോടു കൂടി തോലും (കൃഷ്ണാജിനവും) ഇടുക പതിവുണ്ടല്ലോ. അതിനാൽ ബ്രഹ്മചാരികളെ തോലിട്ട ഉണ്ണി എന്നും ചിലർ പരിഹാസമായിട്ടു തോലൻ എന്നും പറയാറുണ്ട്. ആ തോൽ എടുത്തുകളയുന്നത് സമാവർത്തന സമയത്താണ്. ഈ

ഉണ്ണിക്കു തോൽ ഇട്ടതല്ലാതെ മുറപ്രകാരം എടുത്തു കളയുകയുണ്ടായില്ലല്ലോ. അതുകൊണ്ടും സ്വയമേവ തോൽ പറിച്ചു കളഞ്ഞതുകൊണ്ടും അദ്ദേഹത്തെ എല്ലാവരും തോലൻ എന്നു പറഞ്ഞു തുടങ്ങുകയും ആ പേരുതന്നെ ക്രമേണ സ്ഥിരപ്പെടുകയും അതിനാൽ അദ്ദേഹത്തിന്റെ സാക്ഷാൽ പേർ എന്തായിരുന്നുവെന്നു കാലാന്തരത്തിൽ ആർക്കും നിശ്ചയമില്ലാതെയായിത്തീരുകയും ചെയ്തു. ഭ്രഷ്ടനായിപ്പോയ അദ്ദേഹത്തിനു സ്വജനങ്ങളായിട്ടുള്ളവരാരും പെണ്ണിനെ കൊടുക്കാഞ്ഞിട്ടാണ് അദ്ദേഹം വിവാഹം കഴിക്കാതെയിരിക്കുകയും അദ്ദേഹത്തിന്റെ വംശം നശിച്ചുപോവുകയും ചെയ്തതെന്നു വിശേഷിച്ചു പറയണമെന്നില്ലല്ലോ. ആരും പെണ്ണിനെ കൊടുക്കുകയില്ലെന്നു തീർച്ചയായപ്പോൾ ചക്കിയെത്തന്നെ അദ്ദേഹം ഭാര്യയായി സ്വീകരിച്ചു.

അനന്തരം തോലൻ യഥാക്രമം വിദ്യാഭ്യാസം ചെയ്യുകയും അചിരേണ വലിയ വിദ്വാനും മഹാകവിയുമായിത്തീരുകയും ചെയ്തു. എങ്കിലും അദ്ദേഹത്തിന്റെ പ്രകൃതിസിദ്ധമായുള്ള പരിഹാസശീലത്തിനും ഫലിതോക്തികൾക്കും യാതൊരു ഭേദവും വന്നില്ല. ചക്കിയെക്കുറിച്ചുതന്നെ അദ്ദേഹം വർണ്ണിച്ചു പല ശ്ലോകങ്ങളുണ്ടാക്കിയിട്ടുണ്ട്. അവയിൽ ചിലതു താഴെ ചേർക്കുന്നു:

'അന്നൊത്ത പോക്കീ! കുയിലൊത്ത പാട്ടീ!
തേനൊത്ത വാക്കീ! തിലപുഷ്പമൂക്കീ!
ദരിദ്രയില്ലത്തെ യവാഗുപോലെ
നീണ്ടിട്ടിരിക്കും നയനദ്വയത്തീ!'

ഈ ശ്ലോകം ചക്കിക്ക് ഒട്ടും സന്തോഷകരമായില്ല. 'എന്നെ പോക്കീ, പാട്ടീ, വാക്കീ, മൂക്കീ എന്നും മറ്റും പറയരുത്' എന്നവൾ പറഞ്ഞു. അതിനാൽ തോലൻ നല്ല ഭംഗിയുള്ള പദങ്ങൾ ചേർത്തു പിന്നെയൊരു ശ്ലോകമുണ്ടാക്കി. അത്:

'അർക്കശുഷ്കഫലകോമളസ്തനീ!
ശർക്കരാസദൃശ ചാരുഭാഷിണീ!
തന്ത്രിണീദല സമാന ലോചനേ!
സിന്ധുരേന്ദ്രരുചിരാമലദ്യുതേ!

ഇതു ചക്കിക്കു നല്ലപോലെ ബോധിച്ചു. ചക്കി കേവലം വിഡ്ഢിയായിരുന്നുവെന്നും ശ്ലോകങ്ങളുടെ അർത്ഥം മനസ്സിലാക്കാൻ അവൾക്കു ശക്തിയില്ലായിരുന്നുവെന്നും വിശേഷിച്ചു പറയണമെന്നില്ലല്ലോ. തോലകവി ചക്കിയെ വർണ്ണിച്ചുണ്ടാക്കിയ മറ്റൊരു ശ്ലോകവും താഴെ ചേർക്കുന്നു:

'മുളഞ്ഞാസന സൃഷ്ടീങ്കൽ
വിളങ്ങും ചേർജലോചനേ!
പൊതിപ്പെണ്ണച്ചനോടൊത്ത
മാർജദ്വന്ദം വിരാജതേ!'

ചില ആശാന്മാർ 'വിരിഞ്ചഃ കമലാസനഃ' എന്നുള്ളത് 'വിരിംചക്കമലാസന' എന്നു ചൊല്ലിക്കൊടുത്തു കുട്ടികളെ പഠിപ്പിക്കുന്നതുകേട്ടിട്ട് ആ ആശാന്മാരെ പരിഹസിക്കാനും തന്റെ യുക്തി കാണിക്കാനും കൂടിയാണ് തോലൻ ഈ ശ്ലോകമുണ്ടാക്കിയത്. ചക്കമലാസനനൻ ചക്കയുടെ മലം ആസനമായിട്ടുള്ളവൻ. ചക്കയുടെ മലം മുളഞ്ഞ്.

'വിരിഞ്ചഃ കമലാസനഃ' എന്നുള്ളതു ബ്രഹ്മാവിന്റെ പര്യായങ്ങളാണല്ലോ.

ബ്രഹ്മാവിനെ 'ചക്കമെലാസനൻ' എന്നു പറയാമെങ്കിൽ 'മുളഞ്ഞാസനൻ' എന്നും പറയാമെന്നാണ് തോലന്റെ യുക്തി. ചേർ = പങ്കം. ചേർജം എന്നു പറഞ്ഞാൽ പങ്കജം എന്നർത്ഥം. കാളപ്പുറത്തു കെട്ടിയിടുന്ന ചുമടിനു പൊതിയെന്നു പറയാറുണ്ടല്ലോ. അപ്പോൾ കാളപ്പുറത്തിരിക്കുന്നതിനു പൊതിയെന്നു പറയാമെന്നു സിദ്ധിക്കുന്നു. ശിവനും കാളപ്പുറത്തിരിക്കുമല്ലോ. അതിനാൽ ശിവനെയും പൊതിയെന്നു പറയാം. ആ പൊതിയുടെ പെണ്ണ് ശ്രീപാർവതി. ശ്രീപാർവതിയുടെ അച്ചൻ (അച്ഛൻ) ഹിമവാൻ. അപ്പോൾ 'പൊതിപ്പെണ്ണച്ചനോടൊത്ത്' എന്നു പറഞ്ഞാൽ 'പർവത തുല്യമായ' എന്നർത്ഥം. മാർജം മാറിൽ ജനിച്ചത്. സ്തനം എന്നു താൽപര്യം. ഉരോജം, വക്ഷോജം ഇത്യാദി എന്നപോലെ.

ഈ ശ്ലോകവും ചക്കിക്ക് ഏറ്റവും സന്തോഷകരമായിരുന്നതിനാൽ ഒരു ശ്ലോകം കൂടിയുണ്ടാക്കണമെന്ന് അവൾ പറയുകയും ഉടനെ തോലകവി താഴെക്കാണുന്ന പ്രകാരം ഒരു ശ്ലോകമുണ്ടാക്കിച്ചൊല്ലുകയും ചെയ്തു.

'വക്ത്രാംഭോജം തു കൈലാസവദിദമളകാലംകൃതം, കൊങ്കയുഗ്മം
വൃത്രാരാതേഃ കഠോരം കുലിശമിവപരിക്ലിന്നസാരം ഗിരീണാം.
മധ്യം മത്തേഭവത്തേ പിടിയിലമരുവൊന്നെത്രയും ചിത്രമോർത്താൽ
മുഗ്ധേ, മൽപ്രാണനാഥേ, വപുരുദധിരിവാഭാതി ലാവണ്യപൂർണ്ണം.'

ഇങ്ങനെ ചക്കിയുടെ ആവശ്യപ്രകാരവും അല്ലാതെയും ശൃംഗാരഹാസ്യരസ പ്രധാനങ്ങളും ഫലിതമയങ്ങളുമായിട്ടുള്ള അനേകം ശ്ലോകങ്ങൾ തോലകവി ഉണ്ടാക്കീട്ടുണ്ട്. എല്ലാത്തിന്റെയും രീതി ഇതു തന്നെ.

തോലകവിയുടെ ഭക്തിരസപ്രധാനങ്ങളായ ശ്ലോകങ്ങൾ ഫലിതമയങ്ങളും യുക്തികൊണ്ട് അർത്ഥം ഗ്രഹിക്കേണ്ടുന്നവയുമാണ്. രീതി കാണിക്കാനായി ഒരു ശ്ലോകം താഴെ ചേർക്കുന്നു:

'പല്ലിത്തോലാടയാം യസ്യ യസ്യ പന്ത്രണ്ടര പ്രിയാ കോണച്ചേട്ടാഭിധാനസ്യ അർദ്ധാർദ്ധം പ്രണതോസ്മ്യഹം.'

പല്ലിനു സംസ്കൃതത്തിൽ ദന്തമെന്നു പറയുമല്ലോ. അപ്പോൾ പല്ലി എന്നു പറഞ്ഞാൽ ദന്തി ആന എന്നർത്ഥം. പന്ത്രണ്ടര ആറ്. ഗംഗ എന്നു താൽപര്യം. കോണ് = മൂക്ക്. ചേട്ടൻ = അണ്ണൻ. കോണചേട്ടൻ = മുക്കണ്ണൻ. അർദ്ധാർദ്ധം = അർദ്ധത്തിന്റെ അർദ്ധം. അർദ്ധം = പകുതി. അര എന്നു താൽപര്യം. അതിന്റെ അർദ്ധം കാൽ = പാദം എന്നർത്ഥം. ആനത്തോൽ വസ്ത്രമായും ഗംഗ ഭാര്യയായും മുക്കണ്ണൻ എന്നു പേരോടുകൂടിയവനുമായിരിക്കുന്ന അവന്റെ പാദത്തെ ഞാൻ നമസ്കരിക്കുന്നു എന്ന് ആകപ്പാടെയുള്ള അർത്ഥം.

തോലകവി ശിവനെക്കുറിച്ചുതന്നെ മറ്റൊരു വന്ദനശ്ലോകമുണ്ടാക്കിയിട്ടുണ്ട്. അതും താഴെ ചേർക്കുന്നു:

'മാരാരേ, തവ ദാസോഹം വാരി യസ്യ ജടാന്തരേ
യം പ്രാഹുരവ്യയം നിത്യം തന്ത്രിണേത്രം നമാമ്യഹം.'

കേവലം സംസ്കൃതഭാഷയിലുള്ള ഈ ശ്ലോകത്തിലും അദ്ദേഹം മാരാർ, വാരിയർ, എമ്പ്രാൻ, തന്ത്രി എന്നിവരുടെ പേരുകൾ വരുത്തിയിരിക്കുന്നു. ഇതും ഒരുവക ഫലിതമാണല്ലോ. പരപരിഹാസാർത്ഥമായിട്ടും തോലകവി

അനേകം ശ്ലോകങ്ങളുണ്ടാക്കീട്ടുണ്ട്. 'ഒന്നായ്ച്ചേർക്കയുമാം പദങ്ങളിടവിട്ടെങ്ങെങ്കിലും ചേർത്തിടാം' എന്നാണല്ലോ സംസ്കൃതനിയമം. ആ നിയമവും പ്രാസം, യമകം മുതലായ ശബ്ദഭംഗിക്കും പാദപൂരണത്തിനും മറ്റുമായി നിരർത്ഥകങ്ങളും അനാവശ്യകങ്ങളുമായ പദങ്ങൾ പ്രയോഗിക്കുന്നതും തോലകവിക്ക് ഇഷ്ടമല്ല. അങ്ങനെ പ്രയോഗിക്കുന്ന വരെ ആക്ഷേപിച്ച് തോലകവി ഉണ്ടാക്കീട്ടുള്ള ചില ശ്ലോകങ്ങളും താഴെ ചേർക്കുന്നു:

ഥപ്രഥനന്ദാനന്ദം
പദദ്വയം നാത്ര ജനിതനന്ദാനന്ദം
തനയം വന്ദേ വക്യാ
നിരന്വയം ദലിതദാനവന്ദേവക്യാഃ

ഈ ശ്ലോകത്തിൽ ഥപ്രഥനം, ദാനന്ദം, വക്യാഃ ഈ മൂന്നു പദങ്ങൾ നിരർത്ഥങ്ങളും യമകത്തിനായിട്ടു മാത്രം ചേർത്തിട്ടുള്ളവയുമാണ്. ശേഷമുള്ള പദങ്ങൾകൊണ്ടു മാത്രമേ കാര്യമുള്ളൂ. ആവശ്യമില്ലാത്ത

പദങ്ങളോടു ചേർത്തുതന്നെ 'പദദ്വയം നാത്ര' എന്നും 'നിരന്വയം'എന്നും പ്രയോഗിച്ച് അവ അനാവശ്യകങ്ങളാണെന്നു സൂചിപ്പിക്കുകയും ചെയ്തിരിക്കുന്നു. അതും ഒരു സാമർത്ഥ്യമാണല്ലോ. ഇനി ഇതുപോലെത്തന്നെ വേറൊരു ശ്ലോകം:

'ഉത്തിഷ്ഠോത്തിഷ്ഠ രാജേന്ദ്ര
മുഖം പ്രക്ഷാളയസ്വ ടഃ
ഏഷഖ ആഹ്വയതേ കുക്കു
ച വൈ തു ഹി ച വൈ തു ഹി'

ഇവിടെ 'കുക്കു' എന്നുള്ളതിനോടു 'ടഃ' എന്നുകൂടിച്ചേർത്ത് അന്വയിക്കണം. പദങ്ങളെ അങ്ങുമിങ്ങുമായി പ്രയോഗിക്കാമെങ്കിൽ അക്ഷരങ്ങളെയും അങ്ങനെ പ്രയോഗിക്കാം എന്നാണ് തോലകവിയുടെ അഭിപ്രായം. അപ്രകാരം തന്നെ 'ച, വൈ, തു, ഹി ഇത്യാദി അനാവശ്യകങ്ങളായിട്ടുള്ള അവ്യയപദങ്ങൾ അങ്ങുമിങ്ങുമായി ഇടയ്ക്കിടയ്ക്കു ചേർത്തു പ്രയോഗിക്കുന്നതെന്തിന്? എല്ലാംകൂടി ഒരുമിച്ചിരിക്കട്ടെ. ആവശ്യം പോലെ ഓരോ പദങ്ങൾ എടുത്ത് അന്വയിക്കാമല്ലോ' എന്നു വിചാരിച്ചാണ് തോലകവി ആ വക പദങ്ങൾ കൊണ്ടുതന്നെ നാലാം പാദം തീർത്തത്. അനാവശ്യങ്ങളും അനർത്ഥങ്ങളുമായ പദങ്ങളെ ഔചിത്യം കൂടാതെ പ്രയോഗിക്കുന്ന കവികൾക്ക് ഈ ആക്ഷേപങ്ങൾ മർമഭേദകങ്ങളായിരിക്കുമല്ലോ.

അന്യരുടെ കൃതികൾക്കു കുറ്റവും കുറവും പറയുന്നവർ ധാരാളവും നിരാക്ഷേപമായി കവനം നിർമിക്കുവാൻ കഴിയുന്നവർ ലോകത്തിൽ ചുരുക്കവുമാണല്ലോ. എന്നാൽ തോലകവി അന്യന്മാരുടെ കൃതികളെ ആക്ഷേപിക്കുന്നതിനും അന്യന്മാർ ആക്ഷേപിക്കാത്തവിധത്തിൽ കാവ്യങ്ങൾ നിർമിക്കുന്നതിനും കഴിയുന്ന ആളായിരുന്നു. അദ്ദേഹം അന്വയക്രമത്തിനു പദങ്ങൾ ചേർത്തും അനാവശ്യപദങ്ങൾ കൂടാതെയും കാവ്യം നിർമിച്ചിട്ടുണ്ട്. അതിലുള്ള ശ്ലോകങ്ങളിൽ ഏറ്റവും പ്രസിദ്ധമായിട്ടുള്ള ഒന്നു താഴെ ചേർക്കുന്നു.

'സ്വർജാലികാനിർജരനിർഝരിണ്യാം
തദീയസൗധാഗ്രജുഷാം വധൂനാം

ആലോലനേത്രപ്രകരം നിരീക്ഷ്യ
ഝഷഭ്രമാർജാലശതം ക്ഷിപന്തി.'

ഈ കാവ്യം കൂടി ഉണ്ടാക്കിക്കഴിഞ്ഞപ്പോഴേക്കും തോലകവി വിശ്വ വിശ്രുതനായിത്തീർന്നു. അദ്ദേഹത്തെ 'തോലൻ' എന്നു പറഞ്ഞിരുന്ന അസൂയാലുക്കളായ വിരോധികൾ പോലും 'തോലകവി' എന്നുതന്നെ പറഞ്ഞുതുടങ്ങുകയും ചെയ്തു.

ഇങ്ങനെയിരുന്ന കാലത്താണ് കുലശേഖരവർമ്മാവെന്ന് പ്രസിദ്ധനായിരുന്ന ചേരമാൻ പെരുമാൾ സംസ്കൃതനാടകങ്ങൾ ചാക്യാന്മാരെ ക്കൊണ്ട് അരങ്ങേറ്റം കഴിപ്പിക്കുവാൻ ഉത്സാഹിച്ചു തുടങ്ങിയത്. അദ്ദേഹം ആദ്യം തന്നെ ചാക്യാന്മാരെക്കൊണ്ട് അരങ്ങേറ്റം കഴിപ്പിക്കാനുത്സാഹിച്ചതു ശാകുന്തളം നാടകമാണ്. അരങ്ങേറ്റത്തിനു സൂതന്റെ വേഷം ധരിച്ച ചാക്യാർ 'രാജാനം മൃഗഞ്ചാവലോക്യ' (മൃഗമതിനെയുമാത്തചാപനാകും ജഗദഭിവന്ദ്യ ഭവാനെയും വിലോക്യ) എന്നുള്ള ഭാഗം യഥാക്രമം അഭിനയിച്ചപ്പോൾ ആ ചാക്യാരുടെ കണ്ണു പൊട്ടിപ്പോവുകയാൽ അരങ്ങേറ്റം നടന്നില്ല. പിന്നെ പെരുമാൾ അഭിഷേകം, തപതീസംവരണം, സുഭദ്രാധനഞ്ജയം ഇങ്ങനെ മൂന്നു നാടകങ്ങൾ സ്വയമേ നിർമിക്കുകയും അവ ഉടനെ ചാക്യാന്മാരെക്കൊണ്ട് അരങ്ങേറ്റം കഴിപ്പിക്കണമെന്നു നിശ്ചയിക്കുകയും ചെയ്തു. ആ മൂന്നു നാടകങ്ങളിൽ ഒടുവിലുണ്ടാക്കിയ സുഭദ്രാധനഞ്ജയമാണ് പെരുമാൾക്ക് അധികം ബോധിച്ചത്. അതിനാൽ അതു തന്നെ ആദ്യം അരങ്ങേറ്റം കഴിപ്പിക്കണമെന്ന് അദ്ദേഹം നിശ്ചയിച്ചു. എങ്കിലും അതു വിദ്വാന്മാരെ ഒന്നു കേൾപ്പിച്ചിട്ടു വേണം ചാക്യാന്മാരെ ഏൽപിക്കാനെന്ന് അദ്ദേഹത്തിനു തോന്നി. 'ആപരിതോഷാദ്വി ദുഷാം ന സാധു മന്യേ പ്രയോഗവിജ്ഞാനം' എന്നുണ്ടല്ലോ. അതിനാൽ ചേരമാൻ പെരുമാൾ ഒരു ദിവസം തന്റെ സദസ്യന്മാരും സമീപസ്ഥന്മാരുമായ വിദ്വാന്മാരെയെല്ലാം വിളിച്ചുകൂട്ടി. ആ സദസ്സിൽ തോലകവിയും ചെന്നു ചേർന്നിരുന്നു. ആ സഭാവാസികളെ ചേരമാൻ പെരുമാൾ സുഭദ്രാധനഞ്ജയം സ്വയമേവ വായിച്ചു കേൾപ്പിക്കാനാരംഭിച്ചു. ഒന്നാമങ്കം കഴിഞ്ഞു രണ്ടാമങ്കം വയിച്ചുതുടങ്ങിയപ്പോൾ തന്നെ തോലകവി കുറേശ്ശെ വിറച്ചു തുടങ്ങി. രണ്ടാമങ്കം ഏകദേശം പകുതിയായപ്പോൾ തോലകവി അത്യുച്ചത്തിൽ അട്ടഹസിച്ചുകൊണ്ടും 'അയ്യോ, എനിക്കു സഹിക്കാൻ വയ്യേ' എന്നു പറഞ്ഞുകൊണ്ട് ചാടിയെണീറ്റുനിന്നു വെളിച്ചപ്പാടിനെ പ്പോലെ തുള്ളിത്തുടങ്ങി. സദസ്യരെല്ലാം പരിഭ്രമിച്ച് എണീക്കുകയും 'ആരാണ്? കാര്യമെന്താണ്?' എന്നും മറ്റും ചോദിക്കുകയും ചെയ്തു. അപ്പോൾ തോലകവി 'ഞാൻശാകുന്തളം നാടകമാണ്. എനിക്കുള്ള അർത്ഥകൽപ്പനകളും ഛായയുമെല്ലാമപഹരിച്ച് സുഭദ്രാധനഞ്ജയത്തിനു കൊടുത്തിരിക്കുന്നു. ഇതെനിക്കു സഹിക്കാവുന്നതല്ല' എന്നു പറഞ്ഞു. ഇതു കേട്ടപ്പോൾ ഇതു തോലകവി ചേരമാൻ പെരുമാളെ പരിഹസിക്കാനായി ട്ടെടുത്ത വിദ്യയാണെന്നു സദസ്യർക്കു മനസ്സിലാവുകയും ചിലർ മനസ്സറിയാതെ പൊട്ടിച്ചിരിച്ചുപോവുകയും ഏതാനും പേർ തങ്ങൾക്കു വന്ന ചിരി പെരുമാളെ ഭയപ്പെട്ട് ഉള്ളിൽ ഒതുക്കുകയും ചെയ്തു. പെരുമാൾ ഏറ്റവും വിഷണ്ണനായിത്തീർന്നു എന്നുള്ളതു പറയണമെന്നില്ലല്ലോ. അദ്ദേഹം ശേഷം വായിക്കാൻ ശക്തനാകാതെ ലജ്ജാവനതമുഖനായി അവിടെ നിന്ന് എണീറ്റുപോയി. ഉടനെ തോലകവിയുടെ തുള്ളൽ നിൽക്കുകയും

സഭാവാസികളെല്ലാവരും പിരിഞ്ഞു പോവുകയും ചെയ്തു.

അന്നു രാത്രിയിൽ കിടന്നിട്ടു ചേരമാൻ പെരുമാൾക്ക് ഉറക്കം വന്നില്ല. തന്റെ നാടകങ്ങൾ വിദ്വജ്ജനങ്ങൾക്കു രുചിക്കയും അവയ്ക്കു പ്രസിദ്ധിയും പ്രചാരവും സിദ്ധിക്കുകയും ചെയ്യുന്നതിന് എന്താണ് വേണ്ടതെന്ന് അദ്ദേഹം വളരെ നേരം വിചാരിച്ചു നോക്കീട്ടും ശരിയായ മാർഗ്ഗമൊന്നും കണ്ടില്ല. ഒടുക്കം തോലകവിയെ തന്നെ വരുത്തി ആലോചിക്കാമെന്നു നിശ്ചയിച്ചു. ചേരമാൻ പെരുമാൾ ആ രാത്രിയിൽത്തന്നെ ആളയച്ചു തോലകവിയെ ഗൂഢമായി തന്റെ അടുക്കൽ വരുത്തി അദ്ദേഹത്തിന്റെ അഭിപ്രായപ്രകാരം നാടകാഭിനയത്തിനുവേണ്ടുന്ന മുറകളെല്ലാം വ്യവസ്ഥപ്പെടുത്തി. വിദൂഷകനുള്ള നാടകങ്ങൾ അഭിനയിക്കുന്നതിന് ആദ്യം തന്നെ വിദൂഷകവേഷധാരിയായ ഒരു നടൻ പ്രവേശിച്ചു വിവാദു തീർത്തു എന്നും വിനോദം, വഞ്ചനം, അശനം, രാജസേവ എന്നീ പുരുഷാർത്ഥങ്ങൾ സാധിച്ചു എന്നും പറയണമെന്നും അവയ്ക്കും നാടകങ്ങളിലെ വിദൂഷകന്റെ വാക്യങ്ങൾക്കു പകരമായിട്ടും മണിപ്രവാളമായും മറ്റു ചിലശ്ലോകങ്ങൾ കൂടി വേണമെന്നും മറ്റുമാണ് അവർ വ്യവസ്ഥപ്പെടുത്തിയത്. ആ വക ശ്ലോകങ്ങളെല്ലാമുണ്ടാക്കുന്നതിന് ചേരമാൻ പെരുമാൾ തോലകവിയെത്തന്നെ ഏൽപിക്കുകയും അദ്ദേഹം ഉണ്ടാക്കിക്കൊടുക്കുകയും ചെയ്തു.

വിവാദുതീർക്കുക എന്നുവെച്ചാൽ അനധീതമംഗലം ഗ്രാമക്കാരും പെരുംതൃക്കോവിലെന്ന ക്ഷേത്രത്തിലെ ഊരാളന്മാരുമായ മേയ്ക്കാന്തല, കിഴക്കാന്തല എന്നു രണ്ടുകൂട്ടർ തമ്മിലുള്ള അധികാരത്തർക്കം തീർക്കുകയാണ്. ഇതിൽ ഊരാളന്മാർ, സമുദായം, ശാന്തിക്കാർ, വാരിയർ, മാരാര് മുതലായ ക്ഷേത്രാധികാരികളുടെയും ക്ഷേത്രസംബന്ധികളുടെയും ചാക്യാർ, നമ്പ്യാർ മുതലായവരുടെയും സ്വഭാവങ്ങളെ വർണ്ണിച്ച് അനവധി ശ്ലോകങ്ങൾ തോലകവി ഉണ്ടാക്കി. വിനോദം എന്നത് ഈ ഊരാളന്മാർ മുതലായവരെല്ലാംകൂടി 'ഭ്രമരികുലകോലാഹലത്തുണ്ണിമഞ്ജരി' എന്നൊരു വേശ്യാസ്ത്രീയുടെ അടുക്കൽച്ചെന്നു തൃതീയപുരുഷാർത്ഥം സാധിക്കുകയാണ്. ഇതിന് സ്ത്രീകളുടെ സ്വഭാവങ്ങളെ വർണ്ണിച്ചും വളരെ ശ്ലോകങ്ങൾ തോലകവി നിർമ്മിച്ചു. വഞ്ചനം എന്നത് വിനോദം സാധിക്കാൻ പോയവരിൽ ഒരാൾ ഉണ്ണിമഞ്ജരിയുടെ വെള്ളിക്കരണ്ടകം മോഷ്ടിച്ച് ആരുമറിയാതെ വായിലാക്കി കൊണ്ടുപോന്നു എന്നുള്ളതാണ്. അതിന് അധികം വിസ്താരവും വർണ്ണനയുമൊന്നുമില്ല. പിന്നെ അശനം എന്നത് ഞീം ഞീം നായ്ക്കരുടെ പന്ത്രണ്ടാം മാസസദ്യ ഇവർ പോയി ഉണ്ടു എന്നുള്ളതാണ്. ഇതു വളരെ കേമമാക്കി. സദ്യയുടെ ഓരോ വിഭവങ്ങളെയും പ്രത്യേകം പ്രത്യേകം വിവരിച്ചും വർണ്ണിച്ചും വളരെ ശ്ലോകങ്ങൾ കവി ഉണ്ടാക്കി. ഇങ്ങനെ മൂന്നു പുരുഷാർത്ഥങ്ങൾ സാധിച്ചുകഴിഞ്ഞാൽ പിന്നെ രാജസേവയായി. അതിന് ഈ ഊരാളന്മാർ മുതലായവരിൽ സമർത്ഥനായ ഒരാളെ തിരഞ്ഞെടുത്ത് അയയ്ക്കുകയാണ്. അയാൾ, പിന്നീടഭിനയിക്കാൻ നിശ്ചയിച്ചിരിക്കുന്ന നാടകമേതോ അതിലെ കഥാനായകനായ രാജാവിനെ സേവിച്ചു താമസിച്ചു എന്നു പറഞ്ഞ് നാടകവുമായി സംബന്ധം വരുത്തണം. നാടകത്തിലെ വിദൂഷകനായിത്തീരുന്നതും അയാൾ തന്നെയാണ്. ഈ നാലാമത്തെ പുരുഷാർത്ഥം പറയുന്നതിനും രാജാക്കന്മാരുടെ സ്വഭാവങ്ങളെ വർണ്ണിച്ച് അനവധി ശ്ലോകങ്ങൾ തോലകവി ഉണ്ടാക്കി. വിവാദു തീർത്തതായും പുരുഷാർത്ഥങ്ങൾ

സാധിച്ചതായും പറയുന്നതിലേക്കായി തോലകവി ഉണ്ടാക്കിയ ശ്ലോകങ്ങളെല്ലാം സരസങ്ങളും ഫലിതഭരിതങ്ങളുമാണ്. അവയിൽ മിക്കവയും മണിപ്രവാളങ്ങളും ചിലതു സംസ്കൃതങ്ങളുമാണ്. ഭർത്തൃഹരി മുതലായവവയിൽനിന്നും ചില ശ്ലോകങ്ങൾ ഈ ആവശ്യത്തിലേക്കായി അദ്ദേഹം യഥോചിതം എടുത്തു ചേർത്തിട്ടുമുണ്ട്. തോലകവി ഉണ്ടാക്കീട്ടുള്ള ശ്ലോകങ്ങൾ കേട്ടാൽ പ്രത്യേകമറിയാം. അവയുടെ രസികത്വം ഒന്നു വേറെ തന്നെയാണ്.

മേൽപറഞ്ഞ ചടങ്ങുകളോട്ടും തോലകവിയുടെ സഹായത്തോട്ടും കൂടി ചേരമാൻ പെരുമാൾ തന്റെ നാടകങ്ങളെലാം അരങ്ങേറ്റം കഴിപ്പിക്കുകയും എല്ലാവരും വളരെ രസിക്കുകയും സന്തോഷിക്കുകയും ചെയ്തു. അപ്പോൾ മാത്രമേ ചേരമാൻ പെരുമാൾക്കു മുമ്പുണ്ടായ കുണ്ഠിതം നിശ്ശേഷം തീർന്നുള്ളു. പിന്നെ അദ്ദേഹം തോലകവിക്കു വളരെ സമ്മാനങ്ങളും മറ്റും കൊടുത്തു സന്തോഷിപ്പിച്ച് അദ്ദേഹത്തിനെ തന്റെ കൂടെത്തന്നെ താമസിപ്പിച്ചു.

അനന്തരം ചേരമാൻ പെരുമാൾ നാഗാനന്ദം മുതലായ ചില നാടകങ്ങൾക്കു കൂടി തോലകവിയെക്കൊണ്ടു വിദൂഷകശ്ലോകങ്ങളുണ്ടാക്കിക്കുകയും അവയും ആശ്ചര്യചൂഡാമണി, കല്യാണസഗൗന്ധികം മുതലായി മറ്റു ചില നാടകങ്ങളും കൂടി അരങ്ങേറ്റം കഴിപ്പിക്കുകയും ചെയ്തു. ചാക്യാന്മാർ നാടകങ്ങളിലഭിനയിക്കുന്നതിനു ചേരമാൻ പെരുമാൾ നിശ്ചയിച്ചിട്ടുള്ള പേര് 'കൂടിയാട്ടം' എന്നാണ് അങ്ങനെതന്നെ ഇപ്പോഴും പറഞ്ഞുവരുന്നു. അതിന് ആകപ്പാടെയുള്ള പേര് കൂത്ത് എന്നുമാണ്. രസവാസനയും നാട്യസാമർത്ഥ്യവും വേഷഭംഗിയുമുള്ള ചാക്യാന്മാർ നായകന്റെ ഭാഗവും, മനോധർമ്മവും യുക്തിയും വാഗ്മിത്വവും വാക് മാധുര്യവുമുള്ള ചാക്യാന്മാർ വിദൂഷകന്റെ ഭാഗവും നിർവ്വഹിക്കുന്നതായാൽ കൂടിയാട്ടം കാണാനും കേൾക്കാനും വളരെ നല്ലതാണ്. പക്ഷേ അങ്ങനെയുള്ള ചാക്യാന്മാർ ഇപ്പോൾ ചുരുക്കമാണെന്നേയുള്ളൂ. വിദൂഷകനില്ലാത്ത നാടകങ്ങൾ അഭിനയിക്കുന്നതിനു പുർഷാർത്ഥങ്ങളും മറ്റും പറയുക പതിവില്ലാത്തതിനാൽ നല്ല ആട്ടക്കാരായിട്ടുള്ള ചാക്യന്മാരുണ്ടായാലും മതി. അതിനും യോഗ്യന്മാരായിട്ടുള്ളവർ വളരെ ചുരുക്കമാണ്. കൂത്ത് ക്ഷേത്രങ്ങളിൽ മാത്രമേ പാടുള്ളൂ എന്നാണ് ചേരമാൻ പെരുമാൾ നിശ്ചയിച്ചിട്ടുള്ളത്. കൂത്തിനുള്ള വിളക്കിനു വെളിച്ചെണ്ണയും വേഷം കെട്ടുന്നതിനു വെള്ളത്തേടന്റെ മാറ്റും മാലയ്ക്കു ചെത്തിപ്പൂവും വേണമെന്നാണ് നിശ്ചയം. 'കലിയുഗം മൂക്കുമ്പോൾ ഇല്ലത്തു കൂത്തും കൊമ്പത്തെണ്ണ (പുന്നക്കായെണ്ണ, പൂവത്തെണ്ണ, മരോട്ടിയെണ്ണ മുതലായവ)യും മണ്ണാത്തി മാറ്റും അശകിൻ പൂവും വേണമെന്നു ജനങ്ങൾ പറഞ്ഞുതുടങ്ങും. അപ്പോൾ നിങ്ങളുടെ അണയലങ്ങൾ (വേഷം കെട്ടാനുള്ള കോപ്പുകൾ) തിരുവഞ്ചിക്കുളത്തു ക്ഷേത്രത്തിൽ കൊണ്ടു ചെന്നു മണ്ഡപത്തിൽ കെട്ടിത്തൂക്കീട്ടു നിങ്ങൾ തീർത്ഥാടനം ചെയ്തുകൊള്ളണം' എന്നു ചേരമാൻ പെരുമാൾ ചാക്യാരോട്ടും പറഞ്ഞിട്ടുണ്ടെന്ന് ഒരു കേൾവിയുണ്ട്. ഇതുകൊണ്ടും മുമ്പു വിവരിച്ചിട്ടുള്ള ചില സംഗതികൾ കൊണ്ടും കുലശേഖരവർമ്മാവു താമസിച്ചിരുന്നതു തിരുവഞ്ചിക്കുളത്തുതന്നെയായിരുന്നുവെന്നും തോലകവിയുടെ വാസ സ്ഥലവും അവിടെ സമീപത്തെവിടെയോ ആയിരുന്നുവെന്നും ഊഹിക്കേണ്ടിയിരിക്കുന്നു.

തോലകവി ഉണ്ടാക്കീട്ടുള്ള പുർഷാർത്ഥശ്ലോകങ്ങളുടെയും നാടകശ്ലോകങ്ങളുടെയും രസികത്വം വിചാരിക്കുമ്പോൾ അവയിൽ ചിലതുകൂടി

ഇവിടെ പകർത്തിയാൽ കൊള്ളാമെന്നു തോന്നുന്നുണ്ട്. ലേഖനദൈർഘ്യം വിചാരിക്കുമ്പോൾ അതിനു മനസ്സു വരുന്നുമില്ല. എങ്കിലും ചിലതു താഴെ ചേർക്കുന്നു:

'ശാന്തിദ്വിജഃ പ്രകുരുതേ ബഹുദീപശാന്തിം
തത്രത്യവാരവനിതാമദനാഗ്നിശാന്തിം
പക്വാജ്യപായസഗുളൈർജഠരാഗ്നിശാന്തിം
കാലക്രമേണ പരമേശ്വരശക്തിശാന്തിം.'

'കുളിച്ചു കുറ്റിത്തലയും കുടഞ്ഞ
ങ്ങമന്ത്രകുംഭം ചൊരിയുന്ന നേരം
ഭ്രമിച്ചു ദേവൻ ച്ചമരോടലച്ചു
നീരോകിലൂടെ ഗമനം കരോതി.'

ഈ ശ്ലോകങ്ങൾ വിവാദ്ദ തീർക്കുന്നതിലുള്ളവയാണ്. ഇനി വിനോദത്തിലെ ചില ശ്ലോകങ്ങൾ താഴെ കുറിക്കുന്നു:

'പത്തചങ്ങു പടിപ്പുരയ്ക്കു പുറമേ നിൽപ്പാ, നകം പൂകുവാൻ
പത്താനക്കളഭാ, നകത്തൊരു പദം വെയ്പ്പാൻ സുവർണ്ണാചലം
മറ്റേകാൽക്കു സുരദ്രുമം, പുണരുവാൻ വിശ്വം തരേണം നമു
ക്കിത്ഥം ചൊൽവൊരു നാരിമാരൊടണയുന്നോർക്കേഷ ബദ്ധാഞ്ജലിഃ'

അശനത്തിലെ പ്രധാനവും പ്രഥമവുമായ ശ്ലോകം കൂടി അടിയിൽ ചേർക്കുന്നു:

വെണ്ണസ്മേരമുഖീം വറുത്തു വരളും വാർത്താകദന്തച്ഛദാം
ചെറ്റാമമ്മധുരക്കറിസ്തനഭരാമല്ലാപദം ശോദരീം
ചേണാർന്നോരെരുമത്തയിർക്കടിതടാം ചിങ്ങമ്പഴോരുദ്വയീ
മേനാം ഭുക്തിവധൂം പിരിഞ്ഞയി സഖേ ലോകഃ കഥം ജീവതി?'

രാജാക്കന്മാരുടെ സ്വഭാവങ്ങളെ വർണ്ണിച്ചു രാജസേവയിലും വളരെ ശ്ലോകങ്ങളുണ്ട്. വിസ്തരഭയത്താൽ അവയൊന്നും ഇവിടെ പകർത്തുന്നില്ല.

കേരളത്തിൽ ബ്രാഹ്മണർക്കു ശാസ്ത്ര(സംഘ)ക്കളിയും നായന്മാർ മുതലായവർക്ക് ഏഴാമത്തു കളിയുമുള്ളതുപോലെ അമ്പലവാസിവർഗ്ഗക്കാർക്കു കുറപ്പാറകൻ എന്നൊരു കളിയുണ്ടല്ലോ. അതിൽ ഉപയോഗിക്കുന്നതിനായിട്ടും തോലകവി അനേകം ശ്ലോകങ്ങളുണ്ടാക്കി ആ വകക്കാർക്കു കൊടുത്തു. ആ കളിയിലും അനേകം വേഷങ്ങളുണ്ട്. അവർ ചൊല്ലുന്ന ശ്ലോകങ്ങൾ കൂടി ഇവിടെ ഉദ്ധരിക്കാം. പാത്രം തേയ്ക്കാൻ പോകുന്ന ഭാവത്തിൽ പ്രവേശിക്കുന്ന വാരസ്യാരെക്കുറിച്ചുള്ള ശ്ലോകമാണ് താഴെ പകർത്തുന്നത്:

'വെണ്ണീറുകട്ട വലിയോന്നു വലത്തുകൈയിൽ,
മറ്റേതിൽ വറ്റുരുളി, ചട്ടുക, മൊട്ടു വയ്ക്കോൽ
ഓമൽക്കഴുത്തിലൊരു മദ്ദളവും ധരിച്ചു
കൈലാസനാരി വരവുണ്ടതു കാണ്മനീ ഞാൻ.'

ഒരു വൃദ്ധയും മകളും പ്രവേശിച്ചിട്ടു വൃദ്ധ മകളോടു പറയുന്നതായി ചൊല്ലുന്ന ശ്ലോകം കൂടി താഴെ ചേർക്കുന്നു:

'പത്തു പത്തനമൊത്തോണം
ശുദ്ധശൂന്യം വരുത്തി ഞാൻ

പത്താലൊന്നു മുടിച്ചീടാൻ
മുഗ്ധേ! നീ മതിയാകുമോ?'

കൂട്ടപ്പാഠകത്തിൽ ഉപയോഗിച്ചുവരുന്ന ശ്ലോകങ്ങളെല്ലാം തോലകവി ഉണ്ടാക്കീട്ടുള്ളവയാണെന്നാണ് പറയുന്നത്. എന്നാൽ അവയിൽ ചില ശ്ലോകങ്ങൾ കേട്ടാൽ രീതിഭേദം കൊണ്ട് അവ മറ്റാരോ ഉണ്ടാക്കിയതാണെന്ന് തോന്നിപ്പോകും. അങ്ങനെയുള്ള ചില ശ്ലോകങ്ങൾ കൂടിയാട്ടങ്ങളിൽ ചാക്യാന്മാരുപയോഗിക്കുന്ന വിദൂഷകശ്ലോകങ്ങളിലും കാണുന്നുണ്ട്. അവയുടെ വ്യത്യാസം കവിതാമർമ്മജ്ഞന്മാരായ സഹൃദയന്മാർക്കറിയാവുന്നതാണ്. അതൊക്കെ എങ്ങിനെയായാലും കൂട്ടപ്പാഠകം എന്നൊന്ന് ഉണ്ടാക്കിത്തീർത്തതു തോലകവിതന്നെയാണെന്നു വിശ്വസിക്കേണ്ടിയിരിക്കുന്നു.

'പോരുന്ന ലോകരു പരമ്പരയാ പറഞ്ഞു
പോരുന്ന വാക്കിലയഥാർത്ഥവിചാരമാകാ'

എന്നുണ്ടല്ലോ. ഇനി നാടകങ്ങളിൽ വിദൂഷകനു ചൊല്ലാനായി തോലകവി ഉണ്ടാക്കീട്ടുള്ള ചില ശ്ലോകങ്ങൾ കൂടി ഇവിടെ ഉദ്ധരിക്കാം.

സുഭദ്രാധനഞ്ജയത്തിൽ സുഭദ്രയെക്കുറിച്ചുള്ള 'സൌന്ദര്യം, സുകുമാരതാ' ഇത്യാദി ശ്ലോകത്തിനു പകരം,

'വാനാറ്റം കവർനാറ്റമീറപ്പൊടിയും ഭാവം കൊട്ടുംക്രൂരമാം
നോക്കും വാക്കുമിതാദിസർഗ്ഗവിഭവാൻ നിശ്ശേഷചക്കീഗുണാൻ
ഇച്ചക്ക്യാമുപയുജ്യ പത്മജനഹോ! ശക്യാണ, ചക്യന്തരം
സൃഷ്ടിപ്പാനവ വേണമെങ്കിലിഹ വന്നെല്ലാമിരന്നീടണം.'

'നാഴിഭിരുരിഭിരുഴഗ്ഭിഃ
പാതി മണൽഭിസ്തഥൈവ ചവലരിഭിഃ
യത്ര മനോരഥമുടനേ
സിധ്യയി തസ്യൈ നമോ നമശ്ചക്ക്യൈ'

തനിക്കു വിവേവകമില്ലാതെയിരുന്ന ചെറുപ്പകാലത്തു തന്നെ മയക്കി ഭ്രഷ്ടനാക്കിത്തീർത്ത ചക്കിയെക്കുറിച്ചു തോലകവിക്കു പിന്നീടു വൈരസ്യമുണ്ടായതായി മേലെഴുതിയിരിക്കുന്ന ഈ ശ്ലോകങ്ങൾകൊണ്ടു വിചാരിക്കാം. അഥവാ അദ്ദേഹത്തിനു പ്രകൃത്യാ ഉള്ള പരിഹാസശീലം കൊണ്ട് ഇങ്ങനെയുണ്ടാക്കിയതാണെന്നും വരാം. ഏതായാലും അദ്ദേഹം ചക്കിയെ ഒരുകാലത്തും മറന്നിരുന്നില്ലെന്നു സ്പഷ്ടമാകുന്നുണ്ട്.

മലയാളപദങ്ങൾക്കു (നാമമായാലും ക്രിയയായാലും) സംസ്കൃത പ്രത്യയങ്ങൾ ചേർത്തു പ്രയോഗിക്കുകയെന്നുള്ള വിദ്യ ആദ്യം തുടങ്ങിയത് തോലകവി തന്നെയാണെന്നാണു തോന്നുന്നത്. അദ്ദേഹത്തിന്റെ മിക്ക പദ്യങ്ങളിലും അങ്ങനെയുള്ള പ്രയോഗങ്ങൾ കാണാം. അങ്ങനെയുള്ളതും പ്രസിദ്ധവുമായ ഒരു സന്ധ്യാവർണ്ണനശ്ലോകം കൂടി താഴെ ചേർക്കുന്നു:

'താഴ്ത്തീട്ടിയന്തി തകരാഃ കറികൊയ്ത്തശേഷാഃ
കാകാഃ കരഞ്ഞു മരമേറിയുറങ്ങിയന്തി
മണ്ടന്തി പാന്ഥനിവഹാഃ പടിബന്ധപേട്യാ
മിന്നാമിനുങ്ങനിവഹാശ്ചഃ മിനുങ്ങയന്തി.'

തോലകവി ചേരമാൻ പെരുമാളുടെ സേവകനായിത്താമസിച്ചിരുന്ന കാലത്തുണ്ടായ ചില നേരമ്പോക്കുകൾ കൂടി പറഞ്ഞിട്ട് ഈ ഉപന്യാസം അവസാനിപ്പിക്കാമെന്നു വിചാരിക്കുന്നു.

ഒരിക്കൽ ചേരമാൻ പെരുമാൾ എണ്ണതേച്ച സമയം തന്റെ കൈ വിരലിൽ കിടന്നിരുന്ന തിരുവാഴി (മോതിരം) ഊരി താഴെ വച്ചിട്ട് എണ്ണ തേച്ചു. കുളി കഴിഞ്ഞു പോന്ന സമയം ആ മോതിരമെടുക്കാൻ അദ്ദേഹം മറന്നുപോയി. കൂടെയുണ്ടായിരുന്ന പരിചാരകന്മാരും മോതിരത്തിന്റെ കാര്യം ഓർത്തില്ല. ചേരമാൻ പെരുമാൾ കുളികഴിഞ്ഞു പോയ ഉടനെ തോലകവി കടവിൽച്ചെന്നപ്പോൾ തിരുവാഴി അവിടെയിരിക്കുന്നതു കണ്ടു. അദ്ദേഹം ആരും കാണാതെയും ആരോടും പറയാതെയും നേരമ്പോക്കി നായി അതെടുത്തുകൊണ്ടു പോയി വാളിന്റെ ഉറയിലിട്ട് ഒളിച്ചുവച്ചു. പിന്നെ അദ്ദേഹം ആ കടവിൽ പോകാതെ മറ്റൊരു സ്ഥലത്തു പോയി കുളിച്ചു പോരികയും ചെയ്തു. ചേരമാൻ പെരുമാൾ ഊണു കഴിഞ്ഞു കൈ കഴുകി യപ്പോഴാണ് മോതിരത്തെക്കുറിച്ച് ഓർത്തത്. ഉടനെ ആളയച്ചു കടവിൽ നോക്കിച്ചു. മോതിരം അവിടെ കാണായ്കയാൽ മുറയ്ക്ക് അന്വേഷണം തുടങ്ങി. പലവിധത്തിൽ അന്വേഷിച്ചിട്ടും ഒരു തുമ്പുമുണ്ടായില്ല. തോലകവി സേവകന്മാരിൽ പ്രധാനിയായിത്തീരുകകൊണ്ടും അദ്ദേഹം എല്ലാവരെ യും പരിഹസിച്ചിരുന്നതിനാലും പലർക്കും അദ്ദേഹത്തോടു വിരോധവും അസൂയയുമുണ്ടായിരുന്നു. അവരെല്ലാവരും കൂടി തിരുവാഴി മോഷ്ടിച്ചതു തോലകവിയാണെന്നു പെരുമാളുടെ അടുക്കൽ പറഞ്ഞു വിശ്വസിപ്പിച്ചു. പെരുമാൾ ചോദിച്ചിട്ടും തോലകവി കുറ്റം സമ്മതിച്ചില്ല. ഒടുക്കം തോലകവി കൈ മുക്കണമെന്നു പെരുമാൾ വിധിച്ചു. കൈ മുക്കുകയെന്നാൽ ഇരുനാഴി യുരി നെയ്യ് ഒരു പാത്രത്തിലൊഴിച്ച് അടുപ്പത്തുവെച്ച് തിളപ്പിച്ച് ചൂടോടുകൂടി വാങ്ങിവെച്ച് അതിൽ കൈ മുക്കുകയാണ്. കൈ പൊള്ളിയെങ്കിൽ മോഷ്ടിച്ചു എന്നും പൊള്ളിയില്ലെങ്കിൽ മോഷ്ടിച്ചില്ലെന്നും തീർച്ചപ്പെടുത്തും. ഒരിക്കൽ എന്തെങ്കിലും കുറ്റം ചെയ്തതായി സംശയം ജനിക്കുകയും സംശ യിക്കപ്പെടുന്നയാൾ കുറ്റം സമ്മതിക്കാതിരിക്കുകയും ചെയ്താൽ സംശയം തീർക്കുന്നതിന് അക്കാലത്ത് ഇങ്ങനെ ഒരു വിദ്യയാണ് ചെയ്തിരുന്നത്. (മുൻകാലങ്ങളിൽ സ്മാർത്തവിചാരത്തിൽ സംശയഗ്രസ്തന്മാരായിത്തീരു ന്നവർ ശുചീന്ദ്രത്തു നടയിൽവെച്ച് കൈ മുക്കുക പതിവായിരുന്നുവല്ലോ.) അങ്ങനെ ചെയ്യാമെന്നു തോലകവി സമ്മതിക്കുകയും ചെയ്തു. ഉടനെ ചിലർ കൂടി ചേരമാൻ പെരുമാളുടെ മുമ്പിൽത്തന്നെ ഒരടുപ്പുണ്ടാക്കി തീ കത്തിച്ചു, പാത്രത്തിൽ നെയ്യൊഴിച്ച്, അടുപ്പത്തു വച്ച് തിളപ്പിച്ചു. നെയ്യ് നല്ലപോലെ തിളച്ച സമയം ഒരാൾ കൈക്കല കൂട്ടിപ്പിടിച്ച് അതു വാങ്ങിത്താഴെവെച്ചു. ഉടനെ തോലകവി 'ഇനി ഞാൻകൈ മുക്കണമെന്നുണ്ടോ? കളവിവിടെ തെളിഞ്ഞുവല്ലോ. ഈ നെയ്യു വാങ്ങിവെച്ച ആളാണ് തിരുവാഴി മോഷ്ടി ച്ചത്. അല്ലെങ്കിൽ അയാൾ കൈക്കല കൂട്ടിപ്പിടിച്ചതെന്തിനാണ്? അയാൾ മോഷ്ടിച്ചില്ലെങ്കിൽ അയാളുടെ കൈ പൊള്ളുകയില്ലല്ലോ'എന്നു പറഞ്ഞു. ഇതിനു ശരിയായ സമാധാനം പറയാൻ ആർക്കും തോന്നിയില്ല. പെരുമാളും മൗനത്തെത്തന്നെ അവലംബിച്ചു. അപ്പോൾ തോലകവി 'ഇതൊക്കെ വിഢ്ഢികളെപ്പറ്റിക്കാനുള്ള വിദ്യകളാണ്. ഇതൊന്നും എന്നോടു പറ്റുക യില്ല. ബുദ്ധിയുള്ളവർ ശരിയായി അന്വേഷിച്ചിരുന്നെങ്കിൽ തിരുവാഴി

കിട്ടുമായിരുന്നു. തമ്പുരാന്റെ ചോറു തിന്നുന്നവരിൽ അങ്ങനെയുള്ള വരാരും ഇവിടെയില്ല. എല്ലാവരുടെയും ഉത്സാഹമൊക്കെക്കഴിഞ്ഞുവല്ലോ. ഇനി തിരുവാഴി ഞാൻകണ്ടെടുത്തുതരാം' എന്നു പറഞ്ഞു തിരുവാഴി വാളുറയിൽ നിന്നെടുത്തു തിരുമുമ്പിൽ വെച്ചുകൊടുത്തു.

ഇപ്രകാരം തന്നെ പിന്നെയുമൊരിക്കൽ ചിലർ കൂടി തോലകവിയുടെ മേൽ ഒരു കുറ്റം സ്ഥാപിച്ചുകൊണ്ട് തിരുമനസ്സറിയിച്ചു. തോലകവി ആ കുറ്റം സമ്മതിച്ചില്ല. അതിനു ചേരമാൻ പെരുമാൾ വിധിച്ചത് തോലകവി ഒരു കയത്തിൽ ചാടണമെന്നായിരുന്നു. മനുഷ്യരോ മറ്റു ജീവജന്തുക്കളോ വീണാൽ ഉടനെ പിടിച്ചുതിന്നുന്നവയായ വലിയ മുതലകൾ ആ കയത്തിൽ വളരെയുണ്ടായിരുന്നു. തോലകവി അതിൽ ചാടീട്ടു മുതല പിടിച്ചില്ലെങ്കിൽ നിർദ്ദോഷനാണെന്നു വിശ്വസിക്കാമെന്നായിരുന്നു കൽപ്പന. തോലകവി അതും സമ്മതിച്ചു. കയത്തിൽ ചാടാനുള്ള ദിവസവും സമയവും നിശ്ചയിച്ചു മുൻകൂട്ടി പ്രസിദ്ധപ്പെടുത്തുകയും ആ സമയത്തു പെരുമാളും അസംഖ്യം ജനങ്ങളും കയത്തിന്റെ കരയിലെത്തുകയും ചെയ്തു. ആ സമയം, ജനിച്ചിട്ടു കണ്ണുതുറക്കുകപോലും ചെയ്യാത്ത രണ്ടു പട്ടിക്കുട്ടികളെ തോലകവി കയത്തി ലേയ്ക്ക് എറിയുകയും തൽക്ഷണം മുതലകൾ വന്ന് അവയെ പിടിച്ചുകൊണ്ടു പോവുകയും ചെയ്തു. അപ്പോൾ തോലകവി ചേരമാൻ പെരുമാളുടെ അടുക്കൽ ച്ചെന്ന് 'ആ പട്ടിക്കുട്ടികൾ ജനിച്ചിട്ട് കണ്ണു തുറക്കുക പോലും ചെയ്തിട്ടില്ല. അവ യാതൊരപരാധവും ചെയ്തിരിക്കയില്ലല്ലോ. അവയെയും ഈ മുതലകൾ പിടിച്ചു. അതിനാൽ ഈ മുതലകൾ അപരാധികളെയും നിരപരാധി ന്മാരെയും തിരിച്ചറിയുന്നവയാണെന്നു തോന്നുന്നില്ല. അവ ആരെയും പിടിച്ചു തിന്നും. ഈ സ്ഥിതിക്കു ഞാൻ ചാടിയാൽ എന്നെയും പിടിക്ക യില്ലയോ എന്നു ഞാൻസംശയിക്കുന്നു' എന്നു പറഞ്ഞു. ഇതിനും ശരിയായ മറുപടിയൊന്നും പറയാൻ തോന്നായ്കയാൽ ചേരമാൻ പെരുമാൾ ഒന്നും മിണ്ടാതെ തിരിച്ചെഴുന്നള്ളി. പുരുഷാരങ്ങളും പിരിഞ്ഞു. തോലകവിയും മടങ്ങിപ്പോയി. അതിൽപ്പിന്നെ ആരും അദ്ദേഹത്തെക്കുറിച്ചു പെരുമാളുടെ അടുക്കൽ ഏഷണി പറയുകയും പെരുമാൾ കുറ്റം വിധിക്കുകയുമുണ്ടായില്ല.

ഇങ്ങനെ തോലകവിയെക്കുറിച്ച് ഇനിയും പല കഥകൾ പറയാനുണ്ട്. വിസ്തരഭയത്താൽ ഇപ്പോൾ വിരമിക്കുന്നു.

●

ഭർത്തൃഹരി

ഭർത്തൃഹരി ആദ്യമേതന്നെ നിത്യ ബ്രഹ്മചാരിയായിരുന്നു എന്നും അതല്ല അദ്ദേഹം ആദ്യം വിവാഹം കഴിക്കുകയും ഗൃഹസ്ഥാശ്രമത്തെ സ്വീകരിച്ചു കുറച്ചുകാലം ഇരിക്കുകയും ചെയ്തു. പിന്നീടു വിരക്തനും സന്യാസിയുമായിത്തീർന്നതാണെന്നും ഇങ്ങനെ രണ്ടുവിധം കേൾവിയുണ്ട്. അദ്ദേഹം ഐഹികസുഖങ്ങളെ ഉപേക്ഷിച്ചു വിരക്തനായിത്തീർന്നതിന് ഒരു കാരണവും ചിലർ പറയുന്നുണ്ട്. അതു താഴെ പറഞ്ഞുകൊള്ളുന്നു.

ഒരു ദിവസം ഒരു യോഗീശ്വരൻ ഭർത്തൃഹരിയുടെ ഗൃഹത്തിൽ വന്നു. ആ യോഗി ഒരു മാമ്പഴം ഭർത്തൃഹരിയുടെ കൈയിൽ കൊടുത്തിട്ട്, 'ഈ മാമ്പഴം തിന്നാൽ ജരാനരകൾ കൂടാതെ എന്നും ജീവിച്ചിരിക്കും' എന്നു പറഞ്ഞു ഉടനെ ഇറങ്ങിപ്പോവുകയും ചെയ്തു.

യോഗി പോയതിന്റെ ശേഷം ഭർത്തൃഹരി, 'കുറച്ചു കാലം കഴിയുമ്പോൾ എന്റെ പ്രിയതമ വാർധക്യം നിമിത്തം ജരാനരകളാൽ ബാധിതയായി മരിച്ചുപോകുമല്ലോ. അവൾ മരിച്ചിട്ടു പിന്നെ ഞാൻ ജീവിച്ചിരിക്കുന്നതെന്തിനാണ്? അതിനാൽ ഈ മാമ്പഴം അവൾക്കു കൊടുക്കണം. അവൾ എന്നും ജീവിച്ചിരിക്കട്ടെ' എന്നു വിചാരിച്ച് ആ മാമ്പഴം ഭാര്യയ്ക്കു കൊടുക്കുകയും അതിന്റെ മാഹാത്മ്യം ഇന്നപ്രകാരമാണെന്ന് അവളെ ധരിപ്പിക്കുകയും ചെയ്തു. ഭർത്തൃഹരി അസാമാന്യമായി സ്നേഹിച്ചും പതിവ്രതാശിരോമണിയെന്നു വിശ്വസിച്ചും വെച്ചിരുന്ന ആ ഭാര്യയ്ക്ക് ഒരു ജാരൻ ഉണ്ടായിരുന്നു. അവൻ ഭർത്തൃഹരിയുടെ അശ്വപാലകൻ (കുതിരക്കാരൻ) തന്നെയായിരുന്നു. മാമ്പഴം കൈയിൽക്കിട്ടുകയും അതിന്റെ മാഹാത്മ്യത്തെപ്പറ്റി അറിയുകയും ചെയ്തപ്പോൾ പുംശ്ചലിയായ ആ സ്ത്രീ, 'നമ്മുടെ ജാരൻ മരിച്ചിട്ടു പിന്നെ ഞാൻ ജീവിച്ചിരിക്കുന്നതെന്തിനാണ്? അവൻ എന്നും ജീവിച്ചിരിക്കട്ടെ' എന്നു വിചാരിച്ച് ആ മാമ്പഴം ആരുമറിയാതെ ജാരനെ വരുത്തി, അവനു കൊടുക്കുകയും അതിന്റെ മാഹാത്മ്യത്തെ ഗ്രഹിപ്പിക്കുകയും ചെയ്തു. ആ കുതിരക്കാരൻ, എന്റെ ഭാര്യ മരിച്ചിട്ടു പിന്നെ ഞാൻ ജീവിച്ചിരിക്കുന്നതെന്തിനാണ്? അവൾ എന്നും ജീവിച്ചിരിക്കട്ടെ എന്നു വിചാരിച്ച് അത് അവന്റെ ഭാര്യയ്ക്കു കൊടുത്തു. കുതിരക്കാരന്റെ ഭാര്യ ഭർത്തൃഹരിയുടെ ഭവനത്തിലെ അടിച്ചുതളിക്കാരത്തിയുമായിരുന്നു. അവൾ അവിടെ വന്ന് അടിച്ചുതളി കഴിഞ്ഞ് അവളുടെ വീട്ടിലേക്കു പോയ സമയത്താണ് കുതിരക്കാരൻ ഈ മാമ്പഴം അവൾക്കു കൊടുത്ത് അതിന്റെ മാഹാത്മ്യത്തെ ധരിപ്പിച്ചത്. ഭർത്തൃഹരി പുറത്ത് എവിടെയോ പോയി തിരിച്ചുവരുമ്പോൾ മാധ്യേമാർഗ്ഗം ആ സ്ത്രീ ആ മാമ്പഴവും കൊണ്ടുപോകുന്നതു കണ്ടു. മാമ്പഴം

കണ്ടപ്പോൾ അതു തനിക്ക് യോഗി തരികയും താൻ ഭാര്യയ്ക്കു കൊടുക്കുകയും ചെയ്തതാണെന്ന് അദ്ദേഹത്തിനും മനസ്സിലാവുകയാൽ അദ്ദേഹം അവളോട് 'നിനക്ക് ഈ മാമ്പഴം എവിടെനിന്നു കിട്ടി?' എന്നു ചോദിച്ചു. 'ഇത് എനിക്ക് എന്റെ ഭർത്താവു തന്നതാണ്' എന്നു മാത്രം പറഞ്ഞിട്ട് അവൾ പോയി.

ഭർത്തൃഹരി സ്വഗൃഹത്തിൽ വന്നതിന്റെശേഷം കുതിരക്കാരനെ വരുത്തി, ആ മാമ്പഴം അവന് എവിടെനിന്നും കിട്ടി എന്നു ചോദിച്ചു. ആദ്യമൊക്കെ അവൻ ചില വ്യാജങ്ങൾ പറഞ്ഞുവെങ്കിലും ഒടുക്കം ഭർത്തൃഹരിയുടെ നിർബന്ധവും ഭീഷണിയും കൊണ്ടു വാസ്തവംതന്നെ പറഞ്ഞു. അതു കേട്ടപ്പോൾ ഭർത്തൃഹരിക്കു വളരെ വ്യസനമുണ്ടായി. 'കഷ്ടം! ഞാൻ അതിമാത്രം സ്നേഹിക്കുകയും വിശ്വസിക്കുകയും ചെയ്തിരുന്നത് ഈ കുലടയെ ആണല്ലോ. സ്ത്രീകളെ ഒരിക്കലും വിശ്വസിക്കാൻ പാടില്ല. കഷ്ടം! ഇവൾക്കു വിരൂപനും തന്റെ ഭൃത്യനുമായ ഈ നിചകലാണല്ലോ അഭിനിവേശമുണ്ടായത്. ആശ്ചര്യം തന്നെ! ഇവൻ ഇവളുടെ ജാരനല്ലെങ്കിൽ ഇവൾക്ക് ഇവനോട് ഇത്രയും സ്നേഹം തോന്നാനും ഈ മാമ്പഴം ഇവനു കൊടുക്കാനും ഇടയില്ല. ഏതായാലും ഇതിനെക്കുറിച്ച് ഇപ്പോൾ ഒന്നും പറയേണ്ടാ' എന്നിങ്ങനെ വിചാരിച്ച് അദ്ദേഹം കുതിരക്കാരനെ പറഞ്ഞയച്ചിട്ട് ശയനഗൃഹത്തിൽ പോയി വിചാരമഗ്നനായി കിടന്നു. കുതിരക്കാരൻ ഈ ഉണ്ടായ സംഗതിയെല്ലാം ഒരു ദാസിമുഖേന ഭർത്തൃഹരിയുടെ ഭാര്യയെ ഗ്രഹിപ്പിച്ചു. തന്റെ വ്യാജപ്രവൃത്തികളെല്ലാം ഭർത്താവറിഞ്ഞു എന്നറിഞ്ഞപ്പോൾ അവൾക്കു വളരെ വ്യസനവും ഭയവുമുണ്ടായി. ഇതു നിമിത്തം തന്റെ ജാരനു കഠിനശിക്ഷയും തനിക്ക് ദുര്യശസ്സു മുണ്ടാകുമെന്നും ഇവ രണ്ടും ഉണ്ടാകാതെയിരിക്കണമെങ്കിൽ ഭർത്താവിന്റെ കഥ ഉടനെ കഴിക്കണമെന്നും അവൾ നിശ്ചയിച്ചു. ഉടനെ അവൾ വിഷം ചേർത്ത് ഒരു ഓട്ടട(ഒരു പലഹാരം) ഉണ്ടാക്കി, 'ഭക്ഷണം തയ്യാറാക്കാൻ കുറച്ചു താമസമുണ്ട്. വയറു കായാതിരിക്കട്ടെ. ഇതു തിന്നോളൂ' എന്നു പറഞ്ഞ് ആ പലഹാരം ഭർത്തൃഹരിയുടെ കൈയിൽ കൊടുത്തു. അംഗനാജനത്തോളം ദുർബുദ്ധി മറ്റാർക്കുള്ളൂ?

ഭർത്തൃഹരി പലഹാരം കൈയിൽ വാങ്ങിക്കൊണ്ട്, 'ഇവൾ എന്നെ കൊല്ലാനായി വിഷം കൂട്ടി ഉണ്ടാക്കിയതായിരിക്കണം. ഇനി ഇവളുടെ സഹവാസം ഉപേക്ഷിക്കുക തന്നെയാണ് യുക്തം; സംശയമില്ല. നാലാശ്രമങ്ങളുള്ളതിൽ ഉത്തമവും സുഖപ്രദവും ദുഃഖരഹിതവുമായിരിക്കുന്നത് ചതുർത്ഥാശ്രമം തന്നെയാണ്. അതിനാൽ അചിരേണ അതിനെത്തന്നെ സ്വീകരിക്കണം' എന്നു മനസ്സിലാക്കിക്കൊണ്ടു നിശ്ചയിച്ചിട്ട് 'ഓട്ടപ്പം വീട്ടേച്ചുട്ടും' എന്നു പറഞ്ഞുകൊണ്ട് അവിടെനിന്നെണീറ്റു പുറത്തുവന്നു. ആ പലഹാരം പുരയുടെ ഇറമ്പിൽ തിരുകിവെച്ചിട്ട് അദ്ദേഹം ഭിക്ഷവാങ്ങി ഭക്ഷിക്കുന്നതിനായി ഒരു ചട്ടി കൈയിലെടുത്തുകൊണ്ടു പുറത്തിറങ്ങിപ്പോവുകയും ചെയ്തു. ഭർത്തൃഹരി പടിക്കു പുറത്തിറങ്ങിയപ്പോൾ അദ്ദേഹത്തിന്റെ പുരയ്ക്കു തീപിടിക്കുകയും സർവസ്വവും ഭസ്മാവശേഷമായിത്തീരുകയും ചെയ്തു.

അനന്തരം ഭർത്തൃഹരി സന്യാസവൃത്തിയോടുകൂടിയും ഭിക്ഷയെടുത്തു ഭക്ഷണം കഴിച്ചും പല സ്ഥലങ്ങളിൽ സഞ്ചരിച്ചു. ഒടുക്കം അദ്ദേഹം ഭിക്ഷയാചിച്ചു വാങ്ങി ഭക്ഷണം കഴിക്കുന്നതു യുക്തമല്ലെന്നും വല്ലവരും വല്ലതും കൊണ്ടുവന്നുതന്നെങ്കിൽ മാത്രം ഭക്ഷിച്ചാൽ മതിയെന്നും നിശ്ചയിച്ച്

പരദേശത്തുള്ള ഒരു മഹാക്ഷേത്രത്തിൽ (ചിദംബരത്താണെന്ന ചിലർ പറയുന്നു) ചെന്നുചേർന്നു. അവിടെ കിഴക്കേ ഗോപുരത്തിൽ 'പട്ടണത്തുപിള്ള' എന്ന പ്രസിദ്ധനായ സന്യാസി ശ്രേഷ്ഠൻ ഇരിക്കുന്നുണ്ടായിരുന്നു. അതിനാൽ ഭർത്തൃഹരി പടിഞ്ഞാറേ ഗോപുരത്തിൽ പോയി തന്റെ ചട്ടിയും മുമ്പിൽവെച്ച് അവിടെയിരുന്നു. ആ ചട്ടിയിൽ വല്ലവരും ഭക്ഷണ സാധനവും കൊണ്ടു ചെന്നിട്ടാൽ ഭർത്തൃഹരി അതെടുത്തു ഭക്ഷിച്ചിരുന്നു. അതിൽ ആരും ഒന്നും കൊണ്ടു ചെന്നിട്ടു കൊടുത്തില്ലെങ്കിൽ അദ്ദേഹം ഭക്ഷിക്കാറുമില്ല. ഭക്ഷണം കൂടാതെ അദ്ദേഹം അനേകം ദിവസങ്ങൾ കഴിച്ചുകൂട്ടാറുണ്ടായിരുന്നു. എന്നാൽ അതുകൊണ്ട് അദ്ദേഹത്തിന് വിശേഷിച്ച യാതൊരു സുഖക്കേടും ക്ഷീണവും ഉണ്ടാകാറുമില്ല.

അങ്ങനെയിരിക്കുന്ന കാലത്ത് ഒരു ദിവസം ഒരു ഭിക്ഷക്കാരൻ അവിടെ കിഴക്കേ ഗോപുരത്തിൽ ചെന്നു പട്ടണത്തുപിള്ളയോടു ഭിക്ഷ യാചിച്ചു. അപ്പോൾ പട്ടണത്തുപിള്ള 'ഞാനും തന്നേപ്പോലെ തന്നെ ഒരു ഭിക്ഷക്കാരനാണ്. തനിക്കു തരുന്നതിന് എന്റെ കൈവശം യാതൊന്നുമില്ല. എന്നാൽ പടിഞ്ഞാറേ ഗോപുരത്തിൽ ഒരു ധനികൻ ഇരിക്കുന്നുണ്ട്. അവിടെച്ചെന്നു ചോദിച്ചാൽ അദ്ദേഹം വല്ലതും തരുമായിരിക്കും' എന്നു പറഞ്ഞു. ഉടനെ ആ ഭിക്ഷക്കാരൻ പടിഞ്ഞാറേ ഗോപുരത്തിൽ ഭർത്തൃഹരി യുടെ അടുക്കൽ ചെന്നു ഭിക്ഷ ചോദിച്ചു. അപ്പോൾ ഭർത്തൃഹരിയും 'ഭിക്ഷ കൊടുക്കുന്നതിന് എന്റെ കൈവശം യാതൊന്നുമില്ല. ഞാനും തന്നേപ്പോലെ ഒരു ദരിദ്രനാണ്'' എന്നു പറഞ്ഞ്. ഉടനെ ഭിക്ഷക്കാരൻ 'അങ്ങ് ഒരു ധനവാനാണെന്നു കിഴക്കേ ഗോപുരത്തിലിരിക്കുന്ന മനുഷ്യൻ പറഞ്ഞല്ലോ?' എന്നു പറഞ്ഞു. ഇതു കേട്ടപ്പോൾ താനൊരു ചട്ടി വച്ചുകൊണ്ടിരിക്കുന്നതിനാലാണ് പട്ടണത്തു പിള്ള ഇങ്ങനെ പറഞ്ഞയച്ചതെന്നും, വിരക്തൻമാർക്ക് ഇങ്ങനെ ഒരു ചട്ടി വെച്ചുകൊണ്ടിരിക്കുന്ന അയുക്തവും അനാവശ്യവുമാണെന്നും ഇങ്ങനെ ഒരു പാത്രം വെച്ചുകൊണ്ടിരുന്നാൽ വല്ലവരും വല്ലതും തന്നാൽ കൊള്ളാമെന്ന് തനിക്കാഗ്രഹമുണ്ടെന്ന് അർഥമാകുന്നതാണെന്നുമാണ് പിള്ളയുടെ അഭിപ്രായമെന്നും മനസ്സിലാവുകയാൽ 'ഇനി ഇതിരുന്നിട്ട് ആരും ഇങ്ങനെ പറയാനിടയാകരുത്'' എന്നും പറഞ്ഞ് അദ്ദേഹം ആ ചട്ടിയെടുത്ത് ഒരേറുകൊടുത്തു. മൺപാത്രമായ ചട്ടി ഉടഞ്ഞു തകർന്നുപോയി എന്നുള്ളതു പറയണമെന്നില്ലല്ലോ. പിന്നെ ഭർത്തൃഹരി ആജീവനാന്തം ആ പുണ്യക്ഷേത്രസന്നിധിയിൽ തന്നെ ഇരുന്നിരുന്നു വെന്നും അദ്ദേഹത്തിന്റെ വിശിഷ്ട കൃതികളെല്ലാം അദ്ദേഹം അവിടെയിരുന്ന് ഉണ്ടാക്കിയിട്ടുള്ളവയാണെന്നുമാണ് കേൾവി.

●

ചെമ്പകശ്ശേരിരാജാവ്

പണ്ട് തെക്കുംകൂർ രാജ്യത്ത് (ഇപ്പോൾ തിരുവിതാംകൂറിൽ) ഏറ്റുമാനൂർ താലൂക്കിൽ ചേർന്ന കുമാരനല്ലൂർ പടിഞ്ഞാറ്റുംഭാഗത്ത് 'പുളിക്കൽച്ചെമ്പകശ്ശേരി'എന്ന് ഇല്ലപ്പേരായിട്ട് ഒരു നമ്പൂതിരിയുണ്ടായിരുന്നു. ആ നമ്പൂതിരിയുടെ ഇല്ലത്ത് ഒരു കാലത്ത് ഒരു ഉണ്ണിയും ആ ഉണ്ണിയുടെ മാതാവായിട്ട വിധവയായ ഒരന്തർജനവുമല്ലാതെ പ്രായം തികഞ്ഞ പുരുഷന്മാരാരും ഇല്ലാതെയായിത്തീർന്നു. ആ കുടുംബത്തിൽ അതികലശലായ ദാരിദ്ര്യവുമുണ്ടായിരുന്നു. ആ കുടുംബത്തിലെ ഏകസന്താനമായ ഉണ്ണി ഉപനയനം കഴിഞ്ഞു ബ്രഹ്മചാരിയായി വേദാദ്ധ്യയനം ചെയ്തുകൊണ്ടു താമസിച്ചിരുന്ന കാലത്ത് ഒരു ദിവസം മദ്ധ്യാഹ്നസമയത്ത് ആയുധപാണികളും അന്യനാട്ടുകാരുമായ അഞ്ഞൂറോളം നായന്മാർ കുമാരനല്ലൂർ വന്നുചേർന്നു. അവർ കോഴിക്കോട്ടുരാജാവും കൊച്ചിരാജാവും തമ്മിലുണ്ടായ യുദ്ധത്തിൽ പരാജിതന്മാരായി പ്രാണരക്ഷാർത്ഥം ഓടിപ്പോന്ന സൈനികന്മാരായിരുന്നു. രണ്ടുമൂന്നുദിവസമായിട്ടു ഭക്ഷണം കഴിക്കായ്കയാൽ അവർ അത്യന്തം പരവശന്മാരായിത്തീർന്നിരുന്നു. അവർ കുമാരനല്ലൂർ വന്നപ്പോൾ ചില ബ്രഹ്മചാരികളായ ഉണ്ണികളും ചില ഉണ്ണിനമ്പൂരിമാരും കുളത്തിലിറങ്ങി മാധ്യന്ദിനം കഴിച്ചു കേറിപ്പോകുന്നതായിക്കണ്ട് അവരുടെ അടുക്കൽച്ചെന്ന് 'ഞങ്ങൾ ഭക്ഷണം കഴിച്ചിട്ട് ഇന്നേക്കു രണ്ടുമൂന്നു ദിവസമായി. എവിടെ ച്ചെന്ന് ആരോടു ചോദിച്ചാലാണ് ഞങ്ങൾക്ക് ഒരു നേരത്തെ ആഹാരം കിട്ടുന്നത്?' എന്നു ചോദിച്ചു. ചില ഉണ്ണിനമ്പൂരിമാരും ബ്രഹ്മചാരികളും അതു കേട്ടിട്ട് ഒന്നും മിണ്ടാതെ പോയി. ചിലർ തിരിഞ്ഞുനിന്ന് 'ഇതാ ആ പുറകേവരുന്ന ബ്രഹ്മചാരിയോടു ചോദിച്ചാൽ മതി. അദ്ദേഹം നിങ്ങൾക്കു ഭക്ഷണം കഴിക്കുന്നതിന് എന്തെങ്കിലും മാർഗമുണ്ടാക്കിത്തരാതിരിക്കുകയില്ല. അദ്ദേഹം ധാരാളം സ്വത്തും ഔദാര്യവുമുള്ള ആളാണ്'' എന്നു പറഞ്ഞു. ഇവർ ഈ പറഞ്ഞതു പരിഹാസമായിട്ടാണെന്നു സൈനികർക്കു മനസ്സിലായില്ല. അവർ ബ്രഹ്മചാരിയുടെ അടുക്കൽച്ചെന്ന് വന്ദിച്ച് തങ്ങൾക്കു ഭക്ഷണത്തിനു വല്ലതും തരണമെന്ന് അപേക്ഷിച്ചു. ആ ബ്രഹ്മചാരി പുളിക്കൽ ചെമ്പകശ്ശേരിയിലെ ആയിരുന്നു. ആ ഇല്ലത്ത് അക്കാലത്തു വളരെ ദാരിദ്ര്യമായിരുന്നു എന്നു മുമ്പു പറഞ്ഞിട്ടുണ്ടല്ലോ. ഈ ഭടന്മാരെ തന്റെ അടുക്കലേക്കു പറഞ്ഞയച്ചതു തന്റെ സഹപാഠികളിൽ ചിലരാണെന്നും താൻ ദരിദ്രനായിരിക്കുന്നതുകൊണ്ടു തന്റെ പേരിൽ അവർക്കുള്ള പുച്ഛംനിമിത്തം അവർ ഇപ്രകാരം ചെയ്തതാണെന്നും ആ ബ്രഹ്മചാരിക്കു മനസ്സിലായി. ഉടനെ അദ്ദേഹം തന്റെ കഴുത്തിൽ കിടന്നിരുന്ന പുലിനഖമോതിരം അഴിച്ച് ആ ഭടന്മാർക്കു കൊടുത്തിട്ട്'' നിങ്ങൾ ഇതു കൊണ്ടുപോയി വിറ്റ്

അരിയും സാമാനങ്ങളുമെല്ലാം വാങ്ങി,ഇപ്പഴത്തെ ഭക്ഷണം കഴിക്കണം; വൈകുന്നേരത്തേക്കു ഞാൻ വേറേ എന്തെങ്കിലും മാർഗമുണ്ടാക്കിത്തരാം. ഊണു കഴിച്ചു നിങ്ങൾ വേഗത്തിൽ വരണം. കാണാതെ പൊയ്ക്കളയരുത് എന്നു പറഞ്ഞയച്ചു.

ആ ഭടന്മാർ പുലിനഖമോതിരം കൊണ്ടുപോയി വിറ്റ് അരി മുതലായവ എല്ലാം വാങ്ങി ഭക്ഷണം കഴിക്കുകയും ഇപ്രകാരം ഔദാര്യമുള്ള ഈ ബ്രഹ്മചാരി ഏതില്ലത്തെയാണെന്നും അദ്ദേഹത്തിന്റെ സ്ഥിതി ഏതു പ്രകാരമാണെന്നും മറ്റും അന്വേഷിച്ചറിയുകയും ചെയ്തതിന്റേശേഷം അവർ വേഗത്തിൽ വീണ്ടും ആ ബ്രഹ്മചാരിയുടെ അടുക്കൽച്ചെന്ന് വന്ദിച്ച് 'ഇനി അടിയങ്ങൾ എന്തു വേണമെന്നു കല്പിക്കണം. കല്പന ചെയ്‌വാൻ അടിയങ്ങൾ സന്നദ്ധരാണ്. ഇന്നു മുതൽ അവിടുന്ന് അടിയങ്ങളുടെ തമ്പുരാനും അടിയങ്ങൾ അവിടുത്തെ ആജ്ഞാകരന്മാരുമാണ്. ഇനി അടിയങ്ങൾ മറ്റൊരാളെ ആശ്രയിച്ച് ഉപജീവിക്കണമെന്നു വിചാരിക്കുന്നില്ല' എന്നു പറഞ്ഞു. ഇതു കേട്ടു ബ്രഹ്മചാരി 'നിങ്ങൾ അങ്ങനെ നിശ്ചയിച്ചുവെങ്കിൽ ഞാനും അപ്രകാരംതന്നെ സമ്മതിച്ചിരിക്കുന്നു. നിങ്ങൾക്കു ഭക്ഷണത്തിനു തരുന്നതിനെന്നല്ല, എനിക്ക് അഹോവൃത്തി കഴിക്കുന്നതിനുപോലും എന്റെ കൈവശവും തറവാട്ടിലും യാതൊന്നുമില്ല. എനിക്ക് വേണ്ടതുകൂടി നിങ്ങളുണ്ടാക്കിത്തരേണ്ടതായിട്ടാണിരിക്കുന്നത്. അതിനാൽ നിങ്ങൾ ആദ്യമായി വേണ്ടത് ഉച്ചയ്ക്കു നിങ്ങളെ എന്റെ അടുക്കലേക്കു പറഞ്ഞയച്ചവരുടെ ഇല്ലങ്ങളിൽക്കേറി കൊള്ളയടിച്ചു സർവസ്വവും അപഹരിക്കുകയാണ്. ഇതു കഴിഞ്ഞിട്ടു വേണ്ടതു പിന്നെ ഞാൻ പറയാം' എന്നു പറഞ്ഞു. ഉടൻ ആ ഭടന്മാർ 'കല്പന പോലെ' എന്നു പറഞ്ഞ് ആ ബ്രഹ്മചാരിയെ വീണ്ടും വന്ദിച്ചുകൊണ്ട് അവിടെനിന്നു പോയി. ഓരോ നമ്പൂതിരിമാരുടെ ഇല്ലങ്ങളിൽ കയറി കൊള്ളയിടുവാൻ തുടങ്ങി. ആ ലഹളയിൽ അവർ ചില ഇല്ലങ്ങളിലെ സർവസ്വവും അപഹരിച്ചു. എന്നു മാത്രമല്ല,എല്ലാവരെയും നിഗ്രഹിക്കുകയും ചെയ്തു.

പുളിക്കൽച്ചെമ്പകശ്ശേരിയിലെ ഉണ്ണി ഒരു ദിവസം അക്കാലത്ത് ഈ ദേശങ്ങളുടെ അധിപതിയായിരുന്ന തെക്കുംകൂർ രാജാവിന്റെ അടുക്കൽ ച്ചെന്ന്, തനിക്കു താമസിക്കുന്നതിനു സ്വന്തമായി ഒരു സ്ഥലമില്ലെന്നും വില കൊടുത്തു വാങ്ങാൻ തനിക്കു സ്വത്തില്ലെന്നും താനൊരു ദരിദ്രനാണെന്നും ഇല്ലത്തു താനും തന്റെ മാതാവുമല്ലാതെ വേറെ ആരുമില്ലെന്നും അതിനാൽ ഒരു പുരയിടം ദാനമായിട്ടു തരണമെന്ന് അറിയിച്ചു. രാജാവ് ഇതുകേട്ട് 'ഉണ്ണിക്ക് ഒരു ദിവസംകൊണ്ട് വെട്ടിയെടുക്കാവുന്നിടത്തോളം വിസ്താരത്തിൽ ഒരു പുരയിടം നമ്മുടെ രാജ്യത്തിനകത്ത് എവിടെയെങ്കിലും വെട്ടിവളച്ചെടുത്തുകൊള്ളുന്നതിന് നാം അനുവദിച്ചിരിക്കുന്നു' എന്നു പറഞ്ഞു. ഉടനെ ഉണ്ണി 'എന്നാൽ അപ്രകാരം ഒരു പ്രമാണംകൂടി തരണം. അല്ലാഞ്ഞാൽ എനിക്കൊരുറപ്പില്ലല്ലോ' എന്നറിയിച്ചു. രാജാവ് ഇതുകേട്ട് ഉടനെ തന്റെ മന്ത്രിയായ പുതിയിടത്തിൽ ഉണ്ണ്യാതിരിയെ വരുത്തി മേൽ പറഞ്ഞ പ്രകാരം അനുവദിച്ചതായി ഒരു നീട്ടെഴുതിക്കൊണ്ടു വരുവാൻ ആജ്ഞാപിച്ചു. ബുദ്ധിമാനായ മന്ത്രി ഇതു കേട്ടു രാജാവിനോടു സ്വകാര്യമായിട്ട് 'ഇതിൽ എന്തോ ചതിയുണ്ടെന്നാണ് തോന്നുന്നത്. ഈ ഉണ്ണിക്ക് ഇപ്രകാരം ഒരു പുരയിടം കൊടുക്കാനനുവദിച്ചാൽ വാമനമൂർത്തിക്കു മൂന്നടി

ഭൂമി കൊടുത്ത മഹാബലിക്കു പറ്റിയതുപോലെ, പറ്റിയേക്കും. ഈ ഉണ്ണി ഒട്ടും കുറഞ്ഞവനല്ലെന്ന് അദ്ദേഹത്തിന്റെ മുഖലക്ഷണങ്ങൾകൊണ്ടുതന്നെ സ്പഷ്ടമാകുന്നുണ്ട്'' എന്നറിയിച്ചു. രാജാവ് മന്ത്രിയുടെ ഉപദേശത്തെ അത്ര സാരമുള്ളതായി ഗണിച്ചില്ല. ഉടനെ മന്ത്രി നീട്ടെഴുതിക്കൊണ്ടുവരികയും രാജാവ് ഒപ്പും മുദ്രയുംവെച്ചു നീട്ട് ഉണ്ണിക്കു കൊടുത്തയയ്ക്കുകയും ചെയ്തു. അതിന്റെ പിറ്റേദിവസം രാവിലെ ആ ബ്രഹ്മചാരി ഒരു ഉടവാളുമായി പുറപ്പെട്ട് അക്കാലത്തു കുമാരനല്ലൂർ പടിഞ്ഞാറ്റുംഭാഗമെന്നു പറഞ്ഞുവന്നിരുന്ന പ്രദേശത്തിനു ചുറ്റും ആ വാളുകളുകൊണ്ട് ഓരോന്ന് വെട്ടിക്കൊണ്ട് ഒരു പ്രദക്ഷിണമായിട്ടു വന്നു. ഒരു ദിവസം കൊണ്ടു വെട്ടിയെടുക്കാവുന്ന സ്ഥലം എടുത്തുകൊള്ളാനാണല്ലോ തെക്കുംകൂർരാജാവ് പ്രമാണം കൊടുത്തിരിക്കുന്നത്. അതിനാൽ മേൽപ്പറഞ്ഞ പ്രകാരം വെട്ടിയെടുത്ത ഊര് (ദേശം) ആകയാൽ ആ ദേശത്തിന് ''ഉടവാളൂര്''എന്ന പേരിടുകയും ചെയ്തു. ഉടവാളൂര് എന്നുള്ളത് കാലക്രമേണ 'കുടമാളൂര്''എന്നായിത്തീർന്നു. ഇപ്പോഴും ആ പ്രദേശത്തിനു കുടമാളൂർ എന്നുതന്നെ പേർ വിളിച്ചു വരുന്നു. പിന്നെ അവിടെ ഒരു ഭവനം പണിയിക്കുകയും ആ പ്രദേശത്തിനു ചുറ്റും ഒരു കോട്ടകെട്ടിക്കുകയും ചെയ്ത് ആ ഉണ്ണി തന്റെ മാതാവോടുകൂടി സ്ഥിരതാമസം അവിടെ ആക്കുകയും ചെയ്തു. ഭടന്മാർ ഓരോ സ്ഥലങ്ങളിൽക്കേറി കൊള്ളചെയ്തു കൊണ്ടുവന്ന അളവറ്റ ധനംകൊണ്ട് അദ്ദേഹത്തിനു സമ്പാദ്യവും ധാരാളമായി. അങ്ങനെ ആ ദേശത്തിന്റെ ആധിപത്യത്തോടും രാജപദവിയോടുംകൂടി ആ ഉണ്ണി സൈന്യസമേതം അവിടെ താമസിച്ചുതുടങ്ങിയ കാലം മുതൽ അദ്ദേഹത്തെ എല്ലാവരും പുളിക്കൽച്ചെമ്പകശ്ശേരിയിലെ കൊച്ചുതമ്പുരാൻ എന്നു വിളിച്ചുതുടങ്ങി. അനന്തരം അദ്ദേഹത്തിന്റെ സമാവർത്തനം കഴിയുകയും ഇല്ലപ്പേരിൽ'പുളിക്കൽ' എന്നുണ്ടായിരുന്നത് ലോപിച്ചുപോവുകയും അദ്ദേഹത്തെ എല്ലാവരും 'ചെമ്പകശ്ശേരിത്തമ്പുരാൻ'എന്നും 'ചെമ്പകശ്ശേരിരാജാവ്''എന്നും പറഞ്ഞുതുടങ്ങുകയും ചെയ്തു. ഇങ്ങനെ ചെമ്പകശ്ശേരിനമ്പൂരി ചെമ്പകശ്ശേരി രാജാവായിത്തീർന്നു.

അനന്തരം ആ ഭടന്മാർ വേമ്പനാട്ടുകായലിന്റെ പടിഞ്ഞാറെക്കര 'വേമ്പനാട്ട്'രാജാവിന്റെ അധീനത്തിലിരുന്ന അമ്പലപ്പുഴനാട്ടുമ്പുറം, ആ രാജാവിനെ ജയിച്ചു കൈവശപ്പെടുത്തുകയും ചെമ്പകശ്ശേരിരാജാവിന്റെ സ്ഥിരതാമസവും രാജധാനിയും അവിടെയാക്കുകയും ചെയ്തു. അതിനാൽ ആ പ്രദേശത്തിനു 'ചെമ്പകശ്ശേരി രാജ്യം' എന്നു നാമം സിദ്ധിച്ചു.

ചെമ്പകശ്ശേരിരാജാവായിത്തീർന്ന ആ നമ്പൂരി വിവാഹം കഴിച്ചു കുടിവെച്ചതു കുടമാളൂർ മഠത്തിൽത്തന്നെയാണ് (ചെമ്പകശ്ശേരിരാജാവിന്റെ ഭവനത്തിനു 'മഠം' എന്നാണു പറഞ്ഞുവന്നിരുന്നത്).

പുളിക്കൽച്ചെമ്പകശ്ശേരിനമ്പൂരി കുമാരനല്ലൂർ ക്ഷേത്രത്തിൽ ഒരു ഊരാൺമക്കാരനായിരുന്നു. അദ്ദേഹം തന്റെ ഭടന്മാരെക്കൊണ്ട് കൊള്ളയും ഹിംസയും ചെയ്യിച്ച ഇല്ലങ്ങളിലെ നമ്പൂരിമാരും ആ ക്ഷേത്രത്തിൽ ഊരാൺമക്കാരനായിരുന്നു. ഊരാൺമക്കാരായ നമ്പൂരിമാരെ അദ്ദേഹം ഇപ്രകാരം ദ്രോഹിക്കുക നിമിത്തം ശേഷമുള്ള ഊരാളരായ നമ്പൂരിമാർകൂടി ഇദ്ദേഹത്തിന്റെ ഊരാൺമസ്ഥാനം വേണ്ടെന്നു വയ്ക്കുകയും അദ്ദേഹത്തെ മേലാൽ ക്ഷേത്രത്തിൽ കടത്തിക്കൂടാ എന്നു നിശ്ചയിക്കുകയും ചെയ്തു. എന്നുമാത്രവുമല്ല, പുളിക്കൽച്ചെമ്പകശ്ശേരി നമ്പൂരിക്കു കുമാരനല്ലൂർക്ഷേത്രത്തിന്റെ

വടക്കെനടയിൽ മതിൽപുറത്ത് മതിലിനോടു ചേർന്ന് ഒരു മഠമുണ്ടായിരുന്നത് ശേഷമുള്ള നമ്പൂരിമാർ തീവയ്പ്പിച്ച് ഭസ്മമാക്കിക്കളയുകയും ചെയ്തു. ആ മഠമിരുന്ന പുരയിടത്തിന് ഇന്നും 'പുളിക്കൽമഠത്തിൽ പുരയിടം' എന്നാണു പേര് പറഞ്ഞുവരുന്നത്. ചെമ്പകശ്ശേരിത്തമ്പുരാൻ ബ്രഹ്മചാരിയായിരുന്ന കാലത്തു കുമാരനല്ലൂർ ക്ഷേത്രത്തിലെ ഊരാൺമക്കാരായ നമ്പൂരിമാരെ ദ്രോഹിക്കുകയാൽ കുമാരനല്ലൂർ ഭഗവതിയുടെ അനിഷ്ടംനിമിത്തം കാലാന്തരത്തിൽ അദ്ദേഹത്തിനു പലവിധത്തിലുള്ള അനർത്ഥങ്ങളുണ്ടായിത്തുടങ്ങി. അനർത്ഥഹേതു അനിഷ്ടമാണെന്നും അതിനു കുമാരനല്ലൂർ നടയിൽ വിളിച്ചുചൊല്ലിപ്രായശ്ചിത്തം ചെയ്യുകയും ഒരാനയെ നടയ്ക്കിരുത്തുകയും ചെയ്താലല്ലാതെ നിവൃത്തിയുണ്ടാതല്ലെന്നും പ്രശ്നക്കാർ വിധിക്കുകയാൽ തമ്പുരാൻ അപ്രകാരം ചെയ്യുന്നതിനായി കുമാരനല്ലൂർ ചെന്നു. എങ്കിലും അദ്ദേഹം മതിൽക്കകത്തു കടക്കുന്നതിന് ഊരാൺമക്കാരായ നമ്പൂരിമാർ അനുവദിച്ചില്ല. ഒടുക്കം ചെമ്പകശ്ശേരിത്തമ്പുരാൻ മതിൽക്കു പുറത്തുനിന്നു പ്രായശ്ചിത്തം ചെയ്യുകയും നടയ്ക്കിരുത്താനായി കൊണ്ടുചെന്നിരുന്ന ആനയെ ഒരു പൊന്നുന്തലേക്കെട്ട് കെട്ടിച്ച് മതിൽക്കകത്തേക്ക് അഴിച്ചുവിടുകയും ചെയ്തിട്ടു കുടമാളൂർക്ക് പോവുകയും ചെയ്തു. ആ തലേക്കെട്ട് ഇന്നും കുമാരനല്ലൂർ ഭണ്ഡാരത്തിലിരിക്കുന്നുണ്ട്. വിഷുവിന് കണിവയ്ക്കാനും ഉത്സവകാലത്തും അത് പുറത്തെടുത്ത് ഉപയോഗിക്കാറുണ്ട്. അതിൽ 'ചെമ്പകശ്ശേരിവക' എന്നു പേരു വെട്ടിയിട്ടുമുണ്ട്.

ഇപ്രകാരം ആദ്യം അമ്പലപ്പുഴ രാജാവായിത്തീർന്ന മഹാന്റെ സീമന്തപുത്രനായിരുന്നു അമ്പലപ്പുഴെ 'പൂരാടംപിറന്ന തമ്പുരാൻ' എന്നു പ്രസിദ്ധനും സർവജ്ഞനുമായിരുന്ന ഗംഭീരമാനസൻ. അങ്ങനെ നാലോ അഞ്ചോ തലമുറ കഴിഞ്ഞപ്പോഴേക്കും അമ്പഴപ്പുഴരാജ്യം തിരുവിതാംകൂറിലേക്കായി. ഒടുക്കം ആ വംശത്തിൽ ഒരു തമ്പുരാട്ടി മാത്രം ശേഷിക്കുകയും ആ തമ്പുരാട്ടി പത്തുപതിനഞ്ചു കൊല്ലംമുമ്പേ കുടമാളൂർ മഠത്തിൽവെച്ച് തീപ്പെട്ടുപോവുകയും ചെയ്തു. ഇപ്പോൾ അവിടെയുള്ളവർ 'വേലിയാംകോൽ' എന്നൊരു നമ്പൂരിയുടെ ഇല്ലത്തുനിന്ന് ഇവിടെ ദത്തുകേറിയവരും അവരുടെ സന്താനങ്ങളുമാണ്. അമ്പലപ്പുഴരാജാവിന്റെ സ്ഥാനം ഇപ്പോൾ വഹിച്ചുപോരുന്നത് (ക്ഷേത്രകാര്യങ്ങൾക്കു മാത്രം) തിരുവിതാംകൂർ മഹാരാജാവുതിരുമനസ്സിലെ പ്രതിനിധിയായിട്ടു കുടമാളൂർ തെക്കേടത്തു ഭടതിരിപ്പാടവർകളാണ്.

●

അവണാമനയ്ക്കൽ ഗോപാലൻ

കൊച്ചി രാജ്യത്ത് തലപ്പിള്ളി താലൂക്കിൽ ദേശമംഗലം വില്ലേജിൽ ദേശമംഗലത്തു മനയെന്നും, തൃശ്ശിവപേരൂർ താലൂക്കിൽ ഇടക്കുന്നിൽ വില്ലേജിൽ തെക്കിനിയേടത്തു കിരാങ്ങാട്ടുമനെ യെന്നും ടി താലൂക്കിൽ ത്തന്നെ കടലാശ്ശേരി വില്ലേജിൽ അവണാമനയെ ന്നും പറഞ്ഞുവരുന്ന ബ്രാഹ്മണോത്തമകുടുംബവകയായി പണ്ടു ഗോപാലൻ എന്നു പ്രസിദ്ധനായിട്ട് ഒരു കൊമ്പനാനയുണ്ടായിരുന്നു. അനേകം ഗുണങ്ങളും യോഗ്യതകളുമുണ്ടായിരുന്ന ആ ഗോപാലനോടു കിടയായിട്ട് ഒരു കൊമ്പനാന അക്കാലത്തു വേറെയെങ്ങുമുണ്ടായിരുന്നില്ലെന്നു മാത്രമല്ല, ഇക്കാലത്തും എങ്ങുമുള്ളതായി കേട്ടുകേൾവി പോലുമില്ല. ഈ ആന ഈ മനയ്ക്കൽ വന്നു ചേർന്നത് ഏതുവിധമെന്നും മറ്റും താഴെ പറഞ്ഞുകൊള്ളുന്നു.

മേൽപ്പറഞ്ഞ മനയ്ക്കൽ കൊല്ലം 1068ാം ആണ്ടുവരെ ജീവിച്ചിരുന്ന നാരായണൻ നമ്പൂരിപ്പാട് സത്യം, ദയ, ദാനം, ധർമ്മം, നീതി, പരോപ കാരതത്പരത മുതലായ സൽഗുണങ്ങളുടെ വിളനിലമായിരുന്നതിനാൽ അദ്ദേഹത്തെക്കുറിച്ച് ഓർമ്മയുള്ളവർ ഇപ്പോഴും പലരുമുണ്ടായിരിക്കാനിട യുണ്ട്. യോഗ്യനും ഭാഗ്യവാനുമായിരുന്ന അവിടേയ്ക്ക് ഒരിക്കൽ സ്വന്തമായി ഒരു കൊമ്പനാനയെ വാങ്ങിയാൽ കൊള്ളാമെന്ന് ഒരു മോഹമുണ്ടായിത്തീ രുകയാൽ അതിനായി അന്വേഷണം തുടങ്ങി. അപ്പോൾ പാമ്പുംമേയ്ക്കാട്ടു മനയ്ക്കൽ ഒരു കുട്ടിക്കൊമ്പൻ നിൽക്കുന്നുണ്ടെന്നും അതിനെ വിൽക്കാൻ പോകുന്നുവെന്നും കേട്ടു നമ്പൂരിപ്പാട് അങ്ങോട്ടു പുറപ്പെട്ടു. അക്കാലത്ത് ആനകളുടെ ലക്ഷണങ്ങളും ഗുണദോഷങ്ങളും അറിയാവുന്ന ആളായിട്ട് ഊരകത്തു തെക്കേവെളിയത്ത് എന്ന വീട്ടിൽ കൃഷ്ണൻനായർ എന്നൊരാ ളുണ്ടായിരുന്നതിനാൽ നമ്പൂരിപ്പാട് അവിടെച്ചെന്ന് ആ മനുഷ്യനെ കൂട്ടി ക്കൊണ്ടാണ് പോയത്. അടുത്ത ദിവസം തന്നെ അവർ പാമ്പുംമേയ്ക്കാട്ട് എത്തുകയും നമ്പൂരിപ്പാടു താൻ ചെന്നിരിക്കുന്നതിന്റെ ഉദ്ദേശം ആ മനയ്ക്കലെ അച്ഛൻനമ്പൂരിയെ ധരിപ്പിക്കുകയും ചെയ്തു. അപ്പോൾ അച്ഛൻനമ്പൂരി, 'ഇവിടെ ഒരാനക്കുട്ടിയുണ്ടെന്നും അതിനെ വിൽക്കണമെന്നു വിചാരിച്ചി രിക്കുകയാണെന്നും കേട്ടത് വാസ്തവം തന്നെയാണ്. എന്നാൽ പരമാർത്ഥം പറയാതെ നമ്പൂരിയെ ചതിക്കുന്നത് കഷ്ടമാണല്ലോ. അതുകൊണ്ടു സത്യം ഞാൻ പറയാം. ആ ആനക്കുട്ടിക്ക് 'കരിനാക്ക്' (നാവിൽ കറുത്ത രേഖ) ഉണ്ട്. അതു ദുർലക്ഷണവും ദോഷമായിട്ടുള്ളതുമാണല്ലോ. അതുകൊണ്ടാണ് അതിനെ വിറ്റുകളയാമെന്ന് ഇവിടെ വിചാരിക്കുന്നത്' എന്നു പറഞ്ഞു. അക്കാലത്തു മലയാള ബ്രാഹ്മണർ ശുദ്ധന്മാരും നിഷ്കളങ്കഹൃദയന്മാരും

സത്യസന്ധന്മാരും അന്യായമായും ചതിച്ചും പരദ്രവ്യം കൈക്കലാക്കാൻ ഇച്ഛയില്ലാത്തവരുമായിരുന്നു എന്നുള്ളതിന് ഇതൊരു ഉത്തമദൃഷ്ടാന്തമാണല്ലോ.

ഇതു കേട്ടയുടനെ നമ്പൂരിപ്പാട്ടും കൃഷ്ണൻനായരും കൂടി ആന നിന്നിരുന്ന സ്ഥലത്തേക്കു പോയി. അവിടെച്ചെന്ന് ആ ആനക്കുട്ടിയുടെ ഭംഗിയും മറ്റും ആകപ്പാടെ കണ്ടപ്പോൾ, എന്തെല്ലാം ദോഷങ്ങളുണ്ടായിരുന്നാലും അതിനെ വാങ്ങണമെന്നുള്ള ഭ്രമം നമ്പൂരിപ്പാട്ടിലേക്കു കലശലായി. കൃഷ്ണൻനായർ ആകപ്പാടെ പരിശോധിച്ചു നോക്കീട്ട്, 'ഇതിനു കരിനാക്കുണ്ടെന്നു പറഞ്ഞതു വാസ്തവം തന്നെ. അതു ദോഷമായിട്ടുള്ളതുമാണ്. എങ്കിലും ഇതിനു മറ്റനേകം ശുഭലക്ഷണങ്ങളുള്ളതുകൊണ്ട് ഇതിനെ വാങ്ങിയാൽ നമുക്കു ഗുണമല്ലാതെ ദോഷമൊന്നുമുണ്ടാകയില്ലെന്നാണ് അടിയന്റെ അഭിപ്രായം. 'ഏകോഹി ദോഷോ ഗുണസന്നിപാതേ നിമ ജ്ജതീന്ദോഃ കിരണേഷ്വിവാങ്കഃ' എന്നുള്ളതുപോലെയാണ് ഈ ദോഷമിരിക്കുന്നത്' എന്നു നമ്പൂരിപ്പാട്ടിലെ അടുക്കൽ സ്വകാര്യമായിട്ടു പറഞ്ഞു. ഉടനെ രണ്ടുപേരും കൂടി വീണ്ടും അച്ഛൻ നമ്പൂതിരിയുടെ അടുക്കൽ ചെന്നു വിലയെക്കുറിച്ചു ചോദിച്ചു. അപ്പോൾ അച്ഛൻ നമ്പൂരി, 'ഈ കൊമ്പൻകുട്ടിക്കു കരിനാക്കെന്നുള്ള ദോഷമില്ലായിരുന്നുവെങ്കിൽ അയ്യായിരമുറുപ്പികയിൽ കുറയാതെ ആരും തരുമായിരുന്നു. അയ്യായിരമല്ല, പതിനായിരം കിട്ടിയാലും ഞാൻകൊടുക്കുകയുമില്ലായിരുന്നു. ഈ ഒരു ദോഷമുള്ളതുകൊണ്ട് ഇതിനെ വിലതന്ന് ആരും വാങ്ങുമെന്നു തോന്നുന്നില്ല. നമ്പൂരിക്കു വേണമെങ്കിൽ, ആയിരമുറുപ്പിക തന്നാൽ ഈ കുട്ടിയെ ഞാൻതന്നേക്കാം. നല്ല സമ്മതമുണ്ടെങ്കിൽ മതി താനും' എന്നു പറഞ്ഞു. അയ്യായിരമുറുപ്പികയിൽ കുറയാതെ കൊടുക്കേണ്ടതായി വന്നേക്കുമെന്നായിരുന്നു നമ്പൂരിപ്പാട്ടു വിചാരിച്ചിരുന്നത്. ആയിരമെന്നു കേട്ടപ്പോൾ അദ്ദേഹം സസന്തോഷം സമ്മതിക്കുകയും 'കരിനാക്കുണ്ടെങ്കിലും മേയ്ക്കാടിനെ നഷ്ടപ്പെടുത്തണമെന്നു ഞാൻ വിചാരിക്കുന്നില്ല' എന്നു പറയുകയും അപ്പോൾത്തന്നെ ഉറുപ്പിക വരുത്തി രൊക്കം കൊടുത്ത് ആനക്കുട്ടിയെ വാങ്ങുകയും ഒരാനക്കാരന്റെ സഹായത്തോടുകൂടി ആ കൊമ്പൻകുട്ടിയെ അവിടെനിന്നു കൊണ്ടുപോരികയും ചെയ്തു. ഇപ്രകാരമാണ് ഗോപാലൻ അവണാമനയ്ക്കൽ വന്നുചേർന്നത്. അക്കാലത്തു ഗോപാലന് ഇരുപതു വയസ്സു മാത്രമേ പ്രായമായിരുന്നുള്ളു എങ്കിലും ഉടലിന്റെ പുഷ്ടിയും ഉയർച്ചയും കണ്ടാൽ അതിലധികം തോന്നുമായിരുന്നു. കൊമ്പുകളുടെ ഭംഗി, തലക്കട്ടി, തലയെടുപ്പു മുതലായ ഗുണങ്ങൾ കൊണ്ടു ഗോപാലൻ നിസ്തുലനായ ഒരു കൊമ്പൻകുട്ടി തന്നെയായിരുന്നു.

ആനക്കുട്ടിയെ ദേശമംഗലത്തു കൊണ്ടുചെന്നപ്പോൾ അന്നത്തെ അച്ഛൻ നമ്പൂരിപ്പാട് അതിന്റെ ഭംഗി കണ്ടും വിലയുടെ ലഘുത്വമറിഞ്ഞും വളരെ സന്തോഷിക്കുകയും, 'ഉണ്ണീ, കൊമ്പൻകുട്ടി നമ്മുടെ ബ്രഹ്മസ്വം വകയായിരിക്കട്ടെ. ഇതിനു കൊടുത്ത വില ഞാൻതന്നേക്കാം' എന്നു പറയുകയും ആയിരമുറുപ്പിക രൊക്കം മകനു കൊടുത്ത് ആ ആനക്കുട്ടിയെ മനയ്ക്കലേക്കായിട്ടു വാങ്ങുകയും ചെയ്തു.

ഗോപാലന്റെ ബുദ്ധിഗുണം അസാധാരണമായിരുന്നു. അവൻ വളർന്നുവന്നതിനോടുകൂടി അവന്റെ ഗുണങ്ങളും വർദ്ധിച്ചു. നീർക്കോളുള്ള സമയത്തല്ലാതെ ഗോപാലനെ തളയ്ക്കുക (കെട്ടിയിടുക) പതിവില്ല. അല്ലാത്ത

കാലങ്ങളിൽ മനയ്ക്കലെ പറമ്പിൽ അവന്നു നിശ്ചയിച്ചു കൊടുത്തിരുന്ന സ്ഥലത്തുപോയി നിൽക്കുകയും കിടക്കുകയും ചെയ്തുകൊള്ളും. തീറ്റസ്സാമാനങ്ങളെല്ലാം നേരനീക്കം കൂടാതെ അവിടെ കൊണ്ടുചെന്നു കൊടുത്തേക്കുകയാണു പതിവ്. ആ പറമ്പിൽ തെങ്ങും വാഴയും മറ്റും ധാരാളമുണ്ടായിരുന്നു. ഒരു സമയം തീറ്റയ്ക്കുള്ളവ കൊണ്ടുചെന്നുകൊടുക്കാൻ സ്വൽപം താമസിച്ചുപോയാലും തെങ്ങും വാഴയും മറ്റും ഒടിച്ചിട്ടും പറിച്ചും അവൻ തിന്നു നശിപ്പിക്കാറില്ല. മനയ്ക്കലെ കുട്ടികളും മറ്റും ഗോപാലന്റെ അടുക്കൽ ചെന്നു കളിക്കുക സാധാരണമായിരുന്നു. കുട്ടികൾ അവന്റെ കൊമ്പിലും വാലിലും പിടിച്ച് അവനെ കുറേശ്ശെ ഉപദ്രവിച്ചാലും അവൻ ആരെയും ഉപദ്രവിക്കാറില്ല. കുട്ടികൾ കളിച്ചു ചെയ്യുന്ന ഉപദ്രവങ്ങളെല്ലാം ഗോപാലനു സന്തോഷാവഹങ്ങളായിരുന്നു. കഥയില്ലാത്ത കുട്ടികൾ കളിച്ചു വല്ലതും ചെയ്താലും കാര്യവിവരമുള്ള താൻ അതിനു പകരം ചെയ്യുന്നതു ശരിയല്ലല്ലോ എന്നായിരുന്നു അവന്റെ വിചാരം.

മനയ്ക്കലുള്ള ഒരോരുത്തരും ഗോപാലനു പതിവായി ചില അവകാശങ്ങൾ കൊടുത്തിരുന്നു. അവയെല്ലാം ഒരു മാത്രപോലും സമയം തെറ്റിക്കാതെ അവൻ അതാതു സ്ഥലങ്ങളിൽ ചെന്നു നിശ്ചിതസമയങ്ങളിൽ ത്തന്നെ വാങ്ങി അനുഭവിച്ചുകൊണ്ടിരുന്നു.

മനയ്ക്കൽ കാലത്തെ ഗണപതിഹോമം, തേവരം, പൂജ മുതലായതു കഴിയുമ്പോൾ ഗോപാലൻ അടുക്കളയുടെ വടക്കെ വാതിൽക്കലെത്തുക പതിവാണ്. അപ്പോൾ കുറച്ചു നിവേദ്യച്ചോറും അപ്പം, അട, ശർക്കര, കദളിപ്പഴം, തേങ്ങാപൂൾ മുതലായവയും അമ്മാത്തോൽ കൊടുക്കും. അവയെല്ലാം അമ്മാത്തോൽ കൊച്ചുകുട്ടികൾക്കെന്നപോലെ ഗോപാലനെ വായിൽ വെച്ചുകൊടുക്കുകയും അവൻ സാദരം വാങ്ങി ഭക്ഷിക്കുകയും ഇടയ്ക്കൊക്കെ അമ്മാത്തോൽ മകനേ, മകനേ എന്നു വിളിക്കുകയും അതിനൊക്കെ ഗോപാലൻ അനുസരണത്തോടുകൂടിയും നന്ദിസൂചകമായും ചില ശബ്ദങ്ങൾ പുറപ്പെടുവിക്കുകയും ചെയ്യുന്നതു കാണുകയും കേൾക്കുകയും ചെയ്താൽ ഈ ജന്മത്തിലല്ലെങ്കിലും പൂർവ്വജന്മത്തിൽ ഇവർ അമ്മയും മകനും തന്നെയായിരിക്കുമെന്ന് ആർക്കും തോന്നിപ്പോകും. വാസ്തവത്തിൽ ആ അമ്മാത്തോൽക്കു ഗോപാലനെക്കുറിച്ചു പുത്രനിർവ്വിശേഷമായ വാത്സല്യവും ഗോപാലന് അമ്മാത്തോലിനെക്കുറിച്ചു മാതൃനിർവ്വിശേഷമായ ഭക്തിസ്നേഹാദരങ്ങളുമുണ്ടായിരുന്നു.

ഗോപാലന്റെ ബുദ്ധിവിശേഷങ്ങൾ വിസ്തരിക്കുകയെന്നുവെച്ചാൽ അവസാനമില്ലാതെയുണ്ട്. അവയിൽ ചിലതുമാത്രം താഴെ പ്രസ്താവിച്ചുകൊള്ളുന്നു:

ഒരു ദിവസം കാലത്തു ഗോപാലൻ പതിവുപോലെ അടുക്കള വാതിൽക്കൽ ചെന്നു വായും പൊളിച്ചു നിന്നപ്പോൾ അമ്മാത്തോൽ നിവേദ്യച്ചോറു കൊണ്ടുവന്ന് അവന്റെ വായിൽ വച്ചുകൊടുത്തിട്ട് ശർക്കര, തേങ്ങാപ്പൂൾ മുതലായവ എടുത്തുകൊണ്ടുവരാനായിട്ടു പോയി. ആ സമയം മനയ്ക്കലെ ഒരു ഉണ്ണി ഓടിച്ചെന്നു ഗോപാലന്റെ കൊമ്പുകളിൽ ചാടിപ്പിടിച്ചു ഞാന്നു. താൻ വായ് കൂട്ടിയാൽ ഉണ്ണി വീണെങ്കിലോ എന്നു വിചാരിച്ചു ഗോപാലൻ വായ് കൂട്ടാതെയും അനങ്ങാതെയും ആ നിലയിൽത്തന്നെ നിന്നു. അതിനാൽ

വായിൽക്കൊടുത്ത ചോറു മുഴുവനും താഴെ വീണുപോയി. അപ്പോഴേയ്ക്കും അമ്മാത്തോൽ വീണ്ടും അവിടെ വരികയും ഉണ്ണിയെപ്പിടിച്ചിറക്കി വിടുകയും ഗോപാലന്റെ ബുദ്ധിഗുണത്തെ ക്കുറിച്ചു വിസ്മയിക്കുകയും ചെയ്തു.

ഒരിക്കൽ മനയ്ക്കലെ തെക്കുവശത്തുണ്ടായിരുന്ന ഒരു പൊട്ടക്കിണറിന്റെ വക്കത്ത് അറുപത്തിനാലു വണ്ണമുള്ളതായ ഒരു പിലാവു നിൽക്കുന്നുണ്ടായിരുന്നു. അതു മറിഞ്ഞുവീണാൽ അനേകവിധത്തിലുള്ള നാശങ്ങൾ സംഭവിക്കാനിടയുണ്ടായിരുന്നതിനാൽ അതു മുറിച്ചുമാറ്റണ മെന്നു തീർച്ചപ്പെടുത്തി. കിണറ്റിലും മറ്റും വീഴാതെയിരിക്കാനായി അനേകമാളുകൾ കൂടി വലിയ വടങ്ങളിട്ടു പിടിച്ചുകൊണ്ടാണ് പിലാവു വെട്ടിയത്. എങ്കിലും കടയറ്റപ്പോൾ അതു വീണതു കിണറ്റിലാണ്. സാമാന്യത്തിലധികം വലിപ്പമുള്ളതായ ആ തടി കിണറ്റിൽനിന്നു പിടിച്ചുകയറ്റുക എന്നതു സുഖകരമായിട്ടുള്ളതല്ലല്ലോ. ഒന്നാംതരം ഒരു തടി വെറുതേ കളയാൻ ആർക്കെങ്കിലും മനസ്സുവരുമോ? ഏതുവിധമെങ്കിലും ആ തടി പിടിച്ചു കയറ്റിക്കണെമെന്ന് അച്ഛൻ നമ്പൂരിപ്പാടു പറയുകയാൽ ആനക്കാർ ഗോപാലനെയും കൊണ്ടുപോയി പലപ്രാവശ്യം പഠിച്ച വിദ്യകളെല്ലാം പ്രയോഗിച്ചു നോക്കീട്ടും ഒരു ഫലവുമുണ്ടായില്ല. പിന്നെ ഒരു ദിവസം അച്ഛൻ നമ്പൂരിപ്പാട് അവിടെ സ്വന്തം ക്ഷേത്രത്തിൽ വഴിപാടു കഴിപ്പിച്ച് ഒരു നാലിടങ്ങഴിയുരുളി നിറച്ച് അപ്പവും നാലഞ്ചു കുല പഴവും, അമ്പതു കൊട്ടത്തേങ്ങയും അരത്തുലാം ശർക്കരയും വരുത്തി അച്ഛൻ നമ്പൂരിപ്പാടിരിക്കുന്ന പൂമുഖത്തിന്റെ മുൻവശത്തു നിരത്തിവെപ്പിച്ചു. ഗോപാലനെ പകൽ നാലുമണിക്കു കുളിപ്പിച്ച് അച്ഛൻ നമ്പൂരിപ്പാട്ടിലെ അടുക്കൽ കൊണ്ടുചെല്ലുക പതിവാണ്. ആ പതിവനുസരിച്ച് അവനെ അന്നും കൊണ്ടുചെന്നു. അപ്പോൾ മേൽപറഞ്ഞ സാധനങ്ങളൊക്കെ അവിടെയിരിക്കുന്നത് അവൻ കണ്ടു. എങ്കിലും അതൊന്നും കണ്ടതായി അവൻ ഭാവിച്ചു പോലുമില്ല. ഗോപാലൻ അടുത്തുചെന്നയുടനെ അച്ഛൻ നമ്പൂരിപ്പാട്, 'ഗോപാലാ, ആ തടി ആ കിണറ്റിൽ കിടന്നാൽ മതിയോ? നീ ഇവിടെയുള്ള സ്ഥിതിക്ക് അത് അവിടെക്കിടന്നു വെറുതെ പോകുന്നതു കഷ്ടമാണ്. നിവൃത്തിയുണ്ടെങ്കിൽ അതു പിടിച്ചെടുത്തു കരയ്ക്കിട്ടാൽ കൊള്ളാം' എന്നു പറഞ്ഞു. അതു കേട്ട ക്ഷണത്തിൽ ഗോപാലൻ ആ തടി കിടന്നിരുന്ന സ്ഥലത്തേയ്ക്കു നടന്നു. അവിടെച്ചെന്നയുടനെ കിണറിന്റെ വക്ക് ഇടിഞ്ഞുപോയേക്കുമോ എന്നുള്ള സംശയം തീർക്കുന്നതിനായി ചുറ്റും നടന്നു ചവിട്ടിനോക്കി; ഇടിയുകയില്ലെന്നു നിശ്ചയം വരുത്തിയതിന്റെ ശേഷം മുട്ടുകുത്തി കിടന്നുകൊണ്ടു കിണറ്റിൽ കിടന്ന തടി തുമ്പിക്കൈ കൊണ്ടു പിടിച്ചുവലിച്ചു കരയ്ക്കു കയറ്റി അലക്ഷ്യഭാവത്തിൽ ഒരേറുകൊടുത്തിട്ടു വീണ്ടും അച്ഛൻനമ്പൂതിരിപ്പാട്ടിലെ മുമ്പിൽ എത്തി. ഉടനെ നമ്പൂരിപ്പാട് അവിടെ ഒരുക്കി വെച്ചിരുന്ന സാധനങ്ങളെല്ലാം ഗോപാലനു കൊടുക്കുകയും അവൻ അവയെല്ലാം വാങ്ങി തിന്നുകയും ചെയ്തു. കിടങ്ങൂർ കണ്ടങ്കോരൻ എന്തെങ്കിലും കൈക്കൂലി കൊടുക്കാമെന്ന് ഉടമ്പടിചെയ്യാതെ ഒന്നും ചെയ്യാറില്ലല്ലോ. ഗോപാലന് അങ്ങനെയുള്ള നിർബന്ധമൊന്നുമില്ല. പറയാനുള്ളവർ പറഞ്ഞാൽ അവൻ എന്തും ചെയ്യും. പിന്നെ സന്തോഷിച്ച് എന്തെങ്കിലും കൊടുത്താൽ അതു വാങ്ങുക യും ചെയ്യും. അങ്ങനെയാണ് ഗോപാലന്റെ സ്വഭാവം.

അവണാമനയ്ക്കൽ നമ്പൂരിപ്പാട് ഊരകത്ത് അമ്മതിരുവടിയെക്കുറിച്ചു വളരെ ഭക്തിയുള്ളയാളും അവിടേയ്ക്കുവേണ്ടി എന്തും ചെയ്യാൻ

സദാസന്നദ്ധനമായിരുന്നു. ആറാട്ടുപുഴെ പൂരത്തിന് അമ്മതിരുവടിയെ എഴുന്നള്ളിക്കാൻ ആണ്ടുതോറും ഗോപാലനെ അയച്ചുകൊടുക്കുക പതിവായിരുന്നു. ആ എഴുന്നള്ളത്തിന് ഇരുപത്തൊൻപത് ആനകളാണല്ലോ പതിവ്. അതിനാൽ ഗോപാലനെക്കൂടാതെ ഇരുപത്തെട്ടാനകൾ കൂടി അവിടെ ആവശ്യമാണ്. ഒരു കൊല്ലം ആനകൾ തികയാതെവന്നതിനാൽ അവണാമനയ്ക്കൽ നമ്പൂരിപ്പാട് കോവിലകം വക മൂന്നാനകളെക്കൂടി വരുത്തിക്കൊടുത്തു. പൂരം കഴിഞ്ഞതിന്റെ ശേഷം ഗോപാലനെയും മറ്റേ മൂന്നാനകളെയും അടുക്കലടുക്കൽ കെട്ടി തീറ്റിയിട്ടുകൊടുത്തു. തന്റെ അടുക്കലെങ്ങാനും മറ്റാനകളെ കെട്ടുന്നുണ്ടെങ്കിൽ തന്റെ ദൃഷ്ടിയിൽപ്പെടത്തക്കവണ്ണം വേണമെന്നു ഗോപാലനു നിർബന്ധമുണ്ടായിരുന്നതിനാലാണ് അങ്ങനെ ചെയ്തത്. കോട്ടയ്ക്കൽ നിന്നു വരുത്തിയിരുന്ന ആനകളുടെ കൂട്ടത്തിൽ ഒരു കുട്ടിക്കൊമ്പനുണ്ടായിരുന്നു. അവന്റെ മുമ്പിലിട്ടിരുന്ന തീറ്റ തീർന്നുപോയതിനാൽ അവൻ ഗോപാലന്റെ മുമ്പിൽ കിടന്നിരുന്ന തീറ്റയിൽനിന്ന് ഒരു തെങ്ങിൻപട്ട (തെങ്ങോലമടൽ) വലിച്ചെടുത്തു. ഉടനെ ഗോപാലൻ തന്റെ മുമ്പിൽനിന്നു മൂന്നുനാലു പട്ട ആ കുട്ടിക്കൊമ്പന്റെ അടുക്കലേക്കു മാറ്റിയിട്ടുകൊടുത്തു. അതുകൊണ്ടും തൃപ്തിപ്പെടാതെ ആ കുട്ടിയാന കയറി ഗോപാലനെ കുത്തി. ഗോപാലൻ കുത്തുകൊള്ളാതെ ഒഴിഞ്ഞുമാറീട്ടു തുമ്പിക്കൈ ചുരുട്ടി ആ ആനയ്ക്കിട്ട് ഒരു തട്ടുകൊടുത്തു. തട്ടുകൊണ്ടു കുട്ടിയാന നാലുകാലും മലച്ചു 'പൊത്തോ' എന്നു വീണു. അപ്പോഴേയ്ക്കും ആനക്കാർ ചെന്നു ചങ്ങല അഴിച്ചതുകൊണ്ട് അതു ചത്തില്ല. ആനക്കാർ ഉടനെ അടുത്തെത്തി ചങ്ങല അഴിച്ചില്ലായിരുന്നെങ്കിൽ ആ കുട്ടിയാനയുടെ കഥ അപ്പോൾത്തന്നെ കഴിയുമായിരുന്നു. അതുകൊണ്ടു ഗോപാലനു വേണ്ടതുപോലെ ഔദാര്യവും, ദുസ്സാമർത്ഥ്യം കാട്ടുന്നവരെ ഉടനുടൻ ശിക്ഷിക്കണമെന്നുള്ള വിചാരവുമുണ്ടായിരുന്നു എന്നു സ്പഷ്ടമാണല്ലോ.

ആറാട്ടുപുഴെ പൂരം കഴിഞ്ഞ് ആറാട്ടിനു കടവിലേക്കെഴുന്നള്ളിച്ചാൽ ഗോപാലനെ കുളിപ്പിച്ച് അവനു തീറ്റയ്ക്കു പതിവുള്ള അമ്പതു തെങ്ങിൻ പട്ടയുമെടുപ്പിച്ച് അവിടെനിന്ന് രണ്ടുനാഴിക വടക്ക് അവണാമനയ്ക്കലെ വക പിടിക്കപ്പറമ്പ് എന്ന ദിക്കിൽ ഒരു സ്ഥലത്തു കൊണ്ടുപോയി കെട്ടുകയാണ് പതിവ്. അങ്ങോട്ടു പോകുമ്പോൾ കുറച്ചിട രണ്ടുവശവും വേലിയായിട്ടുള്ള ഒരിടവഴിയുണ്ട്. ഒരിക്കൽ ആ ഇടവഴിയിലായപ്പോൾ നായ്ക്കൻജാതിയിലുള്ള കുരുടനായ ഒരുത്തൻ തപ്പിത്തപ്പി അതിലെ വരുന്നുണ്ടായിരുന്നു. ആനപ്പുറത്ത് ഉറക്കംതൂങ്ങിക്കൊണ്ടിരുന്നതിനാൽ ആനക്കാരനും രണ്ടുവശത്തുമുള്ള വേലിക്കു കേടുവരാതെയിരിക്കുന്നതിനായി പൊക്കിപ്പിടിച്ചിരുന്ന തെങ്ങിൻപട്ടയുടെ മറവുകൊണ്ട് ആനയും ആ കുരുടൻ വരുന്നതു കണ്ടില്ല. അടുത്തുവന്നപ്പോൾ ചങ്ങല കിലുങ്ങുന്നതു കേട്ടോ എന്തോ ഒരാന വരുന്നുണ്ടെന്നു തോന്നുകയാൽ ആ കുരുടൻ ഭയപ്പെട്ട്, 'അയ്യോ!' എന്ന് ഉറക്കെ നിലവിളിച്ചു. അതു കേട്ടപ്പോൾ ആരോ ഒരാൾ തന്റെ മുൻവശത്തെത്തിയിട്ടുണ്ടെന്ന് ഗോപാലനും മനസ്സിലായി. ഉടനെ അവൻ സ്വൽപം പിമ്പോട്ടു മാറി തെങ്ങിൻപട്ട താഴെ വെച്ചിട്ടു തുമ്പിക്കൈ കൊണ്ടു കുരുടനെ പതുക്കെയെടുത്തു വേലിക്കുമീതെ പറമ്പിലേയ്ക്കു വെച്ചതിന്റെ ശേഷം പട്ടയുമെടുത്തു നേരെ പോവുകയും ചെയ്തു. ഇതുകൊണ്ടു ഗോപാലനു ഭൂതദയയും മനസ്സലിവും എത്രമാത്രമുണ്ടായിരുന്നു എന്ന് ഊഹിക്കാമല്ലോ. ഇങ്ങനെ വേറെയും

പല സംഗതികളും ഉണ്ടായിട്ടുണ്ട്.

ഒരിക്കൽ ഗോപാലൻ ദേശമംഗലത്തുവച്ച്, ഏറ്റവും കുണ്ടായിട്ടുള്ള ഒരിടവഴിയിൽക്കൂടി പുഴയിലേക്കു പോയ സമയം, ഗർഭിണിയായ ഒരീഴവസ്ത്രീ എതിരെ വന്നു. ഏറ്റവും അടുത്തായതിൽപ്പിന്നെയാണ് അവൾ ആനയെ കണ്ടത്. വഴിമാറിപ്പോകുന്നതിന് അവിടെ യാതൊരു സകൗര്യവുമില്ലാതെയിരുന്നതിനാൽ അവൾ ഭയപരവശയായി അവിടെ നിന്നു വല്ലാതെ പരുങ്ങി. അപ്പോൾ ഗോപാലൻ ഇതൊരു ഉപദ്രവമായിത്തീർന്നല്ലോ എന്നുള്ള ഭാവത്തോടുകൂടി ഒരു പറമ്പിലേക്കു കയറി ഒഴിഞ്ഞുപോയി. ഇങ്ങനെ ഇനിയും പലതും പറവാനുണ്ടെങ്കിലും മിക്കവയും ഒരുപോലെതന്നെയുള്ളവയാകയാൽ ഈ ഭാഗം ഇനി വിസ്തരിക്കുന്നില്ല.

സാധാരണമായി വലിയ ആനകളെല്ലാം തന്നെ എഴുന്നള്ളിപ്പിനോ തടിപിടിപ്പിക്കുന്നതിനോ ഏതിനെങ്കിലും ഒന്നിനു കൊള്ളാവുന്നവയായിരിക്കും. രണ്ടിനും കൊള്ളാവുന്ന ആനകൾ ചുരുക്കമാണ്. എന്നാൽ ഗോപാലൻ ഈ രണ്ടു കാര്യങ്ങൾക്കും അദ്വിതീയൻ തന്നെയായിരുന്നു. ഗോപാലൻ വളർന്ന് ഒരൊത്തയാനയായതിൽപ്പിന്നെ ആജീവനാന്തം കൊച്ചീരാജ്യത്തെ പ്രധാനപ്പെട്ട എഴുന്നള്ളത്തുകളെല്ലാം നിർവ്വഹിച്ചിട്ടുള്ളത് അവൻ തന്നെയാണ്. ഗോപാലൻ പ്രകൃത്യാതന്നെ തലയെടുപ്പുള്ള ഒരാനയായിരുന്നു. അവന്റെ തലയിൽ ചട്ടം (കോലം) വെച്ച് എഴുന്നള്ളിച്ചു കഴിയുമ്പോൾ അവൻ തല ഒന്നുകൂടി പൊക്കിപ്പിടിക്കുക പതിവായിരുന്നു. ഒന്നിലധികം ദേവന്മാരെ എഴുന്നള്ളിച്ചിരിക്കുമ്പോൾ അവനെക്കാൾ വലിയതായ മറ്റൊരാനയുടെ പുറത്തു മറ്റൊരു ദേവനെ എഴുന്നള്ളിച്ച് അടുപ്പിച്ചു നിർത്തിയാൽ അധികം പൊങ്ങിക്കാണുന്നതു ഗോപാലന്റെ തലയായിരിക്കും. എന്നാൽ ആവശ്യംപോലെ തലതാഴ്ത്തിയും ദേഹം ചുരുക്കിയും ചെറുതാവാനും ഗോപാലനു കഴിയുമായിരുന്നു. ഗോപാലനുണ്ടായിരുന്ന കാലത്തെല്ലാം തൃശ്ശിവപേരൂർ പൂരത്തിൽ പാറമേക്കാവിലെ എഴുന്നള്ളത്തിന് അവൻ തന്നെയായിരുന്നു പതിവ്. പാറമേക്കാവിൽനിന്ന് എഴുന്നള്ളിച്ചുവന്നു വടക്കുന്നാഥക്ഷേത്രത്തിലെ കിഴക്കേഗോപുരത്തിൽ കൂടി അകത്തേക്കു കടക്കുമ്പോഴും തെക്കേ ഗോപുരത്തിൽക്കൂടി പുറത്തേക്കിറങ്ങുമ്പോഴും ഗോപാലനെക്കണ്ടാൽ തലയെടുപ്പില്ലാത്ത ഒരു കുട്ടിയാനയാണെന്നു തോന്നുമായിരുന്നു. അവിടം കടന്നാൽപ്പിന്നെ അവന്റെ തലയേക്കൾ പൊന്തി മറ്റൊരാനയുടെ തലയും കണ്ടിരുന്നുമില്ല. പഞ്ചാരി, പാണ്ടി എന്നീ മേളങ്ങൾ കൊട്ടുന്ന സമയം ഗോപാലൻ ചെവിയാട്ടുന്നതുകണ്ടാൽ അവനു മേളത്തിൽ ജ്ഞാനവും താളസ്ഥിതിയും നല്ലപോലെയുണ്ടെന്നു മനസ്സിലാക്കാമായിരുന്നു. ഗംഗാധരനെപ്പോലെ കൂട്ടാനകളെ കുത്തുക മുതലായ ഉപദ്രവങ്ങളൊന്നും ഗോപാലൻ ചെയ്തിരുന്നില്ല. എന്നാൽ അവനെ ഉപദ്രവിക്കാൻ ചെല്ലുന്ന ആനകളെ അവൻ നല്ല പാഠം പഠിപ്പിക്കുകയും ചെയ്യുമായിരുന്നു.

ഒരു കൊല്ലം തൃപ്പൂണിത്തുറ ഉത്സവത്തിൽ ഗോപാലന്റെ പുറത്തു തൃപ്പൂണിത്തുറയപ്പനെ വിളക്കിനെഴുന്നള്ളിച്ചിരുന്ന സമയം കൂട്ടാനകളുടെ കൂട്ടത്തിൽ പാഴൂർ പടുതോൾവക ആനയുമുണ്ടായിരുന്നു. ആ ആനയെയാണ് ഗോപാലന്റെ അടുക്കൽ നിർത്തിയിരുന്നത്. ആ ആനയ്ക്കു നീരുവന്നു പൊട്ടിയൊലിക്കുന്നുണ്ടായിരുന്നു. മദജലത്തിന്റെ ഗന്ധം ഗോപാലന് അത്ര ഇഷ്ടമല്ലാത്തതിനാൽ അവൻ ഒന്നു ചുളിഞ്ഞ് ഇടതു വശത്തേക്ക്

ഒതുങ്ങി നിന്നു. അതു കണ്ടപ്പോൾ പാഴൂരാനയ്ക്ക ഗോപാലൻ തന്നെ കുത്താൻ ഭാവിക്കുകയാണെന്നു തോന്നുകയാൽ ആ ആന കയറി ഗോപാലനിട്ട് ഒരു കുത്തു കൊടുത്തു. ഗോപാലൻ അതു കൊള്ളാതെ തടുത്തിട്ട് പാഴൂരാനയെ കുത്താനായി തിരിഞ്ഞു. അതുകണ്ടു പാഴൂരാന പേടിച്ചോടി മതിൽക്കകത്തു തെക്കുകിഴക്കേ മൂലയ്ക്കെത്തി.

അപ്പോഴേയ്ക്കും ഗോപാലൻ പിന്നാലെച്ചെന്നു പാഴൂരാനയുടെ പിൻ ഭാഗത്ത് ഒരു കുത്തു കൊടുത്തു. ഗോപാലൻ വലിയ ഊക്കോടു കൂടിയല്ല കുത്തിയത്. അതിനാൽ അവന്റെ കൊമ്പ് ഒരു ചാൺ മാത്രമേ മറ്റേ ആനയുടെ ദേഹത്തിൽ കയറിയുള്ളൂ. എങ്കിലും മറ്റേ ആനയുടെ കൊമ്പുകൾ പകുതിയിലധികം ഭാഗം മതിലിമേൽ കയറുകയും ആ ആന ഉറക്കെ നില വിളിച്ചുകൊണ്ട് മലമൂത്രവിസർജനം ചെയ്യുകയും ചെയ്തു. ഇത്രയും കഴിഞ്ഞ തിന്റെ ശേഷം ഗോപാലൻ എഴുന്നള്ളിച്ചു നിർത്തിയിരുന്ന സ്ഥലത്തു വന്നു യഥാപൂർവ്വം അനങ്ങാതെ നിൽക്കുകയും ചെയ്തു. അവന്റെ അപ്പോഴത്തെ ഭാവം കണ്ടാൽ ഇതൊന്നും അവനറിഞ്ഞതേയില്ലെന്നും തോന്നുമായിരുന്നു.

എഴുന്നള്ളിച്ചിരിക്കുന്ന സമയങ്ങളിൽ എന്തെല്ലാം ബഹളങ്ങളും ലഹളക ളുമുണ്ടായാലും ഗോപാലൻ അനങ്ങാറില്ല. ഒരിക്കൽ പെരുമനത്തു പൂരത്തിന് ഒരു വലിയ ബഹളമുണ്ടായി. ശേഷമുണ്ടായിരുന്ന ആറാനകളും ഓടിയെ ങ്കിലും ഗോപാലൻ നിന്ന നിലയിൽനിന്നിളകിയില്ല. കമ്പക്കോട്ടകൾ പൊട്ടിത്തുടങ്ങുമ്പോൾ ചില ആനകൾ കമ്പം പിടിച്ച് ഓടിത്തുടങ്ങുമല്ലോ. എന്നാൽ ഗോപാലനു കരിമരുന്നു പ്രയോഗങ്ങൾ കാണുകയും അവയുടെ ശബ്ദം കേൾക്കുകയും ചെയ്യുന്നതു ബഹുരസമായിരുന്നു. നീർക്കോളിന്റെ ആരംഭകാലത്തുമാത്രമേ അവന് ഈവക സംഗതികളിൽ വൈരസ്യമുണ്ടാ യിരുന്നുള്ളൂ. ദേഹസുഖമില്ലാത്തതിനാൽ മനുഷ്യർക്കും വിനോദങ്ങളിൽ രസമുണ്ടായിരിക്കുകയില്ലല്ലോ.

തൃശ്ശിവപേരൂർപ്പൂരത്തിനു പാറമേക്കാവിലെ എഴുന്നള്ളത്തിനു കൊണ്ടു പോയാൽ തലയിൽക്കെട്ടു കെട്ടിച്ചു കഴിഞ്ഞാൽ പിന്നെ ഇറക്കി യെഴുന്ന ള്ളിച്ചു കഴിയുന്നതുവരെ ഗോപാലന്റെ കാര്യത്തിൽ ആനക്കാരനെക്കൊണ്ട് ആവശ്യമൊന്നുമുണ്ടായിരുന്നില്ല. എഴുന്നള്ളിക്കാറാകുമ്പോൾ മടക്കുന്നതി നും എഴുന്നള്ളിച്ചിരിക്കുമ്പോൾ നടക്കേണ്ടുന്ന ദിക്കിൽ നടക്കുന്നതിനും നിൽക്കേണ്ടുന്നിടത്തു നിൽക്കുന്നതിനും മറ്റും അവനോടാരും പറയേണ്ടി യിരുന്നില്ല. എല്ലാമവനറിയാമായിരുന്നു.

ഗോപാലൻ എഴുന്നള്ളിപ്പിനെന്ന പോലെത്തന്നെ തടിപിടിക്കുന്നതി നും സമർത്ഥനായിരുന്നുവെന്നു മുൻപു പറഞ്ഞിട്ടുണ്ടല്ലോ. ഇരുപതു കണ്ടി വരെയുള്ള തടിപിടിക്കുന്നതിന് അവനു യാതൊരു ക്ലേശവുമുണ്ടായിരുന്നില്ല. കൊച്ചിരാജ്യത്തു മൂന്നു മലകളിൽ തടികൾ കുറ്റക്കാണം തീർത്തു വാങ്ങി കച്ചവടം നടത്തിയിരുന്ന വെള്ളായ്ക്കൽ ശങ്കുണ്ണി മേനവനാണ്, അദ്ദേഹത്തി ന്റെ ജീവാവസാനം വരെ, ഗോപാലനെ പാട്ടത്തി നേറ്റിരുന്നത്. പൂരത്തിനു പാറമേക്കാവിലെ എഴുന്നള്ളത്തിനു ഗോപാലൻ അക്കാലത്തു പതിവുകാര നായിത്തീർന്നതും ദേവസ്വം സമുദായവും പൂരശ്രമക്കാരിൽ പ്രമാണിയുമായ ഈ മേനവൻ മുഖാന്തരമാണ്.

ഗോപാലന് തടിപിടിക്കുന്ന കാര്യത്തിൽ ഒട്ടും

മടിയുണ്ടായിരുന്നില്ലെങ്കിലും വക്കകെട്ടിക്കൊടുക്കുന്നവരോട് അവനു വലിയ വിരോധമായി രുന്നു. 'ഇവർ നിമിത്തമാണ് ഞാനിതു പിടിക്കേണ്ടതായിവന്നത്'' എന്നായിരുന്നിരിക്കാമവന്റെ വിചാരം. അതിനാൽ വക്കകെട്ടിക്കഴിഞ്ഞിട്ടേ ഗോപാലനെ തടിയുടെ അടുക്കലേക്കു കൊണ്ടു ചെല്ലാറുള്ളൂ. ഗോപാലൻ ചെല്ലുമ്പോൾ വക്കകെട്ടുന്നവർ ഒളിച്ചുമാറിക്കളയും. അങ്ങനെയാണ് പതിവ്. നേരെ കണ്ടാൽ ഉപദ്രവിച്ചേക്കുമെന്നുള്ള ഭയം അവർക്കും വളരെ യുണ്ടായിരുന്നു. എന്നാൽ ഗോപാലൻ കേവലം നിർദ്ദയനല്ലായിരുന്നു. എങ്കിലും വക്കകെട്ടുന്നവർ വളരെ ഭയത്തോടുകൂടിയാണ് പെരുമാറിയി രുന്നത്.

ഒരിക്കൽ കണക്കൻ (എന്നൊരു ജാതിക്കാരൻ) ശങ്കരൻ എന്നൊരുവൻ പറവട്ടാനി മലയിൽ 'എരപ്പൻപാറ' എന്ന സ്ഥലത്തു തടിക്കൾക്കു വക്ക കെട്ടിക്കൊണ്ടു നിന്നു. ഗോപാലൻ അടുത്തു ചെന്നപ്പോൾ ശങ്കരൻ ഒളിച്ചുമാറിനിന്നു. ഗോപാലൻ ചെന്നു മുറയ്ക്കു തടി പിടിച്ചുതുടങ്ങി. ആ സമയം ഗോപാലൻ കണ്ടേക്കുമെന്നു ഭയപ്പെട്ടു സ്വൽപം കൂടി മാറിയതിനാൽ ശങ്കരൻ പെട്ടന്നു പുഴയിലേക്കു വീണു. അവിടം അത്യഗാധമായ ഒരു സ്ഥലമായിരുന്നു. അതിനാൽ അവൻ പുഴയിൽനിന്നു കയറുവാൻ കഴിയാതെ ക്ഷീണിച്ചുതുടങ്ങി. ഗോപാലൻ അതുകണ്ടു പെട്ടന്നു വക്ക താഴെ വെച്ചിട്ട് ഓടിച്ചെന്നു തുമ്പിക്കൈകൊണ്ടു ശങ്കരനെ പതുക്കെ പിടിച്ചെടുത്തു കരയ്ക്കു വെച്ചു. അതിനാൽ ശങ്കരൻ മരിച്ചില്ല. വക്ക കെട്ടിയത് ഈ ശങ്കരനാണെന്നു ഗോപലനു നല്ലപോലെ അറിയാമായിരുന്നു. എങ്കിലും ആ വിരോധം അവനപ്പോൾ കാണിച്ചില്ല. ഗോപാലൻ രക്ഷിച്ചില്ലെങ്കിൽ ശങ്കരന്റെ കഥ അന്നു കഴിയുമായിരുന്നു.

അവണാമനയ്ക്കലേക്കു 'കുട്ടികൃഷ്ണൻ' എന്നൊരാനകൂടിയുണ്ടായിരുന്നു. അവനും തടിപിടിക്കുന്നതിന് അതിസമർത്ഥനായിരുന്നു. ഗോപാലൻ പിടിക്കുന്ന തടികളെല്ലാം കുട്ടികൃഷ്ണനും പിടിക്കുമായിരുന്നു. എങ്കിലും അവൻ ഒരു കുസൃതിക്കാരനായിരുന്നു. ദേഷ്യം വന്നാൽ കുട്ടികൃഷ്ണൻ കിടങ്ങൂർ കണ്ടങ്കോരനെപ്പോലെ മുൻപോട്ടുകൊണ്ടുപോയ തടി പിന്നോക്കം കൊണ്ടുവന്നു വല്ല അപകടസ്ഥലത്തും തട്ടിയിടും. അതിനാൽ ഗോപാലനോടുകൂടിയല്ലാതെ അവനെ പാട്ടത്തിനു കൊടുക്കാറില്ലായിരുന്നു. ഗോപാലൻ കൂടെയുണ്ടെങ്കിൽ കുട്ടികൃഷ്ണൻ ഏറ്റവും മര്യാദക്കാരനായിരിക്കും. ഗോപാലനെ അവനു വളരെ ഭയവും ബഹുമാനവുമായിരുന്നു. കുട്ടികൃഷ്ണൻ നീർക്കോൾ കൊണ്ടു ഭ്രാന്തുപിടിച്ചു നിൽക്കുന്ന സമയത്തായാലും ഗോപാലൻ ചെന്നാൽ പട്ടിയെപ്പോലെ പിന്നാലെ പോകുമായിരുന്നു. ദുസ്സാമർത്ഥ്യം കാട്ടിയാൽ ഗോപാലൻ മുറയ്ക്കു ശിക്ഷിക്കുമെന്നു കുട്ടികൃഷ്ണനു നല്ലപോലെ അറിയാമായിരുന്നു.

തീറ്റസ്സാമാനങ്ങൾ എന്തുതന്നെ കണ്ടാലും അവ എടുത്തു കൊള്ളുന്നതിന് അവയുടെ ഉടമസ്ഥനോ ആനക്കാരനോ പറയാതെ ഗോപാലൻ തൊടുകപോലും ചെയ്യാറില്ല. ഒരിക്കൽ ഗോപാലനെ ദേശമംഗലത്ത് ഒരു പറമ്പിലൂടെ കൊണ്ടുപോയപ്പോൾ അവിടെ ഒരു പിലാവിന്മേൽ ധാരാളം ചക്ക കിടക്കുന്നതുകണ്ടിട്ട് ആനക്കാരൻ, 'ഒരു ചക്ക ഈ ആനയ്ക്കു കൊടുക്കാമോ' എന്നു ചോദിച്ചു. 'ആനയ്ക്കു ചക്ക കൊടുക്കണമെങ്കിൽ വില കൊടുത്തു വാങ്ങിക്കൊടുക്കണം' എന്നു പറമ്പിന്റെ ഉടമസ്ഥൻ പറഞ്ഞപ്പോൾ ആനക്കാരൻ, 'ഈ ആന മനയ്ക്കലെ വകയാണ്. പറമ്പും മനയ്ക്കലെ

വക തന്നെയാണല്ലോ' എന്നു വീണ്ടും പറഞ്ഞു. അതിനു മറുപടിയായി പറമ്പിന്റെ ഉടമസ്ഥൻ പറഞ്ഞത്, 'പറമ്പ് മനയ്ക്കലെ വകയാണെങ്കിൽ ഞാൻപാട്ടം ശരിയായിട്ട് അവിടെ കൊടുക്കുന്നുണ്ട്. ആനയ്ക്കു ചക്ക കൊടുക്കണമെന്ന് ആധാരത്തിൽ പറഞ്ഞിട്ടില്ല' എന്നാണ്. പിന്നെ ആനക്കാരൻ അയാളോടൊന്നും പറഞ്ഞില്ല. പറമ്പിന്റെ ഉടമസ്ഥൻ കേൾക്കാതെ തന്നെ ത്താൻ 'നാളെ നേരം വെളുക്കുമ്പോൾ ഈ പിലാവിന്മേൽ ഒരു ചക്കയും കാണുകയില്ല' എന്നു പതുക്കെ പറഞ്ഞുകൊണ്ടു പോയി. ഇതു ഗോപാലനോടായിട്ടുമല്ലായിരുന്നു. എങ്കിലും ഗോപാലൻ അതു കേൾക്കാതെയിരുന്നില്ല.

അന്നു വൈകുന്നേരവും ആനക്കാരൻ ഗോപാലനെ പതിവുസ്ഥലത്തു കൊണ്ടുപോയി നിർത്തി. ഏകദേശം അർദ്ധരാത്രിയായപ്പോൾ ഗോപാലൻ പതുക്കെ അവിടെനിന്നു പുറപ്പെട്ടു. പകൽ കണ്ട പിലാവിന്റെ ചുവട്ടിൽ ച്ചെന്ന് അതിന്മേലുണ്ടായിരുന്ന ചക്ക മുഴുവനും പറിച്ചു താഴെയിട്ട് അവനു വേണ്ടതു തിന്നുകയും അധികമുണ്ടായിരുന്നതു മനയ്ക്കലെ മറ്റാനകൾക്കു കൊണ്ടുചെന്നു കൊടുക്കുകയും ചെയ്തതിന്റെ ശേഷം സ്വസ്ഥാനത്തു ചെന്നു യഥാപൂർവ്വം നിൽക്കുകയും ചെയ്തു. അതിൽ പ്പിന്നെ ഗോപാലനുവേണ്ടി എന്തു ചോദിച്ചാലും ആ ദിക്കുകാരിലാരും കൊടുക്കാതെയിരുന്നിട്ടില്ല.

ഇത്രയുമെല്ലാം ബുദ്ധിയും സാമർത്ഥ്യവും സത്യവും കൃത്യനിഷ്ഠയും മറ്റനേകം ഗുണങ്ങളുമുണ്ടായിരുന്നിട്ടും ഗോപാലൻ ഒരു കടുംകൈ ചെയ്തിട്ടുണ്ട്. അത്, അവന്റെ ആനക്കാരനായിരുന്ന അച്യുത മേനവനെ പുഴയിൽ മുക്കിക്കൊന്നു എന്നുള്ളതാണ്. പക്ഷേ, അവൻ അതു മനസ്സറിയാതെ ചെയ്തുപോയതാണ്. സ്വബോധത്തോടുകൂടി ഇപ്രകാര മുള്ള ദുഷ്കൃത്യം അവൻ ഒരിക്കലും ചെയ്തിട്ടില്ല നീർക്കോളുകൊണ്ട് ഭ്രാന്തുപിടിച്ചിരുന്ന സമയം പുഴയിൽ നനയ്ക്കാൻ കൊണ്ടുപോയതിനാലാണ് അവൻ ഇപ്രകാരം ചെയ്തുപോയത്. നീരു ഭേദമായപ്പോൾ അച്യുതമേനവനെക്കാണാഞ്ഞിട്ടു ഗോപാലൻ വളരെ വ്യസനിക്കുകയും താൻ ചെയ്ത ക്രൂരപ്രവർത്തിയെക്കുറിച്ച് അന്യന്മാർ പറഞ്ഞറിഞ്ഞപ്പോൾ ഏറ്റവും പശ്ചാത്തപിക്കുകയും ചെയ്തു.

ഗോപാലൻ ദേശമംഗലത്തു താമസിച്ചിരുന്ന കാലത്തെല്ലാം അവനെ ഭാരതപ്പുഴയുടെ ഒരു ഭാഗമായ ദേശമംഗലത്തു പുഴയിലാണ് കൊണ്ടു പോയി കുളിപ്പിക്കുക പതിവ്. ഒരു ഭാഗം തേച്ചു വൃത്തിയാക്കിക്കഴിഞ്ഞാൽ മറ്റേഭാഗം അവൻ ആരും പറയാതെ സ്വയമേ കാണിച്ചുകൊടുക്കും. പക്ഷേ തേച്ച ഭാഗം വൃത്തിയായിയെന്നു ആനക്കാരും മറ്റും പറഞ്ഞാൽ പോരാ; അവനു തന്നെ തോന്നണം. അവന്റെ കുളി കഴിഞ്ഞാൽ ആനക്കാരുടെ കുളികൂടി കഴിയുന്നതുവരെ അവനവിടെ കാത്തു നിൽക്കാറില്ല. കുളി കഴിഞ്ഞു കരയ്ക്കു കയറിയാലുടനെ അവൻ നേരെ മനയ്ക്കലേക്കു നടക്കും അപ്പോൾ അവിടെ ഗോപാലനു പതിവുള്ള ചോറും നെയ്യും കൂട്ടിക്കുഴച്ചു വെച്ചിരിക്കും. അവൻ അതു വാങ്ങി തിന്നിട്ട് അവനു കിടപ്പിനു നിശ്ചയിച്ചിട്ടു സ്ഥലത്തു പോയി നിൽക്കും. അപ്പോഴേക്കും ആനക്കാർ കുളിയും മറ്റും കഴിഞ്ഞു വരും. പിന്നെ അവർ ഗോപാലനു രാത്രിയിൽ തിന്നാനുള്ള സാധനങ്ങളെല്ലാം അവിടെ ശേഖരിച്ചുകൊടുത്തിട്ടു പോകും. ഇങ്ങനെയെല്ലാമായിരുന്നു ഗോപാലന്റെ പതിവുകൾ.

ഒരുദിവസം ഗോപാലൻ പകലേ നാലുമണിക്കു കുളികഴിഞ്ഞു മനയ്ക്കൽ

വന്ന പതിവുള്ള ചോറുമേടിച്ചു തിന്നതിന്റെ ശേഷം അവിടേ മുറ്റത്തു കിടന്നിരുന്ന ചാരം തുമ്പിക്കൈകൊണ്ടു വാരി മേലെല്ലാമിട്ടിട്ടു തെക്കോട്ടു തലവെച്ച് അവിടെ കിടക്കുകയും ഉടനെ അന്ത്യശ്വാസം വിടുകയും ചെയ്തു. ഇത് 1079 ചിങ്ങത്തിൽ ചിത്തിരനാളിലാണ്.

വിചാരിച്ചിരിക്കാതെ പെട്ടന്നുണ്ടായ ഈ കഷ്ടസംഭവം നിമിത്തം അപ്പോൾ അവിടെ ദുഃഖസൂചകങ്ങളായിട്ടുണ്ടായ കോലാഹലങ്ങളും ബഹളങ്ങളുമെല്ലാം അപരിമിതങ്ങളും അവർണ്ണനീയങ്ങളുമായിരുന്നു. അപ്പോൾ അവിടെ അലയും മുറയും കരച്ചിലും പിഴിച്ചിലുമല്ലാതെ കേൾപ്പാനില്ലായിരുന്നു. ഗോപാലൻ കഴിഞ്ഞു എന്നു കേട്ടപ്പോൾ കരയാത്തവരായി ആ ദേശത്താരുമുണ്ടായിരുന്നില്ല. മനസ്സിലെ കഥ പറയാനുമില്ലല്ലോ. 'വല്യ ദുഃഖമെന്നാലും കാലം ചെല്ലുമ്പോൾ കുറഞ്ഞുപോം' എന്നുണ്ടല്ലോ. ഗോപാലൻ മരിച്ചതു സംബന്ധിച്ചുള്ള അടിയന്തിരത്തിനു മുന്നൂറു പറയരി വെച്ചു കേമായി സദ്യ നടത്തിച്ചു. തടിപിടിച്ച വകയിലും എഴുന്നള്ളിപ്പുവകയിലുമായി ഗോപാലന്റെ സ്വന്ത സമ്പാദ്യം, അവനെസ്സംബന്ധിച്ചുണ്ടായിട്ടുള്ള സകല ചെലവുകളും കഴിച്ച്, ഒരു ലക്ഷം ഉറുപ്പികയോളമുണ്ടായിരുന്നുവെന്നാണ് കേൾവി.

●

പള്ളിപ്പുറത്തുകാവ്

ഈ ഭഗവതീക്ഷേത്രം തിരുവിതാംകൂർ സംസ്ഥാനത്തു കോട്ടയം താലൂക്കിൽ കോടിമതദേശത്തും ഇവിടെ പ്രതിഷ്ഠിക്കപ്പെട്ടിരിക്കുന്ന മൂർത്തി സാക്ഷാൽ ഭദ്രകാളിയുമാണ്.

ഭവനത്തിൽനിന്ന് ഒരാൾ കൊല്ലവർഷം നാലാം ശതകത്തിൽ ശ്രീ പോർക്കലിയിൽ പോയി ഭക്തിപൂർവ്വം ഭഗവതിയെസ്സേവിച്ചു. അങ്ങനെ രണ്ടു മൂന്നു കൊല്ലം കഴിഞ്ഞതിന്റെ ശേഷം ഒരു ദിവസം രാത്രിയിൽ അദ്ദേഹം കണ്ണടച്ചു ദേവിയെ ധ്യാനിച്ചുകൊണ്ടിരുന്ന സമയം ആരോ അടുക്കൽച്ചെന്ന്, 'നിന്റെ ഭക്തിവിശ്വാസാദികൾ കൊണ്ടും സേവ കൊണ്ടും ഞാൻ ഏറ്റവും സന്തുഷ്ടയായിത്തീർന്നിരിക്കുന്നു. നീയിനി ഇവിടെ താമസിക്കണമെന്നില്ല. നിന്റെ മുമ്പിലിരിക്കുന്ന നാന്ദകം വാൾ എടുത്തു കൊണ്ടുപൊയ്ക്കോൾക. ഈ വാൾവെച്ച് എന്നെ ധ്യാനിച്ചു പതിവായി പൂജിച്ചുകൊണ്ടാൽ നിന്റെ സകലാഭീഷ്ടങ്ങളും സിദ്ധിക്കും' എന്നു പറഞ്ഞതായി അദ്ദേഹത്തിനു തോന്നി. ഉടനെ കണ്ണു തുറന്നു നോക്കീട്ട് അവിടെയെങ്ങും ആരെയും കണ്ടില്ല. എങ്കിലും ഒരു നാന്ദകം വാൾ തന്റെ മുമ്പിൽ ഇരിക്കുന്നതായി അദ്ദേഹം കണ്ടു. അതിനാൽ താൻ കേട്ടതു ഭഗവതിയുടെ കൽപനയാണെന്നും ഈ വാൾ തന്റെ മുമ്പിൽ കൊണ്ടു വന്നുവെച്ചത് ഭഗവതി തന്നെയാണെന്നും വിശ്വസിച്ച് അദ്ദേഹം ആ വാളുമെടുത്തുകൊണ്ട് അവിടെനിന്നു മടങ്ങി സ്വദേശത്തേയ്ക്കു പുറപ്പെട്ടു.

ആ ദേവീഭക്തൻ ഏതാനും ദിവസങ്ങൾകൊണ്ട് സ്വദേശത്തിനു സമീപം കുമരനല്ലൂർ ക്ഷേത്രസന്നിധിയിലെത്തുകയും തനിക്കു ശ്രീപോർക്കലിയിൽനിന്നു കിട്ടിയ വാൾ വെച്ചു പൂജിക്കുന്നതിനു സകൗര്യമുള്ളതായ ഒരു സ്ഥലം തന്നാൽ കൊള്ളാമെന്ന് അവിടെ ദേവസ്വാധികാരികളും ഊരൺമയോഗക്കാരുമായ മഹാബ്രാഹ്മണരോട് അപേക്ഷിക്കുകയും ചെയ്തു.

അക്കാലത്തു കുമാരനല്ലൂർ കാർത്ത്യായനീക്ഷേത്രത്തിൽ കൊല്ലം തോറും ഇരുപത്തെട്ടു ദിവസത്തെ ഉത്സവമുണ്ടായിരുന്നു. തുലാമാസത്തിൽ രോഹിണിനാൾ കൊടിയേറ്റും വൃശ്ചികമാസത്തിൽ രോഹിണിനാൾ ആറാട്ടുമായിരുന്നു പതിവ്. കൊടിയേറിയാൽ ഉത്സവാവസാനം വരെ എല്ലാ ദിവസവും കാലത്തുകാലത്ത് ആറാട്ടും പതിവുണ്ടായിരുന്നു. ആ ആറാട്ട് ഓരോ ദിവസം ഓരോ ദേശത്തായിരുന്നു പതിവ്. ആ കൂട്ടത്തിൽ ഒരു ദിവസത്തെ ആറാട്ടു കോടിമതയാണ് നടത്തിയിരുന്നത്. ആ ദേശത്തു കുമാരനല്ലൂർ ദേവസ്വം വകയായി ഒരു ചെറിയ കൊട്ടാരവുമുണ്ടായിരുന്നു. ഭഗവതിയെ ആറാട്ടിനായി കോടിമതെ എഴുന്നള്ളിച്ചാൽ 'കോട്ടൂരാർ'

എന്നു പറഞ്ഞുവരുന്ന നദിയിൽ ആറാട്ടുകഴിച്ചു തിരിച്ചെഴുന്നള്ളിക്കുന്ന സമയം മേൽപറഞ്ഞ കൊട്ടാരത്തിൽ ഇറക്കിയെഴുന്നള്ളിച്ച് ഒരു പൂജ നടത്താറുണ്ടെന്നല്ലാതെ ആ കൊട്ടാരം കൊണ്ടു ദേവസ്വത്തിലേയ്ക്ക് വലിയ ഉപയോഗമൊന്നും ഉണ്ടായിരുന്നില്ല. അതിനാൽ നാന്ദകം വാൾ ആ കൊട്ടാരത്തിൽ കൊണ്ടുചെന്നുവെച്ചു പൂജിച്ചു കൊള്ളുന്നതിന് ഊരാണ്മ യോഗക്കാർ അനുവദിക്കുകയും ആ ഭക്തൻ അപ്രകാരം ചെയ്തുതുടങ്ങുകയും ചെയ്തു. അപ്പോൾ അദ്ദേഹത്തിന്റെ താമസവും ആ കൊട്ടാരത്തിൽ ത്തന്നെ ആയിയെന്നുള്ളതു വിശേഷിച്ചു പറയണമെന്നില്ലല്ലോ.

ദേവീഭക്തനായ അദ്ദേഹം വലിയ മാന്ത്രികനായിരുന്നു. അതിനാൽ അദ്ദേഹം കോടിമതക്കൊട്ടാരത്തിൽ താമസമായതിന്റെ ശേഷം ചില ബാധോപദ്രവക്കാരും മറ്റും അദ്ദേഹത്തിന്റെ അടുക്കൽ ചെല്ലുകയും അദ്ദേഹം ഭസ്മം ജപിച്ചുകൊടുത്ത് ഉപദ്രവങ്ങളെല്ലാം മാറ്റുകയും ചെയ്തുതുട ങ്ങി. ഉന്മാദം, അപസ്മാരം മുതലായവ പോലും മാറ്റുന്നതിന് അദ്ദേഹത്തിന് ഒരു പ്രയാസവുമുണ്ടായിരുന്നില്ല. അദ്ദേഹം ഭസ്മം ജപിച്ചിടുകയോ അദ്ദേഹം ജപിച്ചു കൊടുക്കുന്ന ഭസ്മം തൊടുകയോ ചെയ്താൽ സകല ദുഷ്ടബാധകളും തൽക്ഷണം ഒഴിയുമായിരുന്നു. അതിനാൽ ബാധോപദ്രവക്കാരും ഭ്രാന്തന്മാ രും മറ്റുമായ അസംഖ്യമാളുകൾ ദിവസം തോറും അദ്ദേഹത്തിന്റെ അടുക്കൽ വന്നുകൊണ്ടിരുന്നു. അങ്ങനെ വരുന്നവരെല്ലാം യഥാശക്തി പണവും മറ്റും അദ്ദേഹത്തിന്റെ മുമ്പിൽ വെച്ചു വന്ദിക്കുകയും പതിവായിരുന്നു. എന്നാൽ അദ്ദേഹം അതൊന്നും എടുക്കാറില്ല. ഭക്തികൊണ്ടു വിരക്തനായിത്തീർന്നി രുന്ന അദ്ദേഹത്തിനു പണം എന്തിനാണ്? അദ്ദേഹത്തിനു ഭക്ഷണം തന്നെ ഒരു നേരമേ ഉണ്ടായിരുന്നുള്ളൂ. കാലത്തെ കുളിയും നിത്യകർമ്മാനുഷ്ഠാന ങ്ങളും കഴിഞ്ഞാൽ നാഴിയരി വെച്ചു ഭഗവതീപൂജയ്ക്കു നിവേദ്യം കഴിക്കും. പൂജ കഴിഞ്ഞാൽ ആ നാഴിയരിയുടെ ചോറു ഭക്ഷിക്കും. പിന്നെ ജലപാനം പോലും കഴിക്കുകയുമില്ല. അങ്ങനെയാണ് അദ്ദേഹം ദിവസവൃത്തി കഴി ച്ചിരുന്നത്. അദ്ദേഹത്തിനു പൂജയ്ക്കാവശ്യമുള്ള നാഴിയരിയും കുറെ പൂവും കൊണ്ടുചെന്നു കൊടുക്കുന്നവർക്ക് അദ്ദേഹത്തിന്റെ മുൻപിൽ കാഴ്ചയായും ദക്ഷിണയായും വരുന്ന പണമെല്ലാം എടുത്തുകൊണ്ടു പോകാം. അതിനാൽ ദിവസം പ്രതി അദ്ദേഹത്തിനു വേണ്ടുന്ന അരിയും പൂവും കൊണ്ടുചെന്നു കൊടുക്കുന്നതിനു പലരും സന്നദ്ധരായിരുന്നു. നാഴിയരിയും കുറെ പൂവും കൊണ്ടുചെന്നു കൊടുത്താൽ പത്തും നൂറും ചിലദിവസങ്ങളിൽ ആയിരവും പണം വീതം കിട്ടുമെന്നു വന്നാൽ അതിലേയ്ക്ക് ആളുകൾ സന്നദ്ധരാകുന്നത് ഒരത്ഭുതമല്ലല്ലോ.

ഇങ്ങനെ ഏതാനും ദിവസങ്ങൾ കഴിഞ്ഞപ്പോൾ ഈ വർത്തമാനം അദ്ദേഹത്തിന്റെ കുടുംബക്കാർ അറിയുകയും അവിടെനിന്ന് (അമയന്നൂരു ണ്ടായിരുന്ന ഗൃഹത്തിൽനിന്ന്) ചില പുരുഷന്മാർ കോട്ടയത്തെത്തി അദ്ദേ ഹത്തോടുകൂടി താമസിക്കുകയും അദ്ദേഹത്തിനു പൂജയ്ക്കു വേണ്ടുന്ന അരിയും പൂവും ശേഖരിച്ചു കൊടുക്കുകയും അദ്ദേഹത്തിന്റെ മുമ്പിൽ ദിവസം പ്രതി വന്നുകൊണ്ടിരുന്ന പണമെടുത്ത് കുടുംബത്തിലേയ്ക്ക് അയച്ചു കൊടുക്കുകയും ചെയ്തു തുടങ്ങി. ആ കുടുംബക്കാർക്ക് അന്നു നിത്യവൃത്തിക്കു വളരെ ഞെരുക്ക മായിരുന്നു. സ്വകുലവിദ്യയായിരുന്ന 'തീയാട്ട്' (ഭദ്രകാളീപ്രസാദത്തിനായി നടത്തുന്ന ഒരു വഴിപാട്) എന്ന അടിയന്തിരം വല്ലവരും ആവശ്യപ്പെട്ടാൽ

പോയിക്കഴിച്ച് അതിനുകിട്ടുന്ന ആദായം കൊണ്ടാണ് ആ കുടുംബക്കാർ ഉപജീവനം കഴിച്ചുപോന്നിരുന്നത്. അവർക്ക് ഈ ആദായം കൂടി ഉണ്ടായപ്പോൾ ദിവസവൃത്തിക്ക് ഒട്ടും ഞെരുക്കമില്ലാതെയായിത്തീർന്നു.

ഇങ്ങനെ ഏതാനും കൊല്ലങ്ങൾ കഴിഞ്ഞപ്പോൾ ആ ഭഗവതീഭക്തൻ പ്രായാധിക്യം നിമിത്തം ഏറ്റവും പരവശനായിത്തീരുകയാൽ തന്റെ ജ്യേഷ്ഠഭ്രാതൃപുത്രന്മാരിൽ മൂത്തയാളെ അടുക്കൽ വിളിച്ചിരുത്തി ചില മന്ത്രങ്ങളും ഭഗവതിയെ സേവിക്കാനുള്ള മുറകളും പൂജാക്രമങ്ങളും ഉപദേശിക്കുകയും തന്റെ കൈവശമുണ്ടായിരുന്ന മന്ത്രവാദഗ്രന്ഥങ്ങൾ കൈയ്യിൽ കൊടുക്കുകയും ചെതിട്ട്, 'മന്ത്രവാദികൾ പഠിച്ചും അറിഞ്ഞും ഇരിക്കേണ്ടതെല്ലാം ഈ ഗ്രന്ഥങ്ങളിലുണ്ട്. ഭഗവതിയെ ഭക്തിപൂർവ്വം സേവിച്ചുകൊണ്ടിരുന്നാൽ ഈ ഗ്രന്ഥങ്ങളിൽ പറഞ്ഞിട്ടുവയെല്ലാം ചെയ്താൽ ശരിയായി ഫലിക്കും. ദേവിയെക്കുറിച്ചുള്ള ഭക്തിയും സേവയും കുറഞ്ഞാൽ ഫലവും അതിനനുസരണമായിരിക്കും. അതിനാൽ ഭഗവതിയെ ഞാനിപ്പോൾ സേവിച്ചു വരുന്നതുപോലെ നീയും സേവിച്ചുകൊണ്ടിരിക്കുകയും അവസാന കാലത്തു നീയും ഞാനിപ്പോൾ ചെയ്തതുപോലെ അന്നു കുടുംബത്തിൽ മൂത്തയാൾക്കു വേണ്ടതെല്ലാം ഉപദേശിച്ചുകൊടുക്കുകയും ചെയ്യണം. അങ്ങനെ പാരമ്പര്യമുറയ്ക്ക് എല്ലാവരും ചെയ്തുകൊള്ളട്ടെ. ഗ്രന്ഥങ്ങളിൽ ചില കഠിനപ്രവർത്തികൾ ചെയ്യുന്നതിനും പറഞ്ഞിട്ടുണ്ട്. അവയൊന്നും ചെയ്യാതെയിരിക്കുകയാണ് നല്ലത്. പെട്ടെന്ന് ഫലസിദ്ധിയും ധനലക്ഷ്മിയുമുണ്ടാകുന്നതിന് ദുഷ്കർമ്മങ്ങളാണ് അധികം ഉപയോഗപ്പെടുന്നതെന്ന് ഒരു പക്ഷമുണ്ട്. എങ്കിലും അതു നല്ലതല്ല. ദേവിയെ വേണ്ടതുപോലെ സേവിച്ചുകൊണ്ടാൽ ഏതു കർമ്മത്തിനും ഫലസിദ്ധിയും ധനലാഭവുമുണ്ടാകും. എങ്കിലും ധനമധികം സമ്പാദിക്കുന്നതും നല്ലതല്ല. ധനം ക്രമത്തിലധികം വർദ്ധിച്ചാൽ ദേവിയെക്കുറിച്ചുള്ള ഭക്തിയും ദേവിയിങ്കലുള്ള പ്രതിപത്തിയും കുറഞ്ഞു പോകും. അതിനാൽ ധനകാംക്ഷ കൂടാതെ ഭഗവതിയെ ഭക്തിപൂർവ്വം സേവിച്ചു കൊണ്ടിരുന്നാൽ മതി. എന്നാൽ വേണ്ടതെല്ലാം ഭക്തവത്സലയായ ദേവി ഉണ്ടാക്കിത്തരും. തന്റെ ഭക്തന്മാർ കഷ്ടപ്പെടരുതെന്നുള്ള വിചാരം കരുണാനിധിയായ ദേവിക്ക് ഉണ്ടാകാതെയിരിക്കില്ല. എന്റെ അവസാന കാലം അടുത്തിരിക്കുന്നു. അതുകൊണ്ടാണ് ഞാൻപറയാനുള്ളതെല്ലാം പറഞ്ഞുതീർക്കുന്നത്. നിനക്കു ദേവീപ്രസാദം മൂലം സർവ്വവിധമംഗളങ്ങളും ഭവിക്കട്ടെ' എന്നു പറഞ്ഞ് അദ്ദേഹം തന്റെ കൈകൾ ആ സഹോദരപുത്രന്റെ ശിരസ്സിൽവെച്ച് അനുഗ്രഹിക്കുകയും അനന്തരം അധികനാൾ കഴിയുന്നതിനുമുമ്പു തന്നെ അനായാസേന ചരമഗതിയെ പ്രാപിക്കുകയും ചെയ്തു. ആ ദേവീഭക്തൻ ഒരു വിരക്തനും നിത്യ ബ്രഹ്മചാരിയുമായിരുന്നുവെന്നും അദ്ദേഹം മരിച്ചപ്പോൾ പ്രായം നൂറ്റേഴ വയസ്സായിരുന്നുവെന്നുമാണ് കേട്ടിട്ടുള്ളത്.

ശ്രീപോർക്കലിയിൽപ്പോയി ഭഗവതിയെസ്സേവിച്ചു കൊണ്ടുവന്ന ആളോളം തന്നെ ഭക്തിയും വിശ്വാസവും ദേവീസേവയിലുള്ള പ്രതിപത്തിയും ആ സ്ഥാനത്തു പിന്നെ വന്നയാൾക്ക് ഉണ്ടായിരുന്നില്ല. എന്നു മാത്രമല്ല, അദ്ദേഹം മുൻപിരുന്ന ആളെപ്പോലെ ബ്രഹ്മചാരിയുമല്ലായിരുന്നു. അദ്ദേഹം വിവാഹം കഴിച്ചു ഭാര്യാപുത്രാദികളോട്ടുകൂടി താമസിച്ചിരുന്ന ആളായിരുന്നു. അദ്ദേഹം ദേവിയെ പൂജിക്കുകയും സേവിക്കുകയും ചെയ്തുകൊണ്ടു കോട്ടയത്തുതന്നെ സ്ഥിരതാമസമാക്കിയപ്പോൾ അദ്ദേഹത്തിന്റെ

ഭാര്യാപുത്രാദികളും അവിടെ വന്നു ചേർന്നു. പിന്നെ അവരെല്ലാവരും ആ കൊട്ടാരത്തിൽത്തന്നെ താമസമായി. അത് ഭഗവതിക്ക് ഒട്ടും ഹിതമായില്ല. അതിനാൽ ആ കുടുംബക്കാർക്ക് ചില ഉപദ്രവങ്ങൾ നേരിട്ടു തുടങ്ങി. എന്നു മാത്രമല്ല, ദേവിയുടെ സേവകനായിരുന്ന ഗൃഹനായകൻ രാത്രി കാലങ്ങളിൽ കിടന്നുറങ്ങുന്ന സമയം, ആരോ ഒരാൾ അദ്ദേഹത്തിന്റെ അടുക്കൽ ചെന്ന്, 'ഞാനിരിക്കുന്ന സ്ഥലത്തു കുടുംബസഹിതം താമസിച്ചുകൂടാ. അതിനാൽ നിന്റെ ഭാര്യയേയും മറ്റും ഇവിടെനിന്നു മാറ്റിത്താമസിപ്പിക്കണം. അല്ലെങ്കിൽ എന്നെ ഇവിടെനിന്നു മാറ്റി കുടിയിരുത്തണം' എന്നു പറയുകയും ഭയപ്പെടുത്തുകയും പതിവായിത്തീർന്നു. ഇങ്ങനെ തന്റെ അടുക്കൽ വന്നു പതിവായിപ്പറയുന്നതു ഭഗവതി തന്നെയാണെന്നും കുടുംബത്തിൽ ഉപദ്രവങ്ങളുണ്ടാവുന്നതു ഭഗവതിയുടെ വിരോധം കൊണ്ടാണെന്നും അദ്ദേഹത്തിനു തോന്നി. എങ്കിലും തീർച്ചപ്പെടുത്താനായി അദ്ദേഹം ഒരു നല്ല പ്രശ്നക്കാരനെക്കൊണ്ടു പ്രശ്നം വെയ്പിച്ചു നോക്കിക്കുകകൂടി ചെയ്തു. അപ്പോൾ അദ്ദേഹം വിചാരിച്ചതു പോലെത്തന്നെ പ്രശ്നക്കാരനും വിധിച്ചു. അതിനാൽ ഒരു ക്ഷേത്രം പണിയിച്ച് ഭഗവതിയെ മാറ്റി കുടിയിരുത്തണമെന്ന് അദ്ദേഹം തീർച്ചപ്പെടു ത്തുകയും അതിനായി ശ്രമിച്ചുതുടങ്ങുകയും ചെയ്തു.

ഇപ്പോൾ പള്ളിപ്പുറത്തുകാവുക്ഷേത്രമിരിക്കുന്ന സ്ഥലവും അന്നു കുമാരനല്ലൂർ ദേവസ്വം വകയായിരുന്നു. ആ സ്ഥലം അദ്ദേഹം ക്ഷേത്രം പണിയിക്കുന്നതിനായി ഊരാൺമയോഗക്കാരോട് എഴുതിവാങ്ങി. പിന്നെ അദ്ദേഹം തന്റെ ആഗ്രഹവും ആവശ്യവും വയസ്കര പോറ്റിയുടെ അടുക്കൽ അറിയിച്ചു. ഇപ്പോൾ വയസ്കര മൂസ്സ് എന്നു പറഞ്ഞുവരുന്ന വരുടെ ഇല്ലത്തുള്ളവരെ അക്കാലത്ത് വയസ്കര പോറ്റി എന്നാണ് പറഞ്ഞുവന്നിരുന്നത്. വയസ്കര പോറ്റി അന്നു നാട്ടുവാഴ്ചയുണ്ടായിരുന്ന തെക്കുംകൂർ രാജാവിന്റെ വൈദ്യനായിരുന്നു. കോടിമത, തിരുനക്കര എന്നീ ദേശങ്ങളിന്മേലുള്ള ആധിപത്യവും തെക്കുംകൂർ രാജാവ് വയസ്കര പോറ്റിക്കു വിട്ടുകൊടുത്തിരുന്നു. മേൽപറഞ്ഞ ദേശങ്ങളിലെ ജനങ്ങളെ രാജാവു വയസ്കര പോറ്റിക്കു മരുന്നുകൾ പറിച്ചുകൊണ്ടുചെന്നു കൊടുക്കുന്നതിനും മറ്റുമായി ആജ്ഞാകാരന്മാരാക്കി നിയമിക്കുകയും ചെയ്തിരുന്നു. ഈ ദേശങ്ങളിന്മേൽ അന്നു സർക്കാരിലേക്കു സിവിൽ ക്രിമിനൽ അധികാരങ്ങൾ മാത്രമേയുണ്ടായിരുന്നുള്ളു. നികുതി പിരിച്ചെടുക്കുന്നതിനും മറ്റുമുള്ള അധികാരങ്ങളെല്ലാം വയസ്കര പോറ്റിക്കായിരുന്നു. അതിനാൽ ഈ ദേശത്ത് ഏതു കാര്യം നടത്തുന്നതിനും വയസ്കര പോറ്റിക്ക് യാതൊരു പ്രയാസവുമുണ്ടായിരുന്നില്ല. പ്രത്യുത, അദ്ദേഹത്തിന്റെ അനുവാദവും സമ്മതവും കൂടാതെ ഈ ദേശത്ത് യാതൊരു കാര്യവും നടക്കുകയുമില്ലായിരുന്നു. ഇതെല്ലാം കൊണ്ടുമാണ് ദേവീസേവകനായ ആ ഉണ്ണി തന്റെ ആഗ്രഹം വയസ്കര പോറ്റിയുടെ അടുക്കൽ അറിയിച്ചത്. അദ്ദേഹം വയസ്കര പോറ്റിയുടെ അനുവാദവും ആനുകൂല്യവും സകലവിധ സഹായങ്ങളും ദേശക്കാരുടെ സഹകരണവും നിമിത്തം നിഷ്പ്രയാസം അചിരേണ ക്ഷേത്രം പണികഴിപ്പിക്കുകയും പ്രസിദ്ധ തന്ത്രിയായ ഭദ്രകാളിമറ്റപ്പള്ളി നമ്പൂരിപ്പാടിനെ വരുത്തി അദ്ദേഹ ത്തിനെക്കൊണ്ട് ഒരു സുമുഹൂർത്തത്തിൽ ഭഗവതിയെ അവിടെ കുടിയിരുത്തിച്ചു കലശം മുതലായവ നടത്തിക്കുകയും വയസ്കര പോറ്റി മുതലായവരുടെ സമ്മതപ്രകാരം ഭദ്രകാളിമറ്റപ്പള്ളി നമ്പൂരിപ്പാട് ആ ക്ഷേത്രത്തിന് 'പള്ളിപ്പുറത്തുകാവ്' എന്നു പേരിടുകയും ചെയ്തു.

ഇപ്രകാരമാണ് പള്ളിപ്പുറത്തുകാവിന്റെ ഉത്ഭവം.

ക്ഷേത്രം പണിയിച്ച ഭഗവതിയെ അവിടെ കുടിയിരുത്തിക്കഴിഞ്ഞപ്പോൾ അക്കാലം വരെ ദേവിയെ പൂജിച്ചുകൊണ്ടിരുന്നയാൾക്കു മേലാൽ ഈ ദേവിയെ പൂജിക്കുന്നതിനു താനായാൽ മതിയാവുകയില്ലെന്നു തോന്നുകയാൽ അന്നുമുതൽ ക്ഷേത്രത്തിൽ ശാന്തിക്കു ബ്രാഹ്മണരെ നിയമിച്ചു നടത്തിത്തുടങ്ങുകയും അദ്ദേഹം ഭക്തിപൂർവ്വം ഭഗവതിയെ സേവിച്ചുകൊണ്ടു കുടുംബസഹിതം കൊട്ടാരത്തിൽത്തന്നെ സ്ഥിരതാമസമാക്കുകയും അമയന്നൂരുണ്ടായിരുന്ന പൂർവ്വഗൃഹം ഉപേക്ഷിക്കുകയും ചെയ്യുകയാൽ അദ്ദേഹത്തിനും അദ്ദേഹത്തിന്റെ വംശ്യന്മാർക്കും 'കൊട്ടാരത്തിലുണ്ണി' എന്നുള്ള പേരുതന്നെ സ്ഥിരപ്പെട്ടു. (ഇത്രയുംപറഞ്ഞതുകൊണ്ടും എന്റെ പേരു കൊണ്ടും ഇതെഴുതുന്ന ഞാനും അദ്ദേഹത്തിന്റെ വംശപരമ്പരയിലുൾപ്പെട്ട ആളാണെന്നുള്ള പരമാർത്ഥം വായനക്കാർ ഊഹിച്ചുകൊള്ളുമെന്നു വിശ്വസിക്കുന്നു. പക്ഷേ ഞാനിതു പറഞ്ഞാൽ, 'തെക്കേ സമുദ്രത്തിൽ സേതു ബന്ധിച്ചതു നമ്മുടെ ശ്രീരാമനമ്മാവനാണ്'' എന്നൊരു ക്ഷത്രിയരാജാവും 'ഏഴു സമുദ്രങ്ങളും കുടിച്ചുവറ്റിച്ചതു നമ്മുടെ അഗസ്ത്യമുത്തച്ഛനാണ് എന്നൊരു നമ്പൂരിയും പറഞ്ഞതുപോലെ വായനക്കാർക്കും തോന്നുമായിരിക്കാം. അതിനാൽ അതിനെക്കുറിച്ച് ഞാനൊന്നും പറയുന്നില്ല.) കുമാരനല്ലൂർ ക്ഷേത്രത്തിലെ ഉത്സവം കാലക്രമേണ വൃശ്ചികമാസത്തിൽ രോഹിണി ആറാട്ടാകുവാൻ തക്കവണ്ണം പത്തുദിവസം മാത്രമായിത്തീരുകയും കോടിമതയ്ക്കുള്ള എഴുന്നള്ളിപ്പും കൊട്ടാരത്തിലുള്ള ഇറക്കിപ്പൂജയും വേണ്ടെന്നു വയ്ക്കുകയും ചെയ്യുകയാൽ കൊട്ടാരത്തിലെ ഇവരുടെ താമസം ക്ഷേത്രകാര്യത്തിനു പ്രതിബന്ധമായി തീർന്നുമില്ല. ഇനി പള്ളിപ്പുറത്തുകാവിൽ ഭഗവതിയുടെ മാഹാത്മ്യത്തെക്കുറിച്ചുകൂടി സ്വൽപം പറയാം.

ഒരിക്കൽ ചെങ്ങന്നൂർക്കാരൻ ഒരു കരിങ്കൽപ്പണിക്കാരനു ഭ്രാന്തു തുടങ്ങി. അതിനു പലരെക്കൊണ്ടും പല മന്ത്രവാദങ്ങളും ചികിത്സകളും ചെയ്യിച്ചിട്ടും പല ക്ഷേത്രങ്ങളിൽ കൊണ്ടുപോയി ഭജനമിരുത്തീട്ടും യാതൊരു ഭേദവുമുണ്ടായില്ല. ഒടുക്കം അവനെ അവന്റെ സഹോദരന്മാർ ഏറ്റുമാന്നൂർ ക്ഷേത്രസന്നിധിയിൽ കൊണ്ടുപോയി ഭജനമിരുത്തി. അവിടെ നാൽപത്തൊന്നു ദിവസം ഭജനമിരുന്നപ്പോഴേയ്ക്കും ക്ഷേത്രത്തിന്റെ മതിൽക്കകത്തുകടന്നാൽ ഭ്രാന്തില്ല; മതിൽക്കു പുറത്തിറങ്ങിയാൽ ഭ്രാന്തു തുടങ്ങും എന്നുള്ള സ്ഥിതിയായി. അതിനാൽ വീണ്ടും അവിടെ ഒരു കൊല്ലം കൂടി അവനെ ഭജനമിരുത്തി. അതുകൊണ്ടും വിശേഷമൊന്നുമുണ്ടായില്ല. അതിനാൽ അവന്റെ സഹോദരന്മാർ നൈരാശ്യത്തോടുകൂടി അവനെ സ്വദേശത്തേക്കുതന്നെ കൊണ്ടുപോകാനായി പുറപ്പെട്ടു. ഏറ്റുമാന്നൂർ മതിൽക്കു പുറത്തിറങ്ങിയപ്പോൾ ആ ഭ്രാന്തൻ ഉടുത്തിരുന്ന മുണ്ടഴിച്ചു തലയിൽക്കെട്ടിക്കൊണ്ടു ചാടുകയും തുള്ളുകയും മറ്റും തുടങ്ങി. ആരുപറഞ്ഞാലും അവൻ ഒന്നും അനുസരിക്കുകയില്ല. തെക്കോട്ടു നടക്കാൻ പറഞ്ഞാലവൻ വടക്കോട്ടു നടക്കും. ആരെങ്കിലും ദേഷ്യപ്പെട്ടു പറഞ്ഞാൽ അവരെ അവനടിക്കും. അതുകൊണ്ട് അവനെ അവന്റെ സഹോദരന്മാരും മറ്റും കൂടി പിടിച്ചുകെട്ടി വടിയും തടിയുമായി അടുത്തുകൂടി ഉന്തിയും തള്ളിയുമാണ് തെക്കോട്ടു കൊണ്ടു പുറപ്പെട്ടത്. അങ്ങനെ അവർ ഒരുവിധം കോട്ടയത്തെത്തി. അക്കാലത്തും കോട്ടയത്തു നിന്നു തെക്കോട്ടുള്ള നാട്ടുവഴി പള്ളിപ്പുറത്തുകാവിന്റെ

കിഴക്കെ നടയിൽക്കൂടിയായിരുന്നു. അവർ നടയ്ക്കു നേരെയായപ്പോൾ ആ ഭ്രാന്തൻ അടുക്കലിരിക്കാനാണ് നിശ്ചയിച്ചിരിക്കുന്നത്. ഇവിടെയിരുന്നാൽ എന്റെ അമ്മ എന്നെ സുഖപ്പെടുത്തിവിടും. ഞാനിവിടെ ഇരുന്നുകൊള്ളാം. എന്റെ കൂടെ നിങ്ങളാരും വേണമെന്നില്ല. നിങ്ങളെന്നെ തല്ലിയാലും കൊന്നാലും എന്റെ സുഖക്കേടു മാറിയല്ലാതെ ഞാൻഇവിടെനിന്നു വരികയി ല്ല' എന്നു പറഞ്ഞ് നടയ്ക്കുനേരെ ഇരിപ്പായി. അപ്പോൾ അവിടെ ദേശക്കാരും വഴിയാത്രക്കാരുമായി അനേകം ജനങ്ങളും വന്നുകൂടി. അവരിൽ ചിലർ 'എന്നാൽ ഇവൻ ഇവിടെ കുറച്ചുദിവസം താമസിക്കട്ടെ. ഭഗവതിയുടെ കൃപ കൊണ്ട് ഇവന്റെ സുഖക്കേടു ഭേദമായി എന്നും വരാമല്ലോ' എന്നും, മറ്റുചിലർ 'ഏറ്റുമാനൂർ ഭജനമിരുന്നിട്ടും മാറാത്ത ഭ്രാന്താണോ ഇവിടെയിരു ന്നാൽ മാറുന്നത്? ഇനിയെങ്ങും ഇവനെ താമസിപ്പിക്കേണ്ട. കഴിയുന്നതും വേഗത്തിൽ ഇവനെ സ്വദേശത്തേയ്ക്കു കൊണ്ടുപോവുകയാണ് വേണ്ടത്' എന്നും, അപ്പോൾ വേറെ ചിലർ 'അങ്ങനെ തീർച്ചയാക്കണ്ട. ഭഗവതിയുടെ മാഹാത്മ്യം അചിന്ത്യമാണ്. അതിനാൽ കുറച്ചു ദിവസം ഇവനിവിടെ താമസിക്കട്ടെ. ഇവന്റെ ഹിതവുമങ്ങനെയാണല്ലോ' എന്നും പറഞ്ഞ് അവർ തമ്മിൽ വാദമായി. ആ സമയം കാവിൽ വെളിച്ചപ്പാടുതുള്ളി 'അവനെ കെട്ടഴിച്ചുവിടണം. അവൻ എങ്ങും പൊയ്ക്കളയുകയും ആരെയും ഉപദ്രവി ക്കുകയും ചെയ്യുകയില്ല. അവനെ ഞാൻ സൂക്ഷിക്കുകയും സുഖപ്പെടുത്തി അയയ്ക്കുകയും ചെയ്തു കൊള്ളാം. അവൻ എന്റെ അടുക്കൽ നാൽപത്തൊന്നു ദിവസമിരിക്കട്ടെ' എന്നു കൽപിച്ചു. അതുകേട്ട് അവന്റെ സഹോദരന്മാർ അവനെ അഴിച്ചുവിട്ടു. ഉടനെ ആ ഭ്രാന്തൻ, 'ഞാനൊന്നു കുളിച്ചുവരട്ടെ' എന്നു പറഞ്ഞു തെക്കോട്ടു നടന്നു തുടങ്ങി. വെളിച്ചപ്പാടിന്റെ കൽപ്പനയിൽ എല്ലാ വർക്കും വിശ്വാസമുണ്ടായിരുന്നെങ്കിലും ഭ്രന്തന്റെ കാര്യത്തിൽ ആർക്കും വിശ്വാസമില്ലായിരുന്നതിനാൽ ചിലർ അവന്റെ പിന്നാലെ പോയി. അവൻ നേരെ കൊട്ടൂരാറ്റിൽച്ചെന്നു കുളിച്ചു തിരിയെ കാവിലെത്തി നടയ്ക്കു നേരേ നിന്നു ഭഗവതിയെ തൊഴുതിട്ടു ക്ഷേത്രത്തിനു പ്രദക്ഷിണം വെച്ചുതുടങ്ങി. അപ്പോഴും തുള്ളിക്കൊണ്ടുതന്നെ നിന്നിരുന്ന വെളിച്ചപ്പാട് അവിടെ കൂടി യിരുന്ന ജനങ്ങളോടായി 'ഇവൻ കരിങ്കൽപ്പണി യിൽ അതിവിദഗ്ധനും ബിംബപ്രമാണം മുതലായവ അറിയാവുന്നവനുമാണ്. ഇവൻ സുഖമായി ജീവിച്ചിരുന്നാൽ ഇവന്റെ കൂട്ടുപണിക്കാർക്കു യശസ്സും ധനലാഭവും കുറഞ്ഞു പോകുമെന്നു വിചാരിച്ച് അസൂയാലുക്കളായ കൂട്ടുകാർ ഇവനു കൈവിഷം കൊടുത്തു ഭ്രാന്തുപിടിപ്പിച്ചതാണ്. നെയ്യപ്പത്തിലാണ് ഇവനു കൈവിഷം കൊടുത്തിട്ടുള്ളത്. അത് എന്റെ ലോകർക്ക് ഇപ്പോൾ ഞാൻബോദ്ധ്യം വരുത്തിത്തരാം. ബിംബത്തിനഭിഷേകം കഴിച്ച തീർത്ഥത്തിൽ മഞ്ഞപ്ര സാദം കലക്കി ഇവനു കൊടുക്കട്ടെ' എന്നു കൽപ്പിച്ചു. ഉടനെ ചിലർ ഒരു പാത്രത്തിൽ ശാന്തിക്കാരനോടു തീർത്ഥവും പ്രസാദവും മേടിച്ചു കലക്കി ഭ്രാന്തനു കൊടുക്കുകയും അവൻ അതെടുത്ത് ഒട്ടും മടിക്കാതെ സന്തോഷ ത്തോടുകൂടി സേവിക്കുകയും ചെയ്തു. പിന്നെ ഏകദേശം ഒരു നാഴിക കഴി ഞ്ഞപ്പോൾ അവൻ 'മനം മറിയുന്നു' എന്നും പറഞ്ഞ് മതിൽക്കു പുറത്തേയ്ക്കു പോവുകയും ഉടനെ ഒന്നു ശർദ്ദിച്ചതിൽ നെയ്യപ്പത്തിന്റെ കഷണങ്ങൾ കണ്ട് എല്ലാവരും ഏറ്റവും വിസ്മയിക്കുകയും ആ കല്ലൻ 'ആവൂ! ഇപ്പോൾ എന്റെ തലയ്ക്കു വെളിവു വീണു' എന്നു പറയുകയും ചെയ്തു. ഭഗവതിയുടെ നടയിൽ

വന്നപ്പോൾ ത്തന്നെ അവന്റെ ഭ്രാന്തു മിക്കവാറും മാറി. കൈവിഷം ശർദ്ദിച്ചു പോവുക ക്കൂടി ചെയ്തപ്പോൾ അവനു പൂർണ്ണസുഖം സിദ്ധിച്ചു. എങ്കിലും അവൻ നാൽപത്തൊന്നു ദിവസം തികച്ചും ഭക്തിപൂർവ്വം ഭജിക്കുകയും ഭജനം കാലം കൂടിയതിന്റെ ശേഷം സ്വസ്ഥചിത്തനായി സസന്തോഷം സ്വദേശത്തേയ്ക്കു മടങ്ങിപ്പോവുകയും ചെയ്തു.

അവൻ സ്വദേശത്തെത്തിയതിന്റെ ശേഷം മുപ്പത്തിയാറേകാലംഗുലം നീളത്തിലും അതിനു ചേർന്ന വീതിയിലും ഘനത്തിലും ഒരു വിഗ്രഹം പണിയാൻ മതിയാകത്തക്കവണ്ണം ഒരു കൃഷ്ണശില കീറിയെടുത്തു വഞ്ചിയിൽ കയറ്റിക്കൊണ്ടു വീണ്ടും കോട്ടയത്തെത്തി. ആ ശിലയെടുപ്പിച്ചു പള്ളിപ്പുറത്തുകാവു നടയിൽ കൊണ്ടുപോയി ഇട്ടുവിച്ചിട്ട് അതുകൊണ്ടു ഭദ്രകാളിയുടെ ഒരു ബിംബം പണിതു കുറതീർത്തു. ആ ബിംബം അവൻ വഴിപാടായി നടയ്ക്കുവെച്ചു ദേവിയെ വന്ദിച്ചിട്ടു വീണ്ടും സ്വദേശത്തേയ്ക്കു പോവുകയും ചെയ്തു. ആ വിഗ്രഹം കാഴ്ചയിൽ ഏറ്റവും ഭയങ്കരവും അതിന്റെ പണികളെല്ലാം അത്യന്തം മനോഹരങ്ങളും വിചിത്രതരങ്ങളുമാണ്. ആ കല്ലൻ ഒരു കൊല്ലം കൊണ്ടാണ് അതു പണി തീർത്തത്. അത് അവന്റെ വഴിപാടായിട്ടായിരുന്നതിനാൽ അതിലേക്ക് യാതൊരു പ്രതിഫലവും അവൻ ആഗ്രഹിക്കുകയും അവന് ആരും യാതൊന്നും കൊടുക്കുകയുമുണ്ടായിട്ടില്ല. ഈ ബിംബം കണ്ടിട്ടുള്ളവരെല്ലാം ഭദ്രകാളിയുടെ ഇപ്രകാരമുള്ള ഒരു ശിലാവിഗ്രഹം മറ്റൊരു സ്ഥലത്തുമില്ലെന്നാണ് പറഞ്ഞിട്ടുള്ളത്.

'ശൂലാഗ്രപ്രോതദൈത്യപ്രവരപരിലസ
ച്ചാരുദോർദ്ദണ്ഡയുശ്മാം
ഖഡ്ഗം, ഖേടം, കപാലം, ഗുണസൃണിഭുജഗാൻ
ദോർഭിരന്യൈർദ്ദധാനാം
ഭക്താഭീഷ്ടപ്രദാത്രീം ഖലജനഭയദാം
ഘോരദംഷ്ട്രാം ത്രിണേത്രാം
വേതാളീകണ്ഠസംസ്ഥാം പൂരമൗനെസൂതാം
ഭാവയേ ഭദ്രകാളീം'

എന്നുള്ള ധ്യാനശോകപ്രകാരം എട്ടു തൃക്കൈകളോടുകൂടിയും അവയിൽ രണ്ടു തൃക്കൈകൾകൊണ്ട് ദാരുകാസുരനെ ശൂലത്തിന്മേൽ കുത്തിക്കോർത്ത് ഉയർത്തിപ്പിടിച്ചുകൊണ്ടും വേതാളത്തിന്റെ കഴുത്തിൽ ഇരിക്കുന്നതായിട്ടുമാണ് ആ ദേവീവിഗ്രഹം അവൻ പണിതീർത്തത്. ആ കല്ലൻ ഈ ബിംബമുണ്ടാക്കി നടയ്ക്കുവെച്ചകാലത്ത് അവിടെ യുണ്ടായിരുന്നത് ഓട്ടുകൊണ്ടുവാർത്ത ഒരു കണ്ണാടിബിംബമായിരുന്നു. ശ്രീപോർക്കലിയിൽനിന്നു കൊണ്ടുവന്നുവെച്ചു പൂജിച്ചിരുന്ന നാന്ദകം വാൾ കാലപ്പഴക്കം കൊണ്ട് തുരുമ്പുപിടിച്ചു മിക്കവാറും ദ്രവിച്ചു പോയിരുന്നതിനാൽ ഭദ്രകാളിമറ്റപ്പള്ളി നമ്പൂരിപ്പാട്ടു ഭഗവതിയെ ആ വാളിന്മേൽ നിന്ന് ആവാഹിച്ച് ഈ കണ്ണാടിബിംബത്തിങ്കലാക്കിയാണ് കുടിയിരുത്തിയിരുന്നത്.

ആ കല്ലൻ ബിംബം പണിക്കുറതീർത്തു നടയ്ക്കുവെച്ചിട്ടു പോയതിന്റെ ശേഷം അന്നു കുടുംബത്തിൽ മൂപ്പായിരുന്ന കൊട്ടാരത്തിലുണ്ണി ഈ വിവരം വയസ്കര പോറ്റിയുടെ അടുക്കൽ അറിയിക്കുകയും പോറ്റി ദേശക്കാരെക്കൂടി വരുത്തിയാലോചിച്ചു, നവീകരണക്രിയകളോടുകൂടി ബിംബപ്രതിഷ്ഠയും

അഷ്ടബന്ധത്തോടുകൂടി ദ്രവ്യകലശവും ക്ഷേത്ര മര്യാദപ്രകാരം പരിവാര പ്രതിഷ്ഠകളും നടത്തണമെന്നു നിശ്ചയിക്കുകയും അവയ്ക്കെല്ലാം വേണ്ടുന്ന പണം ദേശക്കാരിൽ നിന്നും മറ്റുമായി പിരിച്ചു ശേഖരിക്കുകയും പ്രതിഷ്ഠയ്ക്കു നല്ലതായ ഒരു മുഹൂർത്തം നിശ്ചയി ക്കുകയും ചെയ്തു. തന്ത്രിയായ ഭദ്രകാളിമറ്റപ്പള്ളി നമ്പൂതിരിപ്പാട്ടു മുതലായവരെയും ബിംബം പണിത കല്ലനേയും എഴുത്തുകളോട്ടുകൂടി ആളുകളെ അയച്ചു മുൻകൂട്ടി വരുത്തി, ബിംബപരിഗ്രഹം, ജലാധിവാസം മുതലായവയോടുകൂടി ക്രിയകളും ആരംഭിച്ചു. നിശ്ചിതമുഹൂർത്തത്തിൽ ത്തന്നെ ബിംബപ്രതിഷ്ഠയും മറ്റു ക്രിയകളുമെല്ലാം യഥാവിധി നിർവ്വിഘ്നം നടന്നു. തെക്കുംകൂർ രാജാവിന്റെ ആനുകൂല്യവും വയസ്കര പോറ്റിയുടെ സഹായവും ദേശക്കാരുടെ സഹകരണവും വേണ്ടതുപോലെ ഉണ്ടായിരുന്നതിനാൽ ആ ക്രിയകൾ നടത്തിക്കുന്നതിനു കൊട്ടാരത്തിലുണ്ണിക്കു വലിയ പ്രയാസമൊന്നുമുണ്ടായില്ല. ഈ പ്രതിഷ്ഠയും കലശവും നടന്നത് മേടമാസം പത്താം തീയതിയായിരുന്നു. അതിനാൽ ആ ദിവസത്തെ ആണ്ടുതോറും ആ ക്ഷേത്രത്തിൽ ഒരു വിശേഷദിവസമായി കൊണ്ടാടണമെന്ന് അന്നുതന്നെ എല്ലാവരും കൂടി നിശ്ചയിക്കുകയും ചെയ്തു. അതിനാൽ അപ്രകാരം ഇപ്പോഴും ആചരിച്ചുവരുന്നുണ്ട്. അന്നു പ്രതിഷ്ഠിച്ച ബിംബം തന്നെയാണ് ഇപ്പോഴും അവിടെയുള്ളത്.

ഏറ്റുമാനൂർ ദേവന്റെ സന്നിധിയിൽ ഭജനമിരുന്നിട്ടു പോലും ഭേദമാകാത്ത ഭ്രാന്തു നിഷ്പ്രയാസം ഭേദപ്പെടുത്തിയ പള്ളിപ്പുറത്തു കാവിൽ ഭഗവതിയുടെ ശക്തിയും മാഹാത്മ്യവും ഒട്ടും ചില്ലറയല്ലെന്നുള്ളതു വിശേഷിച്ചു പറയണമെന്നില്ലല്ലോ. അവിടെ ബിംബപ്രതിഷ്ഠ കഴിയുന്നതിനു മുമ്പ് കോടിമതക്കാരുടെ ദേശപരദേവത ഒരു ശാസ്താവായിരുന്നു. ആ ശാസ്താവിനെ കോടിമതശ്ശാസ്താവെന്നാണു പറഞ്ഞുവന്നിരുന്നത്. ഈ ഭഗവതിയുടെ ചൈതന്യം വർദ്ധിച്ചതിനോടുകൂടി ആ ശാസ്താവിന്റെ കാര്യം എല്ലാവരുടെയും മനസ്സിൽ വിസ്മൃതപ്രായമായിത്തീർന്നു. ഇപ്പോൾ ആ ശാസ്താവിനെ ആരും ആദരിക്കുകയും ആചരിക്കുകയും ചെയ്യുന്നില്ല.

പള്ളിപ്പുറത്തുകാവിൽ ഭഗവതിയുടെ മാഹാത്മ്യത്തെക്കുറിച്ച് ഇനിയും വളരെപ്പറയാനുണ്ട്. അവയെല്ലാം ഈ ലേഖനം കൊണ്ടു പറഞ്ഞുതീർക്കുന്ന കാര്യം അസാദ്ധ്യമാണ്. അതിനാൽ സ്വൽപം ചിലതു കൂടിപ്പറഞ്ഞിട്ട് ഈ ഉപന്യാസം സമാപിപ്പിക്കാമെന്നു വിചാരിക്കുന്നു.

മുൻകാലങ്ങളിൽ കോടിമതയോടു ചേർന്ന അടുത്ത പ്രദേശമായ തിരുനക്കരെ കേരളപുരത്തു ബ്രഹ്മസ്വം മഠത്തിൽ തിരുനാവായ വാദ്ധ്യാൻ നമ്പൂരിമാർ വന്നു താമസിച്ച് ഓണന്തുരുത്ത്, കുമാരനല്ലൂർ, കിടങ്ങൂർ, കാടമുറി മുതലായ ഗ്രാമങ്ങളിലെ ബ്രാഹ്മണകുമാരന്മാരെ വേദാദ്ധ്യയനം ചെയ്യിച്ചിരുന്നു. അങ്ങനെ ഒരിക്കൽ വന്ന് താമസിച്ചിരുന്ന ജ്യേഷ്ഠാനുജന്മാരായിരുന്ന വാദ്ധ്യാൻ നമ്പൂതിരിമാരിൽ അനുജനു വസൂരിദീനമുണ്ടായി. ദീനമിന്നതാണെന്നു തീർച്ചയായപ്പോൾതന്നെ ദീനക്കാരനെ രക്ഷിക്കുന്നതിനു രണ്ടു പട്ടന്മാരെ ബ്രഹ്മസ്വം മഠത്തിലാക്കീട്ട് ജ്യേഷ്ഠനായ വാദ്ധ്യാൻ നമ്പൂരിയും ശിഷ്യരായ ബ്രാഹ്മണകുമാരന്മാരും അടുത്തുള്ള ശ്രീകൃഷ്ണ സ്വാമിക്ഷേത്രത്തിലേക്കു മാറിത്താമസിച്ചു. ദീനക്കാരനെ രക്ഷിക്കുന്നതിനു നിയമിക്കപ്പെട്ടിരുന്ന പട്ടന്മാർ ദീനവർത്തമാനം ദിവസം തോറും കാലത്തും വൈകുന്നേരവും അമ്പലത്തിൽച്ചെന്നു പറയണമെന്നു വലിയ വാദ്ധ്യാൻ നമ്പൂരി പ്രത്യേകം

ചട്ടം കെട്ടിയിരുന്നതിനാൽ ആ പട്ടന്മാർ അപ്രകാരം തന്നെ പതിവായി ചെയ്തുകൊണ്ടിരുന്നു. ദീനം ഏറ്റവും കടുത്ത വകയായിരുന്നതിനാൽ കുളിപ്പിക്കുന്ന കാര്യം അസാദ്ധ്യമെന്നായിരുന്നു പട്ടന്മാരുടെ അഭിപ്രായം. അവർ അതു സ്പഷ്ടമായിട്ടല്ലെങ്കിലും ചില വാക്കുകൾകൊണ്ടും ഭാവം കൊണ്ടും മറ്റും വലിയ വാദ്ധ്യാൻ നമ്പൂരിയുടെ അടുക്കൽ സൂചിപ്പിക്കുകയും ചെയ്തിരുന്നു. മേൽ കണ്ടതിന്റെ എട്ടാം ദിവസം അഞ്ചുനാഴികപ്പകലെ അന്തർജ്ജനം വാദ്ധ്യാൻ നമ്പൂരി മരിച്ചു. ഉടനെ പട്ടന്മാർ പുറത്തിറങ്ങി ദീനക്കാരൻ കിടന്നിരുന്ന മുറിയുടെ (അകത്തിന്റെ) വാതിൽ അടച്ചുകെട്ടീട്ട് അമ്പലത്തിന്റെ മതിൽക്കു വെളിയിൽ ചെന്നുനിന്നു കൊണ്ടു വലിയ വാദ്ധ്യാൻ നമ്പൂരിയെ വിളിച്ചു മതിൽക്കു പുറത്തുവരുത്തി വിവരം പറഞ്ഞു. അദ്ദേഹം അതുകേട്ടിട്ട് ഒന്നും മിണ്ടാതെ നേരെ തെക്കോട്ടു നടന്നു പള്ളിപ്പുറത്തു കാവിലെത്തി.

അദ്ദേഹം മതിൽക്കകത്തേക്കു കടക്കാൻ ഭാവിച്ചപ്പോൾ അവിടെ നിന്നിരുന്നവരിൽ ചിലർ 'അവിടേയ്ക്കു അന്തർജ്ജനം മരിച്ച അശുദ്ധിയല്ലേ? മതിൽക്കകത്തു കടക്കാമോ?' എന്നു ചോദിച്ചു. അതിനു മറുപടിയായി അദ്ദേഹം 'ഭഗവതിയുടെ സാന്നിദ്ധ്യം ഇവിടെയുണ്ടെങ്കിൽ എന്റെ അന്തർജ്ജനം വസൂരിദീനമായിട്ട് മരിക്കയില്ല. അതിവിടെയില്ലെങ്കിൽ അശുദ്ധിയിൽ ഇവിടെ കയറിയാലൊന്നുമില്ല' എന്നു പറഞ്ഞിട്ടു കുളത്തിലിറങ്ങി കാലും മുഖവും കഴുകിക്കൊണ്ട് അമ്പലത്തിൽ കടന്നു മണ്ഡപത്തിൽ കയറി ജപിച്ചുകൊണ്ടിരുന്നു.

പള്ളിപ്പുറത്തുകാവിൽ ഭഗവതിയുടെ സങ്കേതത്തിനകത്ത് എവിടെയെങ്കിലും വസൂരിദീനമുണ്ടായി മരിച്ചാൽ ശവമടക്കുക രാത്രിയിലല്ലാതെ പാടില്ല. അതിനു വിളക്ക്, പന്തം മുതലായവയുടെ വെളിച്ചം ഉപയോഗിക്കാനും പാടില്ല. തെങ്ങോലച്ചൂട്ടിന്റെ വെളിച്ചം മാത്രമേ ഉപയോഗിക്കാൻ പാടുള്ളൂ. ദേഹത്തു കുരു വന്നതിന്റെ മരിക്കുന്ന സമയം വിളക്കിരിക്കുന്നുണ്ടായാൽത്തന്നെയും മരിച്ചയുടനെ അതു കെടുത്തിക്കൊള്ളണം. ചൂട്ടുകെട്ടി പള്ളിപ്പുറത്തു കാവിൽ നടയിൽ കൊണ്ടുചെന്നു ശ്രീകോവിലിനകത്തുനിന്ന് ഒരു തിരി കൊളുത്തിവാങ്ങി, ചൂട്ടുകത്തിച്ചുകൊണ്ടുപോയി അതിന്റെ വെളിച്ചം കൊണ്ടുവേണം ശവമടക്കാൻ. ചൂട്ട് എത്രവേണമെങ്കിലും മാറിമാറി കൊളുത്തുന്നതിനു വിരോധമില്ല. ഇപ്രകാരമൊക്കെയാണ് ദേവിയുടെ കൽപ്പന. അതിനാൽ വാദ്ധ്യാൻ നമ്പൂരിയുടെ ശവമടക്കുന്നതിനു ചൂട്ടുകൊളുത്തി കൊണ്ടുപോകുന്നതിനായി പട്ടന്മാർ വലിയ ചൂട്ടുകളുമായി സന്ധ്യയ്ക്കു മുമ്പ് നടയിലെത്തി. അതിനു മുമ്പുതന്നെ ശാന്തിക്കാരൻ കുളിച്ചുവന്നു നടതുറന്നു വിളക്കുവെച്ചിരുന്നു. എങ്കിലും അത്താഴപ്പൂജ കഴിയാതെ ചൂട്ടുകൊളുത്തുന്നതിനു തിരികൊളുത്തിക്കൊടുക്കാറില്ലാത്തതിനാൽ പട്ടന്മാർ അവിടെത്തന്നെ നിന്നിരുന്നു. ആ സമയം വെളിച്ചപ്പാട് തുള്ളി അമ്പലത്തിനകത്തു ചെന്നു പട്ടും ചിലമ്പും അരമണിയും എടുത്തു ധരിച്ച് വാളും ശൂലവും കൈയിലെടുത്തുകൊണ്ടു പുറത്തേയ്ക്കു പോന്നു. അപ്പോഴും വലിയ വാദ്ധ്യാൻ നമ്പൂരി ജപിച്ചുകൊണ്ടു മണ്ഡപത്തിൽത്തന്നെ ഇരിക്കുന്നുണ്ടായിരുന്നു. വെളിച്ചപ്പാട് അദ്ദേഹത്തിന്റെ നേരേ നോക്കുകയോ മിണ്ടുകയോ യാതൊന്നും ചെയ്തില്ല. പുറത്തുവന്ന് ഒരുപിടി ഭസ്മം വാരിയെടുത്ത് അവിടെ നിന്നിരുന്ന പട്ടന്മാരിൽ ഒരാളുടെ കൈയിൽക്കൊടുത്തിട്ട് 'ഇതു കൊണ്ടുപോയി രോഗിയുടെ ദേഹത്തിലിട്ട് വിവരം ഉടനെ വന്നു പറയണം'

എന്നു കൽപിച്ചു. പട്ടർ ഭസ്മം വാങ്ങിക്കൊണ്ട് ഓടി ബ്രഹ്മസ്വം മഠത്തിലെത്തി ഭസ്മം രോഗിയുടെ ദേഹത്തിലിട്ടു. മരിച്ചുകിടന്നിരുന്നയാൾ അപ്പോൾ കണ്ണുതുറന്നു. പട്ടർ ക്ഷണത്തിൽ തിരിയെ നടയിലെത്തി ആ വിവരം പറഞ്ഞു. വെളിച്ചപ്പാടു പിന്നെയും ഭസ്മം കൊടുത്തിട്ട് 'ഇതും കൊണ്ടുപോയി ഇടുക' എന്നു കൽപിച്ചു. പട്ടർ പിന്നെയും ഭസ്മം കൊണ്ടുചെന്നിട്ടപ്പോൾ രോഗി കൈയും കാലുമൊക്കെ കുറേശ്ശെ ഇളക്കിത്തുടങ്ങി. പട്ടർ പെട്ടെന്ന് ആ വിവരവും നടയിലെത്തിപ്പറഞ്ഞു. വെളിച്ചപ്പാടു മൂന്നാമതും ഭസ്മം കൊടുത്തിട്ട് 'ഇതും കൊണ്ടുപോയി രോഗിയുടെ മേലാസകലമിടുക. ഒരാൾ കൂടെപ്പോകണം. കഞ്ഞി വേണമെന്നു പറഞ്ഞാൽ കൊടുക്കണം. വിവരം ഉടനെ ഇവിടെ വന്നു പറയുകയും വേണം' എന്നു കൽപിച്ചു. ആ പ്രാവശ്യം ഭസ്മം കൊണ്ടുപോയ പട്ടരുടെ കൂടെ വേറൊരു പട്ടരും പോയി. ആ പ്രാവശ്യം ഭസ്മമിട്ടപ്പോൾ ദീനക്കാരൻ എണീറ്റിരിക്കുകയും കഞ്ഞി വേണമെന്നു പറയുകയും ചെയ്തു. കാലത്തു വച്ച കഞ്ഞി അടുപ്പത്തുതന്നെ കിടപ്പുണ്ടായിരുന്നതിനാൽ ഒരു പട്ടർ ക്ഷണത്തിൽ കഞ്ഞി കൊണ്ടുചെന്നു കൊടുത്തു. രണ്ടുമൂന്നു ദിവസമായിട്ടു വെള്ളം കുടിക്കുകപോലും ചെയ്യാതെ കിടന്നിരുന്ന വാദ്ധ്യാൻ നമ്പൂരി അപ്പോൾ ഇരുനാഴിയരിയുടെ കഞ്ഞി കുടിച്ചു. ആ വിവരം ഒരു പട്ടർ ഓടിച്ചെന്നു വെളിച്ചപ്പാടിന്റെ അടുക്കൽ അറിയിച്ചു. അതുകേട്ടു മണ്ഡപത്തിൽ ജപിച്ചുകൊണ്ടിരുന്ന വലിയ വാദ്ധ്യാൻ നമ്പൂരിയും കിഴക്കേനടയിൽച്ചെന്നു. അദ്ദേഹവും അവിടെ കൂടിയിരുന്ന സകല ജനങ്ങളും ഈ വർത്തമാനം കേട്ട് ഏറ്റവും സന്തോഷിക്കുകയും വിസ്മയിക്കുകയും ചെയ്തു. ഉടനെ വെളിച്ചപ്പാട് വലിയ വാദ്ധ്യാൻ നമ്പൂരിയുടെ നേരെ തിരിഞ്ഞുനിന്നിട്ട്, 'എന്നെ പരീക്ഷിക്കുന്നുവോ? ഇതു വലിയ സാഹസ മായിപ്പോയി. എങ്കിലും ഇതു ഞാൻ ക്ഷമിച്ചിരിക്കുന്നു. ഇനി മേലാൽ എന്റെ നടയിൽ ആരും ഇപ്രകാരം പ്രവർത്തിച്ചു പോകരുത്' എന്നു കൽപിച്ചു. അപ്പോൾ വാദ്ധ്യാൻ നമ്പൂരി 'എന്റെ സങ്കടം കൊണ്ട്, ഇങ്ങനെ ചെയ്തതാണ്. അവിടുന്ന് എന്റെ സാഹസത്തെ ക്ഷമിച്ചു രക്ഷിക്കണം' എന്നു പറഞ്ഞു. ഉടനെ വെളിച്ചപ്പാട്, 'ആട്ടെ, ഞാൻക്ഷമിച്ചിരിക്കുന്നു. രോഗിയെ അടുത്ത വെള്ളിയാഴ്ച കുളിപ്പിച്ചു ഞായറാഴ്ച എന്റെ നടയിൽ കൊണ്ടുവരാം' എന്നു കൽപ്പിക്കുകയും അപ്പോൾ തന്നെ കലിയടങ്ങുകയും കൽപനകേട്ടു സന്തോഷിച്ച് എല്ലാവരും ദേവിയെ വന്ദിച്ചുകൊണ്ട് പിരിഞ്ഞുപോവുകയും ചെയ്തു.

പിറ്റേദിവസമായപ്പോഴേയ്ക്കും ചെറിയ വാദ്ധ്യാൻ നമ്പൂരിയുടെ ദേഹത്തിലെങ്ങും കുരുക്കളെന്നല്ല, കുരുക്കൾ വന്ന പാടുപോലും കാൺമാനുണ്ടായിരുന്നില്ല. അദ്ദേഹം കഞ്ഞിയും ചോറും ധാരാളമായി കഴിച്ചുതുടങ്ങുകയും ക്രമേണ അദ്ദേഹത്തിന്റെ ക്ഷീണം മാറിത്തുടങ്ങുകയും ചെയ്തു. വെളിച്ചപ്പാടു കൽപിച്ചതുപോലെ അദ്ദേഹത്തെ വെള്ളിയാഴ്ച കുളിപ്പിച്ച് ഞായറാഴ്ച കാവിൽ കൊണ്ടുപോയി തൊഴീച്ചു. വലിയ വാദ്ധ്യാൻ നമ്പൂരി അന്നു പള്ളിപ്പുറത്തുകാവിൽ ഭഗവതിക്കു ചതുശ്ശതം മുതലായി അനേകം വഴിപാടുകൾ കഴിക്കുകയും പട്ട്, പണം, താലി മുതലായവ അനുജനെക്കൊണ്ടു നടയ്ക്കു വെപ്പിക്കുകയും ചെയ്തു. ഉടനെ വെളിച്ചപ്പാട് തുള്ളി വലിയ വാദ്ധ്യാൻ നമ്പൂരിയോട്, 'എന്താ സന്തോഷമായില്ലേ? ഇത്രയുമൊക്കെയല്ലാതെ ഞാൻ വിചാരിച്ചാൽ സാധിക്കുകയില്ല. ഇനി എന്റെ അടുക്കൽ സങ്കടമൊന്നും പറയേണ്ട. പറഞ്ഞാലും ഫലമൊന്നും ഉണ്ടാവുകയുമില്ല'

എന്നു കൽപ്പിക്കുകയും പെട്ടെന്ന് കലിയടങ്ങുകയും ചെയ്തു. ഈ കൽപന കേട്ടപ്പോൾ 'ഇതെന്താണ് ഇങ്ങനെ കൽപിച്ചത്?' എന്നൊരു സംശയം എല്ലാവർക്കു മുണ്ടായി. എന്നു മാത്രവുമല്ല, ആരെങ്കിലും കുളിച്ചു തൊഴാൻ വരുന്ന സമയം വെളിച്ചപ്പാടു തുള്ളിയാൽ തൊഴാൻ വരുന്നവർക്കു ഭസ്മം കൊടുക്കുക പതിവുണ്ട്, ആ പതിവു പോലെ വാദ്ധ്യാൻ നമ്പൂരിക്കു കൊടുത്തു മില്ല. ആകപ്പാടെ നല്ല ശുഭമല്ലെന്ന് അവിടെക്കൂടിയിരുന്നവർക്കെല്ലാവർക്കും തോന്നി. എങ്കിലും ആരും ആരോടും ഒന്നും പറഞ്ഞില്ല.

ചെറിയ വാദ്ധ്യാൻ നമ്പൂരിക്കു വലിയ ക്ഷീണമില്ലായിരുന്നതിനാൽ തൊഴാൻ വന്നതു നടന്നാണ്. തിരിയെപ്പോയതും അങ്ങനെതന്നെയായി രുന്നു. അദ്ദേഹം ബ്രഹ്മസ്വം മഠത്തിൽ ചെന്നു കയറിയ ഉടനേ 'എനിക്ക് എന്തോ വല്ലാതെ ഒരു ക്ഷീണം വരുന്നു' എന്നു പറഞ്ഞ് പെട്ടെന്ന് അവി ടെക്കിടന്നു. ഉടനെ മരിക്കുകയും ചെയ്തു.

പള്ളിപ്പുറത്തുകാവിൽ താലപ്പൊലിയും തീയാട്ടും എന്ന വഴിപാടു വളരെ പ്രധാനമാണ്. ഓരോ കാര്യങ്ങൾ സാധിക്കുന്നതിനായി ആ വഴിപാട് പലരും പ്രാർത്ഥിക്കുകയും നടത്തുകയും ചെയ്യാറുണ്ട്. അത് അവരവരുടെ ശക്തിക്കു തക്കവണ്ണം ചിലർ വളരെ കേമമായും മറ്റു ചിലർ ചുരുക്കമായും നടത്തും. ചുരുക്കമായിട്ടുള്ളതിനു താലപ്പൊലിക്കു പള്ളിപ്പുറത്തുകാവിൽ നിന്നെഴുന്നള്ളിച്ചാൽ അവിടെത്തന്നെ മതിൽക്കു പുറത്തു താലം നിരത്തി അവിടെ നിന്നു മതിൽക്കകത്തെഴുന്നള്ളിച്ചു മൂന്നു പ്രദക്ഷിണം കഴിഞ്ഞ് അകത്തെഴുന്നള്ളിക്കും. കേമമായിട്ടുള്ളതിനു പള്ളിപ്പുറത്തുകാവിൽനി ന്ന് എഴുന്നള്ളിച്ച് തിരുനക്കര ക്ഷേത്രത്തിൽ കൊണ്ടു പോയി അവിടെ ആനക്കൊട്ടിലിൽ താലം നിരത്തി കൊളുത്തി എടുത്ത് അവിടത്തെ അത്താഴശ്ശീവേലിയോടുകൂടി മൂന്നു പ്രദക്ഷിണം കഴിഞ്ഞു തിരിയേ എഴു ന്നള്ളിച്ചു പള്ളിപ്പുറത്തു കാവിൽ വന്നിട്ട് അവിടെയും മൂന്നു പ്രദക്ഷിണം കഴിഞ്ഞിട്ടാണ് അകത്തെഴുന്നള്ളിക്കുന്നത്. തിരുനക്കരയ്ക്ക് എഴുന്നള്ളിച്ചു പോകുന്ന സമയങ്ങളിൽ വെളിച്ചപ്പാട് തുള്ളി എഴുന്നള്ളത്തിനോടുകൂടി പോവുക പതിവാണ്. വെളിച്ചപ്പാട് തുള്ളിപ്പോകുമ്പോൾ അരമണിയും ചിലമ്പും വാളും ശൂലവും ധരിച്ചിരിക്കും. ഒരിക്കൽ ഒരു താലപ്പൊലിക്കു തിരു നക്കരയ്ക്ക് എഴുന്നള്ളിച്ചു പോയപ്പോൾ പതിവുപോലെ തുള്ളിക്കൊണ്ട് വെളി ച്ചപ്പാടും പോയിരുന്നു. ആ സമയം വഴിയിൽ നിന്നിരുന്ന ഒരു മുഹമ്മദീയൻ വെളിച്ചപ്പാടിന്റെ കൈയിൽ വളഞ്ഞ (നാന്ദകം) വാൾ ഇരിക്കുന്നതുകണ്ടിട്ട് പരിഹാസമായി 'ഈ അരിവാളുകൊണ്ട് എവിടെപ്പോകുന്നു? കൊയ്യാൻ പോകുകയാണോ?' എന്നു ചോദിച്ചു. അതുകേട്ട് വെളിച്ചപ്പാട് തിരിഞ്ഞുനി ന്ന്, 'ഇപ്പോൾ കൊയ്യാനല്ല. എങ്കിലും എന്റെ വിത്തു ഞാൻനാളെ വിതച്ചു തുടങ്ങും. ക്രമേണ കൊയ്യുകയും ചെയ്യും. ഞാൻകൊയ്താൽ കുറ്റി പോലും കാണുകയില്ല' എന്നു പറഞ്ഞിട്ടു പോയി. അന്നു രാത്രിയിൽ തന്നെ ആ മുഹമ്മദീയനു പനി തുടങ്ങി. പിറ്റേ ദിവസമായപ്പോഴേക്കും അവന്റെ ദേഹമാസകലം വസൂരിക്കുരു പുറപ്പെട്ടു. എട്ടാം ദിവസം അവൻ മരിച്ചു. അപ്പോഴേക്കും അവന്റെ ഭാര്യയ്ക്കും അവർക്കുണ്ടായിരുന്ന അഞ്ചു മക്കൾക്കും ദീനം തുടങ്ങി. മേൽക്കണ്ടതിന്റെ എട്ടാം ദിവസം അവരെല്ലാ വരും മരിച്ചു. അങ്ങനെ ആ കുടുംബം മുഴുവനും നശിച്ചു. അക്കാലംമുതൽ പള്ളിപ്പുറത്തു കാവിൽ ഭഗവതിയെക്കുറിച്ചു ഹിന്ദുക്കളല്ലാത്തവർക്കും ഭയവും ഭക്തിയും

വിശ്വാസവുമുണ്ടായിത്തുടങ്ങി. അതിന് ഇക്കാലത്തും കുറവു വന്നിട്ടില്ല. ഇവിടെ മുഹമ്മദീയരും ക്രിസ്ത്യാനികളും ഓരോ കാര്യങ്ങൾ സാധിക്കുന്ന തിനായി ഇപ്പോഴും പല വഴിപാടുകൾ പ്രാർത്ഥിക്കുകയും കഴിക്കുകയും ചെയ്യുന്നുണ്ട്. അവർ നേരിട്ടല്ലെന്നേ ഉള്ളൂ. അന്യന്മാരുടെ പക്കൽ ഗൂഢമായി പണംകൊടുത്തു ചട്ടംകെട്ടിയാണ് അവർ വഴിപാടുകൾ നടത്തുന്നത്.

പള്ളിപ്പുറത്തു കാവിൽ മുൻകാലങ്ങളിൽ മുമ്മൂന്നു കൊല്ലം കൂടുമ്പോൾ ദേശകുരുതി എന്നൊരടിയന്തിരം നടത്തുക പതിവായിരുന്നു. ദേശകുരുതി എന്നാൽ ദേശത്തിന്റെ വടക്കേ നാലതിർത്തിയിലും നടത്തുന്ന കുരുതിയാണ്. എന്നാൽ ഇതിനു ക്ഷേത്രത്തിന്റെ വടക്കേ നടയിലും കുരുതിവേണം. അവിടെയും അതിർത്തി സ്ഥലങ്ങളിലും കുരുതിക്ക് ഒട്ടു വളരെ ആടുകളെയും കോഴികളെയും വെട്ടുകയും പതിവുണ്ട്. അവയെല്ലാം വെട്ടുന്നത് വെളിച്ചപ്പാടാണ് പതിവ്. ഈ അടിയന്തിരം മുടങ്ങാതെ നടത്തിയില്ലെങ്കിൽ ദേശത്തു വസൂരി, വിഷൂചിക മുതലായ സാംക്രമിക രോഗങ്ങളുണ്ടാകുമെന്നാണു വിശ്വാസം.

ഒരിക്കൽ നാലഞ്ചുകൊല്ലക്കാലം പള്ളിപ്പുറത്തുകാവിൽ വെളിച്ചപ്പാടി ല്ലാതെയിരുന്നു. ആടും കോഴിയും വെട്ടുന്നതിന് വെളിച്ചപ്പാടില്ലാതെയെ ങ്ങനെയാണ് ദേശകുരുതി നടത്തുന്നത്? അതിനാൽ കുറച്ചുകാലത്തേക്കു ദേശകുരുതി ഉണ്ടായില്ല. 'ദേശകുരുതി നടത്തണമെങ്കിൽ വെളിച്ചപ്പാടു ണ്ടാകണം. ഭഗവതിയുടെ തിരുവുള്ളമുണ്ടായാൽ വെളിച്ചപ്പാടുണ്ടാകുമ ല്ലോ?' എന്നായിരുന്നു ദേശക്കാരുടെയും മറ്റും അഭിപ്രായം. അങ്ങനെ യിരുന്നപ്പോൾ ഈ ദേശത്ത് അങ്ങുമിങ്ങുമായി കുറേശ്ശേ വസൂരിയുടെ ആരംഭം കണ്ടുതുടങ്ങി. അപ്പോൾ ജനങ്ങൾക്കു ആകപ്പാടെ ഭീതി മുഴുത്തു. എല്ലാവരും പള്ളിപ്പുറത്തുകാവിൽ മുട്ടുപാടായി കൂടി. രണ്ടുമൂന്നു ദിവസം മുട്ടു പാടിരുന്നിട്ടും വെളിച്ചപ്പാടുണ്ടായില്ല. പിന്നെ ജനങ്ങൾ ഒരു പ്രശ്നക്കാരനെ വരുത്തി നടയിൽവെച്ചു പ്രശ്നംവെപ്പിച്ചു നോക്കിച്ചു. അപ്പോൾ പ്രശ്നക്കാരൻ ദേശകുരുതി കഴിക്കാഞ്ഞിട്ടു ഭഗവതി കോപിച്ചാണ് ഇരിക്കുന്നതെന്നും എങ്കിലും ഉടനെ വെളിച്ചപ്പാടുണ്ടാകുമെന്നും വിധിച്ചു. ഇത് ഒരു ദിവസം ഉച്ച തിരിഞ്ഞ സമയത്തായിരുന്നു. പകലേ ഏകദേശം അഞ്ചുമണിയായപ്പോൾ ഒരു നായർ കുളിച്ചു നടയിൽ വന്നു തുള്ളിത്തുടങ്ങി. അപ്പോൾ അവിടെ വയസ്കരപ്പോറ്റി, കൊട്ടാരത്തിലുണ്ണി, മുതലായവരും, ദേശക്കാരുമൊക്കെ കൂടിയിരുന്നു. തുള്ളിയ നായരും ദേശക്കാരിലൊരാൾ തന്നെയായിരുന്നു. എങ്കിലും അയാളുടെ സ്ഥിരതാമസം മിക്കവാറും കൊടുങ്ങല്ലൂരായിരുന്നു. ഇയാൾ കോട്ടയത്ത് ഇല്ലവും കൊടുങ്ങല്ലൂർ ശാന്തിയുമായിരുന്ന പെരിങ്ങര നമ്പൂരിയുടെ ഒരു ഭൃതനായിരുന്നതിനാലാണ് കൊടുങ്ങല്ലൂർ പോയി താമസി ച്ചിരുന്നത്. അയാൾ നമ്പൂരിയുടെ ആജ്ഞാകാരനായിട്ടാണ് കൊടുങ്ങല്ലൂർ താമസിച്ചിരുന്നതെങ്കിലും ഭക്തിപൂർവ്വം അവിടെ ഭഗവതിയെ ഭജിക്കുകയും ചെയ്തിരുന്നു. അയാൾ അതിനടുത്ത കാലത്തെങ്ങും കോട്ടയത്തു വരാറില്ലാ യിരുന്നതുകൊണ്ട് അയാൾക്കു കോട്ടയത്തെ, വിശേഷിച്ച് ഈ ദേശത്തെ, വർത്തമാനമൊന്നും അറിഞ്ഞുകൂടായിരുന്നു. അയാൾ കൊടുങ്ങല്ലൂർനിന്നു വന്ന വഴിതന്നെയാണ് കുളിച്ചു കാവിൽ വന്നു തുള്ളിത്തുടങ്ങിയത്. ഉടനെ വെളിച്ചപ്പാടുണ്ടാകുമെന്നു പ്രശ്നക്കാരൻ പറയുകയും ചെയ്തിരുന്നവല്ലോ. വയസ്കരപ്പോറ്റി അയാൾക്കു ആയുധം (വാളും ചിലമ്പും മറ്റും) കൊടുത്തില്ല.

വെളിച്ചപ്പാടിനുള്ള ആയുധങ്ങളും മറ്റും വെച്ചുസൂക്ഷിക്കുന്നതു കൊട്ടാരത്തിൽ ഉണ്ണിയും പുതിയ വെളിച്ചപ്പാടുണ്ടാകുന്ന കാലങ്ങളിൽ ആദ്യമായി ആയുധം കൊടുക്കേണ്ടതു വയസ്കര പോറ്റിയുമാണ്. ഇയാൾ തുള്ളുന്നതു ഭഗവതിയുടെ അധിവാസമുണ്ടായിട്ടാണെങ്കിൽ അതിന് എന്തെങ്കിലും ഒരു ദൃഷ്ടാന്തം കാണിക്കണമെന്നായിരുന്നു അവരുടെ രണ്ടുപേരുടെയും നിർബന്ധം. തുള്ളിക്കൊണ്ടുനിന്ന ആൾക്കു അതു മനസ്സിലാവുകയാൽ അയാൾ അമ്പലത്തിൽ കിടന്നിരുന്ന ഒരു പട്ടെടുത്തു പുതച്ചു കൊണ്ടു കിഴക്കേ നടയിൽ ച്ചെന്നു ജനങ്ങളോടായിട്ട് 'എന്താണ് എന്റെ ലോകർ വന്നിരിക്കുന്നത്. എന്താണു സങ്കടം' എന്നു ചോദിച്ചു. അപ്പോൾ കരക്കാരനായിട്ടുള്ള കുറ്റിക്കാട്ടു കുറുപ്പ് 'സങ്കടമെന്താണെന്നു കൽപിച്ചു ചോദിക്കാനൊന്നുമില്ലല്ലോ. എല്ലാം ദേവിക്കറിയാമല്ലോ?' എന്നു മറുപടി പറഞ്ഞു. അപ്പോൾ തുള്ളിക്കൊണ്ടു നിന്നയാൾ 'എനിക്കറിയാം ഇവിടെ പതിവുള്ള അടിയന്തിരം മുട്ടിച്ചതിനാലാ ഈ അനർത്ഥമുണ്ടായിരിക്കുന്നത്. എല്ലാം ഞാൻക്ഷമിക്കും. എന്റെ പരിവാരങ്ങൾ അങ്ങനെ ക്ഷമിക്കുകയില്ല. അവർക്കു പതിവുള്ളതു കൊടുക്കാതെയിരുന്നാൽ അവർ ഉപദ്രവിക്കും. ഞാൻവിലക്കീട്ടാണ് ഇതുവരെ അവർ അടങ്ങിപ്പാർത്തത്. ഇനിയെങ്കിലും പതിവുള്ളതു കൊടുക്കാതെയിരുന്നാൽ അവർ ഇതിലധികം അനർത്ഥമുണ്ടാക്കിത്തീർക്കും. പിന്നെ ഞാൻ പിടിച്ചാൽ നിൽക്കാതെയും വന്നേക്കും. ഇപ്പോൾ എനിക്കും നല്ല സുഖമില്ലാതെയാണിരിക്കുന്നത്. ഇതാ നോക്കുവിൻ' എന്നു പറഞ്ഞ്, അയാൾ പുതച്ചിരുന്ന പട്ടെടുത്തു മാറ്റി. അപ്പോൾ അയാളുടെ ദേഹത്തിലാസകലം മഞ്ചാടിക്കുരുവിന്റെ മുഴപ്പിലുള്ള വസൂരിക്കുരു മുളച്ചിരിക്കുന്നതായി കണ്ടു. അതുകണ്ട് എല്ലാവരും ഭയപ്പെട്ട് 'അയ്യോ! ദേവീ! ഇതൊന്നും അടിയങ്ങൾക്കു കാണണമെന്നില്ല. അടിയങ്ങൾക്കു ഭയമാകുന്നു' എന്നു പറഞ്ഞു. അപ്പോൾ തുള്ളിക്കൊണ്ടു നിന്നയാൾ, 'എന്റെ ലോകർ ഒട്ടും ഭയപ്പെടേണ്ട. എന്റെ ഉടയതിനും (വെളിച്ചപ്പാടു തുള്ളുമ്പോൾ വയസ്ക്കരപ്പോറ്റിയെ ഉടയത് എന്നാണ് പറയുക പതിവ്) ഉണ്ണിക്കും വിശ്വാസം വാരാനായിട്ടു മാത്രം ഞാനിതു കാണിച്ചതാണ്'' എന്നു പറഞ്ഞു. അതു കേട്ട് വയ്സ്ക്കരപ്പോറ്റി, 'ഞങ്ങൾക്കു ഒട്ടും വിശ്വാസമില്ലായ്കയില്ല. ജനസമ്മതത്തിനുവേണ്ടി വല്ലതും ദൃഷ്ടാന്തം കണ്ടാൽ കൊള്ളാമെന്നു വിചാരിച്ചുവെന്നേയുള്ളു. അതിന് ഇത്ര കഠിനമായിട്ടൊന്നും വേണമെന്നുണ്ടായിരുന്നില്ല' എന്നു പറഞ്ഞു. ഉടനെ ആ തുള്ളിക്കോണ്ടു നിന്നയാൾ വീണ്ടും പട്ടെടുത്ത് പുതച്ചുകൊണ്ട് സോപാനത്തിങ്കൽച്ചെന്നു സ്വൽപം നേരം നിന്നിട്ട് പട്ടുമാറ്റിക്കൊണ്ട് പിന്നെയും കിഴക്കേ നടയിൽ ഇറങ്ങിച്ചെന്നു. അപ്പോൾ അയാളുടെ ദേഹത്തെങ്ങും ഒരു കുരുപോലും കാൺമാനുണ്ടായിരുന്നില്ല. അതിനാൽ എല്ലാവരും വിസ്മയിക്കുകയും അയാളുടെ തുള്ളലിനെ പൂർണ്ണമായി വിശ്വസിക്കുകയും വയസ്ക്കരപ്പോറ്റി ആയുധങ്ങളെടുത്ത് അയാളുടെ കൈയിൽ കൊടുക്കുകയും അങ്ങനെ അയാൾ പള്ളിപ്പുറത്തു കാവിലെ വെളിച്ചപ്പാടായിത്തീരുകയും ചെയ്തു. അഞ്ചുമണിക്കു പള്ളിപ്പുറത്തു കാവിലെത്തി തുള്ളിത്തുടങ്ങിയ അയാളെ അന്നു നാലു മണിവരെ കൊടുങ്ങല്ലൂർ കണ്ടിരുന്നുവെന്നും പലരും വിശേഷിച്ചു പെരിങ്ങര നമ്പൂരിയും പറഞ്ഞു പിന്നീട് അറിയാനിടയായപ്പോൾ ജനങ്ങളുടെ വിശ്വാസവും വിസ്മയവും ശതഗുണീഭവിച്ചു. ആ വെളിച്ചപ്പാടിന്റെ കൽപന പ്രകാരം ജനങ്ങൾ പണം വീതിച്ചെടുത്ത് ഉടനെ

ദേശകുരുതി നടത്തുകയും ആരംഭിച്ചിരുന്ന വസൂരിദീനം കലശലാകാതെ ക്രമേണ ശമിച്ച് എല്ലാവർക്കും സുഖമാവുകയും ചെയ്തു. ആ വെളിച്ചപ്പാടിന്റെ കൽപനയെ ദേവിയുടെ കൽപനയായിട്ടുതന്നെ എല്ലാവരും വിശ്വസിക്കുക യും ആദരിക്കുകയും ചെയ്തിരുന്നു. അതിനെ വകവയ്ക്കാതിരുന്നിട്ടുള്ളവർക്കു ഉടനുടൻ ഫലം സിദ്ധിക്കുകയും ചെയ്തിട്ടുണ്ട്.

ഒരിക്കൽ ഒരു കോർട്ടു വിധിപ്രകാരം സത്യം ചെയ്യുന്നതിനായി ഒരിടിയൻ (കടിതൻകുട്ടമ്മിക്കാരൻ) പള്ളിപ്പുറത്തുകാവിന്റെ നടയിൽ ഹാജരായി. സത്യം കേൾക്കാനുള്ള എതിർ കക്ഷിയും കോടതിയിലെ ഉദ്യോഗസ്ഥനും മറ്റനേകം ജനങ്ങളും വന്നുകൂടി. പൂജകഴിഞ്ഞ് സത്യം ചെയ്യാനുള്ള സമയമായപ്പോൾ വെളിച്ചപ്പാടുതുള്ളി ഇടിയന്റെ നേരെ നോക്കി, 'നീയെന്റെ നടയിൽ കള്ളസത്യം ചെയ്യാൻ വന്നിരിക്കുന്നുവോ? സത്യം ചെയ്യരുത്. കള്ളസത്യം ചെയ്താൽ നിനക്ക് അതിന്റെ ഫലം ഉടനെ ഉണ്ടാകും' എന്നു കൽപിച്ചു. ആ ഇടിയൻ അതു വക വെയ്ക്കാതെ സത്യം ചെയ്തു. ഇതൊരു മീനമാസത്തിലായിരുന്നു. അക്കാലത്ത് ഈ ദിക്കിൽ മഴ പെയ്യാറില്ലെന്നല്ല, മഴയുടെ ലക്ഷണം പോലുമുണ്ടായിരുന്നില്ല. അതിനാൽ അടുത്ത ദിവസം ആ ഇടിയന്റെ ഭാര്യ പുഴുങ്ങിയ നെല്ല് ഉണങ്ങാനായി അവരുടെ മുറ്റത്ത് ഒരു പായിൽ ചിക്കിയിരുന്നു. ഉച്ചയായപ്പോൾ പെട്ടെന്ന് ഒരു മഴക്കാറുണ്ടാവുകയും ഉടനെ മഴ ചാറിത്തുടങ്ങുകയും ചെയ്തു. നെല്ല നനഞ്ഞുപോകുമല്ലോ എന്നു വിചാരിച്ച് ഇടിയന്റെ ഭാര്യ നെല്ല വാരാനായി ഒരു വട്ടിയുമെടുത്തുകൊണ്ട് മുറ്റത്തേക്കിറങ്ങി. ആ സ്ത്രീക്ക് അപ്പോൾ ഗർഭം പൂർണമായിരുന്നതിനാൽ പെട്ടെന്ന് ഒന്നും ചെയ്യാൻ ശേഷിയില്ലായിരുന്നു. അതിനാൽ ഭാര്യയെ സഹായിക്കാനായി ഭർത്താവും പിന്നാലെ ചെന്നു. ആ സമയം പെട്ടെന്ന് ഒരിടിവെട്ടുകയും അതേറ്റു രണ്ടുപേരും തൽക്ഷണം മരിക്കുകയും ചെയ്തു. ഇതു കഴിഞ്ഞതിൽപ്പിന്നെ വളരെക്കാലത്തേക്ക് പരമാർത്ഥമായിട്ടുള്ള സംഗതിക്കുപോലും പള്ളിപ്പുറത്തുകാവിൽ സത്യം ചെയ്യാമെന്ന് ആരും സമ്മതിച്ചിരുന്നില്ല. ഇയ്യിടെ സത്യം ചെയ്യാനായി കുറേശ്ശെ ആളുകൾ ഈ നടയിൽ വന്നു തുടങ്ങീട്ടുണ്ട്. എങ്കിലും സത്യം ചെയ്യാതെ പോകുന്നവരാണ് അധികവും. കള്ളസത്യം ചെയ്യുന്നവർക്കു അതിന്റെ ഫലം ഇപ്പോഴും പെട്ടെന്നു കാണുന്നുമുണ്ട്.

പള്ളിപുറത്തു കാവിൽ ഭജനമിരുന്നാൽ ഒഴിയാത്ത ബാധയില്ലെന്നാണു ജനങ്ങളുടെ വിശ്വാസം. അതിനാൽ ഇപ്പോഴും അനേകം ബാധോപദ്രവ ക്കാർ ഇവിടെ ഭജനമിരുന്നു ബാധ തുള്ളി സത്യംചെയ്ത് ഒഴിഞ്ഞു സുഖപ്പെട്ട് പോകുന്നുണ്ട്.

കോട്ടയത്തു സി.എം.എസ്സ്. ഹൈസ്കൂളും കോളേജും മറ്റുമുണ്ടാകുന്ന തിനു മുൻപ് സുറിയാനി സെമിനാരിയിൽ (പഴയ സെമിനാരിയിൽ) ഒരു പാഠശാല സ്ഥാപിച്ചു വിദ്യാഭ്യാസം നടത്തിവന്നിരുന്നു. അവിടെ കിള്ളിക്കുറിശ്ശിമംഗലത്തുകാരൻ ഒരു നമ്പ്യാർ കുറച്ചുകാലം മലയാളമുൻ ഷിയായിരുന്നു.

അദ്ദേഹം ഒരിക്കൽ പള്ളിക്കൂടമടച്ചിരുന്നപ്പോൾ സ്വദേശത്തുപോയിട്ട് മടങ്ങിവരും വഴി ഒരു സ്ഥലത്തു നല്ല മരത്തണലും ചതുരാകാരമായി ട്ടുള്ള ഒരു കരിങ്കല്ലും കണ്ട് ആ കല്ലിന്മേൽ കയറിയിരുന്ന് ഒന്നു മുറുക്കി.

വഴിനടന്നുള്ള ക്ഷീണം കൊണ്ട് കുറച്ചുനേരം അവിടെ ഇരുന്നു. അപ്പോൾ അദ്ദേഹത്തിനു മൂത്രമൊഴിക്കണമെന്നു തോന്നുകയാൽ ആ കല്ലിന്മേൽതന്നെ തിരിഞ്ഞിരുന്നു മൂത്രമൊഴിച്ചു. അപ്പോൾ ആ വഴിയെ വന്ന ഒരു വഴിപ്പോക്കൻ ഇതു കണ്ടിട്ട് 'ഓ! ആ കല്ലിന്മേലിരുന്നു മൂത്രമൊഴിച്ചുവോ? ഇത് ഇച്ചക്കനെ തൂക്കിക്കൊന്ന സ്ഥലമാണ്. അതിന്റെ ഓർമ്മയ്ക്കായിട്ടാണ് ഈ കല്ല് ഇവിടെ ഇട്ടിരിക്കുന്നത്'' എന്നു പറഞ്ഞു. ഇതു കേട്ടപ്പോൾ നമ്പ്യാരു വല്ലാതെയൊന്നു പേടിച്ചു. മലബാറിൽ 'ഇച്ചക്കൻ' എന്നു പ്രസിദ്ധനും വലിയ അക്രമിയുമായിട്ടു ഒരു ഈഴവനുണ്ടായിരുന്നുവെന്നും അവൻ അനേകം കവർച്ചകളും കൊലപാതകങ്ങളും ചെയ്തിട്ടുള്ളവനായിരുന്നുവെന്നും ഒടുക്കം ഒരു കൊലപാതകക്കുറ്റത്തിന് അവനെ ബ്രിട്ടീഷ് ഗവർമേണ്ടിന്റെ വിധിപ്രകാരം തൂക്കിക്കൊല്ലുകയാണ് ചെയ്തതെന്നും മറ്റുമുള്ള കഥകളെല്ലാം നമ്പ്യാർ മുൻപേതന്നെ കേട്ടിട്ടുണ്ടായിരുന്നു. അതുകൊണ്ടാണ് ഇച്ചക്കൻ എന്നു കേട്ടപ്പോൾ നമ്പ്യാർ വല്ലാതെ പേടിച്ചത്. എന്നാൽ അവനെ തൂക്കിക്കൊന്ന സ്ഥലം ഇതാണെന്നു നമ്പ്യാർ അറിഞ്ഞിരുന്നില്ല. അതറിഞ്ഞിരുന്നുവെങ്കിൽ അദ്ദേഹം ആ കല്ലിന്മേൽ ഇരിക്കുകയെന്നല്ല, ആ വഴിയേ നടക്കുകപോലും ചെയ്യുമായിരുന്നില്ല. ആ നമ്പ്യാർക്കു ഇച്ചക്കനെക്കുറിച്ച് അത്രമാത്രം ഭയമുണ്ടായിരുന്നു. ഏതെങ്കിലും പേടിച്ചതിനോടുകൂടി ഇച്ചക്കൻ നമ്പ്യാരെ ബാധിച്ചു കഴിഞ്ഞു. അതിനാൽ അദ്ദേഹം അവിടെനിന്ന് നല്ല തന്റേടമില്ലാത്ത വിധത്തിലാണ് കോട്ടയത്തേക്കു പോന്നത്. എങ്കിലും അദ്ദേഹം കോട്ടയത്തു വന്നെത്തി.

കോട്ടയത്ത് ആ നമ്പ്യാർ താമസിച്ചിരുന്നത് പള്ളിപ്പുറത്തു കാവിനടുത്തുള്ള വിലപട്ടത്തു നമ്പ്യാരുടെ ഭവനത്തിലായിരുന്നു. അവിടെച്ചെന്നെത്തിയപ്പോൾ മുതൽ നമ്പ്യാർ തുള്ളാനും ചാടാനും തുടങ്ങി. നമ്പ്യാരുടെ തുള്ളൽ ഏറ്റവും ഭയങ്കരമായിരുന്നു. അദ്ദേഹം തുള്ളിത്തുടങ്ങിയാൽ ആ ദിക്കിലെങ്ങും മനുഷ്യരാരും നിൽക്കുകയില്ല. രണ്ടുപേരു പിടിച്ചാൽ ഇളകാത്ത വലിയ കരിങ്കല്ലും മറ്റും നിഷ്പ്രയാസം ഒറ്റക്കയ്യിലെടുത്തു തലയ്ക്കുമുകളിൽ പൊക്കിപ്പിടിച്ചുകൊണ്ടാണ് അദ്ദേഹം തുള്ളുക പതിവ്. നമ്പ്യാർക്കു തുള്ളൽ വരുന്നത് ഇന്ന സമയത്താണെന്ന് ഒരു നിശ്ചയവുമില്ല. ചില ദിവസങ്ങളിൽ പള്ളിക്കൂടത്തിൽച്ചെന്നു പഠിപ്പിച്ചുകൊണ്ടിരിക്കുന്ന സമയത്തിലായിരിക്കും തുള്ളൽ വരുന്നത്. എങ്കിലും തുള്ളൽ വരുന്നതിനു സ്വല്പം മുൻകൂട്ടി അതു വരാറായിരിക്കുന്നുവെന്ന നമ്പ്യാർക്കു അറിയാമായിരുന്നു. അതിനാൽ അദ്ദേഹം എവിടെയിരിക്കുമ്പോളായാലും തുള്ളൽ വരാറായിയെന്നു തോന്നിയാൽ ഉടനെ എണീറ്റ് വാസസ്ഥല ത്തേക്കു പോവുക പതിവായിരുന്നു. ഇതു നിമിത്തം അദ്ദേഹത്തിനു പള്ളിക്കൂടത്തിലെ ജോലി ശരിയായി നടത്താൻ നിവൃത്തിയില്ലാതെയും ക്രമേണ അദ്ദേഹത്തിനു വളരെ ക്ഷീണമായും തീർന്നു. ഇങ്ങനെ കുറച്ചു ദിവസംകഴിഞ്ഞതിന്റെ ശേഷം അദ്ദേഹം പള്ളിപ്പുറത്തുകാവിൽ ഭജനം തുടങ്ങി. ഭജനം പന്ത്രണ്ടു ദിവസമായപ്പോൾ വെളിച്ചപ്പാടു തുള്ളി. ഉടനെ നമ്പ്യാരും തുള്ളി. അപ്പോൾ വെളിച്ചപ്പാട് ഒരുപിടി ഭസ്മം വാരി നമ്പ്യാരുടെ ദേഹത്തിന്മേലിട്ട്, 'നീയീ ദേഹവും ദേശവും വിട്ട്

എവിടെയെങ്കിലും പൊയ്ക്കൊള്ളണം. പോയില്ലെങ്കിൽ നിന്ന് ഞാനിവിടെനിന്ന് അയയ്ക്കും. സ്വയമേവ പൊയ്ക്കൊള്ളുകയാണ് നല്ലത്'' എന്നു പറഞ്ഞു.

അപ്പോൾ നമ്പ്യാർ (ഇച്ചക്കൻ), 'ഞാനീ ദേഹത്തുനിന്നും മാറിക്കൊള്ളാം. എങ്കിലും ഈ ദേശംവിട്ട് പോകുന്ന കാര്യം സങ്കടമാണ്. ഞാൻ ആരേയും ഉപദ്രവിക്കാതെ ഇവിടെ എന്റെ അമ്മയുടെ അടുക്കൽ ഇരുന്നുകൊള്ളാം. അങ്ങനെ അനുവദിക്കണമെന്നു ഞാൻഅപേക്ഷിക്കുന്നു' എന്നു പറഞ്ഞു. വെളിച്ചപ്പാട് അതു സമ്മതിക്കുകയും കാവിന്റെ കിഴക്കേ നടയിൽ മതിൽക്കുപുറത്തായി ഒരു തറയും ചിത്രകൂടവും പണിയിച്ച് ഇച്ചക്കനെ കുടിയിരുത്തിക്കണമെന്നും അതിനുവേണ്ടിവരുന്ന ചെലവു നമ്പ്യാർതന്നെ വഹിക്കണമെന്നും കൽപിക്കുകയും ചെയ്തിട്ട് കലിയടങ്ങി. ഉടനെ നമ്പ്യാരുടെ തുള്ളലും മാറി. പിന്നെ നമ്പ്യാർ തന്നെ വേണ്ടുന്ന പണം ചെലവുചെയ്ത് വെളിച്ചപ്പാട് നിശ്ചയിച്ച കൽപിച്ചിരുന്ന സ്ഥലത്ത് ചിത്രകൂടം പണിയിച്ച് ഇച്ചക്കനെ കുടിയിരുത്തിക്കുകയും നമ്പ്യാർക്കുണ്ടായിരുന്ന ഉപദ്രവം മാറി അദ്ദേഹം സ്വസ്ഥതയെ പ്രാപിക്കുകയും ചെയ്തു.

അങ്ങനെ ഏതാനും ദിവസങ്ങൾ കഴിഞ്ഞതിന്റെ ശേഷം ഒരു ദിവസം അമ്പലത്തിന്റെ തിരുമുറ്റം അടിച്ചുവാരിയ സ്ത്രീ കണ്ണിന്റെ കാഴ്ചക്കുറവു നിമിത്തം ആ ചപ്പും ചവറുമെല്ലാം വാരി ഇച്ചക്കനെ കുടിയിരുത്തിയിരുന്ന ചിത്രകൂടത്തിന്റെ മുകളിൽ കൊണ്ടുചെന്നിട്ടു. കുറച്ചു സമയം കഴിഞ്ഞപ്പോൾ നമ്പ്യാർ തുള്ളി കാവിൽച്ചെന്നു നടയ്ക്കുനേരെ നിന്നുകൊണ്ട് ഭഗവതിയെ ശകാരിച്ചുതുടങ്ങി 'എന്റെ തലയിൽ അടിച്ചുവാരി കൊണ്ടുവന്നിട്ടില്ലേ? മുൻപൊരിക്കലും എന്നെ ഇങ്ങനെ ആരും അവമാനിച്ചിട്ടില്ല. ഇനി ഞാനിവിടെ ഇരിക്കുകയില്ല. ഞാൻ കുടിയിരിക്കുന്ന മനുഷ്യന്റെ ദേഹവും ഞാൻകൊണ്ടുപോകും' എന്നും മറ്റും പറഞ്ഞുകൊണ്ടാണ് ഭഗവതിയെ ശകാരിച്ചത്. ശകാരവാക്കുകളെല്ലാം കേവലം അസഭ്യങ്ങളായിരുന്നതിനാൽ അവ ഇവിടെ പറയുന്നില്ല. അങ്ങനെ കുറച്ചുനേരം കഴിഞ്ഞപ്പോൾ വെളിച്ചപ്പാടും തുള്ളി. പിന്നെ അവർ രണ്ടുപേരും കൂടി കുറച്ചുനേരം വാദപ്രതിവാദങ്ങളുണ്ടായി. ഒടുക്കം ഒരു കുരുതി കൊടുത്തു ബഹുമാനിച്ചു പറഞ്ഞയയ്ക്കുമെങ്കിൽ നമ്പ്യാരുടെ ദേഹത്തുനിന്നും ഈ ദേശത്തിൽനിന്നും മാറിപ്പൊയ്ക്കൊള്ളാമെന്ന് ഇച്ചക്കനും അങ്ങനെ ചെയ്യാമെന്ന് വെളിച്ചപ്പാടു സമ്മതിക്കുകയും അങ്ങനെ രണ്ടുപേരുടെയും അന്നത്തെ തുള്ളലവസാനിക്കുകയും ചെയ്തു.

പിന്നെ കുരുതിക്കുള്ള ദിവസവും സ്ഥലവും നിശ്ചയിച്ച് അതിന് വേണ്ടുന്ന ഉപകരണങ്ങളെല്ലാം ശേഖരിച്ചു. അതിനും വേണ്ടുന്ന ചെലവെല്ലാം നമ്പ്യാർ തന്നെ ചെയ്തു. കുരുതിക്കു നിശ്ചയിച്ച ദിവസം ഒരു വെള്ളിയാഴ്ചയും സ്ഥലം കാവിന്റെ വടക്കെ നടയിൽ മതിൽക്കകത്തുള്ള കുരുതിക്കളത്തിനു നേരെ വടക്ക് വിലങ്ങട്ടത്തു നമ്പ്യാരുടെ വക പുരയിടവുമായിരുന്നു. പള്ളിപ്പുറത്തു കാവിൽ ഭഗവതിയുടെ അധീനതയിലുള്ള കുരുതികളെല്ലാം പൂജിക്കുകയും തർപ്പിക്കുകയും ചെയ്യാനുള്ള അധികാരം കൊട്ടാരത്തിലുണ്ണിക്കുള്ളതാകയാൽ ഈ കുരുതിയും കഴിച്ചത് അന്ന് കൊട്ടാരത്തിൽ കുടുംബത്തിൽ മൂപ്പായിരുന്ന ആളായിരുന്നു. കുരുതി പൂജ കഴിഞ്ഞു തർപ്പിക്കാറായപ്പോഴേക്കും നമ്പ്യാരും വെളിച്ചപ്പാടും തുള്ളി. കുരുതി പന്ത്രണ്ടു പാത്രമായിരുന്നു. അതിൽ പതിനൊന്നു പാത്രം തർപ്പിച്ച് ഒരു പാത്രം തർപ്പിക്കാതെവെചിരുന്നു. പൂജ കഴിഞ്ഞപ്പോൾ തുള്ളിക്കൊണ്ടുനിന്നിരുന്ന നമ്പ്യാർ തർപ്പിക്കാതെ വെച്ചിരുന്ന ആ ഒരു പാത്രം കുരുതി മുഴുവനും പാത്രത്തോടെ എടുത്തു കുടിച്ചു. അത് ഏകദേശം പതിനഞ്ച് ഇടങ്ങഴിയോളം ഉണ്ടായിരുന്നു. അതു മുഴുവനും

കുടിച്ച കഴിഞ്ഞപ്പോൾ നമ്പ്യാർ (ഇച്ചക്കൻ) 'സന്തോഷമായി. ഇനി ഞാൻ പോകുന്നു'എന്നു പറഞ്ഞു. ഉടനെ വെളിച്ചപ്പാടിന്റെ കൽപനപ്രകാരം പൊന്നും വിളക്കും പിടിച്ച് സത്യംചെയ്ത് ഇച്ചക്കൻ ഒഴിഞ്ഞുപോകുകയും നമ്പ്യാർ നിന്ന നിലയിൽ അവിടെ വീഴുകയും ഒരു നാഴിക കഴിഞ്ഞപ്പോൾ ബോധം വീഴുകയാൽ നമ്പ്യാർ എണീറ്റ് കുരുതി ദക്ഷിണ കഴിക്കുകയും അപ്പോഴേക്കും വെളിച്ചപ്പാട് കാവിൽച്ചെന്നു കലിയടങ്ങുകയും അവിടെ കൂടിയിരുന്നവരെല്ലാം പിരിഞ്ഞുപോവുകയും ചെയ്തു. അപ്പോൾ നേരം രാത്രി പന്ത്രണ്ടു മണി കഴിഞ്ഞിരിക്കുന്നു. ആ സമയം കുരുതി കഴിച്ച സ്ഥലത്തിന്റെ മേൽഭാഗത്തുനിന്ന് നേരെ വടക്കോട്ട് വാണം കൊളുത്തിവി ട്ടാലെന്നപോലെ വലിയ ഇരപ്പോടുകൂടി ഒരു വെളിച്ചം ആകാശമാർഗേണ പോകുന്നത് പലരും കാണുകയും കണ്ടവരെല്ലാം അത് ഇച്ചക്കന്റെ പോക്കാ ണെന്നു പറയുകയും ചെയ്തുവത്രേ. ഇതു കൂടാതെ ഇച്ചക്കന്റെ പോക്കിൽ ഒരു വിശേഷത കൂടിയുണ്ടായി. ഇച്ചക്കനെ നമ്പ്യാരുടെ ദേഹത്തുനിന്നു മാറ്റി ഒഴിച്ചുവിട്ട അന്നു രാത്രിയിൽ ഏകദേശം പന്ത്രണ്ടുമണി കഴിഞ്ഞ സമയം കോട്ടയത്തുനിന്നു രണ്ടുനാഴിക വടക്ക് 'നൊട്ടാശ്ശേരി' ദേശത്തുകാരനായ ഒരുണ്യാതിരി എവിടെയോ പോയി ശരീരശുദ്ധം മാറിക്കൊണ്ട് സ്വഗൃ ഹത്തിലേക്ക് മടങ്ങുകയായിരുന്നു. അപ്പോൾ നാട്ടുവഴിയിൽക്കൂടി വലിയ കരിമ്പനയുടെ വലിപ്പത്തിൽ ഒരു സ്വരൂപം തെക്കുനിന്നു വടക്കോട്ടു വരുന്ന തായി കണ്ടു. അതുകണ്ട് അയാൾ ഭയപ്പെട്ട് നാട്ടുവഴി വിട്ട് ഓടിത്തുടങ്ങി. അപ്പോൾ അയാൾ കണ്ടതായ സ്വരൂപം അതിവേഗത്തിൽ അയാളുടെ പിന്നാലെ അടുത്തു ചെന്നു പുറത്ത് ഒന്നടിച്ചതായി അയാൾക്കു തോന്നി. ഉടനെ ബോധംകെട്ട് അയാൾ അവിടെത്തന്നെ വീണു. നേരം വെളുത്ത പ്പോൾ അയാൾ ബോധരഹിതനായി വഴിയിൽ കിടക്കുന്നുവെന്നു കേട്ട് അയാളുടെ ശേഷക്കാരിൽച്ചിലർ വന്ന് അയാളെ ഒരു കട്ടിലിലാക്കിയെടു ത്തു സ്വഗൃഹത്തിൽ കൊണ്ടുപോയി. ഉടനെ അയാൾ മരിക്കുകയും ചെയ്തു. അയാളെ ഇച്ചക്കൻ അടിച്ചുകൊന്നതാണെന്നു ജനങ്ങൾ തീർച്ചപ്പെടുത്തുക യും വിശ്വസിക്കുകയും ചെയ്തു. ഇച്ചക്കനെ സംബന്ധിച്ചുള്ള ഈ കഥ കോട്ട യത്തും അടുത്ത പ്രദേശങ്ങളിലുമുള്ള ജനങ്ങൾ പ്രസംഗവശാൽ ഇപ്പോഴും ചിലപ്പോൾ പറഞ്ഞുകേൾക്കുന്നുണ്ട്. ഇത് വളരെക്കാലം മുമ്പുണ്ടായ സംഗതിയാണെങ്കിലും ഇച്ചക്കനെക്കുറിച്ചുള്ള ഭയം ഈ ദിക്കുകാരുടെ മനസ്സിൽ നിന്നും ഇപ്പോഴും നിശ്ശേഷം വിട്ടുപോയിട്ടില്ല. എന്നു മാത്രമല്ല, ചില മുട്ടാളന്മാരെക്കുറിച്ചു പറയുമ്പോൾ 'അവൻ വലിയ ഇച്ചക്കനാണ്'' എന്ന് ജനങ്ങൾ ഇപ്പോഴും പറഞ്ഞുപോരുന്നുമുണ്ട്. എങ്കിലും ഇച്ചക്കനെ ഇവിടെനിന്നും ഒഴിച്ചുവിട്ടതിൽപ്പിന്നെ അവന്റെ ഉപദ്രവം ഈ ദേശത്തും അടുത്ത പ്രദേശങ്ങളിലും ഉണ്ടായിട്ടില്ല.

ഇങ്ങനെ അറുകൊല, അപസ്മാരം മുതലായ വലിയ ബാധകൾ ഇവിടെ ഭജനമിരുന്നിട്ടു തുള്ളി സത്യംചെയ്ത് ഒഴിഞ്ഞുപോയിട്ടുണ്ട്. ഇപ്പോഴും പോകുന്നുമുണ്ട്. പണ്ടൊരിക്കൽ വയസ്കരപ്പോറ്റിയുടെ കുടുംബത്തെ നശി പ്പിക്കാനായി ശത്രുക്കളുടെ അപേക്ഷപ്രകാരം കടമറ്റത്തു കത്തനാർ ഏഴു കാരണമൂർത്തികളെ അയച്ചിരുന്നു. വയസ്കരയില്ലത്ത് ആ മൂർത്തികളുടെ ഉപദ്രവങ്ങൾ ദുസ്സഹങ്ങളായിത്തീരുകയാൽ ആ ബാധകളെ ഒഴിച്ചു കുടുംബരക്ഷ ചെയ്യണമെന്നു പോറ്റി പള്ളിപ്പുരത്തു കാവിൽ ഭഗവതിയുടെ

അടുക്കൽ പ്രാർത്ഥിച്ചു. അതിനാൽ വെളിച്ചപ്പാടു തുള്ളി കൽപ്പിച്ചതനുസരിച്ച് കൊട്ടാരത്തിലുണ്ണി ഏഴു മൂർത്തികൾക്കും ഓരോ പാത്രം കുരുതി കൊടുത്ത് ഒഴിച്ചുവിട്ടു. അപ്പോൾ ഇല്ലത്തുണ്ടായിരുന്ന ഉപദ്രവങ്ങൾ നീങ്ങി അവിടെ സുഖമാവുകയും ഇതിലേക്കു വയസ്കരപ്പോറ്റി ഒരു പുരയിടം ഭഗവതിസ്വത്തിലേക്ക് വെച്ചൊഴിഞ്ഞു കൊടുക്കുകയും ചെയ്തു. ഇതിനെ സംബന്ധിച്ച് ഇവിടെ (കൊട്ടാരത്തിൽ) ഒരു ഗ്രന്ഥവരി കാണുന്നുണ്ട്. അതു താഴെപ്പകർത്തുന്നു.

'വയസ്കരപ്പോറ്റിയുടെ ഇല്ലത്തെ സംഹരിപ്പാനായിക്കൊണ്ടു പോറ്റിയുടെ ശത്രുക്കളുടെ ആവശ്യപ്രകാരം കടമറ്റത്തു കത്തനാർ ഏഴു കാപ്പിരികളെ അയച്ചിരുന്നു. ആ കാപ്പിരികളെ ഭഗവതിയുടെ വെളിച്ചപ്പാടു തുള്ളി നിന്നു കൊണ്ടു പുതുക്കുളത്തിന്റെ വടക്കേക്കരയിൽവെച്ചു കൊട്ടാരത്തിലുണ്ണിയെക്കൊണ്ട് ഏഴുപാത്രം കുരുതി കൊടുപ്പിച്ച് ഒഴിച്ചുവിട്ടു. ഇതിലേക്കു മേപ്പടി പോറ്റി ഭഗവതിക്കു വെച്ചൊഴിഞ്ഞാകെ പാറക്കുളത്തിൽപുരയിടം മുറി ഒന്ന്".

ഇതു മറ്റനേകം സംഗതികൾ പറയുന്ന ഗ്രന്ഥവരിയിൽ ഇടയ്ക്കൊരു ഭാഗത്തു കാണുന്നതാണ്. പള്ളിപ്പുറത്തു കാവു ദേവസ്വംവക വസ്തു ക്കളിൽ മിക്കവയും ഇങ്ങനെ ഓരോ കാരണവശാൽ ഓരോരുത്തർ ഓരോ കാലങ്ങളിൽ വെച്ചൊഴിഞ്ഞു കൊടുത്തിട്ടുള്ളവയാണെന്നാണ് കാണുന്നത്.

ഇപ്രകാരം ശക്തിയും ചൈതന്യവും മാഹത്മ്യവുമുള്ള ഭഗവതിയുടെ ബിംബത്തിന്മേൽ ചാർത്തിയിരുന്ന തിരുവാഭരണങ്ങൾ ഒരിക്കൽ ഒരു തസ്കരൻ തട്ടിക്കൊണ്ടു പോവുകയുണ്ടായിയെന്നു പറഞ്ഞാൽ ആരും വിശ്വസിക്കുമെന്നു തോന്നുന്നില്ല. എങ്കിലും സംഗതി വാസ്തവത്തിൽ ഉണ്ടായതു തന്നെയാണ്. ഒരിക്കൽ (ഏകദേശം ഒരു നൂറുകൊല്ലം മുമ്പ്) ഒരു ദിവസം അത്താഴപ്പൂജ കഴിഞ്ഞു ശ്രീകോവിലും അമ്പലവും പൂട്ടിയിരുന്നിട്ടും പിറ്റേദിവസം നേരം വെളുത്തപ്പോൾ എല്ലാം തുറന്നു കിടക്കുന്നതായി കാണപ്പെട്ടു. ശാന്തിക്കാരൻ കുളിച്ചുവന്നു ശ്രീകോവില കത്തു കടന്നു നോക്കിയപ്പോൾ ബിംബത്തിന്മേൽ തലേദിവസം ചാർത്തി യിരുന്ന തിരുവാഭരണങ്ങളിൽ ഒന്നുപോലും കാൺമാനില്ലായിരുന്നു. ഉടനെ പശുദ്ദാനവും പുണ്യാഹവും കഴിച്ചു പൂജ നടത്തുകയും വിവരം വയസ്കരെയും സ്ഥലം തഹശീൽ മജിസ്ട്രേട്ടിനെയും അറിയിക്കുകയും ചെയ്തു. സർക്കാരാളുകളും ക്ഷേത്രാധികാരികളും പലവിധത്തിലുള്ള അന്വേഷണങ്ങൾ നടത്തീട്ടും ഒരു തുമ്പുമുണ്ടായില്ല. പിന്നെ ഇതിനെ ക്കുറിച്ചു കൽപന കേൾക്കണമെന്നു നിശ്ചയിച്ചു വയസ്കര മൂസ്സ്, കൊട്ടാരത്തിലുണ്ണി, കരക്കാരു മുതലായവരെല്ലാം നടയിൽ കൂടി. കുറച്ചു സമയം കഴിഞ്ഞപ്പോൾ വെളിച്ചപ്പാടു തുള്ളി. എങ്കിലും വെളിച്ചപ്പാടിനു തുള്ളുന്ന സമയം പതിവായി കാണാറുള്ള ഉന്മേഷവും ശക്തിയും അന്നുണ്ടായിരുന്നില്ല. എന്നുമാത്രമല്ല, അയാൾക്കു ഒന്നും സംസാരിക്കാനും വയ്യായിരുന്നു. ഊമന്മാരെപ്പോലെ വല്ലാത്ത ഒരു മാതിരി ശബ്ദം പുറപ്പെടുവിക്കുക മാത്രം ചെയ്തു. എന്തോ ഏതാണ്ടൊക്കെ കൈകൊണ്ട് ആംഗ്യം കാണിച്ചിട്ട് ഉടനെ കലിയടങ്ങുകയും ചെയ്തു.

ഒന്നുരണ്ടു ദിവസം കഴിഞ്ഞപ്പോൾ ദേവിയുടെ ബിംബം സദാ വിയർത്തൊലിച്ചു തുടങ്ങി. പിന്നെ ഒരു പ്രശ്നക്കാരനെ വരുത്തി നടയിൽവെച്ചു

പ്രശ്നംവെപ്പിച്ചു നോക്കി. അപ്പോൾ പ്രശ്നക്കാരൻ, 'മോഷണം നടത്തിയ ആൾ ഒരു വലിയ ആഭിചാരക്കാരനാണ്. അയാൾ ആദ്യംതന്നെ ബിംബം ശുദ്ധം മാറ്റുകയും ആഭിചാരവൃത്തികൾ കൊണ്ടു ദേവിയുടെ ശക്തിയും ചൈതന്യവും കുറയ്ക്കുകയും ചെയ്തിട്ടാണ് മോഷണം നടത്തിയത്. ദേവിയുടെ നാവ് അയാൾ ബന്ധിച്ചിരിക്കുന്നു. അതുകൊണ്ടാണ് വെളിച്ചപ്പാടു തുള്ളീട്ടു സംസാരിക്കാൻ വയ്യാതെയിരുന്നത്. ബിംബം വിയർക്കുന്നത് ആഭിചാരശക്തികൊണ്ടാണ്. ഇതിലേക്ക് ശുദ്ധികലശവും പള്ളിപ്പേർപ്പു പള്ളിപ്പാന മുതലായ പ്രതിവിധികളും ചെയ്താൽ ദോഷങ്ങളൊക്കെ നീങ്ങി ഭഗവതിയുടെ ശക്തി പൂർവ്വസ്ഥിതിയിലാവും. പിന്നെ മോഷണം ദേവിതന്നെ തെളിയിച്ചു തരും' എന്നു വിധിച്ചു. അധികം താമസിയാതെതന്നെ പ്രശ്നവിധിപ്രകാരം വേണ്ടതെല്ലാം നടത്തുകയും അവയെല്ലാം കഴിഞ്ഞപ്പോൾ വെളിച്ചപ്പാടു തുള്ളുകയും ചെയ്തു. അന്നത്തെ തുള്ളൽ അതിഭയങ്കരമായിരുന്നു. ദേവിക്കു ശക്തിയും ഊർജസ്വലതയും പണ്ടത്തേതിലധികം വർദ്ധിച്ചിട്ടുണ്ടെന്ന് ആ തുള്ളൽ കണ്ടാൽത്തന്നെ അറിയാമായിരുന്നു. വെളിച്ചപ്പാടു തുള്ളീട്ട് കൽപ്പിച്ചത് 'എന്റെ ഉടയതും ഉണ്ണിയും ലോകരും ഒട്ടും വ്യസനിക്കേണ്ട. എന്റെ മാലിന്യമെല്ലാം തീർന്നിരിക്കുന്നു. എന്റെ മുതൽ കൊണ്ടുപോയവനെ ഞാനെന്റെ നടയിൽ വരുത്തിത്തന്നുകൊള്ളാം. ഏഴുദിവസത്തിനകം അവൻ ഇവിടെ വരും. അവന്റെ ഇടതുകൈയ്ക്ക് ആറുവിരലും മാറത്ത് മറുവുമുണ്ടായിരിക്കും. അതു സൂക്ഷിച്ചുനോക്കികൊണ്ട് അവനെപ്പിടികൂടിയാൽ പോയതെല്ലാം കിട്ടും' എന്നായിരുന്നു. അന്നുമുതൽ അപ്രകാരമുള്ള ആൾ വരുന്നുണ്ടോ എന്നു സൂക്ഷിച്ചുനോക്കിക്കൊണ്ട് അഞ്ചുമാറും ആളുകൾവിതം സദാ നടയിൽ കാത്തുനിന്നു. കൽപനയുണ്ടായതിന്റെ അഞ്ചാംദിവസം കാലത്ത് ഏഴുമണി സമയത്തു മേൽപ്പറഞ്ഞ ലക്ഷണങ്ങളോടുകൂടി ഒരാൾ നാട്ടുവഴിയിൽക്കൂടി വടക്കുനിന്നു തെക്കോട്ടുപോകുന്നതിനായി കിഴക്കേ നടയിലെത്തി. അഞ്ചെട്ടാളുകൾ അവനെപ്പിടിച്ചു നല്ലപോലെ മർദ്ദിച്ചപ്പോൾ സംഗതികളെല്ലാം അവൻ ഏറ്റു പറഞ്ഞു. തിരുവാഭരണങ്ങൾ എടുത്തുകൊണ്ട് അമ്പലത്തിൽനിന്നു പുറത്തിറങ്ങിയപ്പോൾ അവിടെയൊക്കെ ആരോ ചിലർ നിൽക്കുന്നതായി തോന്നുകയാൽ അവയെല്ലാം ഒരു പട്ടിൽപ്പൊതിഞ്ഞ് കിഴക്കേ നടയിലുള്ള കുളത്തിലിട്ടിട്ടാണു താൻ പോയതെന്നുകൂടി അവൻ പറയുകയാൽ അവനെക്കൊണ്ടുതന്നെ അതും എടുപ്പിച്ചുകൊണ്ട്, അവനെ ഉടനെ മജിസ്ട്രേട്ടു കച്ചേരിയിൽ ഹാജരാക്കിക്കൊണ്ടു ഹർജി കൊടുത്തു. മജിസ്ട്രേട്ട് അവന് ആറുമാസത്തെ കഠിനതടവു ശിക്ഷ വിധിച്ചു തിരുവനന്തപുരത്തേക്കു ഠാണപ്പാറാവു വഴി അയച്ചു. എങ്കിലും ഭഗവതിയുടെ കൃപകൊണ്ട് അവന് അധികം ദിവസം ശിക്ഷ അനുഭവിക്കേണ്ടതായി വന്നില്ല. അവൻ തിരുവനന്തപുരത്ത് ചെന്നിട്ട് ഒരുമാസം തികയുന്നതിനു മുമ്പുതന്നെ വസൂരിദീനം പിടിപെട്ടു ജയിലിൽക്കിടന്നു മരിച്ചു. ഭഗവതിയുടെ തിരുവാഭരണങ്ങൾ കള്ളനു ശിക്ഷവിധിച്ച ദിവസം തന്നെ മടക്കിക്കിട്ടുകയും ചെയ്തു.

പള്ളുപ്പുറത്തുകാവിൽ ഭഗവതിയെക്കുറിച്ച് ഇനിയും ഇങ്ങനെ പല സംഗതികൾ പറയാനുണ്ട്. എങ്കിലും ലേഖനദൈർഘ്യം അതിക്രമിച്ചു പോകുമെന്നു വിചാരിച്ച് ഇപ്പോൾ വിരമിക്കുന്നു.

●

എളേടത്തു തൈക്കാട്ടു മൂസ്സന്മാർ

അഷ്ടവൈദ്യന്മാരിൽ ഒട്ടും അപ്രധാനരല്ലാത്ത എളേടത്തു തൈക്കാട്ടു മൂസ്സന്മാരുടെ ഇല്ലം കൊച്ചി സംസ്ഥാനത്തു തൃശ്ശിവപേരൂർ താലൂക്കിൽ ഒല്ലൂർ തീവണ്ടി സ്റ്റേഷനിൽനിന്ന് ഒരു നാഴിക തെക്ക് 'തൈക്കാട്ടുശ്ശേരി' എന്ന ദേശത്താണ്. ഈ ഇല്ലക്കാർ മലയാളബ്രാഹ്മണരെന്നൊരു വകക്കാരുണ്ടായ കാലത്തുതന്നെ പെരുമനം ഗ്രാമത്തിലെ വൈദ്യന്മാരായി ശ്രീ പരശുരാമനാൽ നിയമിക്കപ്പെട്ടിട്ടുള്ളവരാണെന്നുള്ള കേട്ടു കേൾവിയല്ലാതെ ഇവരുടെ പൂർവ്വചരിത്രമറിയുന്നതിനു ശരിയായ ലക്ഷ്യമൊന്നും ഇപ്പോൾ കാണുന്നില്ല. അതിനാൽ ഇപ്പോൾ ആ ഇല്ലത്തുള്ള വലിയ മൂസ്സന്മാരുടെ പ്രപിതാമഹൻ മുതൽക്കുണ്ടായിരുന്ന ചില മഹാന്മാരെക്കുറിച്ചുമാത്രം പറയാനേ ഇപ്പോൾ നിവൃത്തിയുള്ളൂ.

ഇപ്പോഴുള്ള വലിയ മൂസ്സന്മാരുടെ പ്രപിതാമഹനും അദ്ദേഹത്തിന്റെ അനുജനുമായി രണ്ടു മൂസ്സന്മാരുണ്ടായിരുന്നു. അവർ രണ്ടുപേരും ഒരുപോലെ വിദ്വാന്മാരും വൈദ്യശാസ്ത്രനിപുണരുമായിരുന്നു. എങ്കിലും അവരിൽ ജ്യേഷ്ഠനായ പരമേശ്വരൻമൂസ്സിനു ചില സമയങ്ങളിൽ സ്വൽപമൊരു ഉന്മാദത്തിന്റെ ഛായ ഉണ്ടാകാറുണ്ടായിരുന്നതിനാൽ അദ്ദേഹത്തിന്റെ അടുക്കൽ രോഗികൾ ചെല്ലുകയോ രോഗികളെ കാണിക്കാനായി അദ്ദേഹത്തെ ആരെങ്കിലും കൊണ്ടുപോവുകയോ ചെയ്യാറില്ല. അതെല്ലാം അനുജൻമൂസ്സിനെക്കൊണ്ടാണ് എല്ലാവരും നിർവ്വഹിച്ചിരുന്നത്.

ഇപ്പോൾ ബ്രിട്ടീഷ് മലബാറിലിരിക്കുന്ന പൂമുള്ളിമന മേൽപറഞ്ഞ മൂസ്സന്മാരുടെകാലത്ത് ഊരകത്ത് ക്ഷേത്രത്തിനു സമീപത്തൊരു സ്ഥലത്തായിരുന്നു. അവിടെ ഒരു നമ്പൂരിപ്പാട്ടിലേക്ക് എന്തോ സുഖക്കേടാവുകയാൽ അനുജൻമൂസ്സിനെ കൂട്ടിക്കൊണ്ടുചെല്ലാനായി എളേടത്തു തൈക്കാട്ടേക്ക് ആളെ അയച്ചിരുന്നു. ആ ആൾ അവിടെ ചെന്നപ്പോൾ അനുജൻമൂസ്സ് അവിടെയുണ്ടായിരുന്നില്ല. അതിനാൽ ആ ചെന്നയാളോട് ജ്യേഷ്ഠൻ മൂസ്സ് 'അനുജൻ ഇപ്പോൾ ഇവിടെയില്ല. വരുമ്പോൾ വിവരം പറയാം. ഇപ്പോൾതന്നെ വരണമെങ്കിൽ ഞാൻവരാം' എന്നു പറഞ്ഞു. അപ്പോൾ ചെന്നയാൾ. 'അതുവേണ്ട. അനുജൻമൂസ്സിനെ കൊണ്ടുചെല്ലുണമെന്നാണ് പറഞ്ഞിരിക്കുന്നത്. അതിനാൽ അദ്ദേഹം വരുമ്പോൾ വിവരം പറഞ്ഞാൽ മതി' എന്നു പറയുകയും ഉടനെ അയാൾ പോവുകയും ചെയ്തു.

ഇതുകേട്ടപ്പോൾ പരമേശ്വരൻ മൂസ്സിനു ദുസ്സഹമായ മനസ്താപമുണ്ടായി. 'കഷ്ടം, ഈശ്വരാ! എന്റെ സ്ഥിതി ഇങ്ങനെയായിപ്പോയല്ലോ. ശാസ്ത്രങ്ങൾ അനുജൻ പഠിച്ചിട്ടുള്ളതിൽ ഒട്ടും കുറയാതെ ഞാനും പഠിച്ചിട്ടുണ്ട്. എങ്കിലും എന്റെ അടുക്കൽ ദീനക്കാരാരും വരുന്നില്ല. എന്നെ ആരും എങ്ങും

കൊണ്ടുപോകുന്നുമില്ല. ഇപ്പോൾ വന്നയാൾതന്നെ ഞാൻ ചെല്ലേണ്ടെന്നും അനുജൻ ചെന്നാൽമതിയെന്നുമാണല്ലോ പറഞ്ഞത്. ഈ കുടുംബത്തിൽ ജനിച്ച് ഞാൻ ഈ സ്ഥിതിയിൽ എന്തിനാണ് ജീവിച്ചിരിക്കുന്നത്? ഇങ്ങനെ വന്നത് ഈശ്വരാനുകൂല്യം ഇല്ലാഞ്ഞിട്ടുതന്നെയായിരിക്കണ മല്ലോ. അതിനാൽ യഥാശക്തി ഈശ്വരനെ സേവിക്കാം' എന്നിങ്ങനെ വിചാരിച്ച് തീർച്ചയാക്കുകയും അടുത്തദിവസംതന്നെ അദ്ദേഹം പെരു മനത്തു ക്ഷേത്രത്തിൽ ഭജനം തുടങ്ങുകയും ചെയ്തു. ആ ഭജനം വലിയ നിഷ്ഠയോടുകൂടിയായിരുന്നു എന്നുമാത്രമല്ല അതദ്ദേഹം ഒരു വ്യാഴവട്ടം (പന്ത്രണ്ടു സംവൽസരം) മുഴുവനും നിർവിഘ്നമായി നിർവഹിക്കുകയും ചെയ്തു. പന്ത്രണ്ടാമത്തെ കൊല്ലത്തിൽ ശാല്യന്നഭക്ഷണം കൂടാതെതന്നെ യായിരിന്നു ഭജനം.

ഭജനം കഴിഞ്ഞപ്പോഴേക്കും അദ്ദേഹത്തിനുണ്ടായിരുന്ന ചിത്തഭ്രമം നിശ്ശേഷം ഭേദപ്പെടുകയും ബുദ്ധി ചാണയിൽ തേച്ചുമിനുക്കിയ രത്നം പോലെ പൂർവ്വാധികം തെളിയുകയും അദ്ദേഹത്തിന്റെ അടുക്കൽ പ്രതിദിനം രോഗികൾ സംഖ്യയില്ലാതെ വന്നു തുടങ്ങുകയും അദ്ദേഹത്തിന്റെ ചികി ത്സകൾ ഒന്നും തെറ്റാതെ എല്ലാം ശരിയായി ഫലിച്ചു തുടങ്ങുകയും തന്നിമി ത്തം അദ്ദേഹത്തിന്റെ ഖ്യാതി ലോകത്തിൽ വ്യാപിക്കുകയും ചെയ്തു.

അക്കാലത്ത് എളേടത്തു തൈക്കാട്ടില്ലത്തിനു സമീപംതന്നെയുള്ള ആലക്കാട്ടു ചെവ്വര മനയ്ക്കലെ ഒരു നമ്പൂരിക്കു തുടയിൽ ഒരുവക ചൊറി തുടങ്ങി. നമ്പൂരി അതു പരമേശ്വരൻമൂസ്സിനെ കാണിച്ചിട്ട്, മൂസ്സ് 'ഇതു കേവലം നിസ്സാരമായ ചൊറിയല്ല. ക്രമേണ ഇതു ദേഹം മുഴുവനും വ്യാപിക്കും. ഒടുക്കം അപായകരമായിത്തീരുകയും ചെയ്യും.' എന്നുമാത്രം പറഞ്ഞു. ചികിത്സ ഒന്നും പറഞ്ഞുമില്ല. അതിനാൽ നമ്പൂരിക്കു ദുസ്സഹമായ മനസ്താപമുണ്ടായി. നമ്പൂരി ഏറ്റവും സുന്ദരനും യൗവനയുക്തനുമായിരുന്നു. അദ്ദേഹം വ്യസനം സഹിക്കവയ്യാതെയായിട്ട്, മൂസ്സ് ഇപ്രകാരം പറഞ്ഞുവെന്നും ചികിത്സയൊ ന്നും പറഞ്ഞില്ലെന്നുമുള്ള വിവരം പലരോടും പറഞ്ഞു. അതുകേട്ടവരെല്ലാം പറഞ്ഞത്, 'എന്നാലിനി അതിനെക്കുറിച്ചൊന്നും വിചാരിക്കാനില്ല. പരമേശ്വരൻമൂസ്സ പറഞ്ഞാൽ അതൊരിക്കലും തെറ്റുകയില്ല.' എന്നായിരു ന്നു. എങ്കിലും ആ നമ്പൂരിയുടെ സ്നേഹിതനായ മറ്റൊരു നമ്പൂരി, 'അങ്ങനെ തീർച്ചയാക്കേണ്ട. ഈശ്വരൻ വിചാരിച്ചാൽ അസാധ്യമായിട്ട് ലോകത്തിൽ യാതൊന്നുമില്ല. അങ്ങ് ആദിത്യനമസ്കാരം തുടങ്ങണം; സുഖം കിട്ടും' എന്നു പറഞ്ഞു. ആ സ്നേഹിതൻ പറഞ്ഞതിനെ നമ്പൂരി പൂർണ്ണമായി വിശ്വസി ക്കുകയും അടുത്ത ദിവസംതന്നെ ആദിത്യനമസ്കാരം തുടങ്ങുകയും ചെയ്തു. കഠിനനിഷ്ഠയോടുകൂടിയാണ് നമ്പൂരി ആദിത്യനമസ്കാരം നടത്തിയത്. ഉദയം മുതൽ കിഴക്കോട്ട് ആയിരത്തെട്ടും ഉച്ചതിരിഞ്ഞാൽ പടിഞ്ഞാട്ട് ആയിരത്തെട്ടും ഇങ്ങനെ പ്രതിദിനം രണ്ടായിരത്തിപ്പതിനാറ് നമസ്കാരം വീതമായിരുന്നു പതിവ്. ഉച്ചയാകുമ്പോൾ മുഴക്കരി വച്ച് ആദിത്യനു നിവേദിച്ചിട്ട് ആ ചോറ് ഉപ്പുകൂടാതെ ഭക്ഷിക്കും. പിന്നെ വെള്ളം കുടിക്കു കപോലും ചെയ്കയുമില്ല. അങ്ങനെയായിരുന്നു അദ്ദേഹത്തിന്റെ പതിവ്. ഇങ്ങനെ നാൽപത്തൊന്നു ദിവസം കഴിഞ്ഞപ്പോഴേക്കും നമ്പൂരിയുടെ ദേഹം കരിക്കട്ടപോലെ കറുക്കുകയും കറുത്തതായ ആ ഒരടുക്കുതൊലി ദേഹത്തിൽനിന്നു പൊളിഞ്ഞുപോവുകയും അതോടുകൂടി അദ്ദേഹത്തിന്റെ

ചൊറി നിശ്ശേഷം പോവുകയും അപ്പോൾ ദേഹത്തിന്റെ നിറം സ്വർണ്ണസദൃശമായിത്തീരുകയും അദ്ദേഹം പൂർവാധികം സുന്ദരനായി ഭവിക്കുകയും ചെയ്തു. നമ്പൂരി സ്വസ്ഥശരീരനായിത്തീർന്നതിന്റെ ശേഷം അദ്ദേഹം ആ വിവരം മൂസ്സിനോട് പറഞ്ഞു. അപ്പോൾ മൂസ്സ് 'ഞാൻ ഈശ്വരനല്ല. മരുന്ന സേവിച്ചാൽ സാധ്യങ്ങളായിട്ടുള്ള രോഗങ്ങൾ മാത്രമേ ഭേദപ്പെടുകയുള്ളൂ. ഈശ്വരനെ സേവിച്ചാൽ അസാധ്യരോഗങ്ങളും ഭേദപ്പെടും. ഈശ്വരൻ സർവ്വശക്തനാണ്. അവിടേക്ക് അസാധ്യമായിട്ടുള്ളത് ഒന്നുമില്ല. ഇതൊക്കെ വിചാരിച്ചാണ് ഞാനന്ന് ചികിത്സ വല്ലതും പറഞ്ഞിരുന്നുവെങ്കിൽ അങ്ങ് അതു ചെയ്യുകയല്ലാതെ ആദിത്യനമസ്കാരം തുടങ്ങുകയില്ലായിരുന്നു എന്നുള്ളതു തീർച്ചയാണല്ലോ. ചികിത്സ വല്ലതും ചെയ്തിരുന്നുവെങ്കിൽ ദീനം ഭേദമാകാതെ അങ്ങ് ഇതിനുമുമ്പ് മരിക്കുമായിരുന്നു. അതിനിടയാകാതെ ഇപ്പോൾ സുഖമായല്ലോ. സന്തോഷമായി' എന്നാണ് മറുപടി പറഞ്ഞത്. ആ നമ്പൂരി പിന്നെയും വളരെക്കാലം സസുഖം ജീവിച്ചിരുന്നു.

പരമേശ്വരൻമൂസ്സ പെരുമനത്തു ക്ഷേത്രത്തിലെ ഭജനം കാലംകൂടിയ കാലത്തുതന്നെ ഗുരുവായൂർക്ഷേത്രത്തിങ്കൽ ഭജനം തുടങ്ങി. ഒരിക്കൽ അദ്ദേഹം ഗുരുവായൂർക്ക് പോയപ്പോൾ മധ്യേമാർഗം മൂന്നാളുകളെ മാലകളണിയിച്ച വാദ്യഘോഷത്തോടുകൂടി കൊണ്ടുപോകുന്നതു കണ്ടു. അവരിൽ ഒരുവൻ ഈഴവനും രണ്ടുപേർ മുഹമ്മദീയരുമായിരുന്നു. അവരെ പുനത്തൂർ രാജാവിന്റെ വിധിപ്രകാരം തൂക്കിക്കൊല്ലാൻ കൊണ്ടുപോവുകയാണെന്ന് അവരുടെ കൂടെയുണ്ടായിരുന്ന ചില ഉദ്യോഗസ്ഥന്മാർ പറഞ്ഞറിയുകയാൽ മൂസ്സ്, 'ഈ ഈഴവനെ കൊണ്ടുപോകണമെന്നില്ല' എന്നു പറഞ്ഞു. രാജകൽപന നടത്താതെയിരിക്കാൻ നിവൃത്തിയില്ലായ്കയാൽ ആ ഉദ്യോഗസ്ഥന്മാർ മൂസ്സിന്റെ വാക്കിനെ വകവയ്ക്കാതെ അവരെ മൂന്നുപേരെയും കൊലസ്ഥലത്തേക്കുതന്നെ കൊണ്ടുപോയി. കഴുമരങ്ങൾ നാട്ടിയിരുന്നത് ഒരു പുഴയുടെ വക്കത്തായിരുന്നു. കഴുവേറ്റാനുള്ള കുറ്റക്കാരെ കഴുവിലിടുന്നതിന് മുൻപായി അവർക്കെന്തെങ്കിലും ആഗ്രഹമുണ്ടോ എന്നു ചോദിക്കുകയും നിവൃത്തിയുള്ളതെല്ലാം സാധിപ്പിക്കുകയും പതിവായിരുന്നതിനാൽ അപ്രകാരം ആ ഉദ്യോഗസ്ഥന്മാർ ഈ കുറ്റക്കാരോടും ചോദിച്ചു. അവരിൽ രണ്ടുപേർ ആഗ്രഹമൊന്നുമില്ലെന്നു പറഞ്ഞു. ആ ഈഴവൻ, 'ഈ പുഴവക്കത്തുനിൽക്കുന്ന തെങ്ങിന്മേൽക്കയറി ഒരു കരിക്ക് പറിച്ച് അവിടെയിരുന്നുതന്നെ അതു കുടിച്ചാൽ കൊള്ളാമെന്നു മാത്രം ഒരാഗ്രഹമുണ്ട്' എന്നു പറയുകയും ഉദ്യോഗസ്ഥന്മാർ അത് സമ്മതിക്കുകയും ചെയ്തു. അവൻ തെങ്ങിന്മേൽ കയറിയാൽ താഴെയിറങ്ങാതെ ഓടിക്കളയാനും മറ്റും സാധിക്കുകയില്ലല്ലോ എന്നു വിചാരിച്ചാണ് ആ ഉദ്യോഗസ്ഥന്മാർ അനുവദിച്ചത്. അനുവാദം കിട്ടിയ ക്ഷണത്തിൽ ഈഴവൻ ഒരായുധവും കൊണ്ട് തെങ്ങിന്മേൽ കയറി ഒരു കരിക്ക് പറിച്ചെടുത്ത് അവിടെ ഇരുന്നുകൊണ്ടുതന്നെ അത് ചെത്തിത്തുളച്ചു കുടിച്ചു. പിന്നെ മന്ദംമന്ദം കീഴ്പോട്ട് ഇറങ്ങിത്തുടങ്ങി. തെങ്ങിന്റെ മധ്യത്തിങ്കലായപ്പോൾ അവൻ പുഴയിലേക്ക് ചാടുകയും നീന്തി മറുകരയിൽ കയറി രക്ഷപ്രാപിക്കുകയും ചെയ്തു. ഉദ്യോഗസ്ഥന്മാർ ശേഷമുണ്ടായിരുന്ന രണ്ടുപേരെയും തൂക്കിക്കൊന്ന വിവരം രാജാവിന്റെ അടുക്കൽ അറിയിച്ച കൂട്ടത്തിൽ ഈഴവൻ ഓടിപ്പോയ്ക്കളഞ്ഞുവെന്നും അവനെ കൊണ്ടുപോകണമെന്നില്ലെന്നു വഴിക്കുവച്ചുതന്നെ പരമേശ്വരൻ മൂസ്സ് പറഞ്ഞുവെന്നുംകൂടി അറിയിച്ചു. ഉടനെ കൽപനപ്രകാരം അന്വേഷണം നടത്തുകയും മൂസ്സ

ഗുരുവായൂരുണ്ടെന്ന് അറിയുകയും അദ്ദേഹത്തെ വിളിച്ചുകൊണ്ടുവന്നു രാജസന്നിധിയിൽ ഹാജരാക്കുകയും ചെയ്തു. അപ്പോൾ രാജാവ്, 'ആ ഈഴവനെ കൊല്ലാൻ കൊണ്ടുപോയപ്പോൾ 'കൊണ്ടുപോകണമെന്നില്ല' എന്നു പറഞ്ഞതെന്തുകൊണ്ടാണ്?'

മൂസ്സ്: അവനെ മരണലക്ഷണം ബാധിച്ചിരുന്നില്ല. അതിനാൽ കൊണ്ടു പോയാലും കൊല്ലാൻ സാധിക്കയില്ലല്ലോ എന്നു വിചാരിച്ചാണ്.

രാജാവ്: ആട്ടെ, എന്നാൽ ഞാനെന്നു മരിക്കുമെന്നു പറയാമോ?

മൂസ്സ്: പറയാം. എങ്കിലും അതറിയുന്നതെന്തിനാണ്?

രാജാവ്: വിശേഷിച്ചു കാര്യമൊന്നുമുണ്ടായിട്ടല്ല. മുൻകൂട്ടി അറിഞ്ഞിരുന്നാൽ യഥാവസരം വല്ല സൽക്കർമ്മങ്ങളും ചെയ്യാമല്ലോ എന്നുമാത്രം വിചാരിച്ചാണ്.

മൂസ്സ്: മരണം എന്നെങ്കിലും ഉണ്ടാകുമെന്നു തീർച്ചയാണല്ലോ. അതുകൊണ്ട് സൽക്കർമ്മങ്ങൾ എപ്പോഴും ചെയ്യാം. അതു മരണദിവസമറിഞ്ഞിട്ടേ ആകാവൂ എന്നില്ലല്ലോ. അവിടുന്നു മരിക്കുന്നതിന്റെ തലേദിവസം ഞാനിവിടെ വരും. ഞാൻ വന്നാൽ പിറ്റേദിവസം അവിടുന്നു മരിക്കുകയും ചെയ്യും.

ഇത്രയും പറഞ്ഞിട്ട് ഉടനെതന്നെ മൂസ്സു പോയി. പിന്നെ അഞ്ചെട്ടു കൊല്ലം കഴിഞ്ഞതിന്റെ ശേഷം ഒരു ദിവസം വൈകുന്നേരം മൂസ്സ് പുന്നത്തൂർ കോട്ടയിലെത്തി. പിറ്റേദിവസം രാജാവിന്റെ തിരുനാളായിരുന്നു. അതിന്റെ ബഹളംകൊണ്ടും മറ്റും മൂസ്സ് അന്നു രാജാവിനെ കണ്ടില്ല. അത്താഴം കഴിച്ച് മൂസ്സ് അവിടെ ഒരു സ്ഥലത്ത് കിടന്നുറങ്ങി. പിറ്റേദിവസം രാവിലെ കുളിയും നിത്യകർമ്മാനുഷ്ഠാനാദികളും കഴിച്ച് നമ്പൂരിമാരുടെ കൂട്ടത്തിൽ പോയിരുന്ന് ഊണുകഴിച്ചു. മൂസ്സ് എല്ലാവരെയുംകാൾ മുൻപ് ഊണുകഴിച്ചു ക്ഷണത്തിൽ കൈകഴുകി രാജസന്നിധിയിലേക്കു പോയി. അവിടെച്ചെന്നപ്പോൾ രാജാവ് ഉണ്ണാനിരിക്കുകയായിരുന്നു. രാജാവിനു ഉറത്തൈരു വിളമ്പിയ സമയത്താണ് മൂസ്സ് അവിടെയെത്തിയത്. ഉറത്തൈരുകൂട്ടി ഒരുരുള ഉണ്ടപ്പോൾ രാജാവ്, 'എന്തോ, തല തിരിയുന്നുവെന്നു തോന്നുന്നുവല്ലോ' എന്നു പറയുകയും രണ്ടു കവിൾ ഛർദ്ദിക്കുയും ചെയ്തു. ഉടനെ മൂസ്സ് അടുക്കലുണ്ടായിരുന്ന ഇളയരാജാക്കന്മാരോടു 'ക്ഷണത്തിൽ പിടിച്ചെടുത്തു മാറ്റിക്കിടത്തണം. പുല്ലും മണലും വിരിച്ചു നിലത്തുകിടത്തിയാൽ മതി' എന്നു പറഞ്ഞു. അവർ അപ്രകാരം ചെയ്യുകയും അപ്പോഴേക്കും മൂസ്സ് പുറത്തിറങ്ങിപ്പോകുകയും ഉടനെ രാജാവു മരിക്കുകയും ചെയ്തു.

മുൻകാലങ്ങളിൽ പെരുമനത്തടുത്തുള്ള പനണ്യത്തു ക്ഷേത്രത്തിൽ ആണ്ടുതോറും ഓത്തൂട്ടു (മുറജപംപോലെ ഒരടിയന്തരം) പതിവുണ്ടായിരുന്നു. അത് ഓരോ ദിവസവും ഓരോരുത്തരുടെ വകയായിട്ടു നടത്തുകയാണ് പതിവ്. ഓരോരുത്തരും'എന്റെ പേർക്കുള്ളത് അധികം കേമമാക്കണം, എന്റെ പേർക്കുള്ളത് അധികം കേമമാക്കണം' എന്നുള്ള വിചാരത്തോടുകൂടി മത്സരിച്ചാണ് അതു നടത്തിയിരുന്നത്. ഓത്തൂട്ടിനു പകൽ നല്ല ഭംഗിയായിട്ടുള്ള ഒരു ഊണിന്റെ വട്ടം മാത്രമേ പതിവുള്ളൂ. സദ്യയുടെ കേമത്തമെല്ലാം രാത്രിയിലാണ്. പഞ്ചസാരപ്പായസം എടുത്തു വിലക്കിയാൽപ്പോരാ രണ്ടും മൂന്നും വാർപ്പു നിറച്ചു ശേഷിച്ചുകിടക്കണം എന്നാണ് ഓരോരുത്തരുടെയും

വിചാരം. പഞ്ചസാരപ്പായസം ആർക്കും വേണ്ടാതെയായിട്ട് അധികം കിടക്കുന്നതിന്റെ കണക്കു നോക്കിയിട്ടാണ് ആരുടെ പേർക്കുള്ള ഓത്തൂട്ടാണ് അധികം കേമമായതെന്നു തീർച്ചയാക്കുക. ഇപ്രകാരമുള്ള ഓത്തൂട്ട് ഒരു കൊല്ലം നടന്നുകൊണ്ടിരിന്നപ്പോൾ ഒരു ദിവസം ഉച്ചയ്ക്ക് ഊണുകഴിഞ്ഞ് 'പഴേടം' എന്ന് ഇല്ലപ്പേരായ ഒരു നമ്പൂരി കുളപ്പുരയിൽപോയി കിടന്ന് ഉറങ്ങി. ആ സമയത്ത് പരമേശ്വരൻ മൂസ്സും അവിടെ ആകസ്മാൽ ചെന്നുചേർന്നു. മൂസ്സും കാലും മുഖവും കഴുകുന്നതിനോ മറ്റോ ആയിട്ടു കുളത്തിൽ ചെന്നിറങ്ങി നോക്കിയപ്പോൾ ഒരു കൂർക്കംവലികേട്ട് 'ആ കൂർക്കം വലിക്കുന്നതാരാണ്?' എന്നു കരയ്ക്കു നിന്നിരുന്ന ചില നമ്പൂരിമാരോടു ചോദിച്ചു. അപ്പോൾ അവർ 'പഴേടമാണ്' എന്നു മറുപടി പറഞ്ഞു. ഉടനെ മൂസ്സ് 'അദ്ദേഹത്തെ ക്ഷണത്തിൽ വിളിച്ചുണർത്തി അദ്ദേഹത്തിന്റെ ഇല്ലത്തേക്കു പറഞ്ഞയയ്ക്കണം' എന്നു പറയുകയും ആ നമ്പൂരിമാർ അപ്രകാരം ചെയ്യുകയും അദ്ദേഹം ഇല്ലത്തെത്തീട്ടു രണ്ടു നാഴിക കഴിയുന്നതിനു മുമ്പു മരിക്കുകയും ചെയ്തു. പനണ്യത്തു ക്ഷേത്രത്തിൽനിന്നു പഴേടത്തില്ലത്തേക്ക് ഏകദേശം നാലു നാഴികയേ ദൂരമുള്ളു.

ഇങ്ങനെ പരമേശ്വരൻമൂസ്സിന്റെ ദിവ്യത്വങ്ങൾ ഇനിയും വളരെ പറയാനുണ്ട്. ഇത്രയും പറഞ്ഞതുകൊണ്ടുതന്നെ അദ്ദേഹം ഒരസാമാന്യനായിരുന്നുവെന്നു സ്പഷ്ടമാകുന്നുണ്ടല്ലോ. അതിനാൽ ഇനി അധികം വിസ്തരിക്കണമെന്നു വിചാരിക്കുന്നില്ല.

ഈ പരമേശ്വരമൂസ്സിനു നാരായണൻ എന്നു പേരായി ഒരു പുത്രൻ മാത്രമേ ഉണ്ടായിരുന്നുള്ളു. ആ നാരയാണൻമൂസ്സും ഒരു നല്ല വൈദ്യനായിരുന്നു. എങ്കിലും അദ്ദേഹത്തെക്കുറിച്ച് അധികമൊന്നും കേട്ടിട്ടില്ല. കേട്ടിട്ടുള്ള ഒന്നുരണ്ടു സംഗതികൾ മാത്രം താഴെപ്പറഞ്ഞുകൊള്ളുന്നു.

കൊച്ചി ദിവാനായിരുന്ന ശങ്കരവാര്യരുടെ പുത്രനും പ്രസിദ്ധനുമായിരുന്ന തോട്ടയ്ക്കാട്ടു ശങ്കുണ്ണിമേനവനു ബാല്യത്തിൽ സഹിക്കവയ്യാത്ത വിധത്തിൽ വയറ്റിൽ ഒരു വേദനയുണ്ടായി. അനേകം വൈദ്യന്മാർ പഠിച്ച വിദ്യകളെല്ലാം പ്രയോഗിച്ചു നോക്കീട്ടും ആ വേദന ഭേദമാക്കാൻ കഴിഞ്ഞില്ല. ഒടുക്കം ശങ്കരവാര്യർ ദിവാൻജി ആളയച്ചു നാരായണൻ മൂസ്സിനെ വരുത്തി വിവരമെല്ലാം പറഞ്ഞു. ഉടനെ മൂസ്സ് ഒരു പൊടിക്കു കുറിച്ചുകൊടുത്തു. ആ പൊടിയുണ്ടാക്കി മൂന്നുനേരം സേവിച്ചപ്പോൾ കുട്ടിക്കു നല്ല സുഖമായി. വയറ്റിൽ ആ വേദന ശങ്കുണ്ണിമേനവനു പിന്നെ ഒരിക്കലുമുണ്ടായിട്ടില്ല. ഈ ചികിത്സ കഴിഞ്ഞതിനോടുകൂടി ദിവാൻജിക്കു നാരായണൻമൂസ്സിനെക്കുറിച്ചു വളരെ ബഹുമാനവും സ്നേഹവുമുണ്ടായിത്തീർന്നു.

ഇങ്ങനെയിരുന്ന കാലത്ത് 1022ാം ആണ്ട് നാടുനീങ്ങിയ തിരുവിതാംകൂർ മഹാരാജാവ് തിരുമനസ്സിലേക്ക് ഒരു ശീലായ്മ (അസുഖം) ഉണ്ടാവുകയും ചില വൈദ്യന്മാർ ചികിത്സിച്ചിട്ട് അതു ഭേദമാകാതെയിരിക്കുകയും ചെയ്തു വിവരമറിഞ്ഞു ശങ്കരവാര്യർ ദിവാൻജി എഴുതിയയച്ച് അനുവാദം വരുത്തി നാരായണൻമൂസ്സിനെ തിരുവനന്തപുരത്തേക്കയച്ചു. വൈദ്യന്മാർ ചെന്നാൽ രോഗവിവരം ചോദിക്കുകയോ തൊട്ടുനോക്കി അറിയുകയോ ചെയ്തുകൂടായെന്നും നോക്കിക്കണ്ട് രോഗമറിഞ്ഞു ചികിത്സിക്കണമെന്നുമായിരുന്നു തിരുമനസ്സുകൊണ്ട് നിശ്ചയിച്ചിരുന്നത്. ആ വിവരം ശങ്കരവാര്യർ ദിവാൻജി പറഞ്ഞിരുന്നതുകൊണ്ട് മൂസ്സ് തിരുമുൻപിൽ ചെന്നിട്ട്

ഏകദേശം ഒരുമണിക്കൂർ നേരം ഒന്നും സംസാരിക്കാതെ നോക്കിക്കൊണ്ടു നിന്നു. അനന്തരം ചികിത്സ നിശ്ചയിക്കുകയും ചെയ്തു. ആ ചികിത്സകൊണ്ടു ശീലായ്മ മിക്കവാറും ഭേദമാവുകയും ചെയ്തു. അപ്പോഴേക്കും മൂസ്സിന്റെ സീമന്തപുത്രനു വിവാഹം നിശ്ചയിച്ചിരിക്കുന്നതായി ഇല്ലത്തുനിന്ന് എഴുത്ത് ചെല്ലുകയാൽ അദ്ദേഹത്തിന് ഉടനെ മടങ്ങിപ്പോകേണ്ടതായി വന്നു. ആ വിവരം തിരുമനസ്സറിയിച്ചപ്പോൾ തിരുമനസ്സുകൊണ്ട് മൂസ്സിന് അനേകം സമ്മാനങ്ങൾ കല്പിച്ചു കൊടുത്തു സന്തോഷിപ്പിച്ചയച്ചു. ഗംഭീരാശയനായിരുന്ന ആ തിരുമനസ്സിലെ തൃക്കൈയിൽനിന്നു സമ്മാനങ്ങൾ ലഭിക്കുകയെന്നുള്ളതു സാമാന്യക്കാർക്ക് സാദ്ധ്യമല്ലായിരുന്നു.

ഈ നാരായണൻമൂസ്സിനു നാലു പുത്രന്മാരുണ്ടായിരുന്നു. അവരിൽ ഒന്നാമനും രണ്ടാമനും വിവാഹം കഴിച്ചിട്ടു സന്തതി ഉണ്ടാകുന്നതിനു മുൻപുതന്നെ മരിച്ചുപോയി. പിന്നെ മൂന്നാമനായ നീലകണ്ഠൻമൂസ്സു വേളി കഴിച്ചതിലുണ്ടായ സന്താനങ്ങളാണ് ഇപ്പോൾ പ്രസിദ്ധന്മാരായിരിക്കുന്ന നാരായണൻമൂസ്സും ദിവാകരൻമൂസ്സും. നീലകണ്ഠൻമൂസ്സും വൈദ്യ ശാസ്ത്രം വേണ്ടതുപോലെ പഠിച്ചിരുന്നു. എങ്കിലും അദ്ദേഹത്തിന്റെ പരിശ്രമം മുഴുവനും കുടുംബകാര്യങ്ങൾ സംബന്ധിച്ചായിരുന്നു. രോഗികൾ വന്നാൽ ചികിത്സ നിശ്ചയിച്ചു പറഞ്ഞയയ്ക്കുകയും ആരെങ്കിലും ആവശ്യപ്പെട്ടാൽ രോഗികളെ ചെന്നു കാണുകയും മറ്റും ചെയ്തിരുന്നത് അദ്ദേഹത്തിന്റെ അനുജനായ ഇട്ടീരിമൂസായിരുന്നു.

ഇട്ടീരിമൂസ്സു കുട്ടഞ്ചേരി അപ്പൻ (വാസുദേവൻ) മൂസ്സിന്റെ അടുക്കലാണ് വൈദ്യശാസ്ത്രം അഭ്യസിച്ചത്. ശാസ്ത്രാഭ്യാസാനന്തരം അദ്ദേഹം കുറച്ചുകാലം സ്വഗൃഹത്തിൽതന്നെ താമസിച്ചു ചികിത്സകൾ നടത്തിക്കൊണ്ടിരുന്നു. അതിനിടയ്ക്ക് അദ്ദേഹം മൂകാംബികാക്ഷേത്രത്തിൽപ്പോയി പന്ത്രണ്ടു ദിവസത്തെ ഭജനം അതിനിഷ്ഠയോടുകൂടി നിർവിഘ്നം നിർവഹിച്ചുവരികയും അക്കാലം മുതൽക്ക് ഇട്ടീരിമൂസ്സിന്റെ ചികിത്സയ്ക്ക് ഫലസിദ്ധിയും പ്രചാരവും പൂർവാധികം വർദ്ധിക്കുകയും ചെയ്തു.

അങ്ങനെയിരുന്ന കാലത്തു കുറുവട്ടവണാമനയ്ക്കൽ മകൻരണ്ടാമൻ നമ്പൂരിപ്പാട്ടിലേക്കു വാതസംബന്ധമായ ഒരു ദീനമാരംഭിച്ചു. പല വൈദ്യന്മാർ പഠിച്ച പണിയെല്ലാം പ്രയോഗിച്ചു നോക്കീട്ടും ആ ദീനം ഭേദമാക്കാൻ കഴിഞ്ഞില്ല. ഒടുക്കം ഇട്ടീരിമൂസ്സിനെ കൊണ്ടുപോയി രോഗിയെ കാണിക്കുകയും, അദ്ദേഹം ഏതാനും ദിവസത്തെ ചികിത്സകൊണ്ട് ആ ദീനം നിഷ്പ്രയാസം ഭേദപ്പെടുത്തുകയും ചെയ്തു. വാതസംബന്ധങ്ങളായ രോഗങ്ങൾ സാധാരണ വൈദ്യന്മാർ ഭേദപ്പെടുത്തുന്നതു തൈലപ്രയോഗങ്ങൾ കൊണ്ടാണല്ലോ. എന്നാൽ ഇട്ടീരിമൂസ്സ് ഈ ദീനം ഭേദപ്പെടുത്തിയതു യാതൊരു വിധത്തിലും എണ്ണ ഉപയോഗിക്കാതെയാണ്. ഇതൊരത്ഭുതമാണല്ലോ.

ഒരിക്കൽ ഇട്ടീരിമൂസ്സ് കരുവന്നൂർ റോഡിൽക്കൂടി പോയപ്പോൾ നാസാർശസ്സു(മൂക്കിൽ ദശ വന്നു പുറത്തേക്കു തള്ളീട്ടു)ള്ള ഒരു രോഗിയെ യാദൃച്ഛികമായി കാണാനിടയായി. ആരും ആവശ്യപ്പെടാതെതന്നെ മൂസ്സ് സ്വയമേവ അവനെ വിളിച്ചു രോഗസ്ഥിതിയെല്ലാം ചോദിക്കുകയും അവന്റെ വാക്കിൽനിന്ന് ഒരഗതിയാണെന്നും പല വൈദ്യന്മാർ ചികിത്സിച്ചിട്ടും ആ രോഗം ഭേദമാക്കാൻ കഴിഞ്ഞില്ലെന്നും മനസ്സിലാക്കുകയും ചെയ്തു. ഉടനെ മൂസ്സ് അവനെ വിളിച്ച് അവിടെയുള്ള പാലത്തിന്റെ ചുവട്ടിൽ കൊണ്ടുപോയി

അവന്റെ നാസാർശസ്സു പറിച്ചുകളഞ്ഞ്, പുഴയിൽ കുളിപ്പിച്ചു സുഖപ്പെടുത്തി പ്പറഞ്ഞയച്ചു.

ഇതിൽനിന്നു മൂസ്സിനുണ്ടായിരുന്ന ദീനദയാലുത്വം, പരോപകാരതൽ പരത, പ്രതിഫലേച്ഛയില്ലായ്ക, ചികിത്സാ നൈപുണ്യം മുതലായ ഗുണങ്ങൾ സ്പഷ്ടമാണല്ലോ. ഈ അത്ഭുതകർമ്മത്തോടു കൂടി ഇട്ടീരിമൂസ്സിന്റെ പ്രസിദ്ധി ശതഗുണീഭവിച്ചു. അക്കാലത്തു കൊല്ലം 1063ൽ തീപ്പെട്ട കൊച്ചി വലിയ തമ്പുരാൻ തിരുമനസ്സിലെ ഭാഗിനേയിയായ ഒരു കൊച്ചുതമ്പുരാട്ടിക്ക് ഒരു ശീലായ്മ തുടങ്ങുകയും പല വൈദ്യന്മാർ ചികിത്സിച്ചിട്ടും ഭേദമാകാതിരിക്കുകയും ചെയ്യുകയാൽ തിരുമനസ്സിലെ സേവകനും ഇട്ടീരിമൂസ്സിന്റെ സ്നേഹിതനുമായിരുന്ന ചെറുവത്തൂരുനമ്പൂരി 'ഇട്ടീരിമൂസ്സിനെ വരുത്തി ചികിത്സിപ്പിച്ചാൽ ഈ ദീനം ഭേദമാകും' എന്നു തിരുമനസ്സറിയിച്ചു. തിരുമനസ്സു കൊണ്ട് അതു പൂർണ്ണമായി വിശ്വസിച്ചു. ഉടനെ ആളയച്ചു മൂസ്സിനെ വരുത്തി രോഗിണിയെ കാണിക്കുകയും അദ്ദേഹം ചികിത്സിച്ചു കൊച്ചു തമ്പുരാട്ടിയുടെ ശീലായ്മ അചിരേണ ഭേദപ്പെടുത്തുകയും ചെയ്തു. തിരുമനസ്സുകൊണ്ട് സന്തോഷിച്ച് മൂസ്സിന് പ്രതിമാസം പത്തു രൂപ ശമ്പളം പതിച്ചുകൊടുത്തു. എന്നു മാത്രമല്ല മൂസ്സ് തൃപ്പൂണിത്തുറെത്തന്നെ സ്ഥിരമായി താമസിക്കണമെന്നു കല്പിക്കുകയും അതിലേക്കു കോട്ടയ്ക്കകത്തു തന്നെ പ്രത്യേകമൊരു മഠം പണിയിച്ചുകൊടുക്കുകയും മൂസ്സിനു ശമ്പളത്തിനു പുറമേ ഭക്ഷണാദികളായ സകല ചെലവുകളും കോവിലകം വകയിൽനിന്നു നടത്തിക്കൊണ്ടിരിക്കുകയും ചെയ്തു. അക്കാലം മുതൽ ഇട്ടിരിമൂസ്സു കോവിലകം വൈദ്യനായി വളരെക്കാലം തൃപ്പൂണിത്തുറെത്തന്നെ താമസിച്ചു.

ഒരു ദിവസം കോവിലകത്തു മുറ്റമടിച്ചുവാരിക്കൊണ്ടുനിന്ന ഒരു സ്ത്രീയെ കണ്ടിട്ട് മൂസ്സ് അവരെ വിളിച്ച്, അവർ ക്ഷണത്തിൽ അവരുടെ വീട്ടിലേക്കു പോകണമെന്നു പറഞ്ഞു. ആ സ്ത്രീ അതനുസരിക്കായ്കയാൽ മൂസ്സ് വിവരം ഉടനെ തിരുമനസ്സറിയിക്കുകയും കൽപനപ്രകാരം ചില ശേവുകക്കാർ ചെന്ന് അവരെ അവരുടെ വീട്ടിലേക്കു പറഞ്ഞയയ്ക്കുകയും വീട്ടിലെത്തീട്ടു രണ്ടു നാഴിക കഴിയുന്നതിനു മുൻപ് ആ സ്ത്രീ മരിക്കുകയും ചെയ്തു.

ഒരിക്കൽ പാലിയത്ത് ഒരമ്മയ്ക്ക് ഒരു ദീനമുണ്ടായി. ആദ്യം തൊണ്ടയിൽ സ്വൽപമായ ഒരു വേദനയുണ്ടാവുകയാണ് ചെയ്തത്. അതു ക്രമേണ വർദ്ധിച്ചു വെള്ളംപോലുമിറക്കാൻ പാടില്ലാത്ത വിധത്തിൽ ദുസ്സഹമായിത്തീർന്നു. ഭക്ഷണമില്ലാതെയായപ്പോൾ ആ അമ്മ ഏറ്റവും ക്ഷീണിക്കുകയും പട്ടിണി കിടന്നുതന്നെ മരിക്കുമെന്നുള്ള സ്ഥിതിയിലാവുകയും ചെയ്തു. പല നാട്ടു വൈദ്യന്മാരും ചില ഇംഗ്ലീഷു വൈദ്യന്മാരും പലതും ചെയ്തുനോക്കീട്ടും യാതൊരു ഫലവുമുണ്ടായില്ല. ഇംഗ്ലീഷു വൈദ്യന്മാർ പീച്ചാങ്കുഴൽവച്ചു മലദ്വാരത്തിൽക്കൂടി പാൽ അകത്തു കടത്തി ഏകദേശം ഒരു മാസംവരെ പ്രാണരക്ഷ ചെയ്തുകൊണ്ടിരുന്നു. ഒടുക്കം അതും അസാദ്ധ്യമെന്നു തോന്നുകയാൽ അവരും ഉപേക്ഷിച്ചു പിന്മാറി. ഇത്രയുമായതിന്റെ ശേഷം പാലിയത്തച്ചൻ ഇട്ടീരിമൂസ്സിനെ കൊണ്ടുവരാനായി തൃപ്പൂണിത്തുറയ്ക്ക് ആളയച്ചു. അച്ചന്റെ ആൾ ചെല്ലുകയാൽ മൂസ്സ് വിവരം തിരുമനസ്സറിയിച്ച് അനുവാദം വാങ്ങിക്കൊണ്ട് പോയി പാലിയത്തെത്തി. ഉടനെ അച്ഛൻ രോഗിണിയെ കാണിച്ചു വിവരമെല്ലാം പറഞ്ഞു. മൂസ്സ് രണ്ടു ദിവസത്തെ ചികിത്സകൊണ്ട് ആ ദീനം ഭേദമാക്കുകയും ആ അമ്മ യഥാപൂർവ്വം ഭക്ഷണം കഴിച്ചു

തുടങ്ങുകയും ചെയ്തു. ആ ദീനം ആ അമ്മയ്ക്കു പിന്നെ ഒരിക്കലും ഉണ്ടായിട്ടുമില്ല.

ഒരിക്കൽ ഒരു തലവേദനക്കാരൻ മൂസ്സിന്റെ അടുക്കൽ ചെന്നു തനിക്കു സഹിക്കവയ്യാതെയുള്ള ഒരു തലവേദന തുടങ്ങീട്ടു വളരെക്കാലമായെന്നും പല വൈദ്യന്മാർ ചികിത്സിച്ചിട്ടും ഒരു ഭേദവുമുണ്ടായിട്ടില്ലെന്നും എണ്ണ കാച്ചിത്തേച്ചിട്ട് ഒരെണ്ണയും പിടിക്കുന്നില്ലെന്നും പറഞ്ഞു. മൂസ്സ് അല്പം ആലോചിച്ചിട്ട് ആഴ്ച മുറയ്ക്ക് പതിവായി ആവണക്കെണ്ണ തേച്ചുകുളിക്കാൻ പറയുകയും അങ്ങനെ ചെയ്തിട്ട് ആ മനുഷ്യന്റെ തലവേദന മാറിപ്പോവുകയും ചെയ്തു.

ഇങ്ങനെ ഇട്ടീരിമൂസ്സിന്റെ ചികിത്സാസാമർത്ഥ്യത്തെയും അത്ഭുതകർമ്മങ്ങളെയും പറ്റി പറയുകയാണെങ്കിൽ ഇനിയും വളരെയുണ്ട്. വിസ്തരഭയത്താൽ അതിനായിത്തുനിയുന്നില്ല. മൂസ്സിന്റെ ചികിത്സാനൈപുണ്യത്തെക്കുറിച്ചു സന്തോഷിച്ചു വലിയ തമ്പുരാൻ തിരുമനസ്സു കൊണ്ട് അദ്ദേഹത്തിന്റെ ശമ്പളം രണ്ടു പ്രാവശ്യം അഞ്ചുവീതംകൂട്ടി ഇരുപതു രൂപയാക്കി.

ആ വലിയ തമ്പുരാൻ തിരുമനസ്സുകൊണ്ട് 1063ാം ആണ്ട് തീപ്പെട്ടു പോയെങ്കിലും പിന്നീടു നാടുവാണിരുന്ന (1071ൽ തീപ്പെട്ട) വലിയ തമ്പുരാൻ തിരുമനസ്സുകൊണ്ടു മൂസ്സിനെ വിട്ടയയ്ക്കാതെ യഥാപൂർവം തൃപ്പൂണിത്തുറെത്തന്നെ താമസിപ്പിച്ചിരുന്നു. അങ്ങനെ ഇട്ടീരിമൂസ്സ് ഏകദേശം മുപ്പത്തിരണ്ട് കൊല്ലത്തോളം അവിടെ താമസിച്ചു.അപ്പോഴേക്കും നീലകണ്ഠൻമൂസ്സു കാലധർമ്മത്തെ പ്രാപിക്കുകയും ഇട്ടീരിമൂസ്സിനു തറവാട്ടിൽ മൂപ്പു സിദ്ധിക്കുകയും വലിയ തമ്പുരാൻ തിരുമനസ്സുകൊണ്ട് തീപ്പെട്ടു പോവുകയും ചെയ്യുകയാൽ അദ്ദേഹം അവിടെ അധിക കാലം താമസിച്ചില്ല.

അദ്ദേഹം വളരെക്കാലമായി ആഗ്രഹിച്ചിരുന്ന സേതുസ്നാനം ഉടനെ നടത്തണമെന്നു നിശ്ചയിച്ച് 1073ാം ആണ്ട് ധനുമാസമാദ്യം സ്വദേശത്തുനിന്നു പുറപ്പെട്ടു. അദ്ദേഹം സ്വശിഷ്യനായ ഒരു നമ്പൂരിയേയും രണ്ടു പരദേശബ്രാഹ്മണരേയും കൂടെക്കൊണ്ടുപോയിരുന്നു. അന്യദേശങ്ങളിലെ ഭക്ഷണം പിടിക്കായ്കയാലോ എന്തോ തൃശ്ശിനാപ്പള്ളിയിലെത്തിയപ്പേഴേക്കും മൂസ്സിനു സ്വല്പമായി ഒരതിസാരം ആരംഭിക്കുകയും മധുരയിലെത്തിയപ്പോഴേക്കും അതു വർദ്ധിച്ച് യാത്രതുടരാൻ നിവൃത്തിയില്ലാതെയായിത്തീരുകയും ചെയ്തു. പിന്നെ കുറച്ചുദിവസം അവിടെ താമസിച്ചു. കൈവശമുണ്ടായിരുന്ന ചില ഗുളികകളും മറ്റും സേവിച്ചുവെങ്കിലും ക്രമേണ ദീനം വർദ്ധിക്കുകയാണ് ചെയ്തത്. 'ജീവനാശമടുത്തോരു രോഗിക്കു ദിവ്യമെന്നാലുമൗഷധം പറ്റുമോ?' ആ ധനുമാസം 13ആം തീയ്യതി കാലത്ത് ഒമ്പതുമണിക്ക് ആ മഹാവൈദ്യൻ പരലോകത്തെ പ്രാപിച്ചു. മരിക്കുന്നതിനു സ്വല്പം മുൻപ് മൂസ്സ് അടുക്കൽ ശുശ്രൂഷിച്ചുകൊണ്ടിരുന്ന സ്വശിഷ്യനായ നമ്പൂരിയോട്, 'പുണ്യാഹത്തിന് ഈ ദിക്കിൽ നമ്പൂരിമാരെ കിട്ടുന്ന കാര്യം അസാദ്ധ്യമാണ്. അതിനാൽ ശവശ്ശുദ്ധമാകാതെയിരിക്കാൻ കരുതിക്കൊള്ളണം' എന്നു പറയുകയും മരിക്കാറായപ്പോൾ സ്വയമേവ മെത്തയിൽനിന്ന് മാറി തെക്കോട്ടു തലയായിട്ടു നിലത്തു കിടക്കുകയും ചെയ്തുവത്രേ.

എളേടത്തു തൈക്കാട്ടില്ലത്ത് ഇപ്പോൾ ഉള്ള മൂസ്സന്മാരും നല്ല വൈദ്യന്മാരാണെന്നുള്ള പേരു സമ്പാദിച്ചിട്ടുള്ളവരാണ്. ആ കുടുംബക്കാരുടെ പ്രസിദ്ധി മേലും വർദ്ധിച്ചുകൊണ്ടിരിക്കുവാൻ സർവ്വേശ്വരൻ സദയം സഹായിക്കട്ടെ.

●

കൈപ്പുഴത്തമ്പാൻ

വൈദ്യം, മന്ത്രവാദം, ജ്യോതിഷം, ഇന്ദ്രജാലം മുതലായ വിദ്യകളിൽ അദ്വിതീയനായിരുന്ന കൈപ്പുഴത്തമ്പാനെക്കുറിച്ചു കേട്ടിട്ടില്ലാത്തവർ ആയി മലയാളത്തിൽ അധികം പേരുണ്ടായിരിക്കുമെന്നു തോന്നുന്നില്ല. എങ്കിലും നമ്മുടെ മലയാളരാജ്യത്ത് മുമ്പുണ്ടായിരുന്ന അനേകം മഹാന്മാരുടെ കഥകൾ ഇപ്പോൾ വിസ്മൃതിപഥത്തിലകപ്പെട്ടു പോയിരിക്കുന്നപോലെ ഈ മഹാന്റെ ചരിത്രവും കാലാന്തരത്തിൽ പോയ്പ്പോയേക്കാവുന്നതുകൊണ്ട് അങ്ങനെ വരാതിരിക്കാനായി അദ്ദേഹത്തെക്കുറിച്ച് കേട്ടിട്ടുള്ള ചില സംഗതികൾ ചുവടെ പ്രസ്താവിച്ചുകൊള്ളുന്നു.

കൈപ്പുഴത്തമ്പാന്റെ ഓമനപ്പേരു 'കുഞ്ചു' എന്നായിരുന്നതിനാൽ അദ്ദേഹത്തെ ചിലർ 'കുഞ്ചുത്തമ്പാനെ'ന്നും പറഞ്ഞിരുന്നു. അദ്ദേഹത്തിനു അനേകം വിദ്യകളിൽ വൈദഗ്ദ്ധ്യമുണ്ടായിരുന്നു എന്ന് മുൻപ് പറഞ്ഞിട്ടുണ്ടല്ലോ. അവയിൽ ഇദ്ദേഹം ഇന്ദ്രജാലം, മഹേന്ദ്രജാലം മുതലായവ ഗ്രഹിച്ചത് വലിയ ഐന്ദ്രജാലികനെന്നു സുപ്രസിദ്ധനായിരുന്ന വട്ടപ്പറമ്പിൽ വലിയത്താന്റെ അടുക്കൽനിന്നാണ്. കോട്ടയത്ത് രാജാവിന്റെ ശിഷ്യനും തിരുവതാംകൂർ അശ്വതിതിരുനാൾ തിരുമനസ്സിലെ ഗുരുവും വലിയ ഐന്ദ്രജാലികനും ആയിരുന്ന 'പീതാംബരയ്യൻ' എന്ന പാരദേശികബ്രാഹ്മണനെയും പത്മതീർത്ഥത്തിൽ വെള്ളത്തിനു മീതെ കച്ചവടസ്സാമാനങ്ങൾ നിരത്തി കച്ചവടം നടത്തിയ മഹേന്ദ്രജാലക്കാരായ പട്ടാണികളെയും വെള്ളത്തിൽ മുക്കിയും മറ്റും തോല്പിച്ചു തിരുവനന്തപുരത്തുനിന്നോടിച്ച മഹാനായിരുന്ന വലിയത്താന്റെ ശിഷ്യനായിരുന്നുവെങ്കിലും തമ്പാൻ തിരിയിൽനിന്നും കൊളുത്തിയ പന്തം പോലെ മോടിവിദ്യയിൽ ഗുരുവിനേക്കാളധികം ശോഭിച്ചിരുന്നു. എങ്കിലും വലിയത്താന്റെ കാലം കഴിഞ്ഞതിന്റെ ശേഷമേ തമ്പാൻ തന്റെ വിദ്യകൾ അധികം പ്രകടിപ്പിച്ചു തുടങ്ങിയുള്ളൂ. വലിയത്താൻ കൊല്ലം 973ാമാണ്ട് നാട് നീങ്ങിയ കാർത്തികതിരുനാൾ മഹാരാജാവ് തിരുമാനസ്സിലെക്കാലത്തും, തമ്പാൻ 1022ാം ആണ്ട് നാടുനീങ്ങിയ സ്വാതിതിരുനാൾ തിരുമനസ്സിലെക്കാലത്തുമാണ് ജീവിച്ചിരുന്നത്. തമ്പാന്റെ അത്ഭുതകർമ്മങ്ങളിൽ ചിലതു മാത്രമേ ഇവിടെ പറയുന്നുള്ളൂ.

1022ാം ആണ്ട് നാട് നീങ്ങിയ മഹാരാജാവു തിരുമനസ്സിലെക്കാലത്ത് ഒരിക്കൽ തമ്പാൻ തിരുവനന്തപുരത്തു ചെന്നിരുന്നു. തമ്പാൻ മുഖം കാണിക്കാനായി ചെന്നപ്പോൾ തിരുമനസ്സുകൊണ്ടു കരുവേലപ്പുരമാളികയിലാണ് എഴുന്നള്ളിയിരുന്നത്. തമ്പാൻ തിരുമുമ്പാകെ ചെന്നത് വലിയ വേനൽക്കാലത്ത് ഒരുദിവസം ഉച്ചതിരിഞ്ഞ സമയത്തായിരുന്നു.

തമ്പാനെ കണ്ടപ്പോൾ കുശലപ്രശ്നാനന്തരം 'തമ്പാനെ കണ്ടിട്ട് വളരെ നാളായി. തമ്പാൻ കഴിഞ്ഞ പ്രാവശ്യം ഇവിടെ വന്നിട്ട് വിദ്യയൊന്നും കാണിക്കാതെയാണല്ലോ പോയത്. ഈ പ്രാവശ്യം അങ്ങനെയായാൽ പോരാ. ഇന്നുതന്നെ എന്തെങ്കിലും ഒന്ന് കാണിക്കണം' എന്ന് കല്പിച്ചു.

തമ്പാൻ: തിരുമുമ്പാകെ കാണിക്കാൻ തക്കവിദ്യയൊന്നും അടിയൻ ഗ്രഹിച്ചിട്ടില്ല. പഠിച്ചിട്ടുള്ളതെല്ലാം പലപ്പോഴായി ഇവിടെ കാണിക്കുകയും കല്പിച്ചു തൃക്കൺപാർക്കുകയും ചെയ്തിട്ടുണ്ട്. ഇനി കാണിക്കാനൊന്നുമില്ല.

തിരുമനസ്സുകൊണ്ട്: ഉപായമൊന്നും പറയേണ്ടാ. പുതിയതായിട്ട് എന്തെങ്കിലും ഒരു വിദ്യ ഇന്ന് കാണിക്കണം.

തമ്പാൻ: നിർബന്ധമാണെങ്കിൽ കൂടാതെ കഴിയുകയില്ലല്ലോ. വല്ലതും നോക്കാം. വെയിലിന്റെ ചൂടല്പം കുറയട്ടെ. ഉഷ്ണം കലശലായിരിക്കുന്നു.

തിരുമനസ്സുകൊണ്ട്: ഉഷ്ണ ത്തിന്റെ കാര്യം ഒന്നും പറയാനില്ല. ഏതാനും ദിവസമായിട്ട് ഞാൻ വളരെ ക്ഷീണിക്കുന്നുണ്ട്. ഇയ്യിടെയെങ്ങാനും മഴയ്ക്ക് യോഗമുണ്ടോ? തമ്പാൻ ജ്യോത്സ്യൻ ആയതുകൊണ്ട് അതും അറിയാമല്ലോ. ബുധശുക്രന്മാരിപ്പോൾ എവിടെ ആണ്?

തമ്പാൻ: ബുധശുക്രന്മാർ എവിടെയെങ്കിലും ആകട്ടെ. ഇന്നൊരു മഴയ്ക്ക് യോഗമുണ്ട്.

തിരുമനസ്സുകൊണ്ട്: ഇന്നോ? അതബദ്ധം തന്നെ. ഇന്ന് മഴയുണ്ടാവാനുള്ള ലക്ഷണം ഒന്നും കാണുന്നില്ലല്ലോ.

തമ്പാൻ: മഴയ്ക്ക് ലക്ഷണം ഒന്നും വേണമെന്നില്ല. അതിനു വരാൻ തോന്നിയാൽ ഇങ്ങോട്ട് വന്നേയ്ക്കും. അത്ര ഉള്ളൂ. 'അവർഷണം ചാപ്യതിവർഷണഞ്ച ദേവോ ന ജാനാതി കുതോ മനുഷ്യഃ' എന്നുണ്ടല്ലോ.

തിരുമനസ്സുകൊണ്ട്: എന്നാൽ തമ്പാൻ എങ്ങനെ തീർച്ചയാക്കി? തമ്പാൻ ദേവന്മാരെക്കാൾ ദിവ്യജ്ഞാനം ഉള്ള ആളാണോ?

തമ്പാൻ: തിരുമനസ്സിലെ അടുക്കൽ തർക്കിക്കാൻ അടിയൻ ശക്തനല്ല. ഇന്ന് മഴയുണ്ടാകുമെന്നുള്ള കാര്യം തീർച്ചയാണ്.

തിരുമനസ്സുകൊണ്ട്: ഇന്ന് മഴയുണ്ടാകുന്നപക്ഷം തമ്പാന് തക്കതായ ഒരു സമ്മാനം തരാൻ ഞാൻ നിശ്ചയിച്ചിരിക്കുന്നു.

ഇത്രയും സംഭാഷണം കഴിഞ്ഞപ്പോഴേയ്ക്കും അതികലശലായി മഴക്കാറ് കണ്ടു തുടങ്ങി. ഇടിയും മിന്നലും അതിനെ തുടർന്ന് ഉടനെ 'തമ്പാൻ പറഞ്ഞത് പോലെ മഴ ഉണ്ടായേക്കുമെന്നു തന്നെയാണ് തോന്നുന്നത്. നല്ല തണുത്ത കാറ്റ് വന്നുതുടങ്ങിയതുകൊണ്ട് ഇപ്പോൾത്തന്നെ ഉഷ്ണ ത്തിന് വളരെ കുറവുണ്ട്. വരാന്തയിൽ ഇരുന്നാൽ നല്ലപോലെ കാറ്റ് കൊള്ളാമല്ലോ' എന്നു കല്പിച്ചുകൊണ്ട് വടക്കേ വരാന്തയിലെഴുന്നള്ളിയിരുന്നു. അപ്പോഴേയ്ക്കു അതിഭയങ്കരമായ ഇടിയും മഴയും തുടങ്ങി കഴിഞ്ഞു. ഒരുമാത്ര കഴിഞ്ഞപ്പോഴേയ്ക്കും വെള്ളം പൊങ്ങിത്തുടങ്ങി. പത്മതീർത്ഥം നിറഞ്ഞുകവിഞ്ഞു വെള്ളം നാല് പുറത്തേയ്ക്കും ഒഴുകി തുടങ്ങുകയും പത്മനാഭസ്വാമിക്ഷേത്രത്തിന്റെ മതിൽക്കകവും അടുത്തുള്ള ഗൃഹങ്ങളും കരുവേലപ്പുരമാളികയുടെ താഴെയുമെല്ലാം വെള്ളം കൊണ്ട് നിറയുകയും ചെയ്തു. ഗംഭീരാശയനായ തിരുമനസ്സുകൊണ്ടു ആകപ്പാടെ പരിഭ്രമിച്ചു വശായി. അടുക്കൽ നിന്നിരുന്ന

തമ്പാനോട് 'ഇനി എന്താ നിവൃത്തി? വെള്ളം ഈ മാളികവരെ പൊങ്ങുക ആണെങ്കിൽ പിന്നെ എന്താ ചെയ്ക?' എന്ന് കല്പിച്ചു ചോദിച്ചു. 'എന്തോ ഒന്നും അറിഞ്ഞു കൂടാ. എല്ലാം പത്മനാഭന തന്നെ അറിയാം' എന്നായിരുന്നു തമ്പാന്റെ മറുപടി. ഇത്രയും പറഞ്ഞു തീർന്നപ്പോഴെയ്ക്കും വെള്ളം പൊങ്ങിപ്പൊങ്ങി കരുവേലപ്പുരയുടെ വരാന്തയിലേക്ക് കയറിത്തുടങ്ങി. മാത്രക്കുമുൻപേ അവിടെ വെള്ളം മുട്ടോളം ആയി. തിരുമനസ്സുകൊണ്ടു പരിഭ്രമം കലശലായി. ഉടനെ കഥ കഴിയുമെന്നു കല്പിച്ചു തീർച്ചയാക്കി. ഭക്തിപൂർവ്വം പത്മനാഭനെ സ്മരിച്ചുകൊണ്ട് അവിടുന്ന് എണീറ്റുനിന്നു. അപ്പോൾ പതിനെട്ടു തണ്ടുവച്ച ഒരു ബോട്ട് വടക്കുനിന്നു അതിവേഗത്തിൽ വരുന്നതായി കല്പിച്ചു കണ്ടു. ആ ബോട്ട് നേരെ വന്നു കരുവേലപുര മാളികയുടെ വരാന്തയോട് ചേർന്നടുക്കുകയും ബോട്ടിലുണ്ടായിരുന്നവർ 'വേഗത്തിൽ ബോട്ടിലേക്ക് എഴുന്നള്ളണം. താമസിച്ചാൽ ആപത്തുണ്ടാകും' എന്ന് വിളിച്ചറിയിക്കുകയും ചെയ്തു. ഉടനെ 'എന്നാൽ വരൂ തമ്പാനെ! നമുക്ക് എവിടെയെങ്കിലും പോയി ജീവനെ രക്ഷിക്കാം' എന്ന് കല്പിച്ചുകൊണ്ട് വരാന്തയിൽ നിന്നും ബോട്ടിലേക്ക് തൃക്കാലെടുത്തു വയ്ക്കാൻ ഭാവിച്ചപ്പോൾ തമ്പാൻ തൃക്കൈ പിടിച്ചു പുറകോട്ടു വലിച്ചു കൊണ്ട്, 'എന്താണ് കല്പിച്ചു ചെയ്യാൻ ഭാവിക്കുന്നത്?' എന്നു ചോദിച്ചു. 'ബോട്ടിൽ കയറാഞ്ഞാലോ?' എന്നു തിരുമനസ്സുകൊണ്ടും 'ബോട്ടെവിടെ' എന്നു തമ്പാനും പരസ്പരം ചോദ്യമായി. ഉടനെ കല്പിച്ചുനോക്കിയപ്പോൾ അവിടെ ബോട്ടും വെള്ളവും മഴയും മഴക്കാറും ഇടിയും മിന്നലും ഒന്നും ഉണ്ടായിരുന്നില്ല. യഥാപൂർവ്വം നല്ല വെയിൽ മാത്രമുണ്ടായിരുന്നു. അപ്പോഴാണ് ഇതെല്ലാം തമ്പാന്റെ ഇന്ദ്രജാലവിദ്യയായിരുന്നു എന്ന് തിരുമനസ്സിലേക്കു ബോധ്യമായത്. ഉടനെ ഒന്നാംതരത്തിൽ രണ്ടു വീരശൃംഖല വരുത്തി തമ്പാന്റെ രണ്ടു കൈക്കും കല്പിച്ചിട്ടുവിച്ചു 'തമ്പാന്റെ വിദ്യ കുറച്ചധികമായിപ്പോയി. ഇത്രയും വേണ്ടായിരുന്നു. ഞാൻ വല്ലാതെ പരിഭ്രമിച്ചുപോയി. എങ്കിലും സന്തോഷമായി. എന്നാൽ ഇതുകൊണ്ട് മതിയായില്ല. ഇത് ഞാൻ മാത്രമല്ലേ കണ്ടുള്ളൂ? നാളെ ഉച്ചയ്ക്ക് എല്ലാവർക്കും കാണാൻ സൗകര്യമുള്ള സ്ഥലത്തുവച്ച് പരസ്യമായിട്ടുകൂടി ചില വിദ്യകൾ കാണിക്കണം' എന്ന് കല്പിക്കുകയും തമ്പാൻ അങ്ങനെയാവാമെന്നു സമ്മതിക്കുകയും ചെയ്തു.

പിറ്റേദിവസം തമ്പാന്റെ ജാലവിദ്യാ പ്രദർശനം ഉണ്ടെന്നു കേട്ട് അവിടെ അസംഖ്യം ആളുകൾ കൂടി. മഹാരാജാവ് തിരുമനസ്സുകൊണ്ടു കരുവേലപ്പുര മാളികയിൽ എഴുന്നള്ളിയിരിക്കുകയും ചെയ്തു. അപ്പോൾ തമ്പാൻ എല്ലാവരും കാൺകെ മെതിയടിയിൽ കയറി വെള്ളത്തിന്റെ മീതെ നടന്നു പത്മതീർത്ഥക്കുളത്തിന്റെ മധ്യഭാഗത്ത് ചെന്ന് അവിടെ ഒരു കരിമ്പടം വിരിച്ചു അതിൽ അനേകം കച്ചവടസ്സാമാനങ്ങൾ നിരത്തി വച്ചു കൊണ്ടിരുന്നു. അവിടെയിരുന്നുകൊണ്ട് തമ്പാൻ പല വിദ്യകൾ കാണിച്ചു. അവയെല്ലാം കണ്ടു തിരുമനസ്സുകൊണ്ടും കാഴ്ചക്കാരായ ഇതരജനങ്ങളും ഏറ്റവും വിസ്മയിച്ചു. തമ്പാൻ കുറച്ചു ദിവസം തിരുവനന്തപുരത്തു താമസിച്ചിട്ട് മടങ്ങിപ്പോവുകയും ചെയ്തു. തമ്പാൻ യാത്ര അറിയിച്ചപ്പോൾ പതിവുള്ള സമ്മാനവും യാത്രചെലവുവകയ്ക്ക് ആയിരം പണവും കല്പ്പിച്ചു കൊടുത്ത് 'തമ്പാൻ താമസിയാതെ ഇനിയും വരണം' എന്ന് കല്പിക്കുകയും ചെയ്തു.

തമ്പാൻ പിന്നെയൊരിക്കൽ തിരുവനന്തപുരത്തു ചെന്നപ്പോഴും

വിദ്യ വല്ലതും കാണിക്കണമെന്ന് തിരുമനസ്സുകൊണ്ടു നിർബന്ധപൂർവ്വം കൽപ്പിക്കയാൽ അങ്ങനെയാകാമെന്ന സമ്മതിച്ച്, വലിയകൊട്ടാരത്തിന്റെ മുറ്റത്ത് ഒരു വലിയ കരിമ്പടം വിരിച്ചു അവിടെയിരുന്നുകൊണ്ട് ചില വിദ്യകൾ കാണിക്കാനായി ഭാവിച്ചു. അപ്പോൾ മേൽഭാഗത്തുനിന്ന് ഒരു നൂലിറങ്ങി വന്നു. അതിന്റെ അറ്റത്ത് ഒരെഴുത്തും ഉണ്ടായിരുന്നു. അത് വന്നു തമ്പാന്റെ തലയ്ക്കു മീതെ ആയപ്പോൾ അവിടെ നിന്നു. ഉടനെ തമ്പാൻ ആ എഴുത്തെടുത്തു വായിച്ചു നോക്കീട്ട് അടുക്കൽത്തന്നെ എഴുന്നള്ളിയിരിക്കുന്ന തിരുമനസ്സിലെ അടുക്കൽ 'എനിക്ക് ഇനിയിപ്പോൾ ഇവിടെ താമസിക്കാൻ നിവൃത്തിയില്ല. ദേവേന്ദ്രന്റെ ഒരെഴുത്ത് വന്നിരിക്കുന്നു. അതിനാൽ ദേവലോകത്ത് പോയി തിരിച്ചു വന്നിട്ട് വല്ലതും വിദ്യ കാണിക്കാം' എന്നറിയിക്കുകയും ആ എഴുത്ത് തൃക്കൈയിൽ കൊടുക്കുകയും ചെയ്തു. ആ എഴുത്ത് ദേവനാഗരാക്ഷരത്തിൽ ഗീർവ്വാണഭാഷയിൽ എഴുതപ്പെട്ടതായിരുന്നു. അതിലെ സംഗതിയുടെ ചുരുക്കം, ദേവലോകത്ത് അതിഭയങ്കരമായ ദേവാസുരയുദ്ധം ആരംഭിച്ചിരിക്കുന്നു എന്നും അതിനാൽ ദേവേന്ദ്രനെ സഹായിക്കുവാനായി തമ്പാൻ ക്ഷണത്തിൽ ചെല്ലണമെന്നുമായിരുന്നു. അതിൽ തമ്പാന്റെ പേർക്കുള്ള മേൽവിലാസവും ദേവേന്ദ്രന്റെ പേരും ഒപ്പും മുദ്രയുമുണ്ടായിരുന്നു. തിരുമനസ്സുകൊണ്ടു ആ എഴുത്ത് തൃക്കൺപാർത്തുകൊണ്ടിരുന്നപ്പോൾ തമ്പാൻ ആ നൂലിന്മേൽ പിടിച്ചു കൊണ്ട് മേലോട്ടു പൊങ്ങിപ്പോവുകയും ക്ഷണനേരം കൊണ്ട് അദ്ദേഹം അദൃശ്യനായിത്തീരുകയും ചെയ്തു. അപ്പോൾ തിരുമനസ്സുകൊണ്ടും അവിടെ കൂടിയിരുന്നവരുമെല്ലാം അത്ഭുതപരവശന്മാരായിത്തീർന്നു. ഏകദേശം ഒരു നാഴിക കഴിഞ്ഞപ്പോൾ ആ സ്ഥലത്ത് മഴപെയ്യുന്നത് പോലെ മേൽഭാഗത്തുനിന്നും രക്തം വീണുതുടങ്ങി. കുറച്ചുകൂടി കഴിഞ്ഞപ്പോൾ ദേഹത്തിൽ നിന്നു മുറിഞ്ഞു വേർപെട്ട ചില ശിരസ്സുകളും കൈകളും കാലുകളും തലയില്ലാത്ത ചില മൃതശരീരങ്ങളും മീതേക്ക് മീതെ വന്നു വീണു അവിടം നിറഞ്ഞു. ആ കൂട്ടത്തിൽ അനേകം ആനകളുടെയും കുതിരകളുടെയും ശവങ്ങളും ഉണ്ടായിരുന്നു. ഇങ്ങനെ ചിലതൊക്കെ കൂടി കണ്ടുതുടങ്ങിയപ്പോൾ എല്ലാവർക്കും ആശ്ചര്യത്തോടു കൂടി വല്ലാതെ ഒരു ഭയം കൂടി ഉണ്ടായിത്തീർന്നു. ഒടുക്കം രക്തപ്രവാഹത്തോടു കൂടി തമ്പാന്റെ തലയും അവിടെ വന്നു വീണു. അത് കണ്ടപ്പോൾ ഇതെല്ലാം തമ്പാന്റെ വിദ്യയാണെന്ന് നല്ല നിശ്ചയമുണ്ടായിരുന്ന തിരുമനസ്സിലെ തിരുവുള്ളത്തിലും സ്വല്പമൊരു വികാരഭേദം ഉണ്ടായിപ്പോയി. ഇതെല്ലാം കണ്ടുകൊണ്ടു ഒരു മറയുടെ ഉള്ളിൽ നിന്നിരുന്ന അമ്മച്ചി തമ്പാന്റെ തലകൂടി കണ്ടപ്പോൾ മൂർച്ഛിച്ചു വീണുപോയി. ഉടനെ തിരുമനസ്സുകൊണ്ടു അതറിഞ്ഞു എണീറ്റ് അങ്ങോട്ട് എഴുന്നള്ളാൻ ആയി തിരിഞ്ഞപ്പോൾ തമ്പാൻ തിരുമനസ്സിലെ പുറകിൽ നിന്നുകൊണ്ട് 'ഇനി പരിഭ്രമിക്കാനും പേടിക്കാനുമൊന്നുമില്ല. ഇന്നത്തെ കളി കഴിഞ്ഞു' എന്ന് പറഞ്ഞു. തിരുമനസ്സുകൊണ്ടു തിരിഞ്ഞു നോക്കിയപ്പോൾ ആ മുറ്റത്ത് തമ്പാനെയല്ലാതെ മറ്റൊന്നും കാണ്മാനുണ്ടായിരുന്നില്ല. ആ പ്രാവശ്യവും തിരുമനസ്സുകൊണ്ടു സന്തോഷിച്ചു തമ്പാന് അനേകം സമ്മാനങ്ങൾ കല്പിച്ചു കൊടുക്കുകയുണ്ടായി. ഈ വിദ്യ തമ്പാനൊരിക്കൽ തന്റെ അമ്മയെ കാണിക്കാനായി സ്വഗൃഹത്തിൽ വച്ചും കാണിച്ചിട്ടുണ്ട്.

കൈപ്പുഴത്തമ്പാൻ ഒരിക്കൽ പന്തളത്ത് ചെന്നിരുന്നു. തമ്പാനെ

കണ്ടപ്പോൾ അവിടത്തെ വലിയതമ്പുരാൻ 'തമ്പാനെയും തമ്പാന്റെ വിദ്യകളും കണ്ടിട്ട് വളരെക്കാലമായി. ഇന്ന് നേരം വൈകിയല്ലോ. അതു കൊണ്ട് നാളെ മതി. എന്തെങ്കിലും ഒരു വിദ്യ കാണിക്കണം' എന്ന് കല്പിച്ചു. 'പ്രായാധിക്യംകൊണ്ട് വിദ്യകളൊക്കെ ഇയ്യിടെ നിറുത്തിവച്ചിരിക്കുക യാണ്. ഇനി അതിനൊക്കെ പുറപ്പെട്ടാൽ ഒന്നും ശരിയാവുകയില്ല' എന്ന് തമ്പാൻ മറുപടി പറഞ്ഞപ്പോൾ 'ഉപായമൊന്നും പറയേണ്ടാ. ഏതെങ്കിലും ഒന്ന് കാണിക്കാതെ തമ്പാനെ ഞാനിവിടെ നിന്നും വിട്ടയക്കുകയില്ല' എന്ന് വലിയതമ്പുരാൻ വീണ്ടും കല്പിച്ചു. അതിനു ശേഷമായി തമ്പാൻ ഒന്നും പറഞ്ഞില്ല. തമ്പാൻ അന്ന് അവിടെ താമസിച്ചു. പിറ്റേ ദിവസം രാവിലെ വലിയതമ്പുരാനും തമ്പാനും കൂടി കുളിക്കാനായി പുഴക്കടവിലേക്ക് പോയി. കടവിൽ ചെന്ന് രണ്ടുപേരും പല്ല് തേച്ചുകൊണ്ടിരുന്നപ്പോൾ തമ്പാൻ 'ഈ ആറ്റിൽ മുതലയുണ്ടോ?' എന്ന് ചോദിച്ചു. 'വെള്ളം പൊങ്ങിക്കിടക്കുമ്പോൾ ചില കാലം മുതല വരാറുണ്ട്. കുളിക്കാൻ പോലും വെള്ളം കഷ്ടിയായി രിക്കുന്ന ഈ വേനൽക്കാലത്ത് ഇവിടെയെങ്ങാനും മുതല വരികയില്ല. ആറ്റിൽ പലസ്ഥലങ്ങളിൽ ഇടമുറിഞ്ഞിട്ടുള്ളതിനാൽ ഇപ്പോൾ മുതലയ്ക്ക് കയറിവരാൻ നിവൃത്തിയുമില്ല' എന്ന് വലിയതമ്പുരാൻ കല്പിച്ചു. അപ്പോഴേ യ്ക്കും ഒരു വലിയ മുതല അവരുടെ മുൻപിലായി വന്നു പൊങ്ങി. അപ്പോൾ തമ്പാൻ, 'ഇവിടെ മുതലയില്ലെന്നു കല്പിച്ചിട്ടു ഇതാ മുതല വന്നല്ലോ' എന്ന് പറഞ്ഞു. മുതല നേരെ ഇവരുടെ അടുക്കലേക്കു തന്നെ വന്നു. മുതലയെക്കണ്ട് പേടിച്ചു വലിയതമ്പുരാൻ എണീറ്റു. തമ്പാൻ അവിടെത്തന്നെ ഇരുന്നു. മുതല തമ്പാനെ തട്ടി വെള്ളത്തിലിട്ടു കടിച്ചെടുത്തും കൊണ്ടുപോയി. അപ്പോൾ തമ്പാൻ വലിയതമ്പുരാന്റെ നേരെ നോക്കി കൊണ്ട് 'മുതലയുണ്ടോ എന്നു ചോദിച്ചിട്ട് ഇല്ലെന്നല്ലേ അവിടുന്ന് പറഞ്ഞത്? ഇങ്ങനെ ഭോഷ്ക്ക് പറഞ്ഞു എന്നെ മുതലയ്ക്ക് ഇരയാക്കിത്തീർത്തത് കഷ്ടമായിപ്പോയി. ഇത് അവിടേക്ക് ചേർന്ന പ്രവൃത്തിയല്ല' എന്നു പറഞ്ഞു. അപ്പോഴേക്കും മുതല തമ്പാനെയും കൊണ്ട് കുറെ അകലെ പോയി താണു. വലിയ തമ്പുരാൻ ആകപ്പാടെ ഏറ്റവും വിഷണ്ണൻ ആയിത്തീർന്നു. ഉടനെ കരയ്ക്കു കയറി നിന്നുകൊണ്ട് ഭൃത്യന്മാരെയും മറ്റും വിളിച്ചു വരുത്തി വിവരം കല്പിച്ചു. അപ്പോഴേക്കും കർണ്ണാകർണ്ണികയാ ഈ വർത്തമാനം അറിഞ്ഞു വലക്കാരും മറ്റുമായി അവിടെ അസംഖ്യം ആളുകൾ കൂടിക്കഴിഞ്ഞു. വല വീശിയും ആളുകൾ ഇറങ്ങിത്തപ്പിയും മറ്റും ആറ്റിൽ എല്ലാം പല വിധത്തിൽ പരിശോധനകൾ നടത്തി. ഒരു ഫലവും ഉണ്ടായില്ല. തമ്പാനെ എന്നല്ല, മുതലയെ പോലും അവിടെയെങ്ങും കണ്ടില്ല. നേരമുച്ചയായപ്പോൾ ഇച്ഛാഭംഗത്തോടുകൂടി എല്ലാവരും പിരിഞ്ഞു. വലിയ വിഷാദത്തോടുകൂടി വലിയ തമ്പുരാൻ നീരാ ട്ടുകുളി കഴിച്ചു അമ്പലത്തിലേക്ക് എഴുന്നള്ളി. വലിയ തമ്പുരാൻ എഴുന്നള്ളി ദർശനം കഴിക്കാതെ നടയടച്ചു പോകുന്നത് ശരിയല്ലല്ലോ എന്ന് വിചാരിച്ചു ശാന്തിക്കാരൻ അവിടെ കാത്തിരിക്കുന്നുണ്ടായിരുന്നു. അപ്പോൾ വലിയമ്പ ലത്തിൽ ജപിച്ചുകൊണ്ടിരുന്ന കൈപ്പുഴത്തമ്പാൻ, 'ഇന്ന് നീരാട്ടു കുളിക്ക് ഇത്ര അമാന്തം പറ്റിയതെന്താണ്?' എന്നു ചോദിച്ചു. തമ്പാനെ കണ്ടപ്പോൾ അത്ഭുതപരവശൻ ആയിത്തീർന്ന വലിയതമ്പുരാൻ 'തമ്പാനിവിടെ എത്തി യിരിക്കുന്നുവോ? ഇത് അറിഞ്ഞെങ്കിൽ കുളിക്കാൻ ഞാനിത്രയും അമാന്തി ക്കുകയില്ലായിരുന്നു. തമ്പാനെന്നെ ചതിക്കുകയാണല്ലോ ചെയ്തത്' എന്നു

കല്പിച്ചു. 'വിദ്യ വലതും കാണിക്കണമെന്ന് അവിടുന്ന് നിർബന്ധിച്ചിട്ടല്ലേ ഇത്രയും കാണിച്ചത്? ഇത് ശരിയാണോ' എന്നു തമ്പാനും ചോദിച്ചു.

അനന്തരം രണ്ടുപേരും സ്വാമിദർശനം കഴിച്ചു കോയിക്കലേക്ക് പോയി ഊണും കഴിച്ചു. അപ്പോൾ തന്നെ തമ്പാൻ യാത്രയാവുകയാൽ അവിടെ നിന്നും തമ്പാന് അനേക സമ്മാനങ്ങൾ കൊടുത്തയച്ചു. ഇത്രയും പറഞ്ഞത് കൊണ്ട് തന്നെ കൈപ്പുഴത്തമ്പാന് ഇന്ദ്രജാലവിദ്യയിൽ അനിതരസാധാരണമായ നൈപുണ്യമുണ്ടായിരുന്നുവെന്നു സ്പഷ്ടമായിട്ടുണ്ടല്ലോ. അതിനാൽ ഇനി ഈ ഭാഗം അധികം വിസ്തരിക്കുന്നില്ല. തമ്പാൻ ജ്യോതിഷത്തിലും അതി സമർത്ഥനായിരുന്നു എന്നുള്ളതിലേക്ക് ദൃഷ്ടാന്തമായി ഒരു സംഗതി കൂടി പറഞ്ഞിട്ട് ഈ ഉപന്യാസം അവസാനിപ്പിക്കാമെന്ന് വിചാരിക്കുന്നു.

ഒരിക്കൽ തമ്പാൻ തിരുവനന്തപുരത്ത് ചെന്ന് മുഖം കാണിച്ച സമയം 'തമ്പാൻ വലിയ ജ്യോത്സ്യൻ ആണെന്നാണല്ലോ ജനങ്ങൾ പറയുന്നത് അതിനാൽ ഞാൻ എന്ന് ഏതു സമയത്ത് മരിക്കുമെന്ന് ഒന്നെഴുതി തരണം' എന്ന് കല്പിച്ചു. 'ഇതനാവശ്യമാണ്. മരണ ദിവസം മുൻകൂട്ടി അറിഞ്ഞാൽ ആർക്കും വ്യസനവും പരിഭ്രമവും ഉണ്ടാകും. അതിനാൽ അതറിയാതിരിക്കുകയാണ് നല്ലത്'' എന്ന് തമ്പാൻ തിരുമനസ്സറിയിച്ചു. 'അതൊന്നും സാരമില്ല. ഇതൊന്നു നിശ്ചയമായിട്ടു എഴുതിത്തരണം' എന്നു വീണ്ടും നിർബന്ധപൂർവം കല്പിക്കുകയാൽ ഇന്നയാണ്ട്, ഇന്ന മാസം, ഇത്രാം തീയതി, ഇന്ന സമയത്ത് നാട് നീങ്ങും എന്ന് തമ്പാൻ എഴുതിക്കൊടുത്തു. ഉടനെ 'തമ്പാനെന്നാണ് മരിക്കുന്നതെന്നു' കല്പിച്ചു ചോദിച്ചു. 'അത് ഇതിനു രണ്ടു കൊല്ലം മുൻപാണ്'' എന്നറിയിച്ചപ്പോൾ 'എന്നാൽ അതുകൂടി വിവരമായി ഒന്നെഴുതിത്തരണം' എന്നു കല്പിക്കുകയും തമ്പാൻ എഴുതിക്കൊടുക്കുകയും ചെയ്തു. ഇതു കഴിഞ്ഞിട്ട് ഏതാനും കൊല്ലങ്ങൾക്കു ശേഷമായിരുന്നു തമ്പാന്റെ മരണം.

തമ്പാൻ മരിക്കുന്ന ദിവസമടുത്തപ്പോൾ സംസ്കാരത്തിന് വേണ്ടുന്ന ചന്ദനമുട്ടി, പട്ടു മുതലായവയും പിണ്ഡമടിയന്തരത്തിനു വേണ്ടു ന്ന പണവും കൊടുത്തു കല്പിച്ച് ആളുകളെ അയച്ചു. ഇവയെല്ലാം കൊണ്ട് തമ്പാന്റെ കോവിലകത്തിന് സമീപം എവിടെയെങ്കിലും പോയി ഗൂഢമായി താമസിക്കുകയും ആ സമയത്ത് തമ്പാൻ മരിച്ചുവെങ്കിൽ ഇതെല്ലാം തമ്പാന്റെ അനന്തരവനെ ഏല്പിച്ചു തിരിയെ വന്നു വിവരം അറിയിക്കുകയും, തമ്പാൻ മരിച്ചില്ല എങ്കിൽ എല്ലാം തിരികെ കൊണ്ടുപോരികയും ചെയ്യണമെന്നു കല്പിക്കുകയും ചെയ്തിരുന്നു. കല്പിച്ചതുപോലെ ആ ആളുകൾ പോയി തമ്പാന്റെ കോവിലകത്തിന് സമീപമൊരു സ്ഥലത്ത് താമസിച്ചു. മരിക്കാനുള്ള സമയമായപ്പോൾ തമ്പാൻ മുണ്ടും മറ്റും മാറ്റിയുടുത്ത് കാലും മുഖവും കഴുകി ഭസ്മം, ചന്ദനം, ഗോപി മുതലായവ ധരിച്ചു. സുഗന്ധപുഷ്പങ്ങൾ ചൂടി തയ്യാറായതിന്റെ ശേഷം അനന്തരവനെ വിളിച്ചു പുല്ലും മണലും വിരിക്കാൻ പറഞ്ഞു വിരിപ്പിച്ചു അതിന്മേൽ കിടന്നു. നാരായണനാമം ജപിച്ചുകൊണ്ടുമരിച്ചു. അതുവരെ തമ്പാന് യാതൊരു സുഖക്കേടും ഉണ്ടായിരുന്നില്ല. തമ്പാൻ മരിച്ചപ്പോഴേക്കും കല്പിച്ചയച്ച ആളുകൾ അവിടെയെത്തി. കല്പിച്ചു കൊടുത്തയച്ചിരുന്നത് എല്ലാം തമ്പാന്റെ അനന്തരവനെ ഏല്പിച്ചിട്ട് തിരിച്ചു വന്നു വിവരം തിരുമനസ്സ് അറിയിച്ചു. നിശ്ചിത സമയത്തുതന്നെ തമ്പാൻ മരിച്ചു എന്നറിഞ്ഞപ്പോൾ തിരുമനസ്സിലേക്കു വല്ലാതെ ഒരാധി ഉണ്ടായി.

പിന്നെ നാട് നീങ്ങുന്നത് വരെ അവിടെയ്ക്കു ബുദ്ധിക്കു നല്ല തന്റേടമില്ലായിരുന്നുവെന്നാണ് കേൾവി. തമ്പാൻ കുറിച്ചുകൊടുത്തിരുന്ന സമയത്ത് തന്നെ നാടു നീങ്ങുകയും ചെയ്തു.

ഈ ഒരു സംഗതി കൊണ്ട് തന്നെ തമ്പാൻ വലിയ ജ്യോത്സ്യനായിരുന്നുവെന്നും സ്പഷ്ടമാകുന്നുണ്ടല്ലോ. ഇങ്ങനെ അദ്ദേഹത്തിന്റെ വൈദ്യം, മന്ത്രവാദം മുതലായവയെക്കുറിച്ചും അനേകം കഥകൾ പറയാനുണ്ട്. അതെല്ലാം ഇനി വേറൊരു അവസരത്തിലാവാമെന്നു വിചാരിച്ചു ഇപ്പോൾ വിരമിക്കുന്നു.

●

കൊല്ലം വിഷാരിക്കാവ്

ഈ ഭദ്രകാളിക്ഷേത്രം ഇപ്പോൾ സ്ഥിതിചെയ്യുന്നത് ബ്രിട്ടീഷ് മലബാറിൽ കുറുമ്പ്രനാട്ടു താലൂക്കിൽ ചേർന്ന വിയ്യൂരംശം മണ്ണമംഗലം ദേശത്തു പന്തലായിനി തീവണ്ടി സ്റ്റേഷന് ഒന്നരനാഴിക വടക്കുപടിഞ്ഞാറാണ്. ഇതു പണ്ടു തിരുവിതാംകൂറിൽ കൊല്ലത്തായിരുന്നു. അവിടെയിരുന്ന ഈ ക്ഷേത്രം ഇവിടെയായിത്തീർന്നതെങ്ങനെയെന്നും മറ്റും താഴെ പറയുന്നു.

പണ്ടു വൈശ്യജാതിക്കാരായ ഏതാനും കുടുംബക്കാർ പരദേശത്തുനിന്നു കൊല്ലത്തുവന്നു താമസിച്ചിരുന്നു. അവരുടെ പ്രധാന തൊഴിലുകൾ പട്ടുനെയ്ത്തും സ്വർണ്ണവ്യാപാരവുമായിരുന്നു. അതുകൊണ്ട് അവർ കാലക്രമേണ ധനവാന്മാരായിത്തീർന്നു.

അങ്ങനെയിരുന്ന കാലത്ത് അവരിൽ ഒരാൾ ശ്രീപോർക്കലിയിൽപ്പോയി ഭഗവതിയെസ്സേവിച്ചു താമസിച്ചു. അതിനിഷ്ഠയോടുകൂടിയുള്ള സേവകൊണ്ടു ഭഗവതി അയാളെക്കുറിച്ച് ഏറ്റവും സന്തുഷ്ടയായി ഭവിക്കുകയാൽ ഒരു ദിവസം രാത്രിയിൽ അയാൾ ഉറങ്ങിക്കിടന്നിരുന്ന സമയം ആരോ അയാളുടെ അടുക്കൽ ചെന്നു. 'നിന്റെ ഭക്തിവിശ്വാസാദികൾകൊണ്ടു ഞാനേറ്റവും പ്രസാദിച്ചിരിക്കുന്നു. ഇനി ഇപ്രകാരം കഠിനമായ തപസ്സുചെയ്തു നീ കഷ്ടപ്പെടണമെന്നില്ല. നിന്റെ തലയ്ക്കലിരിക്കുന്ന നാന്ദകം വാളെടുത്തു നിനക്കു സ്വദേശത്തേക്കു പോകാം. എന്റെ ആയുധംവെച്ചു പതിവായി എന്നെ പൂജിച്ചുകൊണ്ടിരുന്നാൽ നീ വിചാരിക്കുന്ന കാര്യങ്ങളെല്ലാം ഞാൻ സാധിപ്പിച്ചുതന്നുകൊള്ളാം. നീ വിചാരിക്കുന്ന സ്ഥലത്തു ഞാനുണ്ടെന്നു ദൃഢമായി വിശ്വസിച്ചുകൊള്ളുക' എന്നു പറഞ്ഞതായി അയാൾക്കു തോന്നി. അയാൾ പെട്ടെന്നു കണ്ണു തുറന്നുനോക്കിയസമയം ദുർന്നിരീക്ഷ്യമായ ഒരു തേജസ്സുമാത്രം കാണുകയും ഉടനെതന്നെ അതു മറഞ്ഞുപോവുകയും ചെയ്തു. അതു ദേവി തന്റെ അടുക്കൽ എഴുന്നള്ളി അരുളിച്ചെയ്തതുതന്നെയാണെന്ന് അയാൾ ദൃഢമായി വിശ്വസിക്കുകയും തലയ്ക്കൽ നോക്കിയപ്പോൾ ഒരു നാന്ദകം വാൾ അവിടെ ഇരിക്കുന്നതായി കാണുകയും ചെയ്തു.

അയാൾ കൊല്ലത്തു മടങ്ങിയെത്തിയതിന്റെ ശേഷം അവിടെ ഒരു ക്ഷേത്രം പണിയിച്ചു ഭഗവതിയെ പ്രതിഷ്ഠിക്കുകയും പീഠത്തിന്മേൽ നാന്ദകം വാൾകൂടി വെച്ചു പതിവായി പൂജിച്ചു ഭഗവതിയെ ഭക്തിപൂർവ്വം സേവിച്ചുകൊണ്ടിരിക്കുകയും ചെയ്തു. ആ വൈശ്യൻ ഒരു വിഷഹാരിയുമായിരുന്നു. അതിനാൽ അയാളുണ്ടാക്കിയ ക്ഷേത്രത്തിനും 'വിഷഹാരിക്കാവ്' എന്നു നാമം സിദ്ധിച്ചു. അതു ലോപിച്ചു കാലക്രമേണ 'വിഷാരിക്കാവ്'

എന്നായിത്തീർന്നു. മുൻപേതന്നെ വലിയ ധനവാന്മാരായിരുന്ന വൈശ്യന്മാർക്കു ഭഗവതിയുടെ സാന്നിദ്ധ്യംകൂടിയുണ്ടായപ്പോൾ ധനം സംഖ്യയില്ലാതെ വർദ്ധിച്ചു. അവർ കപ്പലുകളും പത്തേമാരികളും പണിയിച്ച് അവരുടെ കച്ചവടം യൂറോപ്പുരാജ്യങ്ങൾ വരെ പ്രചരിപ്പിച്ചുതുടങ്ങി. അപ്പോഴേക്കും വിഷഹാരിയും ദേവിയെസ്സേവിച്ചുകൊണ്ടുവന്ന ആളുമായ വൈശ്യനും ധനമെന്നപോലെതന്നെ അഹങ്കാരവും സീമാതീതമായി വർദ്ധിച്ചു. അതിനാലവർ ക്രമേണ രാജാവിനെപ്പോലും കൂട്ടാക്കാതെയും രാജാവിനു ക്രമപ്രകാരം കൊടുക്കേണ്ടുന്ന നികുതിയും മറ്റും കൊടുക്കാതെയുമായി. മുഷ്കന്മാരായ വൈശ്യന്മാരുടെ ധിക്കാരം ക്രമേണ രാജാവിനു ദുസ്സഹമായിത്തീർന്നു. അതിനാൽ കൊല്ലത്തു താമസിക്കുന്ന സകല വൈശ്യന്മാരും മൂന്നുദിവസത്തിനകം നാടുവിട്ടുപൊയ്ക്കൊള്ളണം' എന്നൊരു രാജകല്പന പുറപ്പെട്ടു. അപ്പോൾ വൈശ്യന്മാരാകപ്പാടെ പരിഭ്രാന്തഹൃദയരും വിഹ്വലരുമായിത്തീർന്നു. ഭഗവതിയെ പ്രതിഷ്ഠിച്ചുസേവിച്ചുകൊണ്ടിരുന്നവരുൾപ്പെടെ എട്ടു കുടുംബക്കാർ കല്പന കേട്ട ക്ഷണത്തിൽ അവരുടെ സകല സ്ഥാവരജംഗമസ്വത്തുക്കളും പത്തേമാരികളിലാക്കിക്കൊണ്ടു സമുദ്രമാർഗ്ഗേണ വടക്കോട്ടു പുറപ്പെട്ടു. ഭഗവതിയെ സ്സേവിച്ചുകൊണ്ടിരുന്ന വൈശ്യൻ യാത്രയായ സമയം ആ ഭഗവതിയെ നാന്ദകം വാളിന്മേൽ ആവാഹിച്ചെടുത്തുകൊണ്ടാണ് പോയത്. ശേഷമുണ്ടായിരുന്ന കുടുംബക്കാർ അവരുടെ പൂർവ്വസ്ഥലമായ പാണ്ഡ്യരാജ്യത്തേക്കും പോയി.

വടക്കോട്ടു പോയവർ കരയോടു ചേർന്നു പത്തേമാരി ഓടിച്ചുപോയ സമയം ഒരു സ്ഥലത്തു പശുക്കളും പുലികളും ജാതിവൈരം കൂടാതെ ഒന്നിച്ചു മേഞ്ഞുകൊണ്ടുനിൽക്കുന്നതായിക്കണ്ടു. ഈ സ്ഥലം സമാധാനത്തോടുകൂടിത്താമസിക്കാൻ കൊള്ളാവുന്നതാണെന്നു നിശ്ചയിച്ച് അവർ പത്തേമാരികൾ അവിടെ അടുപ്പിച്ചു കരയ്ക്കിറങ്ങി. കടലോടടുത്തുള്ള ആ സ്ഥലം അക്കാലത്തു വലിയ വനപ്രദേശമായിരുന്നു.

അവർ കരയ്ക്കിറങ്ങിയതിന്റെശേഷം അവിടെയെല്ലാം ചുറ്റിനടന്നു ഭഗവതിക്കു ക്ഷേത്രവും അവർക്കു ഗൃഹങ്ങളും പണിയിക്കുന്നതിനു യോഗ്യങ്ങളായ സ്ഥലങ്ങൾ നോക്കിക്കണ്ടു നിശ്ചയിക്കുകയും ആ സ്ഥലങ്ങൾ കുറുമ്പ്രനാട്ടു രാജാവിന്റെ വകയായിരുന്നതിനാൽ രാജാവിനു പിടിപ്പതു വില കൊടുത്ത് അവ വാങ്ങുകയും ക്ഷേത്രവും ഗൃഹങ്ങളും പണിയിക്കുകയും ചെയ്തു. അമ്പലം, ശ്രീകോവിൽ, നാലമ്പലം, തിടപ്പള്ളി മുതലായവയോടുകൂടിയാണ് പണികഴിപ്പിച്ചത്. അവിടെ കൊടുങ്ങല്ലൂർ, തിരുമാന്ധാംകുന്നു മുതലായ സ്ഥലങ്ങളിലെപ്പോലെ കിഴക്കോട്ടു ദർശനമായി ശിവനെയും വടക്കോട്ടു ദർശനമായി ഭഗവതിയെയും മതിൽക്കകത്ത് ഉപദേവനായ ശാസ്താവിനെയും പ്രതിഷ്ഠിച്ചു. പ്രതിഷ്ഠ നടത്തിയതു പ്രസിദ്ധ മാന്ത്രികനും തന്ത്രിയുമായ കാട്ടുമാടസ്സു നമ്പൂരിയാണ്. എങ്കിലും പിന്നെയും ശാന്തി നടത്തിയിരുന്നതു ഭഗവതിയെ സേവിച്ചുകൊണ്ടിരുന്ന ആ വൈശ്യനും അദ്ദേഹത്തിന്റെ കാലശേഷം തദുപദേശപ്രകാരം അദ്ദേഹത്തിന്റെ കുടുംബക്കാരുമായിരുന്നു. വൈശ്യന്മാർ എട്ടു കുടുംബക്കാരും ക്ഷേത്രത്തിനു സമീപം തന്നെ എട്ടു ഗൃഹങ്ങളിലായി താമസമുറപ്പിച്ചു. ഈ ക്ഷേത്രത്തിൽ അവർ ഊരാളന്മാരായിത്തീരുകയും ചെയ്തു.

ഈ വൈശ്യന്മാർ അവിടെ വന്നത് ആ ദേശത്തിനും മംഗലമായി

പരിണമിച്ചു. അതിനാൽ ആ ദേശത്തിനു 'വന്നമംഗലം' എന്നു നാമം സിദ്ധിച്ചു. ക്രമേണ 'മണ്ണമംഗലം' എന്നായിത്തീർന്നു. ക്ഷേത്രത്തിനു പൂർവ്വസ്മരണ വിടാതെ അവർ 'കൊല്ലം വിഷാരിക്കാവ്' എന്നുതന്നെ പേരിട്ടു. അതിന് ഇപ്പോഴും ഭേദഗതി വന്നിട്ടുമില്ല. ഈ ക്ഷേത്രത്തിന്റെ കാരണഭൂതനായ വൈശ്യനു ശ്രീപോർക്കലിയിൽനിന്നു കിട്ടിയതും കൊല്ലത്തുനിന്നു ഭഗവതിയെ ആവാഹിച്ചു കൊണ്ടുപോന്നതുമായ നാന്ദകം വാൾ ഇവിടെ ഭഗവതിയെ പ്രതിഷ്ഠിച്ചപ്പോൾതന്നെ ആ ശ്രീകോവിലകത്തു വെച്ചു. അത് ഇപ്പോഴും അവിടെത്തന്നെ ഇരിക്കുന്നുണ്ട്. അതിന് ഇതുവരെ യാതൊരു കേടും സംഭവിച്ചിട്ടില്ല. ഊരാളന്മാരായ എട്ടു കുടുംബക്കാരുടെ ക്ഷേത്രത്തിൽ വീട്ടുപേരുകൾ താഴെപ്പറയുന്നു. 1. കീഴേൽ വീട് 2. പാഴേൽ 3. എളേടത്ത് 4. ഈച്ചരാട്ടിൽ 5. പൊനത്തിൽ 6. നാണോത്ത് 7. എരോത്ത് 8. ഉമ്മച്ചിവീട്. ക്ഷേത്രത്തിൽ കൈകാര്യകർത്തൃത്വം ഒന്നു മുതൽ നാലു വീട്ടുകാർക്കാണ്. അവർക്കു കാരണവസ്ഥാനവുമുണ്ട്. ശേഷമുള്ള നാലു വീട്ടുകാരും ഇവരുടെ അനന്തരവരുടെ നിലയിലാണ് വർത്തിച്ചുപോരുന്നത്.

ഈ വൈശ്യന്മാർ പത്തേമാരികളിൽനിന്നു കരയ്ക്കിറങ്ങിയതിന്റെ ശേഷം ക്ഷേത്രത്തിനും വീടുകൾക്കും യോഗ്യമായ സ്ഥലം നോക്കി നിശ്ചയിക്കാൻ പോയവർ വെയിലത്തു ക്ഷീണിച്ചപ്പോൾ ഒരു അയിനിമരത്തിന്റെ ചുവട്ടിൽ ചെന്നിരുന്നു. ആ വൃക്ഷം ശാഖോപശാഖകൾകൊണ്ടു പന്തൽ പോലെ പരന്നതായിരുന്നതിനാൽ അവർ അതിന് പന്തലായിനിഎന്നു പേരിട്ടു. അതിനാൽ ആ ദേശത്തിനും ആ പേരു സിദ്ധിച്ചു.

ഈ വൈശ്യന്മാർ എട്ടു കുടുംബക്കാർ മാത്രമായിരുന്നതിനാൽ അവർക്കു യഥാപൂർവ്വം പെൺകിടാങ്ങളെ വിവാഹം കഴിച്ചുകൊടുക്കുന്നതിനും മക്കത്തായം ആചരിക്കുന്നതിനും നിവൃത്തിയില്ലാതെയായിത്തീർന്നു. അതിനാൽ അവർ ചില നായർവീട്ടുകാരെ എണങ്ങാക്കിച്ചേർക്കുകയും മക്കത്തായമുപേക്ഷിച്ചു മരുമക്കത്തായം സ്വീകരിക്കുകയും ചെയ്തു.

വൈശ്യന്മാർ നായന്മാരായിത്തീർന്നപ്പോൾ ക്ഷേത്രത്തിൽ ശാന്തിക്ക് അവരായാൽപ്പോരെന്നു അവർക്കുതന്നെ തോന്നുകയാൽ ശാന്തിക്ക് അവർ ചാലോറ എന്ന് ഇല്ലപ്പേരായ ഒരു നമ്പൂരിയെ നിയമിച്ചു. നമ്പൂരി ശാന്തിയായപ്പോൾ അവിടെ സ്വല്പം ചില ഭേദഗതികൾ വരുത്തേണ്ടിവന്നു. ക്ഷേത്രത്തിൽ ഉഷപ ഉൾപ്പെടെ അഞ്ചു പൂജ പതിവുള്ളതിൽ ഭഗവതിക്കു മാത്രം ഉച്ചപൂജയ്ക്കുള്ള നിവേദ്യം മദ്യവും മാംസവുമായിരുന്നു പതിവ്. നമ്പൂരി ശാന്തിയായപ്പോൾ അതു വേണ്ടെന്നു വെച്ചു. മദ്യമാംസങ്ങൾ നിവേദ്യമല്ലാതാവുകയും പൂജ നമ്പൂരിയാവുകയും ചെയ്തപ്പോൾ ഭഗവതിയുടെ ചൈതന്യവും വർദ്ധിച്ചു. മുൻപേതന്നെ ഉഗ്രമൂർത്തിയായ ഭഗവതി നമ്പൂരിയുടെ പൂജ നിമിത്തം അത്യുഗ്രയായിത്തീർന്നു. ദേവിക്കു 'ഭയങ്കരി' എന്നുള്ള നാമം അപ്പോഴാണു യഥാർത്ഥമായിത്തീർന്നത്. ദർശനത്തിനായിച്ചെല്ലുന്നവർക്കു പകൽസമയത്തുപോലും ദേവിയുടെ നടയിൽപ്പോകാനെന്നല്ല, ക്ഷേത്രത്തിനകത്തു കടക്കാൻതന്നേയും എന്തോ വല്ലാത്ത ഒരു ഭയം ഉണ്ടായിത്തീർന്നു. അപ്പോൾ ഈ ഉഗ്രത സ്വല്പം കുറയ്ക്കണമെന്നു നിശ്ചയിച്ചു ഊരാളന്മാർ നമ്പൂരിയുടെ ശാന്തി വേണ്ടെന്നുവെയ്ക്കുകയും ശാക്തേയന്മാരായ 'വട്ടോളി' മൂസ്സതിന്മാരെക്കൊണ്ടു ശാന്തി തുടങ്ങിക്കുകയും ചെയ്തു. അപ്പോൾ ദേവിയുടെ ഉഗ്രതയ്ക്കു സ്വല്പം ശമനം സംഭവിക്കുകയും ചെയ്തു. ഇപ്പോഴും ഈ

ക്ഷേത്രത്തിൽ ശാന്തി നടത്തിവരുന്നതു വട്ടോളി മൂസ്സതിന്മാർ തന്നെയാണ്. എങ്കിലും ആണ്ടുതോറും മീനത്തിൽ തന്ത്രിയെ അവിടെ വരുത്തി, ഒരു ശുദ്ധികലശവും ബ്രാഹ്മണരെക്കൊണ്ടു മൂന്നുദിവസത്തെ പൂജയും ഇപ്പോഴും നടത്തിവരുന്നുണ്ട്.

ഈ ക്ഷേത്രത്തിൽ ആണ്ടുതോറും മീനമാസത്തിൽ ഒരുത്സവം നടന്നു വരുന്നുണ്ട്. അതിനു 'കളിയാട്ടം' എന്നാണു പേരുപറഞ്ഞുവരുന്നത്. ഈ ഉത്സവം മറ്റു ക്ഷേത്രങ്ങളിലെപ്പോലെയൊന്നുമല്ല. ഇവിടെ ധ്വജമായി ഉപയോഗിക്കുന്നതു നാല്പത്തഞ്ചുകോൽ നീളമുള്ള ഒരു മുളയാണ്. മുള നാട്ടി അതിന്മേലാണ് കൊടിയേറ്റു കഴിക്കുന്നത്. കൊടിയേറിയാൽ എഴുന്നള്ളി ക്കുന്നത് ആറു ദിവസം ലോഹനിർമ്മിതമായ ശീവേലിത്തിടമ്പും ഏഴാം ദിവസവും എട്ടാം ദിവസവും നാന്ദകം വാളുമാണ്. നാന്ദകം വാളെഴുന്നള്ളി ക്കുന്നതിനുള്ള ആന പിടി തന്നെയായിരിക്കണമെന്നു നിർബന്ധമുണ്ട്. ഉത്സവകാലത്തു പ്രതിദിനം മൂന്നു ശീവേലിയും ക്ഷേത്രത്തിന്റെ ഊട്ടുപുര യിൽവെച്ചു ബ്രാഹ്മണർക്കും സാധുക്കൾക്കും സദ്യയും പതിവുണ്ട്. ഏഴാം ദിവസം വലിയവിളക്കിനും എട്ടാംദിവസം കാളിയാട്ടത്തിനും മാത്രമേ നാന്ദകംവാൾ ആനപ്പുറത്ത് എഴുന്നള്ളിക്കാറുള്ളൂ. നാന്ദകം വാളെടുത്ത് എഴു ന്നള്ളിക്കുന്ന ആളിൽ ഭഗവതിയുടെ ആവാസമുണ്ടാകുമെന്നാണ് വിശ്വാസം. ആ ആൾ വാൾ പിടിച്ചുകൊണ്ട് ആനപ്പുറത്തിരുന്നു കലശലായി വിറയ്ക്കു കയും എഴുന്നള്ളിച്ചുകഴിഞ്ഞു താഴെയിറങ്ങി വാൾ ശ്രീകോവിലകത്തു കൊണ്ടുചെന്നു വെച്ചാലുടനെ ബോധംകെട്ടു വീഴുകയും ചെയ്യാറുണ്ട്. പിന്നെ വളരെനേരം കഴിഞ്ഞേ ആ ആൾക്കു ബോധം വീഴുകയുള്ളൂ.

ഇവിടെ ഉത്സവം മീനമാസത്തിലായിരിക്കണമെന്നല്ലാതെ കൊടിയേറ്റ് ഇന്നനാൾ, അല്ലെങ്കിൽ ഇന്ന തീയതി വേണമെന്നു നിർബന്ധമില്ല. അത് ആണ്ടുതോറും നിശ്ചയിച്ചു നടത്തുകയാണു പതിവ്. അതു നിശ്ചയിക്കാനുള്ള അവകാശവും അധികാരവും 'പൊറ്റമൻ നമ്പീശൻ' എന്ന ആൾക്കാണ്. അവരുടെ കുടുംബത്തിൽ അതാതുകാലത്തു മൂപ്പായിട്ടുള്ള ആളാണ് അതു നിശ്ചയിക്കുന്നത്. എന്നാൽ അതു നാന്ദകം വാൾ കറക്കുട്ടുവാനുള്ള മുഹൂർത്ത മനുസരിച്ചായിരിക്കണം. വാൾ കറക്കുട്ടു വാനുള്ള മുഹൂർത്തം ജ്യോത്സ്യനെ വരുത്തി നോക്കിച്ചാണ് നിശ്ചയിക്കുന്നത്. ഞായർ, ചൊവ്വ, വെള്ളി ഈ ആഴ്ചകളിൽ ഏതെങ്കിലും ഒരു ദിവസമേ വാൾ കറക്കുട്ടുവാൻ പാടുള്ളൂ. വാൾ കറക്കൂട്ടുക എന്നുപറഞ്ഞാൽ തേച്ചുമിനുക്കി തുരുമ്പു കളഞ്ഞ് എണ്ണ പുരട്ടി വെയ്ക്കുക എന്നാണർത്ഥം.

കാളിയാട്ടത്തിന്റെ പ്രധാന ക്രിയ നാന്ദകം വാൾ ആനപ്പുറത്ത് എഴു ന്നള്ളിക്കുകയാണ്. ആ എഴുന്നള്ളത്തു പകൽ ഏകദേശം നാലുമണിക്ക് ആരംഭിക്കും. അതിനു കുട, ആലവട്ടം, വെൺചാമരം, തലയിൽക്കെട്ടു മുതലായ അലങ്കാരങ്ങളോടുകൂടിയ പതിനഞ്ചാനകളും പലവിധ വാദ്യമേ ളങ്ങളോടുകൂടിയ താളമേളങ്ങളുമുണ്ടായിരിക്കും. ആ എഴുന്നള്ളത്തു നടയിൽ സ്വല്പമകലെയായി നിൽക്കുന്ന പാലയുടെ ചുവട്ടിലെത്തുമ്പോൾ മേളം കലാശിക്കും. പിന്നെ അവിടെ കുറുപ്പിന്റെ നൃത്തമുണ്ട്. അതു കഴിഞ്ഞാൽ അവിടെനിന്ന് ഊരുചുറ്റലായി എഴുന്നള്ളിച്ചുപോകും. ഊരുചുറ്റൽ കഴിഞ്ഞു മടങ്ങിയെത്തിയാൽ ക്ഷേത്രത്തിന്റെ പടിഞ്ഞാറേ നടയ്ക്കലും തെയ്യമ്പാ ടിക്കുറുപ്പിന്റെ നൃത്തമുണ്ട്. ഭഗവതി ഊരുചുറ്റാൻ എഴുന്നള്ളുന്ന സമയം

ക്ഷേത്രത്തിന്റെ തെക്കുഭാഗത്തു മുന്നൂറ്റൻ (മുന്നൂറന്മാർ) എന്ന ജാതിക്കാരും കിഴക്കുഭാഗത്തു വ(മ)ണ്ണാന്മാരും അണിനിരന്നു കാവൽ നിൽക്കുക പതിവാണ്. നാന്ദകം വാൾ ഇറക്കിയെഴുന്നള്ളിക്കുന്നതുവരെ അവർ കാവൽ നിൽക്കും. ഇറക്കിയെഴുന്നള്ളിക്കുന്ന സമയത്തു വെളിച്ചപ്പാടു തുള്ളും. അതും കഴിഞ്ഞാൽ അരിയും പയറും മാംസവുംകൂടി പാകംചെയ്തു. കൊണ്ടുപോയി വടക്കുവശത്തുള്ള കോട്ടയിൽവെച്ചു ഭൂതങ്ങൾക്കു ബലികൊടുക്കും. ഇതിന് 'അരിങ്ങാട്ട്' എന്നാണ് പേരു പറഞ്ഞുവരുന്നത്. അത് അന്യന്മാർക്കു കാണാൻ പാടില്ല. കോട്ടയെന്നു പറയപ്പെടുന്നത് ഏതാനും ഉന്നതവൃക്ഷങ്ങൾ നിൽക്കുന്ന ഒരു പറമ്പാണ്.

വിഷാരിക്കാവിൽ ഭഗവതിയുടെ അത്ഭുതമാഹാത്മ്യങ്ങളെല്ലാം പറഞ്ഞവസാനിപ്പിക്കുന്ന കാര്യം അസാദ്ധ്യമാണ്. അതിനാൽ അവയിൽ ചിലതു മാത്രം താഴെ പറഞ്ഞുകൊള്ളുന്നു.

പണ്ടു 'മൈസൂർ കടുവ' എന്നു പ്രസിദ്ധനായിരുന്ന ടിപ്പു സുൽത്താൻ മലബാറിനെ ആക്രമിച്ച കാലത്ത് അനേകം ഹിന്ദുക്ഷേത്രങ്ങൾ അഗ്നിക്കിരയാക്കി നശിപ്പിച്ചുവെങ്കിലും വിഷാരിക്കാവിൽ ഭഗവതിയെക്കുറിച്ച് അയാൾക്ക് വളരെ ഭക്തിയും വിശ്വാസവുമുണ്ടായിരുന്നു. അതിനാൽ അയാൾ ചില കാലങ്ങളിൽ ദർശനാർത്ഥം അവിടെ ചെല്ലുകയും ചെയ്തിരുന്നു. ഒരിക്കൽ സുൽത്താൻ ദർശനത്തിനായിച്ചെന്നസമയം ശാന്തിക്കാരൻ പ്രസാദം കൊടുക്കാനായി കൊണ്ടു ചെല്ലുകയും അപ്പോൾ സുൽത്താൻ 'എനിക്കു ശാന്തിക്കാരന്റെ പ്രസാദം വേണ്ട; ദേവിതന്നെ എനിക്കു പ്രസാദം തരണം' എന്നു പറഞ്ഞു ശാന്തിക്കാരനോടു പ്രസാദം വാങ്ങാതെ തർക്കിച്ചു നിൽക്കുകയും ചെയ്തു. ആ സമയം ഭഗവതിതന്നെ പ്രസാദമെടുത്തുകൊണ്ടു പ്രത്യക്ഷമായി അവിടെ എഴുന്നള്ളി. പ്രസാദം സുൽത്താന്റെ കൈയിലിട്ടുകൊടുത്തു. പ്രസാദം വാങ്ങിയതോടുകൂടി സുൽത്താൻ ബോധം കെട്ടു വീഴുകയും ദേവി അന്തർദ്ധാനം ചെയ്യുകയും ചെയ്തു. പിന്നെ മൂന്നേമുക്കാൽ നാഴികകഴിഞ്ഞപ്പോൾ സുൽത്താനു ബോധം വീണു. അപ്പോൾ അയാൾക്കു താൻ വിചാരിക്കുകയും പറയുകയും ചെയ്തത് അവിവേകമായിപ്പോയി എന്നു തോന്നുകയും ദേവിയെക്കുറിച്ചുള്ള ഭക്തിവിശ്വാസങ്ങൾ പൂർവ്വാധികം വർദ്ധിക്കുകയും ചെയ്തു. അതിനാൽ സുൽത്താൻ പ്രതിവത്സരം 342 രൂപവീതം സർവ്വമാന്യമായി ദേവസ്വത്തിലേക്കു കൊടുത്തുവന്നിരുന്നു. പിന്നീടു ടിപ്പുവിന്റെ രാജ്യം ബ്രിട്ടീഷു ഗവൺമെന്റിന്റെ അധീനതയിലായപ്പോൾ ആ സംഖ്യ ആ ഗവൺമെന്റു സർവ്വമാന്യമായി ഭൂനികുതിവകയിൽ വിട്ടുകൊടുത്തു. ആ സ്ഥിതിയിൽ ഇന്നും നടന്നു വരുന്നു.

ഒരിക്കൽ ചില ക്ഷേത്രകാര്യങ്ങൾ പെട്ടെന്നു നടത്തേണ്ടതായും തൽക്കാലം ദേവസ്വത്തിൽ പണം ചുരുക്കമായും വരികയാൽ ഊരാളന്മാർ ചിങ്ങപുരത്തു കൃഷ്ണപട്ടർ എന്നൊരാളോട് ഏതാനും രൂപ കടംവാങ്ങി. ആ സംഖ്യ അവധിക്കു കൊടുത്തുതീർക്കാത്തതിനാൽ പട്ടർ അന്യായം കൊടുത്ത് ഊരാളന്മാരുടെ മേലും ദേവസ്വംവക സ്വത്തുക്കളിന്മേലും സ്ഥാപിച്ചു വിധി സമ്പാദിച്ചു. ഊരാളന്മാരെ വാറണ്ടിൽ പിടിക്കാൻ പലപ്രാവശ്യം ശ്രമിച്ചിട്ടും സാധിച്ചില്ല. ഒടുക്കം പട്ടർ കാളിയാട്ട ദിവസം നാന്ദകം വാളെഴുന്നള്ളിക്കുന്ന ആനയ്ക്കു കെട്ടിക്കുന്നതും ദേവസ്വംവകയുമായ സ്വർണ്ണത്തലയിൽക്കെട്ടു ജപ്തി ചെയ്യിക്കാമെന്നു നിശ്ചയിച്ച് ആമ്യനോടുകൂടി

എട്ടാമുത്സവദിവസം ക്ഷേത്രസന്നിധിയിലെത്തി. എഴുന്നള്ളിപ്പു പുറത്തുവന്നപ്പോഴേക്കും പട്ടർക്ക് അവിടെ നില്ക്കാൻ വയ്യാതെയായി. അദ്ദേഹം ഒരു ഭ്രാന്തനെപ്പോലെ അവിടെനിന്ന് ഓടി. അപ്പോൾ ആരോ പിന്നാലെ ഓടിച്ചെന്ന് ഊക്കോടുകൂടി പുറത്ത് ഒന്നടിച്ചതായി അദ്ദേഹത്തിനു തോന്നി. അദ്ദേഹം പിന്നെയും ഓടുകയും പടിഞ്ഞാറേവശത്തുള്ള ചിറയുടെ വക്കത്തു ചെന്നപ്പോൾ ബോധംകെട്ട് അവിടെ വീഴുകയും ഉടനെ ചോര ഛർദ്ദിച്ചു തുടങ്ങുകയും മാത്രയ്ക്കിടയിൽ പരലോകപ്രാപ്തനാവുകയും ചെയ്തു.

വിഷാരിക്കാവു ക്ഷേത്രത്തിൽ രണ്ടുതവണ കള്ളന്മാർ കയറുകയുണ്ടായി. ഒരിക്കലും അവർക്കൊന്നും കൊണ്ടുപോകുവാൻ സാധിച്ചില്ല. ഒരിക്കൽ കള്ളന്മാർ അമ്പലത്തിനകത്തു കടന്നപ്പോൾ അവിടെ അകത്തുംപുറത്തും വലിയ പുഴയിലെന്നപോലെ വെള്ളം പെരുകിയിരിക്കുന്നതായി അവർക്കു തോന്നി. അതിനാൽ നേരം വെളുക്കുന്നതുവരെ അവിടെക്കിടന്നു കഷ്ടപ്പെട്ടു. നേരം വെളുത്തു നട തുറന്നപ്പോൾ അവിടെയെങ്ങും വെള്ളം കയറിയിട്ടില്ലെന്നുള്ള വാസ്തവം അവർക്കു മനസ്സിലാവുകയും അവരിറങ്ങിപ്പോവുകയും ചെയ്തു.

പിന്നെയൊരിക്കൽ കള്ളന്മാരമ്പലത്തിൽക്കയറി ചില ഓട്ടുപാത്രങ്ങളും മറ്റും എടുത്തുകൊണ്ടു പുറത്തിറങ്ങി. സാമാനങ്ങളെല്ലാം തലയിലേറ്റിക്കൊണ്ടു യാത്രയായപ്പോൾ അവർക്ക് ഏതിലേയാണ് പോകേണ്ടതെന്നു നിശ്ചയമില്ലാതെയായി. അവർ ആ പാത്രങ്ങളും തലയിൽ വെച്ചുകൊണ്ടു നേരം വെളുക്കുന്നതുവരെ ക്ഷേത്രത്തിനു പ്രദക്ഷിണം വെച്ചു. നേരം വെളുത്തപ്പോൾ ഊരാളന്മാരിൽ ചിലർ അവിടെ എത്തി കള്ളന്മാരെ പിടികൂടുകയും പോലീസിൽ ഏല്പിക്കാനായി പുറപ്പെടുകയും ആ സമയം വെളിച്ചപ്പാടു തുള്ളിവരികയും 'നമ്മുടെ മുതല്! മോഷ്ടിച്ചുകൊണ്ടുപോയാൽ അതുകൊണ്ടുണ്ടാവുന്ന നഷ്ടം നമുക്കാണ്. അതിനാൽ അതിനേക്കുറിച്ചു നാംതന്നെ ചോദിച്ചുകൊള്ളാം. അതിനു കുമ്പഞ്ഞിയെ (കമ്പനിയെ അക്കാലത്തു ഇന്ത്യ ഭരിച്ചിരുന്നത് ഈസ്റ്റിന്ത്യാക്കമ്പനിക്കാരായിരുന്നു) ഏല്പിക്കണമെന്നില്ല' എന്നു പറയുകയും കള്ളന്മാരെക്കൊണ്ടു മോഷ്ടിച്ച മുതലെല്ലാം അവിടെ വെയ്പ്പിക്കുകയും പ്രായശ്ചിത്തവും മേലാൽ അവിടെക്കയറി മോഷ്ടിക്കുകയില്ലെന്നു സത്യവും ചെയ്യിച്ച് അവരെ വിട്ടയയ്ക്കുകയും ചെയ്തു. അതിൽപ്പിന്നെ ഒരിക്കലും ആ ക്ഷേത്രത്തിൽ കള്ളന്മാർ കയറിയിട്ടില്ല.

മുമ്പൊരുകാലത്തു ദേവസ്വം വകയായി ഇവിടെ ഒരു പിടിയാനയുണ്ടായിരുന്നു. ആ ആനയെ ഏറനാട്ടു താലൂക്കിൽ മമ്പാട്ടു ദേശക്കാരനായ ഒരു മുഹമ്മദീയനു പാട്ടത്തിനു കൊടുത്തിരുന്നു. ഉത്സവത്തിനെഴുന്നള്ളിക്കാൻ ആനയെ മുൻകൂട്ടി മടക്കിയയച്ചുകൊള്ളാമെന്നുള്ള കരാറോടുകൂടിയാണ് മുഹമ്മദീയൻ ആനയെ കൊണ്ടുപോയത്. എങ്കിലും ഉത്സവമടുത്തപ്പോൾ ഊരാളന്മാർ മുഹമ്മദീയന്റെ പേർക്ക് ഒരെഴുത്തുകൊടുത്ത് ആളെ അയച്ചു. ആ എഴുത്തിനു മുഹമ്മദീയന്റെ മറുപടി, 'ഇപ്പോൾ പണിത്തിരക്കു വളരെ അധികമാകയാൽ ഉത്സവത്തിനു തക്ക വണ്ണം ആനയെ മടക്കിയയ്ക്കാൻ നിവൃത്തിയില്ല' എന്നായിരുന്നു. വേറെ ആനയെ അന്വേഷിച്ചിട്ടു കിട്ടിയുമില്ല. ഊരാളന്മാർ ആകപ്പാടെ വിഷണ്ണരായിത്തീർന്നു. എങ്കിലും ഉത്സവാരംഭ ദിവസം രാത്രിയിൽ എഴുന്നള്ളിക്കാനുള്ള സമയമായപ്പോൾ പടിഞ്ഞാറേച്ചിറയിൽ ഒരാനയുടെ ശബ്ദം കേട്ട് ഊരാളന്മാരും മറ്റും ഓടിച്ചെന്നു

നോക്കിയപ്പോൾ അതു ദേവസ്വം വക പിടിയാന തന്നെയായിരുന്നു. അന്നു പകൽ മുഴുവനും ആ ആന മുഹമ്മദീയന്റെ പണിസ്ഥലത്തുണ്ടായിരുന്നു. മമ്പാട്ടുനിന്ന് ഈ ക്ഷേത്രത്തിലേക്ക് എൺപതു നാഴിക ദൂരമുണ്ട്. ഇത്രയും ദൂരം പത്തുനാഴിക കൊണ്ട് ഈ ആന എത്തിയതെങ്ങനെയെന്നു ഭഗവതിക്കു മാത്രമറിയാം. ആനയുടെമേൽ ചങ്ങലയും ഒരുമിച്ച് ആനക്കാരനുമുണ്ടായിരുന്നില്ല. ആന ആരുംപറയാതെ സ്വയമേവ ചിറയിലിറങ്ങിക്കുളിച്ചു ക്ഷേത്രനടയിൽച്ചെന്നുനിന്നു. തലയിൽക്കെട്ട് എടുത്തുകൊണ്ടു ചെന്നപ്പോഴും ആരും പറയാതെ തന്നെ ആന മടക്കി. ഒരാൾ തലയിൽക്കെട്ടു കെട്ടിച്ചു. ശാന്തിക്കാരൻ പതിവുപോലെ എഴുന്നള്ളിക്കുകയും ചെയ്തു. അങ്ങനെ രണ്ടുദിവസം കഴിഞ്ഞപ്പോഴേക്കും ആനയെ അന്വേഷിച്ചു മുഹമ്മദീയനും ആനക്കാരനും ഇവിടെ വന്നുചേർന്നു. ഉത്സവത്തിനെഴുന്നള്ളിക്കാൻ ആനയെ അയയ്ക്കാതെയിരുന്നതിനു മുഹമ്മദീയൻ പ്രായശ്ചിത്തം ചെയ്യുകയും ദേവിയുടെ കോപം ഉണ്ടാകാതെയിരിക്കേണ്ടതിലേക്കായി അനേകം വഴിപാടുകൾ നടത്തുകയും ചെയ്തു.

ഈ ക്ഷേത്രത്തിലെ കോമരം (വെളിച്ചപ്പാട്) പട്ടുമുണ്ടയ്ക്കൽ തെയ്യമ്പാടിക്കുറുപ്പിന്റെ കുടുംബത്തിൽ അന്നന്നു മൂത്ത ആളായിരിക്കുകയാണ് പതിവ്. ഒരു കാലത്ത് അവിടെ പ്രായം തികഞ്ഞ പുരുഷന്മാരാരും ഇല്ലാതെയായിത്തീരുകയാൽ കരോറപ്പണിക്കന്മാരുടെ കുടുംബത്തിൽനിന്ന് ഒരാളെ കോമരമാക്കിയെടുക്കുന്നതിന് ഊരാളന്മാരും മറ്റും കൂടിത്തീർച്ചയാക്കി.

ആ സമയം തെയ്യമ്പാടിക്കുറുപ്പിന്റെ ഗൃഹത്തിൽനിന്നു പതിനൊന്നു വയസ്സുമാത്രം പ്രായമുള്ള ഒരാൺകുട്ടി വെളിച്ചപ്പെട്ടുകൊണ്ടു ക്ഷേത്രത്തിലെത്തി. കുറുപ്പിന്റെ ഗൃഹത്തിൽനിന്നു ക്ഷേത്രത്തിലേക്കു നൂറ്റിപ്പതിനഞ്ചു നാഴിക ദൂരമുണ്ട്. ചെറുപ്രായക്കാരനായ ഈ ബാലൻ ഇത്രയും ദൂരം പരസഹായം കൂടാതെ വഴിയറിഞ്ഞ് ഇവിടെ വന്നെത്തിയതിനെക്കുറിച്ചുതന്നെ എല്ലാവരും അത്ഭുതപ്പെട്ടു. പിന്നീടുണ്ടായ അന്വേഷണത്തിൽ അയാൾ ഗൃഹത്തിൽനിന്ന് ഏകദേശം പതിനഞ്ചു നാഴികകൊണ്ടാണ് ഇവിടെ വന്നെത്തിയതെന്ന് അറിയുകയും ചെയ്തു. അയാളുടെ പ്രവൃത്തികളും വാക്കുകളും അത്ഭുതപ്പെടുവാൻ തക്കവയായിരുന്നതിനാൽ വിശ്വാസപൂർവ്വം അയാളെത്തന്നെ അവിടെ കോമരമായി സ്വീകരിച്ചു. ഏകദേശം എഴുപത്തഞ്ചു വയസ്സോളം പ്രായമായ ആ മനുഷ്യൻ ഇപ്പോഴും ജീവിച്ചിരിക്കുന്നുണ്ട്.

ഏകദേശം പന്ത്രണ്ടു കൊല്ലം മുമ്പ് ഊരാളന്മാരുടെ ബന്ധുവർഗ്ഗത്തിൽപ്പെട്ട ഒരാൾ ഈ ഭഗവതിയുടെ നടയിൽനിന്നു കള്ളസത്യം ചെയ്തു. അയാൾ ക്ഷേത്രത്തിൽ നിന്നു പുറത്തിറങ്ങിയ ക്ഷണത്തിൽ ബോധംകെട്ടുമറിഞ്ഞുവീണു മരിച്ചു. അതിൽപ്പിന്നെ സത്യം ചെയ്യാനായി അവിടെയാരും ചെല്ലാറില്ല.

കൊല്ലം 1098ൽ കടത്തനാട്ടു തെക്കിക്കണ്ണമ്പത്തു നമ്പ്യാരുടെ ഗൃഹത്തിൽ ഒരു വലിയ കവർച്ചയുണ്ടായി. പല ജാതിക്കാരായ ഇരുപത്തൊന്നു മഹാതസ്കരന്മാർ കൂടിയാണ് കളവു നടത്തിയത്. പണ്ടമായിട്ടും പണമായിട്ടും അനേകായിരം രൂപയുടെ വക അവർ തട്ടിക്കൊണ്ടുപോയി. പോലീസുകാർ പഠിച്ച വിദ്യകളെലാം പ്രയോഗിച്ച് അന്വേഷണം നടത്തീട്ടും യാതൊരു തുമ്പുമുണ്ടായില്ല. അതിനാൽ നമ്പ്യാർ ഈ ഭഗവതിക്കു ചില

വഴിപാടുകൾ നേർന്നു. അതിന്റെ ശേഷം അധികം താമസിയാതെതന്നെ ആ കള്ളന്മാർ മോഷ്ടിച്ചെടുത്ത മുതലുകളെല്ലാം തലയിൽവെച്ചു തുള്ളിക്കൊണ്ടു ഭഗവതിയുടെ നടയ്ക്കൽ കൊണ്ടുചെന്നു വെച്ചു ക്ഷമായാചനം ചെയ്തു മടങ്ങിപ്പോയി. ഊരാളന്മാർ നമ്പ്യാരെ വരുത്തി ആ മുതലുകളെല്ലാം ഏല്പിച്ചുകൊടുത്തു. നമ്പ്യാർ മുൻപുനിശ്ചയിച്ചതിലധികം വഴിപാടുകളെല്ലാം കഴിച്ചു ഭഗവതിയെ വന്ദിച്ചുകൊണ്ട് പോവുകയും ചെയ്തു.

പണ്ടൊരിക്കൽ ഗർഭിണിയായ ഒരു സ്ത്രീ ഉച്ചപ്പൂജ സമയത്തുക്ഷേത്രത്തിൽ ചെന്നു ദർശനം കഴിച്ചുപോയി. അന്ന് അസ്തമിക്കുന്നതിനു മുൻപ് ആ സ്ത്രീ മരിച്ചു. ഇതിന്റെ കാരണമെന്തെന്നറിയുന്നതിനായി ആ സ്ത്രീയുടെ വീട്ടുകാർ ഒരു പ്രശ്നക്കാരനെക്കൊണ്ടു പ്രശ്നംവെപ്പിച്ചു നോക്കി. സ്ത്രീയുടെ മരണത്തിനുള്ള കാരണം ഭഗവതിയുടെ കോപമാണെന്നു പ്രശ്നക്കാരൻ വിധിച്ചു. ഭഗവതിക്ക് ഉച്ചപൂജയ്ക്കു നിവേദ്യം മദ്യവും മാംസവുമാണല്ലോ പതിവ്. മദ്യം സേവിച്ച് മദിച്ചിരിക്കുന്ന സമയത്ത് ആരായാലും അന്യന്മാർ ചെന്നു കാണുന്നതു സന്തോഷാവഹമായിരിക്കുകയില്ലല്ലോ. വിശേഷിച്ച് ഒരു സ്ത്രീയായ ഭഗവതി മദ്യപാനം ചെയ്ത് അഹ്ലാദിച്ചിരിക്കുന്ന സമയത്ത് മറ്റൊരു സ്ത്രീ ചെന്നു കണ്ടാൽ കോപമുണ്ടാകാതെയിരിക്കുമോ? ഇതാണ് പ്രശ്നക്കാരന്റെ യുക്തി. അതൊക്കെ എങ്ങനെയായാലും അക്കാലംമുതൽ ഈ ക്ഷേത്രത്തിൽ ഉച്ചപൂജയ്ക്കുശേഷം സ്ത്രീകൾ അകത്തുകടന്നു ദർശനം കഴിക്കാതെയായി. അത് ഇപ്പോഴും അങ്ങനെതന്നെയിരിക്കുന്നു.

●

വയസ്കര ആര്യൻ നാരായണൻമൂസ്സ് അവർകളുടെ ചികിത്സാനൈപുണ്യം

ആര്യൻ നാരായണമൂസ്സ് ഏകദേശം പതിനാറു വയസ്സായപ്പോഴേക്കും ഉപനയനം, സമാവർത്തനം, വൈദ്യശാസ്ത്രാഭ്യസനം, മുതലായവ യെല്ലാം കഴിഞ്ഞു ചികിത്സ ആരംഭിച്ചു. അക്കാലം മുതൽ വസയ്ക്കരയില്ലത്തു വരുന്ന രോഗികളെ നോക്കി ചികിത്സകൾ നിശ്ചയിച്ചു പറഞ്ഞും കുറിച്ചു കൊടുത്തും അയയ്ക്കുകയും അത്യാവശ്യപ്പെട്ടാൽ ചില സ്ഥലങ്ങളിൽ പോയി രോഗികളെ കണ്ടു ചികിത്സകൾ നിശ്ചയിക്കുകയുമെല്ലാം സ്വപിതാവിന്റെ ആജ്ഞപ്രകാരം ആര്യൻ നാരായണമൂസ്സ് അവർകൾ തന്നെയാണു ചെയ്തി രുന്നത്. അങ്ങനെ ഒന്നുരണ്ടു കൊല്ലം കഴിഞ്ഞപ്പോഴേക്കും,

മന്ദോൽകണ്ഠഃ കൃതാസ്തേന ഗുണാധികതയാ ഗുരു
ഫലേന സഹകാരസ്യ പുഷ്പോൽഗമ ഇവ പ്രജാഃ

എന്നു പറഞ്ഞതുപോലെ രോഗികൾക്ക് അച്ഛൻമൂസ്സ് അവർകളെക്കാ ണുന്നതിനുള്ള ആഗ്രഹവും ആവശ്യവും കുറയ്ക്കുകയും ആര്യൻ നാരായണൻ മൂസ്സവർകളെ കണ്ടാൽ മതിയെന്നു തോന്നിത്തുടങ്ങുകയും ചെയ്തു. എങ്കിലും വൈദ്യവിഷയമായി സ്വപുത്രനെ താൻ ഗ്രഹിപ്പിച്ചതെല്ലാം ഗ്രഹിപ്പിച്ചു കഴിഞ്ഞു എന്നുള്ള വിചാരം ആ അച്ഛനും താൻ ഗ്രഹിക്കേണ്ടതെല്ലാം ഗ്രഹിച്ചുകഴിഞ്ഞു എന്നുള്ള വിചാരം ആ പുത്രനുമുണ്ടായില്ല. അതിനാൽ അച്ഛൻ മൂസ്സവർകൾ പിന്നെയും സൗകര്യമുള്ള സമയങ്ങളിലെല്ലാം പുത്രനെ അടുക്കൽ വിളിച്ചിരുത്തി ചികിത്സകൾ സംബന്ധിച്ചുള്ള ഓരോ കാര്യങ്ങ ളെക്കുറിച്ചും ഓരോ ഔഷധങ്ങളുടെ ഗുണങ്ങളെപ്പറ്റിയും മറ്റും പലതും ഉപദേ ശിച്ചുകൊണ്ടിരുന്നു. ഇപ്രകാരമുള്ള അഭിമുഖോപദേശം ആ വൃദ്ധവൈദ്യൻ തനിക്കു തീരെ വയ്യാതെയാകുന്നതുവരെതന്നെ ചെയ്തിരുന്നു. ആര്യൻ നാരാ യണൻമൂസ്സവർകൾക്കു ചികിത്സാവിഷയത്തിൽ അനന്യസാധാരണമായ ഒരു വിശേഷവും മാഹാത്മ്യവുമുണ്ടായിത്തീർന്നതിനുള്ള പ്രധാന കാര ണങ്ങളിൽ ഒന്നു വളരെക്കാലം അനസ്യൂതമായി ഉണ്ടായ ഈ ഉപദേശം കൂടിയാണ്.ആര്യൻ നാരായണൻ മൂസ്സവർകൾ ചികിത്സാസംബന്ധമായി ചെയ്തിട്ടുള്ള ചില വിശേഷാൽ സംഗതികൾ താഴെ പറഞ്ഞുകൊള്ളുന്നു.

1. ഒരിക്കൽ ആലപ്പുഴ കച്ചവടം വക സൂപ്രണ്ടായിരുന്ന കോലഫ് സായി പവർകൾക്ക് സഹിക്കവയ്യാതെകണ്ടുള്ള ഒരു തലവേദനയുണ്ടാവുകയും അനേകം വൈദ്യൻമാരെക്കൊണ്ടു ചികിത്സകൾ ചെയ്യിച്ചു നോക്കീട്ടും ഒരു ഗുണവും കാണായ്കയാൽ വയസ്കര അറിയിക്കുന്നതിനായി സായ്പവർകൾ

കോട്ടയത്തു വന്നു ചേരുകയും ചെയ്തു.കോലഫ് സായ്പവർകളുടെ സഹോദരി കോട്ടയത്തു താമസിച്ചിരുന്നു. സായ്പവർകൾ ആ (വല്യ) മദാമ്മയുടെ ബംഗ്ലാവിൽ താമസിച്ചുകൊണ്ടു വയസ്കരെ ആളയച്ചു ദീനവിവരമെല്ലാം അറിയിക്കുകയും മൂസ്സവർകൾ അങ്ങോട്ടു ചെന്നാൽക്കൊള്ളാമെന്ന് അപേക്ഷിക്കുകയും മഞ്ചൽ അയച്ചുകൊടുക്കുകയും ചെയ്തു. ആര്യൻ നാരായണൻ മൂസ്സവർകൾ അച്ഛൻ മൂസ്സവർകളുടെ ആജ്ഞപ്രകാരം ഉടനെ യാത്രയായി. അവിടുന്ന് ഒരു പെട്ടി തുറന്ന് ഒരു ഗുളികയെടുത്തു ഒരു പിലാവിലയിൽ പ്പൊതിഞ്ഞു കൈയിൽ വെച്ചുകൊണ്ടാണ് മഞ്ചലിൽക്കയറിപ്പോയത്. സായ്പിനെക്കണ്ടതിന്റെ ശേഷം ഒരുതുടം മുലപ്പാൽ വേണമെന്നു പറഞ്ഞു. ഉടനെ ഭൃത്യന്മരോടിപ്പോയി മുലപ്പാൽ കൊണ്ടുവന്നു. മൂസ്സതു തന്റെ കൈയിലുണ്ടായിരുന്ന ഗുളിക ആ ഭൃത്യൻമാരെക്കൊണ്ടു മുലപ്പാലിൽ അരച്ചു കലക്കിച്ചു. ആ സമയം സായിപ്പ് തലവേദനയുടെ കാഠിന്യംകൊണ്ടു കണ്ണു തുറക്കാനും മിണ്ടാനും വയ്യാതെ കട്ടിലിൽക്കിടക്കുകയായിരുന്നു. മൂസ്സവർകൾ സായ്പവർകളുടെ തല നേരെ വെയ്പ്പിച്ചിട്ടു മുലപ്പാലെടുത്തു നസ്യം ചെയ്തു. അപ്പോൾ വേദന പൂർവാധികം കലശലാവുകയാൽ സായ്പവർകൾ പെട്ടെന്നു പിടച്ചെണീറ്റിരിക്കുകയും ഒന്നു തുമ്മുകയും അതോടുകൂടി രണ്ടു നാസാദ്വാരങ്ങളിൽ നിന്നും ഓരോ പുഴക്കൾ താഴെ വീഴുകയും ചെയ്തു. ആ പുഴക്കൾ ഒന്നര അംഗുലംവീതം നീളമുള്ളവയും തല കറുത്തവയയുമായിരുന്നു. പുഴക്കൾ പോയതിനോടുകൂടി സായ്പിന്റെ തലവേദന മാറി നല്ല സുഖമായി. അദ്ദേഹം മടങ്ങിവന്ന് വിവരമെല്ലാം അച്ഛൻമൂസ്സ് അവർകളുടെ അടുക്കൽ പറഞ്ഞപ്പോൾ 'ഇതു സ്വൽപം സാഹസമായിപ്പോയി. ഗ്രന്ഥത്തിൽക്കാണുന്നവയെല്ലാം ചെയ്യരുത്. അങ്ങനെ ചെയ്താൽ ചിലപ്പോൾ ചിലത് അബദ്ധമായിട്ടും തീർന്നേയ്ക്കാം. ഇങ്ങനെയുള്ളതൊക്കെ വളരെ ആലോചിച്ചും വേറെ നിവൃത്തിയില്ലാതെ വരുന്ന സമയത്തും മാത്രമേ ചെയ്യാവൂ. ഈശ്വരകാരുണ്യംകൊണ്ട് ഇപ്പോൾ വേണ്ടതുപോലെയായല്ലോ' എന്ന് അവിടുന്ന് പറഞ്ഞു. സായ്പവർകൾ സന്തോഷിച്ച് ആയിരം രൂപയും ഒരു കൊമ്പനാനയേയും സംഭാവനയായി എഴുത്തോടുകൂടി വയസ്കരെ അയച്ചുകൊടുത്തു. ആ സംഭാവന എന്തോ, അവിടെ സ്വീകരിച്ചില്ല അച്ഛൻമൂസ്സ് 'ഞങ്ങൾ ചെയ്യുന്നത് ധർമ്മചികിത്സയാണ്. അതിനു പ്രതിഫലം വാങ്ങുക പതിവില്ല. സായ്പ്പിന്റെ ഔദാര്യത്തിനായി നന്ദി പറഞ്ഞുകൊള്ളുന്നു' എന്നു മറുപടി അയച്ചുകൊടുക്കുകയും ചെയ്തു. കോലഫ് സായപവർകളുടെ തലവേദന ഭേദമാക്കിയ കാലത്ത് ആര്യൻ നാരായണൻ മൂസ്സ് അവർകൾക്കു പതിനെട്ടു വയസ്സേ പ്രായമായിരുന്നുള്ളു.

2. പ്രസിദ്ധ വൈദ്യനും ആര്യൻ നാരായണൻ മൂസ്സ് അവർകളുടെ പിതൃവ്യപുത്രനും ജേഷ്ഠഭ്രാതാവുമായിരുന്ന പിലാമന്തോൾ ശങ്കുണ്ണി മൂസ്സിനു കഴുത്തിന്റെ പിൻഭാഗത്തു ഒരിക്കൽ ഒരരിമുറിപോലെ ഏറ്റവും ചെറുതായ ഒരു കുരു ഉണ്ടാവുകവും ക്ഷൗരം ചെയ്യിച്ചപ്പോൾ അതു മുറിഞ്ഞുപോവുകയും ചെയ്തു. വലിയ വേദനയും മറ്റുമുണ്ടായില്ലെങ്കിലും അന്നു വൈകുന്നേരമായപ്പോഴേയ്ക്കും ആ കുരു വീർത്ത് ചുണ്ടങ്ങായോളമാവുകയും വേദന കലശലായിത്തീരുകയും ചെയ്തു. രണ്ടുമൂന്നു ദിവസംകൊണ്ട് ആ കുരു വീർത്തുവീർത്തു ഒരു തേങ്ങായോളമായി. അതിന്റെ നീരു കഴുത്തിനു ചുറ്റം മാത്രമല്ല, കുറേശ്ശെ മുഖത്തേയ്ക്കുംകൂടി വ്യാപിച്ചുതുടങ്ങി. വേദനയുടെ കാഠിന്യംകൊണ്ടു

ശങ്കുണ്ണിമൂസ്സവർകൾ കുളിക്കാനും ഉണ്ണാനും ഉറങ്ങാനുമൊന്നും വയ്യാതെ ഏറ്റവും അവശതയോടുകൂടി കിടപ്പിലായി. ഇത്രയുമായതിന്റെ ശേഷമാണ് ഈ വിവരത്തിനു വയസ്കരയ്ക്ക് എഴുതിയയച്ചത്. പിലാമന്തോളില്ലത്തെ വർത്തമാനങ്ങൾ വയസ്കരയ്ക്ക് എഴുതിയയയ്ക്കുന്നതു ശങ്കുണ്ണിമൂസ്സ് അവർകൾ തന്നെയല്ലാതെ അന്യന്മാരെക്കൊണ്ട് എഴുതിയയപ്പിക്കാറില്ല. ഈ എഴുത്ത് പിലാമന്തോളില്ലത്ത് അക്കാലത്തു കാര്യസ്ഥനായിരുന്ന പിഷാരടിയാണ് എഴുതിയയച്ചത്. ആ എഴുത്തു കണ്ടപ്പോൾത്തന്നെ ദീനം സാമാന്യത്തിലധികം കലശലായിട്ടുണ്ടെന്ന് അദ്ദേഹം മനസ്സിലാക്കിക്കഴിഞ്ഞു. എഴുത്തു കണ്ടിട്ടു ഒരുമണിക്കൂർ കഴിയുന്നതിനുമുമ്പ് അദ്ദേഹം പിലാമന്തോൾക്ക് യാത്രയായി. അക്കാലത്ത് ഇപ്പോഴത്തെപ്പോലെ വാഹനസൗകര്യങ്ങൾ ഒന്നും ഉണ്ടായിരുന്നില്ല. അതിനാൽ അദ്ദേഹം കോട്ടയത്തു നിന്നും ചാവക്കാട്ടുവരെ തോണിക്കും. അവിടെനിന്നു കൂലിക്കു കുതിരവണ്ടി പിടിച്ചും മറ്റുമാണ് യാത്രചെയ്തത്. എങ്കിലും അദ്ദേഹം കോട്ടയത്തുനിന്നു പുറപ്പെട്ടിട്ടു മൂന്നാംദിവസം പിലാമന്തോളില്ലത്തെത്തി. അപ്പോഴേയ്ക്കും അവിടെ കുട്ടഞ്ചേരി മൂസ്സ്, ആലത്തൂർ നമ്പി മുതലായ വൈദ്യശ്രേഷ്ഠൻമാരെല്ലാവരുമെത്തുകയും മുറയ്ക്കു ചികിത്സകളാരംഭിക്കുകയും ചെയ്തിരുന്നു. ആര്യൻ നാരായണൻമൂസ്സ് അവർകൾ അവിടെയെത്തി, ക്ഷണത്തിൽ കുളികഴിച്ച് അകത്തു ചെന്നപ്പോൾ ശങ്കുണ്ണി തെറുത്തുവെച്ച ഒരു മെത്തയിന്മേൽച്ചാരി കമിഴ്ന്നുകിടക്കുകയായിരുന്നു. ആര്യൻനാരായണൻ മൂസ്സവർകളെക്കണ്ടിട്ടു രോഗി ആളറിഞ്ഞു എങ്കിലും ഒന്നും സംസാരിക്കാൻ ശക്തനല്ലാത്തവണ്ണം അവശനായിപ്പോയിരുന്നതിനാൽ മുഖത്തുനോക്കി കണ്ണീരൊലിപ്പിക്കുകയും ചെയ്തു. അപ്പോൾ ആര്യൻ നാരായണൻ മൂസ്സവർകൾ 'ക്ഷീണം ഇത്രമാത്രം വർദ്ധിപ്പിച്ചുവല്ലോ?' എന്നു പറഞ്ഞു. അതുകേട്ട് അവിടെയുണ്ടായിരുന്ന വൈദ്യശ്രേഷ്ഠൻമാർ 'ക്ഷീണം വർദ്ധിക്കാതിരിക്കുന്നതെങ്ങനെ? ആറു ദിവസമായിട്ടു യാതൊരാഹാരവും കഴിക്കുന്നില്ല. യാതൊന്നിനും രുചിയില്ലെന്നാണു പറയുന്നത്. പാലാണെങ്കിൽ കുറച്ചു കുടിക്കാമെന്നു തോന്നുന്നുണ്ടെന്നു പറയുന്നു.അതു കൊടുക്കാനും പാടില്ലല്ലോ. പാൽ ഈ രോഗത്തിനു വിരോധമാണെന്നല്ലേ പറഞ്ഞിരിക്കുന്നത്?' എന്നാണ് സമാധാനം പറഞ്ഞത്. അപ്പോൾ ആര്യൻ നാരായണൻമൂസ്സ് അവർകൾ 'പാൽ കൊടുക്കുന്നതിനു വിരോധമില്ല. എവിടെ നിന്നെങ്കിലും ക്ഷണത്തിൽ കുറച്ചു പാൽ വരുത്തണം' എന്നു പിഷാരടിയോടു പറഞ്ഞു.

ഉടനെ പിഷാരടി 'കുറച്ചു പാൽ ഇവിടെത്തന്നെ കാണും. പോരാത്തത് ഇപ്പോൾ ആളയച്ചുവരുത്തുകയും ചെയ്യാം' എന്നു പറയുകയും അപ്പോൾത്തന്നെ ആളയയ്ക്കുകയും ചെയ്തു.

ആര്യൻ നാരായണൻ മൂസ്സ് അവർകൾ ഇല്ലത്ത് ഇരുന്നിരുന്ന പാൽ ക്ഷണത്തിൽ കാച്ചിച്ചു സ്വൽപ്പം പഞ്ചസാരയും ചേർത്തു പിലാവിലകൊണ്ടു കോരി രോഗിക്ക് കുറേശ്ശെ കുറേശ്ശെ കൊടുത്തു. തൊണ്ട ഉണങ്ങിപ്പോയതുകൊണ്ട് ഒരു തുടം പാൽ കുടിക്കുന്നതിന് ഏകദേശം ഒരു നാഴിക വേണ്ടിവന്നു. പിന്നെ വലിയ പ്രയാസം കൂടാതെ ഒരു തുടം പാൽകൂടെ കുടിച്ചു. ഉടനെ രണ്ടു തുടം പാൽകൂടി കഴിക്കുന്നതിന്നു പ്രയാസമുണ്ടായിരുന്നില്ല. അങ്ങനെ നാഴിപ്പാൽ കുടിച്ചുകഴിഞ്ഞപ്പോൾ രോഗി 'ആവൂ എനിക്കിപ്പോൾ ക്ഷീണത്തിനു കുറച്ചു കുറവുണ്ട്. കുറേശ്ശെ സംസാരിക്കാമെന്നു തോന്നുന്നുണ്ട്. നാവും

തൊണ്ടയും ഉടങ്ങി വരണ്ടു പോയതുകൊണ്ട് ഇതുവരെ മിണ്ടാൻ വയ്യായിരുന്നു. ഇനി വേണ്ടതൊക്കെ പിന്നെ നിശ്ചയിക്കാം. അനുജൻ ഉണ്ടില്ലല്ലോ. പോയി ഊണുകഴിച്ചു വരൂ' എന്നു പറഞ്ഞു. അതുകേട്ട് അദ്ദേഹം ഒരുവിധം സമാധാനത്തോടെ ഉണ്ണാൻ പോയി. കോട്ടയത്തുനിന്നു പുറപ്പെട്ടിട്ടു വഴിക്ക് ഒരു നേരം മാത്രമേ ഉണ്ടിരുന്നുള്ളൂ. എങ്കിലും തന്റെ ജ്യേഷ്ഠന്റെ അവശത കണ്ടപ്പോൾ വിശപ്പും ദാഹവും ക്ഷീണവുമെല്ലാം അവിടുന്ന് വിസ്മരിച്ചു പോയി. ഇവർ രണ്ടുപേരും ഭിന്നോദരസഹോദരന്മാരായിരുന്നുവെങ്കിലും അവരുടെ പരസ്പരസ്നേഹം എകോദരസഹോദരനിർവിശേഷമായിരുന്നു.

ആര്യൻ നാരായണൻ മൂസ്സ് അവർകൾ ഊണുകഴിച്ചു വന്നതിന്റെ ശേഷം ചികിത്സകളെല്ലാം ആലോചിച്ചു നിശ്ചയിച്ചു. അവയിൽ പ്രധാനമായി നിശ്ചയിച്ചത് ഒരു പാൽകഷായവും ഒരു പാൽകഞ്ഞിയുമായിരുന്നു. രണ്ടിനും മരുന്നുകൾ രണ്ടുമൂന്നു കൂട്ടം വീതമേ ഉണ്ടായിരുന്നുള്ളൂ. ആ മരുന്നുകൾ ചതച്ചു കിഴി കെട്ടിയിട്ടു പാൽക്കഞ്ഞിയും പാൽക്കഷായവുമുണ്ടാക്കി പ്രതിദിനം രണ്ടോ മൂന്നോ പ്രാവശ്യം വീതം ദഹനത്തിനു തക്കവണ്ണവും ആവശ്യം പോലെയും കൊടുക്കാനാണു നിശ്ചയിച്ചത്. അങ്ങനെ നാലഞ്ചു ദിവസം കഴിഞ്ഞാഴേയ്ക്കും ശങ്കുണ്ണിക്ക് ക്ഷീണം മിക്കവാറും മാറി. പിന്നെ കുരുവിന്റെ വേദന മാത്രമേ ഉണ്ടായിരുന്നുള്ളൂ. അതിനു പിന്നെ ഒരു മരുന്നുണ്ടാക്കിയിട്ടു, ആ മരുന്നു രണ്ടു നാലു ദിവസമിട്ടപ്പോൾ കുരു പഴുത്തുപൊട്ടി. അപ്പോൾ വേദനയുംമാറി. ക്രമേണ നീരും പോയി. പിന്നെ വ്രണമുണങ്ങാനുള്ള മരുന്നും ഉണ്ടാക്കിയിടുകയും ക്രമേണ വ്രണമുണങ്ങുകയും ശങ്കുണ്ണി മൂസ്സ് അവർകൾ സ്വസ്ഥശരീരനായി പൂർവസ്ഥിതിയെ പ്രാപിക്കുകയും ചെയ്തു. ഇതിനെല്ലാത്തിനുംകൂടി ഏകദേശം മൂന്നുമാസം വേണ്ടിവന്നു. അത്രയും കാലം ആര്യൻ നാരായണൻ മൂസ്സ് അവർകളുടെ സ്ഥിരവാസം പിലാമന്തോളില്ലത്തു തന്നെയായിരുന്നു.

ശങ്കുണ്ണിമൂസ്സ് അവർകൾ സ്വസ്ഥതയെ പ്രാപിച്ചതിന്റെ ശേഷം ഒരു ദിവസം ആര്യൻ നാരായണൻമൂസ്സ് അവർകളോട് അവിടുത്തെ മാതുലനും മഹാവൈദ്യനും വലിയ വിദ്വാനുമായിരുന്ന കുട്ടഞ്ചേരി അപ്ഫൻമൂസ്സ് അവർകൾ, 'ഈ ദീനം വന്നാലും ഭേദമാകും ഇല്ലേ കുഞ്ഞാ?' എന്നു ചോദിച്ചു. (കുട്ടഞ്ചേരി അപ്ഫൻമൂസ്സ് അവർകൾ തന്റെ ഭാഗിനേയനായ ആര്യൻ നാരായണൻമൂസ്സ് അവർകളെ കുഞ്ഞാ എന്നാണു വിളിച്ചിരുന്നത്). അതിനുത്തരമായി ആര്യൻ നാരായണൻ മൂസ്സ് അവർകൾ 'ബുദ്ധിയുംയുക്തിയും ശാസ്ത്രജ്ഞാനവും ഗുരുത്വവും കൈപ്പുണ്യവുമുള്ള വൈദ്യൻ ചികിത്സിക്കുകയും രോഗിക്ക് ആയുർബലവും ഈശ്വരസഹായവുമുണ്ടായിരിക്കുകയും ചെയ്താൽ ഭേദമായിയെന്നും വരാം എന്ന് അച്ഛൻപറഞ്ഞിട്ടുണ്ട്' എന്നു പറഞ്ഞു. അപ്ഫൻമൂസ്സ് വീണ്ടും 'ആട്ടെ കുഞ്ഞാ! ഈ ദീനത്തിനു പാൽ കൊടുക്കാമെന്നു പറഞ്ഞിട്ടുള്ളത് എവിടെയാണ്? ഞാൻനോക്കീട്ടുള്ള ഗ്രന്ഥിലെങ്ങും ഇങ്ങനെ കണ്ടിട്ടില്ല. കുഞ്ഞൻ വല്ല ഗ്രന്ഥത്തിലും കണ്ടിട്ടുണ്ടോ?' എന്നു ചോദിച്ചു. അതിനു മറുപടിയായി ആര്യൻ നാരായണൻ മൂസ്സ് അവർകൾ പറഞ്ഞത്, 'അത്യാവശ്യപ്പെട്ടാൽ പാലും കൊടുക്കാം. സർവ്വപ്രധാനമായി നോക്കേണ്ടത് പ്രാണനെ രക്ഷിക്കാനാണ്. മരിച്ചവർക്കു ചികിത്സയില്ലല്ലോ എന്ന് അച്ഛൻ പറഞ്ഞിട്ടുണ്ട്. അതുകൊണ്ട് പാൽ കൊടുത്തു എന്നേ ഉള്ളൂ' എന്നാണ്. ഇതു കേട്ടപ്പോൾ അവിടെകൂടിയിരുന്ന വൈദ്യൻമാരെല്ലാവരും

'ഇങ്ങനെ ഒരച്ഛനും മകനും നമ്മുടെ കൂട്ടത്തിൽ വേറെയെങ്ങും ഇതുവരെ ഉണ്ടായിട്ടില്ല. ഇനി ഉണ്ടാകുന്ന കാര്യം എന്തോ, ഈശ്വരനറിയാം' എന്നും മറ്റും പറഞ്ഞ്, വയസ്കര അച്ഛൻ മൂസ്സ് അവർകളെയും അവിടുത്തെ പുത്രനായ ആര്യൻ നാരായണൻ മൂസ്സ് അവർകളെയും വളരെ പ്രശംസിച്ചു.

3. ശങ്കുണ്ണിമൂസ്സ് അവർകളെ ചികിത്സിക്കുന്നതിനായി ആര്യൻ നാരായണൻ മൂസ്സ് അവർകൾ ഏകദേശം മൂന്നു മാസത്തോളം പിലാമന്തോളില്ലത്തു താമസിച്ചിരുന്നു എന്നു മുൻപു പറഞ്ഞിട്ടുണ്ടല്ലോ. അക്കാലത്തിനിടയ്ക്ക് സാമൂതിരിപ്പാടു തമ്പുരാൻ തിരുമനസ്സിലേക്കും പുറത്ത് ഒരു വലിയ കുരുവുണ്ടായി. അതു ക്ഷണത്തിൽ വളർന്നു നാലഞ്ചു ദിവസംകൊണ്ട് ഒരു പൊതിയാത്തേങ്ങായോളമായി. വേദനമൂലം തിരുമനസ്സുകൊണ്ട് സ്നാനാശനനിദ്രാദികളൊന്നുമില്ലാതെ ഏറ്റവും പാരവശ്യത്തോടുകൂടി കിടപ്പിലായിത്തീർന്നു. അതിനാൽ ശങ്കുണ്ണിമൂസ്സ് അവർകളെ കൊണ്ടുപോകാനായി കോഴിക്കോട്ടുനിന്നു പിലാന്തോളില്ലത്തു ആളുകൾ വന്നു. ശങ്കുണ്ണിമൂസ്സിനു ദീനമാണെന്നുള്ള വർത്തമാനം കോഴിക്കോട്ട് അറിഞ്ഞിരുന്നില്ല. ശങ്കുണ്ണിമൂസ്സ് അവർകൾ കോഴിക്കോടുമുതലായ പ്രദേശങ്ങളിലും പ്രസിദ്ധനും സർവ്വസമ്മതനുമായിരുന്നു എന്നു മാത്രമല്ല, അക്കാലത്തു സാമൂതിരിക്കോവിലകത്തും മറ്റും ശങ്കുണ്ണിമൂസ്സവർകളെക്കൊണ്ടല്ലാതെ ചികിത്സിപ്പിക്കാറുമില്ലായിരുന്നു.

ശങ്കുണ്ണി മൂസ്സ് അവർകൾ ആര്യൻ നാരായണൻമൂസ്സ് അവർകളോട്, 'സാമൂതിരിക്ക് സുഖക്കേടായിട്ട് ആളയയ്ക്കുകയും അനുജൻ ഇവിടെ ഉണ്ടായിരിക്കുകയും ചെയ്തിരിക്കുന്ന സ്ഥിതിക്ക് ഒന്നു പോകാതിരിക്കുന്നതു ഭംഗിയല്ല. എന്നെ അവിടെ ഒരു സ്നേഹിതന്റെ നിലയിലാണു വെച്ചിരിക്കുന്നത്. അതുകൊണ്ട് അനുജൻ പോയിനോക്കി വേണ്ടുന്ന ചികിത്സകൾ നിശ്ചയിച്ച് എഴുതിക്കൊടുക്കുകയും എന്റെ ദീനസ്ഥിതി അവിടെ അറിയിക്കുകയും ചെയ്തിട്ട് ഉടനെതന്നെ മടങ്ങിപ്പോരണം. താമസിക്കരുത്. എനിക്കിപ്പോൾ കുറച്ച് ആശ്വാസമുണ്ടല്ലോ. അനുജൻ മടങ്ങി വരുന്നതുവരെ ഇപ്പോൾ ചെയ്തു വരുന്നതുപോലെയൊക്കെ ചെയ്തുകൊണ്ടിരിക്കാം' എന്നു പറഞ്ഞു. അപ്പോൾ ആര്യൻ നാരായണൻ മൂസ്സ് അവർകൾ, 'ഞാനറിയുന്നവരായിട്ടും അവിടെ ആരുമുണ്ടെന്നു തോന്നുന്നില്ല എങ്കിലും ജ്യേഷ്ഠന് അങ്ങനെ താല്പര്യമുണ്ടെങ്കിൽ ഞാൻ പോവുകയും അവിടെച്ചെന്നു കണ്ടിട്ടു യുക്തംപോലെ എന്തെങ്കിലും ചെയ്യുകയോ നിശ്ചയിച്ച് എഴുതിക്കൊടുക്കുകയോ ചെയ്തിട്ടു പോരികയും ചെയ്യാം' എന്നു പറഞ്ഞിട്ട് ആ വന്നിരുന്ന ആളുകളോടുകൂടിത്തന്നെ പോയി. പിറ്റേ ദിവസം രാവിലെ മൂസ്സ് അവർകൾ സാമൂതിരി കോവിലകത്തെത്തുകയും ഉടനെ കുളിക്കാൻ പോവുകയും ചെയ്തു. ആ സമയം അദ്ദേഹത്തെക്കണ്ടിട്ട് സാമൂതിരിപ്പാട്ടിലെ സേവകനും കോവിലകത്തു താമസക്കാരനുമായ ഒരു നമ്പൂതിരി 'അല്ലാ! ഈ വിദ്വാനാണോ ചാടിവന്നിരിക്കുന്നത്? ഇയ്യാൾക്കു വല്ലതുമറിയാമോ ആവോ?' എന്നു മറ്റൊരു നമ്പൂതിരിയോടു പറഞ്ഞു. സ്വകാര്യമായിട്ടാണ് ഇങ്ങനെ പറഞ്ഞത്.

എങ്കിലും പുച്ഛരസത്തോടുകൂടിയ ആ വാക്കു കുറേശ്ശെ മൂസ്സ് അവർകളും കേട്ടു. എന്നാൽ അവിടുന്ന് അതു കേട്ടതായി ഭാവിക്കപോലും ചെയ്തില്ല. ആര്യൻ നാരായണൻ മൂസ്സ് അവർകളുടെ യോഗ്യതയെക്കുറിച്ച് ആ

നമ്പൂരിക്കെന്നല്ല, ആ ദിക്കുകാർക്കും തന്നെ അക്കാലത്തു ലേശംപോലും അറിവില്ലായിരുന്നു. സ്വല്പമെങ്കിലും അറിഞ്ഞിരുന്നുവെങ്കിൽ ആ നമ്പൂരി ഇങ്ങനെ പറയുമായിരുന്നില്ല.

മൂസ്സ് കുളിയും നിത്യകർമ്മാനുഷ്ഠാനാദികളും കഴിച്ച് കോവിലകത്തു ചെന്നു സാമൂതിരിപ്പാടു തമ്പുരാനെ കണ്ടു. അപ്പോൾ തമ്പുരാൻ കുരുവിന്റെ വേദനകൊണ്ടും ക്ഷീണംകൊണ്ടും അവശനായി ഒരു ചാവട്ടയിൻമേൽ ചാരി കമിഴ്ന്നു കിടക്കുകയായിരുന്നു. അദ്ദേഹത്തെക്കണ്ടപ്പോൾ തമ്പുരാൻ 'എന്റെ മൂസ്സേ! എനിക്കു വേദന സഹിക്കവയ്യാതെയായിരിക്കുന്നു. ഈ വേദന കുറയുന്നതിനു എന്തെങ്കിലും ക്ഷണത്തിൽ ചെയ്യണേ' എന്നു പറഞ്ഞു. ആ സമയം മുമ്പ് പുച്ഛിച്ച് പറഞ്ഞ ആ നമ്പൂരി അവിടെച്ചെന്ന് അദ്ദേഹത്തോട് 'ഊണു കാലമായി. ഇങ്ങോട്ടു വരാം' എന്നു പറഞ്ഞു. അതിനു മറുപടിയായി മൂസ്സ് പറഞ്ഞു 'ഞാൻ ഉണ്ണാനായിട്ടല്ല, സാമൂതിരിപ്പാട്ടിലേക്കു സുഖക്കേടാകയാൽ ഇവിടെ വന്നു നോക്കി ഇതിനു വല്ലതും ചെയ്യണമെന്നു ജ്യേഷ്ഠൻ പറഞ്ഞയച്ചിട്ടാണ് ഇവിടെ വന്നിരിക്കുന്നത്. അതിനാൽ ഇതിനു തൽക്കാലം വേണ്ടതു ചെയ്തു കഴിഞ്ഞിട്ടു പിന്നെ ഊണിന്റെ കാര്യം ആലോചിക്കാം'എന്നു പറഞ്ഞിട്ട് അവിടെ നിന്നു ഇറങ്ങിപ്പോയി. അദ്ദേഹത്തിന്റെ മറുപടി കേട്ടപ്പോൾ നമ്പൂരി സാമാന്യത്തിലധികം ഇളിഭ്യനായി. താൻ മുൻപു പറഞ്ഞതു മൂസ്സു കേട്ടിരിക്കുമോ? കേട്ടുവെങ്കിൽ കാര്യം ചീത്തയായി. വഷളത്തം പറയണ്ടായിരുന്നു എന്നും മറ്റും വിചാരിച്ചുകൊണ്ട് അദ്ദേഹം അവിടെത്തന്നെ നിന്നും. അദ്ദേഹം കോവിലകത്തോടടുത്തുള്ള വളപ്പിൽ (പറമ്പിൽ) ചെന്നു ചുറ്റി നടന്നുനോക്കി എന്തോ ഒരു പച്ചില പറിച്ച് കൈയിലിട്ടു കശക്കിക്കൊണ്ടു മടങ്ങിവന്ന് അവിടെ നിന്നിരുന്ന കുട്ടിപ്പട്ടരുടെ കൈയിൽ കൊടുത്തു അതു പച്ചവെള്ളത്തിലരച്ച് കുഴമ്പു പോലെയാക്കിക്കൊണ്ടുവരുവാൻ പറഞ്ഞു. കുട്ടിപ്പട്ടര് ഉടനെ അതു കുഴമ്പുപോലെയാക്കിക്കൊണ്ടുവന്നു. മൂസ്സവർകൾ കുരുവിന്റെ ഒരു സ്ഥാനം പറഞ്ഞുകൊടുത്ത് ആ മരുന്ന് അവിടെ ഇടുവിച്ചു. ഒരു നാഴിക കഴിഞ്ഞപ്പോൾ കുരു പൊട്ടി ചോരയും ചലവുമായി ഒരു രണ്ടുമൂന്നിടങ്ങഴിക്കു മാത്രം ഒഴിഞ്ഞുപോയി. തമ്പുരാൻ എണീറ്റിരുന്ന്'ഇപ്പോൾ വേദന ഒട്ടുമില്ല. ഇനി ക്ഷീണം മാത്രമാണു ദുസ്സഹമായിട്ടുള്ളത്' എന്നു പറഞ്ഞു. അപ്പോൾ മൂസ്സവർകൾ 'കുറച്ച് കഞ്ഞി കുടിച്ചാൽ ക്ഷീണവും കുറയും' എന്നു പറഞ്ഞു. ഉടനെ തമ്പുരാൻ, 'എന്നാൽ കഞ്ഞി കൊണ്ടു വരട്ടെ' എന്നു പറയുകയും കുട്ടിപ്പട്ടർ കഞ്ഞികൊണ്ടുചെന്നു കൊടുക്കുകയും ചെയ്തു. അപ്പോൾതന്നെ തമ്പുരാൻ ഒരു നാഴിയരിയുടെ കഞ്ഞികുടിച്ചു. കഞ്ഞി കുടിച്ച് കൈ കഴുകിക്കഴിഞ്ഞപ്പോൾ മൂസ്സവർകൾ 'ഇനികട്ടിലിൽ കുറച്ചുനേരം ഇടത്തുവശം ചെരിഞ്ഞു കിടക്കുക' എന്നു പറഞ്ഞു. ഉടനെ തമ്പുരാൻ അങ്ങനെ കിടക്കുകയും ഒരു മാത്രനേരം കഴിഞ്ഞപ്പോൾ ഉറങ്ങിത്തുടങ്ങുകയും ചെയ്തു. പിന്നെ മൂസ്സവർകൾ, 'ഉറക്കത്തിനു വിഘ്നം വരത്തക്കവണ്ണം ഇവിടെ ആരും ശബ്ദമൊന്നും ഉണ്ടാക്കരുതെന്നു' പറഞ്ഞിട്ട് ഊണുകഴിക്കാൻ പോയി. ഊണു കഴിഞ്ഞു മൂസ്സവർകൾ കോവിലകത്തുതന്നെ മറ്റൊരു സ്ഥലത്തു പോയിരുന്നു വിശ്രമിച്ചു.

തമ്പുരാൻ ഉറങ്ങിത്തുടങ്ങീട്ട് ഏകദേശം നാലു മണിക്കൂറുകഴിഞ്ഞപ്പോൾ ഉണർന്നു. പിന്നെയും കുറച്ചു കഞ്ഞി കുടിച്ചു. തമ്പുരാന്റെ കഞ്ഞികുടി

കഴിഞ്ഞപ്പോഴേയ്ക്കും മൂസ്സവർകൾ വീണ്ടും അവിടെയെത്തി. അപ്പോൾ തമ്പുരാൻ 'മൂസ്സിന്റെ ചികിത്സ എനിക്കു നല്ലപോലെ ഫലിച്ചു. ഞാൻഅഞ്ചാറു ദിവസം കൂടീട്ടാണ് ഇന്നു കുറച്ചു കഞ്ഞി കുടിക്കുകയും ഉറങ്ങുകയും ചെയ്തത്. എനിക്കിപ്പോൾ വളരെ സുഖം തോന്നുന്നുണ്ട്. വേദന ഒട്ടുമില്ല. ഇനി കുരുവിന്റെ വ്രണമുടങ്ങുകയും ദേഹത്തിന്റെ ക്ഷീണം മാറുകയും മാത്രംമതി. എനിക്കു നല്ല സുഖമായിട്ടേ മൂസ്സ് ഇവിടെനിന്നു പോകാവൂ. അതുവരെ ഇവിടെത്താമസിക്കണം' എന്നു പറഞ്ഞു. അതിനു മറുപടിയായി മൂസ്സവർകൾ, 'ഇനിയും ഇവിടെത്താമസിക്കാൻ നിവൃത്തിയില്ല. എനിക്ക് ഇപ്പോൾത്തന്നെ മടങ്ങിപ്പോകേണ്ടിയിരിക്കുന്നു. ജ്യേഷ്ഠനിപ്പോൾ സുഖക്കേടായിട്ടു കിടപ്പാണ്. ജ്യേഷ്ഠനെ ചികിത്സിക്കാനായിട്ടാണ് ഞാൻ പിലാമന്തോളില്ലത്തു വന്നിരിക്കുന്നത്. ഇവിടെ ശീലായ്മയാണെന്നറിയുകയും ആളയയ്ക്കുകയും ജ്യേഷ്ഠൻ നിർബന്ധപൂർവം പറയുകയും ചെയ്തതുകൊണ്ടാണ് ഞാൻ ഇങ്ങോട്ടു പോന്നത്. ഇനി ഇവിടെ ഭയപ്പെടാനൊന്നുമില്ല. ഏതാനും ദിവസംകൊണ്ടു ദീനങ്ങളെല്ലാം മാറി സുഖമാവും. ഇനി ചേയ്യേണ്ടുന്ന ചികിത്സകൾക്കൊക്കെ ഇവിടെ എഴുതിക്കൊടുത്തേക്കാം. അതുപോലെയൊക്കെ ചെയ്താൽ മതി' എന്നറിയിച്ചു.

അതു തമ്പുരാൻ അനുവദിക്കുകയും ചികിത്സയ്ക്കു വേണ്ടതെല്ലാമെഴുതിക്കൊടുത്തിട്ടു മൂസ്സവർകൾ അപ്പോൾത്തന്നെ യാത്രയാവുകയും ചെയ്തു. ആ സമയം തമ്പുരാൻ തിരുമനസ്സുകൊണ്ട് മൂസ്സവർകൾക്കു ചില സമ്മാനങ്ങൾ കൽപിച്ചു കൊടുക്കാൻ ഭാവിച്ചു. മൂസ്സവർകൾ അതൊന്നും സ്വീകരിച്ചില്ല. 'അതൊക്കെ ജ്യേഷ്ഠൻ വരുമ്പോൾ മതി. ഞാൻജ്യേഷ്ഠന്റെ പ്രതിപുരുഷൻ മാത്രമായിട്ടാണ് ഇവിടെ വന്നിരിക്കുന്നത്. ജ്യേഷ്ഠൻ പറഞ്ഞയച്ചിട്ടുള്ളതുപോലെ വല്ലതും ചെയ്യാനല്ലാതെ ഇവിടെനിന്ന് എന്തെങ്കിലും വാങ്ങാൻ എനിക്കർഹതയില്ല' എന്നു പറഞ്ഞു മടങ്ങിപ്പോന്നു. ആര്യൻ നാരായണൻ മൂസ്സ് അവർകൾ നിശ്ചയിച്ച് എഴുതി ക്കൊടുത്ത ചികിത്സകൾകൊണ്ടുതന്നെ സാമൂതിരിപ്പാടു തിരുമനസ്സിലേക്ക് അചിരേണ പൂർണ്ണസുഖം സിദ്ധിച്ചു. അതിനാൽ ആര്യൻ നാരായണൻ മൂസ്സ് അവർകളുടെ കീർത്തി മലബാറിലും സർവത്ര വ്യാപിച്ചു.

ശങ്കുണ്ണിമൂസ്സ് അവർകളുടെ ദീനം ഭേദമായി അവിടേക്കു പൂർണ്ണസുഖം സിദ്ധിച്ചതിന്റെ ശേഷം 'ഇനി പാൽക്കഞ്ഞി മതിയാക്കി യഥാപൂർവ്വം ഭക്ഷണം കഴിച്ചു തുടങ്ങാം. എന്നാൽ പാൽകഷായം ഒരിക്കലും വേണ്ടെന്നു വെയ്ക്കേണ്ട. അത്താഴം കഴിഞ്ഞ് അതു പതിവായി സേവിച്ചേക്കണം. ഈ ദീനം ഇനിയും വരാതിരിക്കണമല്ലോ' എന്നു പറഞ്ഞിട്ടാണ് ആര്യൻ നാരായണൻ മൂസ്സ് അവർകൾ കോട്ടയത്തേക്കു മടങ്ങിപ്പോയത്. ശങ്കുണ്ണിമൂസ്സവർകൾ ആ പാൽകഷായം ആജീവനാന്തം സേവിച്ചുകൊണ്ടിരിക്കുകയും ചെയ്തു.

4. ഒരിക്കൽ ചെങ്ങന്നൂർക്കാരൻ ഒരു മാപ്പിള ദീനമായിട്ടു വയസ്കരെ വന്നിരുന്നു. ആ സമയം ആര്യൻ നാരായണൻ മൂസ്സ്അവർകൾ ഇല്ലത്തിന്റെ തെക്കുവശത്തെ വരാന്തയിൽത്തന്നെ ഉണ്ടായിരുന്നു. മാപ്പിള മൂസ്സവർകളെക്കണ്ടു തൊഴുതുകൊണ്ടു 'പൊന്നുതിരുമേനി! അടിയനു നിൽക്കാൻ വയ്യാ' എന്നു പറഞ്ഞു ആ മുറ്റത്തുതന്നെ ഇരുന്നു. ഉടനെ മൂസ്സവർകൾ 'സുഖക്കേടുകൾ എന്തെല്ലാമാണ്?' എന്നു ചോദിച്ചു. അതിനു മറുപടിയായി മാപ്പിള

'അടിയനു നടക്കുമ്പോൾ നെഞ്ചിടിപ്പും ശ്വാസംമുട്ടലും തലതിരിച്ചലും മനം മറിച്ചിലും കണ്ണിരുട്ടിക്കലും കാലുകൾ മുറിഞ്ഞുപോകാൻ പോണതുപോലെ തോന്നുകയും ദേഹത്തിനു വിളർച്ച യും വയറ്റിൽ ഒരെരിച്ചലും മറ്റുമുണ്ട്. ചിലപ്പോൾ മഞ്ഞവെള്ളം ശർദ്ധിക്കും. തീരെ നടക്കാൻ വയ്യ. ഇവിടെ വിട കൊണ്ടിരിക്കുന്ന മറ്റു ചിലരുടെ വള്ളത്തിൽക്കൂടിയാണ് അടിയൻ വിടകൊണ്ടത്. അടിയനൊരു പാവപ്പെട്ടവനാണ്. അടിയന് ഒരു പെൺപിള്ളയും രണ്ടുമൂന്നു ചെറിയ കുട്ടികളുമല്ലാതെ വേറെ ആരുമില്ല. അടിയൻ അന്നന്നു കൂലിവേല ചെയ്താണ് ആ കുടുംബം പുലർത്തിപ്പോരുന്നത്. അടിയനു വേലയൊന്നും ചെയ്യാൻ വയ്യാതെയായതിൽപ്പിന്നെ അടിയങ്ങൾ ഒരുവിധം തെണ്ടിത്തിന്നുതന്നെയാണ് ദിവസവൃത്തി കഴിച്ചുപോരുന്നത്. മരുന്നുവല്ലതുമുണ്ടാക്കി സേവിക്കണമെന്നു കൽപിച്ചാൽ അടിയനു യാതൊരു നിവൃത്തിയുമില്ല. തിരുമനസ്സുകൊണ്ടു കൃപയുണ്ടായിട്ട് ദൈവത്തെ ഓർത്തു വല്ലതും മരുന്നു കല്പിച്ചു തന്ന് അടിയനെ രക്ഷിക്കണം' എന്നും മറ്റും ഏറ്റവും സങ്കടത്തോടുകൂടി പറഞ്ഞു. മാപ്പിളയുടെ ദീനവചനങ്ങളെല്ലാം കേട്ടതിന്റെ ശേഷം മൂസ്സത് തന്റെ ഒരു ഭൃത്യനെ വിളിച്ച് 'ആ കൊന്നമരത്തിൻമേൽ പടർന്നുകിടക്കുന്ന ഇത്തിക്കണ്ണി (ഇത്തിൾ) കുറേ ഒടിച്ചെടുത്തു കെട്ടി ആ ചെങ്ങന്നൂർക്കാരൻ മാപ്പിളമാരുടെ തോണിയിൽ കൊണ്ടുചെന്ന് ഇട്ടുകൊടുക്കണം' എന്നു പറഞ്ഞു (അന്നു വയസ്കര ഇല്ലത്തിന്റെ തെക്കുപുറത്തു മുറ്റത്തു ഒരു കൊന്നമരവും അതിൻമേൽ നിറച്ച് ഇത്തിക്കണ്ണിയുമുണ്ടായിരുന്നു). അതുകേട്ടു ഭൃത്യൻ ഉടനെ അപ്രകാരം ചെയ്തു. പിന്നെ മൂസ്സ് ആ മാപ്പിളയോട് 'ആ മരുന്ന് ഉണക്കിപ്പൊടിച്ചു ദിവസംതോറും കാലത്തുകാലത്ത് ഒന്നരക്കഴഞ്ചു പൊടി കാഞ്ഞ വെള്ളത്തിൽ സേവിക്കണം. ഒരു മുപ്പതുദിവസത്തിൽ കുറയാതെ സേവിച്ചാൽ നല്ല സുഖമാകും' എന്നു പറഞ്ഞു. അതുകേട്ടു മാപ്പിള 'കൽപനപോലെ ചെയ്യാം. തിരുമേനിയെ ദൈവം അനുഗ്രഹിക്കട്ടെ' എന്നു പറഞ്ഞു വീണ്ടും തൊഴുതുകൊണ്ടുപോയി.

ഇതിനുശേഷം ഏകദേശം ഒന്നൊന്നര മാസം കഴിഞ്ഞപ്പോൾ കറുത്തു തടിച്ചു കൂറ്റനായ ഒരു മാപ്പിള ഒരു ദിവസം വയസ്കരെ വന്ന് ഒരു പുകയിലയും നാലഞ്ചു വെറ്റിലയും രണ്ടുമൂന്നു പഴുക്കടയ്ക്കയും കൂടി മൂസ്സവർകളുടെ മുമ്പിൽ വച്ചു വന്ദിച്ചു. അപ്പോൾ മൂസ്സ് അവർകൾ ആ മാപ്പിളയോട് ''എന്താ വന്നത്'' എന്നു ചോദിച്ചു.

തൃപ്പാദം കണ്ടു വന്ദിക്കാനായിട്ടാണ്''

മൂസ്സവർകൾ: ദീനവർത്തമാനം വല്ലതും പറയാനാണോ?'

മാപ്പിള: ഇപ്പോൾ അടിയനു വിശേഷിച്ചു പടുകാലമൊന്നുമില്ല. അടിയൻ ഒന്നൊന്നരമാസം മുമ്പ് ഇവിടെ വിടകൊണ്ടിരുന്നു. അന്ന് അടിയന്റെ ദേഹം വിളറി പച്ചക്കുമ്പാളപോലെയാണിരുന്നിരുന്നത്. അതു കൊണ്ട് ആളറിഞ്ഞില്ലായിരിക്കും. അന്ന് അടിയനു രണ്ടു ചുവടുതികച്ചു നടക്കാൻ വയ്യായിരുന്നു. ഇപ്പോൾ അതൊക്കെ തിരുമനസ്സിലെ കൃപകൊണ്ടു ദേഭമായി. അടിയനിപ്പോൾ ചെങ്ങന്നൂരുനിന്നു കരയ്ക്കു നടന്നാണു വിടകൊണ്ടത്. അടിയനു സേവിക്കാൻ ചൂണ്ടിക്കാണിച്ചു കൊണ്ട്) ഈ കൊന്നമരത്തിൻമേലേ ഇത്തിക്കണ്ണിയാണല്ലോ കൽപിച്ചു തന്നയച്ചത്. കൽപിച്ചതുപോലെ ആ മരുന്ന് ഉണക്കിപ്പൊടിച്ച് ഒരു മാസം കാഞ്ഞവെള്ളത്തിൽ

സേവിച്ചപ്പോൾ അടിയന്റെ പട്ടുകാലമൊക്കെ മാറി സുഖമായി. എങ്കിലും അടിയൻ അതു പത്തു ദിവസംകൂടി, നാൽപതു ദിവസം തികച്ചു സേവിച്ചു. ആ മരുന്നു കുറച്ചുകൂടി ഇരിക്കുന്നുണ്ട്. ഇനിയും വേണമെങ്കിൽ സേവിക്കാം. ഇപ്പോൾ അടിയനു പട്ടുകാലമൊന്നുമില്ല. പണ്ടത്തെപ്പോലെ വേലകളെടുക്കുകയും നടക്കുകയുമൊക്കെ ചെയ്യാറായി. ഈ വർത്തമാനം ഇവിടെ വിടകൊണ്ട് അറിയിക്കാതെയിരിക്കുന്നതു നന്ദികേടാണല്ലോ എന്നു വിചാരിച്ചു മാത്രമാണ് അടിയനിപ്പോൾ വിടകൊണ്ടത്.'

മൂസ്സവർകൾ: 'ദീനം ഭേദമായാൽ ആ വിവരം പിന്നെയിവിടെ അറിയിക്കുന്നവർ ചുരുക്കമാണ്. നിനക്ക് ഇങ്ങനെ വേണമെന്നു തോന്നിയല്ലോ. സന്തോഷമായി. ഇപ്പോൾ ദീനമൊന്നുമില്ലാത്തസ്ഥിതിക്ക് ആ മരുന്നിനി സേവിക്കണമെന്നില്ല' എന്നു പറഞ്ഞു.

മാപ്പിള: എന്നാൽ അടിയൻ വിടകൊള്ളട്ടെ!

മൂസ്സത്: (ഒരു രൂപയെടുത്ത് അവിടെ വെച്ചിട്ട്) 'വഴിച്ചെലവിന് ഇതു കൂടിയിരിക്കട്ടെ' എന്നു പറഞ്ഞു.

മാപ്പിള: അയ്യോ! അടിയന് ഇതൊന്നും വേണ്ടാ. തിരുമനസ്സിലെ കൃപ കൊണ്ട് അടിയനിപ്പോൾ വേലയെടുക്കാറായല്ലോ.

മൂസ്സവർകൾ: 'ആട്ടെ, കൊണ്ടുപൊയ്ക്കോ, സംശയിക്കേണ്ട. നീയൊരു പാവമല്ലേ?' എന്നും മറ്റും പറഞ്ഞു വീണ്ടും നിർബന്ധിക്കയാൽ മാപ്പിള രൂപയെടുത്തു വീണ്ടും തൊഴുതു യാത്രപറഞ്ഞുപോയി.

5.കാടമുറി ഗ്രാമത്തിലുൾപ്പെട്ട നാരായണമംഗലത്തില്ലത്തു കഴിഞ്ഞു പോയ അച്ഛൻ നമ്പൂരി അവർകൾ ഒരു വിധം പ്രസിദ്ധിയോടും പ്രതാപത്തോടും കൂടിയിരുന്ന കാലത്ത് ഒരു ദിവസം അദ്ദേഹത്തിന്റെ മക്കളിൽ ഒരുണ്ണിയോടും ഒരു പെൺകിടാവിനോടുംകൂടി വയസ്കര വന്നിരുന്നു. നമ്പൂരിയെക്കണ്ടപ്പോൾ മൂസ്സവർകൾ, 'എന്താ, നാറാണമംഗലം വിശേഷിച്ച്?' എന്നു ചോദിച്ചു.

അച്ഛൻ നമ്പൂരി: വലിയ വിശേഷമൊന്നുമില്ല. ഈ ഉണ്ണിക്ക് ഒരു ചുമ തുടങ്ങീട്ട് ഏകദേശം ഒരു മാസമായി. പൊയ്ക്കോളും, പൊയ്ക്കോളും എന്നു വിചാരിച്ചിരുന്നിട്ട് അതു പോകുന്നില്ല. അതിനെന്താണിനി ചെയ്യേണ്ടത്?

മൂസ്സവർകൾ: ഹേ! ഉണ്ണിക്കാണോ സുഖക്കേട്? പെണ്ണിനായിരിക്കുമെന്നു ഞാൻവിചാരിച്ചു.

അച്ഛൻ നമ്പൂരി: പെണ്ണിനിപ്പോൾ സുഖക്കേടൊന്നുമില്ല ഞാൻ തോണിക്കാണു പോന്നത്, തോണിയിൽക്കേറാനുള്ള ഉത്സാഹംകൊണ്ട് അവളും പോന്നു എന്നേ ഉള്ളൂ.

മൂസ്സവർകൾ: ഉണ്ണിയുടെ സുഖക്കേടു സാരമുള്ളതല്ല. അതിനു കടുക്കയും ജീരകവുംകൂടി പൊടിച്ചു പഞ്ചസാര ചേർത്തു കൂടെക്കൂടെ കുറേശ്ശെ കൊടുത്താൽ മതി. നാലഞ്ചുദിവസം കഴിയുമ്പോഴേക്കും ഭേദമാകും. പെണ്ണിനെന്താ ചെയ്യേണ്ടതെന്നു ഞാൻസംശയിച്ചു.

അച്ഛൻ നമ്പൂരി: അവൾക്കിപ്പോൾ ഒന്നും ചെയ്യണമെന്നു തോന്നുന്നില്ല.

മൂസ്സവർകൾ: വേണ്ട, വല്ലതും ചെയ്യണമെന്ന് എനിക്കും അഭിപ്രായമില്ല. അങ്ങനെ സംശയിച്ചു എന്നു പറഞ്ഞു എന്നേ ഉള്ളൂ.

അച്ഛൻനമ്പൂരി: ഞാൻഇപ്പോൾത്തന്നെ പോകുന്നു. സന്ധ്യയ്ക്കു മുമ്പ് അങ്ങോട്ടെത്തണം.

മൂസ്സവർകൾ: ഇപ്പോൾത്തന്നെ പോകുന്നുവെങ്കിൽ ഒട്ടും താമസിക്കേണ്ട. രാത്രിയിൽ ഉപദ്രവമാണ്.

അച്ഛൻ നമ്പൂരി: അതെയതെ, രാത്രിയിൽ വലിയ ഉപദ്രവമാണ് എന്നു പറഞ്ഞു.

അദ്ദേഹം അപ്പോൾത്തന്നെ തോണികേറിപ്പോവുകയും സന്ധ്യയ്ക്കു മുമ്പായി ഇല്ലത്തെത്തുകയും അന്യന്മാർക്ക് അറിയാവുന്ന വിധത്തിൽ യാതൊരു സുഖക്കേടുമില്ലാതെയിരുന്ന ആ പെൺകിടാവ് അന്നു രാത്രി യിൽത്തന്നെ മരിക്കുകയും ചെയ്തു. ആ പൊടിയുണ്ടാക്കി നാലഞ്ചുദിവസം കൊടുത്തപ്പോൾ ഉണ്ണിയുടെ ചുമ മാറി സുഖമാവുകയും ചെയ്തു.

6. കായംകുളത്തിനു സമീപം 'എരുവ' എന്ന സ്ഥലത്ത് ഒരു സ്ത്രീ (ആളെ സ്പഷ്ടമായി പറഞ്ഞാൽ അവർക്കതു രസിക്കാതെവന്നെങ്കിലോ എന്നു വിചാരിച്ച് അങ്ങനെ ചെയ്യാത്തതാണ്) പ്രസവിച്ചതോടുകൂടി പൊട്ടിക്കീറി രണ്ടു ദ്വാരങ്ങൾ ഒന്നായിത്തീർന്ന് മലവും മൂത്രവും ഒരു മാർഗ്ഗമായിത്തന്നെ പുറത്തേക്കു പോയിത്തുടങ്ങി. ആ സ്ത്രീയുടെ ഭർത്താവും മറ്റും പല നാട്ടു വൈദ്യന്മാരോടും പറഞ്ഞിട്ടും ഇതിലേക്ക് ഒരു സമാധാനവുമുണ്ടായില്ല. 'ആസ്പത്രിയിൽ കൊണ്ടുപോയി തുന്നിക്കെട്ടാതെ ഇതു ശരിയാകുന്ന കാര്യം അസാദ്ധ്യമാണ്' എന്നാണ് എല്ലാവരും പറഞ്ഞത്. അതിന് ആ സ്ത്രീക്കും സ്ത്രീയുടെ ഭർത്താവു മുതലായവർക്കും നല്ല സമ്മതമില്ലായിരുന്നു. 'വയസ്കരത്തിരുമനസ്സിലെ അടുക്കൽക്കൂടി അറിയിച്ചിട്ട് അവിടുന്നും ഇങ്ങനെതന്നെ അഭിപ്രായപ്പെടുകയാണെങ്കിൽ പിന്നെ എന്തുവേണം എന്നാലോചിക്കാം' എന്നു പറഞ്ഞു നിശ്ചയിച്ച് ആ സ്ത്രീയുടെ ഭർത്താവും മറ്റും കൂടി വയസ്കരെ വന്നു. ഇത് ഒരു ദിവസം കാലത്തായിരുന്നു. ആ സമയം ആര്യൻ നാരായണൻമൂസ്സ് അവർകൾ കുളപ്പുരയുടെ മുറ്റത്താണ് ഇരുന്നിരുന്നത്. കുളിക്കാൻ ചെന്നപ്പോൾ കടവിൽ അവിടുത്തെ അമ്മ കുളിക്കുന്നുണ്ടായിരുന്നതിനാലാണ് അവിടെ ഇരുന്നത്. ആ മുറ്റത്തു കുറേശ്ശെ മുത്തങ്ങാംപുല്ലു നിൽക്കുന്നുണ്ടായിരുന്നു. ആ പുല്ലു പറിച്ചുകൊണ്ടാണ് അവിടുന്ന് അവിടെ ഇരുന്നിരുന്നത്. അപ്പോൾ ഇവർ അടുത്തുചെന്നു വന്ദിച്ചു. സ്ത്രീയുടെ സുഖക്കേടിന്റെ വിവരമെല്ലാമറിയിച്ചു. അതെല്ലാംകേട്ടുകഴിഞ്ഞപ്പോൾ മൂസ്സവർകൾ നാലഞ്ചുകൂട്ടം മരുന്നുകളുടെ പേരു പറഞ്ഞിട്ട്, 'ഇവയെലാം കൂടിയിട്ടു കഷായംവെച്ചു പഞ്ചസാര മേമ്പൊടിയായിട്ട് കൊടുക്കുക. കഷായമൊരു മുപ്പതുദിവസം കൊടുത്തേക്കണം' എന്നു പറഞ്ഞു. അപ്പോഴേക്കും കടവൊഴിയുകയാൽ അവിടുന്നു കുളിക്കാൻ പോവുകയും ചെയ്തു. മരുന്നുകൾ കേട്ടു ധരിക്കാൻ മാത്രമേ ഉണ്ടായിരുന്നുള്ളൂ. അതുകൊണ്ട് കുറിച്ചുകൊടുത്തില്ല. അവിടുന്നു പറഞ്ഞ മരുന്നുകളുടെ കൂട്ടത്തിൽ മുത്തങ്ങാക്കിഴങ്ങുമുണ്ടായിരുന്നു. അവിടുന്ന് അവിടെ പറിച്ചുകൂട്ടിയ മുത്തങ്ങാപ്പുല്ലു കിഴങ്ങോടുകൂടിയതുമായിരുന്നു. അതിനാലവർ 'നമുക്കു മുത്തങ്ങാക്കിഴങ്ങും വേണമല്ലോ. അതു തിരുമനസ്സിലെ തൃക്കൈകൊണ്ടു പറിച്ചതും ഈ മുറ്റത്തു മുളച്ചതുമാകയാൽ ഇതിന് പ്രത്യേകമായൊരു മാഹാത്മ്യമുണ്ടായിരിക്കും' എന്നു പറഞ്ഞ് അതെല്ലാം വാരിയെടുത്തു പൊതിഞ്ഞുകെട്ടിക്കൊണ്ടുപോയി.

ആ കഷായം പത്തുപതിനഞ്ചുദിവസം സേവിച്ചപ്പോഴേക്കും സ്ത്രീക്കു പൊട്ടിക്കീറിയിരുന്ന സ്ഥലം കൂട്ടിപ്പിടിച്ച് ഉണങ്ങിത്തുടങ്ങുകയും മലമൂത്രങ്ങൾ യഥാകാലം രണ്ടുവഴിയായിത്തന്നെ വേണ്ടപോലെ പോയിത്തുടങ്ങുകയും ചെയ്തു. ഒരു മാസം കഷായം സേവിച്ചപ്പോഴേക്കും എല്ലാം യഥാപൂർവ്വം ശരിയായി സ്ത്രീ പൂർണ്ണസുഖത്തെ പ്രാപിച്ചു. ആ സ്ത്രീ പിന്നെയും നാലഞ്ചു പ്രസവിച്ചു. യാതൊരപകടവുമുണ്ടായില്ല. അവർ ഇപ്പോഴും സുഖമായി ജീവിച്ചിരിക്കുന്നുണ്ട്.

ആസ്പത്രിയിൽ കൊണ്ടുപോയി തുന്നിക്കെട്ടാതെ ഇതു ശരിയാവുകയില്ല എന്നു പറഞ്ഞ ചില വൈദ്യന്മാരോട് ഈ സ്ത്രീയുടെ ഭർത്താവ് ഈ വിവരം പറഞ്ഞപ്പോൾ അവർ പറഞ്ഞത്, 'ആസ്പത്രിയിൽ കൊണ്ടുപോയി തുന്നിക്കെട്ടാതെ മനുഷ്യർ വിചാരിച്ചാൽ ഇതു ശരിയാക്കാൻ സാധിക്കയില്ല എന്നല്ലേ പറഞ്ഞത്? വയസ്കരത്തിരുമേനി കേവലം മനുഷ്യനല്ല. സാക്ഷാൽ ധന്വന്തരിയുടെ ഒരവതാരമാണ്. അവിടുന്നു വിചാരിച്ചാൽ അസാദ്ധ്യമായിട്ടൊന്നുമില്ല' എന്നാണ്.

7. കാർത്തികപ്പള്ളിത്താലൂക്കിൽ പള്ളിപ്പാട്ടുദേശത്തു കോയിക്കലേത്തായ ഈരിക്കൽവീട്ടിൽ കേശവപ്പിള്ള എന്നു പ്രസിദ്ധനായ ഒരു മഹാനുണ്ടായിരുന്നു. അദ്ദേഹത്തിന് ഒരിക്കൽ ഒരു സുഖക്കേടുണ്ടായി. അതു മൂത്രമൊഴിവായിരുന്നുവെങ്കിലും സാധാരണമട്ടിലല്ലായിരുന്നു. നേരം വെളുക്കുമ്പോൾ അടിവയറ്റിൽനിന്ന് ഒരെരിച്ചിൽ മേൽപോട്ടു കയറിവരും. അതു തൊണ്ടവരെയാകുമ്പോൾ തൊണ്ടയും നാവും ഉണങ്ങി വരണ്ടു ദാഹം തുടങ്ങും. വെള്ളം കുടിച്ചു തുടങ്ങിയാൽ മൂത്രം പോയിത്തുടങ്ങും. പകൽ പല പ്രാവശ്യമായിട്ട് മൂന്നു നാലു പറയോളം വെള്ളം കുടിക്കും. പല തവണയായിട്ട് അത്രയും തന്നെ മൂത്രം പോവുകയും ചെയ്യും. രാത്രിയാകുമ്പോൾ ദാഹവും വെള്ളംകുടിയും മൂത്രംപോക്കും കുറഞ്ഞു സാമാന്യംപോലെയാകും. ഇങ്ങനെയായിരുന്നു ദീനത്തിന്റെ സ്വഭാവം. ഇതിനു കേശവപിള്ളയവർകൾ അനേകം വൈദ്യന്മാരെ വരുത്തുകയും അവരുടെ വിധിപ്രകാരം പല പല ചികിത്സകൾ ചെയ്തുനോക്കുകയും ചെയ്തു. നാട്ടുവൈദ്യന്മാരും ഇംഗ്ലീഷുവൈദ്യന്മാരും മാറി മാറി പഠിച്ച വിദ്യകളൊക്കെ പ്രയോഗിച്ചുനോക്കീട്ടും ദീനത്തിനു യാതൊരു കുറവുമുണ്ടായില്ല. ഇങ്ങനെ അഞ്ചാറു മാസം കഴിഞ്ഞപ്പോഴേക്കും പരസഹായം കൂടാതെ എണീക്കാൻപോലും വയ്യാത്തവിധത്തിൽ കേശവപിള്ള അവർകൾ ഏറ്റവും പരവശനായിത്തീർന്നു. ഇത്രയുമായതിന്റെ ശേഷം അദ്ദേഹം വള്ളംവഴി ഒരു വിധത്തിൽ വയക്കരെ വന്നെത്തി, ദീനത്തിന്റെ സ്വഭാവവും അതുവരെ ചെയ്ത ചികിത്സകളുടെ വിവരവുമെല്ലാം ആര്യൻ നാരായണൻമൂസ്സവർകളുടെ അടുക്കൽ അറിയിച്ചു. അവിടുന്ന് അതെല്ലാം കേട്ടു കഴിഞ്ഞതിന്റെ ശേഷം ഒരു നെയ്യു ചാർത്തിക്കൊടുക്കുകയും ആ നെയ്യു കാച്ചി പതിവായി കാലത്തുകാലാത്ത് അരയ്ക്കാൽത്തുടംവീതം ചൂടുള്ള കഞ്ഞിയിലൊഴിച്ചു കുടിക്കാൻ പറയുകയും ചെയ്തു. കേശവപിള്ള അവർകൾ ചാർത്തുവാങ്ങി ഒരാളെക്കൊണ്ടു വായിപ്പിച്ചു കേട്ടതിന്റെ ശേഷം 'ഈ നെയ്യു മുന്നാഴി വീതം മൂന്നുപ്രാവശ്യം കാച്ചിസ്സേവിച്ചിട്ട് ഒരു ഗുണവുമുണ്ടായില്ല' എന്നറിയിച്ചു.

മൂസ്സവർകൾ: ആട്ടെ, ഒരു മുന്നാഴികൂടി കാച്ചുക; ഗുണമുണ്ടാകും.

കേശവപിള്ള: ഇയ്യിടെ കാച്ചിയ ഒരു മുന്നാഴി നെയ്യ് ഇരിക്കുന്നുണ്ട്. അതുപയോഗിച്ചാൽ മതിയാകുമോ?

മൂസ്സവർകൾ: അതുവേണ്ട. ഈ കുറിപ്പനുസരിച്ചു വേറെതന്നെ മുന്നാഴി കാച്ചുകയാണു നല്ലത്.

കേശവപിള്ള: കല്പനപോലെ ചെയ്യാം എന്നു പറഞ്ഞു

വീണ്ടും വന്ദിച്ചുകൊണ്ട് തോണികേറി അപ്പോൾത്തന്നെ പോവുകയും ചെയ്തു. വയസ്കരനിന്നു കൊടുത്ത ചാർത്തനുസരിച്ചു കേശവപിള്ള അവർകൾ പിന്നേയും മുന്നാഴി നെയ്യ് യഥാക്രമം കാച്ചിയരിപ്പിക്കുകയും അതു കാച്ചിയരിച്ചതിന്റെ പിറ്റേദിവസം രാവിലെ കഞ്ഞി വെയ്പ്പിച്ച് അരയ്ക്കാൽത്തുടം നെയ്യുമൊഴിച്ചു ചെറുചൂടോടുകൂടി കഞ്ഞി കുടിക്കുകയും ചെയ്തു. അടിവയറ്റിൽനിന്നുള്ള എരിച്ചിൽ മേല്പോട്ട് കേറിവന്നു തുടങ്ങിയപ്പോഴാണ് കഞ്ഞി കുടിച്ചത്. ആദ്യം കുടിച്ച ആ ഒരു പിലാവിലക്കഞ്ഞി കീഴ്പോട്ടു ഇറങ്ങിയതോടുകൂടി ആ എരിച്ചിലും കീഴ്പോട്ടിറങ്ങി. പിന്നെ ആ എരിച്ചിൽ ഒരിക്കലും മേല്പോട്ടു കയറിവന്നില്ല. അതിനാൽ ക്രമത്തിലധികമുണ്ടായിരുന്ന ദാഹവും വെള്ളം കുടിയും മൂത്രംപോക്കുമെല്ലാം അതോടുകൂടി നിന്നു. പിന്നെ അതൊന്നും അദ്ദേഹത്തിന് ഒരിക്കലുമുണ്ടായിട്ടില്ല. വാസ്തവം വിചാരിച്ചാൽ ആ ഒരു പിലാവിലക്കഞ്ഞി കുടിച്ചതോടുകൂടിത്തന്നെ കേശവപിള്ള അവർകളുടെ സുഖക്കേടുകളെല്ലാം ഭേദമായിയെന്നു പറയേണ്ടിയിരിക്കുന്നു. എങ്കിലും അദ്ദേഹം ആ മുന്നാഴി നെയ്യ് തീരുന്നതുവരെ അരയ്ക്കാൽത്തുടംവീതം പതിവായി കഞ്ഞിയിലൊഴിച്ചു കുടിച്ചുകൊണ്ടിരുന്നു. അപ്പോഴേക്കും അദ്ദേഹത്തിന്റെ ക്ഷീണമെല്ലാം മാറി യഥാപൂർവ്വം ബലവത്തരമായിത്തീരുകയും പിന്നെയും അദ്ദേഹം ഏതാനും കൊല്ലം സുഖമായി ജീവിച്ചിരിക്കുകയും ചെയ്തു. അദ്ദേഹം അജീവനാന്തം ഈ സംഗതിയെക്കുറിച്ച് കൃതജ്ഞതാപൂർവ്വം പലരോടും പറയാറുണ്ടായിരുന്നു. 'ജനങ്ങളുടെ ആരോഗ്യരക്ഷയ്ക്കുവേണ്ടി നമ്മുടെ ഗവർമ്മെന്റ് പ്രതിവത്സരം വളരെ പണം വ്യയം ചെയ്യുന്നുണ്ടല്ലോ. എന്നാൽ ഏറിയൊരു ജനങ്ങളുടെ ജീവൻ രക്ഷിച്ചുകൊണ്ടിരിക്കുന്ന വയസ്കരത്തിരുമേനിക്കു ഗവർമ്മെന്റിൽ നിന്നു പറയത്തക്കവണ്ണമുള്ള ധനസഹായമൊന്നും ചെയ്യാത്തതു കഷ്ടം തന്നെ. ഡർബാർ ഫിസിഷ്യനു ഗവർമ്മെന്റു പ്രതിമാസം ആയിരംരൂപ വീതമാണ് കൊടുക്കുന്നതെങ്കിൽ വയസ്കരത്തിരുമേനിക്കു പതിനായിരം വീതം കൊടുക്കണം. അത്രയ്ക്കുമാത്രം രക്ഷ അവിടുന്നു ജനങ്ങൾക്കു ചെയ്യുന്നുണ്ട്'' എന്നും മറ്റുമായിരുന്നു കേശവപിള്ള അവർകൾ പറഞ്ഞിരുന്നത്.

8. കുമാരനല്ലൂർ ഗ്രാമവാസിയും കുമാരനല്ലൂർ അമ്പലപ്പുഴ മുതലായ മഹാക്ഷേത്രങ്ങളിലെ തന്ത്രിയും പ്രസിദ്ധ കർമ്മിയുമായ 'കുടിയക്കോൽ' അച്ഛൻ ത്രൂപ്പൻ നമ്പൂരി അവർകൾ ഒരിക്കൽ അരോചകരോഗബാധിതനായിത്തീർന്നു. കഞ്ഞി, ചോറ്, കാപ്പി, ചായ, പലഹാരങ്ങൾ, പഴങ്ങൾ മുതലായി യാതൊന്നിനും രുചിയില്ലാതെ വരികയാൽ ഭക്ഷണമൊന്നും കഴിക്കാതെയാവുകയും തന്നിമിത്തം ക്ഷീണം വർദ്ധിക്കുകയും അച്ഛൻ നമ്പൂരി അവർകൾക്കു പരസഹായം കൂടാതെ എണീറ്റിരിക്കാൻപോലും വയ്യാതായിത്തീരുകയും ചെയ്തു. അനേകം വൈദ്യന്മാർ മാറി മാറി പല ചികിത്സകൾ ചെയ്തുനോക്കീട്ടും ഒരു ഫലവും കാണായ്കയാൽ ഒടുക്കം

അപ്ഫൻ നമ്പൂരിയവർകൾ വയസ്കരവാന് ആര്യൻ നാരായണൻ മൂസ്സവർകളെ കൊണ്ടുപോയി. മൂസ്സവർകൾ കുടിയക്കോലില്ലത്തെത്തി അച്ഛൻ നമ്പൂരി അവർകളെ കണ്ടപ്പോൾ 'കുടിയക്കോലിനു യാതൊന്നിനും രുചിയില്ലേ? എന്തെങ്കിലും ഭക്ഷിക്കാമെന്നോ കുടിക്കാമെന്നോ തോന്നുന്നുണ്ടോ?' എന്നു ചോദിച്ചു.

അച്ഛൻ നമ്പൂരി അവർകൾ: എനിക്ക് അങ്ങനെയൊന്നും തോന്നുന്നില്ല.

മൂസ്സവർകൾ: കുമാരനെല്ലൂരമ്പലത്തിലെ ഇടിച്ചുപിഴിഞ്ഞ പായസമായാലോ?

അച്ഛൻ നമ്പൂരി അവർകൾ: എന്തോ പരീക്ഷിച്ചുനോക്കണം.

മൂസ്സവർകൾ: (അപ്ഫൻ നമ്പൂരി അവർകളോട്) അതിനു രുചിയില്ലാതെ വരികയില്ല. അവിടെ ഇടിച്ചുപിഴിഞ്ഞ പായസം പതിവായിട്ടുണ്ടായിരിക്കുമല്ലോ. കുടിയക്കോൽ അവിടെ തന്ത്രിയായതുകൊണ്ട് അതു കിട്ടാനും പ്രയാസമുണ്ടാവില്ല. അതു വരുത്തി ദിവസം തോറും രണ്ടു പ്രാവശ്യം വീതം കുറേശ്ശെ കൊടുക്കണം. അങ്ങനെ രണ്ടുമൂന്നു ദിവസം കഴിയുമ്പോൾ കഞ്ഞിയും ചോറുമൊക്കെ കഴിച്ചു തുടങ്ങും. ഭക്ഷണം കഴിച്ചുതുടങ്ങിയാൽ ക്രമേണ ക്ഷീണം മാറും. അത്രയും മതിയല്ലോ.

അപ്ഫൻ നമ്പൂരി അവർകൾ: ദീനവും ക്ഷീണവും മാറിയാൽ മതി. പായസം ഇന്നു മുതൽക്കുതന്നെ വരുത്തിക്കൊടുക്കാം. വേറെ മരുന്നു വേണ്ടെന്നോ?

മൂസ്സവർകൾ: മരുന്നോ? ഇതുതന്നെ ഒരു മരുന്നാണ്. പിന്നെ (അപ്പോൾ അവിടെ മുറ്റത്തു നിൽക്കുന്ന മാവിന്റെ ചുവട്ടിൽ തളിരു ധാരാളം വീണു കിടക്കുന്നുണ്ടായിരുന്നു. അതു ചൂണ്ടിക്കാണിച്ചുകൊണ്ട്) ഈ മാന്തളിര്, ഇഞ്ചി, കൂവളത്തിൻ വേര് തൊലി കളഞ്ഞ്, മലര്, ഇവയിട്ടു കഷായംവെച്ച് അരക്കഷായം വീതം രണ്ടുനേരവും പഞ്ചസാര മേൻപൊടി ചേർത്തു കൊടുക്കുകകൂടി ചെയ്യേണം. അതു മതി എന്നു പറഞ്ഞു മൂസ്സവർകൾ അപ്പോൾത്തന്നെ മടങ്ങിപ്പോരികയും ചെയ്തു. അന്നുതന്നെ കുമാരനെല്ലൂർനിന്ന് ഇടിച്ചുപിഴിഞ്ഞ പായസം വരുത്തിക്കൊടുത്തു. അച്ഛൻനമ്പൂരിയവർകൾ അപ്പോഴും വൈകുന്നേരവും കുറേശ്ശെ ഉണ്ടു. അന്നുതന്നെ കഷായവുമുണ്ടാക്കിക്കൊടുത്തുതുടങ്ങി. അങ്ങനെ രണ്ടുമൂന്നു ദിവസം രണ്ടുനേരവും കഷായം സേവിക്കുകയും പായസമുണ്ണുകയും ചെയ്തപ്പോൾ അച്ഛൻ നമ്പൂരിയവർകൾക്കു രുചിയുണ്ടായിത്തുടങ്ങുകയും ചെയ്തു. അഞ്ചാറു ദിവസം കഴിഞ്ഞപ്പോഴേക്കും അദ്ദേഹം സാമാന്യംപോലെ ഊണു കഴിച്ചുതുടങ്ങി. കിം ബഹുനാ? പത്തുപതിനഞ്ചു ദിവസം കൊണ്ട് അച്ഛൻനമ്പൂരിയവർകൾ ദീനം മാറി സ്വസ്ഥശരീരനായിത്തീർന്നു. ഈ സംഗതി അദ്ദേഹവും അപ്ഫൻനമ്പൂരിയവർകൾ മുതലായവർ ഇപ്പോഴും ചിലപ്പോൾ പ്രസംഗവശാൽ കൃതജ്ഞതാപൂർവം പറയാറുണ്ട്.

9. ഒരു കഥകളിയോഗത്തിലെ പ്രധാനനും പ്രസിദ്ധനും നല്ല വേഷക്കാരനും ആട്ടക്കാരനുമായിരുന്ന തകഴിയിൽ വേലുപ്പിള്ള ഒരിക്കൽ വയസ്കരയിലത്തു വന്നപ്പോൾ ആര്യൻ നാരായണൻമൂസ്സ് അവർകൾ 'വേലുപ്പിള്ള തനിച്ചോ? യോഗത്തോടുകൂടിയോ?' എന്നു ചോദിച്ചു.

വേലുപ്പിള്ള: യോഗത്തോടുകൂടിത്തന്നെയാണ്.

മൂസ്സവർകൾ: ഇന്നു കളി എവിടെയാണ്?

വേലുപ്പിള്ള: കാരാപ്പുഴെ അമ്പലക്കടവിലമ്പലത്തിൽ.

മൂസ്സവർകൾ: നാളെയോ?

വേലുപ്പിള്ള: നാളെ ഇവിടെ തിരുമുമ്പിലെന്നാണ് അടിയൻ വിചാരിച്ചിരിക്കുന്നത്.

മൂസ്സവർകൾ: ഓഹോ, വിരോധമില്ല. നേരത്തെ പെട്ടിയും കോപ്പും ഇങ്ങോട്ടെടുപ്പിച്ചോളൂ.

ഇതുകേട്ടു വേലുപ്പിള്ള സന്തോഷത്തോടുകൂടി വീണ്ടും വന്ദിച്ചു കൊണ്ടുപോയി.

വേലുപ്പിള്ള പറഞ്ഞതുപോലെ അന്ന് കാരാപ്പുഴ കളിയുണ്ടായിരുന്നു. കഥ നളചരിതം രണ്ടാം ദിവസത്തേതായിരുന്നു. വേലുപ്പിള്ള നളന്റെ വേഷംകെട്ടി ആടിക്കൊണ്ടുനിന്ന സമയം ഒരു ചെവിപ്പൂവു താഴെ വീണു. അതു കോൽ മേല്പോട്ടായിട്ടു കമഴ്ന്നാണ് വീണത്. അതറിയാതെ വേലുപ്പിള്ള അതിന്റെ മീതെ ചവിട്ടി. ചവിട്ടു നല്ല ഊക്കോടു കൂടിയായിരുന്നു. ചെവിപ്പൂവിന്റെ കോൽ വേലുപ്പിള്ളയുടെ ഉള്ളങ്കാലിൽ കുത്തിക്കേറി. അതിന്റെ അഗ്രം മറുവശത്തുവന്നു. അതോടുകൂടി വേലുപ്പിള്ള ബോധംകെട്ടു പുറകോട്ടു മലർന്നു. ഉടൻ പാട്ടുകാരും മേളക്കാരും കൂടി താങ്ങിപ്പിടിച്ചതുകൊണ്ട് നിലത്തു വീണില്ല. അവർ വേലുപ്പിള്ളയെ താങ്ങിയെടുത്ത് അണിയറയിൽ കൊണ്ടുചെന്നു കിടത്തി. കോപ്പുകളെല്ലാമൊരുവിധത്തിൽ അഴിച്ചെടുക്കുകയും ഉള്ളങ്കാലിൽ തറച്ചിരുന്ന ചെവിപ്പൂവൂരിയെടുക്കുകയും ചെയ്തു. വേലുപ്പിള്ളയുടെ മുറിവുപറ്റിയ ആ കാലിലിരുന്ന സ്ഥലമെല്ലാം രക്തമയമായി. ഉടുത്തുകെട്ടു മുതലായവയും മിക്കവാറും രക്തംകൊണ്ടു നനഞ്ഞു. വേലുപ്പിള്ളയ്ക്ക് ഈ ആപത്തുപറ്റിയതോടുകൂടി അന്നത്തെ കളി അവസാനിക്കുകയും കാഴ്ചക്കാരെല്ലാം പിരിയുകയും ചെയ്തു. സ്ഥലത്തെ ചില പ്രധാനന്മാരും വേലുപ്പിള്ളയുടെ ശിഷ്യന്മാരും മറ്റും മാത്രമേ പിന്നെയവിടെയുണ്ടായിരുന്നുള്ളൂ. അവർ ചില ശുശ്രൂഷകൾ ചെയ്തുകൊണ്ട് വേലുപ്പിള്ളയുടെ ചുറ്റും കൂടി. അവർ വേലുപ്പിള്ളയ്ക്കു ജലധാരയോ ഏതാണ്ടൊക്കെ ചെയ്തതിനാൽ കുറച്ചു കഴിഞ്ഞപ്പോൾ ബോധം വീണു. അപ്പോൾ വേദനയുടെ കാഠിന്യംകൊണ്ട് വേലുപ്പിള്ള നിലവിളിച്ചുതുടങ്ങി. അങ്ങനെ 'അവിദിതഗതയാമാരാത്രിരേവം വ്യരംസീൽ' എന്നുള്ളതുപോലെതന്നെ നേരം വെളുത്തു.അപ്പോഴേക്കും വേലുപ്പിള്ളയുടെ ആ ഒരു കാലിന്മേൽ മുഴുവനും നീരുവന്നു വീർത്തിരുന്നു. മുട്ടിനു താഴെ വലിയ മന്തുപോലെയല്ല, അതിലധികം നീരുണ്ടായിരുന്നു. വേദനകൊണ്ട് കാലു മാറ്റിവെയ്ക്കാനെന്നല്ല, കാലിന്മേൽ തൊടാൻപോലും വയ്യായിരുന്നു. പിന്നെ എല്ലാവരും കൂടിഎന്താ വേണ്ടതെന്ന് ആലോചനയായി. വേലുപ്പിള്ള ഈ സ്ഥിതിയിലായിപ്പോയതുകൊണ്ട് അന്നു വയസ്കരെ കളിയുണ്ടാവുകയില്ലെന്നുതന്നെ തീർച്ചപ്പെടുത്തി. എങ്കിലും ഈ വിവരം അവിടെ അറിയിക്കുകയും ഇതിനെന്താണു ചെയ്യേണ്ടതെന്നു ചോദിക്കുകയും ചെയ്യേണ്ടത് അത്യാവശ്യമാണല്ലോ എന്നു വിചാരിച്ച് വേലുപ്പിള്ളയുടെ ശിഷ്യന്മാരിൽ ചിലർ ഓടി വയസ്കരെയെത്തി വിവരമെല്ലാമറിയിച്ചു. അപ്പോൾ മൂസ്സവർകൾ, 'വേലുപ്പിള്ളയ്ക്കു വേഷം കെട്ടാൻ വയ്യെങ്കിലും കളി

വേണ്ടെന്നു വിചാരിക്കുന്നില്ല. അതു വേണമെന്നു നിശ്ചയിച്ചതല്ലേ? വേഷം കെട്ടാവുന്നവർ കെട്ടിയാൽ മതി. പെട്ടിയും കോപ്പും ഇങ്ങോട്ടുകൊണ്ടുപോരട്ടെ. വേലുപ്പിള്ളയേയും ഇങ്ങോട്ടു കൊണ്ടുവരിക. എന്താ ചെയ്യേണ്ടതെന്നു കണ്ടിട്ടു നിശ്ചയിക്കാം' എന്നാണു പറഞ്ഞത്. അതു കേട്ടു വേലുപ്പിള്ളയുടെ ശിഷ്യന്മാർ ഓടിപ്പോയി വേലുപ്പിള്ളയെ ഒരു മഞ്ചലിലാക്കിയെടുത്ത് വയസ്കരെ കൊണ്ടുവന്നു. പെട്ടിയും കോപ്പുമായി ശേഷമുണ്ടായിരുന്നവരും പിന്നാലെ അവിടെ വന്നുചേർന്നു.

അന്നു വയസ്കരയില്ലത്തിന്റെ തെക്കുവശത്തു പടിഞ്ഞാറുമാറി (ഇപ്പോഴത്തെ പുത്തൻമാളികയുടെ സ്ഥാനത്തുതന്നെ) രണ്ടുമൂന്നുമുറികളും ഒരു പൂമുഖവും പടിഞ്ഞാട്ട് ഒരു മുഖപ്പും മറ്റുമായ് ഒരു കെട്ടിടമുണ്ടായിരുന്നു.

പകൽസമയങ്ങളിൽ മൂസ്സവർകൾ ആ പൂമുഖത്താണ് സാധാരണയായ് ഇരിക്കുക പതിവ്. വേലുപ്പിള്ളയെ കൊണ്ടുവന്ന സമയത്തും മൂസ്സവർകൾ അവിടെയുണ്ടായിരുന്നു. വേലുപ്പിള്ളയുടെ കാലിന്മേലുണ്ടായിരുന്ന നീരും മുറിവുമെല്ലാം നോക്കിക്കണ്ടതിന്റെ ശേഷം അവിടുന്ന് അകത്തുപോയി എന്തോ ഒരു തൈലം ഏകദേശം ഒരു തുടത്തോളം ഒരു ഇരുമ്പുകരണ്ടിയിലെടുത്തു കൊണ്ടുവന്നു കൊടുത്തിട്ട് 'വേലുപ്പിള്ളയെ ആ മുഖപ്പിൽക്കൊണ്ടുപോയിക്കിടത്തി, നീരും മുറിവുമുള്ള സ്ഥലത്തൊക്കെ തൈലം പുരട്ടുക. ഒരു നാഴിക കഴിയുമ്പോൾ പിന്നെയും പുരട്ടണം. അങ്ങനെ മൂന്നു പ്രാവശ്യം പുരട്ടിയാൽ കൊള്ളാം. അതിനിടയ്ക്ക് വേലുപ്പിള്ള ഉറങ്ങിയെങ്കിൽ പിന്നെ പുരട്ടണമെന്നില്ല. ഉണരുമ്പോൾ കഞ്ഞി കൊടുക്കണം. ഉറക്കം മത്യായിട്ട് ഉണരുകയലാതെ ഇടയ്ക്ക് ഉണർത്തരുത്' എന്ന് വേലുപ്പിള്ളയുടെ ശിഷ്യന്മാരോടു പറയുകയും ആട്ടക്കാർക്ക് അരിയും കോപ്പുകളും കൊടുക്കുന്നതിന് കാര്യസ്ഥനെ വിളിച്ച് ചട്ടംകെട്ടുകയും ചെയ്തിട്ടു കുളിക്കാൻ പോയി.

ആ തൈലം രണ്ടുപ്രാവശ്യം പുരട്ടിയപ്പോഴേക്കും വേലുപ്പിള്ള ഉറങ്ങിത്തുടങ്ങി. ആ ഉറക്കം ഏകദേശം മൂന്നുമൂന്നരമണിക്കൂർനേരമുണ്ടായി. വേലുപ്പിള്ള ഉണർന്നപ്പോഴേക്കും കാലിന്മേലുണ്ടായിരുന്ന നീരും വേദനയുമെല്ലാം പോയിരുന്നു. മുറിവിന്റെ പാടുപോലും കാണ്മാനുണ്ടായിരുന്നില്ല. നിലത്തു ചവിട്ടിയാലും നടന്നാലും എന്നല്ല, വിരൽകൊണ്ടു കുത്തിയാൽപ്പോലും ആ മുറിഞ്ഞ സ്ഥലത്തുപോലും വേദനയില്ലായിരുന്നു. പിന്നെ വേലുപ്പിള്ളയ്ക്കു സ്വല്പം ക്ഷീണം മാത്രമേ ഉണ്ടായിരുന്നുള്ളൂ. കഞ്ഞികുടി കഴിഞ്ഞപ്പോൾ അതും മാറി.

വേലുപ്പിള്ള പകലെ പോയി കുളിക്കുകയും പതിവുപോലെ ഊണുകഴിക്കുകയും രാത്രിയിൽ വേഷം കെട്ടി വെടിപ്പായിട്ടാടുകയും ചെയ്തു. അന്നും കഥ നളചരിതം രണ്ടാംദിവസത്തേതും നളന്റെ വേഷം കെട്ടിയത് വേലുപ്പിള്ളയുമായിരുന്നു. കളി കഴിഞ്ഞപ്പോൾ നേരം വെളുത്തു. വേലുപ്പിള്ള വേഷമഴിച്ച് മുഖവും തുടച്ച് മുണ്ടും മാറിയുടുത്ത് മൂസ്സ് അവർകളുടെ മുമ്പിൽച്ചെന്നു നിന്നു. അപ്പോൾ മൂസ്സ് അവർകൾ, 'വേലുപ്പിള്ളയുടെ ആട്ടം ഇന്നലെ പതിവിലധികം നന്നായി. കുറച്ചധികം മനസ്സിരുത്തിയിരിക്കും' എന്നു പറഞ്ഞു. പതിവുള്ള പണവും വിശേഷാൽ സമ്മാനമായി രണ്ടു മുണ്ടും കൊടുത്തു. വേലുപ്പിള്ള അതു തൊഴുതു വാങ്ങീട്ട്, 'അടിയന് ഇന്നലെ വേഷം കെട്ടുന്നതിനും തൃക്കൈയിൽനിന്ന് ഇന്നിതു വാങ്ങുന്നതിനും സംഗതിയാകുമെന്ന്

അടിയൻ ഒട്ടുംതന്നെ വിചാരിച്ചിരുന്നില്ല. അടിയനുണ്ടായ ആ ആപത്ത് ഇത്ര ക്ഷണത്തിൽ ഭേദപ്പെട്ടു സുഖമായത് തിരുമനസ്സിലെ കൃപകൊണ്ടുതന്നെയാണ്" എന്നുപറഞ്ഞു.

മൂസ്സവർകൾ: വേലുപ്പിള്ളയുടെ സുഖക്കേടൊക്കെ ഭേദമായിയെന്നാണോ വിചാരിക്കുന്നത്? അതു ഭേദമായിട്ടില്ല. ആ മുറിവു പറ്റിയത് ഒരു വല്ലാത്ത സ്ഥലത്താണ്. അതു ഭേദമാകുന്നതിന് ഒരു മൂന്നു മാസത്തിൽ കുറയാതെ വേണ്ടിവരും. കഷായം വല്ലതും സേവിക്കുകയും വേണം. ഇപ്പോഴത്തെ ഈ ഭേദം വകവെയ്ക്കേണ്ട. ഇന്നോ നാളെയോ ആ മുറിവു കാണാറാവുകയും പഴുത്തുതുടങ്ങുകയും ചെയ്യും.

വേലുപ്പിള്ള: (ഇതു കേട്ടു വ്യസനത്തോടുകൂടി) എന്നാലടിയൻ ഇവിടെയെങ്ങാനും താമസിച്ചു വല്ലതും ചെയ്ത് ഇതു നല്ലപോലെ ഭേദമാക്കീട്ടേ വിടകൊള്ളുന്നുള്ളൂ. ഇനി എന്താണ് ചെയ്യേണ്ടതെന്നു കല്പിക്കണം.

അതുകേട്ടു മൂസ്സവർകൾ ഒരു കഷായത്തിനു കുറിച്ചുകൊടുത്തു. വേലുപ്പിള്ള അതുവാങ്ങി വന്ദിച്ചുകൊണ്ട് അവിടെന്നു പിരിയുകയും കഥകളിയോഗക്കാരെ സഞ്ചാരത്തിനായിട്ട് അവിടെനിന്ന് പറഞ്ഞയച്ചിട്ട് ഒരു ശിഷ്യനോടുകൂടി കോട്ടയത്തു താമസം തുടങ്ങുകയും ചെയ്തു. അന്നുതന്നെ വൈകുന്നേരം വേലുപ്പിള്ള കുളിക്കാനായി ചെന്നു വെള്ളത്തിലിറങ്ങിയ സമയം ഉള്ളങ്കാലിലെ മുറിവു പൊട്ടി വേദന തുടങ്ങുകയും ചെയ്യുകയാൽ അടുത്തദിവസംതന്നെ കഷായം സേവിച്ചു തുടങ്ങി. ഒരു ശിഷ്യൻ കൂടെത്താമസിച്ചിരുന്നതുകൊണ്ട് മരുന്നുകൾ ശേഖരിക്കുകയും കഷായവും കഞ്ഞിയും ചോറുമൊക്കെ പാകത്തിനുണ്ടാക്കിക്കൊടുക്കുകയും മറ്റും അയാൾ ചെയ്തുകൊണ്ടിരുന്നു. ഏകദേശം മൂന്നു മാസം കഷായം സേവിച്ചപ്പോഴേക്കും നടക്കാറാവുകയും ആ മനുഷ്യൻ വീണ്ടും വയസ്കരെച്ചെന്നു മൂസ്സവർകളെക്കണ്ടു വന്ദിച്ചു യാത്രപറഞ്ഞുകൊണ്ട് സ്വദേശത്തേക്കു പോവുകയും ചെയ്തു.

ആര്യൻ നാരായണൻ മൂസ്സവർകൾ ഒരു വിഷയത്തിലും ഭ്രമമുള്ള ആളല്ലായിരുന്നു. ഗംഭീരാശയനായിരുന്ന ആ മഹാനെ ഭ്രമിപ്പിക്കുന്നതിന് ആർക്കും ഒന്നുകൊണ്ടും സാദ്ധ്യവുമല്ലായിരുന്നു. എന്നാൽ അവിടുന്നു കേവലം വിരക്തനായിരുന്നുമില്ല. 'ന പീഡയേദിന്ദ്രിയാണി ന ചൈതാന്യതിലാളയേൽ' എന്നുള്ള പ്രമാണമനുസരിച്ചായിരുന്നു അവിടുത്തെ മനസ്ഥിതി. എങ്കിലും ഒരു കാലത്ത് അവിടേക്കു കഥകളിയിൽ ഒരു വിധംഭ്രമമുണ്ടായിരുന്നു എന്നാണ് ചിലരുടെ അഭിപ്രായം. അവിടുന്നു വൈശാഖമാഹാത്മ്യം, ദുര്യോധനവധം എന്നീ രണ്ടാട്ടക്കഥകളുണ്ടാക്കി അരങ്ങേറ്റം കഴിപ്പിക്കുകയും ഏതു കഥകളിയോഗക്കാർ വന്നാലും ഒരു ദിവസമെങ്കിലും നിശ്ചയമായി കളിപ്പിച്ചുകൊണ്ടിരിക്കുകയും ചെയ്തിട്ടുള്ളതു കൂടാതെമേല്പറഞ്ഞപ്രകാരം അന്നു വേലുപ്പിള്ളയെക്കൊണ്ടു വേഷംകെട്ടിച്ച് ആടിക്കുകയും ചെയ്തതു വിചാരിക്കുമ്പോൾ ആ അഭിപ്രായം ഏകദേശം ശരിയാണെന്നു തന്നെ വിചാരിക്കേണ്ടിയിരിക്കുന്നു.

10. ആര്യൻ നാരായണൻ മൂസ്സവർകൾ ഒരു കൊല്ലം കന്നിമാസത്തിൽ ശ്രീമൂലംതിരുനാൾ സംബന്ധിച്ചു മുഖം കാണിക്കുന്നതിനായി തിരുവനന്തപുരത്തു പോയി താമസിച്ചിരുന്ന സമയം തിരുവനന്തപുരത്തു സ്ഥിരതാമസക്കാരനും 'തിരുവല്ലാ വേലുപ്പിള്ള' എന്നു പ്രസിദ്ധനുമായ

ഒരു ക്രിമിനൽ വക്കീൽ മൂസ്സവർകളെ കാണാൻ വന്നിരുന്നു. വക്കീലിനെ കണ്ടപ്പോൾ മൂസ്സവർകൾ 'വേലുപ്പിള്ളയുടെ ദേഹമിത്ര ക്ഷീണിച്ചിരിക്കുന്ന തെന്താണ്? സുഖക്കേട് വല്ലതുമുണ്ടോ?' എന്നു ചോദിച്ചു. വക്കീൽ: അടിയനു രണ്ടുമൂന്നു മാസമായിട്ടു നല്ല സുഖമില്ലാതെ യിരിക്കുകയാണ്. സദാ ഒരു ദാഹം. വെള്ളം എത്ര കുടിച്ചാലും മതിയാവുകയില്ല. മൂത്രം വളരെയധികം പോകുന്നുമുണ്ട്. ഇത്രയുമൊക്കെ യാണു പ്രധാനമായിട്ടുള്ളത്. ക്ഷീണം സാമാന്യത്തിലധികമുണ്ട്. ഈ ദിക്കിലുള്ള നാട്ടുവൈദ്യന്മാരും ഇംഗ്ലീഷ് വൈദ്യന്മാരുമെല്ലാം കഴിയുന്നതൊക്കെ ചെയ്തുനോക്കി. ഒരു ഫലവുമുണ്ടായില്ല. ഇപ്പോൾ എല്ലാവരും ഒരു വിധം ഒഴിഞ്ഞുമാറിയിരിക്കുകയാണ്. അതു നന്നായി എന്ന് അടിയനും നിശ്ചയിച്ചു. പത്തുപന്ത്രണ്ടുദിവസമായിട്ടൊന്നും ചെയ്യുന്നില്ല. ഒരു ഫലവുമില്ലെന്നു കണ്ടാൽപ്പിന്നെ വെറുതെ ബുദ്ധിമുട്ടുകയും പണം ചെലവാ ക്കുകയും ചെയ്യുന്നതെന്തിനാണെന്നാണ് അടിയന്റെ വിചാരം. തിരുനാളിനു തക്കവണ്ണം ഇവിടെ എഴുന്നള്ളാതിരിക്കുകയില്ലെന്ന് അടിയനറിയാം. അതുകൊണ്ടു തിരുമനസ്സറിയിച്ചു കല്പിക്കുന്നപോലെയല്ലാതെ ഇനി യാതൊന്നും ചെയ്കയില്ലെന്നുള്ള നിശ്ചയത്തോടുകൂടിയാണ് അടിയൻ ചികിത്സകളൊക്കെ നിർത്തിവച്ചത്. അടിയന്റെ ആയുസ്സു മുഴുവനും തീർന്നുപോയിട്ടില്ലെങ്കിൽ അടിയന്റെ സുഖക്കേടു ഭേദമാക്കാൻ ഇവിടെ വിചാരിച്ചാൽ കഴിയുമെന്നാണ് അടിയന്റെ വിശ്വാസം. അഥവാ ഇതു ഭേദമാകാത്തതാണെന്നാണ് ഇവിടെയും അഭിപ്രായമെങ്കിൽ അതും കല്പിക്കണം. അങ്ങനെയല്ലെങ്കിൽ ഇനിയെന്താണു ചെയ്യേണ്ടതെന്നു കല്പിക്കണം.

മൂസ്സവർകൾ: ചില വലിയ ആളുകൾക്കു വരുന്ന ദീനം വന്നാൽക്കൊള്ളാമെന്നു വേലുപ്പിള്ളയ്ക്ക് ആഗ്രഹമുണ്ടെന്നു തോന്നുന്നു.വെറുതെ ഒന്നും ധ്യാനിച്ചുണ്ടാക്കേണ്ട. ഇതൊന്നുമല്ല. ഇതു ദേഹം വല്ലാതെ കാഞ്ഞിട്ടു വന്നിട്ടുള്ളതാണ്. ഇതിനെക്കുറിച്ച് പരിഭ്രമിക്കാനൊന്നുമില്ല. ഒരു പന്ത്രണ്ടു ദിവസം പതിവായി രാവിലെ തേച്ചുകുളിക്കുകയും നെയ്യുകൂട്ടി യഥേഷ്ടം ഊണു കഴിക്കുകയും അത്താഴം കഴിഞ്ഞു കുറേശ്ശെ പാൽകുടിക്കുകയും മനസ്സിരുത്തി കേസ്സുകളും മറ്റും നോക്കാതെയും കച്ചേരിക്കുപോകാതെയും സ്വസ്ഥമായിട്ടിരിക്കുകയും ചെയ്താൽ ഇതുഭേദമാകും. ഇത്രയുമൊക്കെയല്ലാതെ വിശേഷിച്ചു ചികിത്സയൊന്നും ആവശ്യമില്ല. വേലുപ്പിള്ളയ്ക്കിപ്പോൾ ദീനമൊന്നുമില്ലല്ലോ. 'എന്നാൽ കല്പിച്ചതുപോലെ ചെയ്യാം' എന്നു പറഞ്ഞു വന്ദിച്ചുകൊണ്ട് വക്കീൽ മടങ്ങിപ്പോയി. മൂസ്സവർകൾ പറഞ്ഞതുപോലെ പന്ത്രണ്ടുദിവസം ചെയ്തപ്പോൾ അദ്ദേഹത്തിന്റെ ദാഹവും വെള്ളംകുടിയും മൂത്രം പോക്കുമെല്ലാം മാറി സുഖമായി. ക്രമേണ ക്ഷീണവും മാറി അദ്ദേഹം സ്വസ്ഥശരീരനായിത്തീർന്നു. പിന്നെ വേലുപ്പിള്ള അവർകൾ പ്രസംഗവശാൽ പലരോടും ഈ സംഗതി പറഞ്ഞ് മൂസ്സവർകളെ വളരെ പ്രശംസിക്കാറുണ്ട്. 'വയസ്കരത്തിരുമേനി കേവലം മനുഷ്യനല്ല. അവിടുന്നു ധന്വന്തരിയുടെ ഒരവതാരമൂർത്തിയാണ്. ദീനങ്ങൾ ഭേദമാക്കാൻ അവിടേക്കു ചികിത്സയും മറ്റും വേണ്ടാ. അവിടുന്നു ദീനമുണ്ടെന്നു കല്പിച്ചാലുണ്ട്, ഇല്ലെന്നു കല്പിച്ചാലില്ല. അത്രയേ ഉള്ളൂ. ദീനങ്ങൾക്കൊക്കെ അവിടുത്തെക്കുറിച്ച് ഭയമുണ്ട്" എന്നും മറ്റുമാണ് ആ മനുഷ്യൻ പറയുക പതിവ്.

11. മേല്പറഞ്ഞ സംഗതികൾ ഞാൻകണ്ടും കേട്ടും അറിഞ്ഞിട്ടുള്ളവയാണ്.

ഇനി ഞാൻ അനുഭവിച്ചറിഞ്ഞിട്ടുള്ള ഒരു സംഗതികൂടി പറയാം. എനിക്ക് ഒരിക്കൽ ഒരു പനിയും അതോടുകൂടി നെഞ്ചിനകത്ത് ഒരു വേദനയും ശ്വാസംമുട്ടലുമുണ്ടായി. ഈ ദീനവിവരം വയസ്കര ആര്യൻ നാരായണൻ മൂസ്സ് അവർകളുടെ അടുക്കൽ അറിയിക്കുകയും അവിടുന്ന് ഒരു കഷായ ത്തിനു പറയുകയും ആ കഷായം പതിന്നാലു ദിവസം സേവിച്ചപ്പോൾ എന്റെ സുഖക്കേടുകളെല്ലാം ഭേദമാവുകയും ചെയ്തു. എങ്കിലും അവിടുത്തെ ആജ്ഞപ്രകാരം പിന്നേയും പതിന്നാലു ദിവസംകൂടി കഷായം സേവിച്ചു. അതിനുശേഷം നന്നാലു ദിവസം കൂടുമ്പോൾ വെള്ളം വെന്തുകരസ്കുവെച്ചു തേച്ചുകുളിക്കുന്നതിന് അവിടുന്നനുവദിച്ചു. അഞ്ചാറു തേച്ചുകുളി കഴിഞ്ഞതി ന്റെ ശേഷം ഒന്നരാടൻ തേച്ചുകുളിയും ഒന്നരാടൻ വെറുംകുളിയുമായിട്ടു കുറെ ദിവസം കഴിഞ്ഞു. പിന്നെ മുങ്ങിക്കുളിയും തുടങ്ങി. ഈ കുളിയൊക്കെക്ക ഴിഞ്ഞിട്ടും വിശേഷമൊന്നുമുണ്ടായില്ല. അതുകൊണ്ടും ക്ഷൗരംചെയ്യിക്കാൻ വളരെ വൈകിയിരുന്നതുകൊണ്ടും അവിടുത്തെ അടുക്കൽ അറിയിച്ച് അനുവാദം വാങ്ങാതെ ഞാൻ ക്ഷൗരം ചെയ്യിക്കുകയും ഉടനേ ചെന്നു മുങ്ങിക്കുളിക്കുകയും ചെയ്തു. മുങ്ങിക്കയറിയപ്പോഴേക്കും പനിയും വേദനയും ശ്വാസംമുട്ടലുമെല്ലാം പൂർവ്വാധികം ശക്തിയോടുകൂടി വന്നുചേർന്നു. കിടുകിടു ത്തിട്ട് എനിക്ക് നിന്നുകൊണ്ട് തുവർത്താൻതന്നെ പ്രയാസമായിരുന്നു. ഒരു വിധത്തിൽ തുവർത്തിക്കൊണ്ടു ഗൃഹത്തിലെത്തി പുതച്ചുമൂടിക്കിടന്നു. ഉടനെ ഒരാൾ വയസ്കരെച്ചെന്നു മൂസ്സവർകളെക്കണ്ട് ഈ വിവരമറിയിച്ചു. അവിടുന്ന് അല്പനേരം ചിന്താഗ്രസ്തനെന്നപോലെ ഇരുന്നതിന്റെ ശേഷം 'കുളിച്ചപ്പോ ഴാണല്ലോ പനിയും മറ്റും വന്നത്. അവ കുളികൊണ്ടുതന്നെ പോകണം. വെള്ളം വെന്തു കരസ്കുവെച്ചു പതിവായി പന്ത്രണ്ടുദിവസം തേച്ചുകുളിക്കട്ടെ. നേരത്തേ കുറെ കഞ്ഞി കുടിച്ചിട്ട് ഉച്ചയാകുമ്പോൾ കുളിച്ചാൽ മതി. കുളി കഴിഞ്ഞാൽ ഇഷ്ടംപോലെ എന്തെങ്കിലും കൂട്ടാനും മോരുംകൂട്ടി ഊണു കഴിക്കട്ടെ. പഥ്യമൊന്നും ആചരിക്കണമെന്നില്ല' എന്നു പറഞ്ഞയച്ചു. ഞാൻ അപ്രകാരംതന്നെ പിറ്റേദിവസം മുതൽ തേച്ചുകുളി തുടങ്ങി. അഞ്ചാ റുദിവസം തേച്ചുകുളിച്ചപ്പോഴേക്കും എന്റെ സുഖക്കേടുകളെല്ലാം ഭേദമായി. എങ്കിലും ഞാൻപന്ത്രണ്ടുദിവസംതന്നെ മുടങ്ങാതെ തേച്ചുകുളിച്ചു. അപ്പോ ഴേക്കും എനിക്കു മുമ്പുണ്ടായിരുന്ന ക്ഷീണവുംകൂടി മാറി. അടുത്ത ദിവസം ഞാൻ നിഷ്പ്രയാസം നടന്നു വയസ്കരച്ചെന്നു മൂസ്സവർകളെ കണ്ടു. അപ്പോൾ അവിടുന്ന്, 'എന്താ സുഖക്കേടൊക്കെ ഭേദമായോ?'എന്നു ചോദിച്ചു.

ഞാൻ: ഒക്കെ ഭേദമായിയെന്നാണു തോന്നുന്നത്. ഇപ്പോൾ പനിയും ശ്വാസംമുട്ടലുമില്ല. നെഞ്ചിലുണ്ടായിരുന്ന വേദനയും മാറി. ഇന്നലെവരെ തേച്ചുകുളിച്ചു. മുങ്ങിക്കുളി തുടങ്ങിയില്ല.

മൂസ്സവർകൾ: ഇനി പതിവായി മുങ്ങിക്കുളിക്കാം. എങ്കിലും നെഞ്ചിനക ത്തെ ആ വേദന നിശ്ശേഷം വിട്ടുമാറിയതായി വിചാരിക്കേണ്ട. ഉറക്കമിള യ്ക്കുക, ഉറക്കെ സംസാരിക്കുക, അധികമായി വഴിനടക്കുക, മുതലായ സകല പ്രവൃത്തികൾ ചെയ്യുമ്പോഴും ഇങ്ങനെ ഒരു ദീനം തനിക്കുണ്ടെന്നുള്ള ഓർമ്മ യുണ്ടായിരിക്കണം. ഒരു നെയ്യുകാച്ചി പതിവായി കൂട്ടിയുണ്ണുകയും അത്താഴം കഴിഞ്ഞു പതിവായി ഒരു പാൽകഷായം സേവിക്കുകയും ചെയ്താൽ വലിയ ഉപദ്രവം കൂടാതെയിരിക്കും' എന്നു പറഞ്ഞ് നെയ്യും പാൽക്കഷായത്തിനു മുള്ള മരുന്നുകളും പറഞ്ഞുതരികയും ചെയ്തു. ആ നെയ്യും പാൽക്കഷായവും

ഞാനിപ്പോഴും പതിവായി ശീലിച്ചുകൊണ്ടാണിരിക്കുന്നത്. അന്യദിക്കുകളിൽപ്പോയിത്താമസിക്കേണ്ടുന്നതായിവരുമ്പോൾ മാത്രമേ അവ മുടക്കാറുള്ളൂ. അഞ്ചെട്ടു ദിവസമടുപ്പിച്ചു നെയ്യില്ലാതെയിരുന്നാൽ കുറേശ്ശെ വേദന ആരംഭിക്കും. പിന്നെ നാലഞ്ചു ദിവസം നെയ്യു കൂട്ടിയുണ്ണുമ്പോൾ ആ വേദന പോവുകയും ചെയ്യും. അങ്ങനെ ഇപ്പോഴും കണ്ടുവരുന്നുണ്ട്.

12. ആര്യൻ നാരായണൻ മൂസ്സവർകൾ തേച്ചുകുളികൊണ്ട് എന്റെ പനി മാത്രമല്ല ഭേദമാക്കീട്ടുള്ളത്. കോട്ടയത്തുനിന്ന് നാലു നാഴികവടക്കുപടിഞ്ഞാറ് 'ഒളശ' എന്ന സ്ഥലത്ത് ഒരിക്കൽ ഒരു നായർക്ക് ഒരു പനിയുണ്ടായി. അതു തുള്ളൽപ്പനിയായിരുന്നു. അതിന് അനേകം വൈദ്യന്മാർ മാറിമാറി ആറുമാസത്തോളം കാലം ചികിത്സിച്ചിട്ടും പനി മാറിയില്ല. അങ്ങനെയിരുന്നപ്പോൾ ആര്യൻ നാരായണൻ മൂസ്സവർകൾ ഒരടിയന്തിരത്തിനായി ഒളശയിൽ ചിരട്ടമണ്ണമൂസ്സിന്റെ ഇല്ലത്തു പോയിരുന്നു. മൂസ്സിന്റെ ഇല്ലത്തേക്കു പോകാനുള്ള വഴി ഈ നായരുടെ വീട്ടിന്റെ പടിക്കൽക്കൂടിയാണ്. ആര്യൻ നാരായണൻ മൂസ്സവർകൾ അതിലേ വരുമെന്നറിഞ്ഞ് നായർ പരസഹായത്തോടുകൂടി ഒരുവിധത്തിൽ പടിക്കലെത്തി മുൻകൂട്ടി കാത്തിരുന്നു. മൂസ്സവർകൾ പടിക്കലെത്തിയപ്പോൾ നായർ തൊഴുതുകൊണ്ട് 'പൊന്നുതിരുമേനീ! അടിയനെ രക്ഷിക്കണേ' എന്നു പറഞ്ഞു. അതുകേട്ടു മൂസ്സവർകൾ അവിടെ നില്ക്കുകയും നായർ ദീനത്തിന്റെ സ്വഭാവവും അതുവരെ ചെയ്ത ചികിത്സകളുടെ വിവരവുമെല്ലാം പറഞ്ഞുകേൾപ്പിക്കുകയും ചെയ്തു. നായർ പറഞ്ഞതെല്ലാം കേട്ടതിന്റെ ശേഷം മൂസ്സവർകൾ 'പനി തുടങ്ങീട്ട് ആറു മാസമായെങ്കിൽ ഇനി കുളിക്കണം. വെള്ളം വെന്തു കരസ്ക്കവെച്ചു തേച്ചുകുളിക്കുക. ഒരു പതിന്നാലു ദിവസം കുളിക്കുമ്പോൾ പനി മാറും. പിന്നെ മുങ്ങിക്കുളിയും വെറും കുളിയും തുടങ്ങാം. കുളിച്ചാൽ തല രണ്ടുമൂന്നു പ്രാവശ്യം നല്ലപോലെ തുവർത്തീട്ടു രാസ്നാദിപൊടി തിരുമ്മണം. അല്ലാതെയൊന്നും ഇനി ചെയ്യണമെന്നില്ല' എന്നു പറഞ്ഞിട്ടു മൂസ്സിന്റെ ഇല്ലത്തേക്കു പോയി. ആ നായർ മൂസ്സവർകൾ പറഞ്ഞതുപോലെ പതിന്നാലുദിവസം തേച്ചുകുളിച്ചപ്പോഴേക്കും പനിമാറി. പിന്നെ അയാൾ മുങ്ങിക്കുളിയും വെറുംകുളിയും തുടങ്ങി. ക്രമേണ അയാളുടെ ക്ഷീണവും മാറി അയാൾ പൂർവസ്ഥിതിയെ പ്രാപിക്കുകയും ചെയ്തു.

13. ഒളശയിൽത്തന്നെ മറ്റൊരു വീട്ടിൽ ഒരിക്കൽ ഒരു വിശേഷമുണ്ടായി. ഒരു ദിവസം അവിടെയെല്ലാവരും അത്താഴം കഴിഞ്ഞ് അവരവരുടെ പതിവുസ്ഥലങ്ങളിൽ പോയി കിടന്നുറങ്ങി. ഒരു സ്ത്രീയും അവരുടെ രണ്ടുമൂന്നു കുട്ടികളുംകൂടി ഒരു മച്ചിട്ട മുറിക്കകത്തു വാതിലുകളെല്ലാമടച്ചു തഴുത് (സാക്ഷ) ഇട്ടിട്ടാണ് കിടന്നുറങ്ങിയത്. ഒരു നെരിപ്പോടിൽ ഉമിയും തീയുമിട്ട് ആ മുറിക്കകത്ത് വെച്ചിട്ടുമുണ്ടായിരുന്നു. നേരം വെളുത്തപ്പോൾ ശേഷമെല്ലാവരുമുണർന്നെണീറ്റിട്ടും ആ സ്ത്രീയും കുട്ടികളും ഉണരുകയും മുറിയുടെ വാതിൽ തുറക്കുകയും ചെയ്തില്ല. അതിനാൽ ചിലർ ചെന്നു വാതിലിൽ മുട്ടി വിളിച്ചു. എന്നിട്ടും ആരും മിണ്ടിയില്ല. അപ്പോൾ എല്ലാവർക്കും പരിഭ്രമമായി. ഒടുക്കം വാതിൽ വെട്ടിപ്പൊളിച്ച് അകത്തു കടന്നു നോക്കിയപ്പോൾ ആ സ്ത്രീയും കുട്ടികളും ബോധരഹിതരായി കിടക്കുന്നതുകണ്ടു. ശ്വാസം നിന്നിട്ടില്ലായിരുന്നു. അതിനാൽ മരിച്ചിട്ടില്ലെന്നു തീർച്ചപ്പെടുത്തി. എങ്കിലും ഇങ്ങനെ വരാനുള്ള കാരണമെന്താണെന്നറിയാതെ ആദ്യം എല്ലാവരും

ചിന്താപരവശരായി. അപ്പോൾ മുറിക്കകത്തു നെരിപ്പോട്ടും തീയുമിരിക്കു ന്നതു കണ്ടു. ഉമിത്തീയുടെ പുക മൂക്കിലും മറ്റുംകൂടി ശിരസ്സിൽ കയറിയതി നാലാണ് അങ്ങനെ വന്നതെന്നു തീർച്ചയാക്കി. ഉടനെ ചിലരോടി വയസ്കു രെയെത്തി. ആര്യൻ നാരായണൻ മൂസ്സവർകളെക്കണ്ടു വിവരമറിയിച്ചു. അപ്പോൾ മൂസ്സവർകൾ 'മുറ്റത്തു നല്ലപോലെ വെയിൽ വരുന്ന സ്ഥലത്തു വല്ലതും വിരിച്ച് ആ സ്ത്രീയേയും കുട്ടികളേയുമെടുത്തു കിടത്തണം; കുറേ ക്കഴിയുമ്പോൾ അവരെണീറ്റ് പൊയ്ക്കൊള്ളും' എന്നു പറഞ്ഞു. വയസ്കരെ വന്നിരുന്നവർ മടങ്ങിച്ചെന്ന് അപ്രകാരം ചെയ്തു. വെയിൽ മൂത്തുതുടങ്ങിയ പ്പോൾ സ്ത്രീയും കുട്ടികളും പിടച്ചു തുടങ്ങി. ഏകദേശം മദ്ധ്യാഹ്നമായപ്പോൾ അവർ ഓരോരുത്തരായി എണീറ്റുതുടങ്ങി. പിന്നെ അവർക്കു കുറേശ്ശെ ക്ഷീണമുണ്ടായിരുന്നു. കുളിയും കഞ്ഞികുടിയും കഴിഞ്ഞപ്പോൾ അതും മാറി അവർക്കു സുഖമാവുകയും ചെയ്തു.

14. മുൻസിപ്പ് കോടതി വക്കീലായി വളരെക്കാലം കോട്ടയത്തുതാമസി ച്ചിരുന്ന കഴിഞ്ഞുപോയ കുമാരമേനോൻ (ഇപ്പോൾ മധുരയിൽ പ്രാക്റ്റീസുചെ യ്യുന്ന ബാരിസ്റ്റർ ഗോപാലമേനോൻ* അവർകളുടെ അച്ഛൻ)അവർകൾക്ക് ഒരിക്കൽ പൊക്കിളിൽ ഒരു നീരുണ്ടായി. അന്നു വയസ്കരെ മൂസ്സവർകളും കുമാരമേനോനവർകളും തമ്മിൽ ചില കാരണവശാൽ നല്ല രസമില്ലാതെ യിരിക്കുകയായിരുന്നതിനാൽ മേനോനവർകൾ മറ്റുചില വൈദ്യന്മാരെ ക്കൊണ്ടാണ് ചികിത്സിപ്പിച്ചത്. ആ നീരു പൊട്ടിയാൽ അപകടമാണെന്നും പൊട്ടിക്കാതെ കഴിക്കാമെന്നുമായിരുന്നു ആ വൈദ്യന്മാരുടെ അഭിപ്രായം. അതിനാലവർ നീരു പൊട്ടിക്കാതെ വറ്റിപ്പോകുന്ന തിനുള്ള ചികിത്സക ളാണ് ചെയ്തത്. എങ്കിലും ക്രമേണ അതു പഴുത്ത് ഉരുണ്ടുകൂടിപൊട്ടുമെന്നുള്ള സ്ഥിതിയിലായി. അപ്പോഴേക്കും വേദന കലശലാവുകയാൽ മേനോൻ ഊണും ഉറക്കവുമില്ലാതെ ഏറ്റവും പരവശനായിത്തീർന്നു. ഈ സ്ഥിതി ആകപ്പാടെ കണ്ടപ്പോൾ വന്നതുപോലെത്തന്നെ വൈദ്യന്മാരെല്ലാം ഓരോ രുത്തരായി പിന്മാറിത്തുടങ്ങുകയും വിളിച്ചാലും വരാതാവുകയും ചെയ്തു. ആ കൂട്ടത്തിൽ ഒടുക്കം ചികിത്സ മതിയാക്കിപ്പോയ വൈദ്യൻ ഒരു ദിവസം ആ രോഗിയുടെ സ്നേഹിതന്മാരോട്, 'ഇനി ആർക്കും ആളയയ്ക്കണമെന്നില്ല. രോഗസ്ഥിതി കണ്ടറിഞ്ഞവരും ഒരു വിധം വിവരമുള്ളവരുമായ വൈദ്യന്മാ രും ഇനി ഈ രോഗത്തിനു ചികിത്സിക്കാനായി വരികയില്ല. ഞാനും ഇതാ യാത്രയായിക്കഴിഞ്ഞു. നീരു രണ്ടു ദിവസത്തിനകം പൊട്ടും; അതോടുകൂടി കാര്യവും കഴിയും. മിസ്റ്റർ മേനോൻ സമർത്ഥനും നല്ലയാളുമായിരുന്നു. എന്തുചെയ്യാം? ഈശ്വരവിധിയെത്തടുക്കാൻ വൈദ്യന്മാരെന്നല്ല, ആരു വിചാരിച്ചാലും സാധിക്കയില്ലല്ലോ. നാം തമ്മിലുള്ള സ്നേഹംകൊണ്ട് ഞാൻ പരമാർത്ഥം പറഞ്ഞു എന്നേയുള്ളു. സംഗതി പരസ്യമാക്കണമെ ന്നില്ല' എന്നു പറഞ്ഞിട്ട് ഉടനെ ഇറങ്ങിപ്പോയി. വൈദ്യന്മാരെലാം ഉപേ ക്ഷിച്ചുപോയതിനുശേഷം മിസ്റ്റർ മേനോന്റെ സ്നേഹിതന്മാരിൽ ചിലർ വയസ്കരെ വന്നു വിവരമെല്ലാം ആര്യൻ നാരായണൻ മൂസ്സവർകളുടെ അടുക്കൽ അറിയിക്കുകയും അവിടുന്നു ചെന്നു രോഗിയെ കണ്ടു വേണ്ടുന്ന ചികിത്സകൾ നിശ്ചയിക്കണമെന്ന് അപേക്ഷിക്കുകയും ചെയ്തു. അപ്പോൾ മൂസ്സവർകൾ, 'ഞാനൊരു ശത്രുവാണെന്നല്ലേ കുമാരമേനോൻ വിചാരിക്കു കയും പലരോടും പറയുകയും ചെയ്തിട്ടുള്ളത്? ആ സ്ഥിതിക്ക് ഞാൻവന്നു

കണ്ടു വല്ലതും ചെയ്താൽ അയാൾ ഒരു സമയം മരിച്ചുപോവുകയാണെങ്കിൽ ഞാൻ കൊന്നു എന്നു ജനങ്ങൾ പറയുമല്ലോ. ആ അപവാദം വരുത്തിവയ്ക്കാതിരിക്കുകയല്ലേ നല്ലത്?' എന്നു ചോദിച്ചു.

വന്നവർ: മിസ്റ്റർ മേനോൻ മരിച്ചുപോവുകയാണെങ്കിൽ ഇവിടേക്ക് അപവാദമൊന്നും ഉണ്ടാകാൻ മാർഗ്ഗമില്ല. ഈ ദീനം ഭേദമായി അദ്ദേഹം ജീവിച്ചിരിക്കുകയില്ലെന്ന് ഇതുവരെ ചികിത്സിച്ച വൈദ്യന്മാരെല്ലാവരും അഭിപ്രായപ്പെട്ടുകഴിഞ്ഞിരിക്കുന്നു. രണ്ടുമൂന്നു ദിവസത്തിനകം ആ നീരു പൊട്ടുമെന്നും അതോടുകൂടി മിസ്റ്റർ മേനോന്റെ കഥ കഴിയുമെന്നുമാണ് അവരുടെ എല്ലാവരുടേയും അഭിപ്രായം. പിന്നെ ഇവിടേക്ക് അപവാദത്തിനു വഴിയില്ലല്ലോ. ഇവിടുത്തേക്കൂടി ഒന്നു കാണിക്കാതെയിരുന്നാൽ അത് അടിയങ്ങൾക്ക് ഒരപവാദത്തിനു കാരണമാകുമല്ലോ എന്നു വിചാരിച്ചു മാത്രമാണ് അടിയങ്ങൾ വിടകൊണ്ടിരിക്കുന്നത്. അതിനാൽ സദയം എഴുന്നള്ളണം. വണ്ടി കൊണ്ടു വിടകൊണ്ടിട്ടുണ്ട്.

മൂസ്സവർകൾ: നീരു പൊട്ടിയാൽ മേനോൻ മരിക്കും എന്നാണല്ലോ അവരുടെയൊക്കെ അഭിപ്രായം?

വന്നവർ: ഇറാൻ, അങ്ങനെയാണ്.

മൂസ്സവർകൾ: എന്നാൽ എന്റെ അഭിപ്രായമങ്ങനെയല്ല ആ നീരു പുറത്തേക്കു പൊട്ടുകയാണെങ്കിൽ വൈഷമ്യമില്ല. പുറത്തേക്കു പൊട്ടാതെ അകത്തേക്കു പൊട്ടുകയാണെങ്കിൽ ദുർഘടമാകും എന്നാണ് എനിക്കു തോന്നുന്നത്. ഏതെങ്കിലും നിങ്ങൾക്കൊക്കെ നിർബന്ധമാണെങ്കിൽ ഞാൻ വരാം. എനിക്കു കുമാരമേനോനോടു വിരോധമൊന്നുമില്ല.

എന്നു പറഞ്ഞ് മൂസ്സവർകൾ അപ്പോൾത്തന്നെ വണ്ടിയിൽക്കയറി അവരോടുകൂടിപ്പോയി. രോഗിയുടെ അടുക്കലെത്തി നീരു കണ്ടയുടനെ മൂസ്സവർകൾ ഒരു പച്ചമരുന്നു പച്ചവെള്ളത്തിലരച്ചു നീരിനിടാൻ പറഞ്ഞു. ആ മരുന്നിട്ട് ഒരു നാഴിക കഴിഞ്ഞപ്പോൾ നീരു പൊട്ടുകയും ചോരയും ചലവും കൂടി ഏകദേശം ഒരിടങ്ങഴിയോളം ഒലിച്ചുപോവുകയും ചെയ്തു. അപ്പോൾത്തന്നെ വേദന മാറുകയാൽ മിസ്റ്റർ മേനോൻ കുറേശ്ശെ കഞ്ഞി കുടിച്ചുതുടങ്ങി. പിന്നെ മൂസ്സവർകൾ മടങ്ങി ഇല്ലത്തു വന്നതിന്റെശേഷം ഒരു കഷായത്തിനു കുറിച്ചുകൊടുത്തു. ആ കഷായം മൂന്നു മാസം സേവിച്ചപ്പോൾ മിസ്റ്റർ മേനോന്റെ ദീനവും ക്ഷീണവുമെല്ലാം മാറി യഥാപൂർവം അദ്ദേഹം കോടതിയിൽ പോയിത്തുടങ്ങുകയും പിന്നെ വളരെക്കാലം സസുഖം ജീവിച്ചിരിക്കുകയും ചെയ്തു. ഇതു കോട്ടയത്തും അടുത്ത പ്രദേശങ്ങളിലുമുള്ള ജനങ്ങൾക്കും മേനോന്റെ ബന്ധുമിത്രാദികളായ ദൂരസ്ഥന്മാർക്കും ഏറ്റവും അത്ഭുതകരവും സന്തോഷപ്രദവുമായ ഒരു കാര്യമായിരുന്നു.

15. പള്ളത്തുകാരൻ മിസ്റ്റർ പി. എം. ചാക്കോ ബി.എ. കോട്ടയത്തു സി.എം.എസ്. കോളേജിൽ ഹെഡ്മാസ്റ്ററായിരുന്ന കാലത്ത് അദ്ദേഹത്തിന്റെ ഒരു കാലിന്റെ പെരുവിരലിൽ ചെറുതായിട്ട് ഒരു കുരുവുണ്ടായി. അതിന്റെ വേദന കലശലായിത്തീരുകയാൽ മി. ചാക്കോ ഒരിംഗ്ലീഷു വൈദ്യനെക്കൊണ്ട് ആ കുരു കീറിച്ചു. *അപ്പാത്തിക്കിരി കീറി മരുന്നുവെച്ചു കെട്ടിക്കഴിഞ്ഞപ്പോൾ വേദന പൂർവ്വാധികം കലശലായി. നീരും വന്നുതുടങ്ങി. കുരു വീണ്ടും കുത്തിമൂടി വീർത്തുതുടങ്ങുകയും ചെയ്തു. മി. ചാക്കോയ്ക്ക്

ഇരിക്കാനും കിടക്കാനും ഉണ്ണാനുമുറങ്ങാനുമൊന്നും വയ്യാതെയായി. രണ്ടുമൂന്നു ദിവസം കഴിഞ്ഞപ്പോഴേക്കും കാലിന്മേൽ വലിയ മത്തുപോലെ നീരുവന്നുവീർത്തു. അപ്പാത്തിക്കിരി പഠിച്ച വിദ്യകളെല്ലാം പ്രയോഗിച്ചിട്ടും വേദനയും നീരും കുറഞ്ഞില്ല. ഒടുക്കം ഇത് അസാദ്ധ്യമെന്നു തീർച്ചയാക്കി പിന്മാറി. അതിന്റെ ശേഷം ചിലർ കൂടി മി.ചാക്കോയെ ഒരു മഞ്ചലിലാക്കി എടുപ്പിച്ചു വയസ്കരെ കൊണ്ടുവന്നു വിവരങ്ങളെല്ലാം ആര്യൻ നാരായണൻ മൂസ്സവർകളുടെ അടുക്കലറിയിച്ചു. മൂസ്സവർകൾ വിവരമെല്ലാം കേൾക്കുകയും നീരും മറ്റും നോക്കിക്കാണുകയും ചെയ്തതിന്റെ ശേഷം 'ഒരു കോഴിമുട്ടയും ഒരു പാത്രത്തിൽ കുറച്ചു പച്ചവെള്ളവും കൊണ്ടുവരണം' എന്നു പറഞ്ഞിട്ട് തെക്കെ പറമ്പിലേക്കുപോയി. മി. ചാക്കോ, 'പൊന്നുതിരുമേനീ! അടിയനെ രക്ഷിക്കണേ! അല്ലെങ്കിൽ അടിയന്റെ പ്രാണനിപ്പോൾ പോകുമേ' എന്നു പറഞ്ഞു കരഞ്ഞുകൊണ്ടു മഞ്ചലിൽ കിടന്നു. മൂസ്സവർകൾ പറഞ്ഞതു കേട്ട ക്ഷണത്തിന് ഒരാൾ ഓടിപ്പോയി ഒരു കോഴിമുട്ടയും ഒരു പാത്രത്തിൽ വെള്ളവും കൊണ്ടുവന്നു. അപ്പോഴേക്കും ഒരു പച്ചമരുന്നു പറിച്ചു കൈക്കകത്തുവെച്ചു തിരുമ്മിക്കൊണ്ട് മൂസ്സവർകളും മടങ്ങിവന്നു.

അവിടുന്ന് ആ കോഴിമുട്ട പൊട്ടിച്ച് കൈയിലുണ്ടായിരുന്ന പച്ചമരുന്നു കശക്കിപ്പിഴിഞ്ഞ് രണ്ടുതുള്ളി നീരും ആ വെള്ളത്തിലൊഴിച്ചിട്ട് ആ വെള്ളമെടുത്തുവെച്ചു കാലിന്റെ പെരുവിരലിന്മേൽ പിലാവിലകൊണ്ടു ധാരകോരുവാൻ പറഞ്ഞു. ഉടനെ ഒരാൾ ഒരു പിലാവില കുത്തിയെടുത്തു ധാരകോരിത്തുടങ്ങി. ഒരു കാൽ നാഴികനേരം ധാരകോരിയപ്പോഴേക്കും മി. ചാക്കോ ഉറക്കമായി. അപ്പോൾ മൂസ്സവർകൾ 'ഇനി മഞ്ചലിന് ഇളക്കം തട്ടാതെ എടുത്തു വീട്ടിൽ കൊണ്ടുപോയി, ഉറക്കത്തിനു വിഘ്നം വരാതെ മഞ്ചൽ ഒരു സ്ഥലത്തു വയ്ക്കണം. ഉണരുമ്പോൾ കഞ്ഞി കൊടുക്കണം. അപ്പോഴത്തെ സ്ഥിതി അറിഞ്ഞുകൊണ്ടു ഒരാൾ ഇങ്ങോട്ടു വന്നാൽ പിന്നെ വേണ്ടതു പറഞ്ഞയയ്ക്കാം' എന്നു പറഞ്ഞു. മി. ചാക്കോയെ കൊണ്ടുവന്നിരുന്നവർ അപ്രകാരം തന്നെ ചെയ്തു. അഞ്ചാറു മണിക്കൂർ കഴിഞ്ഞപ്പോൾ അവർ വീണ്ടും വയസ്കരെ വന്ന് മി. ചാക്കോ ഏകദേശം പത്തു നാഴികനേരം ഉറങ്ങിയെന്നും ഉണർന്നപ്പോഴേക്കും വേദന നിശ്ശേഷം മാറിയിരുന്നതിനാൽ കഞ്ഞി ധാരാളം കുടിച്ചുവെന്നും അറിയിച്ചു. ഉടനെ മൂസ്സവർകൾ ഒരു മരുന്നു കാലിന്മേൽ അരച്ചിടുന്നതിനും ഒരു കഷായത്തിനും കുറിച്ചുകൊടുത്തു. ആ മരുന്നു മൂന്നു ദിവസം അരച്ചിട്ടപ്പോൾ കാലിന്മേലുണ്ടായിരുന്ന നീർ അശേഷം പോയി. പതിനാലു ദിവസം കഷായം സേവിച്ചപ്പോൾ വ്രണമുണങ്ങി. മിസ്റ്റർ ചാക്കോ സ്വസ്ഥതയെ പ്രാപിക്കുകയും ചെയ്തു.

16. കോട്ടയം ഡിവിഷൻ അസിസ്റ്റന്റും ഒന്നാംക്ലാസ്സ് മജിസ്ട്രേറ്റുമായിരുന്ന മിസ്റ്റർ കുഞ്ഞുകൃഷ്ണപ്പണിക്കർ ബി.എ.ബി.എൽ. ഒരു വായുക്ഷോഭക്കാരനായിരുന്നു. അദ്ദേഹം ഉദ്യോഗമായി ആലപ്പുഴ മുതലായ സ്ഥലങ്ങളിൽ താമസിച്ചിരുന്ന കാലത്ത് ഓരോ വൈദ്യന്മാരുടെ വിധിപ്രകാരമുള്ള ചികിത്സകൾക്കായി പ്രതിവത്സരം മുന്നൂറ്, നാന്നൂറ് രൂപാവീതം ചെലവു ചെയ്തുകൊണ്ടിരുന്നു. എങ്കിലും ആണ്ടിൽ ആറുമാസം വീതമെങ്കിലും സുഖമായിരിക്കുന്നതിനും കച്ചേരിയിൽ പോയി ജോലി നോക്കുന്നതിനും അദ്ദേഹത്തിനു സാധിച്ചിരുന്നില്ല. കോട്ടയത്തു സ്ഥലം മാറിവന്നയുടനെ അദ്ദേഹം വയസ്കരെ വന്ന് ആര്യൻ നാരായണൻ മൂസ്സവർകളെ കണ്ടു

ദീനസ്ഥിതിയെല്ലാമറിയിച്ചു. ഉടനെ മൂസ്സവർകൾ ഒരുപൊടിക്കു കുറിച്ചുകൊടു ത്തു. ആ പൊടിയുണ്ടാക്കി പതിവായി സേവിക്കുന്നതിനു മി. പണിക്കർക്കു പ്രതിമാസം രണ്ടണ മാത്രമേ ചെലവായിരുന്നുള്ളൂ. ഒരു ദിവസം പോലും സുഖക്കേടായിട്ടു കച്ചേരിക്കു പോകുവാൻ നിവൃത്തിയില്ലാതെ വന്നിരുന്നുമി ല്ല. മി. പണിക്കർ നല്ല ഊർജ്ജസ്വലതയോടും ഔർജ്ജിത്യത്തോടുംകൂടി അരോഗദൃഢഗാത്രനെന്നപോലെ തന്നെയാണ് കോട്ടയത്തു താമസിച്ചി രുന്നത്.

17. കണ്ണന്തോട്ടത്തു (കെ.പി.) ശങ്കരമേനോൻ ബി.എ.ബി.എൽ. അവർകൾ ഹൈക്കോടതി വക്കീലായി മദ്രാസിൽ താമസിച്ചിരുന്ന കാലത്ത് അദ്ദേഹത്തിന് ഒരു ശാസംമുട്ടലുണ്ടായി. ശ്വാസംമുട്ടലെന്നു വച്ചാൽ അതു സാധാരണമായിട്ടുള്ള വിധത്തിലൊന്നുമല്ലായിരുന്നു. സംസാരിച്ചുകൊ ണ്ടിരിക്കുന്നതിനിടയ്ക്കു ശ്വാസം നിന്നുപോവുകയും സംസാരിക്കാൻ വയ്യാതെ യാവുകയുമായിരുന്നു അദ്ദേഹത്തിന്റെ ദീനം. ഇതു നിമിത്തം വക്കീൽപണി ഉപേക്ഷിച്ച് കോട്ടയത്തുവന്ന് ആര്യൻ നാരായണൻ മൂസ്സവർകളെ കണ്ടു ദീനസ്ഥിതിയെല്ലാമറിയിക്കുകയും മൂസ്സവർകളുടെ ചികിത്സയിൽ ഏതാനും മാസം കോട്ടയത്തു താമസിക്കുകയും ചെയ്തു. ആ ചികിത്സ നിമിത്തം സ്വസ്ഥശരീരനായിത്തീർന്നതുകൊണ്ടാണ് ശങ്കരമേനോനവർകൾക്കു നാഗരുകോവിലിലും കൊല്ലത്തും ഡിസ്ട്രിക്ട് ജഡ്ജിയായും കോട്ടയത്തു ദിവാൻ പേഷ്ക്കാരായും ഒടുക്കം ഹൈക്കോർട്ടു ജഡ്ജിയായുമിരിക്കുന്നതിനു സാധിച്ചത്.

ഇങ്ങനെ ആര്യൻ നാരായണൻ മൂസ്സവർകളുടെ ചികിത്സാനൈപുണ്യ ത്തെയും കൈപ്പുണ്യത്തെയും മറ്റും കുറിച്ച് ഇനിയും വളരെപ്പറയുവാനുണ്ട്. അവ ഇനിയൊരവസരത്തിലായിക്കൊള്ളാമെന്നു വിചാരിച്ച് ഇപ്പോൾ ചുരുക്കുന്നു.

ആര്യൻ നാരായണൻ മൂസ്സവർകൾ ആസന്നമരണന്മാരായ രോഗികളെ കാണാൻ പോവുക പതിവില്ല. പോകാതെയിരിക്കാൻ നിവൃത്തിയില്ലാതെ വന്നാൽ പോയിക്കണ്ടു തൽക്കാലം വല്ലതുമൊന്നു ചെയ്യുകയോ പറയുകയോ ചെയ്തിട്ട് ഉടനെ മടങ്ങിപ്പോരും. അങ്ങനെയാണു പതിവ്.

1. കൊല്ലം മുപ്പത്താറാമാണ്ടു നാടുനീങ്ങിയ മാർത്താണ്ഡവർമ്മ മഹാരാജാവു തിരുമനസ്സിലേക്കു ശീലായ്മയായപ്പോൾ അച്ഛൻ മൂസ്സവർകളെ കൊണ്ടുപോകുന്നതിനായി കല്പനപ്രകാരം തിരുവനന്തപുരത്തുനിന്നു ചില ഹരിക്കാരന്മാരും മറ്റും വയസ്സരെ വന്നിരുന്നു. ശീലായ്മയുടെ വിവരങ്ങൾ കേട്ടപ്പോൾത്തന്നെ സുഖമാകുന്ന കാര്യം അസാദ്ധ്യമാണെന്ന് അച്ഛൻ മൂസ്സവർകളും മകൻ (ആര്യൻ നാരായണൻ) മൂസ്സവർകളും നിശ്ചയിച്ചു. എങ്കിലും കല്പനപ്രകാരം ആളുകൾ വന്നിരിക്കുന്ന സ്ഥിതിക്ക് ആരും പോകാതെയിരിക്കുന്നതു ശരിയല്ലെന്നു വിചാരിച്ച് അച്ഛൻ മൂസ്സവർകൾ ആര്യൻ നാരായണൻ മൂസ്സവർകളെ പറഞ്ഞയച്ചു. മൂസ്സവർകൾ തിരുവ നന്തപുരത്തെത്തി തിരുമനസ്സിലെക്കുണ്ടയുടനെ ഒരു ഗുളിക കൊടുത്ത് അതു ജീരകവെള്ളത്തിൽക്കലക്കിച്ചു തിരുമനസ്സിലേക്കു കൊടുപ്പിച്ചു. ആ ഗുളിക സേവിച്ചു കുറച്ചു സമയം കഴിഞ്ഞപ്പോൾ തിരുമനസ്സുകൊണ്ട് എണീറ്റിരിക്കുകയും കുറച്ചു കഞ്ഞി അമൃതേത്തു കഴിക്കുകയും ചെയ്തിട്ട്

മൂസ്സവർകളോട്, 'എനിക്കിപ്പോൾ വളരെ സുഖംതോന്നുന്നുണ്ട്. എന്റെ സുഖക്കേട്ട നല്ലപോലെ ഭേദമാക്കീട്ടേ മൂസ്സ പോകാവൂ' എന്നു കല്പിച്ചു. അപ്പോൾ മൂസ്സവർകൾ, 'ഒരു ശ്രാദ്ധമൂട്ടാനുണ്ട്. അതു ഞാനും അമ്മയുംകൂടി ഊട്ടേണ്ടതാണ്. ഇന്നുതന്നെ പോയെങ്കിലേ അതിനവിടെ എത്താൻ സാധിക്കു. ശ്രാദ്ധം കഴിഞ്ഞാലന്നുതന്നെ പുറപ്പെട്ടു വന്നുകൊള്ളാം. പിന്നെ ശീലായ്മ ഭേദമാകുന്നതുവരെ ഇവിടെ താമസിക്കുകയും ചെയ്യാം. അതിനാൽ ഒന്നുപോയിവരുന്നതിനു കല്പനയുണ്ടാവണം' എന്നറിയിച്ചു. തിരുമനസ്സിലേക്ക് ഇതത്ര സമ്മതമായില്ല. എങ്കിലും ശ്രാദ്ധം മുട്ടിക്കാൻ പാടില്ലല്ലോ എന്നു വിചാരിച്ച് അങ്ങനെ കല്പിച്ചനുവദിച്ചു. പിന്നെ മൂസ്സവർകൾ അടുത്ത രാജ്യാവകാശിയായിരുന്ന ആയില്യം തിരുനാൾ മഹാരാജാവു തിരുമനസ്സിലെ മുഖം കാണിച്ചു യാത്രയറിയിച്ച സമയം 'അമ്മാമന്റെ ശീലായ്മ എങ്ങനെയിരിക്കുന്നു?' എന്നു കല്പിച്ചു ചോദിച്ചു. അതിനു മറുപടിയായിട്ട് മൂസ്സവർകൾ, 'ശീലായ്മ ഒരു വിധം നല്ലപോലെയുണ്ട്. കല്പിച്ചു എപ്പോഴും അവിടുത്തെ അടുക്കൽത്തന്നെ ഉണ്ടായിരുന്നാൽക്കൊള്ളാം' എന്നറിയിച്ചിട്ട് അന്നുതന്നെ മടങ്ങിപ്പോന്നു. മൂസ്സവർകൾ കോട്ടയത്തെത്തുന്നതിനുമുമ്പു തന്നെ മഹാരാജാവു തിരുമനസ്സുകൊണ്ട് നാടുനീങ്ങിയിരിക്കുന്നു എന്നുള്ള അടിയന്തിരം (ഉത്തരവ്) അഞ്ചൽമാർഗ്ഗം കോട്ടയത്തെത്തി.

2. മൂസ്സവർകൾ 1076-മാണ്ടു കന്നിമാസത്തിൽ ശ്രീമൂലം തിരുനാൾ സംബന്ധിച്ചു തിരുവനന്തപുരത്തു പോയിരുന്നപ്പോൾ തിരുനാൾ ദിവസം അശ്വതിതിരുനാൾ ബി.എ. തിരുമനസ്സിലെ മുഖം കാണിക്കാൻ പോയിരുന്നു. മൂസ്സവർകളെ കണ്ടപ്പോൾ തിരുമനസ്സുകൊണ്ട്, 'എനിക്കു നാലഞ്ചു ദിവസമായിട്ടു നല്ല സുഖമില്ലാതെയിരിക്കുകയാണ്. എന്ന് അമ്മയുടെ ശ്രാദ്ധവും ഇന്നലെ ഒരിക്കലൂണുമായിരുന്നതിനാൽ രണ്ടു ദിവസവും മുങ്ങിക്കുളിച്ചു. അതുകൊണ്ടായിരിക്കാം ഇന്നു തലവേദനയുണ്ട്. സംസാരിക്കാൻ പ്രയാസം. ഞാൻകുറച്ചു കിടക്കട്ടെ' എന്നു കല്പിച്ചു. 'തലവേദനയുണ്ടെങ്കിൽ സംസാരിക്കാതെയിരിക്കുകയാണ് വേണ്ടത്'' എന്നറിയിച്ചിട്ടു മൂസ്സവർകൾ അപ്പോൾത്തന്നെ മടങ്ങിപ്പോന്നു.

തിരുനാളിനു പോയാൽ തിരുനാൾ കഴിഞ്ഞിട്ട് നാലഞ്ചുദിവസംകൂടി താമസിച്ചിട്ടേ മൂസ്സവർകൾ മടങ്ങിപ്പോരുക പതിവുള്ളൂ. ആ പ്രാവശ്യം തിരുനാൾ കഴിഞ്ഞിട്ടു പിറ്റേദിവസം രാവിലെ മൂസ്സവർകൾ 'നമുക്ക് ഇന്നുതന്നെ പോകണം' എന്നു കൂടെയുണ്ടായിരുന്നവരിൽ ചിലരോട് പറയുകയും അന്നുച്ചയ്ക്കു വലിയ കൊട്ടാരത്തിൽപ്പോയി യാത്രയറിയിക്കുകയും അത്താഴം കഴിഞ്ഞു വള്ളംകയറിപ്പോരികയും ചെയ്തു. പതിവിനു വിരോധമായി ഇത്ര ബദ്ധപ്പെട്ടു പോന്നതിന്റെ കാരണമെന്തെന്നു കൂടെയുണ്ടായിരുന്നവർക്കാർക്കും തൽക്കാലം മനസ്സിലായില്ല. തിരുവനന്തപുരത്തുനിന്നും വള്ളം നീങ്ങി ഒന്നുരണ്ടു നാഴിക പോന്നപ്പോൾ മൂസ്സവർകൾ, 'ഏതെങ്കിലും പോന്നുവല്ലോ. അശ്വതിതിരുനാൾ തിരുമനസ്സിലേക്കു നല്ല സുഖമില്ലാതെയാണിരിക്കുന്നത്. ഈ അവസരത്തിൽ അവിടെത്താമസിക്കാതെ കഴിക്കണമെന്നു വിചാരിച്ചാണ് ഇന്നുതന്നെ പോന്നത്'' എന്നു പറഞ്ഞു. അപ്പോൾ കൂടെയുണ്ടായിരുന്ന ഒരു നമ്പൂരി 'ശീലായ്മ കലശലാണോ' എന്നു ചോദിച്ചു. അതിനുത്തരമായി മൂസ്സവർകൾ 'അതൊന്നുമല്ല. സാരമില്ലെന്നാണ് അവിടുന്നു കല്പിച്ചത്. എങ്കിലും പന്തിയില്ലെന്നാണ് എനിക്കു തോന്നിയത്'' എന്നു

പറഞ്ഞു. സംഗതി അങ്ങനെ തന്നെ സംഭവിക്കുകയും ചെയ്തു. മൂസ്സവർകളുടെ വള്ളം കോട്ടയത്തെത്തിയതിന്റെ തലേദിവസംതന്നെ തിരുമനസ്സുകൊണ്ട് നാടുനീങ്ങിയിരിക്കുന്നു എന്നുള്ള അടിയന്തിരക്കമ്പി കോട്ടയത്തെത്തി.

3. ഒരിക്കൽ മാവേലിക്കരക്കൊട്ടാരത്തിൽ ഒരു തമ്പുരാട്ടിക്കു ശീലായ്മയായിട്ട് ആര്യൻ നാരായണൻ മൂസ്സവർകളെ കൊണ്ടുപോകാനായി എഴുത്തും വള്ളവും കൊണ്ട് ആളുകൾ വന്നിരുന്നു. എഴുത്ത് അനന്തപുരത്തു കൊട്ടാരത്തിൽ മൂത്തകോയിത്തമ്പുരാനവർകളുടെ (കേരളവർമ്മ വലിയ കോയിത്തമ്പുരാൻ സി.എസ്. ഐ. തിരുമനസ്സിലെ ജ്യേഷ്ഠന്റെ)യായിരുന്നു. അതിൽ പറഞ്ഞിരുന്നത് 'ഇവിടെ ഒരു തമ്പുരാട്ടിക്കു നല്ല സുഖമില്ലാതെയിരിക്കുന്നു. ഞാൻ ഇപ്പോൾ ഇവിടെ യുണ്ട്. എങ്കിലും ചികിത്സയൊന്നും നിശ്ചയിച്ചിട്ടില്ല. മൂസ്സുകൂടി വന്നിട്ട് ആലോചിച്ചു നിശ്ചയിക്കാമെന്നു വിചാരിക്കുന്നു. അതിനാൽ ഇവിടെ നിന്നയയ്ക്കുന്ന ഈ വള്ളത്തിൽത്തന്നെ മൂസ്സ് ഉടനെ പുറപ്പെട്ടു വന്നുചേരേണ്ടിയിരിക്കുന്നു. ഒട്ടും അമാന്തിക്കയില്ലല്ലോ' എന്നായിരുന്നു. മൂത്ത കോയിത്തമ്പുരാനവർകൾ ഒരു വൈദ്യനും വിദ്വാനും മാന്യനുമായിരുന്നുവെന്നു മാത്രമല്ല, മൂസ്സവർകളുടെ ഒരാപ്തമിത്രവുമായിരുന്നു. സുഖക്കേടു മാവേലിക്കരക്കൊട്ടാരത്തിലെ തമ്പുരാട്ടിക്കുമായിരുന്നുവല്ലോ. ഇങ്ങനെ പല കാരണങ്ങൾകൊണ്ടും മൂസ്സവർകൾ ആ എഴുത്തിൻപ്രകാരം ഉടനെ പോകേണ്ടതായിരുന്നു എങ്കിലും എന്തോ അവിടുന്നു പോയില്ല. 'രാമനൊന്നു പോയി നോക്കിവരൂ. വേണമെങ്കിൽ ഞാൻപിന്നെപ്പോകാം' എന്നു പറഞ്ഞ് അവിടുത്തെക്കൂടെത്താമസിച്ചിരുന്ന രാമവാര്യരവർകളെ പറഞ്ഞയയ്ക്കുകയാണ് ചെയ്തത്. രാമവാര്യരവർകൾ മാവേലിക്കര നിന്ന് അയച്ചിരുന്ന വള്ളത്തിൽത്തന്നെ കയറിപ്പോവുകയും പിറ്റേദിവസം തന്നെ മടങ്ങിവരുകയും ചെയ്തു. രാമവാര്യരവർകളെ കണ്ടയുടനെ മൂസ്സവർകൾ, 'രാമൻ അവിടെ എത്തിയതിൽപ്പിന്നെയോ, അതിനുമുമ്പുതന്നെ കഴിഞ്ഞുവോ?' എന്നു ചോദിച്ചു. അതിനു രാമവാര്യരവർകളുടെ മറുപടി, 'അടിയൻ അവിടെയെത്തി ഒരു നാഴിക കഴിഞ്ഞപ്പോൾ നിലത്തിറക്കി' എന്നായിരുന്നു. ഇങ്ങനെ മൂസ്സവർകളുടെ ദിവ്യത്വങ്ങളും പറഞ്ഞാലവസാനിക്കാത്തവണ്ണമുണ്ട്. രോഗിയെക്കാണാതേയും ദീനസ്ഥിതി ആരും പറയാതേയും മരണം നിശ്ചയിക്കുവാൻ മറ്റാർക്കും കഴിയുമെന്നു തോന്നുന്നില്ല.

4. തിരുവിതാംകൂർ ഇളയതമ്പുരാനായിരുന്ന ചതയം തിരുനാൾ തിരുമനസ്സിലേക്കു ശീലായ്മയായപ്പോൾ ആര്യൻ നാരായണൻമൂസ്സവർകളെ കൊണ്ടുചെല്ലുന്നതിനു അന്നു കോട്ടയത്തു ഡിവിഷൻ അസിസ്റ്റന്റും ഒന്നാം ക്ലാസ്സു മജിസ്ട്രേറ്റുമായിരുന്ന കുഞ്ഞുകൃഷ്ണപ്പണിക്കരവർകളുടെ പേർക്കു വടക്കെക്കൊട്ടാരം (ഇളയ തമ്പുരാന്റെ കൊട്ടാരം) കാര്യക്കാർ എഴുതിയയയ്ക്കുകയാൽ മിസ്റ്റർ പണിക്കർ വയസ്കരെ വന്നു വിവരമറിയിച്ചു. അപ്പോൾ മൂസ്സവർകൾ 'ഇന്നു വലിയ മഴയായിരിക്കുന്നുവല്ലോ. നാളെയോ മറ്റോ ആവട്ടെ' എന്നു പറഞ്ഞു. പിറ്റേദിവസത്തേക്കു പണിക്കരവർകൾ ഒരു ബോട്ടു വയസ്കരക്കടവിൽ ഹാജരാക്കി. മിസ്റ്റർ പണിക്കർ നിർബന്ധപൂർവം അപേക്ഷിച്ചുകൊണ്ടും മൂസ്സവർകൾ 'നാളെയാവട്ടെ', 'മറ്റന്നാളാവട്ടെ' എന്നിങ്ങനെ അവധി പറഞ്ഞുകൊണ്ടുമിരുന്നു. അങ്ങനെ നാലു ദിവസം കഴിഞ്ഞപ്പോഴേക്കും മിസ്റ്റർ പണിക്കർക്കു സാമാന്യത്തിലധികം മുഷിഞ്ഞു. പരിഭവത്തോടുകൂടി

മൂസ്സവർകളുടെ അടുക്കൽ ചിലതൊക്കെപ്പറഞ്ഞിട്ട് വയസ്കരെനിന്ന് ഇറങ്ങിപ്പോവുകയും ബോട്ട് അതിന്റെ ഉടമസ്ഥനെ തിരിയെ ഏല്പിക്കുകയും ചെയ്തു. അഞ്ചാം ദിവസം ഉച്ചതിരിഞ്ഞപ്പോൾ ഇളയതമ്പുരാൻ തിരുമനസ്സുകൊണ്ടു നാടു നീങ്ങിയിരിക്കുന്നു എന്നുള്ള കമ്പി മിസ്റ്റർ പണിക്കർക്കു കിട്ടി. ആ കമ്പിവർത്തമാനമെഴുതിയിരുന്ന കടലാസ്സും കൊണ്ട് പണിക്കരവർകൾ ഉടനെ വയസ്കരെയെത്തി നാടുനീങ്ങിയ വർത്തമാനമറിയിച്ച ശേഷം 'എഴുന്നള്ളത്തു പുറപ്പെടാതിരുന്നതു വളരെ നന്നായി. ഇങ്ങനെ വരുമെന്നറിഞ്ഞിരുന്നുവെങ്കിൽ അടിയൻ തിരുമനസ്സിലെ അടുക്കൽ അത്ര നിർബന്ധിക്കയില്ലായിരുന്നു. ഇവിടുത്തെ അമാന്തം കണ്ടിട്ട് അടിയനു വല്ലാത്ത സങ്കടമോ കുറച്ചു ദേഷ്യമോ ഏതാണ്ടൊക്കെ ഉണ്ടായി. അടിയന്റെ സങ്കടം സഹിക്കവയ്യാതെയായിട്ട് ഏതാണ്ടൊക്കെ അക്രമമായി അറിയിക്കുകയും ചെയ്തുപോയി. അതൊക്കെ ഇവിടെ ക്ഷമിക്കണം. അടിയന്റെ കഥയില്ലായ്മ കൊണ്ടു വന്നുപോയ തെറ്റിന് അടിയൻ മാപ്പുചോദിച്ചുകൊള്ളുന്നു. ഇങ്ങനെ സംഭവിക്കുമെന്നു വിചാരിച്ചിട്ടായിരിക്കുമല്ലോ അടിയൻ നിർബന്ധിച്ചിട്ടും തിരുമനസ്സുകൊണ്ട് യാത്ര പുറപ്പെടാതെയിരുന്നത്. ഇവിടെ ഇതൊക്കെ മുൻകൂട്ടി നിശ്ചയിക്കുന്നതെങ്ങനെയാണാവോ' എന്നു പറഞ്ഞു. മൂസ്സവർകൾ, 'നാലഞ്ചു ദിവസമായിട്ടു സദാ മഴതന്നെയായിരുന്നുവല്ലോ. ഇങ്ങനെ ഇടവിടാതെ കണ്ടുള്ള മഴ കണ്ടാൽ എങ്ങോട്ടും യാത്ര പുറപ്പെടരുതെന്ന് അച്ഛൻ പറഞ്ഞിട്ടുണ്ട്. അതുകൊണ്ടാണ് ഞാൻ പുറപ്പെടാതെയിരുന്നത്. അല്ലാതെ യാതൊന്നുംകൊണ്ടുമല്ല' എന്നു മറുപടിയും പറഞ്ഞു.

പരസ്പരം സ്പർദ്ധയുള്ളവരായ മറ്റുള്ള അഷ്ടവൈദ്യന്മാർക്കും ആര്യൻ നാരായണൻ മൂസ്സവർകളെക്കുറിച്ചു വളരെ ബഹുമാനമുണ്ടായിരുന്നു. ഇതിലേക്കു താഴെപ്പറയുന്ന സംഗതി ഒരു ദൃഷ്ടാന്തമാണ്.

ഒരിക്കൽ ഒരമ്മത്തമ്പുരാൻ തിരുമനസ്സിലേക്കു ശീലായ്മയാവുകയാൽ ചികിത്സയ്ക്കായി അന്നത്തെ വലിയതമ്പുരാൻ തിരുമനസ്സുകൊണ്ട് അഷ്ടവൈദ്യന്മാരിൽ മിക്കവരെയും തൃപ്പൂണിത്തുറെ വരുത്തിയിരുന്നു. അവരെല്ലാവരും കൂടിയാലോചിച്ചാണ് ചികിത്സ നടത്തിയിരുന്നത്. അങ്ങനെ അവരവിടെ താമസിച്ചിരുന്നപ്പോൾ ഒരു ദിവസം വലിയ തമ്പുരാൻ തിരുമനസ്സുകൊണ്ട് അവരോടെല്ലാവരോടുംകൂടി 'അഷ്ടവൈദ്യന്മാരിൽ ചികിത്സാവിഷയത്തിൽ അധികം യോഗ്യതയുള്ളതാർക്കാണ്?' എന്നു കല്പിച്ചു ചോദിച്ചു. കുറച്ചുനേരത്തേക്ക് ഇതിന് ആരും മറുപടിയൊന്നും പറഞ്ഞില്ല പിന്നെ തൃശ്ശിവപേരൂർ തൈക്കാട്ട് അച്ഛൻ മൂസ്സവർകൾ (ഇപ്പോഴത്തെ മൂസ്സവർകളുടെ അച്ഛൻ) 'ഇത് ഏറ്റവും അപകടമായിട്ടുള്ളൊരു ചോദ്യമാണ്. ഇതിന് ഇതിലാരും ഉത്തരം പറയുമെന്നു തോന്നുന്നില്ല. എല്ലാവരേയുംകാൾ സമർത്ഥൻ താനാണെന്നുള്ള വിചാരം എല്ലാവർക്കുമുണ്ടായിരിക്കും. എന്നാൽ അതു സ്പഷ്ടമായിപ്പറയാൻ ആർക്കും ധൈര്യമുണ്ടായിരിക്കുകയുമില്ല. പിന്നെയെങ്ങനെയാണ് ഇതിനുത്തരം പറയുന്നത്? കല്പിച്ചു ചോദിച്ചതിന് ആരും ഉത്തരം പറയാതെയിരിക്കുന്നത് ന്യായവുമല്ല. അതിനാൽ എന്റെ അഭിപ്രായം ഞാനിവിടെ ഉണർത്തിക്കാം. എല്ലാവർക്കും എല്ലാവിഷയങ്ങളിലും ഒരുപോലെ യോഗ്യതയുണ്ടായിരിക്കുകയില്ല. ഓരോരുത്തർക്ക് ഓരോ വിഷയത്തിലായിരിക്കും യോഗ്യത. അഷ്ടാംഗഹൃദയത്തിന്റെ അർത്ഥം പറയുന്നതിനു സമർത്ഥൻ കുട്ടഞ്ചേരി അപ്ഫൻതന്നെയാണ്. ആ വിഷയത്തിൽ അദ്ദേഹത്തോളം

യോഗ്യതയുള്ളവർ ഞങ്ങളുടെ കൂട്ടത്തിൽ വേറെ ആരുമില്ല. രോഗം നിശ്ച യിക്കുന്നതിന് ആലത്തൂർ നമ്പിയോളം യോഗ്യത മറ്റാർക്കും ഇല്ല. ചികിത്സ ചെയ്യുന്നതിന് അധികം യോഗ്യൻ പിലാമന്തോൾ മൂസ്സാണ്. അദ്ദേഹം ചികിത്സിച്ചാൽ ഭേദമാകുന്ന രോഗങ്ങളെല്ലാം ഭേദമാകും. ഇനി എന്റെ യോഗ്യതകൂടി പറഞ്ഞേക്കാം. മരണലക്ഷണം കണ്ടു നിശ്ചയിക്കുന്നതിന് എന്നോളം സാമർത്ഥ്യം മറ്റാർക്കുമെല്ലെന്നാണ് എന്റെ അഭിമാനം. ഒരാറു മാസത്തിനകം മരിക്കുന്ന ഒരാളെക്കണ്ടാൽ അയാൾ ഇന്ന ദിവസം മരി ക്കുമെന്നു ഞാൻ തീർച്ചയായിപ്പറയാം. അതു തെറ്റുകയുമില്ല. എന്നാൽ ഈ വക യോഗ്യതകളെല്ലാം പൂർണ്ണമായിത്തികഞ്ഞിട്ടുള്ള ഒരാൾ ഞങ്ങളുടെ കൂട്ടത്തിലുണ്ട്. അദ്ദേഹം ഇപ്പോൾ ഇവിടെ വന്നിട്ടില്ല. ആ മഹാൻ വയസ്കര ആര്യൻ നാരായണൻ മൂസ്സാണ്. അദ്ദേഹം വിചാരിച്ചാൽ ഭേദമാകാത്ത രോഗവും ഭേദമാക്കാൻ കഴിയും. അങ്ങനെ യൊരാൾ ഞങ്ങളുടെ കൂട്ടത്തിൽ അദ്ദേഹമല്ലാതെ വേറെ ആരുമില്ല' എന്നു പറയുകയും അതു ശരിയാണെന്ന് അവിടെയുണ്ടായിരുന്നവരെല്ലാം സമ്മതിക്കുകയും ചെയ്തു.

ആര്യൻ നാരായണൻ മൂസ്സവർകൾക്കു ചികിത്സാവിഷയത്തിലും മറ്റുമു ണ്ടായിരുന്ന യോഗ്യതകൾ എന്നെക്കാളധികം കണ്ടും കേട്ടും അനുഭവിച്ച മറിഞ്ഞിട്ടുള്ളവരിൽ പലരും ഇപ്പോഴും ജീവിച്ചിരിപ്പുള്ളതിനാൽ ഞാനീ പറഞ്ഞിട്ടുള്ളതിൽ അല്പം പോലും അതിശയോക്തിയില്ലെന്നും മൂസ്സവർകൾ എന്റെ ഗുരുനാഥനായിരുന്നതുകൊണ്ട് ഞാൻ വെറുതെ പ്രശംസിക്കുകയല്ലെ ന്നുമുള്ള വാസ്തവം അവർക്കറിയാവുന്നതാണ്. മൂസ്സവർകളെ സംബന്ധിച്ച് ഞാൻ പറഞ്ഞിട്ടുള്ളവ കൂടാതെ വേറെയും പല സംഗതികളറിയാവുന്നവർ ഇപ്പോഴും പലരുമുണ്ടായിരിക്കാനിടയുള്ളതുകൊണ്ട് അവർക്കറിയാവുന്നവ യെല്ലാം എഴുതി പ്രസിദ്ധപ്പെടുത്തിയാൽ കൊള്ളാമെന്നുള്ള അപേക്ഷയോ ടുകൂടി ഞാൻ ഇപ്പോൾ വിരമിക്കുന്നു.

●

ചംക്രോത്തമ്മ

മധ്യതിരുവിതാംകൂറിൽ ഇപ്പോൾ ശ്രീവല്ലഭ (തിരുവല്ലാ) ഗ്രാമമെന്നുള്ള സുപ്രസിദ്ധനാമത്തോടുകൂടി പ്രശോഭിക്കുന്ന പ്രദേശത്തിനു പുരാതനകാലത്തു പറഞ്ഞുവന്നിരുന്ന നാമധേയം 'മല്ലികാവന'മെന്നായിരുന്നു. അക്കാലത്ത് അവിടെ ജനപുഷ്ടിയും ധനപുഷ്ടിയും ഇപ്പോഴത്തേതിൽ വളരെ അധികമുണ്ടായിരുന്നു. അന്നവിടെ ബ്രാഹ്മണാലയങ്ങൾതന്നെ മൂവായിരത്തിലധികമുണ്ടായിരുന്നു. അവയിൽ ഒരു ബ്രാഹ്മണഗൃഹത്തിന്റെ പേര് 'ശങ്കരമംഗലത്ത്' എന്നായിരുന്നു. അതു ലോപിച്ച് കാലക്രമേണ 'ചംക്രോത്ത്' എന്നായിത്തീർന്നു. അവിടെയും ധനപുഷ്ടി ധാരാളമായിട്ടുണ്ടായിരുന്നു. എങ്കിലും ജനപുഷ്ടിയും വളരെ കുറവായിരുന്നു. അവിടെ 'നാരായണഭട്ടതിരി' എന്നൊരു ബ്രാഹ്മണനും അദ്ദേഹത്തിന്റെ സഹധർമ്മ ചാരിണിയായ 'ശ്രീദേവി' എന്ന അന്തർജനവും മാത്രമായിത്തീർന്നു. ആ അന്തർജനത്തിനു തുണയായി 'ശ്രീദേവി' എന്നുതന്നെ പേരായ ഒരു ദാസിയും അവരുടെ മകനായ 'മുകുന്ദൻ' എന്നൊരു ബാലനും ആ ഗൃഹത്തിൽതന്നെ താമസിച്ചിരുന്നു. പുരാതന കാലത്തു മലയാള ബ്രാഹ്മണർ ദാസീദാസന്മാരുടെ പേരുകൾ ശരിയായി പറയുക പതിവില്ലായിരുന്നുവല്ലോ. അതിനാൽ ദാസിയായ ശ്രീദേവിയെ 'ചിരുതേച്ചി' എന്നും അവരുടെ പുത്രനായ മുകുന്ദനെ 'കുന്നൻ' എന്നുമാണ് ആ ബ്രാഹ്മണമിഥുനവും അതുകേട്ട് ശേഷമുള്ളവരും വിളിച്ചുവന്നിരുന്നത്.

നാരായണഭട്ടതിരി ഒരു വിഷ്ണുഭക്തനും സുശീലനും ധാർമ്മികനും സദ്വൃത്താനുമായിരുന്നു. ശ്രീദേവി അന്തർജനം അദ്ദേഹത്തിന് അനുരൂപയായിരുന്നു. ആ ദമ്പതിമാർക്ക് അനപത്യത എന്നൊന്നുമാത്രമല്ലാതെ മറ്റൊരു ദുഃഖകാരണവുമുണ്ടായിരുന്നില്ല. അവർ രണ്ടുപേരും ഭഗവൽ ഭക്തിയോടും ഏറ്റവും നിഷ്ഠയോടുകൂടി യഥാവിധി പതിവായി ഏകാദശി വ്രതം അനുഷ്ഠിക്കുകയും ചിരുതേച്ചിയേയും കുന്നനേയും കൊണ്ട് അനുഷ്ഠിപ്പിക്കുകയും ചെയ്തിരുന്നു. അവരുടെ വ്രതനിഷ്ഠ ഒട്ടും ചില്ലറയല്ലായിരുന്നു. ദശമിനാൾ ഒരു നേരം മാത്രം ഭക്ഷണം കഴിക്കുകയും ഏകാദശിനാൾ ഊണും ഉറക്കവുമുപേക്ഷിച്ചു ഭഗവൽധ്യാനത്തോടുകൂടിത്തന്നെ ഇരിക്കുകയും ദ്വാദശിനാൾ കിട്ടുന്നിടത്തോളം ബ്രഹ്മചാരി കളായിട്ടുള്ള ബ്രാഹ്മണ കുമാരന്മാരെ കാൽ കഴികിച്ച് ഊട്ടിയതിന്റെ ശേഷം പാരണ കഴിക്കുകയുമായിരുന്നു അവരുടെ പതിവ്. ദ്വാദശിനാളും അവർ ഒരുനേരം മാത്രമേ ഭക്ഷണം കഴിച്ചിരുന്നുള്ളൂ. ഇപ്രകാരമെല്ലാമിരുന്നിട്ടും ആ ബ്രാഹ്മണോത്തമൻ അനപത്യതാദുഃഖത്തോടുകൂടിത്തന്നെ കാലധർമ്മത്തെ പ്രാപിച്ചു. അതിനുശേഷവും ആ

അന്തർജ്ജനവും ചിരുതേച്ചിയും അവരുടെ മകനും യഥാപൂർവ്വം ഏകാദശിവ്രതം അനുഷ്ഠിച്ചുകൊണ്ടുതന്നെയിരുന്നു.

ആ അന്തർജ്ജനത്തിന് എഴുത്തറിഞ്ഞുകൂടായിരുന്നു. അതിനാൽ ഏകാദശി വ്രതം എന്നാണെന്നു മറ്റു വല്ലവരോടും ചോദിച്ചറിയേണ്ടിയിരുന്നു. അതിനുള്ള പ്രയാസംകൊണ്ട് ആ സാധ്വി ഒരു കൗശലം ചെയ്തു. ഒരു പാത്രത്തിൽ ഒരേകാദശി നാൾ മുതൽ ഓരോ കല്ലു പെറുക്കിയിട്ടുതുടങ്ങി. ദിവസം തോറും ആ കല്ല് എണ്ണി നോക്കും. പതിനഞ്ചു കല്ലു തികയുന്ന ദിവസം ഏകാദശി വ്രതമനുഷ്ഠിക്കും. അങ്ങനെ പതിവാക്കി. ചിലപ്പോൾ ഈ കണക്കു തെറ്റി വ്രതമനുഷ്ഠിക്കേണ്ടതു തലേദിവസമോ പിറ്റേദിവസമോ ആയിപ്പോയി എന്നു വരും. എന്നാലും ആരെല്ലാം പറഞ്ഞാലും അന്തർജ്ജനം ഈ പതിവു മാറ്റാറില്ല. അതുകൊണ്ട് ചിലർ ചില മർക്കടമുഷ്ടിക്കാരുടെ ദുശ്ശാഠ്യത്തിന് ഉദാഹരണമായും മറ്റും 'ചംക്രോത്തമ്മ'യുടെ (ആ ദേശക്കാരും മറ്റും ആ അന്തർജ്ജനത്തെ അങ്ങനെയാണ് പറഞ്ഞിരുന്നത്) ഏകാദശി പോലെ എന്നും മറ്റും പറഞ്ഞു പരിഹസിച്ചുകൊണ്ടിരുന്നു. അതും ആ അന്തർജ്ജനം വകവെച്ചില്ല.

അങ്ങനെയിരുന്ന കാലത്തു വഴിപോക്കരായ രണ്ടു ബ്രാഹ്മണർ ചംക്രോത്ത് മഠത്തിൽ ചെന്നുചേർന്നു. അവർ രണ്ടുപേരും വലിയ ജ്യോത്സ്യന്മാരായിരുന്നു. ചംക്രോത്തുമഠത്തിൽ ആരു ചെന്നാലും ഭക്ഷണം കൊടുക്കുമെന്നും ചംക്രോത്തമ്മ അതിഥിസൽക്കാരത്തിൽ ബദ്ധശ്രദ്ധയാണെന്നും ചിലർ പറഞ്ഞറിയുകയാൽ ഊണു കഴിച്ചു പോകണമെന്നു വിചാരിച്ചാണ് ആ ബ്രാഹ്മണർ അവിടെച്ചെന്നത്. അവർ അവിടെച്ചെന്നയുടനെ തങ്ങൾ വഴിപ്പോക്കരായ രണ്ടു ബ്രാഹ്മണരാണെന്നും ഭക്ഷണം കഴിച്ചുപോയാൽക്കൊള്ളാമെന്നും വിചാരിച്ചാണ് അവിടെ ചെന്നിരിക്കുന്നതെന്നു ചിരുതേച്ചിമുഖാന്തരം അകത്തറിയിച്ചു. അപ്പോൾ അന്തർജ്ജനം വാതിൽപ്പുറകിൽ വന്നുനിന്നുകൊണ്ട് 'ഇവിടെ അതിഥികൾക്കു ഭക്ഷണം കൊടുക്കുന്നതിന് ഒട്ടും മടിയില്ലെന്നു മാത്രമല്ല, വളരെ സന്തോഷമുണ്ടുതാനും. ഇവിടെ ഉണ്ണാനായിട്ടു വന്നാൽ ചോറു കൊടുക്കാതെ ആരെയും പറഞ്ഞയയ്ക്കാറില്ല. എങ്കിലും ഇന്ന് ഏകാദശിയാകകൊണ്ടു നിങ്ങളെ കഴിപ്പിച്ചയയ്ക്കാൻ നിവൃത്തിയില്ല. ഇന്ന് ഇവിടെ ഞങ്ങൾക്കെല്ലാവർക്കും ശുദ്ധോപവാസമാണ്. ഏകാദശി നാൾ അതിഥികൾക്കു ശാല്യന്നം കൊടുക്കുക ഇവിടെ പതിവില്ല' എന്നു പറഞ്ഞു. ഉടനെ ആ ബ്രാഹ്മണർ 'ഏകാദശി ഇന്നല്ല; നാളെയാണ്. ഞങ്ങൾ ഗണിച്ചു നോക്കീട്ടുണ്ട്. ഞങ്ങൾ കുറച്ചു ജ്യോതിശ്ശാസ്ത്രം പഠിച്ചിട്ടുള്ളവരാണ്. ഞങ്ങളുടെ കൈയിൽ പഞ്ചാംഗവുമുണ്ട്'' എന്നു പറഞ്ഞു.

അന്തർജ്ജനം: എന്നാൽ നിങ്ങളുടെ ഗണിതം തെറ്റിപ്പോയി. ഏകാദശി ഇന്നു തന്നെയാണ്. സംശയമില്ല.

ഇതുകേട്ടു ബ്രാഹ്മണർ ഉടനെ കവിടിസ്സഞ്ചിയഴിച്ചു പരൽ നിരത്തിഗ്ഗണിച്ചു നോക്കി. അപ്പോൾ ഏകാദശി അന്നുതന്നെയാണെന്നു കണ്ടു. ഉടനെ അവർ അവിടെനിന്ന് ഇറങ്ങിപ്പോയി മറ്റൊരു ബ്രാഹ്മണഗൃഹത്തിൽക്കയറി അവിടെച്ചെന്നു ചോദിച്ചപ്പോൾ ഏകാദശി പിറ്റേദിവസമാണെന്നും കുളിച്ചു വന്നാൽ ഊണു കഴിക്കാമെന്നും അവിടെയുണ്ടായിരുന്നവർ പറഞ്ഞു. ആ ബ്രാഹ്മണർക്ക് പിന്നെയും സംശയമുണ്ടായി. അവരും ഏകാദശിവ്രതം

പതിവുള്ളവരായിരുന്നതിനാൽ അവിടെയിരുന്നു വീണ്ടും ഗണിച്ചുനോക്കി. അപ്പോൾ ഏകാദശി പിറ്റേ ദിവസമാണെന്നു കണ്ട് അവർ വീണ്ടും ചംക്രോത്ത് മഠത്തിൽ പോയി അവിടെയിരുന്നു ഗണിച്ചുനോക്കി. അപ്പോൾ ഏകാദശി അന്നുതന്നെയാണെന്നു കണ്ടു. ഇങ്ങനെ പല പ്രാവശ്യം പരീക്ഷിച്ചു നോക്കി. അപ്പോഴെല്ലാം യഥാപൂർവം കാണുകയാൽ ആ ബ്രാഹ്മണർ അത്യന്തം വിസ്മയിച്ചു. ഈ വിവരമറിഞ്ഞ് ആ ഗ്രാമത്തിലുള്ളവരെല്ലാം ചംക്രോത്തമ്മയ്ക്ക് ഏകാദശിയായിട്ടുള്ള ദിവസം തന്നെ അനുഷ്ഠിച്ചുതുടങ്ങി.

ഇങ്ങനെയിരുന്ന കാലത്ത് ഒരു ദിക്കിൽ ഏകചക്രഗ്രാമത്തിൽ ബകനെന്ന പോലെ 'തൊകലൻ' എന്നൊരു ദുഷ്ടൻ ചില അനുചരന്മാരോടുകൂടി വന്നുചേർന്നു. അവൻ രാത്രികാലങ്ങളിൽ ആ ദിക്കിലുള്ള ധനവാന്മാരായ വിപ്രന്മാരുടെയും മറ്റും ഗൃഹങ്ങളിൽ കയറി കൊള്ളയടിക്കുകയും കൈയിൽ കിട്ടുന്നവരെയൊക്കെ പ്രഹരിക്കുകയും കൊല്ലുകയും മറ്റും ചെയ്തുതുടങ്ങി. അതിനാൽ ആ ഗ്രാമത്തിൽ സന്ധ്യയായാൽ പിന്നെ ആർക്കും മനസ്സുറപ്പിച്ചു കിടന്നുറങ്ങാനും ഗൃഹത്തിൽനിന്നു പുറത്തിറങ്ങി സഞ്ചരിക്കാനും നിവൃത്തിയില്ലാതെയായിത്തീർന്നു. സ്ത്രീകളെയും കുട്ടികളെയും പകലായാലും വെളിയിൽക്കണ്ടാൽ ആ ദുഷ്ടൻ തല്ലിക്കൊല്ലും. അതിനാൽ അക്കാലത്ത് ആ ഗ്രാമത്തിലുണ്ടായിരുന്ന അനേകം ഭൂമിദേവന്മാർ ആ ദിക്കുവിട്ടു കുടുംബസഹിതം വർക്കലയ്ക്കടുത്തുള്ള അയിരൂർ, വാമനപുരം, പള്ളിപ്പുറം, നെടുമങ്ങാട്, നെയ്യാറ്റിൻകര, മലയിൻകീഴ്, ഒറ്റശ്ശേഖരമംഗലം മുതലായ ദേശങ്ങളിൽ പോയി താമസമുറപ്പിച്ചു. ചിലർ 'സോപദ്രവാപി സുഖദാ ഖലു ജന്മഭൂമിഃ' എന്നു വിചാരിച്ചു സകല വിധോപദ്രവങ്ങളും സഹിച്ച് അവിടെത്തന്നെ താമസിച്ചു. ചംക്രോത്തമ്മ ധൈര്യസമേതം അവിടെത്തന്നെ താമസിച്ചതല്ലാതെ എങ്ങും പോയില്ല. എങ്കിലും ദ്വാദശി നാൾ ബ്രഹ്മചാരികളെ കാൽകഴുകിച്ചൂട്ടാൻ ആ അന്തർ ജനത്തിനു വളരെ പ്രയാസമായിത്തീർന്നു. അക്കാലത്തു തൊകലനെ പേടിച്ചു പാന്ഥന്മാർ പോലും ആ ദിക്കിൽക്കൂടി സഞ്ചരിക്കാതെയായിപ്പോയി. പിന്നെ വഴിപോക്കരായ ബ്രഹ്മചാരികളെ കിട്ടുകയില്ലല്ലോ. അവിടെ ബ്രാഹ്മണഗൃഹങ്ങൾ തന്നെ വളരെ ചുരുക്കമായി. ഉള്ളവർ തങ്ങളുടെ ഉണ്ണികളെ അയയ്ക്കാതെയും ഭീരുക്കളായ ബ്രഹ്മചാരികൾ അവരുടെ ഗേഹം വിട്ടുവെളിയിൽ ഇറങ്ങാതെയുമായിത്തീർന്നു. അതിനാൽ ഒരു ദ്വാദശിനാൾ ചംക്രോത്തമ്മയ്ക്കു കാൽകഴുകിച്ചൂട്ടാൻ ഒരു ബ്രഹ്മചാരിയേയും കിട്ടിയില്ല. ബ്രഹ്മചാരിയെ കാൽ കഴുകിച്ചൂട്ടാതെ പാരണ കഴിക്കാൻ നിവൃത്തിയില്ല. പാരണ കഴിക്കാതെ വ്രതത്തിനു പൂർണ്ണത സിദ്ധിക്കുകയില്ല. അതിനാൽ ചംക്രോത്തമ്മ ഏറ്റവും വിഷണ്ണയായിത്തീർന്നു. ചിരുതേച്ചിയും കുന്നനും ആ ഗ്രാമത്തിൽ ബ്രഹ്മചാരികളുള്ള ബ്രാഹ്മണഗൃഹങ്ങളിലെല്ലാം പോവുകയും വഴിയിൽ കാത്തുനിൽക്കുകയും ചെയ്തിട്ടും ഒരു ബ്രഹ്മചാരിയെപ്പോലും വിളിച്ചുകൊണ്ടുവരാൻ സാധിച്ചില്ല. ഒടുക്കം ആ അന്തർജ്ജനം വ്യസനം സഹിക്കവയ്യാതെയായിട്ടു തന്റെ തേവാരപ്പുരയിലുണ്ടായിരുന്ന വിഷ്ണുവിഗ്രഹത്തിന്റെ മുമ്പിൽചെന്ന് 'ഭഗവാനേ! എനിക്കു വ്രതഭംഗം വരാതെയിരിക്കുന്നതിന് എന്തെങ്കിലും മാർഗ്ഗമുണ്ടാക്കിത്തരണേ' എന്നു ഭക്തിയോടും വ്യസനത്തോടുംകൂടി പ്രാർത്ഥിച്ചുകൊണ്ടും കണ്ണടച്ചുകരഞ്ഞുകൊണ്ടും തൊഴുതുകൊണ്ടും നിന്നു. അങ്ങനെ കുറച്ചു നേരം കഴിഞ്ഞപ്പോൾ ആരോ തന്റെ പിന്നിൽ വന്നുനിന്ന്,

'അമ്മേ! ഇവിടെ ഊണു കാലമായില്ലേ? എനിക്കു വിശപ്പു കലശലായിരിക്കുന്നു' എന്നു പറഞ്ഞതായി തോന്നുകയാൽ അന്തർജ്ജനം കണ്ണു തുറന്നു തിരിഞ്ഞുനോക്കി. അപ്പോൾ ആ ഭക്ത കണ്ടത് ദണ്ഡും കൃഷ്ണാജിനവും ധരിച്ച ഒരു ബ്രഹ്മചാരിയെയായിരുന്നു. ആ സമയം ആ അന്തർജ്ജനത്തിനുണ്ടായ സന്തോഷം എത്രമാത്രമാണെന്നു പറയാൻ പ്രയാസം തന്നെ. 'ഊണിനൊക്കെക്കാലമായിട്ടുണ്ട്. ക്ഷണത്തിൽ കുളിച്ചു വരൂ. കുളം ഇവിടെത്തന്നെയുണ്ട്' എന്ന് അന്തർജ്ജനം പറഞ്ഞപ്പോൾ ബ്രഹ്മചാരി, 'ഞാൻ നദീജലത്തിലല്ലാതെ കൂപതോയത്തിൽ കുളിക്കാറില്ല' എന്നു പറഞ്ഞു. ഉടനെ അന്തർജ്ജനം നദിയിലേക്കു പോയാൽ ആപത്തുണ്ടാകുമെന്നും തൊകലന്റെ കഥയുമെല്ലാം പറഞ്ഞുകേൾപ്പിച്ചു.

'അതൊന്നും സാരമില്ല' എന്നു പറഞ്ഞ് ബ്രഹ്മചാരി പുറത്തിറങ്ങി നേരെ പുഴക്കടവിലേക്കു നടന്നു. മദ്ധ്യേ മാർഗ്ഗം തൊകലൻ ബ്രഹ്മചാരിയെ കണ്ടെത്തി പിടികൂടുകയും അവർ തമ്മിൽ അതിഘോരമായി ഒരു ദ്വന്ദ്വയുദ്ധം നടക്കുകയും ആ സമയം ബ്രഹ്മചാരിയുടെ കൈയിലിരുന്ന ദണ്ഡ് സുദർശനചക്രമായിത്തീരുകയും അതുകൊണ്ട് തൊകലന്റെ കണ്ഠം മുറിച്ച് അവനെ നിഗ്രഹിക്കുകയും ചെയ്തു. ചക്രം കൊണ്ട് കഴുത്തറുത്ത സമയം ഉറക്കെ നിലവിളിച്ചുകൊണ്ടാണ് തൊകലൻ നിലംപതിച്ചത്. ആ നിലവിളി കേട്ടു തൊകലന്റെ കൂട്ടുകാർ അവിടെ ഓടിയെത്തി. ബ്രഹ്മചാരിയെ പിടികൂടി. ബ്രഹ്മചാരി അവരെയും ക്ഷണത്തിൽ നിഗ്രഹിച്ചിട്ടു പുഴക്കടവിൽ ചെന്നു രക്തം പുരണ്ടിരുന്ന ചക്രം തേച്ചുകഴുകി വൃത്തിയാക്കിയതിന്റെ ശേഷം കുളിയും കഴിച്ചു ചംക്രോത്തുമഠത്തിലേക്കു പോയി. തൊകലൻ വന്നു താമസിക്കുകയും മരിക്കുകയും ചെയ്ത സ്ഥലത്തിനു 'തുകലശ്ശേരി' എന്നും ബ്രഹ്മചാരി ചക്രം ക്ഷാളനംചെയ്ത കടവിന് 'ചക്രക്ഷാളനക്കടവ്' എന്നും നാമം സിദ്ധിച്ചു. ചക്രക്ഷാളനക്കടവ് ലോപിച്ചു ലോപിച്ചു 'ചക്രശാലക്കടവ്' എന്നായിത്തീരുകയും ചെയ്തു.

ബ്രഹ്മചാരി കുളിക്കാൻ പോയിട്ട് വരാൻ താമസിച്ചപ്പോൾ അന്തർജ്ജനത്തിനു വീണ്ടും വിഷാദം സഹിക്കവയ്യാതെയായിത്തീർന്നു. 'ആ ഉണ്ണി കുളിക്കാൻ പോയിട്ട് ഇത്ര വളരെ താമസിക്കുന്നതെന്താണാവോ? ആ സാധുവിനെ തൊകലൻ പിടിച്ചു കൊന്നായിരിക്കുമോ? എന്നാൽ എനിക്കിന്നു പാരണ കഴിക്കാൻ സാധിക്കയില്ല. എന്റെ ഭഗവാനേ! അങ്ങനെയൊന്നും വരുത്തരുതേ' എന്നും മറ്റും വിചാരിച്ച് അന്തർജ്ജനം വ്യസനിച്ചുകൊണ്ടിരുന്നപ്പോൾ കുളിക്കാൻ പോയിരുന്ന ഉണ്ണിയും വേറെ അഞ്ചു ബ്രഹ്മചാരികളും കുളി കഴിഞ്ഞു വരുന്നതായി കണ്ടു. ഉടനെ അന്തർജ്ജനം സന്തോഷിച്ച് അവരെ ആറുപേരെയും കാൽകഴുകിച്ചൂട്ടുകയും പാരണ കഴിക്കുകയും ചെയ്തു. അപ്പോഴേക്കും ഒരു ബ്രഹ്മചരി തൊകലനെയും അവന്റെ അനുചരന്മാരെയും നിഗ്രഹിച്ചുവെന്നും ആ ഉണ്ണി മഠത്തിലേക്കു പോയിരിക്കുന്നുവെന്നുമുള്ള വർത്തമാനം ആ ദിക്കിൽ സർവ്വത്ര വ്യാപിക്കുകയും ശത്രുഭയം തീർന്നതിനാൽ സകലജനങ്ങളും സന്തുഷ്ടമാനസന്മാരായിത്തീരുകയും ഏറ്റവും പരാക്രമശാലിയായിരുന്ന തൊകലനെ നിഗ്രഹിച്ച് ആ ഉണ്ണി കേവലം മനുഷ്യനായിരിക്കുകയില്ലെന്നും അദ്ദേഹത്തെയും അദ്ദേഹം ദുഷ്ടനിഗ്രഹത്തിനായി ഉപയോഗിച്ച ചക്രായുധത്തെയും കണ്ടുവന്ദിക്കണമെന്നും വിചാരിച്ചു അസംഖ്യം ജനങ്ങൾ ആ മഠത്തിൽ ചെന്നുചേരുകയും ബ്രഹ്മചാരിയെ കണ്ടു

വന്ദിച്ചതിന്റെ ശേഷം ശ്രീചക്രം കൂടി വന്ദിച്ചാൽക്കൊള്ളാമെന്നു തങ്ങൾക്ക് അതിയായ ആഗ്രഹമുണ്ടെന്നുള്ള വിവരം അദ്ദേഹത്തെ ഗ്രഹിപ്പിക്കുകയും ചെയ്തു. ഉടനെ ആ ബ്രഹ്മചാരി തന്റെ ആയുധത്തെ മഠത്തിന്റെ മുറ്റത്തു സകല ജനങ്ങൾക്കും കണ്ടു വന്ദിക്കുവാൻ സകൗര്യമുള്ള ഒരുയർന്ന സ്ഥലത്തു പടിഞ്ഞാട്ടു ദർശനമായി പ്രതിഷ്ഠിച്ചു. അപ്പോൾ സൂര്യകോടി പ്രകാശത്തോടുകൂടി പ്രജ്വലിച്ചുകൊണ്ടിരുന്ന ആ സുദർശനം കണ്ട് എല്ലാവരും വന്ദിച്ചു. ഉടനെ അന്തർജ്ജനം ആ സുദർശനചക്രത്തിന്റെ പൂജാ നിവേദ്യാദികളും തൃപ്പടിദാനമായി സമർപ്പിച്ചിരിക്കുന്നു എന്നൊരാധാരം എഴുതിച്ചു സുദർശനത്തിന്റെ തിരുമുൻപിൽ വെയ്ക്കുകയും അവിടുത്തെ കാര്യാന്വേഷണങ്ങൾക്കായി തന്റെ ദായാദന്മാരായ മൂന്നില്ലക്കാരെയും കണക്കെഴുത്തിനായി കുന്നനെയും നിയമിക്കുകയും ചെയ്തു. അനന്തരം ബ്രഹ്മചാരി അവിടെ കൂടിയിരുന്ന ജനങ്ങളോട്, 'ഈ സുദർശനത്തെ ഭക്തിപൂർവ്വം വന്ദിച്ചു പ്രാർത്ഥിച്ചാൽ സകലജനങ്ങൾക്കും സകലാഭീഷ്ടങ്ങളും സാധിക്കും' എന്നു പറഞ്ഞു. ഉടനെ എല്ലാവരും അവരവരുടെ ആഗ്രഹസിദ്ധിക്കായി സുദർശനചക്രത്തെ ഭക്തിപൂർവം വന്ദിച്ചു കണ്ണടച്ചു പ്രാർത്ഥിച്ചുകൊണ്ടുനിന്നു. അവർ കണ്ണു തുറന്നുനോക്കിയപ്പോൾ ബ്രഹ്മചാരികളേയും ശങ്കരമംഗലത്തമ്മയേയും ചിരുതേച്ചിയേയും അവിടെ കാൺമാനില്ലായിരുന്നു. തൊകലെനെക്കൊന്ന ബ്രഹ്മചാരി മഹാവിഷ്ണുവിന്റെ അഞ്ചാമത്തെ അവതാരമായ സാക്ഷാൽ വാമനമൂർത്തിയും മറ്റേ ബ്രഹ്മചാരികളിലൊരാൾ ശിവാംശസംഭൂതനായ ദുർവ്വാസസ്സുമഹർഷിയും ശേഷം നാലു പേരും അദ്ദേഹത്തിന്റെ ശിഷ്യന്മാരും ആയിരുന്നുവെന്നും അന്തർജ്ജനത്തിനും ചിരുതേച്ചിക്കും ഭഗവൽസായൂജ്യം സിദ്ധിച്ചതിനാലാണ് അവർ അപ്രത്യക്ഷരായതെന്നുമാണ് ജനവിശ്വാസം. ചക്രപ്രതിഷ്ഠനിമിത്തം ആ ദേശത്തിനു 'മല്ലികവന'മെന്നായിരുന്ന പുരാതന നാമധേയം പോയി 'ചക്രപുര'മെന്നായിത്തീർന്നു. പിന്നെയവിടെ ശ്രീവല്ലഭന്റെ (മഹാ വിഷ്ണുവിന്റെ) പ്രതിഷ്ഠയുണ്ടായിരുന്നതിനാലാണ് ആ ദേശത്തിന് 'ശ്രീവല്ലഭപുരം' (തിരുവല്ലാ ഗ്രാമം) എന്നു നാമം സിദ്ധിച്ചത്.

●

അവണങ്ങാട്ട് പണിക്കരും ചാത്തന്മാരും

അവണങ്ങാട്ടു പണിക്കരുടെ ഭവനം കൊച്ചിരാജ്യത്ത് തൃശ്ശിവപേരൂർ താലൂക്കിൽ കിഴക്കുംമുറി വില്ലേജിൽ പെരിങ്ങോട്ടുകര ദേശത്താണ്. ആ ഗൃഹത്തിൽ ഒരു കാലത്ത് ഒരു പുരുഷനല്ലാതെ മറ്റാരുമില്ലാതായിത്തീരുകയാൽ ഒടുവിൽ ശേഷിച്ച ആ പണിക്കർ ഗുരുവായൂർ സമീപം കണ്ണഞ്ചിറ എന്ന ദിക്കിൽനിന്ന് ഒരു സ്ത്രീയെ വിവാഹം ചെയ്തു സ്വഗൃഹത്തിൽ കൊണ്ടുവന്നു താമസിപ്പിച്ചു. ഇപ്പോൾ ആ ഗൃഹത്തിലുള്ളവരെല്ലാം ആ ദമ്പതിമാരുടെ സന്താനപരമ്പരയിലുൾപ്പെട്ടവരാണ്. ആ ദമ്പതിമാർക്ക് 'ഉണ്ണിത്താമൻ' എന്നും 'കേളുണ്ണി' എന്നും രണ്ടു പുത്രന്മാരും നാലഞ്ചു സ്ത്രീസന്താനങ്ങളുമുണ്ടായി. ആ ഗൃഹത്തിൽ ഒടുവിൽ ഏകാകിയായിത്തീർന്നിരുന്ന ആ പണിക്കർ തന്റെ സർവസ്വവും തന്റെ ഭാര്യയ്ക്കും മക്കൾക്കുമായി കൊടുക്കുകയും അവരെ തന്റെ കുടുംബാവകാശികളാക്കിത്തീർക്കുകയും ചെയ്തതിന്റെ ശേഷമാണു ചരമഗതിയെ പ്രാപിച്ചത്. അതിനാൽ അദ്ദേഹത്തിന്റെ സന്താനങ്ങൾക്കും 'അവണങ്ങാട്ടു പണിക്കർ' എന്നുള്ള പേരു തന്നെ സിദ്ധിച്ചു.

സ്വപിതാവു കാലധർമ്മത്തെ പ്രാപിച്ചതിന്റെ ശേഷം ഉണ്ണിത്താമപ്പണിക്കരും കേളുണ്ണിപ്പണിക്കരും കുറച്ചുകാലം വിദ്യാഭ്യാസാർത്ഥം മാതുലഗൃഹത്തിൽ പോയി താമസിച്ചിരുന്നു. ആ ഗൃഹക്കാർ പുരാതനകാലം മുതൽക്കുതന്നെ വലിയ വിദ്വാന്മാരും മാന്ത്രികൻമാരുമായിരുന്നു. അതിനാൽ അവരുടെ സഹവാസവും അഭ്യാസവും നിമിത്തം ഇരുവരും വലിയ വിദ്വാന്മാരും മന്ത്രവാദികളുമായിത്തീർന്നു. വിദ്യഭ്യാസം കഴിഞ്ഞതിന്റെ ശേഷം അവർ മടങ്ങിവന്ന് പിതൃദത്തമായ സ്വഗൃഹത്തിൽതന്നെ താമസമുറപ്പിച്ചു. മന്ത്രവാദികൾക്ക് അവരുടെ കർമ്മങ്ങൾ ശരിയായി ഫലിക്കുന്നതിന് ഏതെങ്കിലും ഒരു മൂർത്തിയെ സേവിച്ചു പ്രത്യക്ഷമാക്കി വെക്കേണ്ടത് അത്യാവശ്യമാണ്. അതിനാൽ ഉണ്ണിത്താമപ്പണിക്കരും കേളുണ്ണിപ്പണിക്കരും ഗണപതിയെ സേവിച്ചു പ്രത്യക്ഷമാക്കി. അവർ അവർക്കു രണ്ടുപേർക്കും ഇരിക്കുവാൻ മതിയാകത്തക്ക വിസ്താരത്തോടുകൂടി ഒരു കിണർ കുഴിപ്പിച്ച് അതിൽ ഇറങ്ങിയിരുന്നു തപസ്സുചെയ്താണ് ഗണപതിയെ പ്രത്യക്ഷമാക്കിയത്. ആ കിണറിനു വളരെ താഴ്ചയുണ്ടായിരുന്നെങ്കിലും അതിൽ വെള്ളമുണ്ടായിരുന്നില്ല. അതിനാൽ അതിന്റെ അടിയിലും മുകളിലും കല്ലു പാകി തളം ചെയ്തിരുന്നു. അതിലേക്ക് ഇറങ്ങുവാൻ ഒരു വശത്തുകൂടിയാണ് വഴി വെച്ചിരുന്നത്.

അവർ ഗണപതിയെ സേവിച്ചു പ്രത്യക്ഷമാക്കിയതിന്റെ ശേഷം കാലടി

ഭട്ടതിരിമാരെപ്പോലെ ആ ദേവൻമുഖാന്തരം ആത്മാർത്ഥമായും പരാർത്ഥ മായും പല കാര്യങ്ങൾ സാധിക്കുകയും സാധിപ്പിക്കുകയും ചെയ്തുകൊണ്ടി രുന്നു. എങ്കിലും അവർക്ക് അതൊന്നുകൊണ്ടും തൃപ്തിയായില്ല.

അക്കാലത്ത് 'പഞ്ചനല്ലൂർ ഭട്ടതിരി' എന്നു പ്രസിദ്ധനായിട്ട് ഒരു മാന്ത്രിക നുണ്ടായിരുന്നു. അദ്ദേഹം ചാത്തന്മാരെ സേവിച്ചു പ്രത്യക്ഷപ്പെടുത്തി, തന്റെ വശംവദന്മാരാക്കിത്തീർത്തിരുന്നു. ആദ്യം അദ്ദേഹത്തിന്റെ അധീനതയിൽ നാനൂറു ചാത്തന്മാരുണ്ടായിരുന്നു. അവരിൽ പത്തു മൂർത്തികളെ പ്രസിദ്ധ മാന്ത്രികനായ കാട്ടുമാടസ്സു നമ്പൂതിരിക്കു വിട്ടു കൊടുത്തതുപോകെ മുന്നൂറ്റി ത്തൊണ്ണൂറു ചാത്തന്മാരാണ് ഭട്ടതിരിക്കുണ്ടായിരുന്നത്. ആ ചാത്തന്മാർ മുഖാന്തരം ഭട്ടതിരിയും അനേക കാര്യങ്ങൾ സാധിക്കുകയും അന്യന്മാർക്കു സാധിപ്പിച്ചുകൊടുക്കുകയും ചെയ്തു കൊണ്ടിരുന്നു. ഗണപതി മുഖാന്തരം പണിക്കർ സാധിച്ചിരുന്നതിലധികം കാര്യങ്ങൾ ഭട്ടതിരി ചാത്തന്മാർമൂലം സാധിച്ചിരുന്നു. ഗണപതിയെക്കൊണ്ടു ദാസ്യപ്രവൃത്തിയൊന്നും ചെയ്യി ക്കാൻ പാടില്ലാത്തതിനാലും ചാത്തന്മാരെക്കൊണ്ടു സകലപ്രവൃത്തികളും ചെയ്യിക്കാമായിരുന്നതു കൊണ്ടും ഓരോ കാര്യങ്ങൾ സാധിക്കുന്നതിനായി പണിക്കരുടെ അടുക്കൽ ചെല്ലുന്നതിലധികം ആളുകൾ ഭട്ടതിരിക്കാണ് അധികമുണ്ടായിക്കൊണ്ടിരുന്നത്. ഈ വർത്തമാനമറിഞ്ഞതിനാൽ ഏതുവിധവും ചാത്തന്മാരെ സ്വാധീനപ്പെടുത്തണമെന്ന ഒരാഗ്രഹം പണിക്കർക്കു കലശലായിട്ടുണ്ടായി. അതിനാൽ ആ സഹോദരന്മാർ രണ്ടുപേരും പഞ്ചനല്ലൂർ ഭട്ടതിരിയുടെ അടുക്കൽച്ചെന്ന് അദ്ദേഹത്തിന്റെ ചാത്തന്മാരിൽ ചിലരെ തങ്ങൾക്കു വിട്ടുതരേണമെന്ന് അപേക്ഷിച്ചു. അപ്പോൾ താനൊരു ബ്രാഹ്മണനായിരിക്കുന്ന സ്ഥിതിക്കു നീചമൂർത്തി കളായ ചാത്തന്മാരെ സേവിച്ചുകൊണ്ടിരിക്കുന്നത് അത്ര ഉത്തമമല്ലെന്നും തനിക്ക് ഈശ്വരന്മാരായിട്ടുള്ള മൂർത്തികളിൽ ആരെയെങ്കിലും സ്വാധീന പ്പെടുത്തണമെന്നും അതിന് അവണങ്ങാട്ടു പണിക്കരുടെ ഗണപതിയെ ത്തന്നെ ആയാൽക്കൊള്ളാമെന്നും വിചാരിച്ചുകൊണ്ടിരിക്കുകയായിരുന്നു. ചാത്തന്മാരെ യഥാക്രമം സേവിച്ചുകൊണ്ടിരിക്കുന്നവരായ ആരെയെങ്കിലും ഏല്പിക്കാതെ വെറുതെ വിട്ടയച്ചാൽ അവർ ഉപദ്രവിച്ചെങ്കിലോ എന്നുള്ള ഭയവും ഭട്ടതിരിക്കു സാമാന്യത്തിലധികമുണ്ടായിരുന്നു. അതിനാൽ ഉണ്ണിത്താമപ്പണിക്കരും സഹോദരനും കൂടി ചെന്ന് അപേക്ഷിച്ച ഉടനെ ഭട്ടതിരി, 'എന്റെ ചാത്തന്മാരിൽ ചില മൂർത്തികളെമാത്രമാക്കേണ്ട, ഇവിടെ എനിക്ക് അധീനന്മാരായിട്ടു പത്തു കുറച്ചു മുന്നൂറ്റിത്തൊണ്ണൂറു ചാത്തന്മാ രാണുള്ളത്. അവരെയൊക്കെ പണിക്കർക്കു വിട്ടുതന്നേക്കാം. എന്നാൽ പണിക്കരുടെ ഗണപതിയെ എനിക്കു വിട്ടു തരണം. ചാത്തന്മാരെക്കൊണ്ടു ണ്ടാകുന്നിടത്തോളം ഉപകാരവും ആദായവും ഗണപതിയെക്കൊണ്ടുണ്ടാ വുകയില്ല. എങ്കിലും ആ നഷ്ടം ഞാൻസഹിച്ചുകൊള്ളാം' എന്നു പറഞ്ഞു. ഭട്ടതിരിയുടെ ഈ അഭിപ്രായത്തെ ഉണ്ണിത്താമപ്പണിക്കരും സഹോദരനും സസന്തോഷം പൂർണ്ണമായി സമ്മതിക്കുകയും രണ്ടു കൂട്ടക്കാരും അവരുടെ സേവാമൂർത്തികളെ പരസ്പരം വിട്ടുകൊടുക്കുകയും ഗണപതിയെ സേവിച്ചു കൊണ്ടിരിക്കുന്നതിനുള്ള മുറകളെ പണിക്കർ ഭട്ടതിരിക്കും, ചാത്തന്മാരെ സേവിക്കുവാനുള്ള ക്രമങ്ങൾ ഭട്ടതിരി പണിക്കർക്കും ഉപദേശിക്കുകയും അങ്ങനെ അവണങ്ങാട്ടു ഗണപതി പഞ്ചനല്ലൂർ ഗണപതിയും പഞ്ചനല്ലൂർ ചാത്തന്മാർ അവണങ്ങാട്ടു ചാത്തന്മാരുമായിത്തീരുകയും ചെയ്തു.

ഉണ്ണിത്താമപ്പണിക്കരും കേളുണ്ണിപ്പണിക്കരും സമാധിയിലായിരുന്ന കിണറിന്റെ മേൽഭാഗം കല്ലു പാകി അടച്ചിരുന്നു എന്നു മുൻപ് പറഞ്ഞിട്ടുണ്ടല്ലോ. അത് അവർ ഒരു മുല്ലത്തറയാക്കുകയും ആ മുല്ലത്തറയിൽ ചാത്തന്മാരെ എല്ലാം കുടിയിരുത്തുകയും ചെയ്തു.

ഈ ചാത്തന്മാരെല്ലാം ശ്രീ പരമേശ്വരനു വിഷ്ണുമായയിൽ നിന്നു ജനിച്ച പുത്രന്മാരാണെന്നും മായയ്ക്ക് അധീനന്മാരായിട്ടാണ് അവർ വർത്തിക്കുന്നതെന്നുമാണ് വിശ്വസിച്ചുപോരുന്നത്. അവണങ്ങാട്ടു ശ്രീകോവിൽ പണിയിച്ച് അതിനുള്ളിൽ വിഷ്ണുമായയേയും പ്രതിഷ്ഠിച്ചിട്ടുണ്ട്. മായയുടെ രൂപം അര മുതൽ കീഴ്പോട്ടു സ്ത്രീയും മേല്പോട്ടു പുരുഷനുമായിട്ടാണിരിക്കുന്നത്. ഇവിടെ രണ്ടു നേരവും പൂജയുണ്ട്. കാലത്ത് നിവേദ്യം, മലർ, പഴം, ശർക്കര, ഇളനീർ മുതലായവയാണ്. വൈകുന്നേരം അത്താഴപ്പൂജയ്ക്കു നിവേദ്യത്തിനു നാഴിയരി പതിവുണ്ട്. അത് തൃശ്ശിവപേരൂർ അയ്യന്തോൾ പടിഞ്ഞാറ്റിടത്തു നമ്പൂരിപ്പാട്ടിലെ വക വഴിപാടാണ്. ഈ നമ്പൂരിപ്പാട് ഇവിടെ ഇങ്ങനെ ഒരു വഴിപാട് വകവെച്ചു കൊടുത്തു പതിവായി നടത്തിത്തുടങ്ങിയതിന്റെ കാരണം താഴെ പറയുന്നു.

പടിഞ്ഞാറ്റിടത്തെ ദായാദന്മാരായി കിഴക്കിനിയിടം എന്നൊരു ഇല്ലക്കാരും കൂടി അവിടെത്തന്നെ ഉണ്ടായിരുന്നു. ആ ഇല്ലത്തു പുരുഷന്മാരെല്ലാം മരിച്ചു ചില അന്തർജ്ജനങ്ങൾ മാത്രമായിത്തീർന്നകാലത്ത് പടിഞ്ഞാറ്റിടത്ത് നമ്പൂരിപ്പാട് ആ അന്തർജ്ജനങ്ങളെയെല്ലാം ആജീവനാന്തം വേണ്ടതുപോലെ രക്ഷിച്ചുകൊള്ളാമെന്നു പറഞ്ഞ് അവരുടെ വസ്തുവകകളെലാം അവരോട് എഴുതിവാങ്ങി കൈവശപ്പെടുത്തി. കിഴക്കിനിടം വഴിയായി വളരെ സ്വത്തുക്കളുണ്ടായിരുന്നു. എങ്കിലും പടിഞ്ഞാറ്റിടത്തു നമ്പൂരിപ്പാട് ആ അന്തർജ്ജനങ്ങളെ വേണ്ടപോലെ രക്ഷിച്ചില്ല. ചെലവിനുപോലും യഥാകാലം വേണ്ടതുപോലെ കൊടുക്കായ്കയാൽ ആ അന്തർജ്ജനങ്ങൾ മുഴപ്പട്ടിണികിടന്നു വിഷമിച്ചു. അതിനാൽ അവർ ‘ഞങ്ങൾക്കു ബുദ്ധിമുട്ടിനു ഇടയാകാതെ വേണ്ടതെല്ലാം തരുവിച്ചാൽ ഞങ്ങൾ അവണങ്ങാട്ടു ചാത്തന്മാർക്കു വഴിപാടായി നൂറു പണം കൊടുത്തേയ്ക്കാം’ എന്നു നിശ്ചയിച്ചുകൊണ്ടു ചാത്തന്മാരെ മനസ്സുകൊണ്ടു വന്ദിച്ചു പ്രാർത്ഥിച്ചു. ഉടനെ പടിഞ്ഞാറ്റിടത്തു ചാത്തന്റെ ഉപദ്രവങ്ങൾ തുടങ്ങി. ഭക്ഷണസാധനങ്ങളിൽ തലമുടി, കരിക്കട്ട, അമേധ്യം മുതലായവ കൊണ്ടുചെന്ന് ഇടുക, തേവാരപ്പുരയിലുള്ള വിഗ്രഹങ്ങളും സാളഗ്രാമം, ശിവലിംഗം മുതലായവയും എടുത്തു തുപ്പൽക്കുഴിയിലും എച്ചിൽക്കുഴിയിലും കക്കൂസിലും മറ്റും കൊണ്ടുചെന്ന് ഇടുക, പുരയ്ക്കകത്തു കിടന്നുറങ്ങുന്ന കൊച്ചുപെൺകുട്ടികളെ എടുത്തു നാലുകെട്ടിന്റെ മുകളിലുള്ള ഉത്തരത്തിന്മേലും കിണറ്റിന്റെ വക്കത്തും മറ്റും കൊണ്ടു ചെന്നു കിടത്തുക, അന്തർജ്ജനങ്ങളും മറ്റും ഉടുത്തിരിക്കുന്ന വസ്ത്രങ്ങൾക്ക് ആകസ്മാൽ തീപിടിക്കുക മുതലായ ഉപദ്രവങ്ങൾ അവിടെ ദുസ്സഹമായിത്തീർന്നു. എന്നാൽ ചാത്തന്മാരെ പ്രത്യക്ഷമായി അവിടെയെങ്ങും ആരും കാണുകയുമില്ല. ഉപദ്രവങ്ങൾ സഹിക്കവയ്യാതെയായപ്പോൾ നമ്പൂരിപ്പാട് ഒരു ദൈവജ്ഞനെ വരുത്തി പ്രശ്നം വെയ്പിച്ചു നോക്കിക്കുകയും ഈ ഉപദ്രവങ്ങളെല്ലാം കിഴക്കിനിടത്തെ അന്തർജ്ജനങ്ങളുടെ പ്രാർത്ഥന നിമിത്തം അവണങ്ങാട്ടു ചാത്തന്മാർ ചെയ്യുന്നതാണെന്നും അന്തർജ്ജനങ്ങൾ വഴിപാടായി നിശ്ചയിച്ചിട്ടുള്ള നൂറു പണം അവണങ്ങാട്ടു കൊണ്ടുചെന്നു

കൊട്ടുക്കുകയും അന്തർജ്ജനങ്ങൾക്ക് ബുദ്ധിമുട്ടിന് ഇടയാകാതെ വേണ്ടതെല്ലാം ധാരാളമായി കൊടുത്തുതുടങ്ങുകയും ചെയ്താൽപ്പിന്നെ ഉപദ്രവമൊന്നും ഉണ്ടാവുകയില്ലെന്നു പ്രശ്നക്കാരൻ വിധിക്കുകയും നമ്പൂരിപ്പാട് അപ്രകാരമെല്ലാം ചെയ്യുകയും ഉപദ്രവം മാറുകയും ചെയ്തു. അപ്പോൾ നമ്പൂരിപ്പാട്ടിലേക്കു ചാത്തന്മാരെക്കുറിച്ച് ഏറ്റവും ഭക്തിയും വിശ്വാസവും ജനിച്ചു. ആ മൂത്ത നമ്പൂരിപ്പാട്ടിലേക്ക് അൻപത്തഞ്ചും അദ്ദേഹത്തിന്റെ അനുജന് അൻപതും വയസ്സു വീതം പ്രായമായിരുന്നു. അവർ രണ്ടുപേരും വേളികഴിച്ചിരുന്നു. എങ്കിലും അവർക്കു പെൺകിടാങ്ങളല്ലാതെ പുത്രസന്താനമുണ്ടായിട്ടില്ലായിരുന്നു. അതിനാൽ അതിലേക്കു ചാത്തന്മരുടെ കല്പനയൊന്നു കേട്ടാൽ കൊള്ളാമെന്ന് അവർ വിചാരിക്കുകയും പരസ്പരം പറയുകയും ചെയ്തു. അടുത്തദിവസം ചാത്തന്മാരുടെ വെളിച്ചപ്പാടു തുള്ളി പടിഞ്ഞാറ്റിടത്തു ചെല്ലുകയും 'മൂസ്സാമ്പൂരിപ്പാട് ഒന്നുകൂടി വേളികഴിക്കണം. അത് ഏറ്റവും ദാരിദ്ര്യമുള്ള ഒരു ഇല്ലത്തു നിന്നായിരിക്കണം. സ്ത്രീധനമായി യാതൊന്നും വാങ്ങരുത്. എന്നാൽ ഉണ്ണിയുണ്ടാകും' എന്നു കല്പിച്ചിട്ട് വെളിച്ചപ്പാട് അപ്പോൾത്തന്നെ മടങ്ങിപ്പോവുകയും വലിയ നമ്പൂരിപ്പാട് ആ കല്പനപ്രകാരം വീണ്ടും വിവാഹം കഴിക്കുകയും അതിൽനിന്ന് അചിരേണ ഉണ്ണിയുണ്ടാവുകയും ചെയ്തു. അതിനാൽ സന്തോഷിച്ചാണ് നമ്പൂരിപ്പാട് അവണങ്ങാട്ട് അത്താഴപ്പൂജയ്ക്കു നാഴിയരിവീതം നിവേദ്യത്തിനു വകവെച്ചുകൊടുത്തത്. ഇതു കൂടാതെ ആ ഇല്ലത്തുനിന്ന് ആണ്ടിൽക്കോളായി (ആണ്ടുതോറുമുള്ള വഴിപാടായി) ഒരു സംഖ്യ ഇപ്പോഴും കൊടുത്തുവരുന്നുമുണ്ട്.

അവണങ്ങാട്ടു പണിക്കരുടെ കുടുംബത്തിൽ മുമ്പു പറഞ്ഞ മൂന്നുപേർ (ഉണ്ണിത്താമപ്പണിക്കരും, കേളുണ്ണിപ്പണിക്കരും, കുഞ്ചുണ്ണിപ്പണിക്കരും) അല്ലാതെ വേറെ ആരും ചാത്തന്മാരെ സേവിച്ചു പ്രത്യക്ഷപ്പെടുത്തീട്ടില്ല. എങ്കിലും അവരുടെ അനന്തവരും ചാത്തന്മാരെ തങ്ങളുടെ പരദൈവങ്ങളെന്നു വിചാരിച്ചു യഥാശക്തി ഭക്തിപൂർവം സേവിച്ചു കൊണ്ടാണിരിക്കുന്നത്. അതിന് ഇപ്പോഴും വലിയ ഭേദഗതി വന്നിട്ടില്ല. അവിടെ പതിവുള്ള കർമ്മാദികളെല്ലാം ഒരുവിധം ശരിയായി ഇപ്പോഴും നടത്തിപ്പോരുന്നുണ്ട്.

ചാത്തന്മാരെ ഉദ്ദേശിച്ച് ഇവിടെ പ്രധാനമായി ചെയ്യുന്നത് 'വെള്ളാട്ടു കർമ്മം' എന്നൊന്നാണ്. ഇതു പണിക്കരുടെ വകയായിട്ടും അന്യന്മാരുടെ വഴിപാടായിട്ടും നടത്താറുണ്ട്. ഈ കർമ്മം എഴു ദിവസംകൊണ്ടാണു കഴിഞ്ഞുകൂടുന്നത്. ഇതിന് എഴുദിവസത്തേക്കുംകൂടി ആയിരത്തഞ്ഞൂറു രൂപയിൽ കുറയാതെ ചെലവു വരും. ഈ കർമ്മത്തിന്റെ ചടങ്ങുകൾ ആകപ്പാടെ നോക്കിയാൽ ഇത് ഒരുവക ഉത്സവം തന്നെയാണെന്നു പറയാം. ഇതിലേക്കുള്ള ചെലവു കാഴ്ചക്കാരായും മറ്റും വരുന്ന ജനങ്ങൾ കാണിക്കയായിട്ടും വഴിപാടായിട്ടും ആണ്ടിൽക്കോളായും മറ്റും കൊടുത്തും വരുന്ന മുതൽകൊണ്ട് ഏകദേശം എല്ലാം നടക്കാറുണ്ട്. സ്വല്പം വല്ലതും പോരാതെ വന്നാൽ അതു പണിക്കർ കയ്യിനാൽ ചെലവുചെയ്യുകയുമാണ് പതിവ്.

വെള്ളാട്ടുകർമ്മം തുടങ്ങുന്നതിന് തലേദിവസംതന്നെ മായയുടെ ക്ഷേത്രവും ചുറ്റുമുള്ള സ്ഥലങ്ങളും കുലവാഴകൾ, മാലകൾ, തോരണങ്ങൾ മുതലായവ കൊണ്ട് അലങ്കരിച്ചു മോടിപിടിപ്പിക്കും. ചാത്തന്മാരെ കുടിയിരുത്തിയിരിക്കുന്ന മുല്ലത്തറയുടെ കിഴക്കുവശത്ത് ഒരു പന്തൽ ഇട്ട് അവിടേയും

കെട്ടി വിതാനിച്ച് അലങ്കരിക്കും. പിറ്റേദിവസം രാത്രിയിൽ അത്താഴപ്പൂജ കഴിഞ്ഞാലുടനെ മായയുടെയും ഉണ്ണിത്താമപ്പണിക്കർ മുതലായ മൂന്നുപാസകന്മാരുടെയും തിടമ്പുകൾ എഴുന്നള്ളിച്ചു വാദ്യ ഘോഷങ്ങളോടുകൂടി ക്ഷേത്രപ്രദക്ഷിണം നടത്തും. അതു കഴിഞ്ഞാൽ നാലു തിടമ്പും ചാത്തന്മാരെ കുടിയിരുത്തിയിരിക്കുന്ന മുല്ലത്തറയുടെ മുൻവശത്തു കെട്ടിയലങ്കരിച്ചിട്ടുള്ള പന്തലിൽ എഴുന്നള്ളിച്ചു വയ്ക്കും. അപ്പോഴേക്കും നേരം ഏകദേശം പന്ത്രണ്ടു മണിയാകും. പിന്നെ കർമ്മം തുടങ്ങുകയായി. അതു കഴിഞ്ഞാൽപ്പിന്നെ 'മുടിയാട്ടം' എന്നൊരു ക്രിയയുണ്ട്. അത് ഏതാനും സ്ത്രീകൾ തലമുടി അഴിച്ചിട്ട് അങ്ങോട്ടും ഇങ്ങോട്ടും ആടുകയാണ്. അതിനുശേഷം 'തിരുപ്പുറപ്പാട്' എന്നൊന്നുണ്ട്. അതു പുരുഷന്മാർ പാർവതീപരമേശ്വരന്മാർ, ബ്രഹ്മരാക്ഷസന്മാർ, വിഷ്ണുമായ, കാളിവാക എന്നിവരുടെ വേഷം കെട്ടി ആടുകയാണ്. എല്ലാ ദിവസവും ആദ്യം കർമ്മം ചെയ്യുന്നതു കേളുണ്ണിപ്പണിക്കരെ ഉദ്ദേശിച്ചാണ്. അതിനുശേഷമാണ് മറ്റുള്ളവർക്കായിട്ടുള്ള കർമ്മം ചെയ്യുന്നത്. ഈ കർമ്മങ്ങളുടെ അവസാനത്തിങ്കൽ എല്ലാ ദിവസവും വെളിച്ചപ്പാടു തുള്ളി ചിലതൊക്കെ കല്പിക്കും. അതോടുകൂടി കർമ്മം അവസാനിക്കുകയും ചെയ്യും. ഇങ്ങനെ ഏഴു ദിവസം കഴിഞ്ഞാൽ എട്ടാം ദിവസം 'കൊലയനാട്ടം' എന്നൊരു ക്രിയകൂടി പതിവുണ്ട്. അത് ഒരാൾ ഒരു മലനായാടിയുടെ (മലവേടന്റെ) വേഷം ധരിച്ചു നൃത്തം ചെയ്യുകയാണ്. അതുകൂടി കഴിഞ്ഞാൽ വെള്ളാട്ടുകർമ്മം സംബന്ധിച്ചു പിന്നെയൊന്നുമില്ല.

അവണങ്ങാട്ടു പണിക്കരുടെ ഗൃഹത്തിൽനിന്ന് ഏകദേശം ഒരു നാഴിക അകലെയായി ഏറ്റവും ധനവാനായ ഒരീഴവൻ താമസിച്ചിരുന്നു. അവനു ചാത്തന്മാരെക്കുറിച്ചു നല്ല വിശ്വാസമില്ലായിരുന്നു. എന്നാൽ ആ മൂർത്തികൾക്ക് എന്തോ ഒരു ശക്തിയില്ലയോ എന്നൊരു ശങ്കയുണ്ടായിരുന്നു. ഒരു തവണ വെള്ളാട്ടുകർമ്മം കാണുന്നതിന് ഈ ഈഴവനും പോയിരുന്നു. എല്ലാവരും കാണിക്കയിടുമ്പോൾ താനും വല്ലതും ചെയ്യാതെയിരുന്നാൽ അത് അലൗകികമായിത്തീരുമല്ലോ എന്നു വിചാരിച്ച് അവൻ ഒരണ മാത്രം കൊണ്ടുപോയിരുന്നു. കർമ്മാവസാനത്തിങ്കൽ വെളിച്ചപ്പാടു തുള്ളി ചില പ്രാർത്ഥനക്കാരോടും മറ്റും ഓരോന്നു കല്പിച്ചു നടന്ന കൂട്ടത്തിൽ ഈ ഈഴവന്റെ അടുക്കൽചെന്ന് 'ഇന്ന് കൊണ്ടുവന്നിരിക്കുന്ന ഒരണ ഇവിടെ കൊടുത്തേക്കുക. ബാക്കി ഇന്നസംഖ്യ (നൂറു രൂപയോ മറ്റോ) നാളെ കൊണ്ടുവന്നു കൊടുത്തേക്കണം. കൊടുത്തില്ലെങ്കിൽ ഉപദ്രവങ്ങളുണ്ടാകും' എന്നു കല്പിച്ചു. അവൻ ഒരണ മാത്രമാണു കൊണ്ടുചെന്നിരിക്കുന്നതെന്ന് മറ്റാരും അറിഞ്ഞിരുന്നില്ല. അതിനാൽ വെളിച്ചപ്പാടിന്റെ കല്പന കേട്ടപ്പോൾ അവൻ അത്ഭുതപ്പെടുകയും ചാത്തന്മാരെക്കുറിച്ച് അവന്റെ മനസ്സിൽ വിശ്വാസം ജനിക്കുകയും ചെയ്തു. വെളിച്ചപ്പാടു കല്പിച്ച സംഖ്യ അവൻ പിറ്റേ ദിവസം തന്നെ കൊണ്ടു ചെന്നു കൊടുത്തു. എന്നു മാത്രമല്ല, ആ സംഖ്യ ആണ്ടുതോറും അവന്റെ കുടുംബത്തിൽനിന്ന് ഇപ്പോഴും കൊടുത്തുവരുന്നുമുണ്ട്.

'ഒരു തവണ വെള്ളാട്ടുകർമ്മം നടന്നുകൊണ്ടിരിക്കുമ്പോൾ പിറ്റേ ദിവസത്തെ ചെലവിനു വകയൊന്നും കാണായ്കയാൽ പണിക്കർ ഏറ്റവും വിഷണ്ണനായിത്തീർന്നു. ആ സമയം വെളിച്ചപ്പാടു തുള്ളി പണിക്കരെ വിളിച്ച്, 'ഒട്ടും വ്യസനിക്കേണ്ട. ഒരു നല്ല സംഖ്യ ഇപ്പോൾ ഇവിടെ വരും' എന്നു കല്പിച്ചു. ഒരു നാഴിക കഴിഞ്ഞപ്പോൾ ഒരാൾ ഒരു വലിയ സംഖ്യ

പണിക്കരുടെ അടുക്കൽ കൊണ്ടുചെന്നു കൊടുത്തിട്ട് 'ഇത് ഒരു കാര്യസിദ്ധിക്കായി പ്രാർത്ഥിച്ചിരുന്ന പണമാണ്. ഈ സംഖ്യ ഞാൻ തയ്യാറാക്കിവച്ചിട്ട് വളരെ ദിവസമായി. ജോലിത്തിരക്കുകൾകൊണ്ടു സമയം കിട്ടാഞ്ഞിട്ടാണ് ഇതുവരെ ഇത് ഇവിടെ കൊണ്ടുവന്നു തരാതെയിരുന്നത്. ഇന്നു ഞാൻഅത്താഴം കഴിഞ്ഞു കിടന്നുറങ്ങിയ സമയം ആരോ എന്റെ അടുക്കൽ വന്ന്, 'ആ സംഖ്യ ഇപ്പോൾത്തന്നെ പണിക്കരുടെ അടുക്കൽ കൊണ്ടുചെന്നു കൊടുക്കണം' എന്നു പല തവണ പറഞ്ഞതായി തോന്നി. കണ്ണു തുറന്നു നോക്കീട്ട് ആരെയും കണ്ടുമില്ല. എങ്കിലും ഇത് ഇനിയും വച്ചുകൊണ്ടിരിക്കുന്നില്ല എന്നു നിശ്ചയിച്ചാണ് ഞാൻഈ രാത്രിയിൽ തന്നെ ഇതുംകൊണ്ട് പുറപ്പെട്ടത്' എന്നു പറയുകയും ആ മനുഷ്യൻ അപ്പോൾത്തന്നെ മടങ്ങിപ്പോവുകയും ചെയ്തു.

ഇങ്ങനെ അവണങ്ങാട്ടു ചാത്തന്മാരുടെ ദിവ്യത്വങ്ങളും അത്ഭുതകർമ്മങ്ങളും ഇനിയും വളരെ പറയാനുണ്ട്. അവയെല്ലാം പറഞ്ഞു തീർക്കാൻ ആരാലും സാദ്ധ്യമല്ലാത്തതിനാൽ ചില സംഗതികൾ കൂടി പറഞ്ഞിട്ട് ഈ ഉപന്യാസം അവസാനിപ്പിക്കാമെന്നു വിചാരിക്കുന്നു.

കൊച്ചിരാജ്യത്ത് ഒരു ഇളയത് പേഷ്ക്കാരായിരുന്നു. ഇത് അത്ര പഴയകാലത്തല്ല. അദ്ദേഹത്തിന്റെ പരിചയക്കാരിൽ ചിലർ ഇപ്പോഴും ജീവിച്ചിരിക്കുന്നുണ്ട്. അദ്ദേഹത്തിന്റെ ഇല്ലം തൃശ്ശിവപേരൂർ സമീപമാണ്. അദ്ദേഹം ഉദ്യോഗം ഭരിച്ചുകൊണ്ട് എറണാകുളത്തു താമസിച്ചിരുന്നപ്പോൾ ഇല്ലത്തു ചാത്തന്മാരുടെ ഉപദ്രവം തുടങ്ങി. ഉടനെ ഇതറിഞ്ഞ് അദ്ദേഹം ഇല്ലത്തു ചെന്നു. അപ്പോൾ അവിടെ പലവിധത്തിലുള്ള ഉപദ്രവങ്ങൾ സംഭവിച്ചുകൊണ്ടിരുന്നു. പേഷ്ക്കാർ ഇല്ലത്തിന്റെ കോലായിൽ (ഇറയത്ത) ഒരു കസേരയിൽ ഇരുന്നുകൊണ്ട്, 'ഇതെല്ലാം ചാത്തന്മാർ ചെയ്യുന്നതാണെന്നു എനിക്കു തോന്നുന്നില്ല. ചാത്തന്മാരെന്ന് ഒരു വകക്കാരുണ്ടെന്നു തന്നെ ഞാൻവിശ്വസിക്കുന്നില്ല. അങ്ങനെ ചില മൂർത്തികളുണ്ടെങ്കിൽ ഉണ്ടെന്ന് എനിക്കു ബോദ്ധ്യപ്പെടുവാൻ തക്കവിധത്തിൽ എന്തെങ്കിലും ദൃഷ്ടാന്തം കാണിച്ചുതരട്ടെ' എന്നു പറഞ്ഞു. ഉടനെ ആ ഇല്ലത്തിനു മേഞ്ഞിരുന്ന ഓട് ഓരോന്നാരോന്നായി താഴെ വീണു തുടങ്ങി. ചിലതു പേഷ്ക്കാരുടെ അടുക്കലും ചെന്നുവീണു. പേഷ്ക്കാർ ആ ഓടുകൾ എടുത്തുനോക്കിയപ്പോൾ അതിലെല്ലാം 'ചാത്തൻ, ചാത്തൻ' എന്നെഴുതിയിരിക്കുന്നതായി കാണുകയും ചെയ്തു. അപ്പോൾ പേഷ്ക്കാർക്കു ചാത്തന്മാരെക്കുറിച്ചു വളരെ ഭയവും വിശ്വാസവും തോന്നിത്തുടങ്ങി. ഉടനെ ഒരു പ്രശ്നക്കാരനെ വരുത്തി പ്രശ്നം വെയ്പിച്ചുനോക്കിക്കുകയും 'ഇതെല്ലാം ഒരു വിരോധിയുടെ പ്രാർത്ഥന നിമിത്തം അവണങ്ങാട്ടു ചാത്തന്മാർ ചെയ്യുന്നതാണ്. ഇതിന് അവിടെ ചെന്നു കല്പന കേട്ടു കല്പനപ്രകാരമുള്ള പ്രതിവിധികൾ ചെയ്താൽ ശമനമുണ്ടാകും' എന്നു പ്രശ്നക്കാരൻ വിധിക്കുകയും ചെയ്തു. അതിനാൽ പേഷ്ക്കാർ അവണങ്ങാട്ടു പോയി കല്പന കേൾക്കണമെന്ന് ആവശ്യപ്പെട്ടു. കുറച്ചു സമയം കഴിഞ്ഞപ്പോൾ വെളിച്ചപ്പാടു തുള്ളിവരികയും പ്രശ്നക്കാരൻ പറഞ്ഞതുപോലെ കല്പിക്കുകയും ചെയ്തു. അപ്പോൾ പേഷ്ക്കാർ 'ഈ പ്രാർത്ഥനക്കാരൻ ആരാണെന്നുകൂടി അറിഞ്ഞാൽക്കൊള്ളാമെന്നുണ്ട്' എന്നു പറഞ്ഞു. അതിനു മറുപടിയായി വെളിച്ചപ്പാട് 'അതറിഞ്ഞിട്ടു നിങ്ങൾക്കു കാര്യമൊന്നുമില്ലല്ലോ. അതിനാൽ അതു പറയാൻ പാടില്ല. നിങ്ങൾക്ക് ഉപദ്രവങ്ങൾ നീങ്ങിയാൽ മതിയല്ലോ,

അതിന് ആ ശത്രു നിശ്ചയിച്ചിരിക്കുന്ന സംഖ്യ ഇവിടെ കൊടുത്താൽ മതി' എന്നു കല്പിച്ചു. പേക്ഷ്കാർ പിന്നെ തർക്കമൊന്നും പറഞ്ഞില്ല. വെളിച്ചപ്പാടു മടങ്ങിപ്പോരികയും ഇല്ലത്ത് ഉപദ്രവങ്ങളെല്ലാം ശമിക്കുകയും ചെയ്തു. ഇനി ഈ അടുത്ത കാലത്തുണ്ടായ മറ്റൊരു സംഗതി പറയാം.

തൃശ്ശിവപേരൂർനിന്ന് ആറു നാഴിക വടക്ക് 'മുളകുന്നത്തുകാവ്' എന്ന സ്ഥലത്തു താമസക്കാരനും ഒരു വാദ്ധ്യാരുമായ ഒരു പരദേശബ്രാഹ്മണൻ തന്റെ മകളെ പാലക്കാട്ടുകാരനായ ഒരു ബ്രാഹ്മണനു വേളികഴിച്ചു കൊടുത്തു. വലിയ ധനവാനായിരുന്ന പാലക്കാട്ടുകാരൻ ബ്രാഹ്മണൻ വിവാഹം കഴിച്ചിട്ട് അധികം താമസിയാതെ ചരമഗതിയെ പ്രാപിച്ചു. അതിനാൽ മുളകുന്നത്തുകാവുകാരൻ പുത്രിയുടെ അടുക്കൽ ചെന്ന് ആ വിധവയെ വേണ്ടതുപോലെ രക്ഷിച്ചുകൊള്ളാമെന്നു പറഞ്ഞു വിശ്വസിപ്പിച്ച് അവൾക്കുണ്ടായിരുന്ന സർവ്വസ്വവും എഴുതി വാങ്ങി കൈവശപ്പെടുത്തി. കുറച്ചു കഴിഞ്ഞപ്പോൾ വാദ്ധ്യാർ വിധവയ്ക്കൊന്നും കൊടുക്കാതെയായതിനാൽ അവർക്ക് ഉണ്ണാനും ഉടുക്കാനും എന്നുവേണ്ട സകലതിനും വലിയ ബുദ്ധിമുട്ടായിത്തീർന്നു. അവർക്കു പണവും ശേഷിയും സഹായിക്കാനാളുമില്ലാതിരുന്നതിനാൽ വ്യവഹാരത്തിനു പോകാനും നിവൃത്തിയില്ലായിരുന്നു. ഇങ്ങനെയുള്ള ഘട്ടങ്ങളിൽ അവണങ്ങാട്ടു ചാത്തന്മാരെ പ്രാർത്ഥിച്ചാൽ നിവൃത്തിമാർഗ്ഗമുണ്ടാക്കിക്കൊടുക്കുമെന്ന് അവർ ചെറുപ്പത്തിൽത്തന്നെ കേട്ടു ധരിച്ചിരുന്നതിനാൽ ഒടുക്കം അങ്ങനെ ചെയ്തു. തന്റെ കഷ്ടപ്പാടിനു പരിഹാരമുണ്ടാക്കിക്കൊടുത്താൽ ഒരു സംഖ്യ (ആയിരം രൂപയോ മറ്റോ) അവണങ്ങാട്ടു കൊടുത്തേക്കാമെന്നായിരുന്നു വിധവയുടെ പ്രാർത്ഥന. പ്രാർത്ഥിച്ച ദിവസംതന്നെ വാദ്ധ്യാരുടെ മഠത്തിൽ ഉപദ്രവങ്ങൾ തുടങ്ങി. ക്രമേണ ഉപദ്രവങ്ങൾ ദുസ്സഹങ്ങളായിത്തീരുകയാൽ വാദ്ധ്യാർ ഏറ്റവും കുഴങ്ങിവശായി. വേലിയുടെ പച്ചയായുള്ള പത്തലിനും മറ്റും തീപിടിച്ചു കത്തുന്നതുകണ്ട് അദ്ദേഹം ഏറ്റവും വിസ്മയിക്കുകയും ഭയപ്പെടുകയും ചെയ്തു. ഉപദ്രവങ്ങൾ സഹിക്കവയ്യാതെയായപ്പോൾ അദ്ദേഹം ഒരാളെക്കൊണ്ടു പ്രശ്നം വെയ്പിച്ചുനോക്കി. ഒരു വിധവയുടെ പ്രാർത്ഥന നിമിത്തം അവണങ്ങാട്ടെ ചാത്തന്മാരാണ് ഈ ഉപദ്രവങ്ങൾ ചെയ്യുന്നതെന്നു വിധിക്കുകയാൽ വാദ്ധ്യാർ അവണങ്ങാട്ടു ചെന്നു മുട്ടുപാടിരുന്നു. അപ്പോൾ വെളിച്ചപ്പാടു തുള്ളി വന്നു വിധവ നിശ്ചയിച്ചിട്ടുള്ള സംഖ്യ അവിടെ കൊടുക്കുകയും വിശേഷിച്ച് ഒരു വെള്ളാട്ടു കർമ്മം കൂടി നടത്തുകയും വിധവയെ വേണ്ടതുപോലെ സംരക്ഷിച്ചുകൊണ്ടിരിക്കുകയും ചെയ്താൽ ഉപദ്രവങ്ങളെല്ലാം നീങ്ങിപ്പോകുമെന്നു കല്പിക്കുകയും വാദ്ധ്യാർ അപ്രകാരമെല്ലാം ചെയ്യുകയും ഉപദ്രവങ്ങൾ ശമിക്കുകയും ചെയ്തു.

പിന്നെ മറ്റൊരാൾക്കു ചില ആഭരണങ്ങൾ എങ്ങനെയോ കാണാതായി. ആ പണ്ടങ്ങൾ കണ്ടുകിട്ടിയാൽ ഇന്ന സംഖ്യ അവണങ്ങാട്ടു ചാത്തന്മാർക്കു കൊടുത്തേക്കാമെന്ന് അയാൾ പ്രാർത്ഥിച്ചു. അചിരേണ ആഭരണങ്ങളെല്ലാം കണ്ടുകിട്ടി. എങ്കിലും അയാൾ പ്രാർത്ഥന പ്രകാരം ചെയ്തില്ല. കുറച്ചു ദിവസം കഴിഞ്ഞപ്പോൾ അയാളുടെ ഗൃഹത്തിൽ ചാത്തന്മാരുടെ ഉപദ്രവം കുറേശ്ശെ തുടങ്ങി. അത് അയാൾ അത്ര വകവെച്ചില്ല. ക്രമേണ ഉപദ്രവങ്ങൾ കലശലായി. പാർക്കുന്ന പുരയ്ക്കും ഉടുത്തിരിക്കുന്ന വസ്ത്രങ്ങൾക്കും തീപിടിക്കുക, ഭക്ഷണസാധനങ്ങളിലും മറ്റും അട്ട, ഗൗളി, പുഴു മുതലായവ

ചത്തുകിടക്കുന്നതായിട്ടും കിണറ്റിൽ ഉമി കലക്കിയിരിക്കുന്നതായിട്ടും കാണുക മുതലായ ഉപദ്രവങ്ങൾകൊണ്ട് ഉണ്ണാനും ഉറങ്ങാനും വെള്ളം കുടിക്കാൻപോലും നിവൃത്തിയില്ലാതെയായിത്തീർന്നതിനാൽ അയാൾ ആദ്യം നിശ്ചയിച്ച സംഖ്യയുംകൊണ്ട് അവണങ്ങാട്ടു ചെന്നു. അപ്പോൾ വെളിച്ചപ്പാടു തുള്ളി 'ആദ്യമായിരുന്നുവെങ്കിൽ ഈ സംഖ്യ മതിയാകുമായിരുന്നു. ഇനി ഇതുകൊണ്ടു മതിയാവുകയില്ല. ഉപദ്രവങ്ങൾ ശമിക്കണമെങ്കിൽ ആദ്യം നിശ്ചയിച്ച സംഖ്യ ഇവിടെ കൊടുക്കുകയും പ്രായശ്ചിത്തമായി ഒരു വെള്ളാട്ടുകർമ്മം കൂടി നടത്തുകയും വേണം' എന്നു കല്പിച്ചു. വെള്ളാട്ടുകർമ്മം നടത്തുന്ന കാര്യം പ്രയാസമാണെന്നു പറഞ്ഞ് അയാൾ മടങ്ങിപ്പോന്നു. ഉപദ്രവങ്ങൾ വീണ്ടും വർദ്ധിച്ചു. പതിവായി ഗൃഹത്തിൽ ഉപയോഗിച്ചുകൊണ്ടിരുന്ന പാത്രങ്ങളും മറ്റും കാണാതായിത്തുടങ്ങി. അയാളുടെ താക്കോലുകൾ കൂട്ടത്തോടെ കാണാതായി. അപ്പോൾ ആഹാരസാധനങ്ങൾ വെച്ചുണ്ടാക്കാനും അറയും പെട്ടികളും മറ്റും തുറക്കാനും നിവൃത്തിയില്ലാതെയായിത്തീർന്നു. അയാൾ താക്കോലുകൾ വേറെ ഉണ്ടാക്കിച്ചു. അവയും കാണാതായി. ഇങ്ങനെ വിഷമിക്കുകയാൽ അയാൾ പിന്നെയും അവണങ്ങാട്ടു ചെന്ന് ആദ്യം നിശ്ചയിച്ച സംഖ്യ കൊടുക്കുകയും വെള്ളാട്ടുകർമ്മം നടത്തുകയും ചെയ്യാമെന്നു സമ്മതിച്ചു പറഞ്ഞു. അപ്പോൾ വെളിച്ചപ്പാടു തുള്ളി, 'കഴിഞ്ഞ പ്രാവശ്യം വന്നപ്പോളായിരുന്നുവെങ്കിൽ ഇത്രയും മതിയായിരുന്നു. ഇനി ഇതുകൊണ്ട് മതിയാവുകയില്ല. ഉപദ്രവം മാറണമെങ്കിൽ ആദ്യം നിശ്ചയിച്ച സംഖ്യയിലിരട്ടി ഇവിടെ കൊടുക്കുകയും രണ്ടു വെള്ളാട്ടുകർമ്മം നടത്തുകയും വേണം' എന്നു കല്പിച്ചു. അപ്പോൾ ഈ ചെന്നയാൾ 'സംഖ്യ ഇരട്ടി ഇവിടെ കൊടുക്കുകയും രണ്ടു വെള്ളാട്ടുകർമ്മം നടത്തുകയും ചെയ്താൽ ഉപദ്രവങ്ങൾ മാറുമെന്നുള്ളതിനു ലക്ഷ്യമെന്താണ്? ഇതു ഞാൻവിശ്വസിക്കണമെങ്കിൽ എന്തെങ്കിലും ദൃഷ്ടാന്തം കാണിച്ചുതരണം' എന്നു പറഞ്ഞു. ഉടനെ വെളിച്ചപ്പാട്, 'ആട്ടെ അതിനു വിരോധമില്ല. നിങ്ങൾ ഇപ്പോൾ പൊയ്ക്കൊള്ളണം. ഇന്നു മുതൽ പത്തുദിവസത്തേക്കു നിങ്ങളുടെ ഗൃഹത്തിൽ വലിയ ഉപദ്രവമൊന്നും ഉണ്ടാവുകയില്ല. അത്യാവശ്യപ്പെടുന്ന സാധനം മാത്രം കാണുകയും ചെയ്യും' എന്നു കല്പിച്ചു. ഈ കല്പന കേട്ടു ഉടനെ അയാൾ മടങ്ങി സ്വഗൃഹത്തിലെത്തി. അന്നുമുതൽ അവിടെ ദുസ്സഹമായ വലിയ ഉപദ്രവമൊന്നും ഉണ്ടായില്ല. ഒരു പെട്ടി തുറക്കേണ്ടതായി വന്നാൽ അപ്പോൾ അതിന്റെ താക്കോൽ മാത്രം കാണും. വേറെ താക്കോലിന് ആവശ്യപ്പെട്ടാൽ അപ്പോൾ അതുകാണും, മുൻപേ കണ്ടതപ്പോൾ കാണാതെയാകും. ഇങ്ങനെ പത്തു ദിവസം കഴിഞ്ഞപ്പോൾ ഈ ചാത്തന്മാർ സാമാന്യക്കാരല്ലെന്നും, അവരെ ജയിക്കുന്ന കാര്യം അസാദ്ധ്യമാണെന്നും, ആ മനുഷ്യനു നല്ലപോലെ ബോദ്ധ്യമായി. ഒടുക്കം അയാൾ ഇരട്ടി സംഖ്യ അവിടെ കൊണ്ടുചെന്നു കൊടുക്കുകയും രണ്ടു വെള്ളാട്ടുകർമ്മം നടത്തുകയും അതോടുകൂടി ഉപദ്രവങ്ങളെല്ലാം നീങ്ങുകയും ചെയ്തു. ഒരു വീട്ടിൽ ഒരാൾ ചാത്തൻ ബാധിക്കുകയാൽ മരിച്ചു. ആ പ്രേതത്തിന്റെ ഉപദ്രവം ആ വീട്ടിൽ കലശലായിത്തീർന്നു. പ്രശ്നം വെയ്പിച്ചു നോക്കിയപ്പോൾ അവണങ്ങാട്ടു ചെന്നു പ്രേതത്തെ വിട്ടുതരുന്നതിനു ചാത്തനോട് അപേക്ഷിച്ചാൽ വിട്ടുതരുമെന്നും പ്രേതത്തെ അവിടെനിന്ന് ഏറ്റുവാങ്ങിക്കൊണ്ടുവന്നു തിലഹോമാദിസൽക്കർമ്മങ്ങൾ കൊണ്ടു ഗതി വരുത്തിയാൽ ഉപദ്രവം ശമിക്കുമെന്നും പ്രശ്നക്കാരൻ വിധിച്ചു. അതിനാൽ

ആ വീട്ടിലെ അപ്പോഴത്തെ കാരണവരും ബാധയേറ്റു മരിച്ച മനുഷ്യന്റെ അനന്തരവനുമായ ആൾ അവണങ്ങാട്ടു ചെന്നു പ്രേതത്തെ വിട്ടുകൊടുക്കണമെന്ന് അപേക്ഷിക്കുകയും അതിലേക്ക് ഒരു സംഖ്യ താമസിയാതെ അവിടെ കൊടുത്തുകൊള്ളാമെന്നു സമ്മതിക്കുകയും ചെയ്തു. ആ സമയം വെളിച്ചപ്പാടു തുള്ളി, 'പ്രേതത്തെ വിട്ടുതരുന്നതിനു വിരോധമില്ല. എന്നാൽ അധികം താമസിക്കാൻ പാടില്ല. ഏഴുദിവസത്തിനകം സംഖ്യ ഇവിടെ കൊണ്ടുവന്നു കൊടുത്തു പ്രേതത്തെ ഏറ്റുവാങ്ങിക്കൊണ്ടുപൊയ്ക്കൊള്ളണം' എന്നു കല്പിച്ചു. അങ്ങനെ ചെയ്തുകൊള്ളാമെന്നു സമ്മതിച്ച് ആ ചെന്നയാൾ മടങ്ങിപ്പോകുകയും ചെയ്തു. എങ്കിലും അവധികഴിഞ്ഞിട്ടും അയാൾ അപ്രകാരം ചെയ്തില്ല. പിന്നെയും ഏതാനും ദിവസങ്ങൾകൂടി കഴിഞ്ഞതിന്റെശേഷം അയാൾ കിടന്നുറങ്ങിയിരുന്ന സ്ഥലത്ത് ആരോ ചെന്ന്, 'പ്രേതത്തെ ഏറ്റുവാങ്ങിക്കൊണ്ടു പൊയ്ക്കൊള്ളണം' എന്നു പറയുന്നത് കേട്ട് അയാൾ ഉണർന്നു കണ്ണു തുറന്നുനോക്കിയപ്പോൾ അവിടെയെങ്ങും ആരെയും കണ്ടില്ല. ഇങ്ങനെ മൂന്നു ദിവസമായി. എന്നിട്ടും അയാൾ പോയി പറഞ്ഞിരുന്ന സംഖ്യ കൊടുക്കുകയോ പ്രേതത്തെ ഏറ്റുവാങ്ങിക്കൊണ്ടു പോരികയോ ചെയ്തില്ല. നാലാം ദിവസം രാത്രിയിൽ അയാൾ കിടന്നുറങ്ങിയപ്പോൾ ആരോ ഒരാൾ അവിടെ ചെന്ന് അയാളുടെ കാലിന്മേൽ പിടിച്ചു വലിച്ച് മുറ്റത്തിട്ടു. അപ്പോൾ അയാൾ ഉണർന്നുവെങ്കിലും അയാൾക്കു മിണ്ടാൻ വയ്യായിരുന്നു. പിന്നെയും അയാളുടെ കാലിന്മേൽ പിടിച്ച് വലിച്ച് ഇഴച്ച് ഒരു വേലിയുടെ പത്തലുകൾക്കിടയിൽക്കൂടി പുറത്തുകൊണ്ടുപോയിട്ടു കിഴക്കോട്ടു നോക്കാൻ പറഞ്ഞു. അപ്പോൾ അവിടെ ഏറ്റവും വലിയ ഒരഗ്നിജ്വാല കാണുകയും അയാൾ ബോധരഹിതനായിത്തീരുകയും ചെയ്തു. അപ്പോൾ അയാളെ പിടിച്ചു വലിച്ചുകൊണ്ടുപോയ ആൾ അവിടെ നിന്നു പൊയ്ക്കളഞ്ഞു. ഉടനെ മറ്റേയാൾക്കു ബോധം വീണു. നേരം വെളുത്തപ്പോൾ അയാൾ സമ്മതിച്ചിരുന്ന സംഖ്യയുംകൊണ്ട് അവണങ്ങാട്ടെത്തുകയും സംഖ്യ അവിടെ കൊടുക്കുകയും പ്രേതത്തെ ചാത്തന്മാരുടെ അടുക്കൽ നിന്ന് ഏറ്റുവാങ്ങുകയും തലേദിവസം രാത്രിയിലുണ്ടായ സംഗതികൾ അവിടെ പരസ്യമായി പ്രസ്താവിക്കുകയും ചെയ്തു. നിലത്തിട്ടു വലിച്ചതിനാൽ അയാളുടെ ദേഹത്തിൽ വളരെയധികം പരിക്കുകൾ പറ്റിയിരുന്നു. അവ അവിടെ കൂടിയിരുന്നവരെല്ലാം കണ്ടു വിസ്മയിക്കുകയും പ്രേതത്തെ ഏറ്റുവാങ്ങിയ ആൾ അപ്പോൾത്തന്നെ അവിടെനിന്നു മടങ്ങിപ്പോവുകയും ചെയ്തു.

പിന്നെയൊരിക്കൽ ഗുരുവായൂരിൽ ഒരു വീട്ടിൽ ഒരു സ്ത്രീയ്ക്ക് ഉന്മാദവും അതോടുകൂടി ഒരു ഗുഹ്യരോഗവും പിടിപെട്ടു. അനേകം വൈദ്യന്മാരെ വരുത്തി ചില ചികിത്സകൾ ചെയ്തിട്ടും യാതൊരു ഭേദവും കാണായ്കയാൽ പല പ്രശ്നക്കാരെ വരുത്തി പ്രശ്നം വെയ്പിച്ചു നോക്കിച്ചു. അപ്പോളവർ, 'ഇതു കേവലം രോഗമല്ല, ബാധോപദ്രവം കൂടിയുണ്ട്. ബാധകളെ ഒഴിക്കുകയാണു വേണ്ടത്. പിന്നെ ചികിത്സയും ചെയ്യണം' എന്നു വിധിച്ചു. അതിനാൽ ചില മന്ത്രവാദികളെ വരുത്തി പലതും ചെയ്യിച്ചു. അതുകൊണ്ടും ഒരു ഫലവും ഉണ്ടായില്ല. പിന്നെ അതിപ്രസിദ്ധനായ ഒരു വലിയ മാന്ത്രികനെ വരുത്തി ചിലതൊക്കെക്കൂടി ചെയ്യിച്ചു. അയാൾ പുരയ്ക്കകത്തു പൂജ കഴിച്ചുകൊണ്ടിരിക്കുമ്പോൾ വീട്ടിന്റെ വടക്കു ഭാഗത്തു മൂന്നാലാളുകൾ കൂടിനിന്നു ചിരിക്കുന്നതു കേട്ടു. അതാരാണെന്നറിയുവാനായി ഉടനെ ചിലർ ഓടിച്ചെന്നു നോക്കീട്ട്

അവിടെയെങ്ങും ആരെയും കണ്ടില്ല പിന്നെ മാന്ത്രികൻ പൂജയെല്ലാം കഴിഞ്ഞു ബലിയുഴിയുന്നതിനായി അതിനു വേണ്ടതെല്ലാമെടുത്തും കൊണ്ടു പുറത്തേക്കിറങ്ങിയപ്പോൾ വീടിന്റെ കിഴക്കുഭാഗത്തു പത്തു പന്ത്രണ്ടു പേർ കൂടിനിന്നു കൈകൊട്ടിച്ചിരിക്കുന്നതു കേട്ടു. അപ്പോഴും ചെന്നു നോക്കീട്ട് ആരെയും കണ്ടില്ല. ബലിയുഴിച്ചിൽ കഴിഞ്ഞ് എല്ലാവരും അകത്ത് ചെന്ന പ്പോൾ അവിടെ വിളക്കുകൾ എല്ലാം കെട്ട് അന്ധകാരം നിറഞ്ഞിരുന്നു. വീണ്ടും വിളക്കുകൾ കത്തിക്കാൻ നോക്കിയപ്പോൾ വിളക്കൊന്നും അവിടെ കാൺമാനില്ലായിരുന്നു. അപ്പോൾ വീട്ടിന്റെ തെക്കുവശത്ത് ഒരു ശബ്ദം കേൾക്കുകയാൽ അവിടെച്ചെന്നു നോക്കി. അപ്പോൾ വിളക്കുകളെല്ലാം അവിടെക്കിടക്കുന്നുണ്ടായിരുന്നു. ഇത്രയുമായപ്പോഴേക്കും മന്ത്രവാദിയും ഭയവിഹ്വലനായിത്തീർന്നു. അയാൾ ആ രാത്രി ഒരു വിധത്തിൽ അവിടെ കഴിച്ചുകൂട്ടി. നേരം പ്രഭാതമായപ്പോൾ അയാൾ ദക്ഷിണ വാങ്ങാതെയും യാത്ര പറയാതെയും പ്രാണഭീതിയോടുകൂടി അവിടെനിന്നു പോയി. അയാളുടെ മന്ത്രവാദം കൊണ്ട് രോഗിണിക്ക് ഒരു ഭേദവുമുണ്ടായില്ല.

പിന്നെ ആ ദേശത്തുള്ള പല യോഗ്യന്മാർ ആ വീട്ടിൽ കൂടി, 'ഇനി നമുക്ക് ഇങ്ങനെയൊന്നുമായാൽ പോരാ. ഇപ്പോൾ പലരെക്കൊണ്ടും മന്ത്രവാദങ്ങളും ചികിത്സകളും ചെയ്യിച്ചു; ഒട്ടുവളരെ പണവും ചെലവായി. ഒരു ഫലവുമുണ്ടായതുമില്ല. ഇനി നമുക്ക് ഒരു നല്ല പ്രശ്നക്കാരനെക്കൊണ്ടു രാശി വെയ്പിച്ചു നോക്കിച്ചിട്ടുവേണം എന്തെങ്കിലും ചെയ്യാൻ. നമുക്കു പ്രസി ദ്ധന്മാരായി നാലഞ്ചു പ്രശ്നക്കാരുടെ പേരെഴുതി നറുക്കിട്ടെടുക്കാം. അതിൽ ആരുടെ പേരു വരുന്നുവോ ആ ആളെക്കൊണ്ടു പ്രശ്നം വെയ്പിക്കണം.' ആലോചിച്ചു നിശ്ചയിച്ചു നറുക്കിട്ടുനോക്കി. അപ്പോൾ പാഴൂർ കണിയാരുടെ പേരാണുവന്നത്. അതിനാൽ ആ വീട്ടിലുള്ള ചില പുരുഷന്മാർ പാഴൂർ പടി പ്പുരയിൽ ചെന്നു രാശി വയ്പിച്ചു നോക്കി. അപ്പോഴാണു സംഗതി വെളിപ്പെ ട്ടത്. സമീപസ്ഥനായ ഒരു പുരുഷൻ രഹസ്യകാരണങ്ങളാൽ ആ സ്ത്രീയോടു മുഷിഞ്ഞ് അവരെ ഉപദ്രവിക്കാനായി അവണങ്ങാട്ടു ചാത്തന്മാർക്ക് ഒരു സംഖ്യ വഴിപാടു നിശ്ചയിച്ചു പ്രാർത്ഥിക്കുകയാൽ ആ ചാത്തന്മാരുടെ വിരോധം നിമിത്തമാണ് ഈ രോഗങ്ങളുണ്ടായിരിക്കുന്നതെന്നും, ഇതിന് അവണങ്ങാട്ടു ചെന്നു കല്പന കേട്ടു കല്പനപ്രകാരം ചെയ്താൽ രോഗങ്ങൾ ശമിക്കുമെന്നും കണിയാർ വിധിച്ചു. പിന്നെ ആ വീട്ടുകാർ അവണങ്ങാട്ടു പോയി കല്പന കേൾക്കാനായി കാത്തുനിന്നു. അപ്പോൾ വെളിച്ചപ്പാടു തുള്ളി, 'നിങ്ങളുടെ ശത്രു നിശ്ചയിച്ചിരുന്ന സംഖ്യ ഇന്നതാണ്. അതിവിടെ കൊടുത്താൽ സ്ത്രീയ്ക്കു രോഗങ്ങളെല്ലാം മാറി സുഖമാകും' എന്നു കല്പിച്ചു. അവർ കല്പനപ്രകാരമുള്ള സംഖ്യ അവിടെ കൊടുക്കുകയും സ്ത്രീ അചിരേണ സ്വസ്ഥയായിത്തീരുകയും ചെയ്തു.

ഇങ്ങനെ അവണങ്ങാട്ടു ചാത്തന്മാരെക്കുറിച്ച് ഇനിയും പല സംഗതികൾ പറയാനുണ്ട്. ഇത്രയും പറഞ്ഞതുകൊണ്ടുതന്നെ ആ ചാത്തന്മാർ ഒട്ടും നിസ്സാരന്മാരല്ലെന്നും വലിയ വിഷമക്കാരാണെന്നും സ്പഷ്ടമാകുന്നുണ്ടല്ലോ. അതിനാൽ ഇനി അധികം വിസ്തരിക്കണമെന്നു വിചാരിക്കുന്നില്ല.

●

കുട്ടഞ്ചേരി മൂസ്സ്

അഷ്ടവൈദ്യന്മാരുടെ ഇല്ലങ്ങൾ ഇപ്പോൾ എട്ടു മാത്രമേ ഉള്ളുവെങ്കിലും അവ ഒരു കാലത്തു ശാഖോപശാഖകളായി വർദ്ധിച്ച പതിനെട്ടായിത്തീർന്നു. അക്കാലത്തു കുട്ടഞ്ചേരി മൂസ്സിനുതന്നെ മൂന്നില്ലങ്ങളുണ്ടായിരുന്നുവെന്നും ആ മൂന്നുസ്ഥലങ്ങളിലും പ്രത്യേകം പ്രത്യേകം ഓരോ ശാഖക്കാർ താമസിച്ചിരുന്നുവെന്നും കേട്ടിട്ടുണ്ട്. അവയിൽ ഒരില്ലം കൊച്ചിശ്ശീമയിൽ തലപ്പിള്ളിത്താലൂക്കിൽ കണ്ടാണശ്ശേരി വില്ലേജിൽ വട്ടുതല ദേശത്തായിരുന്നു. അതു വളരെക്കാലം മുൻപുതന്നെ നാമാവശേഷമായിപ്പോയി. പിന്നെയൊന്നു തലപ്പിള്ളിത്താലൂക്കിൽത്തന്നെ കുമരനല്ലൂർ (വടക്കാഞ്ചേരി) ദേശത്താണ്. ആ ഇല്ലവും മൂസ്സിന്റെ സ്വന്തമായി ഒരു ക്ഷേത്രവും ഏതാനും വസ്തുക്കളും അവിടെ ഇപ്പോഴുമുണ്ട്. എങ്കിലും ആ ഇല്ലത്തും കുറച്ചു കാലമായിട്ട് ആരും ചെന്ന് സ്ഥിരമായി താമസിക്കാറില്ല. ഇപ്പോൾ ഈ ഇല്ലക്കാരുടെ സ്ഥിരവാസം ബ്രിട്ടീഷുമലബാറിൽ പൊന്നാനി താലൂക്കിൽ ചാഴിയാട്ടിരി അംശത്തിൽ അകലാണം (അകലമണ്ണ്) ദേശത്താണ്. ഏതു ദേശത്തായാലും ഇല്ലപ്പേരു 'കുട്ടഞ്ചേരി' എന്നു തന്നെയാണു പറയുക പതിവ്. എങ്കിലും ഈ ഇല്ലത്തിന് ആ ദേശത്തുള്ളവരിൽ ചിലർ 'അകലമണ്ണുമന' എന്നും പറയാറുണ്ട്.

മുൻകാലങ്ങളിൽ കേരളീയ രാജാക്കന്മാർ ഓരോരുത്തരും അഷ്ടവൈദ്യന്മാരിൽ ആരെയെങ്കിലും ഒരാളെ സ്വന്തം വൈദ്യനാക്കി വെച്ച ചില അനുഭവങ്ങൾ പതിവായി കൊടുത്തുവന്നിരുന്നു. അക്കൂട്ടത്തിൽ കൊച്ചി രാജാവ് തന്റെ പ്രധാനവൈദ്യനാക്കിവെച്ചത് കുട്ടഞ്ചേരി മൂസ്സിനെ ആണ്. അതിനാൽ, പണ്ടത്തെ ആ പതിവനുസരിച്ച കൊച്ചിരാജകുടുംബത്തിൽ നിന്നു കുട്ടഞ്ചേരി മൂസ്സിനു കൊല്ലംതോറും വർഷാശനമായി അഞ്ഞൂറും 'താനം' വകയായി നൂറ്റൊന്നും 'കലം' വകയായി അൻപത്തൊന്നും പുത്തൻവീതം ഇപ്പോഴും കൊടുത്തുവരുന്നുണ്ട്. (പുത്തൻ എന്നത് ഏതാനും കൊല്ലങ്ങൾക്കു മുൻപുവരെ കൊച്ചിരാജ്യത്തുനടപ്പുണ്ടായിരുന്നതും പത്തു പൈ വിലയുള്ളതുമായ ഒരു വെള്ളിനാണയമാണ്). ഈ സംഖ്യകളെല്ലാം അതാതു കാലത്തു നാടുവാഴുന്ന വലിയതമ്പുരാന്റെ തിരുനാൾ ദിവസമാണ് കൊടുക്കുക പതിവ്.

ചിലർക്കു പുത്തരിച്ചോറുണ്ടാൽ വയറ്റിൽ സുഖക്കേടുണ്ടാകാറുണ്ടല്ലോ. ഇരിങ്ങാലക്കുട കൂടൽമാണിക്യദേവനും അങ്ങനെയുള്ള ഒരാളാണത്രേ. അവിടേക്കും പുത്തരിനിവേദ്യം കഴിഞ്ഞാൽ സുഖക്കേടുണ്ടാകുമെന്നാണ് വെച്ചിരിക്കുന്നത്. കൂടൽമാണിക്യദേവന് ആണ്ടുതോറും പുത്തരിനിവേദ്യം തുലാമാസത്തിൽ തിരുവോണദിവസം മകരം രാശി സമയത്താണ് പതിവ്.

അതു കഴിഞ്ഞാൽ പിറ്റേ ദിവസം ഒരു മുക്കുടിനിവേദ്യവും പതിവുണ്ട്.മുക്കുടി വയറ്റിൽ സുഖക്കേടിനു വിധിച്ചിട്ടുള്ളതാണല്ലോ. കൂടൽമാണിക്യദേവനു മുക്കുടിക്കുള്ള മരുന്നുകൾ അവിടെക്കൊണ്ടുചെന്ന് ബ്രാഹ്മണരെക്കൊണ്ട് അരപ്പിച്ചു പാകപ്പെടുത്തിച്ചു കൊടുക്കുന്നതിനുള്ള ചുമതല കുട്ടഞ്ചേരി മൂസ്സിനാണ്. മൂസ്സ് മരുന്നുകളുംകൊണ്ട്പുത്തരിയുടെ തലേദിവസം ഇരിങ്ങാലക്കുടെ എത്തണം. മരുന്നുകൾ ഇല്ലത്തുനിന്നു തന്നെകൊണ്ടുപോവുകയാണ് പതിവ്.അവ എന്തെല്ലാമാണെന്ന് കുട്ടഞ്ചേരി മൂസ്സന്മാർക്കല്ലാതെ മറ്റാർക്കും അറിഞ്ഞുകൂടാ. അവർ ആ യോഗം അന്യന്മാർക്കു പറഞ്ഞുകൊടുക്കാറില്ല. ഈ മരുന്നുകൾ കൊണ്ടുചെന്നു കൊടുക്കുന്ന വകയ്ക്കു മൂസ്സിനു ദേവസ്വത്തിൽ നിന്നു കൊല്ലത്തിൽ നൂറു പറ നെല്ലും കർമ്മികളുടെ സഭവക സ്വത്തിൽ നിന്ന് ഒരു രൂപയും വീതം അനുഭവം കൊടുത്തുവരുന്നുണ്ട്. ഈ മുക്കുടി സേവിച്ചാൽ സകലരോഗങ്ങളും, വിശേഷിച്ച് എല്ലാ ഉദരരോഗങ്ങളും ശമിക്കുമെന്നാണ് വിശ്വാസം. അതിനാൽ മുക്കുടി നിവേദ്യദിവസം കൂടൽമാണിക്യക്ഷേത്രത്തിൽ ദർശനത്തിനായി അസംഖ്യമാളുകൾ ചെല്ലുകയും ചെല്ലുന്നവർക്കൊക്കെ മുക്കുടി കൊടുക്കുകയും ചെയ്യുന്നുണ്ട്. എന്നു മാത്രമല്ല, ഈ ദിവ്യൗഷധം ദേവസ്വത്തിൽ നിന്ന് കൊച്ചിരാജകുടുംബത്തിലേക്കും എത്തിച്ചുകൊടുക്കുക പതിവാണ്.

ഈ മുക്കുടി മരുന്നുകൾ കൊടുക്കാനുള്ള അവകാശം കുട്ടഞ്ചേരി മൂസ്സിനു സിദ്ധിച്ചതിനെക്കുറിച്ചു കേട്ടിട്ടുള്ള ഒരൈതിഹ്യം താഴെച്ചേർക്കുന്നു.

പണ്ടൊരിക്കൽ ഒരു കുട്ടഞ്ചേരി മൂസ്സ് തെക്ക് എവിടെയോ പോകുന്നതിനായി തൃശ്ശിവപേരൂർ വഴി പുറപ്പെട്ട് ഒരു ദിവസം ഏകദേശം പത്തുനാഴിക രാച്ചെന്ന സമയം ഇരിങ്ങാലക്കുടെ വടക്കുവശത്തുള്ള പാടത്തെത്തി. അപ്പോൾ ശരത്ക്കാലമായിരുന്നതിനാൽ ചന്ദ്രിക നല്ലപോലെ പ്രകാശിച്ചിരുന്നതുകൊണ്ട് അവിടെ ഒരാൾ ഇരിക്കുന്നതായിക്കണ്ടു. മൂസ്സു കടന്നുപോയപ്പോൾ അവിടെ ഇരുന്നിരുന്നയാൾ അദ്ദേഹത്തെ അടുക്കൽ വിളിച്ച് അദ്ദേഹം ആരാണെന്നും എവിടെപ്പോവുകയാണെന്നും മറ്റും ചോദിച്ചറിഞ്ഞതിന്റെശേഷം, 'ഇന്നു പുത്തരിച്ചോറുണ്ടതുകൊണ്ട് എനിക്കു വയറ്റിൽ നല്ല സുഖമില്ല. കൂടെക്കൂടെ വയറിളകിപ്പോകുന്നു. ഇതാ ഇപ്പോൾത്തന്നെ മലവിസർജനത്തിനായിട്ടാണ് ഞാൻ ഇവിടെ വന്നത്. അതിനാൽ മൂസ്സ് ഒരു മുക്കുടിക്കു വേണ്ടുന്ന മരുന്നുകൾ നാളെ രാവിലെ ബ്രാഹ്മണരെക്കൊണ്ട് അരപ്പിച്ചു കൂടൽമാണിക്യസ്വാമിയുടെ നടയിൽ വെയ്പിച്ചു കൊടുക്കണം. ശേഷം വേണ്ടുന്നതെല്ലാം അവിടെയുള്ളവർ ചെയ്തുകൊള്ളും. എന്നെ അവിടെക്കണ്ടില്ലെങ്കിലും ഞാനവിടെ ഉണ്ടെന്നുതന്നെ വിശ്വസിച്ചുകൊള്ളണം' എന്നു പറയുകയും ഉടനെ അദൃശ്യനായി ഭവിക്കുകയും ചെയ്തു. അപ്പോൾ മൂസ്സ് ഭയവിസ്മയപരവശനായിട്ട്, 'ഈ ആൾ കേവലം മനുഷ്യനല്ല. മനുഷ്യാകൃതികൈക്കൊണ്ടിരിക്കുന്ന ഒരു ദേവനോ മറ്റോ ആയിരിക്കണം. ഒരു സമയം കൂടൽമാണിക്യസ്വാമിതന്നെയാണെന്നും വരാം. ഏതായാലും ഈ ദിവ്യൻ പറഞ്ഞതുപോലെ ചെയ്യാതെ പോകുന്നതു ശരിയല്ല' എന്നു വിചാരിച്ച് ഉടനെ കൂടൽമാണിക്യക്ഷേത്രസന്നിധിയിലെത്തി, അന്ന് അവിടെത്താമസിച്ചു. ആ രാത്രിയിൽതന്നെ കൂടൽമാണിക്യക്ഷേത്രത്തിലെ ഉദ്യോഗസ്ഥന്മാർക്കും മേൽശാന്തി മുതലായവർക്കും ഒരു സ്വപ്നമുണ്ടായി. അവർ ഉറങ്ങിക്കിടന്നിരുന്നപ്പോൾ ആരോ ഒരാൾ അടുക്കൽച്ചെന്ന്, 'നാളെ

രാവിലെ കുട്ടഞ്ചേരി മൂസ്സ് ഇവിടെ വന്ന് ഒരു മുക്കടിക്കുള്ള മരുന്നുകൾ അരപ്പിച്ച് നടയിൽ വെയ്ക്കും. അതെടുത്തു കലക്കിത്തിളപ്പിച്ച് മുക്കുടിയാക്കി നിവേദിക്കുകയും മരുന്നുകൾ കൊണ്ടുവരുന്നതിന്റെ പ്രതിഫലമായി മൂസ്സിനു ദേവസ്വത്തിൽ നിന്നു നൂറ്റൊന്നു പറ നെല്ലു കൊണ്ടുക്കുകയും ഇതും പതിവുകണക്കിൽ ചേർത്തു കൊല്ലംതോറും പുത്തരിയുടെ പിറ്റേദിവസം മുക്കുടി നിവേദ്യം പതിവായി നടത്തുകയും ചെയ്യണം' എന്നു പറഞ്ഞതായി തോന്നി. അവർക്കെല്ലാവർക്കും ഈ സ്വപ്നമുണ്ടായത് ഒരേ സമയത്തും ഒരേ വിധത്തിലുമായിരുന്നു. പിറ്റേദിവസം രാവിലെ അവരെല്ലാവരും ഈ സംഗതി പരസ്പരം പറയുകയും ദേവസ്വക്കാർ ഒരു പ്രശ്നക്കാരനെ വരുത്തി കൂടൽമാണിക്യ സ്വാമിയുടെ നടയിൽ വച്ച് പ്രശ്നം വെയ്പിച്ച് നോക്കിക്കുകയും അവരുടെ അടുക്കൽച്ചെന്നു മേൽപ്പപറഞ്ഞപ്രകാരം പറഞ്ഞതു കൂടൽമാണിക്യസ്വാമി തന്നെയാണെന്നു പ്രശ്നക്കാരൻ വിധിക്കുകയും അപ്പോഴേയ്ക്കും കുട്ടഞ്ചേരി മൂസ്സ് മരുന്നുകൾ അരപ്പിച്ച് നടയിൽ കൊണ്ടുവന്നു വെയ്ക്കുകയും തലേദിവസം രാത്രിയിൽ ഒരാൾ പാടത്തുവെച്ച് തന്നോടു പറഞ്ഞവിവരം ദേവസ്വക്കാരേയും മറ്റും ഗ്രഹിപ്പിക്കുകയും ശാന്തിക്കാർ ആ മരുന്നെടുത്തു മുക്കുടിയാക്കി ദേവനു നിവേദിക്കുകയും ദേവസ്വക്കാർ മൂസ്സിന് നൂറ്റൊന്നു പറ നെല്ലു കൊടുക്കുകയും അതു പതിവായിത്തീരുകയും ചെയ്തു. ഇപ്രകാരം ആ മുക്കുടിനിവേദ്യം ഇപ്പോഴും അവിടെ നടന്നു വരുന്നുണ്ട്.

കുട്ടഞ്ചേരി മൂസ്സന്മാർ വൈദ്യശാസ്ത്രം അഭ്യസിച്ചുകഴിഞ്ഞാൽ 'നെല്ലുവായി' ക്ഷേത്രത്തിൽച്ചെന്ന് ഒരു സംവത്സരം ഭജിച്ചതിനുശേഷമേ ചികിത്സകൾ ചെയ്തു തുടങ്ങാറുള്ളൂ. ഇതിനെക്കുറിച്ച് കേട്ടിട്ടുള്ള കാരണവും താഴെ ചേർക്കുന്നു.

ഒരു കാലത്ത് കുട്ടഞ്ചേരി മൂസ്സിന്റെ ഇല്ലത്തു ജ്യേഷ്ഠാനുജന്മാരായി രണ്ടു പേരുണ്ടായിരുന്നു. ബുദ്ധിയും ശാസ്ത്രജ്ഞാനവും ആ രണ്ടുപേർക്കും ഒരുപോലെ തന്നെയായിരുന്നു. എങ്കിലും ജ്യേഷ്ഠൻ മൂസ്സിനു ഭാഗ്യവും കൈപുണ്യവും വളരെ കുറവായിരിന്നു. അതിനാൽ ചികിത്സാവിഷയത്തിൽ അദ്ദേഹത്തിനും പ്രസിദ്ധിയും പ്രചാരവും അനുജൻ മൂസ്സിനെപോലെ ഉണ്ടായിരുന്നില്ല. രോഗവിവരങ്ങൾ അറിയിക്കുന്നതിനായും രോഗികളെ കാണിക്കുന്നതിന് മൂസ്സിനെ കൂട്ടിക്കൊണ്ടുപ്പോകുന്നതിനായും ഇല്ലത്തു വരുന്നവരാരും ജ്യേഷ്ഠൻ മൂസ്സിനെ അന്വേഷിക്കുകയും കാണുകയും ചെയ്തിരുന്നില്ല. എല്ലാവരും അനുജൻ മൂസ്സിനെതന്നെയാണ് കാണുകയും കൂട്ടിക്കൊണ്ടുപോവുകയും ചെയ്തിരുന്നത്.

അങ്ങനെയിരുന്ന കാലത്ത് അക്കാലത്തെ സാമൂതിരിപ്പാട്ടിലേക്ക് എന്തോരോഗം ബാധിക്കുകയാ, അനുജൻ മൂസ്സിനെ കൂട്ടിക്കൊണ്ടുചെല്ലു നായി ആളെ അയച്ചു. അയയ്ക്കപ്പെട്ടയാൾ മൂസ്സിന്റെ ഇല്ലത്തു ചെന്നപ്പോൾ അനുജൻ മൂസ്സ് അവിടെയില്ലായിരുന്നു. അതിനാൽ ആ ആൾ ജ്യേഷ്ഠൻ മൂസ്സിനെക്കണ്ടു വിവരം പറഞ്ഞു. അപ്പോൾ ജ്യേഷ്ഠൻ മൂസ്സ്, 'അനുജൻ ഇപ്പോൾ ഇവിടെയില്ല. ദൂരെ ഒരു സ്ഥലത്തുപോയിരിക്കുകയാണ്. മടങ്ങി വരുന്നതിന് ഏതാനും ദിവസത്തെ താമസമുണ്ടായേക്കും. അതിനാൽ ഞാൻ നിങ്ങളോടുകൂടി വന്നേക്കാം.' എന്നു പറഞ്ഞു. ഉടനെ ആ വന്നയാൾ 'അതു വേണമെന്നില്ല. അനുജൻ മൂസ്സിനെ കൊണ്ടു ചെല്ലണമെന്നാണ് കൽപ്പന.' എന്നു പറഞ്ഞ് മടങ്ങിപ്പോയി. ജ്യേഷ്ഠൻ മൂസ്സിന് അപാരമായ

മനസ്താപമുണ്ടായി. 'കഷ്ടം! ഈശ്വരാ! എന്റെ സ്ഥിതി ഇങ്ങനെയായല്ലോ. ഞാനും അനുജനും പഠിച്ചിട്ടുള്ളത് ഒരുപോലെയാണ്. എങ്കിലും എന്നെ ആർക്കും ആവശ്യമില്ല. എല്ലാവർക്കും അനുജൻ മതി. ഈ സ്ഥിതിയിൽ ഞാൻ ജീവിച്ചിരിക്കുന്നതെന്തിനാണ്? ഞാനിങ്ങനെയായിപ്പോയത് എനിക്ക് അനുജനുള്ളതുപോലെ ഈശ്വരസഹായമില്ലാഞ്ഞിട്ടായിരിക്കും. അതിനാൽ ഇവിടെ ഈശ്വരനെ സേവിക്കുക തന്നെയാണ് വേണ്ടത്'' എന്ന് ആലോചിച്ചുകൊണ്ട് അദ്ദേഹം ഇല്ലത്തിനു സമീപമുള്ള നെല്ലുവായിൽ ക്ഷേത്രത്തിൽ ചെന്നു വലിയ നിഷ്ഠയോടുകൂടി ഭജനം തുടങ്ങി. തലപ്പിള്ളി ത്താലൂക്കിൽ വടക്കാഞ്ചേരിയിലുള്ള ഇല്ലത്തുനിന്ന് ഏകദേശം ആറു നാഴിക പടിഞ്ഞാറാണ് നെല്ലുവായിൽ ക്ഷേത്രം സ്ഥിതിചെയ്യുന്നത്. അതിനാൽ വിചാരിച്ച ദിവസംതന്നെ അദ്ദേഹത്തിനു ഭജനം തുടങ്ങാൻ സാധിച്ചു. ഒരു സംവത്സരം ഭക്തിപൂർവ്വം ധന്വന്തരിയെസ്സേവിച്ചതിന്റെശേഷം ജ്യേഷ്ഠൻ മൂസ്സ് മടങ്ങി ഇല്ലത്തെത്തി. അക്കാലം മുതൽ അദ്ദേഹത്തെ കാണാൻ രോഗികൾ ധാരാളമായി വന്നുതുടങ്ങുകയും അദ്ദേഹം ചെയ്ത ചികിത്സക ളെല്ലാം ശരിയായി ഫലിച്ചുതുടങ്ങുകയും ചെയ്തു. ക്രമേണ അദ്ദേഹത്തിന്റെ കീർത്തി ലോകത്തിന്റെ സർവ്വത്രവ്യാപിച്ചു. ജേഷ്ഠൻമൂസ്സ് ചികിത്സിച്ചാൽ അസാദ്ധ്യരോഗങ്ങളും ഭേദമാകുമെന്നൊരുവിശ്വാസം ജങ്ങൾക്ക് പരക്കെ ഉണ്ടായിത്തീരുകയും ചെയ്തു. ഒരു കൊല്ലത്തിനുമുമ്പ് സാമൂതിരിപ്പട്ടിലേക്ക് ആരംഭിച്ചിരുന്ന ദീനം അനുജൻ മൂസ്സിന്റെ ചികിത്സകൊണ്ടു സ്വൽപം ശമിച്ചുവെന്നല്ലാതെ അപ്പോഴും നല്ലപോലെ ഭേദമായിരുന്നില്ല. അതിനാൽ സാമൂതിരിപ്പാട്ടീന്ന് ആളയച്ചു ജ്യേഷ്ഠൻ മൂസ്സിനെ കൊണ്ടുപോയി. ജ്യേഷ്ഠൻ മൂസ്സിന്റെ ചികിത്സകൊണ്ട് സാമൂതിരിപ്പാട് അചിരേണ പൂർണ സുഖത്തെ പ്രാപിക്കുകയും അവിടെനിന്നു മൂസ്സിനു വിലപിടിച്ച പല സമ്മാനങ്ങൾ ലഭിക്കുകയും ചെയ്തു. അക്കാലം മുതൽക്കാണ് കുട്ടഞ്ചേരി മൂസ്സന്മാർ വൈദ്യ ശാസ്ത്രം അഭ്യസിച്ചു കഴിഞ്ഞാൽ നെല്ലുവായിൽ ക്ഷേത്രത്തിൽ സംവത്സര ഭജനം കൂടി കഴിഞ്ഞിട്ടേ ചികിത്സിച്ചു തുടങ്ങാവൂ എന്നുള്ള ഏർപ്പാടു വെച്ചത്.

കുട്ടഞ്ചേരി മൂസ്സന്മാർ അവരുടെ പൂർവ്വന്മാരുടെ അടുക്കലല്ലാതെ അന്യ ന്മാരുടെ അടുക്കൽ വൈദ്യശാസ്ത്രം പഠിക്കുക പതിവില്ല. നേരെ മറിച്ച് അവിടെച്ചെന്നു പലരും പഠിക്കാറുമുണ്ട്. അഷ്ടവൈദ്യന്മാരിൽ തന്നെ പ്ര സിദ്ധന്മാരായിരുന്ന എളേടത്തു തൈക്കാട്ടു മൂസ്സ്, തൃശ്ശിവപേരൂർ മൂസിന്റെ ശിഷ്യന്മാരായിരുന്നുവല്ലോ.

കഴിഞ്ഞുപോയ കുട്ടഞ്ചേരി വാസുദേവൻ(അപ്ഫൻ) മൂസ്സവർകൾ വൈദ്യശാസ്ത്രം പഠിപ്പിക്കുന്നതിന് ഏറ്റവും സമർത്ഥനായിരുന്നു. അഷ്ടാം ഗഹൃദയത്തിന്റെ അർത്ഥം പറയുന്നതിന് അവിടുത്തെപ്പോലെ ആരുമില്ലാ യിരുന്നുവെന്നുള്ളതു പ്രസിദ്ധമാണല്ലോ. പണ്ട് അഷ്ടവൈദ്യന്മാരിലാരും അഷ്ടാംഗഹൃദയത്തിന്റെ സൂത്രസ്ഥാനം നായന്മാർ മുതലായവരെ പഠി പ്പിക്കാറില്ലായിരുന്നു. ആ സ്ഥാനം നായന്മാർ മുതലായവരെ പഠിപ്പിച്ചു തുടങ്ങിയത് അപ്ഫൻ മൂസ്സവർകളാണ്. ആ സ്ഥാനം പഠിക്കുന്നവർ അതു പഠിച്ചു കഴിയുന്നതുവരെ അവിടുത്തെ ക്ഷേത്രത്തിൽ ഭജിക്കണമെന്നുകൂടി അവിടേക്ക് നിർബ്ബന്ധമുണ്ടായിരുന്നു.

ഈ അപ്ഫൻ മൂസ്സവർകളുടെ ജേഷ്ഠന്റെ പുത്രനായ ഇപ്പോഴത്തെ അച്ഛൻ മൂസ്സവർകൾ ചികിത്സാവിഷയത്തിൽ സ്വൽപം ഔദാസീന്യമുള്ള

ആളാണെങ്കിലും ശാസ്ത്രം നല്ലപോലെ പഠിച്ചിട്ടുള്ള ഒരു നല്ല വൈദ്യനാണ്. ഈ മൂസ്സവർകളെപ്പോലെ ജാമാതൃഭാഗ്യം ഇതിനു മുമ്പ് ആ ഇല്ലത്തു മറ്റാർക്കുമുണ്ടായിട്ടുണ്ടെന്നു തോന്നുന്നില്ല. അഷ്ടവൈദ്യന്മാരുടെ മിക്ക കുടുംബങ്ങളിലേക്കും സ്വപുത്രിമാരെ വിവാഹം കഴിച്ചു കൊടുത്ത് അവരുടെയെല്ലാം ബന്ധുത്വം സമ്പാദിക്കൽ സംഗതിയായത് ഒരു വലിയ ഭാഗ്യമാണല്ലോ.

●

പള്ളിവാണപ്പെരുമാളും കിളിരൂർ ദേശവും

പണ്ടു കേരളചക്രവർത്തികളായി വാണിരുന്ന പെരുമാക്കന്മാരിൽ ഒരാളെ 'പള്ളിവാണപ്പെരുമാൾ' എന്നാണു പറഞ്ഞുവന്നിരുന്നത്. ഇദ്ദേഹം ജന്മനാ ഒരു ഹിന്ദുവായിരുന്നുവെങ്കിലും മനസ്സൈര്യം കുറഞ്ഞ ആളായിരുന്നതിനാൽ ചിലരുടെ ഉപദേശം നിമിത്തം പിന്നീട് ബുദ്ധമതക്കാരനായിത്തീർന്നു. ഈ പെരുമാൾ കേരളത്തിൽ പല സ്ഥലങ്ങളിൽ സഞ്ചരിക്കുകയും താമസിക്കുകയും ചെയ്തിരുന്നു. അക്കൂട്ടത്തിൽ തിരുവിതാംകൂറിലും അദ്ദേഹം ചില സ്ഥലങ്ങളിൽ നിവസിച്ചിരുന്നതായി ഐതിഹ്യമുണ്ട്. എന്നു മാത്രമല്ല, അതിലേക്കു ചില ലക്ഷ്യങ്ങൾ ഇന്നും കാൺമാനുമുണ്ട്. ഇദ്ദേഹം തിരുവിതാംകൂറിൽ താമസിച്ചിരുന്ന സ്ഥലങ്ങളിൽ പ്രധാനമായിട്ടുള്ളത് കോട്ടയം താലൂക്കിൽ ചേർന്ന 'കിളിരൂർ' എന്ന ദേശമാണ്. അവിടെ അദ്ദേഹം വിഹാരാകൃതിയിൽ ഒരു ദേവാലയം പണികഴിപ്പിക്കുകയും അതിൽ ബുദ്ധദേവനെ പ്രതിഷ്ഠിപ്പിക്കുകയും ചെയ്തു. ആ ദേവീവിഗ്രഹം ബുദ്ധമുനി ബ്രഹ്മധ്യാനം ചെയ്തുകൊണ്ടു യോഗമുദ്രയോടുകൂടി അശ്വത്ഥമൂലകത്തിങ്കൽ സ്ഥിതി ചെയ്യുന്ന വിധത്തിലുള്ളതാണ്. മടിവരെ നീണ്ട താടിമീശയോടുകൂടിയ ആ ബിംബം കണ്ടാൽ അത് ഒരു മുനിയുടേതാണെന്ന് ആർക്കും മനസ്സിലാകും. ത്രിപുരന്മാരെ പാഷണ്ഡന്മാരാക്കിത്തീർക്കാനായിട്ട് ബുദ്ധമുനിയായിത്തീർന്നത് സാക്ഷാൽ മഹാവിഷ്ണു തന്നെയാണല്ലോ. അതു വിചാരിച്ചിട്ടല്ലെങ്കിലും അദ്ദേഹം ആ ദേവനെ ഭക്തിപൂർവ്വം സേവിക്കുകയും ബുദ്ധമതപ്രചാരത്തിനായി വളരെ പരിശ്രമിക്കുകയും ചെയ്തുകൊണ്ടാണ് അവിടെ താമസിച്ചിരുന്നത്. അതിനാൽ മലയാള ബ്രാഹ്മണർക്ക് അദ്ദേഹത്തോട് ഒട്ടും രസമില്ലായിരുന്നു. മലയാളബ്രാഹ്മണരിൽ ചിലരെയെങ്കിലും കിളിരൂർ ദേശത്തു സ്ഥിരതാമസക്കാരാക്കണമെന്നു വിചാരിച്ച് ആ പെരുമാൾ വളരെ ശ്രമിച്ചു. അവർക്ക് താമസിക്കുന്നതിനു ഗൃഹങ്ങളും നിത്യവൃത്തിക്ക് വേണ്ടുന്ന വസ്തുവകകളും ദാനമായി കൊടുക്കാമെന്നുകൂടി പറഞ്ഞു നോക്കി. എങ്കിലും ബ്രാഹ്മണരാരും അതിനു വഴിപ്പെട്ടില്ല. ബുദ്ധദേവാലയത്തിലെ ശാന്തി തന്നെ വളരെ നിർബന്ധിച്ചിട്ടാണ് മലയാള ബ്രാഹ്മണർ നടത്തിയിരുന്നത്. ശാന്തി കഴിഞ്ഞാൽ അവർ പോയി കുളിച്ചിട്ടേ ഭക്ഷണം കഴിച്ചിരുന്നുള്ളൂ. കിളിരൂർ ദേശത്തുവച്ച് വെള്ളം കുടിക്കുകപോലും ചെയ്യുകയില്ലെന്നായിരുന്നു മലയാളബ്രാഹ്മണരുടെ നിശ്ചയം. എങ്കിലും ആ പെരുമാൾ ചതുരുപായങ്ങളും പ്രയോഗിച്ച് ആ ദേശവാസികളായ നായന്മാരിലും മറ്റും പലരേയും

ബുദ്ധമതാവലംബികളാക്കിത്തീർത്തു. നാട്ടുവാഴിയായിരുന്ന പെരുമാൾക്ക് ശിക്ഷാരക്ഷകൾക്കുള്ള അധികാരമുണ്ടായിരുന്നുവല്ലോ. അതിനാൽ അദ്ദേഹത്തെ ഭയപ്പെട്ടുകൂടിയായിരുന്നു ജനങ്ങൾ അദ്ദേഹത്തിന്റെ മതത്തിൽ ചേർന്നത്.

ഇങ്ങനെ കുറച്ചുകാലം കഴിഞ്ഞപ്പോൾ മക്കത്തുനിന്ന് ചില മുഹമ്മദീയർ കച്ചവടത്തിനും മറ്റുമായി കേരളത്തിൽ വന്നു ചേർന്നു. അക്കൂട്ടത്തിൽ അവരുടെ ചില കുലാചാര്യന്മാരും(തങ്ങൾ മുതലായവരും) മറ്റും കൂടെ ഉണ്ടായിരുന്നു. അവരിൽ ചിലർ കിളിരൂർ ചെന്നു ചില കാഴ്ചകളും മറ്റും വെച്ചു പെരുമാളെ കാണുകയും ആ ദേശത്തുതന്നെ താമസമുറപ്പിച്ചുകൊണ്ടു പെരുമാളുടെ അനുവാദപ്രകാരം അവിടെയൊരു പള്ളി പണിയിക്കുകയും ചെയ്തു. പിന്നെ ആ മുഹമ്മദീയാചാര്യന്മാർ ദിവസംതോറും പതിവായി ചെന്നു പെരുമാളെക്കാണുകയും അവരുടെ മതത്തിനുള്ള മാഹാത്മ്യത്തെക്കുറിച്ച് പ്രസംഗിക്കുകയും ചെയ്തുകൊണ്ടിരുന്നു. അങ്ങനെ കുറച്ചു ദിവസങ്ങൾ കഴിഞ്ഞപ്പോൾ ആ പെരുമാൾക്ക് ബുദ്ധമതത്തെക്കാൾ നല്ലതു മുഹമ്മദുമതമാണെന്ന് തോന്നിത്തുടങ്ങി. കിം ബഹുനാ? പിന്നെ അധികം താമസിയാതെതന്നെ അദ്ദേഹം ബുദ്ധമതമുപേക്ഷിച്ച് മുഹമ്മദുമതത്തിൽ ചേർന്നു. എന്നു മാത്രമല്ല, അദ്ദേഹം ആ മതത്തിലുള്ള ഗ്രന്ഥങ്ങളെല്ലാം പഠിച്ച് കാലക്രമേണ അവരുടെ കൂട്ടത്തിൽഒരു പ്രമാണിയും ആചാര്യനും ഉപദേഷ്ടാവുമായിത്തീരുകയും ചെയ്തു. തദനന്തരം അദ്ദേഹത്തിന്റെ സ്ഥിരതാമസം കുറച്ചു കാലത്തേക്ക് പള്ളിയിൽ തന്നെയായിരുന്നു. തന്നിമിത്തം അദ്ദേഹത്തെ ജനങ്ങൾ 'പള്ളിയിൽ വാണ പെരുമാൾ' എന്നും 'പള്ളിബാണ പെരുമാൾ' എന്നും പറഞ്ഞുതുടങ്ങി. അതു ലോപിച്ച് ചിലർ 'വാണപ്പെരുമാൾ' എന്നും 'ബാണപ്പെരുമാൾ' എന്നും പറഞ്ഞു തുടങ്ങി. അദ്ദേഹം മുഹമ്മദീയനായിത്തീർന്നതിന്റെ ശേഷം ഒരിക്കൽ മക്കത്തുപോയിരുന്നു. അതിനാൽ അദ്ദേഹത്തെ ചിലർ 'മക്കത്തുപോയ പെരുമാൾ' എന്നും പറയാറുണ്ടായിരുന്നു.

ഈ പെരുമാൾ ബുദ്ധമതക്കാരനായിരുന്ന കാലത്തു തന്നെ കിളിരൂർ ദേശക്കാരായ രണ്ടു നായന്മാർ അദ്ദേഹത്തിന്റെ സേവകന്മാരായിത്തീർന്നു. അവർക്കു പെരുമാൾ അനേകംവസ്തുക്കൾ പേരിൽ പതിച്ചുകൊടുത്തതുകൂടാതെ ഒരാൾക്കു 'കയ്മൾ' എന്നും മറ്റേയാൾക്ക് 'മേനോൻ' എന്നും സ്ഥാനപ്പേരുകളും കൽപ്പിച്ചുകൊടുത്തു. പെരുമാൾ പള്ളിയിൽ താമസമായതിന്റെ ശേഷം മേനവനു പള്ളിയിലെ കണക്കെഴുത്തുദ്യോഗവും കൊടുത്തു. അതിനാൽ ആ മനുഷ്യനെ എല്ലാവരും 'പള്ളിയിൽ മേനോൻ' എന്നു പറഞ്ഞു തുടങ്ങുകയും ആ പേരു കാലക്രമേണ സ്ഥിരപ്പെടുകയും ചെയ്തു. പെരുമാളുടെ സേവകന്മാരായിരുന്ന നായന്മാരുടെ വംശപരമ്പരയിലുൾപ്പെട്ട രണ്ടു വീട്ടുകാർ കിളിരൂർ ദേശത്തുണ്ട്. അവരെ ഇപ്പോൾ 'വെട്ടിക്കുളങ്ങര കൈയ്മൾ' എന്നും 'പള്ളിയിൽ മേനോൻ' എന്നുംപറഞ്ഞുവരുന്നു. അവരുടെ വസ്തുക്കൾ കാലക്രമേണ അന്യാധീനപ്പെട്ടുപോയെങ്കിലും അവർക്ക് ഇപ്പോഴും നിത്യവൃത്തിക്കു വലിയ കഷ്ടപ്പാടൊന്നുമില്ല. ആ ദേശത്തേക്ക് ഇപ്പോഴും പ്രധാനന്മാരായിരിക്കുന്നതും അവർതന്നെയാണ്.

മുഹമ്മദീയമതം സ്വീകരിച്ചുവെങ്കിലും പെരുമാൾക്ക് താൻ വളരെക്കാലം സേവിച്ചുകൊണ്ടിരുന്ന ബുദ്ധദേവനെക്കുറിച്ചുള്ള ഭക്തി മനസ്സിൽനിന്നും

നിശ്ശേഷം വിട്ടുപോയില്ല. അതിനാൽ അദ്ദേഹം പള്ളിയിൽ താമസിച്ചിരുന്ന കാലത്തും മിക്ക ദിവസങ്ങളിലും തന്നാൽ സ്ഥാപിതമായ ബുദ്ധദേവാലയത്തിച്ചെന്നു വന്ദിക്കാറുണ്ടായിരുന്നു. അതു മുഹമ്മദീയർക്ക് സമ്മതമാകുന്നില്ലെന്നറിയുകയാൽ അദ്ദേഹം അവിടെ പ്രതിഷ്ഠിച്ചിരുന്നത് മുഹമ്മദ്നബിയുടെ വിഗ്രഹമാണെന്നു പറഞ്ഞ് അവരെ വിശ്വസിപ്പിച്ചു. അതിനാൽ ആ ദേശത്തു താമസിച്ചിരുന്ന മുഹമ്മദീയരും അവിടെച്ചെന്നു മുട്ടുകുത്തി നമസ്കരിക്കുകയും പ്രാർത്ഥിക്കുകയും മറ്റും ചെയ്തുതുടങ്ങി. ആ പെരുമാളുടെ കാലം കഴിഞ്ഞിട്ടും ആ ദേശക്കാരായ മുഹമ്മദീയർ അപ്രകാരം ചെയ്തുകൊണ്ടിരുന്നു. അവർ അവിടെച്ചെന്നു മുട്ടുകുത്തുകയും നമസ്കരിക്കുകയും ചെയ്യാതെയായിട്ട് ഇപ്പോൾ ഒരിരുപത്തഞ്ചുകൊല്ലത്തിലധികം കാലമായിട്ടില്ല.

ഈ പള്ളിയിൽ വാണ പെരുമാളുടെ അവസാനം ഏതുപ്രകാരമായിരുന്നുവെന്ന് ഇപ്പോഴും തീർച്ചപ്പെടാതെയാണിരിക്കുന്നത്. എല്ലാവരും മുഹമ്മദീയമതത്തിൽ ചേരണമെന്നുള്ള അദ്ദേഹത്തിന്റെ നിർബന്ധം ദുസ്സഹമായിത്തീരുകയാൽ ഇതര മതക്കാരായ ചിലർ കൂടി അദ്ദേഹത്തെ തല്ലിക്കൊന്നു കുഴിച്ചുമൂടുകയോ വെള്ളത്തിൽ കെട്ടിത്താഴ്ത്തുകയോ ചെയ്തതാണെന്ന് ചിലർ പറയുന്നു. മറ്റു ചിലരുടെ അഭിപ്രായം ഹിന്ദുക്കളുടെ ഉപദ്രവം കലശലായിതീരുകയാൽ കേരളവാസം അവമാനകരമെന്ന് തോന്നി അദ്ദേഹം ചില മുഹമ്മദീയരുടെ സഹായത്തോടുകൂടി മക്കത്തേക്ക് പൊയ്ക്കളഞ്ഞതാണെന്ന്. അദ്ദേഹം ഉടലോടെ സ്വർഗ്ഗാരോഹണം ചെയ്തതാണെന്ന് വേറെ ചിലർ പറയുന്നു. ഈ അഭിപ്രായങ്ങളിൽ വാസ്തവമായിട്ടുള്ളത് ഏതെന്ന് തീർച്ചപ്പെടുത്താൻ മാർഗ്ഗമൊന്നും കാണുന്നില്ല. തലേദിവസം നേരം വെളുത്തപ്പോഴേക്കും എങ്ങനെയോ അദൃശ്യനായിത്തീരുകയായിരുന്നു എന്നുള്ള സംഗതി എല്ലാവരും സമ്മതിക്കുന്നതാണ്.

ഈ പെരുമാൾ അദൃശ്യനായിത്തീർന്നതിന്റെ ശേഷവും കിളിരൂർ ദേശക്കാർ അവരുടെ ദേശപരദേവതയായി ആചരിക്കുകയും ആദരിക്കുകയും ചെയ്യുന്നത് ബുദ്ധദേവനെത്തന്നെയാണ്. അവർ അങ്ങനെ ചെയ്തുകൊണ്ടിരുന്നത് ആ ദേശത്ത് വേറെ ക്ഷേത്രമൊന്നും ഇല്ലായിരുന്നതുകൊണ്ടും ഒരു സമയം പെരുമാൾ മടങ്ങിവന്നെങ്കിലോ എന്നുള്ള വിചാരം നിമിത്തവുമായിരിക്കാം.

ഈ പെരുമാൾ ബുദ്ധമതം സ്വീകരിച്ചതിന്റെ ശേഷം കുറച്ചുകാലം ചങ്ങനാശ്ശേരി താലൂക്കിൽ 'നീലമ്പേരൂർ' എന്ന ദേശത്തുപോയി താമസിക്കുകയും അവിടെയും ഒരു ബുദ്ധമതദേവാലയം സ്ഥാപിക്കുകയും ചെയ്തു. അന്ന് അദ്ദേഹത്തോടുകൂടി പള്ളിയിൽ മേനവന്മാരിലൊരാളും (സേവകനായിരുന്ന ആൾ തന്നെ) അവിടെ പോയി താമസിച്ചിരുന്നു. അതിനാൽ മേനവന് ആ ദേശത്തും പല പുരയിടങ്ങളും ഏതാനും പുഞ്ചനിലവും സമ്പാദിക്കാൻ സാധിച്ചു. ആ വക വസ്തുക്കൾ അദ്ദേഹത്തിന്റെ അനന്തരജാതന്മാർ പലപ്പോഴായി കുറേശ്ശെക്കുറേശ്ശേ വിറ്റു വില വാങ്ങി. മുഴുവനും വിറ്റു തീർന്നിട്ടു പത്തു കൊല്ലത്തിലധികം കാലമായിട്ടില്ല.

പെരുമാക്കന്മാരുടെ കാലശേഷം കേരളത്തെ പല ഭാഗങ്ങളായി വിഭജിച്ചു രാജാക്കന്മാരാണല്ലോ ഭരിച്ചിരുന്നത്. അപ്പോൾ കിളിരൂർ ദേശം തെക്കുംകൂർ രാജ്യത്തുൾപ്പെട്ടതായിരുന്നു. ഇല്ലിക്കൽ കൊട്ടുമുടിക്ക

പടിഞ്ഞാറും കുമരകം കായലിനു കിഴക്കും കൈപ്പട്ടൂരിനു വടക്കും കാണ ക്കാലിക്കു തെക്കുമുള്ള പ്രദേശങ്ങളെല്ലാം തെക്കുംകൂറിലുൾപ്പെട്ടവയാ യിരുന്നല്ലോ.

തെക്കുംകൂർ രാജാവ് തന്റെ രാജ്യത്തുള്ള ഓരോ ദേശങ്ങളിലും ഓരോരു ത്തരെ ആശാന്മാരായി നിശ്ചയിക്കുകയും അവർക്ക് കുറുപ്പെന്നും പണിക്ക രെന്നും മറ്റും ചില സ്ഥാനങ്ങൾ കൽപ്പിച്ചുകൊടുക്കുകയും ചെയ്യുന്നതാണെ ന്നും അവർ ഓരോ കളരിയുണ്ടാക്കി പുരുഷന്മാരെയെല്ലാം ആയോധനവിദ്യ അഭ്യസിപ്പിച്ചുകൊള്ളണമെന്നു ചട്ടം കെട്ടുകയും ചെയ്തിരുന്നു. അങ്ങനെ യുദ്ധമഭ്യസ്സിപ്പിക്കുന്നവരെ ആണ്ടുതോറും പൂജയെടുപ്പിനുള്ള വിദ്യാരംഭം കഴിഞ്ഞിട്ടു രാജാവ് നിശ്ചയിച്ചു പ്രസിദ്ധപ്പെടുത്തുന്നതായ ഒരു ദിവസം പരീ ക്ഷിച്ചുനോക്കുകയും പരീക്ഷയിൽ ജയിക്കുന്നവർക്ക് യഥായോഗ്യം സമ്മാ നങ്ങളും പട്ടാളത്തിൽ ഉദ്യോഗങ്ങളും കൽപ്പിച്ചുകൊടുക്കുകയും ചെയ്യുന്നതാ ണെന്നും രാജാവ് നിശ്ചയിക്കുകയും അങ്ങനെ നടത്തിക്കൊണ്ടിരിക്കുകയും ചെയ്തിരുന്നു. പാക്കിൽ ശാസ്താവിന്റെ ക്ഷേത്രമതിൽക്കു കിഴക്കുവശത്തായി ട്ട് ഇതിലേക്ക് പ്രത്യേകം തയ്യാർ ചെയ്യിച്ചിരുന്ന സ്ഥലത്തുവച്ചായിരുന്നു ആണ്ടു തോറും യുദ്ധപരീക്ഷ നടത്തിയിരുന്നത്. ആ സ്ഥലത്തിനു 'പടനിലം' എന്നു പേരും കൽപ്പിച്ചിരുന്നു. ഇപ്പോൾ അവിടെ യുദ്ധപരീക്ഷയും മറ്റുമില്ലെ ങ്കിലും ആ സ്ഥലത്തിന് ഇങ്ങനെ തന്നെയാണ് ഇപ്പോഴും ജനങ്ങൾ പേരു പറഞ്ഞുവരുന്നത്. പരീക്ഷാദിവസം രാവിലെ ആശാന്മാരെല്ലാം ശിഷ്യന്മാ രോടുകൂടി പാക്കിലെത്തി കുളികഴിച്ചു ശാസ്താവിനെ വന്ദിക്കുകയും ഭക്ഷണം കഴിക്കുകയും ചെയ്തിട്ടു പടനിലത്തു ചെന്നുചേർന്നുകൊള്ളണമെന്നാണ് കൽപന. അഭ്യസ്തവിദ്യന്മാരായ ഓരോദേശക്കാരെയും തെക്കും വടക്കുമായി പ്രത്യേകം പ്രത്യേകം തിരിച്ചുനിർത്തിയാണ് പരീക്ഷ നടത്തുന്നത്. ആ സമയം രാജാവും അവിടെ എഴുന്നള്ളിയിരിക്കും. പരീക്ഷയെന്നാൽ ഓരോ ദേശക്കാരും എതിരാളികളായി നിൽക്കുന്ന മറ്റോരോ ദേശക്കാരോടും നേരിട്ടു യുദ്ധം ചെയ്യുകയാണ്. ഈ യുദ്ധത്തിന് അക്കാലത്ത് 'പാക്കിൽപ്പട' എന്നാണു പേരു പറഞ്ഞു വന്നിരുന്നത്. ഇങ്ങനെ നടത്തിയ പരീക്ഷയിൽ ഒരു കൊല്ലം കിളിരൂർ ദേശക്കാർ ജയിച്ചു. ഉടനെ രാജാവ് വിജയികളായ വർക്കു ചില സമ്മാനങ്ങൾകൽപ്പിച്ചുകൊടുക്കുകയും അവരെ പട്ടാളത്തിൽ ചില ഉയർന്ന ഉദ്യോഗങ്ങൾ കൽപ്പിച്ചു നിയമിക്കുകയും ചെയ്തു. ഉടനെ തോറ്റ ദേശക്കാർ മാറിനിന്നുകൊണ്ട്, 'കിളിരൂർക്കാർ ജയിക്കുകയും അവർക്ക് സമ്മാനങ്ങളും ഉദ്യോഗങ്ങളും കിട്ടുകയും ചെയ്തുവെങ്കിലും അവർ ബൗദ്ധന്മാ രാണല്ലോ' എന്നു പറഞ്ഞു. അവർ ഇതു പറഞ്ഞത് രാജാവ് കേൾക്കാതെ പതുക്കെയായിരുന്നു എങ്കിലും കിളിരൂർക്കാരിൽ ചിലർ ഇതുകേട്ട് തങ്ങൾ ബുദ്ധദേവനെ വന്ദിക്കുന്നതുകൊണ്ടാണല്ലോ ഇവർ തങ്ങളെ നിന്ദിച്ചത് എന്നു വിചാരിച്ചു കിളിരൂർ ദേശക്കാർക്കു സഹിക്കവയ്യാത്ത ലജ്ജയും വ്യസനവുമുണ്ടായി. അവർ സ്വദേശത്തു മടങ്ങിയെത്തിയതിന്റെ ശേഷം എല്ലാവരും കൂടിയാലോചിച്ച് അവമാനപരിഹാരാർത്ഥം സ്വദേശത്തു വേറെ ഒരു ക്ഷേത്രം പണിയിച്ചു ശാസ്താവിനെ പ്രതിഷ്ഠിപ്പിക്കാമെന്ന് നിശ്ചയിച്ചു. എങ്കിലും അതിനായി പണിയിച്ച് വലിയ ക്ഷേത്രത്തിൽ ഭഗവതിയെ(കാർ ത്ത്യായനിയെ)യും ഒരു ശ്രീകോവിൽ മാത്രം പണിയിച്ച് ശാസ്താവിനെ യും പ്രതിഷ്ഠിക്കുകയാണ് ഉണ്ടായത്. (ഈ ക്ഷേത്രങ്ങളുടെ പണിയെയും

പ്രതിഷ്ഠകളെയും സംബന്ധിച്ച് ഐതിഹ്യമാലയുടെ മൂന്നാംഭാഗത്തിൽ സവിസ്തരം പ്രസ്താവിച്ചിട്ടുള്ളതിനാൽ ഇവിടെ അധികം വിവരിക്കുന്നില്ല.)

ആ ദേശക്കാർ ആ ഭഗവതിയേയും ശാസ്താവിനെയും വന്ദിക്കുകയും സേവിക്കുകയും ചെയ്തുതുടങ്ങിയപ്പോൾ അവർക്കു മുൻപുണ്ടായിരുന്ന ആക്ഷേപം ജനങ്ങളുടെയിടയിൽ വിസ്മൃതാഭിപ്രായമായിത്തീർന്നു. അക്കാലം മുതൽ ഭഗവതിക്ഷേത്രത്തിലെ ശാന്തിക്കാരൻ തന്നെയാണ് ശാസ്താവിന്റെയും ബുദ്ധദേവന്റെയും പൂജ നടത്തിപ്പോരുന്നത്. ഇപ്പോൾ ആ ഭഗവതിക്ഷേത്രത്തിൽ മലയാളബ്രാഹ്മണർ സാധാരണമായി ഭക്ഷണം കഴിക്കാറുണ്ട്. ബുദ്ധദേവനു പൂജ കഴിച്ചാൽ കുളിച്ചിട്ടേ ഊണു കഴിക്കാവൂ എന്നുള്ള നിർബ്ബന്ധവും ഇപ്പോൾ ഏകദേശം അസ്തപ്രായമായിരിക്കുന്നു. പരിഷ്കാരം വർദ്ധിച്ചുകൊണ്ടാണല്ലോ ഇരിക്കുന്നത്. അതിനാൽ ആ ദേശത്തു ഗൃഹമുണ്ടാക്കി കുടുംബസമേതം താമസിക്കുന്നതിനും കാലക്രമേണ മലയാളബ്രാഹ്മണർക്കു മനസ്സു വന്നേക്കാം. ഇപ്പോൾ അതിന് അവരിലാർക്കും സമ്മതമില്ലാതെയാണിരിക്കുന്നത്. സ്വാമിയാർ ഇപ്പോഴും ആ ദേശത്തു കയറുകപോലും ചെയ്യാറില്ല. നീലമ്പേരൂർ ദേശത്തിന്റെ സ്ഥിതി ഇപ്പോഴും ഇപ്രകാരം തന്നെയാണിരിക്കുന്നത്.

●

കടാങ്കോട്ടു മാക്കംഭഗവതി

മാക്കം ഭഗവതിയുടെ ചരിത്രം ഉത്തരകേരളത്തിൽ സുപ്രസിദ്ധവും സർവ്വവിദിതവുമാണെങ്കിലും ദക്ഷിണകേരളത്തിൽ ഇതു കേട്ടി ട്ടുപോലുമില്ലാത്തവർ പലരുമുണ്ടെന്നാണ് അറിയുന്നത്. അതിനാൽ അങ്ങനെയുള്ളവരുടെ അറിവിലേയ്ക്കായി ആ കഥ ചുരുക്കത്തിൽ പ്രസ്താ വിച്ചുകൊള്ളുന്നു.

ഉത്തരകേരളത്തിൽ സുപ്രസിദ്ധമായ 'കടത്തനാട്ട്' എന്ന ദേശത്ത് 'കടാങ്കോട്' എന്നു പ്രസിദ്ധമായ ഒരു നായർഗൃഹം പണ്ടുണ്ടായിയിരുന്നു. ആ ഗൃഹക്കാർ ധനപുഷ്ടികൊണ്ടും ആഭിജാത്യം കൊണ്ടും സ്ഥാനമാനാ ദികൾ കൊണ്ടും സർവ്വമാന്യന്മാരായിരുന്നു. ആ തറവാട്ടിൽ ഒരു കാലത്ത് ഒരു സ്ത്രീ മാത്രമായിത്തീർന്നു ആ ഗുണവതിക്ക് ഈശ്വരപ്രസാദത്താൽ പന്ത്രണ്ടു പുത്രന്മാരും ഒരു പുത്രിയുമുണ്ടായി. ആ പുത്രിയുടെ നാമധേയം 'മാക്കം' എന്നായിരുന്നു.

മാക്കത്തിനു ഏകദേശം മൂന്നു വയസ്സു പ്രായമായപ്പോഴേക്കും അവളുടെ മാതാപിതാക്കന്മാർ കാലദോഷത്താൽ കാലധർമ്മത്തെ പ്രാപിച്ചു. എങ്കിലും അവളുടെ സഹോദരന്മാർക്കു പന്ത്രണ്ടു പേർക്കും അവളെക്കുറി ച്ചു വളരെ സ്നേഹവും വാത്സല്യവുമുണ്ടായിരുന്നതിനാൽ അവളെ അവർ യഥായോഗ്യം വളർത്തിക്കൊണ്ടുവന്നു. അവളെ യഥാകാലം വിദ്യാഭ്യാസം ചെയ്യിക്കുകയാൽ അവൾ വളരെ വിദുഷിയും സൽഗുണസമ്പന്നയുമായി ത്തീർന്നു. മാക്കത്തിന്റെ താലികെട്ടു കല്യാണം സഹോദരന്മാർ വളരെ കേമമായി ആഘോഷപൂർവ്വം നടത്തിച്ചു.

മാക്കം കാലക്രമേണ കൗമാരകാലത്തെ വിട്ടു നവയൗവനദശയെ പ്രാപിച്ചു. സർവ്വാംഗസുന്ദരിയായിരുന്ന അവൾക്കു യൗവനം കൂടി വന്ന പ്പോഴേക്കും ആകൃതി കൊണ്ടും പ്രകൃതികൊണ്ടും മാക്കത്തിനു തുല്യമായിട്ട് ഒരു കന്യക ത്രൈലോക്യത്തിലെങ്ങും തന്നെ ഇല്ലെന്ന് സർവ്വജനങ്ങളും ഒരുപോലെ പറഞ്ഞുതുടങ്ങി. മാക്കത്തിന്റെ സൗന്ദര്യം, സൗശീല്യം, വൈദുഷ്യം, വൈദഗ്ദ്ധ്യം, ഈശ്വരഭക്തി, നിഷ്കാപട്യം മുതലായ സദ്ഗുണ ങ്ങളെക്കുറിച്ച് പുകഴ്ത്താത്തവരായി ലോകത്തിൽ ആരും തന്നെ ഇല്ലെന്നാ യിത്തീർന്നു.

ഇതിനിടയ്ക്ക് മാക്കത്തിന്റെ സഹോദരന്മാർ പന്ത്രണ്ടുപേരും സുന്ദരിമാ രായ ഓരോ സ്ത്രീകളെ ഭാര്യമാരായി സ്വീകരിക്കുകയും തറവാട്ടിൽ തന്നെ കൊണ്ടുവന്നു താമസിപ്പിച്ചു തുടങ്ങുകയും മാക്കത്തിനു സർവ്വപ്രകാരേണയും അനുരൂപനായ ഒരു ഭർത്താവ് ഉണ്ടായിത്തീരുകയും ചെയ്തു. ആ മനുഷ്യൻ

'ഇളം കൂറ്റിൽത്തറവാട്ടിൽ നമ്പ്യാർ' എന്ന പ്രസിദ്ധനായ പുരുഷശ്രേഷ്ഠനായിരുന്നു. ഇദ്ദേഹത്തെപ്പോലെ സകല യോഗ്യതകളും തികഞ്ഞ ഒരു പുരുഷൻ അക്കാലത്ത് വടക്കേ മലയാളത്തിലുണ്ടായിരുന്നില്ല. ഈ പുരുഷരത്നം അവളിൽ വന്നുചേർന്നത് അവളുടെ ഭാഗ്യം കൊണ്ടും അവൾ ബാല്യം മുതൽ ഭക്തിപൂർവ്വം സേവിച്ച്കൊണ്ടിരുന്ന 'ലോകമലയാർ കാവിൽ' ഭഗവതിയുടെ കാരുണ്യംകൊണ്ടുമായിരുന്നു. ആ കാവു കടത്തനാട്ട് രാജസ്വരൂപം വകയാണെങ്കിലും മാക്കം ആ ഭഗവതിയെ സേവിച്ചു വശംവദയാക്കിത്തീർത്തിരുന്നു. ദേവി ഭക്തവത്സലയും ഭക്താഭീഷ്ടപ്രദയുമാണല്ലോ.

മാക്കം നല്ല പിടിപ്പും പഠിപ്പും ശേഷിയും കാര്യവിവരവുമുള്ള കൂട്ടത്തിലായിരുന്നതിനാൽ അവളുടെ സഹോദരന്മാർ തറവാട്ടിലെ സകല വരവുചെലവുകളുടെയും കണക്കുകൾ അവളെയും ബോധ്യപ്പെടുത്തി വന്നിരുന്നു. എന്നു മാത്രമല്ല മാക്കത്തിന്റെ സമ്മതംകൂടാതെ അവർ ഒരുകാശുപോലും ചെലവു ചെയ്യാറുമില്ലായിരുന്നു. അതിനാൽ ആ പുരുഷന്മാരുടെ ഭാര്യമാർക്ക് മാക്കത്തോടു വളരെ അസൂയയും വൈരവുമുണ്ടായിത്തീർന്നു. കടാങ്കോട്ടുതറവാട് വളരെ മുതലുള്ളതായിരുന്നതിനാൽ അവിടെ നിന്നു ക്രമത്തിലധികമായ സമ്പാദ്യമുണ്ടാക്കാമെന്നായിരുന്നു ആ സ്ത്രീകളുടെ വിചാരം. മാക്കം നിമിത്തം അവരുടെ ആ അത്യാഗ്രഹം പൂർണ്ണമായി സാധിച്ചിരുന്നില്ല. എന്നാൽ അവർക്കു യാതൊരു ബുദ്ധിമുട്ടും ഉണ്ടാകാതെയിരിക്കത്തവണ്ണം വേണ്ടതൊക്കെ ധാരാളമായി കൊടുക്കുന്നതിനു മാക്കം അനുവദിക്കുകയും അവരുടെ ഭർത്താക്കന്മാർ അവർക്കു കൊടുക്കുകയും ചെയ്തിരുന്നു. അതിനാൽ ഭർത്താക്കന്മാരുടെ കാലം കഴിഞ്ഞാലും അവർക്കും അവരുടെ സന്താനങ്ങൾക്കും ഒട്ടും ബുദ്ധിമുട്ടുകൂടാതെ നിത്യവൃത്തികഴിച്ചുകൂട്ടുവാൻ തക്കവണ്ണമുള്ള മുതൽ അവർ സമ്പാദിക്കുകയും ചെയ്തിരുന്നു. എങ്കിലും ആ സ്ത്രീകൾക്ക് അതൊന്നുകൊണ്ടും തൃപ്തിയായില്ല. 'തനിക്ക്താൻ പോന്ന മഹത്തുക്കൾക്കും ധനത്തിലുള്ളാഗ്രഹമൽപ്പമല്ല' എന്നുണ്ടല്ലോ. എന്നാൽ തങ്ങൾക്ക് ആഗ്രഹത്തിനു തക്കവണ്ണമുള്ള സമ്പാദ്യമുണ്ടാകാഞ്ഞിട്ടല്ല, അളവില്ലാതെയുള്ള ധനത്തിന്മേൽ മാക്കത്തിനു അവകാശവും അധികാരവും സിദ്ധിച്ചതുകൊണ്ടാണ് ആ സ്ത്രീകൾക്കു സങ്കടമുണ്ടായത്. അതിനാൽ അവർ തങ്ങളുടെ ഭർത്താക്കന്മാർക്കു മാക്കത്തോട് ഏതുവിധവും വിരോധമുണ്ടാക്കിത്തീർക്കണമെന്നു നിശ്ചയിച്ചുകൊണ്ട് ആ പുരുഷന്മാരുടെ അടുക്കൽ അടുത്തുകൂടി സദാ 'തലയണമന്ത്രം' ഉരുക്കഴിച്ചുകൊണ്ടിരുന്നു. മരുമക്കത്തായ കുടുംബങ്ങളിലെ 'നാത്തൂൻപോരും നാത്തൂന്മാരുടെ തലയണമന്ത്രവും 'അമ്മായിപ്പഞ്ചതന്ത്രം' പോലെ തന്നെ പ്രസിദ്ധങ്ങളാണല്ലൊ. എന്നാൽ മാക്കത്തിന്റെ പന്ത്രണ്ടാമത്തെ സഹോദരനായ രാമൻനമ്പ്യാരുടെ ഭാര്യയായ 'പുരാണി' എന്ന സ്ത്രീ സുശീലയും, മറ്റവരെപ്പോലെ അത്യാഗ്രഹവും ദുഷ്ടതയും അസൂയയുമില്ലാതെ മാക്കത്തെക്കുറിച്ച് സ്നേഹവും വാത്സല്യവുമുള്ളവളുമായിരുന്നതിനാൽ അവൾ തലണമന്ത്രം ജപിക്കാനും മറ്റും കൂടിയില്ല. ഒരു സമയം അവൾ മന്ത്രം ജപിക്കാനും മന്ത്രം പ്രയോഗിക്കാനും മറ്റും തുനിഞ്ഞിരുന്നുവെങ്കിലും അതൊന്നും രാമൻ നമ്പ്യാരുടെ അടുക്കൽ ഫലിക്കുകയുമില്ലായിരുന്നു. എന്തുകൊണ്ടെന്നാൽ രാമൻ നമ്പ്യാർക്ക് മാക്കത്തെക്കുറിച്ച് മൂത്ത സഹോദരന്മാർ പതിനൊന്ന് പേരെക്കാളധികം സ്നേഹവും വാത്സല്യവും വിശ്വാസവുമുണ്ടായിരുന്നു.

മാക്കത്തെക്കുറിച്ച് ആരെല്ലാം എന്തെല്ലാം ഏഷണി പറഞ്ഞാലും ആ മനുഷ്യൻ ഒരിക്കലും വിശ്വസിക്കുകയില്ലായിരുന്നു. എന്നാൽ പുരാണി ഏഷണി പറയാനും മറ്റും പോകാത്തത് അതുകൊണ്ടൊന്നുമല്ലായിരുന്നു. ആ സ്ത്രീയ്ക്ക് മാക്കത്തെക്കുറിച്ച് സീമാതീതമായ സ്നേഹമുണ്ടായിരുന്നതു കൊണ്ടുതന്നെയാണ്. പിന്നെ അവൾ പ്രകൃത്യാസുശീലയുമായിരുന്നല്ലോ. ജ്യേഷ്ഠത്തിമാർ പതിനൊന്നുപേരും സദാ മാക്കത്തെ ദൂഷിക്കുകയും പരിഹസിക്കുകയും ചെയ്തുകൊണ്ടാണിരുന്നത്. എന്നാൽ പുരാണി അതു കേൾക്കുമ്പോഴൊക്കെ ജ്യേഷ്ഠത്തിമാരോട് എതിർത്തു പറഞ്ഞുകൊണ്ടുമിരുന്നു. അതിനാൽ അവർക്കു പതിനൊന്നുപേർക്കും ക്രമേണ പുരാണിയെക്കുറിച്ചും ഒട്ടും രസമില്ലാതെയായിത്തീർന്നു. ഇതെല്ലാം അറിഞ്ഞുകൊണ്ടിരുന്നിട്ടും മാക്കം ആ നാത്തൂന്മാർക്കു വിരോധമായിട്ടു യാതൊന്നും പറയുകയും പ്രവർത്തിക്കുകയും ചെയ്തിരുന്നില്ല. 'ഉപകാരപ്രധാനസ്സ്യാദപകാരപരേപ്യരൗ' എന്നാണല്ലോ പ്രമാണം.

സൽഗുണവതിയായ മാക്കത്തിനു ഭർത്താവുണ്ടായിട്ട് അധികം താമസിയാതെതന്നെ അവൾ ഗർഭം ധരിക്കുകയും യഥാകാലം പ്രസവിച്ച് ഒരു ആൺകുട്ടിയുണ്ടാവുകയും ചെയ്തു. അപ്പോൾ നാത്തൂന്മാർക്ക് പതിനൊന്നു പേർക്കും അവളോടുള്ള അസൂയയും വൈരവും പൂർവ്വാധികം വർദ്ധിച്ചു. എങ്കിലും സഹോദരന്മാർക്കും ഭർത്താവിന്നും പുരാണിക്കും മാക്കത്തെക്കുറിച്ചുള്ള സ്നേഹവും സന്തോഷവുമാണ് അപ്പോൾ വർദ്ധിച്ചത്. അതിനാൽ നാത്തൂന്മാർ അവരുടെ തലണമന്ത്രം അക്ഷരലക്ഷം വീതം ജപിച്ചിട്ടും യാതൊരു ഫലസിദ്ധിയുമുണ്ടായില്ല. പ്രകൃത്യാ നിർദ്ദോഷവാന്മാരായ ആ പുരുഷന്മാർ തങ്ങളുടെ ഭാഗിനേയനു യഥാകാലം 'ചാത്തു' എന്നു പേരിടുകയും അന്നപ്രാശനമടിയന്തിരം സാഘോഷം കെങ്കേമമായി നടത്തുകയും ആ കുട്ടിയെ യഥായോഗ്യം വളർത്തിപ്പോരികയും ചെയ്തു.

അനന്തരം മാക്കം പ്രസവിച്ച് ഒരു പെൺകുട്ടി കൂടിയുണ്ടായാൽ കൊള്ളാമെന്നുള്ള ആഗ്രഹം ക്രമത്തിലധികം വർദ്ധിക്കുകയാൽ അവളുടെ സഹോദരന്മാർ അതിനായി സംഖ്യയില്ലാതെ ധനവ്യയം ചെയ്ത് അനവധി സൽക്കർമ്മങ്ങൾ നടത്തി. അതൊക്കെക്കൊണ്ടു നാത്തൂന്മാർക്ക് അസൂയ പ്രതിദിനം വർദ്ധിച്ചുകൊണ്ടിരുന്നു. എങ്കിലും അവർക്ക് ഒന്നും ചെയ്യാനും ചെയ്യിക്കാനും സാധിക്കായ്കയാൽ എല്ലാം സഹിക്കുക തന്നെ ചെയ്തു.

ആരെല്ലാം എന്തെല്ലാം വിചാരിച്ചാലും എത്രമാത്രം അസൂയപ്പെട്ടാലും 'സുലഭമഹോ! ഗുണികൾക്കു വാഞ്ഛിതാർത്ഥം' എന്നുള്ളതിനു വ്യത്യാസം വരുന്നതല്ലല്ലോ. മാക്കം രണ്ടാമതും ഗർഭം ധരിക്കുകയും യഥാകാലം ഒരു പെൺകുട്ടിയെ പ്രസവിക്കുകയും ചെയ്തു. അപ്പോൾ നാത്തൂന്മാരുടെ അസൂയ പരമകാഷ്ഠയെ പ്രാപിച്ചു. മാക്കത്തിന്റെ സഹോദരന്മാരുടെ സന്തോഷവും അങ്ങനെതന്നെ. അവർ തങ്ങളുടെ ഭാഗിനേയിക്കു യഥാകാലം 'ചീരു' എന്നു പേരിടുകയും ചോറൂണിനു കെങ്കേമമായി വട്ടം കൂട്ടുകയും ചെയ്തു. അവർ ഭാഗിനേയന്റെ ചോറൂണടിയന്തിരത്തിനേക്കാൾ ഇതു കേമമാക്കണമെന്നു വിചാരിച്ച് അതിനു തക്കവണ്ണമാണു ഇതിനു വട്ടം കൂട്ടിയത്. അവർ ഉണ്ടാക്കിച്ച സ്വർണ്ണാഭരണങ്ങളും ആൺകുട്ടിക്കുണ്ടാക്കിച്ചതിൽ വളരെ അധികമായിരുന്നു.

ചോറൂണടിയന്തിരത്തിന ക്ഷണിക്കപ്പെട്ടവരായിട്ടും അങ്ങനെയല്ലാതെയും അസംഖ്യമാളുകൾ ആ വീട്ടിൽ വന്ന കൂടുകയും മുഹൂർത്തസമയത്തു ചോറു കൊടുക്കുകയെന്നുള്ള ക്രിയ യഥായോഗ്യം നടത്തുകയും ചെയ്തു. പിന്നെ സദ്യയ്ക്ക് ഇലവയ്ക്കാനുള്ള ആരംഭമായി.

ഇതിനിടയ്ക്ക് നാത്തൂന്മാർ പതിനൊന്നുപേരും അസൂയ സഹിക്കവയ്യാതെയായിട്ട് ഒരു വിജനസ്ഥലത്ത് കൂടിയിരുന്ന് ഒരാലോചന നടത്തി.

ഒന്നാമത്തവൾ: ഇതെല്ലാം കണ്ടും കേട്ടും അറിഞ്ഞും വ്യസനിച്ചുകൊണ്ട് ഇവിടിയിരിക്കുന്നതിനേക്കാൾ നല്ലത് നമുക്ക് വല്ല സ്ഥലത്തും പോയി മരിക്കുക തന്നെയാണ്.

രണ്ടാമത്തവൾ: നമ്മളെന്തിനാണു മരിക്കുന്നത്? നമുക്ക് ഈ സങ്കടമൊക്കെ ഉണ്ടാക്കിത്തീർക്കുന്നത് മാക്കമൊരുത്തിയാണ്. അതിനാൽ ഏതുവിധവും അവളെ കൊല്ലാൻ നോക്കുകയാണ് വേണ്ടത്. അവളുടെ കഥ കഴിഞ്ഞാൽപ്പിന്നെ സകല കാര്യങ്ങളും നമ്മൾ വിചാരിക്കുന്നതുപോലെ ഇവിടെ നടക്കും. പിന്നെ നമുക്ക് ഒരിക്കലും ഒന്നുകൊണ്ടും വ്യസനിക്കേണ്ടതായി വരികയില്ല.

മൂന്നാമത്തവൾ: അതൊക്കെ ശരിതന്നെ. പക്ഷേ അവളെക്കൊല്ലാൻ കൗശലമൊന്നുമില്ലല്ലോ.

നാലാമത്തവൾ: കൗശലമില്ലായ്കയൊന്നുമില്ല. എനിക്കൊരു നല്ല കൗശലം തോന്നുന്നുണ്ട്. അതു ചെയ്താൽ മതി.

അഞ്ചാമത്തവൾ: എന്നാൽ അതെന്താണെന്നു കൂടി പറയൂ. കേൾക്കട്ടെ.

നാലാമത്തവൾ: അതു പറയാം. നമ്മുടെ അടുക്കളക്കാരൻ ചാപ്പനെ വിളിച്ച് മാക്കത്തിനു ചോറു വിളമ്പിക്കൊടുക്കുമ്പോൾ അതിൽ വിഷം ചേർത്തു കൊടുക്കണമെന്നു സ്വകാര്യമായി പറഞ്ഞു ചട്ടംകെട്ടണം. എന്തെങ്കിലും വിഷദ്രവ്യം അവന്റെ കയ്യിൽ കൊടുത്തേക്കുകയും വേണം. എന്നാൽ കാര്യം പറ്റും.

ആറാമത്തവൾ: ഇതു കാര്യം കൊള്ളാം. നല്ല കൗശലമാണ്. പക്ഷേ അവനു വല്ലതും കൊടുക്കാതെ അവനങ്ങനെ ചെയ്യുമെന്നു തോന്നുന്നില്ല.

എട്ടാമത്തവൾ: അതു ശരിയാണ്. അവനു വല്ലതും കൊടുക്കണം.

ഒൻപതാമത്തവൾ: കൊടുക്കണം. കൊടുത്താലെന്താണ്? നമുക്ക് ഉപദ്രവം തീരുമല്ലോ.

പത്താമത്തവൾ: എന്റെ വീതത്തിനു നൂറുറുപ്പിക കൊടുക്കാൻ ഞാൻ തയ്യാറാണ്. അങ്ങനെ നമ്മളെല്ലാവരും കൊടുക്കണം. അപ്പോൾ ആയിരത്തി ഒരുനൂറ് ഉറുപ്പികയാകും. അത്രയും കൊടുത്താൽ അവൻ നിശ്ചയമായിട്ടും അങ്ങനെ ചെയ്യും. ഇനി വിഷം വേണമല്ലോ, അതിനെന്താ കൗശലം?

പതിനൊന്നാമത്തവൾ: അതിനെക്കുറിച്ചു നിങ്ങളാരും വിചാരപ്പെടേണ്ട. എന്റെ കൈവശം ഒരു ദ്രാവകമിരിക്കുന്നുണ്ട്. ആയിരം പേരെക്കൊല്ലാൻ അതിൽ ഒരു തുള്ളി തന്നെ തികച്ചുവേണ്ട.

'എന്നാൽ അങ്ങനെതന്നെ' എന്നു അവരെല്ലാവരുംകൂടി പറഞ്ഞുറച്ചു.

പിന്നെ അവർ ചാപ്പനെ വിളിച്ച് സ്വകാര്യമായിട്ട് ഇതു പറഞ്ഞു. അതുകേട്ടു ചാപ്പൻ ചെവിപൊത്തിക്കൊണ്ട് 'അയ്യോ! ശിവശിവ! മഹാപാപം. ഇതു ഞാൻ ഒരിക്കലും ചെയ്യുകയില്ല. ആയിരത്തൊരുന്നൂറല്ല, പതിനായിരമായാലും ഈ കാര്യം എന്നാൽ സാദ്ധ്യമല്ല' എന്നു പറഞ്ഞു. അപ്പോൾ ആ സ്ത്രീകൾ 'എന്നാൽ അതുവേണ്ട. ഈ വിഷദ്രവ്യം ചേർത്തു ഞങ്ങൾക്ക് ചോറുവിളമ്പിത്തന്നാലും മതി. അതിനു നിനക്കെന്താ വിഷമം? ഇതു ഞങ്ങൾ തന്നെ പറഞ്ഞിട്ടാണല്ലോ. എന്നാൽ അതിനെക്കുറിച്ച് ചോദ്യമുണ്ടാകുമ്പോൾ വിഷം മാക്കം തന്നു ഞങ്ങൾക്കു തരുവിച്ചതാണെന്നു പറഞ്ഞേക്കണം. നീ അതുമാത്രം ചെയ്താൽ മതി. നിനക്കു തരാമെന്നു പറഞ്ഞിട്ടുള്ള സംഖ്യ ഞങ്ങൾ തരികയും ചെയ്യാം' എന്നു പറഞ്ഞു. അതിനും ചാപ്പനു നല്ല സമ്മതമില്ലായിരുന്നു. എങ്കിലും ആ സ്ത്രീകളുടെ നിർബ്ബന്ധം നിമിത്തം ഒടുക്കം അങ്ങനെ ചെയ്യാമെന്നു സമ്മതിച്ച് അവൻ പോയി.

അപ്പോഴേയ്ക്കും അവിടെ സദ്യയുടെ തിടുക്കമായിക്കഴിഞ്ഞു. ഈ പതിനൊന്നു സ്ത്രീകൾ പ്രത്യേകമൊരു സ്ഥലത്താണ് ഉണ്ണാനിരുന്നത്. വിളമ്പുകാർ ഓരോ പദാർത്ഥങ്ങൾ മുറയ്ക്കു വിളമ്പിവന്ന കൂട്ടത്തിൽ ഇവർക്കും വിളമ്പി. ഉടനെ ചാപ്പൻ ഇവർക്കു ചോറും കൊണ്ടുവന്നു വിളമ്പി. അപ്പോൾ അവരിൽ ഒരു സ്ത്രീ (ഒന്നും അറിഞ്ഞിട്ടില്ലാത്ത ഭാവത്തിൽ) ചോറു തൊട്ടുനോക്കീട്ട് 'അയ്യോ ഈ ചോറെന്താണ് ഇങ്ങനെയിരിക്കുന്നത്? ഇതിൽ വിഷം ചേർന്നിട്ടുണ്ടെന്നു തോന്നുന്നുവല്ലോ' എന്നു പറഞ്ഞു. അപ്പോൾ ശേഷമുള്ളവരും ചോറു തൊട്ടുനോക്കീട്ട് 'ശരിയാണ് ഈ ചോറു വിഷം ചേർന്നതുതന്നെ, സന്ദേഹമില്ല' എന്നു പറഞ്ഞു. പിന്നെ അവർ 'ചാപ്പനിതാ ആളെക്കൊല്ലാൻ ചോറ് വിഷം ചേർത്തു വിളമ്പിയിരിക്കുന്നു' എന്നു പറഞ്ഞു ബഹളം കൂട്ടി. അതുകേട്ട് അവരുടെ ഭർത്താക്കന്മാർ അവിടെയെത്തി ചില പരിശോധനകൾ കഴിച്ചപ്പോൾ ആ ചോറു വിഷം ചേർന്നതുതന്നെയെന്നു ബോധപ്പെട്ടു കയാൽ അവർ ചാപ്പനെ വിളിച്ചു ചോദ്യം തുടങ്ങി. ചാപ്പൻ ഒന്നും മിണ്ടാതെ നില്ക്കുകയാൽ അവർ അവനെപ്പിടിച്ചു പ്രഹരിച്ചുതുടങ്ങി. തല്ലുകൊണ്ടു വേദന സഹിക്കവയ്യാതെയായപ്പോൾ ചാപ്പൻ, 'ഈ വിഷം ജ്യേഷ്ഠത്തിയമ്മമാർക്കു ചോറ്റിൽ ചേർത്തു കൊടുക്കണമെന്നു പറഞ്ഞു ചെറിയമ്മ (വടക്കേ മലയാളത്തിലുള്ള മാന്യകുടുംബങ്ങളിലെ സ്ത്രീകളെ ഭൃത്യന്മാർ 'ചെറിയമ്മ' എന്നോ 'കുഞ്ഞിയമ്മ' എന്നോ ആണ് പറയുക പതിവ്) തന്നതാണ്. അതുകൊണ്ടു ഞാൻ ഇങ്ങനെ കൊടുത്തതാണ്' എന്ന് ഉച്ചത്തിൽ നിലവിളിച്ചുകൊണ്ടു വിളിച്ചുപറഞ്ഞു. ജനങ്ങൾ ഇതുകേട്ട് അത്ഭുതപ്പെടുകയും വ്യസനിക്കുകയും ചെയ്തു. 'മാക്കം ഇങ്ങനെ ചെയ്യുമോ?' എന്നു ചിലരും 'ഓഹോ അവൾ ഇതും ഇതിലപ്പുറവും ചെയ്യും' എന്ന് മറ്റു ചിലരും 'അംഗനാജനത്തോളം ദുർബ്ബുദ്ധി മറ്റാർക്കുമുള്ളൂ' എന്നു വേറെ ചിലരും ഓരോരുത്തർ ഓരോവിധം പറഞ്ഞുതുടങ്ങി. ഇതൊക്കെ കേട്ടപ്പോൾ മാക്കത്തിനു വ്യസനം ദുസ്സഹമായിത്തീർന്നു. 'സത്യസ്വരൂപനായ ഈശ്വരനു പരമാർത്ഥമറിയാമല്ലോ. സർവ്വസാക്ഷിയായ സകലേശ്വരൻ തന്നെ ഇതിനു സമാധാനമുണ്ടാക്കിക്കൊള്ളും' എന്ന് അവൾ ആദ്യം വിചാരിച്ചു. പിന്നെ 'ഇവിടെ ഞാനൊന്നും മിണ്ടാതെയിരുന്നാൽ ജനങ്ങൾക്ക് തെറ്റിദ്ധാരണയുണ്ടാകും. അതുകൊണ്ട് എന്റെ പരമാർത്ഥം ഞാൻ തന്നെ പറയുകയാണ് ഇവിടെ വേണ്ടത്' എന്നു രണ്ടാമതു തീർച്ചപ്പെടുത്തിക്കൊണ്ടു മാക്കം തന്റെ രണ്ടു കുട്ടികളോടുകൂടി

ഇറങ്ങിച്ചെന്ന് ആ ജനക്കൂട്ടത്തിൽ നിന്നുകൊണ്ട് 'ഈ സംഗതിയിൽ ഞാൻ യാതൊന്നും അറിഞ്ഞിട്ടില്ലെന്നുള്ള പരമാർത്ഥം സത്യസ്വരൂപിണിയായ ലോകമലയാർകാവിലമ്മയ്ക്കറിയാം. ഇതിൽ സ്വൽപമെങ്കിലും വല്ലതും ഞാനറിഞ്ഞിട്ടുണ്ടെങ്കിൽ ഇപ്പോൾ എന്റെയും ഈ ഓമനക്കുട്ടികളുടെയും തല പൊട്ടിത്തെറിക്കട്ടെ. അല്ലെങ്കിൽ ഇതു ചെയ്തവർക്ക് അതിന്റെ ഫലം ആ സർവ്വേശ്വരി കാണിച്ച് കൊടുക്കട്ടെ' എന്ന് ഉച്ചത്തിൽ വിളിച്ചു പറഞ്ഞു. ഈ സമയം ചാപ്പൻ ഒരു ഭ്രാന്തനെപ്പോലെ തുള്ളിച്ചാടി ആ സ്ഥലത്തു ചെന്ന് 'ഇതു സത്യം, ഇതു സത്യം, ഞാൻ കള്ളം ചെയ്തു. ഞാൻ കള്ളം ചെയ്തു. ഞാൻ വ്യാജം പറഞ്ഞു. ഞാൻ വ്യാജം പറഞ്ഞു. അയ്യോ! എനിക്കു പേടിയാവുന്നേ. ഇതാ, ദംഷ്ട്രങ്ങളും കടിച്ചു കണ്ണുകളുമുരുട്ടി ഒരു ഭയങ്കരസ്വരൂപം എന്റെ നേരെ വരുന്നു. ഞാനിപ്പോൾ ചാവും, ഇപ്പോൾ ചാവും' എന്ന് ഉച്ചത്തിൽ വിളിച്ചു പറഞ്ഞുകൊണ്ട് അവിടെ വീണു. ഉടനെ അവൻ രക്തം വമിച്ചു മരിക്കുകയും ചെയ്തു. ഇതെല്ലാം കണ്ടും കേട്ടും ഭയാത്ഭുതപാരവശ്യത്തോടുകൂടി ജനങ്ങളെല്ലാവരും പിരിഞ്ഞുപോയി. അപ്പോൾ ആ ചേട്ടകളായ ചേട്ടത്തിയമ്മമാർ ഏറ്റവും ഭയവിഹ്വലകളായിത്തീർന്നു. എങ്കിലും ചാപ്പൻ തങ്ങൾ ചെയ്തതൊന്നും വിളിച്ചു പറഞ്ഞില്ലല്ലോ. അതു ഭാഗ്യം എന്നു വിചാരിച്ച് അവർ സമാധാനപ്പെട്ടു. പിന്നെയും വിഷണ്ണയായിത്തന്നെ ഇരുന്ന മാക്കത്തെ രാമൻനമ്പ്യാരും പുരാണിയും കൂടി സാന്ത്വനോക്തികൾകൊണ്ടു സമാധാനപ്പെടുത്തുകയും ചെയ്തു.

അനന്തരം ഏതാനും ദിവസങ്ങൾ കഴിഞ്ഞതിന്റെശേഷം, ഒരു ദിവസം, മുമ്പ് ആട്ടാൻ കൊടുത്തിരുന്ന എള്ളാട്ടിയ എണ്ണയും കൊണ്ട് ഒരു വാണിയൻ കടാങ്കോട്ടു ചെന്നിരുന്നു. ആ സമയം ആ തറവാട്ടിലെ പുരുഷന്മാർ പന്ത്രണ്ടു പേരും നായാട്ടിനും അവരുടെ ഭാര്യമാരിൽ പുരാണി എന്തോ ഗൃഹജോലിക്കും, ശേഷം പതിനൊന്നു പേരും കുളിക്കാനും മാക്കത്തിന്റെ ഭർത്താവു കൃഷിസ്ഥലത്തേയ്ക്കും പോയിരിക്കുകയായിരുന്നു. മാക്കം ഋതുവായിരിക്കുകയുമായിരുന്നു. അതിനാൽ മാക്കം വാണിയനോട് 'എണ്ണ അളന്നെടുക്കുന്നതിനും നിനക്ക് ആട്ടുകൂലി തന്നതിനും ഇപ്പോൾ സൗകര്യമില്ല. ഞാൻ തീണ്ടാരിയായിരിക്കുകയാണ്. അതുകൊണ്ടു നാളെ വന്നാൽ എണ്ണ അളന്നെടുക്കുകയും നിനക്കു കൂലിതരികയും ചെയ്യാം. എണ്ണ ആ പാത്രത്തിൽത്തന്നെ ഇവിടെയിരിക്കട്ടെ. നീ പുറത്ത് ആ വരാന്തയിൽ നിന്നുകൊണ്ട് എണ്ണപ്പാത്രം അകത്തേക്ക് വെച്ചിട്ട് ഇപ്പോൾ പോവുക' എന്നു പറഞ്ഞു. അവൻ അപ്രകാരം വരാന്തയിൽ നിന്നുകൊണ്ട് എണ്ണപ്പാത്രം അകത്തേക്കുവെച്ചിട്ട് മുറ്റത്തേക്കിറങ്ങി. കുളിക്കാൻ പോയിരുന്ന നാത്തുന്മാർ കുളികഴിഞ്ഞ് മടങ്ങിവന്ന് വരാന്തയിലേക്കു കയറുകയും വാണിയൻ മുറ്റത്തേയ്ക്കിറങ്ങുകയും ചെയ്തത് ഒരേ സമയത്തായിരുന്നു.വാണിയൻ ഇറങ്ങിപ്പോകുന്നതു കണ്ടിട്ട് ആ സ്ത്രീകൾ മാക്കത്തെ വളരെ ശകാരിച്ചു: 'എടീ കുലടേ! നിന്റെ കള്ളത്തരമൊക്കെ ഞങ്ങളറിഞ്ഞു. നിനക്കു ഒരു ഭർത്താവുണ്ടല്ലോ. പിന്നെ ഈ വാണിയനും കൂടി വേണമോ? തീണ്ടലും തീണ്ടാരിയും വർജ്ജിക്കാത്ത നിനക്ക് രാവും പകലും ഒന്നു പോലെയായത് അത്ഭുതമല്ല. നീ ഈ മാന്യതറവാട്ടേക്കും കളങ്കമുണ്ടാക്കാനായി ജനിച്ചവളാണ്. നിന്റെ സഹോദരന്മാർ വരട്ടെ. നിന്റെ ഈ ദുഷ്കൃത്യങ്ങളെ നിർത്താൻ അവർ വിചാരിച്ചാൽ കഴിയുമോ എന്നു ഞങ്ങൾക്കറിയണം. തറവാടുകളിലുള്ള സ്ത്രീകൾ ഇങ്ങനെ

 തുടങ്ങിയാൽ കുടുംബം മുടിഞ്ഞുപോകുമല്ലോ. ഈ പുംശ്ചലി സഹോദരന്മാർക്കും നല്ല വരുമാനമാണുണ്ടാക്കിവെയ്ക്കുന്നത്, ഇവൾ ഇങ്ങനെ തുടങ്ങിയാൽ അവർ പുറത്തിറങ്ങി നടക്കുന്നതെങ്ങനെയാണ്? അവർക്ക് അന്യന്മാരുടെ മുഖത്തു നോക്കാൻ നാണമാകുമല്ലോ?' എന്നും മറ്റും പറഞ്ഞാണ് അവർ മാക്കത്തെശ്ശകാരിച്ചത്. ഇതുകേട്ട് പുരാണി അവിടെയെത്തി ചെവികൾ പൊത്തിക്കൊണ്ട്, 'അയ്യോ, ശിവശിവ! ഇതു മഹാ പാപമാണ് നിഷ്കളങ്കയായ ഈ പതിവ്രതാരത്നത്തെക്കുറിച്ച് ഇങ്ങനെ പറഞ്ഞാൽ നിങ്ങളുടെ നാവു പുഴുക്കും. സർവ്വസാക്ഷിയായിട്ട് ഒരീശ്വരനുണ്ടെന്നു നിങ്ങൾ വിചാരിക്കാത്തതു കഷ്ടമാണ്' എന്നു പറഞ്ഞു. അതുകേട്ട് ആ ചേട്ടത്തിയമ്മമാർ പുരാണിയേയും ഒട്ടു വളരെ ശകാരിച്ചു. അപ്പോൾ മാക്കം പുരാണിയോടായിട്ടു പറഞ്ഞു: 'ജ്യേഷ്ഠത്തിയമ്മ മിണ്ടാതെയിരിക്കണം. അവർ എന്തെങ്കിലും പറഞ്ഞുകൊള്ളട്ടെ. എനിക്ക് അതുകൊണ്ട് ഒരു ദോഷവുമുണ്ടാവുകയില്ല. ലോകമലയാർ കാവിൽ ഭഗവതി തന്നെ ഇതിനൊക്കെ ഉത്തരം പറഞ്ഞുകൊള്ളും.' ഇതുകേട്ട് പുരാണി അടുക്കളയിലേക്കും മറ്റവർ അവരുടെ ഇരിപ്പിടങ്ങളിലേക്കും പോയി.

പിന്നെ ഏതാനും ദിവസങ്ങൾ കഴിഞ്ഞപ്പോൾ മാക്കത്തിന്റെ സഹോദരന്മാർ നായാട്ടുകഴിഞ്ഞ് മടങ്ങിവന്നു. അന്നു രാത്രിയിൽത്തന്നെ അവരിൽ പതിനൊന്നുപേരെയും അവരുടെ ഭാര്യമാർ തലയിണമന്ത്രം ജപിച്ചു മയക്കി. മാക്കം പുംശ്ചലിയും ദുഷ്കൃത്യം ചെയ്യുന്നവളുമാണെന്നു ദൃഢമായി വിശ്വസിപ്പിച്ചു. മാക്കം സദ്വൃത്തയും പതിവ്രതയുമാണെന്നുള്ള വിശ്വാസവും അവളെക്കുറിച്ച് വളരെ വാത്സല്യവും സ്നേഹവുമുണ്ടായിരുന്ന ആ സഹോദരന്മാരുടെ മനസ്സു മയങ്ങി. ഇപ്രകാരമുള്ള തെറ്റിദ്ധാരണയുണ്ടാകണമെങ്കിൽ ആ നാത്തൂന്മാരുടെ തലയിണമന്ത്രത്തിന്റെ ശക്തി എത്രമാത്രമുണ്ടായിരിക്കണം? ഭാര്യമാരുടെ മന്ത്രജപം കഴിഞ്ഞപ്പോഴേക്കും ആ പുരുഷന്മാർ പതിനൊന്നുപേരും തങ്ങളുടെ സഹോദരി കേവലം കുലടയും ദുർവൃത്തയുമാണെന്നു വിശ്വസിക്കുകയും ഇവൾ ജീവിച്ചിരിക്കുന്നതു തങ്ങൾക്കും തങ്ങളുടെ തറവാട്ടേക്കും ദുഷ്കീർത്തികരമാണെന്നും ഏതുവിധവും അവളുടെ കഥ കഴിക്കണമെന്നും തീർച്ചയാക്കുകയും അതിനൊരു കൗശലം അവർ പതിനൊന്നു പേരും കൂടി ആലോചിച്ചു നിശ്ചയിക്കുകയും ചെയ്തു.

പിറ്റേദിവസം കാലത്തേ ആ പതിനൊന്നു സഹോദരന്മാരും കൂടി മാക്കത്തെ വിളിച്ച്, 'ഇന്നു ലോകമലയാർകാവിൽ 'നിറമാല' എന്ന ആഘോഷമുണ്ടല്ലോ. അതു തമ്പുരാൻ നടത്തുന്നതാകകൊണ്ടു വളരെ കേമമായിരിക്കും. നിനക്ക് അതുകാണാൻ പോകേണ്ടയോ? വീട്ടിൽ നിന്നു പുറത്തിറങ്ങാതെ ഇവിടെത്തന്നെയിരുന്നിട്ടാണ് നിന്റെ മനസ്സിന് ഉന്മേഷവും ദേഹത്തിനു സുഖവുമില്ലാതെയിരിക്കുന്നത്. അതിനാൽ നീ കുറേശ്ശെ പുറത്തിറങ്ങി സഞ്ചരിക്കുകയും വേണം. ഈ കുട്ടികളേയും കൊണ്ടു കാവിൽപ്പോയി ദേവിയെ വന്ദിക്കുന്നതു നമുക്കും നമ്മുടെ സന്താനങ്ങൾക്കും തറവാട്ടേക്കും ശ്രേയസ്കരമായിട്ടുള്ളതാണല്ലോ. ദേവിയെ വന്ദിക്കുന്നതിനു ഇത്രയും മുഖ്യമായിട്ടു വേറെ ഒരു ദിവസമില്ല. ഈ ആഘോഷം കാണാൻ പോയാൽക്കൊള്ളാമെന്നു നീ പലപ്പോഴും പറഞ്ഞിട്ടുള്ളതുമാണല്ലോ. ഈ ആഘോഷം കൊല്ലന്തോറുമുള്ളതാണെങ്കിലും ഇക്കൊല്ലം പതിവിൽ

കൂട്ടതലായി ചില വിശേഷങ്ങൾ കൂടിയുണ്ടെന്നു കേട്ടു. ആട്ടെ, വേഗം തയ്യാറാവുക, ഒട്ടും താമസിക്കേണ്ട. വഴി നാലഞ്ചു നാഴികയുണ്ടല്ലോ. ഈ കുട്ടികളേയും കൊണ്ടു നടന്നെത്തണമല്ലോ. തൊഴാനായിട്ട് പോകുമ്പോൾ വാഹനങ്ങളുപയോഗിക്കുന്നതു യുക്തമല്ല. ഞങ്ങളും നടന്നാണ് പോകുന്നത്. എല്ലാവർക്കും ഒരുമിച്ചു തന്നെ പോകണം. നിന്റെ ഭർത്താവ് കൂടെയില്ലാത്ത സ്ഥിതിക്കു ഞങ്ങൾ കൂടെയില്ലാതെ നീ തനിച്ചു പോവുകയില്ലല്ലോ. അങ്ങനെ പോകുന്നതു ശരിയുമല്ലല്ലോ' എന്നു പറഞ്ഞു.

ഇതു കേട്ടിട്ട് മാക്കം, 'ഇതിനുമുമ്പു പലപ്പോഴും നിറമാലാഘോഷം കാണാൻ പോകാനായിട്ടു ഞാൻ ആവശ്യപ്പെട്ടിട്ടുണ്ട്. അന്നൊരിക്കലും അനുവദിക്കാത്ത ഇവർ ഇപ്പോൾ ഇതിനു നിർബന്ധിക്കുകയും സ്നേഹഭാവത്തിൽ ഉപദേശിക്കുകയും ചെയ്യുന്നതുവിചാരിച്ചാൽത്തന്നെ ഇതിലെന്തോ ചതിയുണ്ടെന്നു തീർച്ചയാക്കാം. ഇതിൽ സംശയിക്കാനൊന്നുമില്ല. ഇവർ എന്നെ കൊല്ലാനായിട്ടുതന്നെയാണ് കൊണ്ടു പോകാനുത്സാഹിക്കുന്നത്. അങ്ങനെയാവട്ടെ. ഈ ദുഷ്ടജനങ്ങളുടെ കൂട്ടത്തിൽ ജീവിച്ചിരിക്കുന്നതിനേക്കാൾ നല്ലതു മരിക്കുകതന്നെയാണ്. ഈ അവസാനകാലത്ത് എന്റെ പ്രാണനാഥനെ ഒന്നു കണ്ടിട്ട് പോകാൻ നിവൃത്തിയില്ലാതെ വന്നതും ഭാഗ്യദോഷം തന്നെ. ഞാൻ പോയതായിട്ടു കേൾക്കുമ്പോൾ അദ്ദേഹം എന്നെ അനുഗമിക്കുമെന്നുള്ളതു തീർച്ചയാണ്. അദ്ദേഹത്തെ അപ്പോൾ കണ്ടുകൊള്ളാം. ഇപ്പോൾ അതിനായിട്ട് താമസിക്കുന്നില്ല. ഈ ദുഷ്ടന്മാരുടെ ആഗ്രഹം വേഗത്തിൽ സാധിക്കട്ടെ' എന്നു വിചാരിച്ചിച്ചുറച്ചിട്ട് ക്ഷണത്തിൽപ്പോയി കുളിച്ചുവന്നു പതിവുപോലെ ഭഗവതിയെ ധ്യാനിച്ചു മനസ്സുകൊണ്ടു പൂജിച്ചു സ്തുതിച്ചിട്ടു ധവളഭസ്മവും നിർമ്മലവസ്ത്രവും ധരിച്ചു. പിന്നെ മാക്കം അവിടെ തന്റെ വകയായിട്ടുണ്ടായിരുന്ന പൊന്നും പണവും പെട്ടികളും പ്രമാണങ്ങളും പണ്ടങ്ങളും വസ്ത്രങ്ങളുമെല്ലാം തീയിലിട്ടു ചുട്ടു ഭസ്മമാക്കി. ഒരു വസ്ത്രവും ഒരു മുലക്കച്ചയും അവൾ ധരിച്ചിരുന്നു. അവ രണ്ടുമല്ലാതെ വേറെ യാതൊന്നും അവൾ എടുത്തില്ല. മാക്കം തന്റെ കുട്ടികളോടുകൂടി പുറപ്പെട്ടപ്പോൾ നാത്തൂന്മാർ പന്ത്രണ്ടുപേരും ഒരുപോലെ അശ്രുക്കൾ പൊഴിച്ചു. പുരാണി സന്താപം കൊണ്ടും മറ്റവർ സന്തോഷം കൊണ്ടുമായിരുന്നു എന്നുമാത്രമേ ഭേദമുണ്ടായിരുന്നുള്ളൂ. മാക്കം തിരിഞ്ഞ് നോക്കി. ആ നാത്തൂന്മാരുടെ ഭാവപ്പകർച്ച കണ്ടു നെടുവീർപ്പിട്ടുകൊണ്ടു തന്റെ കുട്ടികളോടുകൂടി നടന്നു. പതിനൊന്നു സഹോദരന്മാരും അവളോടുകൂടിത്തന്നെ പോയി.

അങ്ങനെ രണ്ടുമൂന്നു നാഴിക ദൂരം പോയപ്പോൾ മാക്കം വല്ലാതെ ക്ഷീണിച്ചു. അവൾക്ക് കുട്ടികളെയും കൊണ്ടു സഹോദരന്മാരോടൊപ്പം നടന്നെത്തുവാൻ വയ്യാതെയായി. അപ്പോൾ സഹോദരന്മാർ മാക്കത്തോട് സ്നേഹഭാവത്തോടുകൂടി 'നീ വല്ലാതെ ക്ഷീണിച്ചുവെന്നു തോന്നുന്നുവല്ലോ. ഇനി ഇവിടെയിരുന്നു സ്വൽപം വിശ്രമിച്ചിട്ടു പോയാൽ മതി' എന്നു പറഞ്ഞു. അവിടം മനുഷ്യവാസമില്ലാത്ത ഒരു വനപ്രദേശമായിരുന്നു. ആ ഭയങ്കരവനം കണ്ടപ്പോൾ മാക്കം 'ഇവിടെ വെച്ചായിരിക്കുമോ ഇവർ എന്റെ കഥ കഴിക്കാൻ നിശ്ചയിച്ചിരിക്കുന്നത്?' എന്നാലങ്ങനെയാവട്ടെ' എന്നു വിചാരിച്ചു ഭക്തിപൂർവ്വം ഭഗവതിയെ ധ്യാനിച്ചുകൊണ്ടു ധൈര്യസമേതം ഒരു മരത്തണലിൽച്ചെന്നു തന്റെ കുട്ടികളെ അടുക്കലിരുത്തിക്കൊണ്ട് അവിടെയിരുന്നു. അവളുടെ സഹോദരന്മാർ അവിടെയൊക്കെ ചുറ്റിനടന്നു

സ്ഥലപരിശോധനചെയ്തപ്പോൾ സമീപത്തുതന്നെ ഏറ്റവും കുണ്ടുള്ളതായിട്ട് ഒരു കിണർ കണ്ടെത്തി. അപ്പോൾ അവരിലൊരാൾ ആ കിണറ്റിൽ നോക്കീട്ട് 'അഹോ! ഇത് അത്യത്ഭുതം തന്നെ. ഈ കിണറ്റിലിതാ നക്ഷത്രങ്ങൾ കാണുന്നു' എന്നു പറഞ്ഞു. പിന്നെ മറ്റൊരാൾ നോക്കീട്ട് 'ശരി തന്നെ ഈ പകൽസമയത്തു നക്ഷത്രം ഇവിടെയല്ലാതെ ഭൂതലത്തിൽ മറ്റെങ്ങും കാണുമെന്നു തോന്നുന്നില്ല' എന്നു പറഞ്ഞു. ഇങ്ങനെ അവർ പതിനൊന്നുപേരും ആ കിണറ്റിൽ നക്ഷത്രങ്ങളുള്ളതായി പറയുകയും അതു ചെന്നു കാണാനായി മാക്കത്തോട് നിർബ്ബന്ധിക്കുകയും ചെയ്തു. മാക്കത്തിനു ഇതു കാണാനാഗ്രഹമില്ലെന്നു പറഞ്ഞിട്ട് അവർ വീണ്ടും നിർബ്ബന്ധിച്ചു. ഒടുക്കം ആ സാധ്വി 'വരുന്നതൊക്കെ വരട്ടെ' എന്നു ധൈര്യസമേതം നിശ്ചയിച്ചിട്ടു ഭഗവതിയെ മനസ്സിൽ സുദൃഢം ധ്യാനിച്ചുകൊണ്ടു മന്ദം മന്ദം ചെന്നു കിണറ്റിൽ കുനിഞ്ഞുനോക്കി. ആ സമയം ആ പതിനൊന്നു ദുഷ്ടന്മാരിൽ ഒരാൾ മുമ്പേ തന്നെ അരയിൽ ഒളിച്ചുകരുതിസൂക്ഷിച്ചുവെച്ചിരുന്ന ആയുധമെടുത്തു. ശിവ ശിവ! ശേഷം ചിന്ത്യം. ആ കുട്ടികളുടെ കഥയും അങ്ങനെ തന്നെ.......

തങ്ങളുടെ സഹോദരിയും അവളുടെ കുട്ടികളും നിമിത്തം മേലാൽ തങ്ങൾക്കും തങ്ങളുടെ തറവാട്ടേക്കും യാതൊരു കുറച്ചിലുമുണ്ടാവുകയില്ലെന്ന കൃതാർത്ഥതയോടുകൂടി ആ മനുഷ്യാധമന്മാർ അവരുടെ ഗൃഹത്തിലേക്കു മടങ്ങിപ്പോന്നു. അവർ ഗൃഹത്തിലെത്തിയപ്പോൾ അവിടെക്കണ്ട കാഴ്ച അത്ഭുതകരവും ഭയങ്കരവുമായിരുന്നു. മാക്കം അവിടെ 'നാലെട്ടു തൃക്കൈകളിലുജ്ജ്വലിക്കും ശൂലാദിനാനായുധഭാസമാന' യായി തീക്കട്ടപോലെ ജ്വലിക്കുന്ന കണ്ണുകളും ചന്ദ്രലേഖകൾ പോലെ വളഞ്ഞ ദംഷ്ട്രകളുംകൊണ്ടു ഭയങ്കരമായ മുഖത്തോടുകൂടി രക്താംബരവും മുണ്ഡമാലകളുമണിഞ്ഞു നൃത്തം ചെയ്യുന്നതായിട്ടും അവളുടെ രണ്ട് കുട്ടികളും കളിച്ചുകൊണ്ടും പുരാണി ഭർത്തൃസമേതയായി വന്ദിച്ചുകൊണ്ട് സമീപത്ത് നിൽക്കുന്നതായിട്ടും ആ പുരുഷന്മാരുടെ ഭാര്യമാർ പതിനൊന്നുപേരും രക്തം ഛർദ്ദിച്ചു മരിച്ചു കിടക്കുന്നതുമായിട്ടാണ് അവർ കണ്ടത്. അപ്പോൾ അവർക്ക് തങ്ങളാൽ വധിക്കപ്പെട്ട മാക്കം ദേവീസാരൂപ്യത്തെയും ദേവീസാമീപ്യത്തെയും പ്രാപിക്കുകയാണു ചെയ്തതെന്നും അവർ മരിച്ചു എന്നു തങ്ങൾക്കു തോന്നിയതു ദേവിയുടെ മായ കൊണ്ടു മാത്രമാണെന്നും മനസ്സിലായി. അവർ മാക്കത്തിന്റെ പാദത്തിങ്കൽ വീണു ക്ഷമായാചനം ചെയ്യാമെന്നു വിചാരിച്ചുവോ എന്തോ? ഏതെങ്കിലും അതിനൊന്നിനും ഇടയാകാതെ ആ പതിനൊന്നു പുരുഷന്മാരും രക്തം വമിച്ചുകൊണ്ടു പെട്ടെന്ന് അവിടെ വീണു മരിച്ചു. മാക്കത്തിന്റെ ഭർത്താവ് ഈ വർത്തമാനം കേട്ട ക്ഷണത്തിൽ ആത്മഹത്യ ചെയ്തു തന്റെ ഭാര്യയെ അനുഗമിച്ചു. പിന്നെ അവിടെ രാമൻ നമ്പ്യാരും പുരാണിയും മാത്രം ശേഷിച്ചു. അവർ ഭഗവതിയെ ഭക്തിപൂർവ്വം സേവിച്ചുകൊണ്ടും സന്താനസമ്പൽസമൃദ്ധിയോടുകൂടിയും സസുഖം വളരെക്കാലം ജീവിച്ചിരുന്നു. ആ ദമ്പതിമാരുടെ സന്താനപരമ്പരയിലുൾപ്പെട്ട ചില വീട്ടുകാർ ഇപ്പോഴും കടത്തനാട്ടുണ്ടത്രേ.

അതെങ്ങനെയുമാവട്ടെ. 'കടാങ്കോട്ടു മാക്കം' മേൽപറഞ്ഞപ്രകാരം 'മാക്കം ഭഗവതി'യായിത്തീർന്നു എന്നുള്ള സംഗതി ആ ദിക്കുകാർ ഇപ്പോഴും പൂർണ്ണമായി വിശ്വസിക്കുകയും ആ ദേവിയെ ഭക്തിപൂർവ്വം സേവിക്കുകയും ചെയ്തുപോരുന്നുണ്ട്. മാക്കം ഭഗവതിയുടെ കഥ പണ്ടാരോ

ഒരുമാതിരി പാട്ടായിട്ടുണ്ടാക്കിയത് ആ ദിക്കുകളിൽ ഇപ്പോഴും നടപ്പുണ്ട്. ഇതിനു 'മാക്കം തോറ്റം' എന്നാണു പേരു പറഞ്ഞുവരുന്നത്. ഈ പാട്ടിനു കവിതാഗുണമോ ശബ്ദഭംഗിയോ വൃത്തനിയമമോ ഒന്നുമില്ലെങ്കിലും ആ ദേവിക്ക് ഇത് സന്തോഷകരമാണ്. ദേവീപ്രസാദത്തിനായിട്ടും സന്തത്യർത്ഥമായിട്ടും ഇത് ആ ദിക്കുകാർ ചില ജാതിക്കാരെക്കൊണ്ട് ഇപ്പോഴും പാടിക്കാറുണ്ട്. ഇതു കൂടാതെ 'മാക്കം തിറ' എന്നൊരു കളിയും ആ ദിക്കിൽ നടപ്പുണ്ട്. അതും സന്തത്യർത്ഥമായിട്ടും ദേവീപ്രസാദത്തിനായിട്ടും പലരും കളിപ്പിക്കുന്നുണ്ട്. ഇതും മാക്കം ഭഗവതിക്ക് വളരെ സന്തോഷകരമായിട്ടുള്ളതാണ്. സന്തതിയില്ലാതെയിരുന്നിട്ട് 'മാക്കം തിറ' കളിപ്പിക്കുകയും 'മാക്കം തോറ്റം' പാടിക്കയും ചെയ്തിട്ട് സന്തതിയുണ്ടായ തറവാടുകൾ കടത്തനാട്ടു വളരെയുണ്ട്. ഇപ്പോഴും പലരും അഭീഷ്ടസിദ്ധിക്കായി ഈ വഴിപാടുകൾ നടത്തിക്കുന്നുണ്ട്.

മാക്കത്തിന്റെ തലവെട്ടിയിട്ടതായി പറഞ്ഞിരിക്കുന്ന കിണർ ഇപ്പോഴുമവിടെ കാൺമാനുണ്ട്. ആ കിണറിന് ഇപ്പോഴും 'മാക്കം കിണർ' എന്നാണു പേരു പറഞ്ഞുവരുന്നത്. ഒരീഴവൻ ആ കിണറ്റിൽ നോക്കീട്ടു ചാമുണ്ഡി അവന്റെ നാവു പിടിച്ചു വലിച്ചറുത്തു ചോര കുടിച്ചതായി ഒരൈതിഹ്യമുണ്ട്. അതിനാൽ പേടിച്ചിട്ട് ഇപ്പോഴും ആരും ആ കിണറ്റിൽ നോക്കാറില്ല. മാക്കം ഭഗവതിയുടെ കഥ വാസ്തവത്തിലുണ്ടായതാണെന്നതിലേയ്ക്ക് ഇതിലധികം ലക്ഷ്യങ്ങൾ വേണമെന്നില്ലല്ലോ.

●

ഒരു യൂറോപ്യന്റെ സ്വാമിഭക്തി

കൊല്ലം 986ാം ആണ്ട് ബാലരാമവർമ്മ മഹാരാജാവ് നാട്ടുനീങ്ങിയപ്പോൾ തിരുവിതാംകൂർ മഹാരാജവംശത്തിൽ ആൺവഴിത്തമ്പുരാക്കന്മാരാരുമില്ലാതെയിരുന്നതിനാൽ ബ്രിട്ടീഷു ഗവർമ്മേണ്ടിന്റെ അനുവാദപ്രകാരം അന്നു പെൺവഴിത്തമ്പുരാക്കന്മാരിൽ മൂപ്പായിരുന്ന ലക്ഷ്മീമഹാരാജ്ഞിയായിരുന്നുവല്ലോ അക്കാലം മുതൽ രാജ്യഭരണം ചെയ്തിരുന്നത്.

അങ്ങനെയിരുന്ന കാലത്തു ബ്രിട്ടീഷു ഗവർമ്മേണ്ട് ഒരു നിശ്ചയം ചെയ്തു. രാജകുടുംബങ്ങളിൽ പുരുഷസന്താനമില്ലാത്ത ഏതദ്ദേശ്യരാജ്യങ്ങളിലെല്ലാം ബ്രിട്ടീഷ് ഗവർമ്മേണ്ടിന്റെ ഓരോ പ്രതിനിധികളെ നിയമിച്ചു രാജ്യഭരണം നടത്തിക്കുകയും പുരുഷന്മാരുണ്ടായി പ്രായപൂർത്തിയാകുമ്പോൾ ഭരണാധികാരം അവർക്കു വിട്ടുകൊടുക്കുകയും ചെയ്യണമെന്നായിരുന്നു ആ നിശ്ചയം. ഈ വിവരം ബ്രിട്ടീഷു ഗവർമ്മേണ്ട് ഏതദ്ദേശ്യരാജ്യങ്ങളിലെല്ലാം ദിവാൻജിമാരുടെ പേർക്ക് എഴുതിയയച്ച് അറിയിക്കുകയും രാജകുടുംബത്തിൽ പുരുഷസന്താനമുണ്ടോ ഇല്ലയോ എന്നുള്ള വിവരം അറിയിക്കണമെന്ന് ആവശ്യപ്പെടുകയും ചെയ്തു. അക്കാലത്തു തിരുവിതാംകൂറിൽ ദിവാൻജിയായിരുന്നത് ബ്രിട്ടീഷ് റസിഡണ്ടും കൂടിയായിരുന്ന മിസ്റ്റർ മൺറോസായ്പ് ആയിരുന്നു. അദ്ദേഹം ബ്രിട്ടിഷ്ഗവൺമ്മേണ്ട് എഴുതിച്ചോദിച്ചതിന് തൽക്കാലം മറുപടിയൊന്നുമയച്ചില്ല. അന്നു ലക്ഷ്മീമഹാരാജ്ഞി തിരുവയർ വാണിരിക്കുക (ഗർഭം ധരിച്ചിരിക്കുക)യായിരുന്നു. തിരുവയറൊഴിഞ്ഞ് (പ്രസവിച്ച്) ഉണ്ടാകുന്നതു പുരുഷസന്താനമോ സ്ത്രീസന്താനമോ എന്നറിഞ്ഞിട്ടു മറുപടി അയയ്ക്കാമെന്നു വിചാരിച്ചാണ് അദ്ദേഹം സ്വൽപമൊന്നമാന്തിച്ചത്. ആ അമാന്തം ബ്രിട്ടിഷ് ഗവർമ്മേണ്ടിന് ഒട്ടും രസിച്ചില്ല. അതിനാൽ ആ ഗവർമ്മേന്റിൽ നിന്നു തിരുവിതാംകൂർ ദിവാന്റെ പേർക്കു വീണ്ടും എഴുതിയയച്ചു. ആ എഴുത്തിൽ ഏറ്റവും ഊർജ്ജിതത്തോടും കണിശമായും എഴുത്തു കിട്ടുന്ന ദിവസം തന്നെ മറുപടി അയയ്ക്കണമെന്നും പറഞ്ഞിരുന്നു. ആ എഴുത്തു കിട്ടിയപ്പോൾ സായ്പിനു പരിഭ്രമമായി. അദ്ദേഹം ഒരു ബ്രിട്ടിഷ് പ്രജയും ബ്രിട്ടിഷ് ഗവർമ്മെണ്ടിന്റെ ശമ്പളക്കാരനുമായിരുന്നുവല്ലോ. മഹാരാജ്ഞിക്ക് അപ്പോൾ ഗർഭം പത്തുമാസമായിരുന്നു. രണ്ടോ നാലോ ദിവസം കൂടി താമസിച്ചാൽ അവതരിക്കുന്ന പ്രജ പുരുഷനോ സ്ത്രീയോ എന്നറിഞ്ഞിട്ടു മറുപടി അയയ്ക്കാമായിരുന്നു എന്നു സായ്പിനു തോന്നി. എങ്കിലും അതിനു നിവൃത്തിയില്ലാതെ വരികയാൽ അദ്ദേഹം ശ്രീപത്മനാഭസ്വാമി ക്ഷേത്രത്തിന്റെ കിഴക്കേ ഗോപുരത്തിനു പുറത്തു ചെന്നു പടിഞ്ഞാട്ടു തിരിഞ്ഞു നിന്നു തൊഴുതുകൊണ്ട്, 'അല്ലയോ

പത്മനാഭാ! നീയിവിടെ കിടക്കുന്നുണ്ടെന്നാണല്ലോ എല്ലാവരും പറയുന്നത്. മഹാരാജവംശത്തെ രക്ഷിക്കാനുള്ള ചുമതല നിനക്കാണല്ലോ. ഈ രാജ്യം നിന്റെ വകയുമാണല്ലോ. ഇതിന്റെ ഭരണം അന്യന്മാരുടെ കൈവശമായാൽ പിന്നെയതു വീണ്ടെടുക്കാൻ അത്രയെളുപ്പം സാധിക്കില്ല. അതിനാൽ ഇതാ ഞാൻ ഈ മഹാരാജവംശത്തിൽ പുരുഷസന്താനമുണ്ടെന്നു തന്നെ മറുപടി അയയ്ക്കാൻ പോകുന്നു. എന്റെ മറുപടി വ്യാജമാണെന്നു വന്നാൽ ബ്രിട്ടിഷ് ഗവർമ്മെണ്ട് എന്നെ വെറുതെ വിട്ടേക്കുകയില്ല. അവർ എന്നെ കഠിനമായി ശിക്ഷിക്കും. ആ അവമാനം സഹിച്ചുകൊണ്ടു പിന്നെ ജീവിച്ചിരിക്കണമെന്നു ഞാൻ വിചാരിക്കുന്നില്ല. അതിനാൽ ഞാനെഴുതിയയയ്ക്കുന്നതു തെറ്റിപ്പോകുന്ന പക്ഷം നിന്റെ ബിംബവും ക്ഷേത്രവും എല്ലാം നശിപ്പിച്ച നീ കിടക്കുന്ന സ്ഥലത്ത് ഒരു കുളം കുത്തി കുളിച്ചിട്ടല്ലാതെ ഞാനിവിടെ നിന്നു പോവുകയില്ല. അതുകൊണ്ട് അങ്ങനെയൊന്നും വരാതെയിരിക്കാൻ തക്കവണ്ണം കരുതിക്കൊള്ളണം. പത്മനാഭാ! മൺറോ ഒന്നു പറഞ്ഞാൽ അത് അപ്രകാരം തന്നെ ചെയ്യുമെന്ന് നല്ലപോലെ അറിയാമല്ലോ' എന്നു പറഞ്ഞിട്ട് അവിടെ നിന്നു പോവുകയും തിരുവിതാംകൂർ രാജവംശത്തിൽ പുരുഷസന്താനമുണ്ടെന്നുതന്നെ ഉടനെ എഴുതിയയയ്ക്കുകയും ചെയ്തു.

പിറ്റേദിവസം മഹാരാജ്ഞിയിൽ നിന്ന് ഒരു രാജകുമാരൻ തിരുവവതാരം ചെയ്തരുളി. ആ രാജകുമാരനാണ് ഗർഭശ്രീമാനെന്നും സംഗീതസാഹിത്യസാഗര പാരംഗതനെന്നും പരാക്രമനിധിയെന്നും രാജ്യതന്ത്രകുശലനെന്നും ധീരോദാത്തനെന്നും മറ്റും വിശ്വവിശ്രുതനായിത്തീർന്ന സാക്ഷാൽ സ്വാതിതിരുനാൾ രാമവർമ്മ മഹാരാജാവു തിരുമനസ്സുകൊണ്ടെന്നുള്ളതു പ്രത്യേകം പറയണമെന്നില്ലല്ലോ.

ഈ സംഗതി കഴിഞ്ഞപ്പോൾ 'ശ്രീപത്മനാഭസ്വാമിയെക്കുറിച്ചുള്ള വിശ്വാസവും ഭക്തിയും മൺറോ സായ്പവർകൾക്കുള്ളതുപോലെ മുൻപുണ്ടായിരുന്ന ഹിന്ദുദിവാൻജിമാർക്കു പോലുമുണ്ടായിരുന്നില്ലെ'ന്നു ജനങ്ങൾ പരക്കെ പറഞ്ഞു തുടങ്ങുകയും അതു മഹാരാജ്ഞി വിശ്വസിക്കുകയും ചെയ്തു. അതിനാലാണ് ദേവസ്വങ്ങളിലെല്ലാം പതിവു കണക്കുകളുണ്ടാക്കുന്നതിനു മൺറോസായ്പവർകളെ പ്രത്യേകം കൽപിച്ചു ചുമതലപ്പെടുത്തിയത്. അഞ്ചെട്ടുകൊല്ലം മുമ്പു ദേവസ്വം പതിവുകൾ പരിഷ്കരിച്ചതുവരെ തിരുവിതാംകൂറിലെ സർക്കാർ ദേവസ്വങ്ങളിലെല്ലാം സകല കാര്യങ്ങളും മൺറോസായ്പവർകൾ നിശ്ചയിച്ച പതിവനുസരിച്ചാണ് നടന്നുവന്നിരുന്നത്. പരിഷ്കരിക്കപ്പെടാത്ത ചില ദേവസ്വങ്ങളിൽ ഇപ്പോഴും അങ്ങനെ തന്നെ നടന്നു വരുന്നുണ്ട്.

●

സംഘക്കളി

ശാസ്ത്രക്കളിയെന്നും യാത്രക്കളിയെന്നു പറഞ്ഞുവരുന്ന സംഘക്കളി അന്നപ്രാശനം, ഉപനയനം, സമാവർത്തനം, വിവാഹം, പന്ത്രണ്ടാംമാസം മുതലായ അടിയന്തിരങ്ങൾ സംബന്ധിച്ചും മറ്റും കേരളത്തിൽ സർവ്വത്ര നിവൃത്തിയുള്ള ഹിന്ദുക്കളെല്ലാം കളിപ്പിച്ചുവരുന്നുണ്ട്. രാജമന്ദിരങ്ങളിലും പ്രഭുഗൃഹങ്ങളിലും മേൽപറഞ്ഞ അടിയന്തിരങ്ങൾക്കെല്ലാം സംഘക്കളി ഉണ്ടായിരിക്കുന്നത് നിശ്ചയമാണ്. ഇതു മറ്റുള്ള കളികൾ പോലെ വിനോദത്തിനായിട്ടു കളിപ്പിക്കുന്നതല്ല. ഇത് ഈശ്വരപ്രസാദകമെന്നോ ഒരു പുണ്യകർമ്മമെന്നോ മറ്റോ കൂടി വിചാരിച്ചാണ് ജനങ്ങൾ കളിപ്പിച്ചുവരുന്നത്. അതിനു 'സ്വസ്തിപ്രാർത്ഥിക്കുക' എന്നാണ് പറഞ്ഞുവരുന്നത്. ഇതു മറ്റുള്ള വഴിപാടുകൾ പോലെ അവനവൻതന്നെ പ്രാർത്ഥിക്കുകയല്ല. സ്വസ്തിപ്രാർത്ഥിക്കുന്നതിനു സംഘക്കാരിൽ വാദ്ധ്യാവൃത്തിയെന്നും പരിഷയെന്നും പറയപ്പെടുന്നവരുൾപ്പെടെ പ്രധാനന്മാരായ അഞ്ചാറുപേരെയെങ്കിലും വരുത്തി, സംഘക്കളിയുടെ പ്രധാനാംഗമായ 'നാലുപാദം' എന്ന ക്രിയ നടത്തിക്കുകയും അവർക്കു യഥായോഗ്യം ഭക്ഷണവും ദക്ഷിണയും കൊടുക്കുകയും അവർ പറഞ്ഞുതരുന്ന വാചകം പറഞ്ഞു പ്രാർത്ഥിക്കുകയുമാണ് ചെയ്യേണ്ടത്. അവർ പറഞ്ഞുതരുന്ന വാചകത്തിന്റെ അർത്ഥം, 'വിചാരിക്കുന്ന കാര്യം സാധിച്ചാൽ കേമമായ സംഘക്കളി നടത്തുകയും സംഘക്കാരെ വേണ്ടുവോളം മധുരക്കറി കുടിപ്പിക്കുകയും ചെയ്തേക്കാം' എന്നാണ്. ഇങ്ങനെ സ്വസ്തിപ്രാർത്ഥിക്കുകയും കാര്യം സാധിക്കുകയും പിന്നീട് കേമമായി കളിനടത്തുകയും ചെയ്യുന്നത് ഒട്ടും അസാധാരണമായിട്ടുള്ളതല്ല. സ്വസ്തിപ്രാർത്ഥിച്ചാൽ അഭീഷ്ടസിദ്ധിയുണ്ടാകുമെന്നു സ്വാനുഭവം കണ്ടറിഞ്ഞിട്ടുള്ളവർ പലരുമുണ്ട്. എന്നാൽ ഇപ്രകാരം വിശിഷ്ടമായിരിക്കുന്ന ഈ കളിയുടെ ഉത്ഭവത്തെക്കുറിച്ച് അറിഞ്ഞിട്ടില്ലാത്തവരും കേരളത്തിൽ പലരുമുണ്ടെന്നാണ് തോന്നുന്നത്. അങ്ങിനെയുള്ളവരുടെ അറിവിനായി അതിനെക്കുറിച്ചു ചുരുക്കത്തിൽ താഴെ പറഞ്ഞുകൊള്ളുന്നു.

പണ്ടു പരദേശത്തുനിന്നു ചില പെരുമാക്കന്മാർ വന്നു പന്ത്രണ്ടുകൊല്ലം വീതം കേരളചക്രവർത്തികളായി വാണിരുന്നുവല്ലോ. അവരിൽ ഒരു പെരുമാൾ മുഹമ്മദീയ മതം സ്വീകരിക്കുകയും മക്കത്തുപോവുകയും ചെയ്തുവെന്നുള്ളതു പ്രസിദ്ധവുമാണ്. ആ പെരുമാൾ ചില മുഹമ്മദീയ പ്രധാനന്മാരുടെ പ്രേരണയാൽ അറുപത്തിനാലു ഗ്രാമങ്ങളിൽ നിന്നും മലയാളബ്രാഹ്മണ പ്രധാനന്മാരെ തന്റെ മുൻപാകെ വരുത്തി ഹിന്ദുമതം ഏറ്റവും നികൃഷ്ടമായിട്ടുള്ളതാണെന്നും ഉത്തമമായിട്ടുള്ളത് മുഹമ്മദീയ

മതമാണെന്നും അതിനാൽ മലയാളബ്രാഹ്മണരെല്ലാവരും ഹിന്ദുമതമുപേക്ഷിച്ച മുഹമ്മദ്ദ മതം സ്വീകരിക്കണമെന്നും നിർബന്ധപൂർവ്വം പറഞ്ഞു. ഉത്തമമായിട്ടുള്ളതു മുഹമ്മദ്ദ മതമല്ലെന്നും ഹിന്ദുമതമാണെന്നും ബ്രാഹ്മണർ വാദിച്ചു. ആ സദസ്സിൽ മതാദ്ധ്യക്ഷന്മാരായ ചില മുഹമ്മദീയരും ചെന്നുകൂടി. ഒടുക്കം വാദം മുഹമ്മദീയരും ബ്രാഹ്മണരും തമ്മിലായി. 'ഈശ്വരകല്പിതവും സത്യവുമായിട്ടുള്ള മതവും വേദവും ഞങ്ങളുടെതാണെന്നു മുഹമ്മദീയരും 'അതല്ല, ഞങ്ങളുടെയാണെ'ന്നു ബ്രാഹ്മണരും തമ്മിൽ വളരെനേരം വാദിച്ചു. ഒടുക്കം പെരുമാൾ 'നിങ്ങൾ തമ്മിൽ ഇങ്ങനെ വാദിച്ചുകൊണ്ടിരുന്നാൽ ഇതിനൊരവസാനവും തീർച്ചയുമുണ്ടാവുകയില്ല. ഞാനൊരു പരീക്ഷ നിശ്ചയിക്കാം. ആ പരീക്ഷയിൽ ബ്രാഹ്മണർ ജയിക്കുകയാണെങ്കിൽ ബ്രാഹ്മണരുടെ മതവും വേദവുംതന്നെ സത്യമായിട്ടുള്ളതെന്നു തീർച്ചയാക്കാം. അഥവാ തോൽക്കുകയാണെങ്കിൽ ബ്രാഹ്മണർ മുഹമ്മദ്ദമതം സ്വീകരിക്കുകയും വേണം. അങ്ങനെ സമ്മതമാണോ?' എന്നു ബ്രാഹ്മണരോടു ചോദിച്ചു. ഉടനെ ബ്രാഹ്മണർ, 'ഇതു ഞങ്ങൾക്കു സമ്മതം തന്നെയാണ്. പക്ഷേ പരീക്ഷ ഒന്നൊന്നരമാസം കഴിഞ്ഞിട്ടേ നടത്താവൂ' എന്നു പറഞ്ഞു. അതു പെരുമാളും സമ്മതിക്കുകയാൽ ഒന്നരമാസം കഴിയുമ്പോൾ വന്നു കൊള്ളാമെന്നു പറഞ്ഞു ബ്രാഹ്മണർ അവിടെ നിന്നു പിരിഞ്ഞു പോവുകയും ചെയ്തു.

ആ ബ്രാഹ്മണർ ഗത്യന്തരമില്ലായ്കകൊണ്ടു പെരുമാളുടെ അടുക്കൽ അപ്പോൾ അപ്രകാരം സമ്മതിച്ചു എന്നേയുള്ളു. പിന്നീട് അവരക്ക് അതിനെക്കുറിച്ചു വലിയ വിചാരവും വിഷാദവുമുണ്ടായി. 'പെരുമാളുടെ പരീക്ഷ എന്തായിരിക്കുമോ? അതിൽ തോൽവി പറ്റിയേക്കുമോ?' എന്നുള്ള വിചാരം കൊണ്ട് അവർ ഏറ്റവും വിഷണ്ണരായിത്തീർന്നു. എങ്കിലും സത്യസ്വരൂപനും സർവ്വസാക്ഷിയുമായിരിക്കുന്ന സകലേശ്വരൻ തങ്ങളെ ഉപേക്ഷിക്കുകയില്ലെന്നുള്ള ധൈര്യവും അവർക്കുണ്ടാകാതെയിരുന്നില്ല.

ഇങ്ങനെ ആ സാധുബ്രാഹ്മണർ ഇതികർത്തവ്യതാമൂഢന്മാരും വിചാരമഗ്നന്മാരും വിഷാദവിഹ്വലന്മാരുമായിപ്പോയ സമയം മദ്ധ്യേമാർഗ്ഗം ഒരു യോഗീശ്വരനെ ദൈവഗത്യാ കണ്ടെത്തുവാൻ സംഗതിയായി. ആ യോഗീശ്വരൻ അവരോട്, 'നിങ്ങൾ ഒട്ടും വിഷാദിക്കേണ്ട, ഞാൻ ഒരു ദിവ്യമന്ത്രം ഉപദേശിച്ചുതരാം. നിങ്ങൾ തൃക്കാരിയൂർ ചെന്ന് അമ്പലത്തിൽ ഒരു വിളക്കുകൊളുത്തിവെച്ച്, അതിനു പ്രദക്ഷിണം വെച്ചുകൊണ്ട്, ഈ മന്ത്രം ജപിച്ചു തൃക്കാരിയൂർ ദേവനെ നാല്പത്തൊന്നു ദിവസം സേവിക്കണം. നിങ്ങൾ ഇപ്രകാരം ദീപപ്രദക്ഷിണവും ഈശ്വരസേവയും ഒരു മണ്ഡലം മുഴുവനും മുടങ്ങാതെ ചെയ്തിട്ടു പെരുമാളുടെ അടുക്കൽച്ചെന്നാൽ നിങ്ങൾക്കു ജയം തന്നെ കിട്ടും. പെരുമാളുടെ പരീക്ഷയെക്കുറിച്ചും നിങ്ങൾ ഒട്ടും ഭയപ്പെടേണ്ട. നിങ്ങൾ ചെല്ലുന്നസമയം മുഹമ്മദീയരും, അവിടെയെത്തും. അപ്പോൾ പെരുമാളുടെ മുമ്പിൽ ഒരു കുടം അടച്ചുവച്ചിരിക്കും. പെരുമാൾ നിങ്ങളോടു രണ്ടുകൂട്ടക്കാരോടും കുടത്തിനകത്ത് എന്താണെന്നു പറയണമെന്നും ശരിയായിപ്പറയുന്നവർ ജയിച്ചതായും തെറ്റായിപ്പറയുന്നവർ തോറ്റതായും തീർച്ചപ്പെടുത്തുന്നതാണെന്നും പറയും. അപ്പോൾ മുഹമ്മദീയർ കുടത്തിനകത്തു കൃഷ്ണസർപ്പമാണെന്നു പറയും. ഉടനെ നിങ്ങൾ അത് താമരപ്പൂവാണെന്നു പറയണം അപ്പോൾ പെരുമാൾ, എന്നാൽ കുടത്തിനകത്ത് കൈയിട്ട് താമരപ്പൂവെടുത്ത് കാണിക്കണമെന്നു പറയും. നിങ്ങൾ എടുത്തു

കാണിക്കണം. അപ്പോൾ മുഹമ്മദീയർ മടങ്ങുകയും നിങ്ങളെ പെരുമാൾ ബഹുമാനിച്ച് പറഞ്ഞയയ്ക്കുകയും ചെയ്യും. നിങ്ങൾക്ക് മുഹമ്മദീയമതം സ്വീകരിക്കേണ്ടതായി വരികയുമില്ല. എന്നാൽ വാസ്തവത്തിൽ കുടത്തിനകത്തു കൃഷ്ണസർപ്പംതന്നെയായിരിക്കും. അതു നിങ്ങൾക്കു തോൽവിയും ആപത്തുമുണ്ടാക്കാനായി പെരുമാളും മുഹമ്മദീയരുംകൂടെ സ്വകാര്യമായി ആലോചിച്ച് തയ്യാറാക്കി വെയ്ക്കുന്നതായിരിക്കും. എങ്കിലും ഈശ്വരകാരുണ്യംകൊണ്ട് ആ കൃഷ്ണസർപ്പം താമരപ്പൂവായിത്തീർന്നുകൊള്ളും' എന്നു പറഞ്ഞ് ഒരു ദിവ്യമന്ത്രം ഉപദേശിച്ചുകൊടുക്കുകയും പെട്ടെന്ന് ആ യോഗീശ്വരൻ അദൃശ്യനായിത്തീരുകയും ചെയ്തു. അപ്പോൾ ആ ബ്രാഹ്മണർക്കു തങ്ങൾക്കു വേണ്ടതു പറഞ്ഞുതരികയും മന്ത്രമുപദേശിക്കുകയും ചെയ്തതു കേവലം മനുഷ്യനല്ലെന്നും ആരോ ഒരു ദിവ്യനാണെന്നും തോന്നുകയാൽ അവർ ആ യോഗീശ്വരന്റെ വാക്കിനെ വിശ്വസിച്ച് അദ്ദേഹം പറഞ്ഞുകൊടുത്തതുപോലെയെല്ലാം ചെയ്യുകയും സംഗതിയെല്ലാം ശരിയാവുകയും ചെയ്തു. അവർ ആ മന്ത്രം ജപിച്ചുകൊണ്ടു നാൽപതു ദിവസം ദീപപ്രദക്ഷിണവും ഈശ്വരസേവയും നടത്തിയതിന്റെ ശേഷം പെരുമാളുടെ അടുക്കൽച്ചെന്നപ്പോൾ അവിടെ ഒരു കുടം അടച്ചുകെട്ടിവെച്ചിരുന്നു. ബ്രാഹ്മണർ അവിടെ എത്തിയപ്പോഴേക്കും മുഹമ്മദീയരും ചെന്നുചേർന്നു. യോഗീശ്വരൻ പറഞ്ഞിരുന്നതുപോലെ തന്നെ കുടത്തിനകത്തെന്താണെന്നു ചോദിക്കുകയും കൃഷ്ണസർപ്പമാണെന്നു മുഹമ്മദീയരും താമരപ്പൂവാണെന്നു ബ്രാഹ്മണരും പറയുകയും പെരുമാൾ ആവശ്യപ്പെട്ടതനുസരിച്ചു ബ്രാഹ്മണർ താമരപ്പൂവെടുത്തു കാണിക്കുകയും ചെയ്തു. കുടത്തിൽ കൈയിടുന്ന ബ്രാഹ്മണൻ സർപ്പദഷ്ടനായി മറിഞ്ഞു വീണു മരിക്കുന്നതു കാണാൻ സന്തോഷത്തോടുകൂടി കാത്തിരുന്ന പെരുമാളും മുഹമ്മദീയരും താമരപ്പൂ കണ്ടപ്പോൾ അത്യന്തം വിസ്മയിക്കുകയും മുഹമ്മദീയർ ലജ്ജാവനതമുഖന്മാരായി ഒന്നും പറയാതെ ഉടൻതന്നെ അവിടെ നിന്നു പോവുകയും പെരുമാൾ ബ്രാഹ്മണരെ ബഹുമാനിച്ചു പറഞ്ഞയയ്ക്കുകയും ചെയ്തു.

ജയം സിദ്ധിച്ച ബ്രാഹ്മണർ സന്തോഷത്തോടുകൂടി അവിടെനിന്നു മടങ്ങിപ്പോന്നപ്പോൾ വഴിയിൽവെച്ചു മുൻപവർക്കു മന്ത്രോപദേശം ചെയ്ത യോഗീശ്വരനെ കണ്ടു. ഉടനെ ബ്രാഹ്മണർ ഭക്ത്യാദരങ്ങളോടുകൂടി യോഗീശ്വരന്റെ പാദത്തിങ്കൽ വീണു നമസ്കരിച്ചു. അപ്പോൾ യോഗീശ്വരൻ അവരോടു 'ഞാൻ നിങ്ങൾക്ക് ഉപദേശിച്ചതന്നിട്ടുള്ള മന്ത്രം സർവ്വാഭീഷ്ടസിദ്ധിപ്രദമായിട്ടുള്ളതാണ്. ആ മന്ത്രംകൊണ്ടാണല്ലോ നിങ്ങൾ ഈശ്വരപ്രസാദം സമ്പാദിക്കുകയും ജയം നേടുകയും ചെയ്തത്. ഈ മന്ത്രത്തെ നിങ്ങൾ മേലാൽ ജനോപകാരാർത്ഥമായിട്ടുകൂടി ഉപയോഗിക്കണം ജനങ്ങൾ സന്തത്യർത്ഥമായും മറ്റും നിങ്ങളോടാവശ്യപ്പെട്ടാൽ അവരുടെ അഭീഷ്ടസിദ്ധിക്കായി നിങ്ങൾ വിളക്കുവെച്ച് ഈ മന്ത്രം ചൊല്ലി ദീപപ്രദക്ഷിണം ചെയ്ത് ഈശ്വരനെ പ്രാർത്ഥിച്ചാൽ ജനങ്ങളുടെ ആഗ്രഹം സർവ്വേശ്വരൻ സാധിപ്പിച്ചു കൊടുക്കും. കേരളത്തിൽ എന്നും ഇങ്ങനെ നടക്കേണ്ടതിലേക്കായി നിങ്ങൾ ഈ മന്ത്രം പാരമ്പര്യമുറയ്ക്കു നിങ്ങളുടെ സന്തതികൾക്കും ഉപദേശിച്ചുകൊടുക്കണം' എന്നു പറഞ്ഞിട്ടു യോഗീശ്വരൻ മറയുകയും ചെയ്തു. മേൽപറഞ്ഞ സംഗതികളെല്ലാം അചിരേണ ലോകത്തിൽ സർവ്വത്ര പ്രസിദ്ധമായിത്തീരുകയാൽ ജനങ്ങൾ സന്തത്യർത്ഥമായും മറ്റും

ദീപപ്രദക്ഷിണവും ഈശ്വരപ്രാർത്ഥനയും നടത്തുന്നതിന് ഈ ബ്രാഹ്മണരോട് അപേക്ഷിക്കുകയും ഇവർ നടത്തിക്കൊടുക്കുകയും അതുകൊണ്ട് ജനങ്ങൾക്ക് അഭീഷ്ടസിദ്ധിയുണ്ടാകുകയും ചെയ്തുതുടങ്ങി. ഇതാണു സംഘക്കളിയുടെ ആഗമം.

സംഘക്കളിക്ക് ആദ്യമായി നടത്തുന്നതും പ്രധാനമായിട്ടുള്ളതും ദീപപ്രദക്ഷിണമാണല്ലോ. അത് അത്യുച്ചത്തിൽ വളരെ അകലെയകലെയായി ഓരോ അക്ഷരം വീതം ഒരു പ്രത്യേക സ്വരത്തിൽ ചൊല്ലിക്കൊണ്ടാണല്ലോ ചെയ്യുന്നത്. ആ ചൊല്ലുന്നതു പണ്ടു യോഗീസ്വരൻ ഉപദേശിച്ചു കൊടുത്ത വേദമന്ത്രമാണെന്നും ആ യോഗീശ്വരൻ സാക്ഷാൽ നാരദമഹർഷിയായിരുന്നുവെന്നും ഈ മന്ത്രം നാലു പാദങ്ങളുള്ളതായതിനാലാണ് ഈ ദീപപ്രദക്ഷിണത്തിനു 'നാലുപാദ' മെന്നു നാമം സിദ്ധിച്ചതെന്നുമാണ് പറഞ്ഞുവരുന്നത്.

ഈ ക്രിയ നടത്തുന്നതിനു കേരളത്തിലെ നാനാഭാഗങ്ങളിലായി താമസിക്കുന്ന ജനങ്ങളെല്ലാവരും ആവശ്യപ്പെട്ടുതുടങ്ങിയപ്പോൾ ഇതു നടത്തുന്നവരായ ബ്രാഹ്മണർക്ക് എല്ലാ സ്ഥലങ്ങളിലും ചെന്നെത്തുന്ന കാര്യം ദുഷ്കരമായിത്തീരുകയാൽ അവർ ഇന്നിന്ന ദേശങ്ങളിൽ ഇന്നയിന്ന ഇല്ലക്കാർകൂടി ഈ ക്രിയ നടത്തേണ്ടതാണെന്നു വ്യവസ്ഥ ചെയ്യുകയും അങ്ങനെ അവർ പതിനെട്ടു സംഘങ്ങളായി പിരിയുകയും ആ ഓരോ സംഘത്തിനും ഭാട്ടം, വെൺമണി, പുതുവാ ഇത്യാദികളായ ഓരോ പേരുകൾ നിശ്ചയിക്കുകയും ചെയ്തു. അതിനാലിപ്പോൾ ഇന്നയിന്ന കുടുംബക്കാർക്ക് ഇന്നയിന്ന സംഘക്കാരെന്ന് ഒരു വ്യവസ്ഥ വരികയും സംഘം മാറുന്നതു ദോഷമാണെന്നു ജനങ്ങളുടെയിടയിൽ ഒരു വിശ്വാസം ജനിക്കുകയും ചെയ്തിട്ടുണ്ട്. എന്നാൽ ചില കുടുംബങ്ങളിൽ രണ്ടും മൂന്നും നാലും അതിലധികവും സംഘങ്ങൾ കൂടിയേ കളി നടത്താൻ പാടുള്ളൂ എന്നു മുൻപേതന്നെ നിശ്ചയം ചെയ്തിട്ടുണ്ട്. രാജമന്ദിരങ്ങളിൽ കളിക്കാൻ പതിനെട്ടു സംഘങ്ങളും കൂടണമെന്നാണ് നിശ്ചയം.

പെരുമാക്കന്മാരുടെ വാഴ്ചയ്ക്കു മുൻപു കേരളബ്രാഹ്മണരിൽ ചിലർ രാജ്യരക്ഷാർത്ഥം ആയോധനവിദ്യ അഭ്യസിക്കുകയും ആയുധം ധരിക്കുകയും അവർക്കു വേദാർഹതയില്ലെന്നു ശേഷമുള്ള ബ്രാഹ്മണർ വിധിക്കുകയും ചെയ്തിരുന്നുവല്ലോ. ഈശ്വരസേവയ്ക്കായി തൃക്കാരിയൂർ പോയിരുന്ന സമയം മുഹമ്മദീയർ ഉപദ്രവിക്കാൻ ചെന്നാൽ തടുക്കുന്നതിനായി ഈ അഭ്യാസികളും ആയുധപാണികളുമായ ബ്രാഹ്മണരെക്കൂടെക്കൊണ്ടുപോയിരുന്നു. അവർ അവിടെത്താമസിച്ചിരുന്നകാലത്ത് നേരമ്പോക്കിനായി ചില പാട്ടുകൾ നിർമ്മിച്ചു പാടുകയും കൊട്ടുകയും ചില വേഷങ്ങൾ ധരിച്ചും അല്ലാതെയും ചില ഗോഷ്ടികൾ കാട്ടുകയും മറ്റും ചെയ്തിരുന്നു. കേരളത്തിൽ നാലുപാദം നടപ്പായതിനോടുകൂടി ആ ബ്രാഹ്മണർ ആവക വിനോദങ്ങൾകൂടി കാണിച്ചുതുടങ്ങുകയും അതു ജനങ്ങൾക്കു രസിക്കുകയും ചെയ്കയാൽ അതും നടപ്പായി. നാലുപാദവും ആ വിനോദങ്ങളും കൂടിയുള്ള കളിക്കാണ് ഇപ്പോൾ സംഘക്കളിയെന്നു പറഞ്ഞുവരുന്നത്. എന്നാൽ ആ വിനോദങ്ങൾ ആദ്യംതന്നെ ഇപ്പോൾ കണ്ടുവരുന്ന സ്ഥിതിയിലല്ലായിരുന്നു. അത് ഓരോ കാലത്ത് ഓരോരുത്തർ പരിഷ്കരിച്ചു ക്രമേണ ഈ സ്ഥിതിയിലായിത്തീർന്നതാണ്. ഈ വിനോദങ്ങളിൽ ചിലതിനു ചില അടിസ്ഥാനങ്ങളുണ്ട്.

ബ്രാഹ്മണർ ഈശ്വരസേവചെയ്തു തൃക്കാരിയൂർ താമസിച്ചിരുന്നപ്പോൾ അവിടെ ദേശാധിപതി (കരനാഥൻ) ആയി ഒരു കയ്മളുണ്ടായിരുന്നു. ബ്രാഹ്മണർ കൊട്ടും പാട്ടും വിനോദങ്ങളും മറ്റും തുടങ്ങിയപ്പോൾ ആ കയ്മകൾചെന്ന് അതൊക്കെ വിരോധിച്ചു. 'ഇത് നമ്മുടെ ദേശമാണ്. നമ്മുടെ അനുവാദം കൂടാതെ ഈ ദേശത്തു കൊട്ടാനും പാടാനുമൊന്നും പാടില്ല' എന്നു പറഞ്ഞു കലശൽകൂട്ടി. അതിനെ അടിസ്ഥാനപ്പെടുത്തിയാണ് സംഘക്കളിയിൽ ഇപ്പോൾ ഒരു കണ്ടപ്പന്റെ പുറപ്പാടുകൂടി വേണമെന്നുവെച്ചിരിക്കുന്നത്.

സംഘക്കളിക്കു 'പാന' എന്നൊരുരംഗംകൂടി അവശ്യകർത്തവ്യമായിട്ടുള്ളതാണ്. അതിനാൽ ഇതിനെ 'പാനയും കളിയും' എന്നും പറയാറുണ്ട്. സംഘക്കളിയിൽ പ്രധാനന്മാർ മേൽപറഞ്ഞ ആയുധധാരികളായ ബ്രാഹ്മണരാണ്. ഇവർ ഉപനയനം കഴിഞ്ഞാൽ വേദം ഒരുമുറ ഒരു പ്രാവശ്യം ചൊല്ലിത്തീർക്കാറുണ്ടെങ്കിലും മുറയ്ക്കു വേദാധ്യാനം ചെയ്യാറില്ല. ഇവരെ സാധാരണയായി പറഞ്ഞുവരുന്നത് യാത്രനമ്പൂരിമാരെന്നാണ്. യാത്രനമ്പൂരിമാരിൽത്തന്നെ അരങ്ങും അടുക്കളയുമുള്ളവരും അരങ്ങുമാത്രമുള്ളവരും ഇങ്ങനെ രണ്ടു തരക്കാരുണ്ട്. ഇവരിൽ ശ്ളാഘ്യതയും ആഭിജാത്യവും കൂടുതലുള്ളത് അരങ്ങുമടുക്കളയുമുള്ളവർക്കാണ്. സംഘക്കളിക്ക് ഈ രണ്ടുതരക്കാരും കൂടുമെങ്കിലും വേദാർഹന്മാരായ മലയാളബ്രാഹ്മണരുടെ ഇല്ലങ്ങളിൽ സദ്യയ്ക്കുള്ള ദേഹണ്ഡത്തിന് അരങ്ങുമാത്രമായിട്ടുള്ളവരെ ചേർക്കാറില്ല. ആഢ്യന്മാരുടെ ഇല്ലങ്ങളിലും സംഘക്കളിയുടെ അടിയന്തിരങ്ങളിൽ സദ്യയുടെ ദേഹണ്ഡം കഴിച്ചാൽ ആ ചോറും മറ്റും ആഢ്യന്മാരുടെ അന്തർജ്ജനങ്ങളും ഭക്ഷിക്കാറുണ്ട്. സംഘം തികയണമെങ്കിൽ അവരുടെ കൂടെ വേദാർഹന്മാരായ രണ്ടു നമ്പൂരിമാർകൂടി ഉണ്ടായിരിക്കണം. അവരുടെ സ്ഥാനങ്ങൾക്കാണ് വാദ്ധ്യാവൃത്തിയെന്നും പരീക്ഷയെന്നും പറയുന്നത്.

സംഘക്കളി നടത്തുന്നത് ആയുധമെടുത്തവരായ ബ്രാഹ്മണരാണെന്നുള്ളതിന്റെ ഓർമ്മയ്ക്കായിട്ടോ എന്തോ സംഘക്കളിയിൽ 'ആയുധമെടുക്കുക' (വാളും പരിചയുമെടുത്തു ചില അഭ്യാസങ്ങൾ കാണിക്കുക) എന്നൊരു ക്രിയകൂടി പതിവുണ്ട്. അതു നല്ലപോലെ അഭ്യസിച്ചു പഠിച്ചിട്ടുള്ളവർക്കല്ലാതെ കാണിക്കാൻ സാധിക്കുകയില്ല. നല്ല അഭ്യാസികൾ കാണിച്ചാൽ അതും കാഴ്ചക്കാർക്കും രസാവഹമായിരിക്കും.

ഈവക കാര്യങ്ങളിൽ ജനങ്ങൾക്കിപ്പോൾ വിശ്വാസവും ഭക്തിയും വളരെക്കുറവാകയാൽ സംഘക്കളിയും ഇപ്പോൾ വളരെ കുറഞ്ഞിട്ടുണ്ട്. കാലസ്ഥിതികൊണ്ട് ഈ വകയെല്ലാം ഇനി ക്രമേണ കുറഞ്ഞുവരാനല്ലാതെ തരമില്ലല്ലോ.

●

കൊട്ടാരക്കരച്ചന്ദ്രശേഖരൻ

'ധർമ്മരാജാവ്' എന്നുള്ള പ്രസിദ്ധിയോടുകൂടി കൊല്ലം 933-ാം ആണ്ടു മുതൽ 973-ാം ആണ്ടുവരെ തിരുവിതാംകൂർ രാജ്യം വാണിരുന്ന കാർത്തികതിരുനാൾ രാമവർമ്മമഹാരാജാവ് തിരുമനസ്സിലെ കാലത്തു തിരുവിതാംകൂർ, കൊച്ചി എന്നീ രാജ്യങ്ങൾ കൂടിച്ചേരുന്ന അതിർത്തിസ്ഥലത്തുള്ള ഒരു മലയിൽ കൊച്ചി സർക്കാരിൽനിന്ന് ഒരിക്കൽ തീർപ്പിച്ച (കുഴപ്പിച്ച) ഒരാനക്കുഴി തിരുവിതാംകൂറിലേക്കു സ്വൽപം കടത്തിയിരുന്നു. ഈ വിവരം മഹാരാജാവു തിരുമനസ്സുകൊണ്ട് ഉടനെ അറിഞ്ഞുവെങ്കിലും കൽപിച്ച് ഒന്നും ചെയ്തില്ല. അക്കാലത്ത് അതിർത്തി തിരിച്ച് എല്പുകക്കല്ലുകളിടുകയും മറ്റും ചെയ്തിരുന്നില്ല. ആദായങ്ങളെടുക്കുന്നത് അപ്പോഴത്തെത്തരംപോലെയും അവരവരുടെ സാമർത്ഥ്യംപോലെയുമായിരുന്നു അക്കാലത്തു നടന്നിരുന്നത്. അതിനാൽ കുഴിയിൽ ആന വീഴുമ്പോൾ അതിനേക്കുറിച്ച് ആലോചിച്ചാൽ മതിയല്ലോ എന്നായിരുന്നു തിരുമനസ്സിലെ വിചാരം. എന്നു മാത്രമല്ല, അന്നു കൊച്ചി രാജ്യം വാണിരുന്നത് പ്രസിദ്ധനായ ശക്തൻ തമ്പുരാൻ തിരുമനസ്സുകൊണ്ടുമായിരുന്നു. ആ തിരുമനസ്സുകൊണ്ടും മഹാരാജാവു തിരുമനസ്സുകൊണ്ടും പരസ്പരം ഏറ്റവും സ്നേഹമായിട്ടാണ് ഇരുന്നിരുന്നത്. അതിനാൽ തൽക്കാലം വഴക്കുണ്ടാക്കി ശക്തൻതിരുമേനിയെ മുഷിപ്പിക്കേണ്ട എന്നുള്ള വിചാരവും മഹാരാജാവു തിരുമനസ്സിലേക്കുണ്ടായിരുന്നു. അതുകൊണ്ടുംകൂടിയാണ് ഈ കുഴിയെടുപ്പിച്ചതിനെക്കുറിച്ചു മഹാരാജാവു തിരുമനസ്സുകൊണ്ട് ഒന്നും മിണ്ടാതെ മൗനത്തെ അവലംബിച്ചത്.

അതൊക്കെ എങ്ങനെയായാലും ആ കുഴി തീർത്തതു നല്ല സ്ഥലത്തും നല്ല സമയത്തുമായിരുന്നു എന്നുള്ളതിനു സംശയമില്ല. അതു തീർന്നിട്ട് അധികം താമസിയാതെതന്നെ അതിൽ ഒരു കുട്ടിക്കൊമ്പൻ വീണു. ആ ആനക്കുട്ടി സർവ്വശുഭലക്ഷണങ്ങളും തികഞ്ഞതായിരുന്നു. ഉടലിന്റെ പുഷ്ടിയും ഭംഗിയും ഇത്രയുമുള്ള ഒരാനക്കുട്ടിയെ അതിനുമുമ്പ് ആരും കണ്ടിട്ടില്ലായിരുന്നു. ഈ വർത്തമാനം കേട്ട് ആ കുട്ടിക്കൊമ്പനെ കുഴിയിൽനിന്നു കയറ്റിക്കുന്നതിനു ശക്തൻതമ്പുരാൻ തിരുമനസ്സുകൊണ്ടും കുഴിസ്ഥലത്തെഴുന്നള്ളി. കൊച്ചിരാജ്യത്തുള്ള താപ്പാനകളെക്കൊണ്ട് ഈ കുട്ടിക്കൊമ്പനെ കുഴിയിൽനിന്നു കയറ്റുവാൻ മതിയാവുകയില്ലെന്നു തിരുമനസ്സിൽ തോന്നുകയാൽ തിരുവിതാംകൂർ സർക്കാർ വകയായി അതിർത്തിസ്ഥലത്തു നിന്നിരുന്ന ഒരു താപ്പാനയെക്കൂടെ അവിടെ വരുത്തി. യാതൊരു തരക്കേടും കൂടാതെ ആ ആനക്കുട്ടിയെ കരയ്ക്കു കയറ്റി. ആ ആനക്കുട്ടിയെ കുഴിയിൽ

നിന്ന കയറ്റിക്കണ്ടസമയം ശക്തൻതിരുമനസ്സിലേക്കുണ്ടായ സന്തോഷവും വിസ്മയവും സീമാതീതങ്ങളായിരുന്നു. അതിർത്തിസ്ഥലത്തു കൊച്ചി സർക്കാർ വകയായിട്ടുണ്ടായിരുന്ന ആനക്കൂട്ടിൽ ഈ ആനയെ ആക്കിക്കുകയും ആ കുട്ടിക്കൊമ്പനെ ഇടംവലം മുതലായവ പഠിപ്പിച്ചു പഴക്കുകയും പ്രത്യേകം സൂക്ഷിക്കുകയും ചെയ്യുന്നതിനു വേണ്ടതെല്ലാം കൽപിച്ചു ചട്ടംകെട്ടുകയും ചെയ്തതിന്റെ ശേഷമേ തിരുമനസ്സു കൊണ്ട് അവിടെ നിന്നു തൃപ്പൂണിത്തുറയ്ക്കു തിരിയെ എഴുന്നള്ളിയുള്ളൂ. ഈ ആനക്കുട്ടിയെ കൂട്ടിലാക്കിയതിന്റെ ശേഷം ശക്തൻ തിരുമനസ്സുകൊണ്ടു തിരുവിതാംകൂറിൽനിന്നു വരുത്തിയ താപ്പാനയുടെ ആനക്കാരനോട് 'എന്തെടാ കുട്ടിയാന കേമനല്ലേ' എന്നു കൽപ്പിച്ചു ചോദിച്ചു. അതിനു മറുപടിയായി ആനക്കാരൻ 'റാൻ, അടിയന്റെ ആന, തിരുമനസ്സിലെ ആന, ഒന്നാന്തരമാന, പൊന്നുതമ്പുരാന്റെ ആന' എന്നു തിരുമനസ്സറിയിച്ചു. അപ്പോൾ ശക്തൻ തിരുമനസ്സുകൊണ്ട്, 'പോ മടയാ! നിന്റെ ആനയേയുംകൊണ്ടു പൊയ്ക്കോ' എന്നു കൽപിക്കുകയും ആ ആനക്കാരനു രണ്ടു മുണ്ടു കൽപിച്ചു കൊടുക്കുകയും ചെയ്തു. ആനക്കാരൻ മുണ്ടു വാങ്ങി തൊഴുതിട്ട് അപ്പോൾത്തന്നെ ആ താപ്പാനയേയുംകൊണ്ട് മടങ്ങിപ്പോരികയും ചെയ്തു.

ഈ താപ്പാന കൊച്ചിരാജ്യത്തുള്ള ഒരാനക്കുഴിയിൽ വീണതും തിരുവിതാംകൂർ സർക്കാരുദ്യോഗസ്ഥന്മാർ ഉപായത്തിൽ അവിടെനിന്നു കയറ്റിക്കൊണ്ടുവന്നു പഴക്കി തിരുവിതാംകൂർ സർക്കാർവക ആക്കിത്തീർത്തതുമായിരുന്നു. ആനക്കാരൻ ശക്തൻതിരുമനസ്സിലെ അടുക്കൽ 'അടിയന്റെ ആന, തിരുമനസ്സിലെ ആന' എന്നറിയിച്ചതിന്റെ അർത്ഥം ഇതായിരുന്നു. പിന്നെ 'ഒന്നാന്തരമാന, പൊന്നു തമ്പുരാന്റെ ആന' എന്നറിയിച്ചതിന്റെ അർത്ഥം ഇപ്പോൾ കുഴിയിൽവീണുകിട്ടിയ ആന ഒന്നാംതരമാണെന്നും അതിനെ ഏതുവിധവും പൊന്നുതമ്പുരാൻ (തിരുവിതാംകൂർ മഹാരാജാവു) കൈവശപ്പെടുത്തുമെന്നുമായിരുന്നു.

ഈ സംഗതികളെല്ലാം രണ്ടുദിവസം കഴിഞ്ഞപ്പോൾ മഹാരാജാവു തിരുമനസ്സു കൊണ്ടു തന്റെ ചാരന്മാർ മുഖാന്തരമറിയുകയും ശക്തൻ തിരുമനസ്സിലെ അടുക്കൽ ഉചിതമായ മറുപടി അറിയിച്ച ആനക്കാരനു പ്രതിമാസം പതിനഞ്ചുപണംകൂടി ശമ്പളം കൂട്ടിക്കൊടുക്കുന്നതിനു കൽപിച്ചു ചട്ടംകെട്ടുകയും ചില സമ്മാനങ്ങൾ കൽപിച്ച് അയച്ചുകൊടുക്കുകയും ചെയ്തു.

ആനക്കുട്ടിയുടെ യോഗ്യതകളെക്കുറിച്ചു കേട്ടപ്പോൾ അതിനെ ഏതുവിധവും കൈവശപ്പെടുത്തണമെന്നു മഹാരാജാവു തിരുമനസ്സുകൊണ്ടു കൽപിച്ചു നിശ്ചയിച്ചു. അതിനുള്ള കൗശലം ആലോചിച്ചു നിശ്ചയിക്കുന്നതിനായി ദിവാൻജിയെ തിരുമുമ്പാകെ വരുത്തി, 'നമ്മുടെ രാജ്യത്തിന്റെ അതിർത്തിക്കകത്തു കടന്നു കൊച്ചിക്കാർ ഒരാനക്കുഴി തീർക്കുകയും അതിൽ ഒരു കൊമ്പൻകുട്ടി വീഴുകയും അതിനെ അവർ കയറ്റിക്കൊണ്ടുപോയി കൊച്ചി സർക്കാർ വക ആനക്കൂട്ടിലാക്കി അടയ്ക്കുകയും ചെയ്ത കഥ കേശവൻ അറിഞ്ഞുവോ?' എന്നു കൽപിച്ചു ചോദിച്ചു.

ദിവാൻ: റാൻ, അടിയൻ അറിഞ്ഞു. ഇന്നലെ കൊട്ടാരക്കരെ വെച്ചാണ്, അടിയൻ ഈ സംഗതി അറിഞ്ഞത്.

മഹാരാജാവ്: ആ കുട്ടിക്കൊമ്പൻ സകല ശുഭലക്ഷണങ്ങളും തികഞ്ഞ

ഒരൊന്നാന്തരം ആനയാണെന്നാണ കേട്ടത്. അതിനെ അവർ കൈവശ പ്പെടുത്തിയതിനെക്കുറിച്ച നമുക്ക സാമാന്യത്തിലധികം കുണ്ഠിതമുണ്ട്. അതിനെ ഏതു വിധവും നമുക്ക കൈവശപ്പെടുത്തണം. അതിനെന്താ കൗശലം?

ദിവാൻ: അതിനെക്കുറിച്ച തിരുമനസ്സിൽ ഒട്ടും കുണ്ഠിതംവേണ്ട. ആ ആന താമസിയാതെ ഇവിടെ വന്നുചേരും.

മഹാ: അതെങ്ങനെ?

ദിവാൻ: അടിയൻ ഈ വർത്തമാനമിഞ്ഞ ക്ഷണത്തിൽ ആനയെ കൈവശപ്പെടുത്തി കൊണ്ടുവരുന്നതിനായി കുഞ്ചിക്കുട്ടിയെ അങ്ങോട്ടയ ച്ചിട്ടുണ്ട്. സഹായത്തിനായി വൈക്കം പത്മനാഭപിള്ളയെയും കുതിരപ്പ ക്ഷിയെയുംകൂടി പിന്നാലെ വിടകൊണ്ടയച്ചിട്ടാണ് അടിയൻ ഇങ്ങോട്ടു വിടകൊണ്ടു പോന്നത്.

മഹാ: കുഞ്ചിക്കുട്ടിക്ക് ഇപ്പോഴത്തെ പെരുമ്പടത്തിൽ മൂപ്പിലോക്കുറിച്ച് അറിയാമോ എന്തോ? അദ്ദേഹത്തിന്റെ 'ശക്തൻ' എന്നുള്ള പേരു യഥാർ ത്ഥമായിട്ടുള്ളതാണ്. അദ്ദേഹം നരസിംഹത്തിന്റെ അവതാരമാണെന്നാണ ജനങ്ങൾ പറയുന്നത്.

ദിവാൻ: അതൊക്കെ ശരിതന്നെ എങ്കിലും കുഞ്ചിക്കുട്ടി ഒരു കാര്യത്തി നായിപ്പോയാൽ അതു സാധിക്കാതെ മടങ്ങിപ്പോരുന്ന ആളല്ലെന്നാണ് അടിയന്റെ വിശ്വാസം. കുഞ്ചിക്കുട്ടി തേവലശ്ശേരി നമ്പിയുടെ ശിഷ്യനായ തുകൊണ്ട്, ആനയെ അല്ല, സിംഹത്തെത്തന്നെയും സ്വാധീനപ്പെടുത്തി ക്കൊണ്ടുപോരുന്നതിന് അയാൾക്ക് ഒരു പ്രയാസവുമില്ല. എന്നു മാത്രമല്ല, അയാൾ ചെങ്ങന്നൂർ ചെന്നു നമ്പിയെക്കണ്ടിട്ടല്ലാതെ കൊച്ചിയിലേക്ക വിടകൊള്ളുകയില്ല. പിന്നെ സഹായത്തിനു വിട കൊണ്ടിട്ടുള്ളവരും സാമാ ന്യക്കാരല്ലല്ലോ.

മഹാ: അതൊക്കെ ശരിയാണ്. കുഞ്ചിക്കുട്ടി പോയാൽ കാര്യം സാധി ക്കാതെയിരിക്കുകയില്ലെന്നുതന്നെയാണ നമുക്കും തോന്നുന്നത്.

ഈ സംഭാഷണം കഴിഞ്ഞതിന്റെ ശേഷം ദിവാൻജി തിരുമുമ്പിൽനി ന്നു മടങ്ങിപ്പോയി, അന്നത്തെ തിരുവിതാംകൂർ ദിവാൻജി കേശവപിള്ള (കേശവദാസ്) ആയിരുന്നു എന്നുള്ളതു വിശേഷിച്ച പറയണമെന്നില്ലല്ലോ.

ദിവാൻജിയുടെ ഉത്തരവു കിട്ടിയ ഉടനെ പുറപ്പെട്ടു കുഞ്ചിക്കുട്ടിപ്പിള്ള സർവ്വാധികാര്യക്കാർ ചെങ്ങന്നൂരെത്തി തേവലശ്ശേരി നമ്പിയെക്കണ്ടു വന്ദിച്ച് അദ്ദേഹത്തിന്റെ അനുഗ്രഹവും വാങ്ങിക്കൊണ്ട് അന്നുതന്നെ അവി ടെനിന്നു മടങ്ങിപ്പോരികയും അടുത്തദിവസം വൈകുന്നേരമായപ്പോഴേയ്ക്കും ആലങ്ങോട്ടുള്ള സ്വഗൃഹത്തിലെത്തുകയും ചെയ്തു. അപ്പോഴേക്കും വൈക്കം പത്മനാഭപിള്ളയും കുതിരപ്പക്ഷിയും അവിടെ ചെന്നുചേർന്നു. പിന്നെ അവർ മൂന്നുപേരുംകൂടി പിന്നീടു വേണ്ടുന്ന കാര്യങ്ങളെക്കുറിച്ച് ആലോചിച്ച് നിശ്ചയിക്കുകയും കുഞ്ചിക്കുട്ടിപ്പിള്ള പിന്നാലെ എത്തിക്കൊള്ളാമെന്നു പറഞ്ഞു മറ്റവരെ രണ്ടുപേരെയും ഊണു കഴിപ്പിച്ച് അപ്പോൾത്തന്നെ അവിടെനിന്നു പറഞ്ഞയയ്ക്കുകയും ചെയ്തു.

പത്മനാഭപിള്ളയും കുതിരപ്പക്ഷിയും രണ്ടു വഴിപോക്കരുടെ

വേഷത്തിലാണ പുറപ്പെട്ടത്. അവർ ആലങ്ങാട്ടുനിന്ന പുറപ്പെട്ടതിന്റെ പിറ്റേ ദിവസംതന്നെ കൊച്ചി സർക്കാർവക ആനക്കൂടിന്റെ സമീപത്തെത്തി. ആനക്കൂടിന്റെ തണലത്തിരുന്ന് ഒന്നു മുറുക്കിയതിന്റെ ശേഷം കൂട്ടിൽ നിന്നിരുന്ന ആനകളെ നോക്കി പത്മനാഭപിള്ള ആനകളുടെ ലക്ഷണങ്ങളെക്കുറിച്ചു ചില ശ്ളോകങ്ങൾ ചൊല്ലുകയും അവയുടെ അർത്ഥം കുതിരപ്പക്ഷിയെ പറഞ്ഞുകേൾപ്പിക്കുകയും ചെയ്തുതുടങ്ങി. പത്മനാഭപിള്ള ആനകളുടെ ലക്ഷണങ്ങളും മറ്റും പറയുന്ന 'മാതംഗലീല' മുതലായ അനേകം ശാസ്ത്രഗ്രന്ഥങ്ങൾ പഠിച്ചിട്ടുണ്ടായിരുന്നതിനാൽ ആ വക ഗ്രന്ഥങ്ങളിലുള്ള ചില ശ്ളോകങ്ങൾ ചൊല്ലിയാണ് കുതിരപ്പക്ഷിയോട് അർത്ഥം പറഞ്ഞത്. ഇതു കേട്ടപ്പോൾ അവിടെയുണ്ടായിരുന്ന ആനക്കാരെല്ലാം ഇവരുടെ അടുക്കൽ ചെന്നുകൂടി. ആനകളുടെ ലക്ഷണങ്ങളും മറ്റും പറയുന്നതു കേൾക്കാൻ ആനക്കാർക്ക് അഭിരുചിയുണ്ടാകുന്നതു സ്വാഭാവികമാണല്ലോ. ആ ആനക്കാരിൽ ചിലർ മാതംഗലീലയും മറ്റും കുറേശ്ശെ പഠിച്ചിട്ടുള്ളവരുമായിരുന്നു. അവരിൽ ചിലർ പത്മനാഭപിള്ളയോടു ചില സംശയങ്ങൾ ചോദിക്കുകയും അവയെല്ലാം പത്മനാഭപിള്ള ശരിയായ സമാധാനങ്ങൾ പറഞ്ഞ് അവരെ സമ്മതിപ്പിക്കുകയും ചെയ്തു. അപ്പോഴേക്കും ആ ആനക്കാർക്കു പത്മനാഭപിള്ളയെക്കുറിച്ചു വളരെ ബഹുമാനമുണ്ടായിത്തീർന്നു. ഉടനെ ആ ആനക്കാർ വഴിപോക്കരോട്, 'നിങ്ങൾ എവിടത്തുകാരാണ്? എവിടെപ്പോയി വരുന്നു?' എന്നും മറ്റും ചോദിച്ചു: അതിനു മറുപടിയായി വഴിപോക്കർ, 'ഞങ്ങളുടെ ദിക്കു കുറച്ചു തെക്കാണ്. ഞങ്ങളുടെ ദിക്കിലുള്ള ഒരു വലിയ പ്രഭുവിന് ഒരു ആനയെ വാങ്ങിയാൽ കൊള്ളാമെന്നുണ്ട്. അതിനായിട്ടു ഞങ്ങൾ അന്വേഷിച്ചു പുറപ്പെട്ടിരിക്കുകയാണ്' എന്നു പറഞ്ഞു.

ഇവർ ഇങ്ങനെ സംസാരിച്ചുകൊണ്ടിരുന്ന സമയം ഏറ്റവും പ്രാകൃതവേഷക്കാരനായ ഒരു പട്ടാണി അവിടെച്ചെന്ന് 'യശമാനന്മാരേ, ഒന്നു തിന്നാൻ പൊഹല തരാമോ?' എന്നു ചോദിച്ചു. അതുകേട്ടു വഴിപോക്കരിൽ ഒരാൾ (പത്മനാഭപിള്ള) 'ഇതു പുകയിലക്കച്ചവടസ്ഥലമല്ല; ഇത് ആനക്കൂടാണ്. ഇവിടെ പുകയിലയില്ല. ഒരാനയെ വേണമെങ്കിൽത്തരാം' എന്നു നേരമ്പോക്കുരീതിയിൽ പറഞ്ഞു. ഉടനെ പട്ടാണി, 'എന്നാൽ ആനയായാലുംമതി' എന്നു പറഞ്ഞു. അപ്പോൾ വഴിപോക്കൻ ആനക്കാരന്മാരോട്, 'നമുക്ക് ഇയ്യാളെ ഒരാനപ്പുറത്തൊന്നു കേറ്റണം' എന്നു പറഞ്ഞു. 'അങ്ങനെ തന്നെ' എന്ന് ആനക്കാർ സമ്മതിക്കുകയും ചെയ്തു. അപ്പോൾ മറ്റേ വഴിപോക്കൻ (കുതിരപ്പക്ഷി) 'ഞങ്ങൾ ഇവിടെ അടുത്തൊരു സ്ഥലത്തുപോയി ക്ഷണത്തിൽ മടങ്ങിവരാം. എന്നിട്ടാവാം ആനപ്പുറത്തു കേറ്റുകയും മറ്റും. നേരം അസ്തമിക്കാറായി' എന്നു പറഞ്ഞിട്ട് ആനക്കാരെയെല്ലാം വിളിച്ചുകൊണ്ടുപോയി. അടുത്തുണ്ടായിരുന്ന ഒരു മദ്യശാലയിൽക്കയറി മദ്യം വാങ്ങിക്കൊടുത്ത് ആനക്കാരെയെല്ലാം മൂക്കോളം കുടിപ്പിച്ചു. ആ വഴിപോക്കൻ കുടിച്ചുമില്ല. ഉടനെ അവർ മടങ്ങി ആനക്കൂട്ടിൽവന്നു. ഉടനെ ആനക്കാർ, 'ഏതാനയുടെ പുറത്താണ് കേറേണ്ടത്?' എന്നു പട്ടാണിയോടു ചോദിച്ചു. പട്ടാണി, 'ഇതിന്റെ പുറത്ത്' എന്നുപറഞ്ഞ് ആ പുതിയ കുട്ടിക്കൊമ്പനെ തൊട്ടുകാണിച്ചു. പട്ടാണി തൊട്ടയുടനെ ആ ആനക്കുട്ടി പട്ടാണിയെക്കുത്താനായിത്തിരിഞ്ഞുനിന്നു. അപ്പോൾ ആനക്കാർ 'എടോ മാറി നിൽക്കൂ!! ഇത് ഉപ്പാപ്പനും മറ്റുമല്ല, ആനക്കുട്ടിയാണ്. അവനെ കുഴിയിൽനിന്നു കേറ്റി

ക്കൂട്ടിലാക്കീട്ടു നാലഞ്ചുദിവസമേ ആയുള്ളൂ. ഒട്ടും പഴകീട്ടുമില്ല. അവൻ മഹാ വിഷമക്കാരനാണ്. മിനിഞ്ഞാന്ന് ഒരാനക്കാരന്റേയും ഇന്നലെ ഈ ക്കൂട്ടിൽ കിടന്നിരുന്ന ഒരാനയുടെയും കഥ ഇവൻ കഴിച്ച്' എന്നു പറഞ്ഞു. അതുകേട്ട് ഒരു വഴിപോക്കൻ, 'എങ്കിലും അയാൾക്ക് അതിന്റെ പുറത്തു കയറാനാണ് ആഗ്രഹമെങ്കിൽ നമുക്കതു സാധിപ്പിക്കണമല്ലോ. ചാകാതെയിരിക്കാൻ സൂക്ഷിക്കേണ്ടത് അയാളുടെ ചുമതലയാണ്'' എന്നു പറഞ്ഞു. ഉടനെ ആനക്കാർ, 'എന്നാലങ്ങനെയാവാം' എന്നു പറഞ്ഞ് ആ കുട്ടിയാനയെ രണ്ടു വടങ്ങളിട്ടു കെട്ടി, രണ്ടു താപ്പാനകളെ രണ്ടുവശത്തും നിറുത്തി പിടിച്ചു കൂട്ടിനു വെളിയിലിറക്കി. ഉടനെ ഒരു വഴിപോക്കൻ (പത്മനാഭപിള്ള) അടുത്തുചെന്ന് ആ കുട്ടിക്കൊമ്പനെ ഒന്നു തടവുകയും പുറത്തു കയറിക്കൊള്ളുന്നതിനു പട്ടാണിയോടു പറയുകയും ചെയ്തു. 'മരിക്കാൻ മനസ്സും ധൈര്യവുമുണ്ടെങ്കിൽ കേറിക്കൊള്ളൂ' എന്ന് ആനക്കാരും സമ്മതിച്ചു. ഇതു കേട്ട ക്ഷണത്തിൽ പട്ടാണി ഒരു ചാട്ടത്തിന് ആനപ്പുറത്തു കയറിക്കഴിഞ്ഞു. ഇതു കണ്ടപ്പോൾ ആനക്കാർ, 'ഇതെന്തൊരത്ഭുതമാണ്? ആന മടക്കാതെ ഒരു ചാട്ടത്തിന് ആനപ്പുറത്തു കയറിയ ഇവനാരാണ്? ആരായാലും സാമാന്യക്കാരനല്ല, നിശ്ചയം തന്നെ' എന്നും മറ്റും വിചാരിച്ച് അന്ധാളിച്ചു നിന്നുപോയി. പട്ടാണി തന്റെ അരവാളൂരി ആനയുടെ രണ്ടുവശങ്ങളിലുമുണ്ടായിരുന്ന വടങ്ങൾ വെട്ടിമുറിച്ചു കളഞ്ഞു. ആ സമയം പാന്ഥവേഷധാരിയായിരുന്ന പത്മനാഭപിള്ള വടം പിടിച്ചിരുന്ന താപ്പാനകൾക്ക് ഓരോ അടിവെച്ചുകൊടുത്തു. അടികൊണ്ട മാത്രയിൽ ആ ആനകൾ ഉറക്കെ നിലവിളിച്ചുകൊണ്ട് ഓടി കാട്ടുകേറി. വടങ്ങൾ വെട്ടിമുറിച്ചു കഴിഞ്ഞപ്പോൾ ആ കുട്ടിക്കൊമ്പൻ നടന്നുതുടങ്ങി. പിന്നാലെ വല്ലവരും വന്നെങ്കിൽ കാണണമെന്നും വിചാരിച്ചു പട്ടാണി ആനയെ തിരിച്ചു പിമ്പോട്ടു നടത്തിയാണ് കൊണ്ടുപോയത്. അങ്ങനെ അതിർത്തികടന്ന് ഏകദേശം ഒന്നരനാഴിക ദൂരത്തായതിന്റെ ശേഷം പട്ടാണി ആനയെ മുമ്പോട്ടുതന്നെ നടത്തിക്കൊണ്ടുപോയി. പട്ടാണിവേഷം ധരിച്ചു വന്ന ഈ മനുഷ്യൻ കുഞ്ചിക്കുട്ടിപ്പിള്ള സർവ്വാധികാര്യക്കാരാണെന്നു പറയാതെ തന്നെ വായനക്കാർ ഊഹിച്ചറിഞ്ഞിരിക്കുമല്ലോ.

ഏകദേശം പത്തുനാഴിക ഇരുട്ടിയപ്പോഴേക്കും കുഞ്ചിക്കുട്ടിപ്പിള്ള ആനയേയുംകൊണ്ട് ആലങ്ങാട്ടു സ്വഗൃഹത്തിലെത്തി. അപ്പോഴേക്കും പത്മനാഭപിള്ളയും കുതിരപ്പക്ഷിയും അവിടെ വന്നുചേർന്നു. ഉടനെ അവർ അത്താഴം കഴിക്കുകയും ആനയ്ക്കു തീറ്റയും വെള്ളവും കൊടുക്കുകയും ചെയ്തതിന്റെ ശേഷം മൂന്നു പേരുംകൂടി ആനയെയും കൊണ്ട് അപ്പോൾതന്നെ പുറപ്പെട്ടു. ഈ ആനക്കുട്ടിയെ മഹാരാജാവു തിരുമനസ്സിലെ തിരുമുമ്പാകെ കൊണ്ടുചെന്നു കാണിക്കാനുള്ള ധൃതിയും അത്യുത്സാഹവും നിമിത്തം അവർ ആലങ്ങാട്ടുനിന്നു പുറപ്പെട്ടിട്ട് രണ്ടു ദിവസംകൊണ്ട് കൊട്ടാരക്കരയെത്തി. അനന്തരം ആ മഹാന്മാർ മൂന്നുപേരും പഠിച്ച വിദ്യകളെല്ലാം പ്രയോഗിച്ചു നോക്കീട്ടും ആനയെ അവിടെനിന്ന് ഒരടിപോലും നടത്താൻ സാധിച്ചില്ല. ആനയെ തിരുവനന്തപുരത്തു തിരുമുമ്പാകെ കൊണ്ടുചെന്നു കാണിച്ചെങ്കിലല്ലാതെ തങ്ങളുടെ പ്രയത്നം സഫലമാവുകയില്ലല്ലോ എന്നു വിചാരിച്ചാണ് അവർ ശ്രമിച്ചത്. എന്തൊക്കെ ചെയ്തിട്ടും ആനയെ അവിടെനിന്നു കൊണ്ടുപോകുവാൻ അവർക്കു സാധിച്ചില്ല. ആന ഒന്നുരണ്ടു ദിവസം രാപ്പകൽ ഒരുപോലെ അധികദൂരം നടന്നതുകൊണ്ടുള്ള ക്ഷീണം

നിമിത്തമായിരിക്കും നടക്കാത്തതെന്നു വിചാരിച്ചു ധാരാളമായി തീറ്റയും മറ്റും കൊടുത്ത് ഒന്നുരണ്ടു ദിവസം ആനയെ അവിടെ നിറുത്തി വിശ്രമിപ്പിച്ചിട്ടു പിന്നെയും കൊണ്ടുപോകാനായി ശ്രമിച്ചുനോക്കി. എന്നിട്ടും ഫലമൊന്നുമുണ്ടായില്ല. ആന അവിടെത്തന്നെ നിന്നതേയുള്ളൂ. അപ്പോൾ ആ ദിക്കുകാരായ ചില വയോവൃദ്ധന്മാർ കുഞ്ചിക്കുട്ടിപ്പിള്ളയോട് 'ഈ ആനയെ ഇവിടെ കൊണ്ടുവന്നിട്ടു മഹാദേവനു നടയ്ക്കിരുത്താതെ കൊണ്ടുപൊയ്ക്കളയാമെന്നു നിങ്ങൾ വിചാരിച്ചത് വലിയ സാഹസമായിപ്പോയി. ഈ ആനയെ ഇവിടെ നടയ്ക്കിരുത്താതെ കൊണ്ടുപോകാൻ ആരു വിചാരിച്ചാലും ഒരിക്കലും സാധിക്കയില്ല. മഹാദേവൻ ആനയെ വിട്ടയയ്ക്കാതെ എങ്ങനെ കൊണ്ടുപോകും? മഹാദേവനു കൊടുത്തതായി സങ്കൽപ്പിച്ചു നടയ്ക്കിരുത്തിയാൽ പിന്നെ എവിടെ വേണമെങ്കിലും കൊണ്ടുപോകാം' എന്നു പറയുകയും അതു വാസ്തവമായിരിക്കുമെന്നു കുഞ്ചിക്കുട്ടിപ്പിള്ളയ്ക്കു തോന്നുകയും ചെയ്യുകയാൽ അദ്ദേഹം ഈ സംഗതികളെല്ലാം തിരുമനസ്സറിയിക്കുന്നതിനു കേശവപിള്ളദിവാൻജിയുടെ പേർക്കു വിവരത്തിന് ഒരെഴുത്തെഴുതിക്കൊടുത്തു പത്മനാഭപിള്ളയെ തിരുവനന്തപുരത്തിനയയ്ക്കുകയും ആനയെ സൂക്ഷിക്കുകയും പഴക്കുകയും ചെയ്തുകൊണ്ടു കുഞ്ചിക്കുട്ടിപ്പിള്ള കൊട്ടാരക്കരെത്തന്നെ താമസിക്കുകയും ചെയ്തു.

സർവ്വാധികാര്യക്കാരുടെ എഴുത്തു കണ്ടയുടനെ ദിവാൻജി തിരുമുമ്പാകെ ചെന്നു സകലവിവരങ്ങളും തിരുമനസ്സറിയിച്ചു. അപ്പോൾ മഹാരാജാവു തിരുമനസ്സു കൊണ്ട് 'കുഞ്ചിക്കുട്ടി ആനയെ കൊണ്ടുപോകുന്നതുവരെയുള്ള സംഗതികളെല്ലാം ചാരന്മാർ മുഖാന്തരം നാം മുമ്പേ തന്നെ അറിഞ്ഞിരിക്കുന്നു. അതിൽ പിന്നീടുള്ള വിവരങ്ങൾ ഇപ്പോൾ മനസ്സിലായല്ലോ. സന്തോഷമായി. വിചാരിച്ച കാര്യം സാധിച്ചത് ഈശ്വരാനുകൂല്യംകൊണ്ടാണല്ലോ. അതിനാൽ ആ ആനയെ ഈശ്വരനു സമർപ്പിക്കുന്നതും നമുക്ക് സന്തോഷകരംതന്നെ. താമസിയാതെ നാം കൊട്ടാരക്കരെച്ചെന്ന് ആ ആനക്കുട്ടിയെ നടയ്ക്കിരുത്തിയേക്കാം. അതിനു വേണ്ടുന്നതെല്ലാം ഉടനെ ചട്ടംകെട്ടിക്കൊള്ളണം' എന്നും കൊട്ടാരക്കരെയ്ക്ക് എഴുന്നള്ളത്തു പുറപ്പെടുന്നത് ഇന്ന ദിവസമാണെന്നും കൽപ്പിച്ചു.

കല്പനപ്രകാരം ദിവാൻജി എഴുന്നള്ളത്തിനും ആനയെ നടയ്ക്കിരുത്തുന്നതിനും വേണ്ടുന്നതെല്ലാം ചട്ടംകെട്ടുകയും നിശ്ചിതദിവസം തന്നെ തിരുമനസ്സു കൊണ്ട് കൊട്ടാരക്കരെ എഴുന്നള്ളുകയും ചെയ്തു. അപ്പോഴേക്കും കുഞ്ചിക്കുട്ടിപ്പിള്ള ആനപ്പാവുപരിചയമുള്ള 'രാമശ്ശാരെ'ന്നു പ്രസിദ്ധനായ ഒരാനക്കാരന്റെ സഹായത്തോടുകൂടി ആ കുട്ടിക്കൊമ്പനെ ഇടവും വലവും മറ്റും പഠിപ്പിച്ചു നല്ലതു പോലെ പഴക്കിയിരുന്നു. സർവ്വലക്ഷണങ്ങളും തികഞ്ഞ ആ ആനക്കുട്ടിയെ കണ്ടപ്പോൾ തിരുമനസ്സിലേക്കുണ്ടായ സന്തോഷം അപരിമിതമായിരുന്നു. ആകപ്പാടെ കണ്ടപ്പോൾത്തന്നെ അവൻ മഹാശൂരനും ധീരനുമാണെന്നു തിരുമനസ്സുകൊണ്ടു നിശ്ചയിച്ചു. അക്കാലത്ത് ആ ആനയ്ക്ക് ഏകദേശം ഇരുപതു വയസ്സു പ്രായമായിട്ടുണ്ടായിരുന്നു. ഒരു മുഴത്തിൽ കുറയാതെ കൊമ്പുകൾ പുറത്തേക്കു കാൺമാനുണ്ടായിരുന്നു. ദേഹത്തിന്റെ പുഷ്ടിയും ഉയരവും തലക്കട്ടിയും മസ്തകത്തിന്റെ വിരിവും കൊമ്പിന്റെ ഭംഗിയും മറ്റും ഇത്രത്തോളമുള്ള ഒരാന അക്കാലത്തു വേറെ ഇല്ലായിരുന്നുവെന്നു മാത്രമല്ല, അതിനു മുമ്പ് ഉണ്ടായിരുന്നുമില്ല.

ആ കുട്ടിയാനയുടെ പുറത്ത് ആറുപേർക്ക് ധാരാളമായിട്ടിരിക്കാമായിരുന്നു. നട്ടെല്ലിന്റെ രണ്ടുവശത്തും ഓരോരുത്തർക്കു നീണ്ടു നിവർന്നു കിടക്കുകയും ചെയ്യാമായിരുന്നു. നട്ടെല്ലു ലേശംപോലും എഴുന്നിരുന്നില്ല. അതിനാൽ ആ ആനയുടെ പുറത്തിരുന്നാൽ മെത്തപ്പുറത്തിരുന്നാലെന്നതുപോലുള്ള സുഖം തോന്നുമായിരുന്നു. അവന്റെ മുഖത്തു സദാ പ്രകാശിച്ചിരുന്നത് വീരരസമായിരുന്നു. ആ കൊമ്പന്റെ നെറ്റിയിൽ ചന്ദ്രക്കലപോലെ ഒരു രേഖ ശോഭിച്ചു കാൺമാനുണ്ടായിരുന്നു. അതുകൊണ്ടും കൊട്ടാരക്കരദേവൻ ചന്ദ്രശേഖരൻ (ശിവൻ) ആയിരുന്നതിനാലും ആ ആനക്കുട്ടിക്കു മഹാരാജാവു തിരുമനസ്സുകൊണ്ടു ചന്ദ്രശേഖരൻ എന്നുതന്നെ പേരിട്ട് അവിടെ നടയ്ക്കിരുത്തി. പിന്നീട് 'കൊട്ടാരക്കരച്ചന്ദ്രശേഖരൻ' എന്നു പ്രസിദ്ധനായിത്തീർന്ന ഗജശ്രേഷ്ഠൻ ഈ കുട്ടിക്കൊമ്പനാണെന്നു വിശേഷിച്ചു പറയണമെന്നില്ലല്ലോ. ആനയെ നടയ്ക്കിരുത്തിയതു സംബന്ധിച്ചു തിരുമനസ്സിലെ വകയായി അന്ന് അവിടെ ക്ഷേത്രത്തിൽ കേമമായിട്ടു കളഭവും വിളക്കും സദ്യയും മറ്റുമുണ്ടായിരുന്നു. അതെല്ലാം കഴിഞ്ഞിട്ടു നാലുദിവസംകൂടി അവിടെ എഴുന്നള്ളിത്താമസിക്കുകയും കുഞ്ചിക്കുട്ടിപ്പിള്ളയ്ക്കു വേണ്ടുന്ന സഹായങ്ങൾ ചെയ്തുകൊണ്ടിരുന്ന രാമയ്യാരെത്തന്നെ ചന്ദ്രശേഖരന്റെ ആനക്കാരനായി കൽപിച്ചു നിയമിക്കുകയും 'ചന്ദ്രശേഖരനു തീറ്റയും മറ്റും വേണ്ടതുപോലെ കൊടുത്ത് അവനെ ശരിയായി രക്ഷിച്ചു കൊള്ളണം' എന്നു പ്രത്യേകം കൽപ്പിക്കുകയും ചെയ്തിട്ടാണ് തിരുമനസ്സുകൊണ്ടു തിരുവനന്തപുരത്തേക്കു തിരിച്ചെഴുന്നള്ളിയത്. ചന്ദ്രശേഖരനെ കൊട്ടാരക്കര നടയ്ക്കിരുത്തിയത് കൊല്ലം 948ആം ആണ്ടാണ്. അതിനുശേഷം അവനെ സംബന്ധിച്ചുണ്ടായിട്ടുള്ള ചില വിശേഷസംഗതികൾ താഴെപ്പറയുന്നു.

കാലക്രമേണ ചന്ദ്രശേഖരനെക്കുറിച്ചുള്ള സന്തോഷം തിരുമനസ്സിലേക്കും ജനങ്ങൾക്കും സീമാതീതമായി വർദ്ധിച്ചു. അവനു തീറ്റ കൊടുക്കുന്നതിനും അവനെ കുളിപ്പിക്കുന്നതിനും മറ്റും ഒട്ടും അമാന്തം വന്നുപോകരുതെന്നു കരുതി രാമയ്യാരുടെ അസിസ്റ്റന്റായി 'കൊച്ചുകുഞ്ഞ്' എന്നൊരാളെക്കൂടി ആനക്കാരനായി നിയമിച്ചു. കൊട്ടാരക്കര ദേശത്തുള്ള ജനങ്ങൾ ചന്ദ്രശേഖരനെക്കുറിച്ചുള്ള സന്തോഷംകൊണ്ട് ആനയെ വൈകുന്നേരം കെട്ടുന്നത് ഓരോ ദിവസം ഓരോരുത്തരുടെ പുരയിടങ്ങളിൽ വേണമെന്നും തീറ്റി അവർ ശേഖരിച്ചു കൊടുത്തു കൊള്ളാമെന്നും രാമയ്യാരോടു പറയുകയും രാമയ്യാർ അങ്ങനെ സമ്മതിക്കുകയും അപ്രകാരം നടത്തിവരികയും ചെയ്തു. ആനയെ എവിടെക്കെട്ടിയാലും പിറ്റേദിവസം രാവിലെ കൊച്ചുകുഞ്ഞ് ആ സ്ഥലത്തുചെന്ന് ആനയെ പൊടിതട്ടിക്കളയുകയും വെള്ളം കൊടുക്കുകയും കൊണ്ടുപോയി കുളിപ്പിക്കുകയും ചെയ്യണമെന്നാണു രാമയ്യാര് ഏർപ്പാട് ചെയ്തിരുന്നത്. അങ്ങനെ പതിവായി നടന്നുവരികയും ചെയ്തു. ചന്ദ്രശേഖരന്റെ ശുശ്രൂഷകളെല്ലാം ചെയ്തിരുന്നത് കൊച്ചുകുഞ്ഞായിരുന്നുവെങ്കിലും അവനു സ്നേഹവും ബഹുമാനവും രാമയ്യാരെക്കുറിച്ചുള്ളതു പോലെ മറ്റാരെക്കുറിച്ചുമുണ്ടായിരുന്നില്ല. കൊച്ചുകുഞ്ഞിനെ ചന്ദ്രശേഖരൻ കൂലിക്കാരനായിട്ടു മാത്രമേ വിചാരിച്ചിരുന്നുള്ളൂ. രാമയ്യാർക്കു ചന്ദ്രശേഖരനെക്കുറിച്ചു പുത്രനിർവ്വിശേഷമായ സ്നേഹവും വാത്സല്യവുമുണ്ടായിരുന്നു. അയാൾ ചന്ദ്രശേഖരനെ സാധാരണയായി വിളിച്ചു വന്നിരുന്നതും 'മകനേ!' എന്നായിരുന്നു. ചന്ദ്രശേഖരൻ അതിനെ സമ്മതിച്ചും രാമയ്യാരെ തന്റെ പിതാവിനെപ്പോലെ

വിചാരിച്ചുമാണ് വർത്തിച്ചിരുന്നത്.

ഇപ്രകാരമെല്ലാമിരുന്നപ്പോൾ ഒരു ദിവസം കാലത്ത് ആനയെ അഴിക്കുന്നതിനും മറ്റും പതിവുപോലെ കൊച്ചുകുഞ്ഞു വന്നില്ല. അയാൾ കള്ളുകുടിച്ച് ബോധംകെട്ട് എവിടെയോ കിടന്നുപോയി. കൊച്ചുകുഞ്ഞ് പതിവുപോലെ വരുമല്ലോ എന്നു വിചാരിച്ചു രാമശ്ശാരും രാവിലെ വന്നില്ല. അയാൾ ഏകദേശം പത്തുമണിയായപ്പോഴാണ് ആനയുടെ അടുക്കൽ വന്നത്. അപ്പോൾ ആനയെ അതുവരെ അഴിക്കുകയും പൊടിയടിക്കുകയും വെള്ളം കൊടുക്കുകയും ചെയ്തിട്ടില്ലെന്നറിഞ്ഞു രാമശ്ശാർ വളരെ വ്യസനിച്ചു. ചന്ദ്രശേഖരനും സ്വൽപം സങ്കടം പ്രദർശിപ്പിച്ചു. ഉടനെ രാമശ്ശാർ, 'മകനേ ആ കുരുത്തംകെട്ടവൻ പതിവുപോലെ വരുമെന്നു വിചാരിച്ചാണ് ഞാൻ വരാൻ താമസിച്ചത്. ഇനി ഇങ്ങനെ ഒരിക്കലും വരാതെ ഞാൻ കരുതിക്കൊള്ളാം' എന്നു പറഞ്ഞ് ആനയെ അഴിച്ചു പൊടിയടിച്ചുകൊണ്ടിരുന്ന സമയം കൊച്ചുകുഞ്ഞും അവിടെച്ചെന്നുചേർന്നു. കൊച്ചുകുഞ്ഞിനെക്കണ്ടിട്ട് ദേഷ്യം കലശലായിട്ടു വരികയാൽ രാമശ്ശാർ അയാളെ സ്വൽപം ശാസിക്കുകയും ശകാരിക്കുകയും ചെയ്തു. അതു കൊച്ചുകുഞ്ഞിന് ഒട്ടും രസിച്ചില്ല. കൊച്ചുകുഞ്ഞിനു കള്ളിന്റെ ലഹരി നല്ലപോലെ പോയിട്ടില്ലായിരുന്നതു കൊണ്ടും ശകാരം കേട്ടപ്പോൾ ദേഷ്യം വന്നതു കൊണ്ടും അയാൾ രാമശ്ശാരെത്തല്ലാനായി കൈയോങ്ങിക്കൊണ്ടു പാഞ്ഞുചെന്നു. അതു ചന്ദ്രശേഖരന് ഒട്ടും രസിച്ചില്ല. അവൻ കൊച്ചുകുഞ്ഞിന്റെ കാലിന്മേൽ പിടികൂടി. അതുകണ്ടു രാമശ്ശാർ, 'അയ്യോ മകനേ! ചതിക്കരുതേ' എന്നു പറഞ്ഞതും ചന്ദ്രശേഖരൻ കൊച്ചുകുഞ്ഞിനെ പിടിച്ച് ഒരു മരത്തിന്മേൽ അടിച്ചതും കൊച്ചുകുഞ്ഞിന്റെ തല പൊട്ടിത്തെറിച്ചതും ചന്ദ്രശേഖരൻ കൊലവിളി വിളിച്ചതുമെല്ലാമൊരുമിച്ചു കഴിഞ്ഞു. കൊച്ചുകുഞ്ഞിനെ മരത്തിന്മേലടിക്കാതിരിക്കുന്നതിനു തടസ്സം പിടിക്കാനായി അടുത്തുചെന്ന രാമശ്ശാരുടെ മേൽ തുമ്പിക്കൈ സ്വൽപം ഏശുകയാൽ അയാൾ ബോധംകെട്ടു രണ്ട് ദണ്ഡ് അകലെപ്പോയി വീണു. ആ സമയം അവിടെത്താമസിച്ചിരുന്ന വീട്ടുകാർക്കുണ്ടായ ഭയവും പരിഭ്രമവും അവർണ്ണനീയമായിരുന്നു. ചന്ദ്രശേഖരന്റെ കൊലവിളികേട്ട് അസംഖ്യമാളുകൾ അവിടെ വന്നുകൂടുകയും ചെയ്തു.

രാമശ്ശാർ വീണുകിടക്കുന്നതു കണ്ടു ചന്ദ്രശേഖരൻ വളരെ വ്യസനിച്ചു. ശ്വാസം നേരെ പോകാതെയും ബോധംകെട്ടും കുളിച്ചതുപോലെ വിയർത്തുമാണ് രാമശ്ശാർ കിടന്നിരുന്നത്. ചന്ദ്രശേഖരൻ ഓടിച്ചെന്ന് അയാളെ തുമ്പിക്കൈയിൽ കോരിയെടുത്തുംകൊണ്ട് അവിടെനിന്നു പോയി. ഏകദേശം അരനാഴിക ദൂരെച്ചെന്നപ്പോൾ അവിടെ ഒരു മൈതാനവും മൈതാനത്തിന്റെ മദ്ധ്യത്തിങ്കൽ ഒരു പ്ലാവും നല്ല തണലുമുണ്ടായിരുന്നു. ചന്ദ്രശേഖരൻ രാമശ്ശാരെ ആ തണലത്തു കിടത്തിയിട്ട് പ്ലാവിന്റെ തൂപ്പ് (ഇലയോടുകൂടിയ ചെറിയ കൊമ്പുകൾ) ഒടിച്ചെടുത്തു വീശിത്തുടങ്ങി. കുറച്ചുകഴിഞ്ഞപ്പോൾ രാമശ്ശാർ കണ്ണുതുറന്നു. അപ്പോൾ ഒരു മുഹമ്മദീയ സ്ത്രീ ഒരു കുടവുംകൊണ്ട് അവിടെ അടുത്തുണ്ടായിരുന്ന കിണറ്റിൻകരെ വന്നു വെള്ളം കോരി കുടത്തിലൊഴിച്ചു നിറച്ചു. അതുകണ്ടു ചന്ദ്രശേഖരൻ അങ്ങോട്ടു ചെന്നു. ചന്ദ്രശേഖരൻ ചെല്ലുന്നതുകണ്ട് ആ സ്ത്രീ കുടമെടുക്കാതെ ഓടി മാറി. ചന്ദ്രശേഖരൻ പതുക്കെ ആ കുടവും വെള്ളവുമെടുത്തുകൊണ്ടുവന്നു രാമശ്ശാരുടെ അടുക്കൽ വെച്ചിട്ടു തുമ്പിക്കൈകൊണ്ടു കുറച്ചു വെള്ളമെടുത്ത് രാമശ്ശാരുടെ ദേഹത്തിൽ

തളിച്ചു. പിന്നെയും കുറച്ചുകൂടി വീശി. അപ്പോൾ രാമശ്ശാര് എഴുന്നേറ്റിരുന്നു. അതു കണ്ടപ്പോൾ ചന്ദ്രശേഖരനു സ്വൽപം മനസ്സമാധാനമുണ്ടായി. അവൻ കുടം യഥാപൂർവ്വം കിണറ്റിൻകരെ കൊണ്ടുവെച്ചിട്ടു മടങ്ങിവന്നു. പിന്നെയും ഉത്തരീയം കൊണ്ടു രാമശ്ശാരെ വീശിക്കൊണ്ടുനിന്നു. അപ്പോൾ രാമശ്ശാര് 'മകനേ! ചന്ദ്രശേഖരാ! നീയെന്നെ ഇങ്ങനെ ചെയ്യുമെന്ന് ഞാൻ വിചാരിച്ചിരുന്നില്ല' എന്നു പറഞ്ഞു. അതുകേട്ടു ചന്ദ്രശേഖരൻ 'അറിയാതെ വന്നുപോയ അബദ്ധമാണെന്നു' ഭാവംകൊണ്ടു രാമശ്ശാരെ മനസ്സിലാക്കുകയും കണ്ണീരൊലിപ്പിച്ചുകൊണ്ടു വളരെ കരയുകയും ചെയ്തു.

കാലത്ത് അഴിച്ച് പൊടിതട്ടിയാലുടനെ ചന്ദ്രശേഖരനു കുടിക്കാൻ വെള്ളം കൊടുക്കുക പതിവായിരുന്നു. അന്ന് അതിനിടയായില്ലല്ലോ. അതിനാൽ അവനു കലശലായിട്ടു ദാഹമുണ്ടായിരുന്നു. രാമശ്ശാർക്കു കുറച്ചു സുഖമുണ്ടെന്നു കണ്ടപ്പോഴേക്കും ചന്ദ്രശേഖരനു വെള്ളം കുടിക്കാൻ ധൃതിയായി. അവൻ കിണറ്റിൻകരെച്ചെന്നു കുടത്തിൽ നോക്കി. അതിൽ വെള്ളമുണ്ടായിരുന്നില്ല. അതിനാൽ മടങ്ങിപ്പോന്നു. കുറച്ചുകഴിഞ്ഞപ്പോൾ പിന്നെയും പോയി നോക്കി. അപ്പോഴും കുടത്തിൽ വെള്ളമുണ്ടായിരുന്നില്ല. അതിനാൽ ആ പ്രാവശ്യവും ഇച്ഛാഭംഗത്തോടുകൂടി മടങ്ങിപ്പോന്നു. അങ്ങനെ മൂന്നുനാലു പ്രാവശ്യമായപ്പോൾ രാമശ്ശാര്, 'മകനേ! എനിക്ക് എണീക്കാറായാൽ ഞാൻ വെള്ളം കോരിത്തരാം' എന്നു പറഞ്ഞു. ആ മുഹമ്മദീയസ്ത്രീ ഇതെല്ലാം കാണുകയും കേൾക്കുകയും ചെയ്തുകൊണ്ട് അവിടെ ഒരു സ്ഥലത്ത് ഒളിച്ചു നിൽക്കുന്നുണ്ടായിരുന്നു. വെള്ളം കുടിക്കാൻ വൈകീട്ട് ചന്ദ്രശേഖരനുണ്ടായ പാരവശ്യം കണ്ടിട്ട് ആ സ്ത്രീ 'എന്തെങ്കിലും വരുന്നതു വരട്ടെ' എന്നു നിശ്ചയിച്ച് കിണറ്റിൻകരെച്ചെന്നു കുടം നിറച്ചു വെള്ളം കോരിയൊഴിച്ചിട്ടു മാറിനിന്നു. ചന്ദ്രശേഖരനെ നോക്കി 'വെള്ളം കുടത്തിൽ നിറച്ചിട്ടുണ്ട്. വേണമെങ്കിൽ എടുത്തു കുടിക്കാം. എന്റെ കുടം പൊട്ടിച്ചേക്കരുത്' എന്നു പറഞ്ഞു. അതു കേട്ടു ചന്ദ്രശേഖരൻ ചെന്നു വെള്ളമെടുത്തു കുടിച്ചിട്ടു മതിയായില്ലെന്നുള്ള ഭാവത്തോടുകൂടി മാറിനിന്നു. മുഹമ്മദീയസ്ത്രീ പിന്നേയും ചെന്നു വെള്ളം കോരിയൊഴിച്ചു കുടം നിറച്ചിട്ടു മാറിനിന്നു.

ചന്ദ്രശേഖരൻ ആ വെള്ളവുമെടുത്തു കുടിച്ചു. ഇങ്ങനെ രണ്ടുമൂന്നു പ്രാവശ്യമായപ്പോൾ ചന്ദ്രശേഖരനു വെള്ളം മതിയാവുകയാൽ അവൻ കുടം പതുക്കെ അവിടെ വെച്ചിട്ടു രാമശ്ശാരുടെ അടുക്കലേക്കു പോന്നു. അപ്പോൾ ആ മുഹമ്മദീയ സ്ത്രീ വീണ്ടും ചെന്നു വെള്ളംകോരി കുടം നിറച്ച് എടുത്തുകൊണ്ട് അവരുടെ വാസസ്ഥലത്തേക്കും പോയി. അപ്പോഴേക്കും രാമശ്ശാർക്ക് ക്ഷീണം ഒരുവിധം മാറിയതിനാൽ അയാൾ ചന്ദ്രശേഖരനോടുകൂടി അയാളുടെ വീട്ടിലേക്കും പോയി.

കൊച്ചുകുഞ്ഞിനെക്കൊന്നതിന്റെശേഷം ചന്ദ്രശേഖരനെ കുടിപാർപ്പുള്ള പുരയിടങ്ങളിൽ കെട്ടാൻ ആരും സമ്മതിക്കാതെയായി. അതിനാൽ നേരം വൈകുമ്പോൾ രാമശ്ശാർ അവനെക്കൊണ്ടുപോയി ആൾപ്പാർപ്പില്ലാത്ത പറമ്പുകളിലാണു പിന്നീടു കെട്ടിയിരുന്നത്. എങ്കിലും ജനങ്ങൾ കൂടെക്കൂടെ ചന്ദ്രശേഖരനു പഴക്കുല, കരിമ്പ്, ശർക്കര, നാളികേരം മുതലായവ

കൊണ്ടുചെന്നു കൊടുത്തിരുന്നു. അങ്ങനെ ആരെങ്കിലും എന്തെങ്കിലും കൊണ്ടുചെന്നു കൊടുത്താൽ അതിൽനിന്ന് ഒരു ഭാഗമെടുത്തു മാറ്റിവെച്ചിട്ടു ശേഷമേ അവൻ തിന്നാറുള്ളൂ. സ്വദേശത്തുവെച്ചാണെങ്കിൽ മാറ്റിവെയ്ക്കുന്ന ഭാഗം അവൻതന്നെ എടുത്തുകൊണ്ടുപോയി, അവനു വെള്ളം കോരിക്കൊടുത്ത മുഹമ്മദീയസ്ത്രീയുടെ കുടിലിന്റെ വാതിൽക്കൽ വെച്ച് എടുത്തുകൊള്ളുവാൻ ആംഗ്യം കാണിച്ചിട്ടു മടങ്ങിപ്പോരും. ഇതിനു രാമശ്ശാർ കൂടെച്ചെല്ലുകയും മറ്റും വേണ്ട. ഉത്സവങ്ങളിൽ എഴുന്നള്ളിപ്പിനും മറ്റുമായി ദൂരസ്ഥലങ്ങളിൽച്ചെല്ലുമ്പോൾ പഴക്കുല മുതലായവ ആരെങ്കിലും കൊടുത്താൽ ചന്ദ്രശേഖരൻ മുഹമ്മദീയസ്ത്രീയ്ക്കുള്ള ഭാഗമെടുത്ത് രാമശ്ശാരെ ഏൽപ്പിക്കും. രാമശ്ശാർ അതു വിറ്റുകിട്ടുന്ന പണം സ്വദേശത്തു ചെല്ലുമ്പോൾ മുഹമ്മദീയസ്ത്രീക്കു കൊടുക്കണം എന്നാണു ചന്ദ്രശേഖരൻ നിശ്ചയിച്ചിരുന്നത്. രാമശ്ശാർ അങ്ങനെ തന്നെ ചെയ്തിരുന്നു.

ഒരിക്കൽ സ്വദേശത്തു (കൊട്ടാരക്കര) വെച്ചുതന്നെ ഒരാൾ ചന്ദ്രശേഖരനു നാലഞ്ചു പഴക്കുല കൊണ്ടുചെന്നു കൊടുത്തു അതിൽനിന്ന് ഒന്നാംതരം ഒരു കുലയെടുത്തു മാറ്റിവെയ്ക്കുകയും ശേഷമുണ്ടായിരുന്നതു തിന്നുകയും ചെയ്തതിന്റെശേഷം മാറ്റിവെച്ച കുലയുമെടുത്തുകൊണ്ടു ചന്ദ്രശേഖരൻ മുഹമ്മദീയ സ്ത്രീയുടെ കുടിലിങ്കലേക്കു പോയി. അവിടെച്ചെന്നപ്പോൾ ആ സ്ത്രീയും അവരുടെ ഭർത്താവും അവിടെയുണ്ടായിരുന്നില്ല. മുഹമ്മദീയൻ എവിടെയോ കൂലിവേലയ്ക്കും സ്ത്രീ വെള്ളം കോരിക്കൊണ്ടു വരാനും പോയിരിക്കുകയായിരുന്നു. അവരുടെ രണ്ടു കുട്ടികൾ മാത്രമേ അവിടെയുണ്ടായിരുന്നുള്ളൂ. അഞ്ചും മൂന്നും വീതം മാത്രം വയസ്സു പ്രായമായിരുന്ന ആ കുട്ടികൾ കുടിലിനകത്തു കളിച്ചുകൊണ്ടിരിക്കുകയായിരുന്നു. ആ സമയം കുടിലിന്റെ മേൽക്കൂടിനു തീ പിടിച്ചു കത്തിക്കൊണ്ടിരുന്നു. ഈ കുട്ടികൾ അതറിഞ്ഞില്ല. അഥവാ അവരറിഞ്ഞാലും വിശേഷമൊന്നുമില്ലല്ലോ. കുടിലിനു തീ പിടിച്ചിരിക്കുന്നതു കണ്ട് ചന്ദ്രശേഖരൻ ക്ഷണത്തിൽ അടുത്തുചെന്നു പഴക്കുല അവിടെ വെച്ചിട്ട് തുമ്പിക്കൈകൊണ്ടു കുടിലിന്റെ മേൽക്കൂടിന് ഒരു തട്ടുകൊടുത്തു. മേൽക്കൂട്ടു തെറിച്ചു ദൂരെപ്പോയി വീണു. അത് അവിടെക്കിടന്ന് അശേഷം ദഹിച്ചുപോയി. കാട്ടുകമ്പുകൾകൊണ്ടു കെട്ടിയുണ്ടാക്കി ഓലമേഞ്ഞതും തീപ്പുകകൊണ്ടും മറ്റും ഉണങ്ങിയിരുന്നതുമായ ആ മേൽപ്പുരയ്ക്കു തീപ്പിടിച്ചാൽപ്പിന്നെ ദഹിക്കാൻ താമസിക്കുമോ? അതു മുഴുവനും ദഹിച്ചുപോയെങ്കിലും ചന്ദ്രശേഖരനതു തട്ടിക്കളഞ്ഞതുകൊണ്ട് ആ കുട്ടികൾക്കും കുടിലിനകത്തുണ്ടായിരുന്ന സാധനങ്ങൾക്കും തരക്കേടൊന്നും പറ്റിയില്ല. മുഹമ്മദീയസ്ത്രീ എന്തോ വറക്കുന്നതിനായി ഒരു പാത്രത്തിൽ വെളിച്ചെണ്ണ അടുപ്പത്തു വെച്ചിട്ട് അതു ചൂടുപിടിക്കുമ്പോഴേക്കു മടങ്ങിവരാമെന്നു വിചാരിച്ചാണ് പോയത്. വഴിക്ക് ആരാണ്ടേക്കണ്ടപ്പോൾ ഇതു മറന്ന് അവരുമായി സംസാരിച്ചുകൊണ്ടു സ്വൽപമധികം സമയം താമസിച്ചുപോയതിനാൽ വെളിച്ചെണ്ണയ്ക്കു തീ പിടിച്ച് അതു പാളിക്കത്തി മേൽപ്പുരയ്ക്കു തീപിടിച്ചു. ആ സമയത്താണ് ചന്ദ്രശേഖരൻ അവിടെയെത്തിയത്. ചന്ദ്രശേഖരൻ മേൽപ്പുര തട്ടിക്കളഞ്ഞതിന്റെ ശേഷം ആ രണ്ടുകുട്ടികളേയും താങ്ങിയെടുത്ത് ഒരു മരത്തണലിൽക്കൊണ്ടുചെന്നിരുത്തി, പഴക്കുലയെടുത്ത് അവരുടെ മുമ്പിൽ വെച്ചുകൊടുത്തിട്ടു ദൂരെ മാറിനിന്നു. പാർപ്പിടം പോയതുകൊണ്ടുള്ള വിഷമത എത്രമാത്രമുണ്ടെന്ന് അറിയാറായിട്ടില്ലാതെയിരുന്ന കുട്ടികൾ പഴമെടുത്തു

തിന്നു സന്തോഷിച്ചു കളിച്ചുകൊണ്ട് ആ തണലത്തിരുന്നു.

മുഹമ്മദീയ സ്ത്രീ വെള്ളം കോരിക്കൊണ്ടു പകുതി വഴി വന്നപ്പോൾ അതികശലായിട്ടുള്ള തീജ്വാലയും പുകയും കണ്ട്, 'അയ്യോ, എന്റെ കുട്ടികളുടെ കഥ കഴിഞ്ഞു' എന്നു പറഞ്ഞു വെള്ളവും കുടവും ദൂരെയെറിഞ്ഞിട്ട് തല്ലിയലച്ചു നിലവിളിച്ചുകൊണ്ട് ഓടിയെത്തി. കുടിലിന്റെ സമീപത്തായപ്പോൾ കുട്ടികൾ പഴംതിന്നു കളിച്ചുകൊണ്ടിരിക്കുന്നതും ചന്ദ്രശേഖരൻ അവരെ കാത്തുകൊണ്ടു ദൂരെ മാറി നിൽക്കുന്നതും ആ സ്ത്രീ കണ്ടു. അപ്പോൾ അവരുടെ മനസ്സിനു വളരെ സമാധാനമായി. കുട്ടികൾ കുടിലിൽക്കിടന്നു വെന്തുപോയിയെന്നുതന്നെയായിരുന്നു ആ സ്ത്രീയുടെ വിചാരം. ചന്ദ്രശേഖരൻ പഴക്കുലയും മറ്റുംകൊണ്ടു കൂടെക്കൂടെ ചെല്ലുക പതിവായിരുന്നതിനാൽ പഴക്കുല അവിടെയിരിക്കുന്നതും ചന്ദ്രശേഖരൻ കാത്തു നില്ക്കുന്നതും കണ്ടിട്ടു തന്റെ കുട്ടികളെ രക്ഷിച്ചതു ചന്ദ്രശേഖരൻ തന്നെയെന്നു നിശ്ചയിച്ചുകൊണ്ട് ആ സ്ത്രീ, 'എന്റെ ചന്ദ്രശേഖരാ, എന്റെ ഓമനക്കുട്ടികളെ രക്ഷിച്ചതു നീയാണല്ലോ! നിന്നെ പടച്ചവൻ രക്ഷിക്കട്ടെ' എന്നു പറഞ്ഞു. ഉടനെ ചന്ദ്രശേഖരൻ അവിടെനിന്നു പോയി. മുഹമ്മദീയസ്ത്രീ തന്റെ കുട്ടികളേയും കൊണ്ടു അഗ്നിദഗ്ധശിഷ്ടമായ കുടിലിൽച്ചെന്നു നോക്കിയപ്പോൾ അതിലുണ്ടായിരുന്ന സാധനങ്ങളൊന്നും നഷ്ടപ്പെട്ടുപോയിട്ടില്ലെന്നറിഞ്ഞ് അൽപംകൂടി സന്തോഷിച്ചു. എങ്കിലും നേരം വൈകുമ്പോൾ കിടക്കാനൊരു പുരയില്ലല്ലോ എന്നു വിചാരിച്ചു വിഷാദവും അവർക്കുണ്ടാകാതെയിരുന്നില്ല.

കൂലിവേലയ്ക്കു പോയിരുന്ന മുഹമ്മദീയൻ നേരം വൈകിയപ്പോൾ മടങ്ങിയെത്തി. അപ്പോൾ തന്റെ പാർപ്പിടം വെന്തുപോയെന്നറിഞ്ഞു ദുഃഖിക്കുകയും തന്റെ മക്കൾക്കു തരക്കേടൊന്നും പറ്റിയില്ലെന്നറിഞ്ഞ് ഏറ്റവും സന്തോഷിക്കുകയും ചെയ്തു. പിന്നെ ആ മുഹമ്മദീയനും ഭാര്യയുംകൂടി തങ്ങളുടെ കുടിൽ യഥാപൂർവ്വം കെട്ടിയുണ്ടാക്കുന്നതിന് എന്താ കൗശലമെന്നുള്ള ആലോചനയായി. സാരമില്ലാത്തതാണെങ്കിലും കുറെ കാലും കോലും മുളയും വാരിയുമൊക്കെയില്ലാതെ അതു സാധിക്കുകയില്ലല്ലോ. അഗതികളായ അവർക്ക് അതത്ര ക്ഷിപ്രസാദ്ധ്യമായ കാര്യമല്ലായിരുന്നു.

അവർ അങ്ങനെ ആലോചിച്ചുകൊണ്ടിരുന്നപ്പോൾ ചന്ദ്രശേഖരൻ കുറെ കാട്ടുകമ്പുകളും അഞ്ചെട്ടു മുളയും വരിഞ്ഞുകെട്ടാനാവശ്യമുള്ള ചൂരലും വിലച്ചെടുത്തു കൊണ്ട് അവിടെയെത്തി. ആ സാമാനങ്ങളെല്ലാം ആ മുഹമ്മദീയന്റെ മുമ്പിലിട്ടു കൊടുത്തിട്ടു രാമശ്ശാരുടെ അടുക്കലേക്കു പോയി. സാമാനങ്ങളൊക്കെ കിട്ടിയപ്പോൾ മുഹമ്മദീയനു വളരെ സമാധാനമായി. അയാൾ നല്ല വേലക്കാരനായിരുന്നതുകൊണ്ട് ആ സാമാനങ്ങളെല്ലാമെടുത്തുപയോഗിച്ചു പിറ്റേദിവസം നേരം വെളുക്കുന്നതിനു മുമ്പ് കുടിൽ കെട്ടിയുണ്ടാക്കി. നേരം വെളുത്തിന്റെ ശേഷം ചില മാന്യന്മാരുടെ അടുക്കൽ ചെന്നു ചോദിച്ചിട്ടു കിട്ടിയ ഓലകൊണ്ട് ഉടനെ മേച്ചിലും കഴിച്ചു. അഞ്ചെട്ടു നാഴിക പുലർന്നപ്പോൾ ചന്ദ്രശേഖരൻ അവിടെ ചെന്നു നോക്കി. അപ്പോൾ യഥാപൂർവ്വം കുടിലുണ്ടാക്കി ആ മുഹമ്മദീയകുടുംബക്കാരവിടെ പാർപ്പു തുടങ്ങിയിരിക്കുന്നതായിക്കണ്ടു സന്തോഷിച്ചു മടങ്ങിപ്പോയി.

ആ മുഹമ്മീയസ്ത്രീക്കു വിറകിനാവശ്യമുള്ള ഉണങ്ങിയ തടികൾ

യഥാകാലം ചന്ദ്രശേഖരൻ മലകളിൽനിന്നു ശേഖരിച്ചുകൊണ്ടുചെന്നു കൊടുത്തിരുന്നു. ഇതെല്ലാം അവന് ഒരു ദിവസം ദാഹിച്ചപ്പോൾ ആ സ്ത്രീ കുറച്ചു വെള്ളം കോരിക്കൊടുത്തതിന്റെ നന്ദിയാണെന്നുള്ളതു പറയണമെന്നില്ലല്ലോ. ചന്ദ്രശേഖരനെപ്പോലെ കൃതജ്ഞതയുണ്ടായിട്ടു വേറെ ഒരാന അക്കാലത്തെന്നല്ല, അതിനു മുൻപും ഉണ്ടായിരുന്നില്ല. അതിൽപ്പിന്നെ ഉണ്ടായിട്ടുമില്ല. എന്നാൽ അവനെ ആരെങ്കിലും ഉപദ്രവിച്ചാൽ എന്തെങ്കിലും അവനതിനു പകരം ചെയ്യാതെയുമിരിക്കയില്ല.

ഒരിക്കൽ കൊട്ടാരക്കര താലൂക്കിൽത്തന്നെ കൽപ്പിടദേശത്തുള്ള ചിറ്റമലക്ഷേത്രത്തിൽ ഒരെഴുന്നള്ളിപ്പു കഴിഞ്ഞതിന്റെശേഷം രാമയ്യാർ ചന്ദ്രശേഖരെ ക്ഷേത്രസമീപത്തുതന്നെ ഒരു മരത്തിന്മേൽ തളച്ചു തീറ്റയ്ക്കു വേണ്ടുന്ന തെങ്ങിൻ പട്ട മുതലായവ ഇട്ടുകൊടുത്തിട്ടു കുളിക്കാനുമുണ്ണാനും പോയി. ആ സമയം ചില കുട്ടികൾ ചന്ദ്രശേഖരന്റെ ചുറ്റും ചെന്നുകൂടി. ഏറ്റവും ദുർബുദ്ധിയായ ഒരു ബാലൻ ഒരു കല്ലെടുത്ത് ഒന്നെറിഞ്ഞു. അങ്ങോട്ടുമെറിയുന്നതിനായി ചന്ദ്രശേഖരൻ ആ കല്ലു തപ്പിയെടുത്തു. അപ്പോഴേക്കും ആ ബാലൻ ഓടിക്കളഞ്ഞു. എങ്കിലും ചന്ദ്രശേഖരൻ ആ കുട്ടിയെ നോക്കി മനസ്സിലാക്കിവെച്ചു. കല്ലു കാലിനടിയിലാക്കി സൂക്ഷിച്ചുകൊണ്ടു ചന്ദ്രശേഖരൻ തീറ്റതിന്നുകയും തിന്നുകഴിഞ്ഞ ഉടനെ കല്ലെടുത്തു വായിലാക്കി സൂക്ഷിക്കുകയും ചെയ്തു. പിന്നെ പതിവായി ചന്ദ്രശേഖരൻ വല്ലതും തിന്നുകയും വെള്ളം കുടിക്കുകയും ചെയ്യുന്ന സമയങ്ങളിൽ വായിൽനിന്നു കല്ലെടുത്തു താഴെവയ്ക്കുകയും അതു കഴിഞ്ഞാൽ പിന്നെയും കല്ലെടുത്തു വായിലാക്കുകയും ചെയ്തുകൊണ്ടിരുന്നു. ഇങ്ങനെ പതിവായി കണ്ടിരുന്നവെങ്കിലും ഇതിന്റെ കാരണവും ഉദ്ദേശവുമെന്താണെന്ന് രാമയ്യാർക്കും അറിഞ്ഞുകൂടായിരുന്നു. ആ ബാലൻ ചന്ദ്രശേഖരനെ എറിഞ്ഞപ്പോൾ രാമയ്യാരടുക്കലുണ്ടായിരുന്നില്ലല്ലോ.

ചന്ദ്രശേഖരനെ ആണ്ടുതോറും ഉത്സവങ്ങൾക്കും മുറജപമുള്ള കാലങ്ങളിൽ നെടുമ്പുരകളുടെ തൂണുകൾ നിവർത്തു നാട്ടുന്നതിനും ലക്ഷദീപദിവസം ആ തൂണുകളെല്ലാമെടുത്തു മാറ്റുന്നതിനും തിരുവനന്തപുരത്ത് കൊണ്ടുപോവുക പതിവായിരുന്നു. അവിടെ കൊണ്ടുചെന്നാലുടനെ തിരുമുമ്പിൽ കൊണ്ടുചെല്ലണമെന്നും പ്രത്യേകം കല്പനയുണ്ടായിരുന്നു. ആ പതിവനുസരിച്ച് രാമയ്യാർ ചന്ദ്രശേഖരനെ അക്കൊല്ലവും ഉത്സവത്തിനു തിരുവനന്തപുരത്തിനു കൊണ്ടുപോവുകയും അവിടെ എത്തിയ ദിവസം തന്നെ അവനെ തിരുമുമ്പിൽ കൊണ്ടുചെല്ലുകയും ചെയ്തു. രാമവർമ്മ മഹാരാജാവ് തിരുമനസ്സിലേക്കു ചന്ദ്രശേഖരനെക്കുറിച്ച് പ്രത്യേക വാത്സല്യവും അതിനു കാരണവുമുണ്ടായിരുന്നുവല്ലോ. തിരുമുമ്പിൽ ചെന്നയുടനെ ചന്ദ്രശേഖരൻ നടനാലും മടക്കി നമസ്കരിച്ചു. ചന്ദ്രശേഖരൻ തിരുമുമ്പിൽ ചെല്ലുമ്പോളെല്ലാം അങ്ങിനെ ചെയ്യുക പതിവാണ്. അത് രാമയ്യാർ പറഞ്ഞിട്ടും മറ്റുമല്ല, അവൻ സ്വമേധയാ ചെയ്യുന്നതാണ്. ചന്ദ്രശേഖരൻ നമസ്കരിച്ചെണീറ്റപ്പോഴേക്കും കല്പനപ്രകാരം പതിവുള്ള, പഴക്കുലകൾ, നാളികേരം, ശർക്കര മുതലായവയെല്ലാം അവിടെ കൊണ്ടുചെന്നു കഴിഞ്ഞു. അവയെല്ലമെടുത്തു രാമയ്യാർ ചന്ദ്രശേഖരന്റെ മുമ്പിൽവച്ചുകൊടുത്തു. ചന്ദ്രശേഖരൻ പതിവുപോലെ അതിൽ നിന്ന് നല്ലതായിട്ടു ഒരു പഴക്കുലയും ഏതാനും നാളികേരവും ശർക്കരയും എടുത്തു മാറ്റിവച്ചു. അത് കണ്ടിട്ട്, അതിന്റെ കാരണം എന്തെന്ന്

കല്പിച്ചു ചോദിക്കുകയും രാമശ്ശാർ മുഹമ്മദീയസ്ത്രീയുടെ കാര്യവും മാറ്റിവച്ച സാമാനങ്ങൾ വിറ്റുകിട്ടുന്ന പണം താൻ ആ സ്ത്രീക്കു കൊണ്ടുചെന്നു കൊടുക്കണമെന്നുള്ള വിവരവും തിരുമനസ്സറിയിക്കുകയും ചെയ്തു. ഉടനെ തിരുമനസ്സുകൊണ്ടു 'ചന്ദ്രശേഖരാ! അത് വച്ചേക്കണമെന്നില്ല. അതിന്റെ വില ഇവിടെ നിന്ന് കൊടുത്തേക്കാം' എന്നു കല്പിക്കുകയും അപ്പോൾതന്നെ ആ വകയ്ക്കു നാലുറുപ്പിക കല്പിച്ച് രാമശ്ശാരെ ഏല്പിക്കുകയും ചെയ്തു. ഉടനെ ചന്ദ്രശേഖരൻ വായിൽനിന്ന് കല്ലെടുത്ത് താഴെ വച്ചിട്ട് ആ പഴക്കുലയും മറ്റും മുഴുവനും തിന്നുകയും കല്ലെടുത്ത് പിന്നെയും വായിലാക്കുകയും ചെയ്തു. അത് കണ്ടിട്ട് അതിന്റെ കാരണവും ഉദ്ദേശവുമെന്തെന്നും കല്പിച്ചു ചോദിച്ചു. അപ്പോൾരാമശ്ശാർ 'എന്തോ അടിയനു അറിഞ്ഞുകൂടാ. കുറച്ചു നാളായിട്ട് ഇങ്ങിനെ കാണുന്നുണ്ട്' എന്നു തിരുമനസ്സറിയിച്ചു. പതിവുപോലെ ഉത്സവം കഴിയുന്നതുവരെ ചന്ദ്രശേഖരനേയും കൊണ്ടു രാമശ്ശാർ തിരുവനന്തപുരത്തു താമസിക്കുകയും അനന്തരം യാത്രയറിയിച്ചു പതിവുള്ള സമ്മാനവും വാങ്ങിക്കൊണ്ടു ചന്ദ്രശേഖരസമേതം കൊട്ടരക്കരയ്ക്കുതന്നെ മടങ്ങിപ്പോകുകയും ചെയ്തു.

പിന്നെ കുറച്ചുകാലം കഴിഞ്ഞപ്പോൾ (973ാം ആണ്ട് കുംഭമാസത്തിൽ) രാമവർമ്മ മഹാരാജാവു തിരുമനസ്സുകൊണ്ടു നാടുനീങ്ങിപ്പോയി എന്നുള്ള വർത്തമാനം കേട്ടിട്ട് ചന്ദ്രശേഖരനുണ്ടായ സങ്കടം ഒട്ടും ചില്ലറയല്ലായിരുന്നു. അത് കേട്ടപ്പോൾ മുതൽ അവൻ ഉറക്കെ നിലവിളി തുടങ്ങി. മൂന്നഹോരാത്രം മുഴുവൻ കിടക്കുകയും ഉറങ്ങുകയും വെള്ളം കുടിക്കുകയും ചെയ്യാതെ ചന്ദ്രശേഖരൻ നിലവിളിച്ചുകൊണ്ടുതന്നെ നിന്നു. അവന്റെ നിലവിളി കേട്ടു ദിഗ്വാസികളെല്ലാം വളരെ പരിശ്രമിച്ചു. പിന്നെ കാരണമറിഞ്ഞതിന്റെ ശേഷമേ അവർക്കൊക്കെ സമാധാനമായുള്ളൂ. ഏകദേശം ഇങ്ങിനെയുള്ള ഒരു ദുഃഖം ചന്ദ്രശേഖരനു കുഞ്ചികുട്ടിപിള്ള സർവാധികാര്യക്കാർ മരിച്ചുപോയി എന്നു കേട്ടപ്പോൾ മാത്രമേ ഉണ്ടായിരുന്നുള്ളൂ. മൂന്നു ദിവസം കഴിഞ്ഞതിനുശേഷം രാമശ്ശാരുടെ നിർബന്ധം കൊണ്ടു ചന്ദ്രശ്ശേഖരൻ കുറേശ്ശെ വെള്ളം കുടിക്കുകയും തീറ്റതിന്നുകയും ചെയ്തു തുടങ്ങി. സാമാന്യം പോലെ വെള്ളം കുടിക്കുകയും തീറ്റ തിന്നുകയും ചെയ്തു തുടങ്ങിയത് ഒരു കൊല്ലം കഴിഞ്ഞതിന്റെ ശേഷമാണ്. ആ ഒരു കൊല്ലം മുഴുവനും ചന്ദ്രശേഖരൻ ദിവസംതോറും പതിവായി കാലത്തും വൈകുന്നേരവും തെക്കോട്ടു നോക്കിനിന്നു മൂന്നു പ്രാവശ്യം വീതം ഉറക്കെ നിലവിളിച്ചിരുന്നു. ചന്ദ്രശേഖരനെ ആണ്ടുതോറും ഹരിപ്പാട്, അമ്പലപ്പുഴ, ആറന്മുള, വൈക്കം മുതലായ മഹാക്ഷേത്രങ്ങളിൽ ഉത്സവകാലത്ത് എഴുന്നള്ളിപ്പിനു കൊണ്ടുപോവുക പതിവായിരുന്നു. എങ്കിലും ഈ ഒരു കൊല്ലം അവനെ എങ്ങും കൊണ്ടുപോകാൻ സാധിച്ചില്ല.

അനന്തരം വളരെക്കാലം കഴിഞ്ഞു സ്വാതിതിരുനാൾരാമവർമ മഹാരാജാവു തിരുമനസ്സിന്റെ കാലത്തു പതിവുപോലെ ചന്ദ്രശേഖരനെ തിരുവനന്തപുരത്ത് ഒരു ഉത്സവത്തിനു കൊണ്ടുപോയിരുന്നപ്പോൾ അവിടെവെച്ചു ഒരു വിശേഷമുണ്ടായി. ആറാട്ടുകഴിഞ്ഞു ശംഖുമുഖ(സമുദ്ര) തീരത്തുനിന്നു തിരിച്ചെഴുന്നള്ളിച്ചു. കുറച്ചു കിഴക്കോട്ടു വന്നപ്പോൾ തന്നെ പണ്ടു കല്ലുകൊണ്ടെറിഞ്ഞയാൾ എഴുന്നള്ളിപ്പു കണ്ടുകൊണ്ട് ആൾക്കൂട്ടത്തിൽ നിൽക്കുന്നത് ചന്ദ്രശേഖരൻകണ്ടു. ഉടനെ അവൻ വായിൽ

സൂക്ഷിച്ചിരുന്ന കല്ല് തുമ്പികൈയ്യിലെടുത്ത് അയാൾക്കിട്ട് ഒരേറു കൊടുത്തു. ആ ഏറുകൊണ്ട് കാലിന്റെ മുട്ടൊടിഞ്ഞ് ആ മനുഷ്യൻ അവിടെ വീണു. ഉടനെ ചന്ദ്രശേഖരൻ ആ സ്ഥലത്തേക്ക് പാഞ്ഞുചെന്നു, അപ്പോൾ അവിടെ ഉണ്ടായ ബഹളം കേവലം അവർണ്ണനീയമായിരുന്നു. മേളക്കാരും തീവെട്ടിക്കാരും പട്ടാളക്കാരും, അകമ്പടിക്കാരും കാഴ്ചക്കാരുമെല്ലാം പ്രാണഭീതിയോടുകൂടി നാലു പുറത്തേക്കും ഓടി. മഹാരാജാവു തിരുമനസ്സിലേക്കു മാത്രം ഒരിളക്കവുമുണ്ടയില്ല. അവിടന്നു എഴുന്നള്ളി നിന്നിടത്തു തന്നെ നിന്നു. ചന്ദ്രശേഖരൻ ആൾക്കൂട്ടത്തിലേക്കു പാഞ്ഞുചെന്നത് ആ കല്ലെടുത്തു വായിലാക്കാനായിട്ടു മാത്രമായിരുന്നു. അല്ലാതെ ആരെയും ഉപദ്രവിക്കണമെന്നു അവനുണ്ടായിരുന്നില്ല. ആരെയും അവൻ ഉപദ്രവിച്ചുമില്ല. എങ്കിലും അവന്റെ അന്തർഗ്ഗതം ജനങ്ങൾ എങ്ങിനെ അറിയുന്നു? 'ഒരാണ്ടിൽ തിരുവനന്തപുരത്ത് ആറാട്ടുനാൾ ഒരു വലിയ കൊമ്പനാന പിണങ്ങി സ്വാതിതിരുനാൾ തിരുമനസ്സിന്റെ നേരെ പാഞ്ഞുചെന്നു. അവിടന്നു നരസിംഹത്തിന്റെ അവതാരമായിരുന്നതിനാൽ അവിടേക്ക് ഒരു ക്ലേശവുമുണ്ടായില്ല. ആന അടുത്തുചെന്നപ്പോൾ തിരുമനസ്സുകൊണ്ടു തൃക്കണ്ണു തുറന്ന് ആനയുടെ നേരെ ഒന്നുനോക്കി. അപ്പോൾ ആന തിരുമുമ്പിൽ ചെന്നു കൊമ്പുകുത്തി' എന്നും മറ്റും ഇപ്പോഴും ജനങ്ങൾ പറഞ്ഞുവരുന്നുണ്ടല്ലോ. ആ പറച്ചിലിന്റെ അടിസ്ഥാനം ഈ സംഭവം മാത്രമാണ്. ഈ ബഹളം താൻ മനപ്പൂർവം ഉണ്ടാക്കിയതെല്ലെന്നും ജനങ്ങൾ വെറുതെ ഉണ്ടാക്കിത്തീർത്തതാണെന്നും ഇതുനിമിത്തം തന്റെ പേരിൽ തിരുവുള്ളക്കേടുണ്ടാകരുതെന്നുമുള്ള ഭാവത്തോടുകൂടി ചന്ദ്രശേഖരൻ നമസ്കരിക്കുക മാത്രമേ ഉണ്ടായുള്ളൂ. കൊമ്പുകുത്തുകയും മറ്റുമുണ്ടായില്ല ചന്ദ്രശേഖരൻ യഥാസ്ഥാനം ചെന്നു നിന്നുകഴിഞ്ഞപ്പോൾ മേളക്കാരും തീവെട്ടിക്കാരും അകമ്പടിക്കാരും മറ്റും വന്നു കൂടുകയും ആറാട്ടിന്റെ എഴുന്നള്ളിപ്പു ഭംഗിയായി കഴിഞ്ഞുകൂടുകയും ചെയ്തു. ആറാട്ട് കഴിഞ്ഞതിന്റെ പിറ്റേ ദിവസം ചന്ദ്രശേഖരനേയും അവന്റെ ഏറുകൊണ്ട് കാലൊടിഞ്ഞ മനുഷ്യനെയും തിരുമുൻപാകെ കൊണ്ടുചെല്ലുവാൻ കല്പനയുണ്ടാവുകയാൽ രാമയ്യാർ ചന്ദ്രശേഖരനെയും, രാജഭടന്മാർ ഓടിനടന്നു അന്വേഷിച്ചു കണ്ടുപിടിച്ചു കെട്ടിയെടുത്തു കാലൊടിഞ്ഞ ആ മനുഷ്യനെയും തിരുമുമ്പാകെ കൊണ്ടുചെന്നു. അപ്പോൾ തിരുമനസ്സുകൊണ്ടു ആ മനുഷ്യനോട്, 'ചന്ദ്രശേഖരൻ നിന്നെ എറിയാനെന്താണ് കാരണം? ഒരു കാരണവും കൂടാതെ ചന്ദ്രശേഖരൻ അങ്ങിനെ ചെയ്യുകയില്ല' എന്ന് കല്പിച്ചു. അപ്പോൾ ആ മനുഷ്യൻ 'അടിയൻ അടിയന്റെ ചെറുപ്പത്തിൽ ഒരു കല്ലെടുത്ത് ചന്ദ്രശേഖരനെ ഒന്നെറിഞ്ഞു. അത് അവന്റെ കാലിന്മേൽ കൊണ്ടു. അതിനു പകരമാണ് അവൻ അടിയന്റെ കാലൊടിച്ചത്. ആ കല്ലുകൊണ്ടു അവൻ അന്ന് തന്നെ എറിയാൻ ഭാവിച്ചു. അടിയൻ ഓടിക്കളഞ്ഞതുകൊണ്ട് അപ്പോൾ അതു സാധിച്ചില്ല. അന്ന് മുതൽക്കു തന്നെ അവൻ ആ കല്ല് അവന്റെ വായിലാക്കി സൂക്ഷിച്ചു തുടങ്ങി. എന്നെങ്കിലുമവൻ പ്രതിക്രിയ ചെയ്യുമെന്നുള്ള വിചാരം അടിയന്റെ പഴമനസ്സിലുണ്ടായിരുന്നതിനാൽ അടിയൻ ഒളിച്ചുമാറിയേ വിടകൊണ്ടു നില്ക്കാറുള്ളൂ. ഏകദേശം നാല്പതു കൊലം മുമ്പാണ് അടിയൻ ചന്ദ്രശേഖരനെ എറിഞ്ഞത്. അടിയനു് അന്ന് പത്തോ പന്ത്രണ്ടോ വയസ്സ് മാത്രമേ ഉണ്ടായിരുന്നുള്ളൂ. ഇപ്പോൾ അടിയനെ കണ്ടാൽ അറിയുകയില്ലായിരിക്കും എന്നു വിചാരിച്ചു

എഴുന്നള്ളിപ്പ് കാണാനുള്ള മോഹം കൊണ്ടുമാണ് അടിയൻ ഇന്നലെ അവിടെ വിടകൊണ്ടുനിന്നിരുന്നത് ചന്ദ്രശേഖരൻ ഒരിക്കൽ കണ്ടിട്ടുള്ള വരെ പിന്നെ എത്ര കൊല്ലം കഴിഞ്ഞിട്ട് കണ്ടാലും അറിയുമെന്നും അവനെ ഉപദ്രവിച്ചാൽ എന്നെങ്കിലും അവനതിനു പകരം ചെയ്യാതിരിക്കില്ലെന്നും ഇന്നലെ ഏറുകൊണ്ടാപ്പോൾ അടിയനു മനസ്സിലായി'.

തിരുമനസ്സുകൊണ്ട്: നീ ഏതു ദിക്കുകാരൻ?

കാലൊടിഞ്ഞവൻ: അടിയന്റെ കുപ്പമാടം കല്ലടയാണ്. അടിയൻ ഒരഗ തിയാണ്. കൂലിവേല ചെയ്താണ് അടിയൻകാലം കഴിച്ചിരുന്നത്. ഇനി അതിനും നിവൃത്തിയില്ല.

ഇത് കേട്ടു തിരുമനസ്സുകൊണ്ട് അവന്റെ ചികിത്സക്ക് വേണ്ടിവരുന്ന പണവും പിന്നിട് അവന്റെ ജീവാവസാനം വരെ പ്രതിമാസം ഇരുപത്തഞ്ചു പണം വീതം സർക്കാരിൽനിന്ന് കൊടുത്തു കൊള്ളുവാൻ കല്പിച്ചു ചട്ടംകെട്ടീട്ടു അവനെ അവിടെനിന്നു എടുത്തു കൊണ്ട് പൊയ്ക്കൊള്ളുവാൻ കല്പിച്ചു. അവനെ കൊണ്ടുപോയ്ക്കഴിഞ്ഞയുടനെ ചന്ദ്രശേഖരൻ തന്റെ വായിൽ സൂക്ഷിച്ചിരുന്ന കല്ലെടുത്ത് തിരുമുമ്പിൽവെച്ചിട്ട് കാൽമടക്കി നമസ്കരിച്ചു. തിരുമനസ്സുകൊണ്ട് ആ കല്ല് വെള്ളത്തിൽ കഴുകിച്ചു വൃത്തിയാക്കിച്ചു വരുത്തിയതിന്റെ ശേഷം തൃക്കൈയ്യിലെടുത്തു നോക്കി. ആ കല്ലിനു ക്രമത്തിലധികം ഭാരമുണ്ടായിരുന്നതിനാൽ അതിനകത്ത് എന്തോ സാധനമുണ്ടെന്നും ആ കല്ല് പൊട്ടിച്ചു നോക്കിയാൽകൊള്ളാമെന്നും തിരുമനസ്സിൽതോന്നിട്ടു, 'ചന്ദ്രശേഖരാ! ഈ കല്ലൊന്നു പൊട്ടിച്ചു നോക്കുന്നതിനു സമ്മതമുണ്ടോ?' എന്നു കല്പിച്ചു ചോദിച്ചു. സമ്മതം തന്നെ എന്നു ചന്ദ്രശേഖരൻ തലകുലുക്കി. ഉടനെ തിരുമനസ്സു കൊണ്ട് ഒരു കൂടം വരുത്തി തിരുമുമ്പാകെ വെച്ച് തന്നെ അടിച്ചുടപ്പിച്ചു. അപ്പോൾ അതിനകത്ത് ഏറ്റവും പ്രകാശത്തോടുകൂടിയ ഒരു ദിവ്യരത്നം കാണപ്പെട്ടു. അപ്പോൾ തിരുമനസ്സുകൊണ്ടും അവിടെയുണ്ടായിരുന്ന മറ്റാളുകളും അത്യന്തം വിസ്മയിച്ചു. തീക്കട്ടപോലെ പ്രകാശമുള്ള ആ രത്നം സന്തോഷസമേതം തൃക്കൈയ്യിലെടുത്ത് നോക്കീട്ടു 'ചന്ദ്രശേഖരാ! ഈ രത്നം നാം എടുത്തുകൊള്ളുന്നതിനു നിനക്കു സമ്മതമുണ്ടോ?' എന്നു കല്പിച്ചു ചോദിച്ചു. ചന്ദ്രശേഖരൻ സന്തോഷത്തോടുകൂടി സമ്മതിച്ചു തലകുലുക്കി. പിന്നെ ചന്ദ്രശേഖരനു പതിവുള്ള പഴക്കുല മുതലായവയും മുഹമ്മദീയസ്ത്രീക്കുള്ള പണവും രാമശ്ശാർക്കു പതിവുള്ള സമ്മാനവും കല്പിച്ചു കൊടുത്തു അവരെ അയച്ചു.

കല്ലിനകത്തു നിന്ന് കിട്ടിയ ദിവ്യരത്നം തിരുമനസ്സുകൊണ്ട് തങ്കം കൊണ്ട് കെട്ടിച്ചു അവിടുന്നു വിശേഷദിവസങ്ങളിൽ ചാർത്താനുള്ള രത്നമാലയുടെ നടുനായകമാക്കി കോർത്തുവച്ചു. ആ മാല സ്വാതിതിരുനാൾ തിരുമനസ്സുകൊണ്ടു വിശേഷദിവസങ്ങളിലെല്ലാം പതിവായി എടുത്തു ചാർത്താറുണ്ടായിരുന്നു. ആ മാല ഇപ്പോഴും വലിയ കൊട്ടാരംവക ഭാണ്ഡാരത്തിലിരിക്കുന്നുണ്ടെന്നാണ് കേൾവി.

ചന്ദ്രശേഖരൻ ഒരു ദിവസം കാലത്തു പുഴയിൽപ്പോയി കുളിച്ചു രാമശ്ശാരുടെ വാസസ്ഥലത്തേക്കു മടങ്ങിപോയത് ഒരു വലിയ ചൂണ്ടപ്പനയുടെ ചുവട്ടിൽകൂടിയായിരുന്നു. ആ പനയിൽനിന്നും പതിവായി മൂന്നു പറ കള്ളുവീതം കിട്ടുമായിരുന്നു. അതിനാൽ അത് ചെത്തുന്ന ഈഴവൻ

ഒരു പാത്രം പനയുടെ ചുവട്ടിൽകൊണ്ട് വച്ച് ഒരു പ്രാവശ്യം പനയുടെ മുകളിൽ കയറി പകുതി കള്ള് പാളയിലാക്കിക്കൊണ്ടു താഴെയിറങ്ങി അത് പാത്രത്തിലൊഴിച്ചിട്ടു ശേഷം കൂടിയെടുക്കുന്നതിനു മുകളിൽ കയറിയ സമയത്താണ് ചന്ദ്രശേഖരൻ പനയുടെ ചുവട്ടിലെത്തിയത്. ചന്ദ്രശേഖരനെ താഴെ കണ്ടിട്ട് ഈഴവൻ മുകളിലിരുന്നുകൊണ്ട്, 'ചന്ദ്രശേഖരാ! നിനക്ക് കള്ളുവേണമെങ്കിൽ ആ പാത്രത്തിൽ ഇരിക്കുന്നത് എടുത്തു കുടിക്കുന്നതിനു വിരോധമില്ല. കുറച്ചുകൂടി വേണമെങ്കിൽ ഞാനിറങ്ങി വന്നാൽ തരികയും ചെയ്യാം. എന്റെ പാത്രം പൊട്ടിച്ചേക്കരുത്'' എന്നു പറഞ്ഞു. അത് കേട്ടു ചന്ദ്രശേഖരൻ ആ പാത്രത്തിലുണ്ടായിരുന്ന കള്ളെടുത്ത് കുടിച്ചിട്ടു പാത്രത്തിനു കേടൊന്നും വരുത്താതെ താഴെ വച്ചിട്ട് രാമശ്ശാരുടെ അടുക്കലേക്കു പോയി.

ചന്ദ്രശേഖരൻ കള്ളു കുടിച്ചത് അന്ന് ഇദംപ്രഥമമായിട്ടായിരുന്നു. അതിനുമുമ്പ് ഒരിക്കലും അവൻ അതിന്റെ സ്വാദു നോക്കുകപോലും ചെയ്തിരുന്നില്ല. അന്ന് കുടിച്ചപ്പോൾ ഇത് നല്ലതാണെന്നു തോന്നുകയാൽ അവൻ പിന്നെയും ചിലപ്പോൾ കുളികഴിഞ്ഞു പോകുമ്പോൾ അതിലെ ചെല്ലുകയും ചെല്ലുമ്പോളൊക്കെ ആ ഈഴവൻ ചന്ദ്രശേഖരനു കുറേശ്ശെ കള്ളു കൊടുക്കുകയും ചെയ്തിരുന്നു. മറ്റൊരാളുടെ മുതൽ വിലകൊടുക്കാതെ വാങ്ങിയനുഭവിക്കുന്നത് ന്യായമല്ലെന്നുള്ള വിചാരമുണ്ടായിരുന്നതിനാൽ ചന്ദ്രശേഖരൻ എല്ലാ ദിവസവും അതിലെ പോകുകയുംകള്ളുവാങ്ങിക്കുടിക്കുകയും ചെയ്തിരുന്നില്ല. ചില ദിവസങ്ങളിൽ വാങ്ങിക്കുടിക്കുന്നതിനു പ്രതിഫലമായി ചന്ദ്രശേഖരൻ ആ ഈഴവന് കള്ളു കുറുക്കി പാനിയാക്കുന്നതിനും മറ്റും ആവശ്യമുള്ള വിറകു മലമുകളിൽനിന്നു ശേഖരിച്ചു കൊണ്ടുചെന്നു കൊടുക്കുകയും ചെയ്തിരുന്നു.

അങ്ങിനെയിരുന്നപ്പോൾ കൊട്ടരക്കരതന്നെ ഒരു നായർഭവനത്തിൽ ഒരു സദ്യയുണ്ടായി. ആ ദേശത്ത് എവിടെയെങ്കിലും സദ്യയുണ്ടായാൽ രാമശ്ശാരെ ക്ഷണിക്കുകയും അയാൾ പോകുമ്പോൾ ചന്ദ്രശേഖരനെ കൂടെ കൊണ്ടുപോകുകയും പതിവായിരുന്നു. ആ പതിവുപോലെ ഇവിടെയും ക്ഷണിക്കുകയും ചന്ദ്രശേഖരനോടുകൂടി പോകുകയും ചെയ്തിരുന്നു. അങ്ങിനെ ചെന്നാൽ രാമശ്ശാരുണ്ണാനിരിക്കുമ്പോൾ സദ്യയുടെ ഉടമസ്ഥൻ ചന്ദ്രശേഖരനും ചോറും പായസവും പഴക്കുലയും മറ്റും കൊടുക്കുക പതിവാണ്. എന്നാൽ ഇവിടെ അങ്ങിനെ ഉണ്ടായില്ല.

പ്രധാനന്മാരുടെ സദ്യയൊക്കെക്കഴിഞ്ഞു അവരെല്ലാവരും പിരിഞ്ഞു പോവുകയും സർവ്വാണിസദ്യ ആരംഭിക്കുകയും ചെയ്തിട്ടും ചന്ദ്രശേഖരന് ആരും ഒന്നും കൊടുത്തില്ല. കൊടുക്കാനുള്ള ഭാവം പോലും അവിടെ കണ്ടുമില്ല. അതിനാൽ രാമശ്ശാർ ചന്ദ്രശേഖരനെ നിറുത്തിയിരുന്ന സ്ഥലത്തു ചെന്ന് 'ഇനി നമുക്ക് പോകാം മകനേ' എന്നു പറഞ്ഞു യാത്രയായി. പിന്നാലെ ചന്ദ്രശേഖരനും ചെന്നു. പറമ്പിൽനിന്നിറങ്ങി പടിക്കൽ ചെന്നപ്പോൾ അവിടെ ഏറ്റവും വലിയതായ ഒരാഞ്ഞി(അയനി)ത്തടി കിടക്കുന്നത് കണ്ടു. അത് ആ വീട്ടുടമസ്ഥൻ പുരയുടെ ജീർണ്ണോദ്ധാരണം വകയ്ക്കായി വരുത്തിയിട്ടതായിരുന്നു. നാലു വലിയ ആനകൾ കൂടിപിടിപ്പിച്ചായിരുന്നു ആ തടി കൊണ്ടുവന്നിട്ടത്. ചന്ദ്രശേഖരൻ വക്കപ്പഴുതിൽ തുമ്പിക്കൈ ചുറ്റിപ്പിടിച്ചു ആ തടി വലിച്ചുകൊണ്ടുപോയി. സർവ്വാണി സദ്യയിൽ ഉത്സാഹിച്ചു കൊണ്ടുനിന്ന വീട്ടുടമസ്ഥൻ തടി ചന്ദ്രശേഖരൻ കൊണ്ടുപോയത് അപ്പോൾ അറിഞ്ഞില്ല. സദ്യസ്ഥലത്തുനിന്നു രാമശ്ശാരുടെ വീട്ടിലേക്കു മൂന്നു നാഴിക

ദൂരമുണ്ടായിരുന്നു. ഈ തടി വലിച്ചുകൊണ്ട് ഒന്നുരണ്ടു നാഴിക പോയ പ്പോഴേക്കും ചന്ദ്രശേഖരൻ വല്ലാതെ ക്ഷീണിച്ചു. സദ്യസ്ഥലത്തു ചോറും പായസ്സവും മറ്റും കിട്ടുമല്ലോ എന്നു വിചാരിച്ചു ചന്ദ്രശേഖരൻ അന്ന് കാലത്തു കുറച്ചു വെള്ളം കുടിച്ചതല്ലാതെ തീറ്റ ഒന്നും തിന്നിരുന്നില്ല. തടി സാമാന്യ ത്തിലധികം വലുതുമായിരുന്നുമല്ലോ. അതെല്ലാം കൊണ്ടുമാണ് ചന്ദ്രശേ ഖരൻ ക്രമത്തിലധികം ക്ഷീണിച്ചത്. അങ്ങിനെ പ്രയാസപ്പെട്ട് കുറച്ചു കൂടി പോയപ്പോൾ അവിടെ വഴിയരികിൽത്തന്നെ ഒരു മദ്യശാലയുണ്ടായിരുന്നു. അത് ചന്ദ്രശേഖരനു കള്ളു കൊടുക്കുന്ന ഈഴവന്റേതായിരുന്നു. അതിനാൽ ചന്ദ്രശേഖരൻ തടി വഴിയിലിട്ടിട്ടു മദ്യശാലയുടെ അടുക്കലേക്കു ചെന്നു. അപ്പോൾ ആ ഈഴവൻ ചന്ദ്രശേഖരൻ വല്ലാതെ ക്ഷീണിച്ചിരിക്കുന്നതായി കണ്ടിട്ട് നല്ല കള്ളു ധാരാളമായി കൊടുത്തു. കള്ളുകുടി കഴിഞ്ഞപ്പോൾചന്ദ്ര ശേഖരനു ഉത്സാഹമായി.പിന്നെ തടി വലിച്ചു കൊണ്ട് ക്ഷണത്തിൽനടന്നു രാമശ്ശാരുടെ വാസസ്ഥലത്തെത്തി തടി അവിടെ പടിക്കലിട്ടിട്ടു ചന്ദ്രശേ ഖരൻ അവന്റെ പതിവു സ്ഥലത്തു ചെന്നു നിന്നു. ഉടനെ രാമശ്ശാർ അവന്റെ പതിവുള്ള തീറ്റ സാമാനങ്ങലെല്ലാം കൊണ്ടു ചെന്നു കൊടുക്കുകയും ചെയ്തു.

സദ്യയുടെ തിടുക്കവും കോലാഹലവുമെല്ലാം കഴിഞ്ഞപ്പോളാണ് തറവാട്ടിൽ കാരണവർ തടി ചന്ദ്രശേഖരൻ കൊണ്ടുപോയി എന്നറിഞ്ഞത്. അപ്പോൾ ആ മനുഷ്യന് തടി പോയതിനെ കുറിച്ചുള്ള മനസ്താപവും ചന്ദ്ര ശേഖരന് ഒന്നും കൊടുക്കനിടയാകാത്തതിനെക്കുറിച്ചുള്ള പശ്ചാത്താപവും സാമാന്യത്തിലധികമുണ്ടായി. അപ്പോഴേക്കും നേരം വൈകിപ്പോയതു കൊണ്ട് പിന്നെ ഒന്നും ചെയ്യാൻ തരമില്ലായിരുന്നു.. അതിനാൽ ആ മനുഷ്യൻ വിഷമിച്ചുകൊണ്ടുതന്നെ അന്നത്തെ രാത്രി ഒരുവിധം കഴിച്ചുകൂട്ടി. പിറ്റേ ദിവസം കാലത്തെ അഞ്ചു പറ നെല്ലളന്നു ഒരു പാത്രത്തിലാക്കി ക്കെട്ടി ഒരു ഭൃത്യനെ ഏല്പിച്ചിട്ട്, 'നീയിതു കൊണ്ടുചെന്നു ചന്ദ്രശേഖരന്റെ മുമ്പിൽവെച്ചിട്ട്, ഇന്നലെ ഇവിടെ സദ്യശ്രമം മുതലായ കാര്യാന്തരവ്യഗ്രത നിമിത്തം ചന്ദ്രശേഖരനെ വേണ്ടതുപോലെ സല്ക്കരിച്ചയക്കാൻ സാധിക്കാ ത്തതിൽ വളരെ മനസ്താപമുണ്ട്. ആ തെറ്റിന്റെ പ്രായശ്ചിത്തമായി അഞ്ചു പറ നെല്ല് കൊടുത്തയക്കുന്നു. ഇത് സദയം സ്വീകരിക്കുകയും എന്റെ തെറ്റിനെ ക്ഷമിക്കുകയും എന്റെ തടി ഇന്നുതന്നെ ഇവിടെ എത്തിച്ചു തരികയും ചെയ്യണമെന്നു അപേക്ഷിക്കുന്നു. തടിയും കൊണ്ട് ഇവിടെ വരുമ്പോൾ വേണ്ടതുപോലെ എല്ലാം ചെയ്തുകൊള്ളാം എന്നു നടുവിലെ വീട്ടിലെ മാധവൻപിള്ള പറഞ്ഞയച്ചിരിക്കുന്നു എന്നു പറയണം' എന്നു പറഞ്ഞു. ആ ഭൃത്യൻ അപ്രകാരം ചെയ്തു.

ഉടനെ ചന്ദ്രശേഖരൻ ആ നെൽച്ചുമടെടുത്ത് കൊണ്ടുപോയി അവനു കള്ളു കൊടുക്കാറുള്ള ഈഴവന് കൊടുത്തിട്ടു തടിയും കൊണ്ട് യാത്രയായി. പിന്നാലെ രാമശ്ശാരും പോയി. ചന്ദ്രശേഖരൻ തടി നടുവിലെ വീട്ടിലെ പടിക്കൽ മുമ്പ് കിടന്നിരുന്ന സ്ഥലത്തു കൊണ്ടുചെന്നിട്ടു. അപ്പോഴേക്കും ആ വീട്ടിലെ കാരണവർ (മാധവൻപിള്ള) പടിക്കൽചെന്നു അകത്തേക്ക് വിളിക്കുകയാൽ രാമശ്ശാർ ചന്ദ്രശേഖരനെയും കൊണ്ട് പടിക്കകത്ത് മുറ്റത്തു ചെന്നു. ഉടനെ മാധവൻപിള്ള ചന്ദ്രശേഖരനു പഴക്കുല, പായസം, നാളികേരം, കരിമ്പ് മുതലായവയും രാമശ്ശാർക്ക് യഥായോഗ്യം ഭക്ഷണവും മുണ്ടും നേര്യതും കൊടുക്കുകയും മുഹമ്മദീയസ്ത്രീക്ക് കൊടുക്കുന്നതിനു പത്തു

പണം രാമയ്യാരെ തന്നെ ഏല്പിക്കുകയും ചെയ്തു സന്തോഷിപ്പിച്ചു പറഞ്ഞയച്ചു.

രാമയ്യാർ ചന്ദ്രശേഖരനെ തീറ്റിക്കു മിക്ക ദിവസവും കാട്ടിലേക്ക് പറഞ്ഞയക്കുകയും അവൻ പോയി തിന്നു വയർനിറച്ചു നേരം വൈകുമ്പോൾ മടങ്ങി രാമയ്യാരുടെ വീട്ടിലെത്തി അവന്റെ സ്ഥാനത്തു ചെന്നു കിടക്കുകയും പതിവായിരുന്നു. ആ പതിവിൻപ്രകാരം ഒരു ദിവസം കാട്ടിലേക്ക് പറഞ്ഞയച്ച ചന്ദ്രശേഖരൻഅന്ന് രാത്രിയായിട്ടും തിരിച്ചു വരായ്കയാൽ അയാൾ ഏറ്റവും വിഷണ്ണനായിത്തിർന്നു. വിഷാദം കൊണ്ട് അയാൾ അന്ന് അത്താഴമുണ്ടില്ലെന്നല്ല, രാത്രിയിൽ കിടന്നിട്ട് ഉറക്കവും വന്നില്ല. പിറ്റേ ദിവസം അതിരാവിലെ രാമയ്യാർ കാട്ടിൽചെന്നു ചന്ദ്രശേഖരൻ സഞ്ചരിക്കാറുള്ള സ്ഥലങ്ങളിലെല്ലാം നോക്കി. എങ്ങും ചന്ദ്രശേഖരനെ കണ്ടില്ല. അപ്പോൾ രാമയ്യാർ വിഷാദവിഹ്വലൻ മാത്രമല്ല, ഭയപരവശനുമായിത്തീർന്നു. രാമയ്യാർ ചന്ദ്രശേഖരനെ സ്വന്തമെന്നപോലെയാണ് രക്ഷിച്ചു നടന്നിരുന്നതെങ്കിലും ആ ആന സർക്കാർവകയായിരുന്നല്ലോ. ആ ആനയെ കാണ്മാനില്ലെന്നറിഞ്ഞാൽ ഗവണ്മെന്റ് വെറുതെ വിടുമോ? ആകപ്പാടെ രാമയ്യാർ വലിയ പരുങ്ങലിലായിത്തീർന്നു. അയാൾ ഊണും ഉറക്കവും ഇല്ലാതെ പല സ്ഥലങ്ങളിൽ അന്വേഷിച്ചു നടന്നു. ഒരു ഫലവുമുണ്ടായില്ല, അങ്ങനെ പത്തു പതിനഞ്ചു ദിവസം കഴിഞ്ഞപ്പോൾ ചന്ദ്രശേഖരനെ കാണാനില്ലെന്നുള്ള വിവരം ഗവണ്മെന്റിന് അറിവു കിട്ടി. ഉടനെ രാമയ്യാരെ പിടിച്ചു ചോദ്യം ചെയ്യുന്നതിന് ഉത്തരവ് വരികയാൽ സർക്കാരാളുകൾ രാമയ്യാരെ അന്വേഷിച്ചു തുടങ്ങി. ആ വിവരമറിഞ്ഞു രാമയ്യാർ എവിടെയോ പോയി ഒളിച്ചു. സർക്കാരാളുകൾ പല വിധത്തിൽ അന്വേഷണം നടത്തിയിട്ടും ചന്ദ്രശേഖരനെയും രാമയ്യാരെയും കണ്ടു കിട്ടിയില്ല. ചന്ദ്രശേഖരനും രാമയ്യാരും നാട്ടുവിട്ടുപോയതാണെന്നു ഒടുക്കം എല്ലാവരും തീർച്ചപ്പെടുത്തി. സർക്കാരിന്റെ അന്വേഷണവും ഒരുവിധം ശമിച്ചു. അങ്ങിനെ രണ്ട് മൂന്നു മാസം കഴിഞ്ഞപ്പോൾ ഒരു ദിവസം ചന്ദ്രശേഖരൻ ഒരു വലിയ പിടിയാനയോടുകൂടി കൊട്ടാരക്കര വന്നു ചേർന്നു. ആ പിടിയാന ഒരു കാട്ടാനയായിരുന്നു. മനുഷ്യരെക്കണ്ടപ്പോൾ അത് വിരണ്ട് ഓടാൻ ഭാവിച്ചു. എങ്കിലും ചന്ദ്രശേഖരൻ അതിനെ വിട്ടയച്ചില്ല. ചന്ദ്രശേഖരൻ ഒരു കാട്ടാനയെ പിടിച്ചുകൊണ്ടു വന്നിരിക്കുന്നു എന്നു കേട്ടുകേട്ട് അസംഖ്യമാളുകൾ അവിടെക്കൂടി. ആ കൂട്ടത്തിൽ രാമയ്യാരും അവിടെ വന്നുചേർന്നു. ചന്ദ്രശേഖരന്റെ സഹായത്തോടുകൂടി രാമയ്യാർ പത്തുപതിനഞ്ചു ദിവസംകൊണ്ട് ആ പിടിയാനയെ പ്പഴക്കി സ്വാധീനപ്പെടുത്തി. കൊച്ചുകുഞ്ഞു മരിച്ചതിന്റെശേഷം അയാൾക്കു പകരം രാമയ്യാരുടെ സഹായത്തിനായി കേശവൻ എന്ന ഒരാളെയാണ് നിയമിച്ചിരുന്നത്. ഈ പിടിയാനയെ പഴക്കി സ്വാധീനിച്ചതിന്റെ ശേഷം രാമയ്യാരുടെ ശുപാർശപ്രകാരം ആ പിടിയാനയുടെ ആനക്കാരനായി കേശവനെ നിയമിച്ചു. ആ പിടിയാനയ്ക്കു കല്പനപ്രകാരം 'ഭവാനി' എന്നു പേരിട്ടു. ചന്ദ്രശേഖരനും ഭവാനിയും കാലക്രമേണ പരസ്പരം വലിയ സ്നേഹമായിത്തീർന്നു. ഭവാനിയെക്കാണാതെ ചന്ദ്രശേഖരനും ചന്ദ്രശേഖരനെക്കാണാതെ ഭവാനിയും മാത്രനേരം പോലും നിൽക്കാതെയായി. രണ്ടാനകളും നിൽപും കിടപ്പും തീറ്റയും കുളിയുമെല്ലാം ഒരുമിച്ചുതന്നെ. എഴുന്നള്ളിപ്പിനും മറ്റും ആ രണ്ടാനകളെയും ഒരുമിച്ചല്ലാതെ എങ്ങും കൊണ്ടുപോയിരുന്നില്ല.

കൊണ്ടുപോവാൻ സാധിക്കുകയുമില്ലായിരുന്നു. ആ ആനകൾ ഭാര്യഭർത്താക്കന്മാരുടെ നിലയിലാണ് വർത്തിച്ചിരുന്നത്.

ഇങ്ങിനെയിരുന്ന കാലത്തു ഒരാണ്ടിൽ അരിപ്പാട്ടുത്സവത്തിൽ എഴുന്നള്ളിപ്പിനു ചന്ദ്രശേഖരനേയും ഭവാനിയേയും കൊണ്ടുപോയിരുന്നു. ഈ ആനകളെ ഏഴാമുത്സവദിവസം കാലത്തെ കൊണ്ടുചെല്ലണമെന്നാണ് ആവശ്യപ്പെട്ടിരുന്നത്. എങ്കിലും ചില അസകൗര്യങ്ങൾ നിമിത്തം ഒമ്പതാമുത്സവദിവസം രാത്രി ഏകദേശം പത്തുമണിയായപ്പോഴാണ് ആനകളെയും കൊണ്ട് രാമശ്ശാരും കേശവനും അവിടെ എത്തിയത്. അപ്പോഴേക്കും അവിടെ എഴുന്നള്ളത്ത് ആരംഭിച്ചിരുന്നു. അക്കാലത്ത് അരിപ്പാട്ടു ദേവസ്വത്തിൽത്തന്നെ വലിയ വേലായുധൻ എന്നു പേരായിട്ടു ഒരു നല്ല കൊമ്പനാനയുണ്ടായിരുന്നു. അതിനാൽ ആ ആനയുടെ പുറത്തായിരുന്നു അരിപ്പാട്ടു ദേവനെ എഴുന്നള്ളിച്ചിരുന്നത്. ഉപദേവന്മാരെയൊക്കെ മറ്റാനകളുടെ പുറത്തും എഴുന്നള്ളിച്ചിരുന്നു. അരിപ്പാട്ടു ദേവനെ എഴുന്നള്ളിച്ചു കിഴക്കെ ആനക്കൊട്ടിലിൽ നിറുത്തി കഴിയുമ്പോൾ കിഴക്കുനിന്നു ഒരു ഭഗവതിയെ എഴുന്നള്ളിച്ചു കൊണ്ട് ഒരു പുറപ്പാടു പതിവുണ്ട്. ആ പുറപ്പാടും വളരെ കേമവും പ്രധാനവുമായിട്ടുള്ളതുമാണ്. ആ എഴുന്നള്ളത്ത് ആരംഭിച്ചു കുറച്ചു സമയം കഴിഞ്ഞപ്പോളാണ് ചന്ദ്രശേഖരനും ഭവാനിയും അവിടെ എത്തിയത്. ഉടനെ കാര്യക്കാർ (അക്കാലത്ത് തഹശീൽദാരെ കാര്യക്കാർ എന്നാണു പറഞ്ഞിരുന്നത്) ഈ ആനകൾ ചെന്നിരിക്കുന്ന വിവരം അറിഞ്ഞു അവിടെ ചെന്നു ആ ആനകൾക്കും തലയിൽക്കെട്ടു കെട്ടിക്കുകയും ഭഗവതിയുടെ എഴുന്നള്ളത്തു ചന്ദ്രശേഖരന്റെ പുറത്തേക്ക് മാറ്റിക്കുകയും ഭവാനിയെ അകമ്പടിയാക്കുകയും ചെയ്തു. അങ്ങിനെ ഭഗവതിയുടെ എഴുന്നള്ളത്തു കുറച്ചുകൂടി പടിഞ്ഞാട്ടു ചെന്നപ്പോൾ ചന്ദ്രശേഖരനും വലിയ വേലായുധനും പരസ്പരം കാണാറായി. ഉടനെ ചന്ദ്രശേഖരൻ ഒരു വലിയ ശബ്ദം പുറപ്പെടുവിച്ചു. അതുകേട്ടു വലിയ വേലായുധനും അതുപോലെ തന്നെ ഒരു ശബ്ദം പുറപ്പെടുവിച്ചു. പിന്നെ വലിയ വേലായുധൻ കിഴക്കോട്ടും ചന്ദ്രശേഖരൻ പടിഞ്ഞാട്ടും അതിവേഗത്തിൽ നടന്നു തുടങ്ങി. അപ്പോൾ ആനകൾ രണ്ടും പിണങ്ങിയെന്നും ഇവർ തമ്മിൽ വലിയ യുദ്ധമുണ്ടാകുമെന്നും അഥവാ ആനകൾ രണ്ടും ഓടിത്തുടങ്ങിയേക്കുമെന്നും മറ്റും വിചാരിച്ചു മരണഭയത്തോടുകൂടി വാദ്യക്കാരും തീവെട്ടിക്കാരും കാഴ്ചക്കാരുമെല്ലാം നാലുപുറത്തേക്കും ഓടി. ആ സമയം അവിടെയുണ്ടായ ലഹളയും ബഹളവും ഒട്ടും ചില്ലറയല്ലായിരുന്നു. ആ വലിയ ആനകൾ രണ്ടും പിണങ്ങി ആൾക്കൂട്ടത്തിൽ ഓട്ടം തുടങ്ങിയാൽ എന്തെല്ലാം അനർഥങ്ങളാണ് വന്നുകൂടിയേക്കാവുന്നതു? പലർക്കും അംഗഭംഗങ്ങളും ചിലർക്ക് മരണം തന്നെയും വന്നേക്കാമല്ലോ. അതിനാൽ ജനങ്ങൾ ഭയപ്പെട്ടോടിയതും ബഹളമുണ്ടാക്കിയതും ഒട്ടും അത്ഭുതമല്ല. പക്ഷേ ഇവിടെ ആനകൾ പിണങ്ങുകയും ഓടുകയും യുദ്ധം ചെയ്യുകയുമൊന്നും ഉണ്ടായില്ല. ആ ആനകൾ രണ്ടും അടുത്ത് കൂടിയപ്പോൾ വലിയ സ്നേഹത്തോടുകൂടി തുമ്പിക്കൈകൾനീട്ടി പരസ്പരം പിടിച്ചു സന്തോഷസൂചകമായി ചില ശബ്ദങ്ങൾ പുറപ്പെടുവിച്ചതിന്റെ ശേഷം തിരിച്ചുപോയി. പൂർവ്വസ്ഥിതിയിൽ അവരവരുടെ സ്ഥാനത്ത് ചെന്നു നിൽക്കുക മാത്രമേ ഉണ്ടായുള്ളൂ. ആനകൾ പിണങ്ങുകയല്ലെന്നറിഞ്ഞപ്പോൾ വാദ്യക്കാരും തീവെട്ടിക്കാരും മറ്റും തിരിച്ചുവരികയും എഴുന്നള്ളിപ്പ് ഭംഗിയായി

കഴിഞ്ഞുകൂടുകയും ചെയ്തു.

എഴുന്നള്ളിപ്പ് കഴിഞ്ഞു ചന്ദ്രശേഖരനേയും ഭവാനിയേയും വലിയ വേലായുധനേയും കൊണ്ടുപോയി തളച്ചു തീറ്റ കൊടുത്തത് ഒരുസ്ഥലത്ത് തന്നെയായിരുന്നു. എങ്കിലും ചന്ദ്രശേഖരനേയും ഭവാനിയേയും ഒരു മരത്തിന്മേലും വലിയ വേലായുധനെ മറ്റൊരു മരത്തിന്മേലും ആണ് തളച്ചത്. പിറ്റേ ദിവസം കാലത്ത് ആ മൂന്നു ആനകളെയും ഒരുമിച്ചു കുളിപ്പിച്ചു കിഴക്കേ നടയിൽകൊണ്ടുവന്നു. ഉടനെ ചന്ദ്രശേഖരൻ കിഴക്കോട്ടു നടന്നു തുടങ്ങി. ചന്ദ്രശേഖരന്റെ പിന്നാലെ ഭവാനിയും അവളുടെ പിന്നാലെ വലിയ വേലായുധനും നടന്നു. ചന്ദ്രശേഖരന്റെ പുറത്ത് രാമശ്ശാരും ഭവാനിയുടെ പുറത്ത് കേശവനും വലിയ വേലായുധന്റെ പുറത്ത് ആ ആനയുടെ ആനക്കാരനുമുണ്ടായിരുന്നു. അരിപ്പാട്ട് 'ആനപ്പേരി' വീട്ടുകാർ ആനപ്പാവിൽ പ്രസിദ്ധരും വിദഗ്ദ്ധന്മാരും പാരമ്പര്യക്കരുമായിരുന്നു. ആ വീട്ടിലെ ഒരാൾതന്നെയായിരുന്നു വലിയ വേലായുധന്റെ പുറത്തിരുന്നിരുന്നത്. ചന്ദ്രശേഖരൻ എന്തെങ്കിലും ഉദ്ദേശത്തോടുകൂടിയല്ലാതെ ഇങ്ങിനെ പോവുകയില്ലെന്നും അവൻ ഒരു സ്ഥലത്തേക്ക് പോകാനായി നിശ്ചയിച്ചു പുറപ്പെട്ടാൽ പിന്നെ തടുത്താൽ നിൽക്കുകയില്ലെന്നും കാരണം കൂടാതെ ആരെയും ഉപദ്രവിക്കുകയില്ലെന്നും നല്ല നിശ്ചയമുണ്ടായിരുന്നതിനാൽ രാമശ്ശാർചന്ദ്രശേഖരനെ നിരോധിച്ചില്ല. ചന്ദ്രശേഖരൻ പോയാൽ പിന്നെ ഭവാനി നിൽക്കുകയില്ലെന്നുള്ള കാര്യം തീർച്ചയാണല്ലോ. വലിയ വേലായുധന്റെ സ്വഭാവവും ഏകദേശം ചന്ദ്രശേഖരന്റെ സ്വഭാവം പോലെ തന്നെയായിരുന്നതിനാൽ അവന്റെ നിയന്താവ് അവനെയും തടുത്തില്ല. അതിനാൽ ചന്ദ്രശേഖരൻ മുമ്പിലും ഭവാനിയും വലിയ വേലായുധനും പിന്നാലെയുമായി നടന്നു രണ്ടുരണ്ടര നാഴിക കിഴക്കു തെക്കു പള്ളിപ്പാട് എന്ന ദേശത്തുള്ള 'നാടാലയ്ക്കൽ' (നാടകശാലയ്ക്കൽ) എന്ന വീട്ടിൽ എത്തി. അത് കുഞ്ചുകുട്ടിപിള്ള സർവാധികാര്യക്കാരുടെ ഭാര്യാഗ്രഹമായിരുന്നു. സർവാധികാര്യക്കാരദ്ദേഹം വളരെ മുമ്പേ മരിച്ചുപോയിരുന്നു എങ്കിലും അദ്ദേഹത്തിന്റെ ഭാര്യയും മൂന്നു പുത്രന്മാരും അപ്പോഴും ആ ഗൃഹത്തിലുണ്ടായിരുന്നു. പുത്രന്മാരിൽ മൂത്തയാളുടെ പേർ രാമൻ എന്നായിരുന്നു. ആ മനുഷ്യനു വൈദ്യവിഷയത്തിൽ നല്ലപോലെ നൈപുണ്യവും കൈപ്പുണ്യവുമുണ്ടായിരുന്നു. അതിനാൽ അദ്ദേഹത്തെ എല്ലാവരും 'കൊച്ചുരാമൻവൈദ്യൻ' എന്നാണ് പറഞ്ഞിരുന്നത്. ആ ഗൃഹത്തിന്റെ സമീപത്തുതന്നെ സർവാധികാര്യക്കാരദ്ദേഹത്തിന്റെ ഒരു പ്രതിമ പ്രതിഷ്ഠിച്ചിട്ടുണ്ടായിരുന്നു. ആനകൾ അവിടെ ചെന്നയുടനെ ചന്ദ്രശേഖരൻ ആ പ്രതിമയുടെ മുമ്പിൽ ചെന്നു മുട്ടുകുത്തി നമസ്കരിച്ചു. അതുകണ്ട് ഭവാനിയും വലിയ വേലായുധനും അപ്രകാരം ചെയ്തു. അതുകഴിഞ്ഞിട്ട് മൂന്നാനകളും ഗൃഹത്തിന്റെ കിഴക്കുവശത്തു മുറ്റത്തു നിരന്നു നിന്നു.

തലേ ദിവസം രാത്രിയിൽ ആ ഗൃഹത്തിൽ സ്വല്പമൊരു വിശേഷമുണ്ടായി. അതുകൂടി ഇവിടെ വ്യക്തമാക്കേണ്ടിയിരിക്കുന്നു. അതെന്തെന്നാൽ സർവാധികാര്യക്കാരുടെ ഭാര്യ ഒരു സ്വപ്നം കണ്ടു എന്നുള്ളതാണ്. സർവാധികാര്യക്കാരദ്ദേഹം ആ സ്ത്രീയുടെ അടുക്കൽച്ചെന്ന് 'എന്നെ വന്ദിക്കുന്നതിന്നായി നാളെ കാലത്തു മൂന്നാനകൾ ഇവിടെ വരും. ഒന്ന് നമ്മുടെ ചന്ദ്രശേഖരൻ തന്നെ. പിന്നെ ഒന്ന് പിടിയും. മറ്റൊന്ന് അരിപ്പാട്ടുപതിവായിട്ടുള്ള എഴുന്നള്ളത്തിന്നു നിർത്തിയിരിക്കുന്ന വലിയ വേലായുധനുമായിരിക്കും.

ഒരു പാത്രത്തിൽ മുപ്പത്താറേകാലിടങ്ങഴിയും വേറെ രണ്ടുപാത്രങ്ങളിൽ ഇരുപത്തിനാലേകാലിടങ്ങഴി വീതവും അരിയിട്ട് അതിനുവേണ്ടുന്ന ശർക്കരയും നാളികേരവും നെയ്യും ചേർത്ത് പായസം വച്ച് അതും മൂന്നു പാത്രങ്ങളിൽ പ്രത്യേകം പ്രത്യേകം പാനകം (ശർക്കര)കലക്കി അതും ആനകൾക്കു കൊടുക്കണം. മുപ്പത്താറേകാലിടങ്ങഴി അരികൊണ്ടുള്ള പായസം ചന്ദ്രശേഖരനുള്ളതാണെന്നെന്നറിയാമല്ലോ. ഈ ആനകളെ കാണാനും മറ്റുമായി വിശേഷാൽ വന്നുകൂടുന്നവർക്ക് ചതുർവിഭവങ്ങളോ ടുകൂടി ഭക്ഷണം കൊടുക്കുകയും വേണം' എന്നു പറഞ്ഞു എന്നായിരുന്നു സ്വപ്നം. വെറുതെ ഇങ്ങിനെ ഒരു സ്വപ്നം കാണുകയില്ലെന്നും ഇതു സർവാധി കാര്യക്കാരദ്ദേഹം പറഞ്ഞത് തന്നെയാണെന്നും വിശ്വസിച്ച് ആ വീട്ടുകാർ ഇപ്രകാരം എല്ലാം തയ്യാറാക്കി വച്ചു.

സർവാധികാര്യക്കാരദ്ദേഹത്തിന്റെ മൂന്നാമത്തെ പുത്രൻ ചിലപ്പോൾ അച്ഛന്റെ അധിവാസമുണ്ടായി തുള്ളുകയും ആവശ്യമുള്ള കാര്യങ്ങൾ പറയുകയും ചെയ്യാറുണ്ടായിരുന്നു. അന്ന് അവിടെ ആനകൾക്കുള്ള പായസവും വിശേഷാൽ വരുന്നവർക്കുള്ള സദ്യയുടെ വിഭവങ്ങളുമെല്ലാം കാലമായിക്കഴിഞ്ഞപ്പോൾ ആ മനുഷ്യനു കലികൊണ്ടുപോയി കുളിച്ചു വന്നു. അപ്പോഴേക്കും അവിടെ പതിവുപോലെ ഭസ്മം, ചന്ദനം, കട്ടിമുണ്ട്, കവണിമുണ്ട് മുതലായവയെല്ലാം തയ്യാറാക്കിവെച്ചിരുന്നു. കുളിച്ചു തുള്ളി ക്കൊണ്ടു വന്ന മനുഷ്യൻ ഭസ്മവും ചന്ദനവും ധരിച്ചു കട്ടിയും കവണിയുമുടു ത്ത് ഒരു കസേരയിൽ കാലിന്മേൽക്കാൽ കയറ്റി മുറുക്കിരുന്നു. അപ്പോൾ ഒരാൾ വിശറിയെടുത്ത് പുറകിൽനിന്നു വീശിത്തുടങ്ങി. ഉടനെ ഒരാൾ വെറ്റില നൂറുതേച്ചു കൊടുത്തുതുടങ്ങി. മറ്റൊരാൾ അടയ്ക്ക നുറുക്കി കൊടുത്തു തുടങ്ങി. വേറെ ഒരാൾ പുകയില മുറിച്ചു കൊടുത്തു. തുള്ളിക്കൊണ്ടിരുന്ന മനുഷ്യൻ അതൊക്കെ വാങ്ങി മുറുക്ക് മുറുക്കുതുടങ്ങി. അപ്പോഴേക്കും അവിടെ ഒരു വലിയ കോളാമ്പി ഒരാൾ കൊണ്ടുചെന്നു വച്ചു. അധിവാസം കൊണ്ടിരുന്നയാൾ കൂടെക്കൂടെ തുപ്പുകയും പിന്നെയും മുറുക്കുകയും മുറുക്ക് ചെയ്തുകൊണ്ടിരുന്നു. അപ്പോൾ ആ മനുഷ്യനെ കണ്ടാൽ സാക്ഷാൽ കുഞ്ചിക്കുട്ടിപ്പിള്ള സർവാധികാര്യക്കാർ തന്നെയാണെന്നു തോന്നുമായി രുന്നു. അപ്പോഴേക്കും സ്ഥലം കാര്യക്കാർ (കാർത്തികപ്പള്ളി തഹസീദാർ) മുതലായി അനേകമാളുകൾ അവിടെ ചെന്നുകൂടി. ആകപ്പാടെ ഇതെല്ലാം കണ്ടു ചന്ദ്രശേഖരൻ കണ്ണീരൊലിപ്പിച്ചു കൊണ്ട് ഉറക്കെക്കരഞ്ഞു തുടങ്ങി. അതു കണ്ടു ഭവാനിയും വലിയ വേലായുധനും കരഞ്ഞു തുടങ്ങി. അപ്പോൾ ആ തുള്ളിക്കൊണ്ടിരുന്ന മനുഷ്യൻ 'എന്റെ കുട്ടികൾ ഒട്ടും വ്യസനിക്കേ ണ്ടാ, നിങ്ങളെ കാണാനാണല്ലോ ഞാൻവന്നിരിക്കുന്നത് എന്റെ കുട്ടികൾ അടുത്ത് വരുവിൻ' എന്ന് പറഞ്ഞു. ഉടനെ ചന്ദ്രശേഖരൻ വിനയത്തോടുകൂടി അടുത്തുചെന്ന് ആ മനുഷ്യന്റെ മുമ്പിൽ മുട്ടുകുത്തി നമസ്കരിച്ചു. പിന്നാലെ ഭവാനിയും വലിയ വേലായുധനും ചെന്നു അപ്രകാരം ചെയ്തു. ആ മനുഷ്യൻ വാത്സല്യപൂർവ്വം മൂന്നാനകളുടെയും തുമ്പിക്കൈയിൽതൊട്ടു തലോടീട്ടു ചന്ദ്ര ശേഖരനോട്, 'ചന്ദ്രശേഖരാ! നീയിവിടെ വന്നസ്ഥിതിക്ക് എന്തെങ്കിലും ഇവിടെ കൊടുക്കാതെ പോകുന്നത് ശരിയല്ല. അതിനാൽ 'ഇതാ ഇവിടെ' എന്നു പറഞ്ഞു ഒരു സ്ഥലം ചൂണ്ടിക്കാണിച്ചു കൊടുത്തു. ചന്ദ്രശേഖരൻ ആ സ്ഥലത്തു ചെന്നു കുനിഞ്ഞു കൊമ്പുകൊണ്ട് കുത്തി മണ്ണിളക്കി മറിച്ചു.

അപ്പോൾ മണ്ണോട്ടുകൂടി ഒരു പിച്ചളചെല്ലം ഇളകിവന്നു. ചന്ദ്രശേഖരൻ ആ ചെല്ലമെടുത്ത് തുള്ളിക്കൊണ്ടിരുന്ന മനുഷ്യന്റെ കൈയ്യിൽ കൊടുത്തു. ആ മനുഷ്യൻ ആ ചെല്ലം തുറന്നു അതിലുണ്ടായിരുന്ന ചെറിയ താളിയോലഗ്രന്ഥമെടുത്തു കൊച്ചുരാമൻവൈദ്യന്റെ കൈയ്യിൽ കൊടുത്തിട്ട്, 'നിനക്കു പുരുഷപ്രായമാകുന്നതിനു മുമ്പ് ഞാൻ ഭൂലോകവാസം വെടിഞ്ഞു പോയതിനാൽ ഇതു നിന്റെ കൈയ്യിൽ തരുന്നതിനു എനിക്കു തരമായില്ല. ഞാൻ നിന്റെ അമ്മയുടെ കൈയ്യിൽ നിനക്കു തരാനായി ഏൽപ്പിച്ചിരുന്ന ഗ്രന്ഥങ്ങളെല്ലാം നിനക്കു കിട്ടീട്ടുണ്ടല്ലോ. അവ നിമിത്തമാണല്ലോ നീയീ സ്ഥിതിയിലായതും കാലക്ഷേപം ചെയ്തു പോരുന്നതും. അവകൊണ്ട് പോരാത്തതെല്ലാം ഇതിലുണ്ട്. ഇതിൽ പറയപ്പെട്ടിരിക്കുന്നതെല്ലാം കഠിനക്രിയകളാണ്. അവയിലൊന്നും സാധാരണയായി ചെയ്തുപോകരുത്. വേറെ നിവൃത്തിയില്ലാതെയും അത്യാവശ്യമായും വന്നാൽ നല്ലപോലെ ആലോചിച്ചു മാത്രമേ ഇതിലുള്ളതോരോന്നും ചെയ്യാവൂ. ഈ ഗ്രന്ഥം എനിക്ക് എന്റെ ഗുരുനാഥനായ തേവലശ്ശേരി നമ്പിയദ്ദേഹം തന്നതാണ്. ഇത് കൈമോശം വരാതെ നല്ലപോലെ സൂക്ഷിച്ചു കൊള്ളണം' എന്നു പറഞ്ഞിട്ട് ആനകളെ മുറയ്ക്ക് നിറുത്തുവാൻ ആജ്ഞാപിച്ചു. ചന്ദ്രശേഖരനെ നടുക്കും ഭവാനിയെ അവന്റെ ഇടത്തുവശത്തും വലിയവേലായുധനെ വലത്തുവശത്തും നിർത്തി യഥാക്രമം അവയ്ക്കുള്ള പായസവും ധാരാളമായി പാനകവും കൊടുപ്പിക്കുകയും വന്നിരിക്കുന്നവർക്കൊക്കെ യഥായോഗ്യം ഭംഗിയായി ഭക്ഷണം കൊടുക്കുന്നതിനുചട്ടം കെട്ടുകയും ചെയ്തതിന്റെ ശേഷം ആ മനുഷ്യൻ കൊച്ചുരാമൻവൈദ്യനോടു വീണ്ടും 'ഈ ചന്ദ്രശേഖരനും വലിയവേലായുധാനും ഒരു മലയിൽത്തന്നെ ജനിച്ചു ഒരുമിച്ചു കളിച്ചു നടന്നു വളർന്നവരാണ്. വലിയ വേലായുധൻ കുഴിയിൽ വീണു പതിനഞ്ചു ദിവസം കഴിഞ്ഞപ്പോളാണ് ചന്ദ്രശേഖരൻ കുഴിയിൽവീണത്. വലിയ വേലായുധൻ വീണ കുഴി തിരുവിതാംകൂറിൽ തന്നെയായിരുന്നു. ചന്ദ്രശേഖരൻ വീണ കുഴി മുക്കാൽഭാഗം തിരുവിതാംകൂറിലും കാൽഭാഗം കൊച്ചിരാജ്യത്തുമായിരുന്നു. അതിനാൽ ഇവനെ കൊച്ചീ സർക്കാർ ആളുകൾ കുഴിയിൽനിന്നും കയറ്റിക്കൊണ്ടുപോയി കൈവശപ്പെടുത്തി. പിന്നെ മഹാരാജാവുതിരുമനസ്സിലെ കല്പനപ്രകാരം ഇവനെ അവിടെ നിന്നു ഉപായത്തിൽകൊണ്ടു പോന്നതു ഞാനാണ്. ഇവരുടെ ബാല്യകഥകൾ ഒന്നും ഇപ്പോഴും ഇവൻ മറന്നിട്ടില്ല. അതിനാലാണ് അവർ കണ്ടപ്പോൾ പരസ്പരം അറിഞ്ഞതും ഇപ്പോഴും സ്നേഹിതരായി വർത്തിക്കുന്നതും. എനിക്കും ചന്ദ്രശേഖരനും തമ്മിലുള്ള ബന്ധം നീയും അറിഞ്ഞിരിക്കേണ്ടതാകയാൽ ഞാനിത്രയും പറഞ്ഞതാണ്. ഇനി ഞാൻ പോകട്ടെ' എന്നു പറഞ്ഞിട്ട് പൂമുഖത്തു പോയിക്കിടന്നു. ആ മനുഷ്യനു ബോധം വീണത് പിന്നെ മൂന്നേമുക്കാൽനാഴിക കഴിഞ്ഞിട്ടാണ്. അപ്പോഴേക്കും അവിടെ കൂടിയിരുന്നവരെല്ലാം പിരിയുകയും ആനക്കാർ ആനകളെയും കൊണ്ട് പോവുകയും ചെയ്തിരുന്നു.

അന്ന് അരിപ്പാട്ടു ക്ഷേത്രത്തിൽ ഉത്സവത്തിന്റെ ആറാട്ടായിരുന്നല്ലോ. അന്നത്തെ എഴുന്നള്ളിപ്പു തലേ ദിവസത്തേക്കാൾ ഭംഗിയായിരുന്നു. ചന്ദ്രശേഖരന്റെ പുറത്ത് അരിപ്പാട്ടു ദേവനെ എഴുന്നള്ളിച്ചു നടുവിലും ഭവാനിയുടെ പുറത്ത് ഭഗവതിയെ എഴുന്നള്ളിച്ചു ഇടതുവശത്തും വലിയവേലായുധന്റെ പുറത്ത് ഒരുപദേവനെ എഴുന്നള്ളിച്ചു വലതുവശത്തും നിർത്തിയായിരുന്നു

അന്നത്തെ എഴുന്നള്ളിപ്പ്. ഭവാനിക്കും വലിയവേലായുധനും പൊക്കം ഒരേ പോലെയായിരുന്ന ചന്ദ്രശേഖരന്ന ഈ രണ്ടാനകളേക്കാൾ ഒരു മുഴം പൊക്കം അധികവുമായിരുന്നു. അങ്ങിനെയായാലാണല്ലോ എഴുന്നള്ളിപ്പി ന്റെ ഭംഗിക്കു തികച്ചിൽവരുന്നത്.എന്നാൽ അന്നും ഒരു ന്യൂനതയുണ്ടായി രുന്നു. അത് ചന്ദ്രശേഖരനെ കെട്ടിച്ച തലയിൽക്കെട്ടിന്നു വലിപ്പം പോരാ യിരുന്നു എന്നുള്ളതാണ്. വലിയവേലായുധൻ അക്കാലത്തുണ്ടായിരുന്ന ആനകളെക്കാലെല്ലാം വലുതായിരുന്നു. അങ്ങിനെയിരുന്ന ആ ആനയ്ക്ക് കെട്ടിയാൽ കണ്ണുമൂടിപ്പോകുമെന്നുള്ളതിനാൽ കെട്ടിയ്ക്കാതെ വെറുതെ വെച്ചിരുന്നതായിരുന്നു അരിപ്പാട്ടെ വലിയ സ്വർണ്ണതലയിൽക്കെട്ട്. ആ തലയിൽക്കെട്ടായിരുന്നു ചന്ദ്രശേഖരനെ അണിയിച്ചിരുന്നത്. എന്നിട്ടും ചന്ദ്രശേഖരന്ന പാകമാകുന്നതിന്നു എട്ടംഗുലം വീതിയും പത്തിനാറംഗുലം നീളവും കൂടി വേണ്ടിയിരുന്നു. എന്നാൽ ഈ ന്യൂനത അരിപ്പാട്ടു മാത്രമു ണ്ടായി എന്നല്ല; അമ്പലപ്പുഴ, ആറന്മുള, വൈക്കം മുതലായ മഹാക്ഷേത്ര ങ്ങളിലെ വലിയ തലയിൽക്കെട്ടുകളായാലും ചന്ദ്രശേഖരന്നു കെട്ടിച്ചാൽ ഇങ്ങനെതന്നെയാണ് ഇരിക്കാറുള്ളത്.

അരിപ്പാട്ട് ഉത്സവം കഴിഞ്ഞതിന്റെ ശേഷം അരിപ്പാട്ടുനിന്നു രണ്ടുമൂന്നു നാഴിക തെക്കു 'മുതുകുളം' എന്ന ദേശത്ത് താമസിച്ചിരുന്ന 'മൂലയ്ക്കൽപിള്ള' എന്നൊരാൾ ചെന്നു ചന്ദ്രശേഖരനെ ഒന്ന് സൽക്കരിക്കുന്നതിനായി അയാളുടെ വീട്ടിൽ കൊണ്ടുചെന്നാൽക്കൊള്ളാമെന്നു രാമയ്യാരോടു പറഞ്ഞു. അതനുസരിച്ച് രാമയ്യാരും കേശവനും ചന്ദ്രശേഖരനേയും ഭവാനിയേയും കൊണ്ട് അവിടെപ്പോയിരുന്നു. വിരുന്നുസൽക്കാരം ബഹുകേമമായിരു ന്നു. ചന്ദ്രശേഖരനും ഭവാനിക്കും തീറ്റക്ക് തെങ്ങിൻപട്ടകൂടാതെ പഴക്കുല, നാളികേരം, പായസം മുതലായവയും ധാരാളമായി കൊടുത്തു. രാമയ്യാരു ടെയും കേശവന്റെയും ഊണിന്റെ വട്ടവും കേമമായിരുന്നു. മൂലയ്ക്കൽ പിള്ള ചന്ദ്രശേഖരനെ ക്ഷണിച്ചു ഇപ്രകാരം സല്ക്കരിച്ചതിന്നു കാരണമുണ്ടായിരുന്നു. മൂലയ്ക്കൽ പിള്ള കുഞ്ചിക്കുട്ടിപ്പിള്ള സർവാധികാര്യക്കാരദ്ദേഹത്തിന്റെ ഒരാത്മമിത്രമായിരുന്നു. ചന്ദ്രശേഖരൻ സർവാധികാര്യക്കാരദ്ദേഹത്തിന്റെ വാത്സല്യഭാജനവുമായിരുന്നല്ലോ. എന്നു മാത്രമല്ല, സർവാധികാര്യക്കാര ദ്ദേഹം ഒടുക്കം ദിക്കുവിട്ടുപോയപ്പോൾ മൂലയ്ക്കൽപിള്ളയുടെ വീട്ടിൽകയറി അദ്ദേഹത്തിന്റെ കൈയ്യിലുണ്ടായിരുന്ന സ്വർണ്ണപ്പിടിവാളും മറ്റും പിള്ളയെ ഏല്പിച്ചു കൊടുക്കുകയും 'ഞാൻതിരിച്ചു വന്നുവെങ്കിൽ ഇവയെല്ലാം തിരി യെത്തരണം വന്നില്ലെങ്കിൽ നിങ്ങൾക്ക് എടുക്കാം.' എന്നു പറയുകയും ചെയ്തിട്ടാണ് പോയത്. സർവാധികാര്യക്കാരദ്ദേഹം തിരിച്ചുവരായ്ക കൊണ്ട് ആ സാധനങ്ങളെല്ലാം ആ പിള്ളയ്ക്കു കിട്ടി. ആ സ്വർണ്ണപ്പിടിവാൾ മൂലയ്ക്കൽ പിള്ളയുടെ വീട്ടിൽ ഇപ്പോഴും ഇരിക്കുന്നുണ്ട്. അന്ന് ആ പിള്ള ആ സ്വർ ണ്ണപ്പിടിവാളെടുത്തു ചന്ദ്രശേഖരനെ കാണിക്കുകയും അവൻ ഏറ്റവും ദുഖ ത്തോടുകൂടി മുട്ടുകുത്തി നമസ്കരിക്കുകയും ചെയ്തു. മൂന്നു ദിവസം സുഖമായിട്ടു അവിടെ താമസിച്ചതിന്റെ ശേഷം നാലാം ദിവസം ചന്ദ്രശേഖരൻ അവിടെ നിന്നു യാത്രയായി. അപ്പോഴും പിള്ള ചന്ദ്രശേഖരനും ഭവാനിക്കും പഴക്കുല മുതലായവ കൊടുക്കുകയും രാമയ്യാർക്കും കേശവനും മുണ്ടും നേര്യതും സമ്മാ നിക്കുകയും മുഹമ്മദീയസ്ത്രീക്ക് കൊടുക്കുന്നതിന്നു മൂന്നര രൂപ രാമയ്യാരെ ഏല്പിക്കുകയും ചെയ്തു സന്തോഷിപ്പിച്ചയച്ചു.

മൂലക്കൽ പിള്ളയുടെ വീട്ടിൽനിന്ന പോയവഴിക്കു പിന്നെയും ചന്ദ്രശേഖരൻ നാടാലയ്ക്കൽ കയറി. ഭവാനിയും ആനക്കാരന്മാരും കൂടെ പറയണമെന്നില്ലല്ലോ. കൊച്ചുരാമവൈദ്യർ ഉണ്ടായിരുന്നുവെന്നുള്ളത് അപ്പോഴും ചന്ദ്രശേഖരനും ഭവാനിക്കും പഴക്കുല മുതലായവയും ആനക്കാർക്ക് ഭക്ഷണവും സമ്മാനങ്ങളും വഴിച്ചെലവിനുവേണ്ട പണവും മുഹമ്മദീയസ്ത്രീയുടെ കാര്യം രാമയ്യർ പറഞ്ഞറിയുകയാൽ അവൾക്കു കൊടുക്കുന്നതിനു പ്രത്യേകം അഞ്ചു രൂപയും കൊടുത്തു. ചന്ദ്രശേഖരൻ അപ്പോഴും സർവാധികാര്യക്കാരദ്ദേഹത്തിന്റെ പ്രതിമയ്ക്കു മൂന്നു പ്രദിക്ഷണം വച്ചു മുട്ടുകുത്തി നമസ്കരിച്ചിട്ട് അപ്പോൾതന്നെ പുറപ്പെടുകയും നാലു ദിവസം കൊണ്ട് ഭവാനി,രാമയ്യർ, കേശവൻ എന്നിവരോടുകൂടി സസുഖം കൊട്ടാരക്കരെ ചെന്നുചേരുകയും ചെയ്തു.

ചന്ദ്രശേഖരൻ രണ്ടുമൂന്നു മാസത്തേക്ക് സ്വസ്ഥാനം വിട്ട് എവിടെയോ പോയിരുന്നു എന്നും പിന്നെ ഒരു പിടിയാനയെ (ഭവാനി)യും കൊണ്ട് മടങ്ങി വന്നു എന്നും തിരികെ വന്നു എന്നും മുമ്പ് പറഞ്ഞിട്ടുണ്ടല്ലോ. എന്നാൽ ചന്ദ്രശേഖരൻ പോയിരുന്നത് ഈ പിടിയാനയെ കൊണ്ടുവരാനായിട്ടല്ലായിരുന്നു. അവൻ പോയതിന്റെ കാരണം വേറെയായിരുന്നു. അതോടുകൂടി ഇതും സാധിച്ചുവെന്നെയുള്ളൂ. ചന്ദ്രശേഖരൻ സംസ്ഥാനം വിട്ടുപോയതിന്റെ വാസ്തവകാരണം താഴെ പറഞ്ഞുകൊള്ളുന്നു.

മുൻകാലങ്ങളിൽ കൊട്ടാരക്കാരെ നിന്നും ചെങ്കോട്ടയ്ക്കു പോകുന്നതിനു പത്തനാപുരം, ആര്യങ്കാവ് മുതലായ സ്ഥലങ്ങളിൽകൂടി ഒരു മൂന്നടിപ്പാത മാത്രമെയുണ്ടായിരുന്നുള്ളൂ. അതുതന്നെ കാട്ടാന, കടുവാ, കരടി മുതലായ ദുഷ്ടമൃഗങ്ങൾ നിറഞ്ഞ വനാന്തരങ്ങളിൽ കൂടിയായിരുന്നു. പത്തനാപുരത്തുനിന്നു പുറപ്പെട്ടാൽ മനുഷ്യർക്ക് അഭയസ്ഥാനമായിട്ടു പതിനാലു നാഴിക കിഴക്കു 'കഴുതയുരുട്ടി' എന്ന സ്ഥലത്തുള്ള ഒരൂട്ടുപുര മാത്രമേ മുൻപുണ്ടായിരുന്നുള്ളൂ. മുൻകാലങ്ങളിൽ ചെങ്കോട്ടയ്ക്കു പോകുന്നവർ പത്തനാപുരത്തുനിന്ന് പുറപ്പെട്ടാൽ കഴുതയുരുട്ടിയിൽച്ചെന്ന് ഊണു കഴിച്ച് ഉടനെ പുറപ്പെട്ടു വൈകുന്നേരം ആര്യങ്കാവിൽ എത്തി താമസിക്കുകയും പിറ്റേദിവസം അവിടെനിന്നു പോയി ചെങ്കോട്ടയിലെത്തുകയുമായിരുന്നു പതിവ്. വഴിയുടെ ഭയങ്കരത്വം നിമിത്തം പത്തും പതിനഞ്ചും പേരൊരുമിച്ചല്ലാതെ അക്കാലത്ത് അതിലെ പോകാറില്ല. എന്നാൽത്തന്നെയും പ്രാണഭീതിയോടു കൂടിയാണ് മനുഷ്യർ അതിലെ പോകുന്നത്.

ഒരു കാലത്ത് ആര്യങ്കാവിനും കഴുതയുരുട്ടിക്കും മദ്ധ്യേയുള്ള കൊടുങ്കാട്ടിൽ കൊലകൊമ്പനും ഒറ്റയാനും (കൂട്ടുവിട്ടു ഒറ്റയ്ക്കു നടക്കുന്നവനും) ആയ ഒരു വലിയ കാട്ടാന വന്നുചേർന്നു. ആ ആന അതിലെ പോകുന്ന വഴിപോക്കരെ പലവിധത്തിൽ ഉപദ്രവിക്കുകയും കുത്തിക്കൊല്ലുകയും ചെയ്തുകൊണ്ടിരുന്നു. ഒരിക്കൽ ഏതാനും പരദേശബ്രാഹ്മണർ കൊട്ടാരക്കര വരാനായി ചെങ്കോട്ടയിൽനിന്നു പുറപ്പെട്ടു. ആര്യങ്കാവ് കഴിഞ്ഞു സ്വല്പം പടിഞ്ഞാറോട്ടു വന്നപ്പോൾ മേല്പറഞ്ഞ കൊമ്പൻ കാടും പടലുമാകപ്പാടെ തകർത്തുകൊണ്ടു പാഞ്ഞുവരുന്നതുകണ്ട്, അവർ പ്രാണഭീതിയോടുകൂടി ഓടിത്തുടങ്ങി. അവരുടെ പിന്നാലെ ആനയുമെത്തി. ആയുർബ്ബലംകൊണ്ടും ഈശ്വരകാരുണ്യത്താലും ആ ബ്രാഹ്മണർ ആ കൊലകൊമ്പന്റെ കൈയിൽപ്പെടാതെ ഓടിയോടി ഒരുവിധത്തിൽ കഴുതയുരുട്ടിയിലുള്ള ഊട്ടുപുരയിൽ

ചെന്നെത്തി. അതിൽപ്പിന്നെയാണ് അവരുടെ ശ്വാസം വീണത്. ആ ഊട്ടുപുരയിൽ കയറിയാൽപ്പിന്നെ പേടിക്കാനൊന്നുമില്ല. ദുഷ്ടമൃഗങ്ങളെ ഭയപ്പെട്ടു ഊട്ടുപുരയുടെ ചുറ്റും വലിയ കിടങ്ങും ആ കിടങ്ങിന്റെ അകവശത്ത് തടികൾകൊണ്ട് ഏറ്റവും ബലത്തൊട്ടുകൂടിയ അഴിയുമുണ്ടായിരുന്നു. മനുഷ്യർക്ക് കിടങ്ങുകടന്നു ഊട്ടുപുരയിൽ ചെല്ലുന്നതിനു ഒരു തടിപ്പാലവും ഇട്ടിട്ടുണ്ടായിരുന്നു. ആ ഒറ്റത്തടി പാലത്തിൽമേൽക്കൂടി മനുഷ്യർക്കല്ലാതെ മൃഗങ്ങൾക്ക് കടന്നുചെല്ലാൻ നിവൃത്തിയുമില്ലായിരുന്നു. ഒരിക്കൽ ഒരു കരടി ആ ഊട്ടുപുരയിൽനിന്നു ഒരു ബ്രാഹ്മണനെ പിടിച്ചുകൊണ്ടുപോയി. അതിൽപ്പിന്നെയാണ് അവിടെ കിടങ്ങും അഴിയുമുണ്ടാക്കിയത്.

ബ്രാഹ്മണർ ഊട്ടുപുരയിലെത്തിയപ്പോഴേക്കും കാട്ടാന കിടങ്ങിന്റെ മറുകരയിൽ എത്തിക്കഴിഞ്ഞു. ആന കോപാന്ധനായി പാലം വലിച്ചുകളഞ്ഞിട്ടു അവിടെ നിന്നുകൊണ്ട് രണ്ടു മൂന്നു പ്രാവശ്യം വലിയ ശബ്ദം പുറപ്പെടുവിച്ചു. കിടങ്ങിനപ്പുറം കടക്കാൻ ആ കൊമ്പനാന വളരെ ശ്രമിച്ചുനോക്കി. എങ്കിലും സാധിച്ചില്ല. ഒടുക്കം ആ കൊലകൊമ്പൻ ഇച്ഛാഭംഗത്തോടെ മടങ്ങിപ്പോയി. എങ്കിലും ആ ബ്രാഹ്മണർക്കും ഊട്ടുപുരയിലുണ്ടായിരുന്ന മറ്റു വഴിപോക്കാർക്കും അവിടെ സ്ഥിരതാമസക്കാരായ ഭരിപ്പുകാർ മുതലായവർക്കും ഭയം നിമിത്തം അന്ന് രാത്രിയിൽ ഉറക്കം നേരെ വന്നില്ല. എല്ലാവരും അത്താഴം കഴിച്ച് വാതിലുമടച്ചു കിടന്നു. പിറ്റേദിവസം നേരം വെളുത്തിട്ടും ആ ബ്രാഹ്മണർക്ക് അവിടെ നിന്നുപോകുവാൻ ധൈര്യമുണ്ടായില്ല. അവർ അന്ന് ഉച്ചയ്ക്ക് ഊണു കഴിഞ്ഞിട്ടേ അവിടെ നിന്നും പോയുള്ളൂ.

അന്നു വൈകുന്നേരമായപ്പോഴേക്കും ആ ബ്രാഹ്മണർ കൊട്ടാരക്കരയെത്തി. ഉടനെ കുളിച്ചു അവർ ഗണപതിയുടെ നടയിൽച്ചെന്നു നിന്ന് 'അല്ലയോ ഭഗവാനെ! വിഘ്നേശ്വരാ! ഒരു കൊമ്പനാനായുടെ ഉപദ്രവം നിമിത്തം മനുഷ്യർക്ക് ഇവിടെ നിന്ന് കിഴക്കോട്ടുപോകുന്നതിനും കിഴക്കുള്ളവർക്ക് ഇങ്ങോട്ട് വരുന്നതിനും നിവൃത്തിയില്ലാതായിരിക്കുന്നു. ഇതിനു ഭഗവാൻ തന്നെ ഒരു നിവൃത്തിയുണ്ടാക്കിത്തരണം. ഇവിടെ വിചാരിച്ചാൽ ഇതിനു യാതൊരു പ്രയാസവുമില്ല. ചന്ദ്രശേഖരനെ ഇവിടെ നിന്ന് അയച്ചാൽ മതി. അവൻ ചെന്ന് ആ കൊലക്കൊമ്പന്റെ കഥകഴിച്ചുവരും. അതിനാൽ അതിലേക്കു കൃപയുണ്ടാകണം' എന്നു സങ്കടത്തോടുകൂടി മനസ്സിരുത്തി ഭക്തിപൂർവ്വം പ്രാർത്ഥിച്ചു. അതിനാൽ ആ ഗണപതി ഭഗവാൻ തോന്നിച്ചിട്ടു ആ കാട്ടാനയെ കൊല്ലാനായിട്ടാണ് ചന്ദ്രശേഖരൻ പോയിരുന്നത്. അന്ന് അതിനായി കാട്ടിൽത്താമസിച്ചിരുന്നപ്പോൾ ആ പിടിയാനയുമായി പരിചയപ്പെടുകയും പരസ്പരം സ്നേഹിക്കുകയും ചെയ്യുകയാൽ ചന്ദ്രശേഖരൻ ആ പ്രണയിനിയെക്കൂടെ കൊണ്ടുപോന്നു എന്നേയുള്ളൂ.

ചന്ദ്രശേഖരൻ കാട്ടാനയെ കൊല്ലാനായി പോയിട്ട് കഴുതയുരുട്ടിയിൽ നിന്ന് സ്വല്പം കിഴക്കോട്ടു ചെന്നു. വഴിയിൽനിന്നുകൊണ്ട് അത്യുച്ചത്തിൽ ഒന്നു ചൂകി അതുകേട്ടു ആ കാട്ടാനയും ചൂകി. ചന്ദ്രശേഖരൻ പിന്നെയും ചൂകി. അപ്പോഴും കാട്ടാന ഏറ്റു ചൂകി. ചന്ദ്രശേഖരൻ മൂന്നാമതു ചൂകിയപ്പോഴേക്കും കാട്ടാന അടുത്തെത്തിക്കഴിഞ്ഞിരുന്നു. ഉടനെ അവർ തമ്മിൽ യുദ്ധവുമാരംഭിച്ചു. വഴിയിൽ നിന്നുകൊണ്ട് അവർ തമ്മിലുണ്ടായ ആ യുദ്ധം ഏറ്റവും ഭയങ്കരമായിരുന്നു. കിഴക്കുനിന്നും പടിഞ്ഞാറുനിന്നും കിഴക്കോട്ടു പോകുന്നതിനായി രണ്ടുഭാഗത്തും വന്നുകൂടിയ ഏറിയോരു ജനങ്ങൾ ദൂരെ

മാറിനിന്നുകൊണ്ടും വലിയ മരങ്ങളിലും മറ്റും കയറിയിരുന്നുകൊണ്ടും ആ യുദ്ധം കണ്ടു ഭയപ്പെട്ടുകയും അത്ഭുതപ്പെട്ടുകയും ചെയ്തു. ആ യുദ്ധകാലത്തു പേടിച്ചിട്ട് ആരും ആ വഴിയെ കിഴക്കോട്ടും പടിഞ്ഞാട്ടും പോവുകയുണ്ടായില്ല. ആ ആനകൾ തമ്മിൽ കൊമ്പുകൾ കൂട്ടിയിടിച്ച അടികളുടെ ശബ്ദം വളരെദൂരെ കേൾക്കാമായിരുന്നു. അങ്ങനെ ഏതാനും ദിവസങ്ങൾ കഴിഞ്ഞപ്പോഴേക്കും ആ കാട്ടാന പിൻതിരിഞ്ഞു കാട്ടിലേക്ക് ഓടി. പിന്നാലെ ചന്ദ്രശേഖരനും ഓടി. പിന്നത്തെക്കഥയൊന്നും ആർക്കും അറിയാൻപാടില്ലായിരുന്നു.

അനന്തരം അഞ്ചെട്ടുദിവസം കഴിഞ്ഞപ്പോൾ ഒരു ദിവസം ചന്ദ്രശേഖരൻ കഴുതയുരുട്ടിയിലുള്ള ഊട്ടുപുരയുടെ സമീപത്തു കിടങ്ങിന്റെ മറുകയിൽ വന്നു നിന്ന് ഉറക്കെ ഒരു ശബ്ദം പുറപ്പെടുവിച്ചു. അതു കേട്ടു ഭയപ്പെട്ടു ഭരിപ്പുകാരൻ മുതലായവർ മുമ്പു ബ്രാഹ്മണരെ ഓടിച്ചു കൊണ്ടുവന്ന കാട്ടാനയായിരിക്കുമെന്നു വിചാരിച്ചു കിടങ്ങിന്റെ ഇക്കരെ നിന്നുകൊണ്ടു നോക്കി. അപ്പോൾ ഇതു കാട്ടാനയല്ലെന്നും ചന്ദ്രശേഖരനാണെന്നും അവർക്കു മനസ്സിലായി. ചന്ദ്രശേഖരനെക്കണ്ട് അവർക്കൊക്കെ നല്ല പരിചയമുണ്ടായിരുന്നു. ചന്ദ്രശേഖരനെ രാമയ്യർ പലപ്പോഴും കൊണ്ടുചെല്ലുകയും ആ സമയങ്ങളിലെല്ലാം ചന്ദ്രശേഖരന് ഊട്ടുപുരയിൽ നിന്നു ചോറും മറ്റും കൊടുക്കുകയും ചെയ്തിരുന്നു. അതോർത്താണ് അവൻ അവിടെ ചെന്നു വിളിച്ചത്. കാട്ടാനയുമായുള്ള യുദ്ധം തുടങ്ങിയതിൽപ്പിന്നെ അവൻ ആഹാരമൊന്നും കഴിച്ചിരുന്നില്ല. അതിനാലിപ്പോൾ ചന്ദ്രശേഖരനു വിശപ്പും ദാഹവും കലശലായിട്ടുണ്ടായിരുന്നു. അവൻ വളരെ ക്ഷീണിക്കുകയും ചെയ്തിരുന്നു. ചന്ദ്രശേഖരന്റെ പാരവശ്യം കണ്ടിട്ട് ഭരിപ്പുകാരൻ 'ചന്ദ്രശേഖരാ! നീ കുറച്ചു ദൂരെ മാറിനിന്നാൽ നിനക്കു വെള്ളവും ചോറും തരാം' എന്നു വിളിച്ചു പറഞ്ഞു. അതുകേട്ടു ചന്ദ്രശേഖരൻ മാറിനിന്നു. ഭരിപ്പുകാരന്റെ ഭൃത്യന്മാർ ചന്ദ്രശേഖരനു മതിയാകത്തക്കവണ്ണം ചോറും വെള്ളവും പാലത്തിന്മേൽക്കൂടി കിടങ്ങിന്റെ മറുകരയിൽ കൊണ്ടുചെന്നു കൊടുത്തു.

ചന്ദ്രശേഖരൻ ചോറും തിന്നു വെള്ളവും കുടിച്ചു വയർ നിറച്ചുകൊണ്ടാണു പിടിയാനയോടുകൂടി കൊട്ടാരക്കരെ ചെന്നുചേർന്നത്. പിന്നെ ആ കാട്ടാനയെ ആ ദിക്കിലെങ്ങും കാണാതെയായതിനാൽ വഴിപോക്കർ യഥാപൂർവ്വം ആ വഴിയെ സഞ്ചരിച്ചുതുടങ്ങുകയും ചെയ്തു. ചന്ദ്രശേഖരൻ പിടിയാനയോടുകൂടി കൊട്ടാരക്കരെയെത്തി ഏതാനും ദിവസം കഴിഞ്ഞപ്പോഴേക്കും വഴിക്കാരെ ഉപദ്രവിച്ചുകൊണ്ടിരുന്ന കാട്ടാനയെ ചന്ദ്രശേഖരൻ കുത്തിക്കൊന്നു ജനോപദ്രവം തീർത്തിരിക്കുന്നു എന്നുള്ള വർത്തമാനം സർവ്വത്ര പ്രസിദ്ധമായി. അനന്തരം അഞ്ചാറു മാസം കഴിഞ്ഞപ്പോൾ ആര്യങ്കാവിനും കഴുതയുരുട്ടിക്കും മധ്യേയുള്ള കൊടുങ്കാട്ടിൽ ഒരു വലിയ ആനയുടെ അസ്ഥികൂടവും കൊമ്പും കിടക്കുന്നതായി പത്തനാപുരം തഹശീൽദാർക്ക് അറിവുകിട്ടി. ഈ വർത്തമാനം അറിഞ്ഞപ്പോൾ ഈ അസ്ഥികൂടവും കൊമ്പുകളും ചന്ദ്രശേഖരൻ കുത്തിക്കൊന്ന കാട്ടാനയുടേതാണെന്നു തഹശീൽദാർ തീർച്ചപ്പെടുത്തി. ഈ കൊമ്പുകളെടുത്തു സർക്കാരിലേല്പിക്കേണ്ടത് അത്യാവശ്യമാകയാൽ അവ കിടക്കുന്ന സ്ഥലത്തു പോകണമെന്നും അദ്ദേഹം നിശ്ചയിച്ചു. എന്നാൽ അവ കിടക്കുന്നത് എവിടെയാണെന്നറിയാതെ പോയാലെങ്ങനെയാണെന്നുള്ള സംശയവും ദുഷ്ടമൃഗങ്ങൾ

നിറഞ്ഞ കാട്ടിൽ സഞ്ചരിക്കാനുള്ള ഭയവും അദ്ദേഹത്തിന്റെ മനസ്സിൽ ഉണ്ടാകാതെയിരുന്നില്ല. ഇതിനെക്കുറിച്ച് വളരെ നേരം ആലോചിച്ചതിന്റെ ശേഷം ചന്ദ്രശേഖരനെ വരുത്തി അവനോടുകൂടി പൊയ്ക്കളയാമെന്ന് ഒടുക്കം അദ്ദേഹം തീർച്ചപ്പെടുത്തി. 'ചന്ദ്രശേഖരൻ കൂടെയുണ്ടായിരുന്നാൽ പിന്നെ ദുഷ്ടമൃഗങ്ങളെ ഭയപ്പെടാനില്ല. കാട്ടാനയെ കൊന്നിട്ട സ്ഥലം അവൻ കാണിച്ചു തരികയും ചെയ്യും' എന്നായിരുന്നു തഹശീൽദാരുടെ വിശ്വാസം. അതിനാലദ്ദേഹം രാമയ്യാർ ചന്ദ്രശേഖരനോടുകൂടി പത്തനാപുരത്തു ചെല്ലുന്നതിന് എഴുതിയയച്ചു ചട്ടംകെട്ടി. അതനുസരിച്ചു രാമയ്യാർ ചന്ദ്രശേഖരനെയും കൊണ്ട് ഒരു ദിവസം നേരം വെളുത്തപ്പോൾ തഹശീൽദാർ താമസിക്കുന്ന വീട്ടിന്റെ പടിക്കലെത്തി. ഭവാനിയോടുകൂടി കേശവനും ഒരുമിച്ചുതന്നെയുണ്ടായിരുന്നു. തഹശീൽദാരദ്ദേഹം കാലത്ത്, ഉണർന്നെണീറ്റു പുറത്തു വന്നപ്പോൾ ആദ്യം കണ്ടതു ചന്ദ്രശേഖരനെയാണ്. 'ഇന്നു കാഴ്ച കണ്ടതു ചന്ദ്രശേഖരനെയാണല്ലോ. ഇതൊരു സുദിനം തന്നെ, ഇനി കാര്യമെല്ലാം സഫലമാകും' എന്നു മനസ്സിൽ വിചാരിച്ചുകൊണ്ട് അദ്ദേഹം ചന്ദ്രശേഖരനും ഭവാനിക്കും ഉടനെ വേണ്ടതുപോലെ തീറ്റകൊടുക്കുന്നതിനു ചട്ടംകെട്ടീട്ടു ദിനകൃത്യങ്ങൾക്കായി പോയി.

അദ്ദേഹം കുളിയും മറ്റും കഴിഞ്ഞു വന്നപ്പോഴേക്കും കഞ്ഞി കാലമായിരുന്നു. (അക്കാലത്തു കാലത്തേ കഞ്ഞിയാണ്. കാപ്പിയും മറ്റും പതിവില്ലായിരുന്നു). ഉടനെ തഹസീൽദാരദ്ദേഹം കഞ്ഞി കുടിക്കുകയും രാമയ്യാർക്കും കേശവനും കഞ്ഞി കൊടുപ്പിക്കുകയും ചെയ്തു. അപ്പോഴേക്കും ചന്ദ്രശേഖരനും ഭവാനിയും തീറ്റ തിന്നുകഴിഞ്ഞിരുന്നു. ഉടനെ തഹസീൽദാരദ്ദേഹം ചന്ദ്രശേഖരന്റെ അടുക്കൽച്ചെന്ന്, ചന്ദ്രശേഖരാ! നീയാ കാട്ടാനയെ കുത്തിക്കൊന്നിട്ടത് എവിടെയാണെന്നു കാണിച്ചുതരണം. അതിനായിട്ടാണ് നിന്നെ ഞാനിവിടെ വരുത്തിയിരിക്കുന്നത്'' എന്നു പറഞ്ഞു. അതു കേട്ടു ചന്ദ്രശേഖരൻ സമ്മതിച്ചതായി തലകുലുക്കുകയും ഒരു ശബ്ദം പുറപ്പെടുവിക്കുകയും ചെയ്തു. ഉടനെ തഹശീൽദാർ യാത്രയ്ക്കൊരുങ്ങിപ്പുറപ്പെട്ടു. അപ്പോൾ ചന്ദ്രശേഖരൻ അദ്ദേഹത്തിന്റെ മുമ്പിൽ ചെന്നു നട നാലും മടക്കിയിരുന്നു. ചന്ദ്രശേഖരൻ മടക്കിയാലും മടക്കിയ മുൻകാലിന്മേലും പിന്നെയൊരു കയറ്റു കോവണിപ്പടിയിന്മേലും കൂടി ചവിട്ടിയെങ്കിലേ അവന്റെ കഴുത്തിൽക്കയറാൻ സാധിക്കയുള്ളൂ. അവന്റെ തലയുടെ ഉയർച്ച അത്രയ്ക്കുമാത്രമുണ്ടായിരുന്നു. അതിനാൽ ഒരു കയറ്റുകോണി അവന്റെ കചക്കയറിന്മേൽ കെട്ടി സദാ തൂക്കിയിട്ടിരിക്കും. തഹശീൽദാരദ്ദേഹം പതിവുപോലെ കാലിന്മേലും കയറ്റുകോവണിമേലും ചവിട്ടി ചന്ദ്രശേഖരന്റെ കഴുത്തിൽ കയറിയിരുന്നു. ഉടനെ ചന്ദ്രശേഖരൻ കിഴക്കോട്ടു നടന്നുതുടങ്ങി. ഭവാനിയുടെ പുറത്തുകയറി രാമയ്യാരും കേശവനും പിന്നാലെയും പോയി. അവർ ഏകദേശം പതിനൊന്നു മണിയായപ്പോഴേക്കും കഴുതയുരുട്ടിയിലെത്തി. വിചാരിച്ചിരിക്കാത്ത സമയത്തു തഹശീൽദാർ ചെന്നു ചേർന്നതുകൊണ്ടു കാര്യമെന്തെന്നറിയാതെ ഭരിപ്പുകാരനും മറ്റും ആദ്യം സ്വല്പമൊന്നു അന്ധാളിച്ചു. പിന്നെ കാര്യം മനസ്സിലാവുകയാൽ അവർക്കു സമാധാനമായി, ഉടനെ അവർ ഊണു കാലമാക്കി. തഹശീൽദാരും രാമയ്യാരും കേശവനും ഊണു കഴിച്ചു. തെങ്ങിൻപട്ട, ചോറ്, പഴക്കുല മുതലായവ ചന്ദ്രശേഖരനും ഭവാനിക്കും ധാരാളമായി കൊടുക്കയും ചെയ്തു.

ഉടനെ അവർ അവിടെ നിന്നു യഥാപൂർവ്വം യാത്രയായി. പിന്നത്തെ യാത്ര വലിയകൊട്ടങ്കാട്ടിൽക്കൂടിയായിരുന്നു. 'ഏതെങ്കിലും വരുന്നതൊക്കെ വരട്ടെ' എന്നു വിചാരിച്ച് തഹസീൽദാരും ആനക്കാരും ധൈര്യസമേതം ആനകളുടെ പുറത്തുതന്നെയിരുന്നു. എന്നാൽ തഹസീൽദാരുടെയും മറ്റും മേൽ വള്ളികളുടെ അഗ്രം പോലും മുട്ടാതെ സൂക്ഷിച്ചാണ് ചന്ദ്രശേഖരനും ഭവാനിയും അവരെക്കൊണ്ടുപോയത്. അങ്ങനെ പോയി 'ഒറ്റക്കല്ല്' എന്നു പറയുന്ന സ്ഥലത്തുനിന്ന് ഏകദേശം ആറുനാഴിക കിഴക്കുവടക്കായിട്ട് ഒരു സ്ഥലത്തുചെന്നപ്പോൾ ചന്ദ്രശേഖരൻ അവിടെനിന്നു. അപ്പോൾ അവിടെ മലയിൽനിന്നൊഴുകുന്ന ഒരു തോട്ടിൽ (അരുവിയിൽ) ഒരാനയുടെ അസ്ഥികൂടവും കൊമ്പുകളും കിടക്കുന്നതു തഹശീൽദാരും മറ്റും കണ്ടു. ചന്ദ്രശേഖരൻ ആ കൊമ്പുകൾ ഇളക്കിയെടുത്ത്, ഒന്ന് ഭവാനിയുടെ കൈയിൽ കൊടുത്തു. ഒന്ന് അവൻതന്നെ വഹിക്കുകയും ചെയ്തുകൊണ്ട് അവിടെനിന്ന് തിരിയെ യാത്രയായി. ആ കൊമ്പുകളുടെ വലിപ്പം അസാമാന്യമായിരുന്നതിനാൽ അവ കണ്ടു തഹശീൽദാരും മറ്റും വളരെ അത്ഭുതപ്പെട്ടു. ആ കൊമ്പുകൾക്ക് വലിയ കൊലയാനകളുടെ കൊമ്പുകളിൽ ഇരട്ടി വലിപ്പമുണ്ടായിരുന്നു.

അവർ ഏകദേശം മൂന്നുമണിയായപ്പോഴേക്കും തിരിയെ കഴുതയുരുട്ടിയിലെത്തി. ആനക്കാരും അവിടെയിരുന്നു കുറച്ചുനേരം വിശ്രമിച്ചു. ചന്ദ്രശേഖരനും ഭവാനിയും കുറേശ്ശെ വെള്ളം കുടിക്കുകയും ചെയ്തു. ആ ആനക്കൊമ്പുകൾ കണ്ടപ്പോൾ ഭരിപ്പുകാരൻ മുതലായവർക്ക് അവിടെ മുൻപു ചിലപ്പോൾ വരാറുള്ള വലിയ കാട്ടാനയെക്കുറിച്ച് ഓർമ്മ വരികയാൽ ആ ആനയെ സംബന്ധിച്ചുള്ള കഥകളെല്ലാം അവർ പറഞ്ഞു തഹശീൽദാരെ കേൾപ്പിച്ചു. അപ്പോൾത്തന്നെ തഹശീൽദാർ ചന്ദ്രശേഖരന്റെ കഴുത്തിലും രാമയ്യാരും കേശവനും ഭവാനിയുടെ പുറത്തും കയറി അവിടെ നിന്നും രാത്രി പുറപ്പെട്ട് ഏഴുമണിയായപ്പോഴേക്കും പത്തനാപുരത്തു തഹസീൽദാരുടെ വീട്ടിലെത്തി. അപ്പോഴേക്കും തഹസീൽദാർക്കും ആനക്കാർക്കും അത്താഴത്തിനും ആനകൾക്കു തീറ്റയ്ക്കും വേണ്ടതെല്ലാം തയ്യാറായിരുന്നു. ചന്ദ്രശേഖരനും ഭവാനിയും ആ ആനക്കൊമ്പുകൾ തഹസീൽദാരുടെ വീട്ടിന്റെ വരാന്തയിൽ കൊണ്ടുചെന്നുവെച്ചിട്ട് മുറ്റത്തു നിന്നു.

തഹശീൽദാർ അത്താഴത്തിനിരുന്ന ഉടനെ ആനക്കാർക്കും ചോറുകൊടുക്കാൻ പറഞ്ഞു. അരിവെയ്പുകാരൻ അവരെ അത്താഴത്തിനു വിളിച്ചപ്പോൾ, 'ഞങ്ങൾ ഈ ആനകളെക്കൊണ്ടുപോയി തളച്ച് തീറ്റ കൊടുത്തിട്ടുവരാം' എന്നു പറഞ്ഞു. ഉടനെ അയാൾ ചെന്നു ചന്ദ്രശേഖരനെ വിളിച്ചിട്ട് അവൻ പോയില്ല. ഈ ആനക്കൊമ്പുകളുടെ അടുക്കൽനിന്നു പോകുവാൻ സമ്മതമില്ലാഞ്ഞിട്ടാണ് ചന്ദ്രശേഖരൻ ചെല്ലാത്തതെന്നു രാമയ്യാർക്കു മനസ്സിലായി. അതിനാൽ അയാളും കേശവനും കൂടിപ്പോയി തീറ്റയ്ക്കുള്ളതു വലിച്ചു മുറ്റത്തുകൊണ്ടുവന്ന് ഇട്ടുകൊടുത്തിട്ട് അവരും അത്താഴത്തിനു പോയി. എല്ലാവരും അത്താഴം കഴിച്ചിട്ടു വന്നപ്പോൾ ആനകൾ രണ്ടും തീറ്റ തിന്നുകൊണ്ടു മുറ്റത്തുതന്നെ നിൽക്കുന്നുണ്ടായിരുന്നു. അപ്പോൾ തഹശീൽദാർ 'ഈ ആനകളെ തളയ്ക്കേണ്ടായോ' എന്നു രാമയ്യാരോടു ചോദിച്ചു. അതിനു മറുപടിയായിട്ടു രാമയ്യാർ 'ഒന്നും വേണ്ട. അവർ അവിടെ നിൽക്കുകയോ കിടക്കുകയോ എന്തെങ്കിലും ചെയ്തുകൊള്ളും. ഉപദ്രവമൊന്നും ചെയ്കയില്ല' എന്നു പറഞ്ഞു. 'എന്നാലവിടെ നില്ക്കട്ടെ' എന്നു പറഞ്ഞു തഹശീൽദാർ

കിടക്കാൻ പോയി. തഹശീൽദാർ പുരയ്ക്കകത്തും ആനക്കാർ വരാന്തയിലും കിടന്നുറങ്ങി. ആനകൾ രണ്ടും തീറ്റ തിന്നു കഴിഞ്ഞിട്ടു മുറ്റത്തും കിടന്നു. ആനക്കൊമ്പുകൾ വരാന്തയിൽത്തന്നെ ഇരുന്നതിനാൽ ചന്ദ്രശേഖരൻ ഉറങ്ങിയില്ല. ചന്ദ്രശേഖരൻ ഉറങ്ങാത്തതിനാൽ ഭവാനിക്കും ഉറക്കം വന്നില്ല. എങ്കിലും തഹശീൽദാരും ആനക്കാരും കിടന്നയുടനെ ഉറങ്ങി. അവർ പകൽ വളരെ നേരം ആനപ്പുറത്തിരുന്നു ബുദ്ധിമുട്ടിയവരായിരുന്നു വല്ലോ. നേരം വെളുത്തപ്പോൾ രാമശ്ശാരും കേശവനും ഉണർന്നെണീറ്റു യാത്രയ്ക്കു തയ്യാറായി. അപ്പോഴേക്കും തഹശീൽദാരദ്ദേഹം ഉണർന്നെണീറ്റു പുറത്തു വന്നു.

ചന്ദ്രശേഖരനും ഭവാനിയും മുറ്റത്തുതന്നെ നിൽക്കുന്നുണ്ടായിരുന്നു. രാമശ്ശാർ തഹശീൽദാരദ്ദേഹത്തെ വന്ദിച്ചിട്ട് ചന്ദ്രശേഖരനോട്, 'മകനേ, ചന്ദ്രശേഖരാ! ഇനി നമുക്കു കൊട്ടാരക്കരയ്ക്കു പോകാം' എന്നു പറഞ്ഞു. ചന്ദ്രശേഖരൻ അതുകേട്ടിട്ട് കേട്ടതായി ഭാവിക്കപോലും ചെയ്തില്ല. അതിനാൽ അപ്പോൾ പോകാൻ ചന്ദ്രശേഖരനു സമ്മതമില്ലെന്നു രാമശ്ശാർക്കു മനസ്സിലായി. സമ്മതമുണ്ടായിരുന്നുവെങ്കിൽ അവൻ തലകുലുക്കുകയും സമ്മതിച്ചതായി ഒരു ശബ്ദം പുറപ്പെടുവിക്കുകയും ചെയ്യുമായിരുന്നു. അങ്ങനെയാണ് പതിവ്. ചന്ദ്രശേഖരന്റെ ഹിതം പോലെയല്ലാതെ രാമശ്ശാർ ഒന്നും പ്രവർത്തിക്കാറില്ല. അതിനാൽ അയാൾ വീണ്ടും, 'എന്നാലിനി എപ്പോൾ പോകാം?' എന്നു ചോദിച്ചു. അപ്പോൾ തഹശീൽദാരദ്ദേഹം, 'ഈ കൊമ്പുകൾ തിരുവനന്തപുരത്തു കൊണ്ടുപോയി തിരുമുമ്പാകെ കാഴ്ചവെച്ചതിന്റെ ശേഷം, അല്ലേ, ചന്ദ്രശേഖരാ?' എന്നു ചോദിച്ചു. അപ്പോൾ ചന്ദ്രശേഖരൻ, സമ്മതിച്ചതായി തലകുലുക്കുകയും ഒരു ശബ്ദം പുറപ്പെടുവിക്കുകയും ചെയ്തു. പിന്നെ ഒട്ടും അമാന്തിക്കാതെ തഹശീൽദാരും ആനക്കാരും കുളിയും ഊണും കഴിക്കുകയും ചന്ദ്രശേഖരനെയും ഭവാനിയേയും കുളിപ്പിച്ചു വയർ നിറയത്തക്കവണ്ണം തീറ്റകൊടുക്കുകയും ചെയ്തിട്ട് അവരെല്ലാവരുംകൂടി തിരുവനന്തപുരത്തേക്കു യാത്രയായി. അപ്പോഴും തഹശീൽദാർ ചന്ദ്രശേഖരന്റെ കഴുത്തിലും ആനക്കാർ ഭവാനിയുടെ പുറത്തും കയറിയും ആനക്കൊമ്പുകളിൽ ഒന്നു ചന്ദ്രശേഖരനും ഒന്നു ഭവാനിയും എടുത്തുകൊണ്ടുപോയിരുന്നു.

പത്തനാപുരത്തുനിന്നു പുറപ്പെട്ടതിന്റെ മൂന്നാംദിവസം അവർ തിരുവനന്തപുരത്തെത്തി. തഹശീൽദാർ ഒരു സേവകൻ മുഖാന്തരം തിരുമനസ്സറിയിച്ച് അനുവാദം വാങ്ങിക്കൊണ്ട് ആനക്കാരോട്ടും കൊമ്പുകളുമെടുത്തിരുന്ന ആനകളോട്ടും കൂടി തിരുമുമ്പാകെച്ചെന്നു മുഖം കാണിച്ചു. ആനകൾ കൊമ്പുകൾ തിരുമുമ്പിൽ വെച്ചു കാൽമടക്കി നമസ്കരിച്ചു. തഹശീൽദാർ ആ ആനകൊമ്പുകളെസ്സംബന്ധിച്ച് ഉണ്ടായ സംഗതികളെല്ലാം വിവരമായി തിരുമനസ്സറിയിച്ചു. സംഗതികളെല്ലാം കേട്ടും ആനക്കൊമ്പുകളുടെ വലിപ്പം കണ്ടും തിരുമനസ്സുകൊണ്ട് വളരെ സന്തോഷിക്കുകയും അത്ഭുതപ്പെടുകയും തഹശീൽദാർക്കും ആനക്കാർക്കും യഥായോഗ്യം സമ്മാനങ്ങൾ കല്പിച്ചു കൊടുക്കുകയും ചെയ്തതിന്റെ ശേഷം കല്പിച്ചു പഴക്കുലകൾ വരുത്തി തിരുമുമ്പിൽ വെച്ചുതന്നെ രണ്ടാനകൾക്കും പ്രത്യേകം പ്രത്യേകം ധാരാളമായി കൊടുപ്പിച്ചു. ചന്ദ്രശേഖരൻ അവനു കൊടുത്തതിൽനിന്ന് ഒരു പഴക്കുലയെടുത്തു മാറ്റിവെച്ചിട്ടു ശേഷം തിന്നു. അതു കണ്ടിട്ടു തിരുമനസ്സുകൊണ്ട്, 'ആ ഒരു പഴക്കുല മാറ്റി വെച്ചതെന്താണ്?' എന്നു കല്പിച്ചു ചോദിച്ചു. അപ്പോൾ

രാമയ്യാർ ചന്ദ്രശേഖരനു ഇഷ്ടമായിട്ടുള്ള മുഹമ്മദീയസ്ത്രീയുടെ കഥയും ഈ പഴക്കുല വിറ്റുകിട്ടുന്ന പണം അയാൾ ആ സ്ത്രീക്കു കൊണ്ടുചെന്നു കൊടു ക്കാനായിട്ടാണ് അതു മാറ്റിവെച്ചതെന്നും ഇതു പതിവാണെന്നും മറ്റുമുള്ള വിവരവും തിരുമനസ്സറിയിച്ചു. ഇതൊന്നും ആ തിരുമനസ്സുകൊണ്ട് അറി ഞ്ഞിരുന്നില്ല. ഉടനെ തിരുമനസ്സുകൊണ്ട്, 'ചന്ദ്രശേഖരാ, അതു വെച്ചേക്കണ മെന്നില്ല. ആ സ്ത്രീക്കു കൊടുക്കുവാനുള്ള പണം ഇവിടെത്തന്നേക്കാം' എന്നു കല്പിക്കുകയും അതിലേക്കു ഉടനെ മൂന്നുരൂപ രാമയ്യാരുടെ പക്കൽ കല്പിച്ചു കൊടുക്കുകയും ചെയ്തു. തിരുമനസ്സുകൊണ്ട് ആനക്കാർക്കു വഴിച്ചെലവിനും ആനകൾക്കു തീറ്റിവകയ്ക്കും വേണ്ടുന്ന പണം കല്പിച്ചുകൊടുത്ത് അവരെ യാത്രയാക്കുകയും തഹശീൽദാരെ ശമ്പളക്കൂടുതലുള്ള മുളകുമടിശ്ശീലകാര്യ ക്കാരുദ്യോഗത്തിനു കല്പിച്ചു നിയമിക്കുകയും ചെയ്തു.

രാമയ്യാരും കേശവനും ചന്ദ്രശേഖരനേയും ഭവാനിയേയും കൊണ്ട് അന്നുതന്നെ തിരുവനന്തപുരത്തുനിന്നു പോരുകയും മൂന്നാംദിവസം കൊട്ടാരക്കരയെത്തുകയും ചെയ്തു. അവർ പിന്നെയും യഥാപൂർവ്വം സുഖ മായിത്തന്നെ വളരെക്കാലം ജീവിച്ചിരുന്നു. അതിനിടയ്ക്ക് ചന്ദ്രശേഖരനു ഭവാനിയിൽ ഒരു പുത്രൻ ജനിച്ചു. അതു കൊല്ലം 994ാം ആണ്ട് കുംഭമാസം 23ആം തീയതി വെള്ളിയാഴ്ചയും മകയിരം നക്ഷത്രവും പൂർവ്വപക്ഷത്തിൽ നവമിയും കൂടിയ ശുഭസമയമായിരുന്നു.

ആ കുട്ടിയാനയുണ്ടായിട്ട് ഒരു കൊല്ലം കഴിഞ്ഞപ്പോൾ (995ൽ) അനായാസേന രാമയ്യാർ ചരമഗതിയെ പ്രാപിച്ചു. അപ്പോൾ ചന്ദ്രശേഖര നുണ്ടായ ദുഃഖം അപരിമിതം തന്നെയായിരുന്നു. രാമയ്യാർ കഴിഞ്ഞതിന്റെ ശേഷം രണ്ടുമൂന്നുപേർ ചന്ദ്രശേഖരന്റെ ആനക്കാരായിത്തീർന്നു. അവരാരും രാമയ്യാരെപ്പോലെ ചന്ദ്രശേഖരന്റെ ഹിതാനുവർത്തികളായിരുന്നില്ല. അതിനാൽ അവരെയെല്ലാം ചന്ദ്രശേഖരൻ ഓരോരിക്കലായിക്കൊന്നു. ഒടുക്കം രാമയ്യാരുടെ മകൻ കൃഷ്ണൻ ചന്ദ്രശേഖരന്റെ ആനക്കാരനായി ത്തീർന്നു. അവൻ രാമയ്യാരെപ്പോലെതന്നെ സ്നേഹപൂർവ്വം ചന്ദ്രശേഖരന്റെ ഹിതത്തെ അനുവർത്തിച്ചിരുന്നു. രാമയ്യാരോടുണ്ടായിരുന്നതു പോലെയുള്ള സ്നേഹം കൃഷ്ണനോടും ചന്ദ്രശേഖരനുണ്ടായിരുന്നു. അതിനാൽ ചന്ദ്രശേഖര ന്റെ ജീവാവസാനംവരെ ആ കൃഷ്ണൻ തന്നെ ആനക്കാരനായിരുന്നു.

കൊല്ലം 1022ാം ആണ്ട് സ്വാതിതിരുനാൾ മഹാരാജാവു തിരുമനസ്സു കൊണ്ടു നാടുനീങ്ങിയെന്നു കേട്ടപ്പോഴും ചന്ദ്രശേഖരൻ വളരെ ദുഃഖിച്ചു. ആ ദുഃഖവും അവൻ ഒരു കൊല്ലം മുഴുവൻ ആചരിച്ചിരുന്നു. ഇപ്രകാരമെല്ലാം ഗുണവും യോഗ്യതയുമുണ്ടായിരുന്ന ചന്ദ്രശേഖരൻ കൊല്ലം 1027ാം ആണ്ട് കാലധർമ്മത്തെ പ്രാപിക്കുകയും ചെയ്തു.

●

പനയന്നാർ കാവ്

കേരളത്തിലുള്ള ഭദ്രകാളീക്ഷേത്രങ്ങളിൽവെച്ച് പ്രാഥമ്യവും പ്രാധാന്യവും തിരുമാന്ധാംകുന്നുകാവ്, കൊടുങ്ങല്ലൂർ ശ്രീ കുരുംബക്കാവ്, പനയന്നാർ കാവ് എന്നിവയ്ക്കാണെന്നുള്ളതു പ്രസിദ്ധമാണല്ലോ. ഈ ക്ഷേത്രങ്ങൾ ആകൃതിയിലും മറ്റും ഏകദേശം തുല്യങ്ങളായിട്ടാണു കാണപ്പെടുന്നത്. എന്നാൽ ഇവയിൽ പ്രാധാന്യം തിരുമാന്ധാംകുന്നിനാണെന്നു ബ്രിട്ടീഷു മലബാറിലുള്ളവരും അതല്ല, കുരുംബക്കാവിനാണെന്നു കൊച്ചിക്കാരും അതുമല്ല, പനയന്നാർ കാവിനാണെന്നു തിരുവിതാംകൂറിലുള്ളവരും വിചാരിക്കുകയും പറയുകയും ചെയ്തുപോരുന്നുണ്ട്. ഇതു സ്വദേശാഭിമാനം കൊണ്ടെന്നല്ലാതെ മറ്റൊന്നും വിചാരിക്കാനുണ്ടെന്നു തോന്നുന്നില്ല. പനയന്നാർകാവു സ്ഥിതിചെയ്യുന്നത് തിരുവിതാംകൂർ സംസ്ഥാനത്തു തിരുവല്ലാത്താലൂക്കിൽ പരുമലദേശത്താണ്.

ഇവിടെ കടപ്രദേശത്ത് 'ശ്രായിക്കൂർ' (ചിറവായിൽ) എന്നൊരു കോവിലക(രാജമന്ദിര)മുണ്ട്. അവിടേക്കു പണ്ടു ദേശാധിപത്യവും നാട്ടുവാഴ്ചയുമുണ്ടായിരുന്നു. ആ കോയിക്കലെതമ്പുരാൻ പണ്ട് പരദേശത്തു പനയന്നൂർ (പനയൂർ)ക്കാവിൽപ്പോയി ഭഗവതിയെ സേവിച്ചു പ്രത്യക്ഷമാക്കി, തന്നോടുകൂടി തന്റെ ദേശത്തു വന്നു തന്റെ കുടുംബപരദേവതയായിക്കുടിയിരിക്കണമെന്ന് അപേക്ഷിക്കുകയും അതിനു മറുപടിയായി ഭഗവതി, 'നിങ്ങൾ മുമ്പേ പൊയ്ക്കൊള്ളണം. ഞാൻഎന്റെ അച്ഛന്റെ അടുക്കൽ വന്നുകൊള്ളാം. ഞാൻ അവിടെ വരുന്ന സമയം എന്തെങ്കിലും അടയാളം കാണും. അപ്പോൾ എന്നെ അവിടെ യഥാവിധി കുടിയിരുത്തിക്കൊള്ളണം' എന്നരുളിച്ചെയ്യുകയും ചെയ്തു.

കടപ്രദേശത്തു മേല്പറഞ്ഞ ചിറവായിൽക്കോവിലകമിരിക്കുന്ന സ്ഥലത്തിന്റെ കിഴക്കുവശം നദിയാണ്. ആ നദിയുടെ കിഴക്കേക്കരയിൽ നാലുവശവും ഒരു തുരുത്തും അതിന്റെ പടിഞ്ഞാറേ അറ്റത്തു നദീതീരത്തു തന്നെ പശ്ചിമാഭിമുഖമായി പരശുരാമനാൽ പ്രതിഷ്ഠിക്കപ്പെട്ട ശിവന്റെ ഒരു ക്ഷേത്രവുമുണ്ട്. ഭദ്രകാളിയുടെ പിതൃസ്ഥാനം വഹിക്കുന്നത് ശിവനാകയാൽ ദേവി അരുളിച്ചെയ്തതിന്റെ സാരം താൻ ഈ ക്ഷേത്രസന്നിധിയിൽ വന്നുകൊള്ളാമെന്നാണെന്നു മനസ്സിലാക്കിക്കൊണ്ടു തമ്പുരാൻ തിരിച്ചുപോരികയും ശിവന്റെ ക്ഷേത്രത്തിൽ ചുറ്റമ്പലത്തിനകത്തുതന്നെ ദേവിയെ പ്രതിഷ്ഠിക്കുന്നതിനു വേണ്ടുന്ന സ്ഥലങ്ങളൊക്കെ ഉണ്ടാക്കിച്ചുകൊണ്ടു കാത്തിരിക്കുകയും ചെയ്തു.

അങ്ങനെയിരുന്നപ്പോൾ ഒരു വെള്ളിയാഴ്ചനാൾ അർദ്ധരാത്രിസമയത്തു കിഴക്കുനിന്ന് ഏറ്റവും വലിയതായ ഒരഗ്നിഗോളം ആകാശമാർഗ്ഗേണ പടിഞ്ഞാട്ടു മേല്പറഞ്ഞ ശിവക്ഷേത്രത്തിന്റെ അടുക്കൽ നിന്നിരുന്ന ഒരു കരിമ്പനയുടെ അഗ്രഭാഗംവരെ വരുന്നതും അവിടെ അത് സ്വല്പനേരം ജ്വലിച്ചുകൊണ്ടിരിക്കുന്നതും പലരും കണ്ടു. അതു ഭഗവതിയുടെ വരവാണെന്നു വിശ്വസിച്ച തമ്പുരാൻ അടുത്ത ഒരു ദിവസം ശുഭമുഹൂർത്തത്തിൽ ഭഗവതിയെ സപരിവാരം പ്രതിഷ്ഠിപ്പിച്ചു. ഭഗവതിയെ ആ ക്ഷേത്രത്തിൽ ഒരു സ്ഥലത്തു മാത്രമല്ല പ്രതിഷ്ഠിച്ചത്. പടിഞ്ഞാട്ടു ദർശനമായി അവിടെ പരശുരാമൻ ഒരു ശിവലിംഗം പ്രതിഷ്ഠിച്ചിട്ടുണ്ടെന്നു മുമ്പു പറഞ്ഞിട്ടുണ്ടല്ലോ. ആ ശിവന്റെ ശ്രീകോവിലിനു തെക്കുവശത്തു തിടപ്പള്ളി സ്ഥാനത്ത് മാതൃശാലയോടുചേർത്തുതന്നെ കിഴക്കോട്ട് ദർശനമായിട്ടാണ് ദേവിയെ ആദ്യം പ്രതിഷ്ഠിച്ചത്. ആ പ്രതിഷ്ഠ ഭഗവതി ദാരുകവധോദ്യുക്തയായി ഏറ്റവും കോപത്തോടുകൂടി യുദ്ധഭൂമിയിൽ നിന്നിരുന്ന ആ ധ്യാനത്തോടുകൂടിയായിരുന്നതിനാൽ ദേവി അവിടെ അത്യുഗ്രമൂർത്തിയായിത്തീർന്നു. പിന്നെ ഭഗവതിയുടെ പ്രതിഷ്ഠ വടക്കോട്ട് ദർശനമായി ഒന്നു കൂടി നടത്തിച്ചു. അതു ദാരുകവധാനന്തരം ദേവി രക്താഭിഷിക്തശരീരയായി, കോപവേപിതഗാത്രിയായി യുദ്ധഭൂമിയിൽ നിന്നിരുന്ന ആ ധ്യാനത്തോടുകൂടിയായിരുന്നു. അതിനാൽ അവിടെയും ദേവി ഏറ്റവും ഭയങ്കരിയായിത്തന്നെയാണ് പരിണമിച്ചത്. ഈ പ്രതിഷ്ഠ പ്രതിഷ്ഠാമാതൃക്കളുടെ കൂട്ടത്തിൽ വീരഭദ്രൻ, ഗണപതി എന്നീ മൂർത്തികളോടുകൂടിയാണ്. ഈ ബിംബത്തിങ്കലാണ് ഭഗവതിക്കു ചാന്താട്ടം മുതലായവ നടത്തുന്നത്.

ഇത്രയും പറഞ്ഞതുകൊണ്ട് ഈ ക്ഷേത്രത്തിന്റെ ഏകദേശമായ ഒരു സ്വരൂപജ്ഞാനം വായനക്കാർക്കു സിദ്ധിക്കുമെന്നു വിശ്വസിക്കുന്നു. തിരുമാന്ധാംകുന്നിലോ കൊടുങ്ങല്ലൂർ കാവിലോ പോയിട്ടുള്ളവർക്ക് ആ രണ്ടു സ്ഥലങ്ങളിലെ ക്ഷേത്രവും ഈ ക്ഷേത്രവും തമ്മിലുള്ള പ്രധാന വ്യത്യാസം ആ രണ്ടു സ്ഥലത്തും ശിവന്റെ പ്രതിഷ്ഠ കിഴക്കോട്ടു ദർശനമായിട്ടും ഇവിടെ പടിഞ്ഞാട്ടു ദർശനമായിട്ടുമാണെന്നുള്ളതു മാത്രമാണെന്നു ഊഹിക്കാവുന്നതാണ്. ഇവിടെ ശിവന്റെ ശ്രീകോവിലിനു നേരെ പടിഞ്ഞാറുവശത്ത് ഒരു ബലിക്കൽപ്പുരയുള്ളതു കൂടാതെ ഭഗവതിയുടെ നടയ്ക്കുനേരെ വടക്കുവശത്തും ഒരു ബലിക്കൽപ്പുരയുണ്ട്. വടക്കുവശത്തു കൂടി ബലിക്കൽപ്പുര ഇവിടെ വിശേഷിച്ചുള്ളതാണ്.

വിധിപ്രകാരം പ്രതിഷ്ഠ നടത്തുകയും ക്രമപ്രകാരം പതിവായി പൂജാദികൾ നടത്തിത്തുടങ്ങുകയും ചെയ്യുകയാൽ ഇവിടെ ഭഗവതിയുടെ സാന്നിദ്ധ്യവും ശക്തിയും ക്രമത്തിലധികം വർദ്ധിക്കുകയാൽ പകൽ സമയത്തുപോലും കാവിൽപ്പോകുവാൻ ജനങ്ങൾ ഒന്നു നടുങ്ങാത്തവരായി ഭൂലോകത്തിലെങ്ങുമില്ലെന്നായിത്തീർന്നു. അവിടുത്തെ സ്ഥിതി വിചാരിച്ചാൽ ഇതൊരത്ഭുതമല്ലതാനും. വെള്ളിയാഴ്ച, ചൊവ്വാഴ്ച മുതലായ ദിവസങ്ങളിൽ അർദ്ധരാത്രി സമയത്തും മറ്റും അവിടെ ചില ഭയങ്കരശബ്ദങ്ങളും മറ്റും കേൾക്കുക കാലക്രമേണ സാധാരണമായിത്തീർന്നു. ദാരുകനുമായിട്ടുണ്ടായ യുദ്ധസമയത്തു ദേവി യുദ്ധഭൂമിയിങ്കൽ ശോഭിച്ചതിനെ മാർക്കണ്ഡേയ മഹർഷി വർണ്ണിച്ചിരിക്കുന്നത്:

'വേതാളീമുഖകന്ദരാദ്വിഗളിതൈ
രുച്ചണ്ഡഘ്ഘഘ്ഘരവൈർ
ഭൂതപ്രേതപിശാചികാകിലുകിലാ
രാവൈർമ്മഹാഭൈരവൈഃ
കോദണ്ഡോത്കടശിഞ്ജിനീഝണഝണ
പ്രധ്വാനകോലാഹലൈർ
ഭേരീദുന്ദുഭിതൈശ്ച സന്ധൃതജഗ
ച്ചക്രം ബഭ ചൗണ്ഡികാ'

എന്നാണല്ലോ. ഈ സ്ഥിതിയിലാണ് ദേവി അവിടെ വിളയാടിത്തുടങ്ങിയത്. പിന്നെ മനുഷ്യർ ഭയപ്പെടാതെയിരിക്കുന്നതെങ്ങനെയാണ്? പനയന്നാർ കാവിലെ സ്ഥിതി ഇപ്രകാരമെല്ലാമായിത്തീർന്നപ്പോഴേക്കും ദൈവഗത്യാ അവിടെ ഒരു വെളിച്ചപ്പാട്ടുമുണ്ടായിത്തീർന്നു. അതു ജനങ്ങൾക്ക് ഏറ്റവും ആശ്വാസകാരണമായിത്തന്നെ ഭവിച്ചു. വെളിച്ചപ്പാടുണ്ടായതായി അറിഞ്ഞ് ജനങ്ങൾ സങ്കടമറിയിക്കുന്നതിനും കല്പന കേൾക്കുന്നതിനുമായി നടയിൽ കൂടി മുട്ടുപാടിരുന്നു. ഈ ജനങ്ങളുടെ കൂട്ടത്തിൽ അഗ്രേസരനായിരുന്നത് ചിറവായിൽകോവിലകത്തു തമ്പുരാനായിരുന്നുവെന്നുള്ളതു വിശേഷിച്ചു പറയണമെന്നില്ലല്ലോ. ജനങ്ങൾ സ്വല്പനേരം മുട്ടുപാടിരുന്നപ്പോൾ വെളിച്ചപ്പാടു തുള്ളി വന്നു. ഉടനെ തമ്പുരാൻ, 'ഈ ദേശത്തുള്ള ജനങ്ങളെ രക്ഷിക്കാനായിട്ടാണ് ദേവിയെ സേവിച്ചു സന്തോഷിപ്പിച്ച് ഇവിടെക്കൊണ്ടുവന്നു മുറയ്ക്കു പ്രതിഷ്ഠ മുതലായവ നടത്തിച്ചു പൂജിച്ചു സേവിച്ചുകൊണ്ടിരിക്കുന്നത്. എന്നാലിപ്പോൾ ഈ ദിക്കിലുള്ള ജനങ്ങൾക്കു പേടിച്ചിട്ടു പുറത്തിറങ്ങി സഞ്ചരിക്കാനെന്നല്ല, രാത്രികാലങ്ങളിൽ അവരവരുടെ ഗൃഹങ്ങളിൽ കിടന്നുറങ്ങാൻപോലും നിവൃത്തിയില്ലാതെയായിരിക്കുന്നു. ഇതിലേക്ക് എന്തെങ്കിലും സമാധാനമുണ്ടാക്കിത്തന്ന് ഈ ജനങ്ങളെ രക്ഷിക്കണമെന്ന് വിനയപൂർവ്വം അപേക്ഷിച്ചുകൊള്ളുന്നു' എന്നറിയിച്ചു. അതിനു മറുപടിയായി വെളിച്ചപ്പാട് (ഭഗവതിയുടെ നിലയിൽ) 'ഇവിടെ നടത്തിച്ച പ്രതിഷ്ഠ, കലശം മുതലായവകൊണ്ടും പതിവായി നടത്തിവരുന്ന പൂജകൾകൊണ്ടും ഞാൻ അത്യന്തം സന്തുഷ്ടയായിരിക്കുന്നു. ഞാനിവിടെ ജനങ്ങളെ ഉപദ്രവിക്കുകയോ ഭയപ്പെടുത്തുകയോ ചെയ്യുന്നില്ല. ഒരിക്കലും അങ്ങനെയൊന്നും ചെയ്യുകയുമില്ല. എന്നാൽ ഞാൻഇങ്ങോട്ടു പോന്നപ്പോൾ എന്റെ പരിവാരങ്ങളും ഇങ്ങോട്ടു പോന്നു. അവരിവിടെ വന്നിട്ട് ഇതുവരെ അവർക്കു യാതൊന്നും ആരും കൊടുത്തില്ല. അതിനാലവർ ക്ഷുൽപിപാസാദികൾകൊണ്ട് ഏറ്റവും പരവശരായിരിക്കുന്നു. വിശപ്പും ദാഹവും സഹിക്കവയ്യാതെയായിട്ട് അവർ കിടന്നു നിലവിളിക്കുന്ന ശബ്ദമാണ് ഇവിടെ ജനങ്ങൾക്ക് ഭീതികരമായിരിക്കുന്നത്. അവർ മനുഷ്യരെ ഭയപ്പെടുത്തുകയല്ലാതെ മറ്റുവിധത്തിൽ ഉപദ്രവിക്കാതെ ഇതുവരെ അടങ്ങിപ്പാർത്തിട്ടുള്ളത് ഞാൻ പിടിച്ചുനിർത്തീട്ടാണ്. ഇനി അവർ ഞാൻ തടുത്താലും നില്ക്കുമെന്നു തോന്നുന്നില്ല. അവർ വിശപ്പും ദാഹവും തീർക്കുന്നതിനായി ഇവിടെനിന്ന് ഇറങ്ങിപ്പോയാൽ പിന്നെ ഈ ദിക്കിലെങ്ങും ഒരുത്തരേയും വെച്ചേക്കുകയില്ല. അതിനാൽ അവരെ തൃപ്തിപ്പെടുത്താനായി എന്തെങ്കിലും ഉടനെ ചെയ്തുകൊള്ളണം. ഇനിയും അതിനു താമസിക്കുന്നപക്ഷം പിന്നെ എന്നോടു സങ്കടം പറഞ്ഞാലും യാതൊരു ഫലവുമുണ്ടാകുന്നതല്ല' എന്നു

കല്പിച്ചു. അപ്പോൾ തമ്പുരാനും ജനങ്ങളും പരിവാരങ്ങളെ തൃപ്തിപ്പെടുത്താനായി ഇവിടെ എന്താണ് ചെയ്യേണ്ടതെന്നുകൂടി കല്പിക്കണം എന്ന് അപേക്ഷിച്ചു. അതിനു മറുപടിയായി വെളിച്ചപ്പാടു കല്പിച്ചത്, 'ഇവിടെ ആന, ആട്, കോഴി മുതലായവയെ വെട്ടി നാല്പത്തൊന്നു ദിവസം കുരുതി നടത്തണം. ഒടുവിൽ പന്ത്രണ്ടു ദിവസം നരബലികൂടി വേണം. നരബലിക്കു കന്യകമാരായിരിക്കുന്ന സ്ത്രീകളെയാണ് വെട്ടേണ്ടത്. ഇങ്ങനെ ആണ്ടുതോറും നാല്പത്തൊന്നു ദിവസം ചെയ്തുകൊണ്ടിരുന്നാൽ എന്റെ പരിവാരങ്ങളായ ഭൂത പ്രേതപിശാചാദികളെലാം തൃപ്തിപ്പെട്ടുകൊള്ളും. പിന്നെ അവർ ആരെയും ഭയപ്പെടുത്തുകയും ഉപദ്രവിക്കയും ഒന്നും ചെയ്യുകയില്ല' എന്നാണ്. അങ്ങിനെ തമ്പുരാനും ജനങ്ങളും സമ്മതിക്കുകയും അധികം താമസിയാതെ മേൽപറഞ്ഞ പ്രകാരം നാല്പത്തൊന്നു ദിവസത്തെ കുരുതി നടത്തുകയും അങ്ങനെ ആണ്ടു തോറും നടത്തിക്കൊണ്ടിരിക്കുകയും ചെയ്തു. അതിനാൽ മുമ്പുകേട്ടിരുന്ന ഭയങ്കരശബ്ദങ്ങൾ കേൾക്കാതെയാവുകയും ജനങ്ങളുടെ ഭയം ഒരുവിധം ശമിക്കുകയും ചെയ്തു. അക്കാലം മുതൽ ബാധോപദ്രവമുള്ളവരും രോഗ ബാധിതന്മാരും സന്താനാർത്ഥികളും മറ്റുമായ ജനങ്ങൾ പനയന്നാർ കാവിൽച്ചെന്നു ഭജിക്കുകയും വഴിപാടുകൾ കഴിക്കുകയും സകലാഭീഷ്ടങ്ങളും സാധിക്കുകയും ചെയ്തുതുടങ്ങി. പനയന്നാർകാവിൽച്ചെന്നു ഭജിച്ചാൽ സകലകാര്യങ്ങളും സാധിക്കുമെന്നു ഒരു വിശ്വാസം ജനങ്ങളുടെ ഇടയിൽ ഉണ്ടായിത്തീരുകയും അത് ലോകപ്രസിദ്ധമായിത്തീരുകയും ചെയ്തു.

ഇങ്ങനെയിരുന്ന കാലത്ത് ഒരിക്കൽ ഒരു വലിയ കൊമ്പനാന അമ്പലപ്പുഴെ ശ്രീകൃഷ്ണസ്വാമിയുടെ ക്ഷേത്രത്തിന്റെ മതിൽക്കകത്തു വെച്ചു ചരിഞ്ഞു (മരിച്ചു). ആനകൾ ചരിഞ്ഞാൽ ചരിയുന്ന സ്ഥലത്തു തന്നെ കുഴിച്ചുമൂടുകയല്ലാതെ അതിനെ മറ്റൊരു സ്ഥലത്തുകൊണ്ടുപോയി മറവുചെയ്യുക പതിവില്ലല്ലോ. ആനകളുടെ മൃതശരീരം വെട്ടിമുറിച്ചു ഖണ്ഡങ്ങളാക്കാതെ ഒന്നായി മറ്റൊരു സ്ഥലത്തേക്കു കൊണ്ടുപോകുവാൻ സാധിക്കുകയുമില്ല. എന്നാൽ ചെമ്പകശ്ശേരി രാജാവിന് ആനയെ ക്ഷേത്രത്തിന്റെ മതിൽക്കകത്തുതന്നെ മറവുചെയ്യുന്നതിനും അതിനെ അവിടെ ഇട്ടു വെട്ടി മുറിക്കുന്നതിനും സമ്മതമില്ലായിരുന്നു. അതിനാൽ ആനയുടെ മൃതശരീരം അവിടെനിന്നു മാറ്റുന്നതിന് എന്താണ് വേണ്ടതെന്ന് അവിടെ ആലോചനയായി. അപ്പോൾ ഒരാൾ 'പനയന്നാർ കാവിൽച്ചെന്നു മുട്ടു പാടിരുന്നാൽ വെളിച്ചപ്പാടു തുള്ളുകയും ഇതിലേക്കെന്തെങ്കിലും നിവൃത്തി മാർഗ്ഗം ഉണ്ടാക്കിത്തരികയും ചെയ്യും' എന്നു രാജസന്നിധിയിൽ അറിയിച്ചു. ഉടനേ രാജാവിന്റെ ആളുകൾ കല്പനപ്രകാരം പനയന്നാർകാവിൽച്ചെന്നു മുട്ടുപാടിരിക്കുകയും വെളിച്ചപ്പാടു തുള്ളിവന്നപ്പോൾ സങ്കടമറിയിക്കുകയും ചെയ്തു. അപ്പോൾ വെളിച്ചപ്പാട്, 'ജനങ്ങൾ എന്നെ പരീക്ഷിച്ചുതുടങ്ങിയിരിക്കുന്നു. ആട്ടെ, ഇതും എനിക്കു സന്തോഷം തന്നെ. എന്നാൽ പോകാം' എന്നു കല്പിക്കുകയും അമ്പലപ്പുഴെ നിന്ന് വന്നിരുന്നവരോടൊരുമിച്ച് ആ സ്ഥലത്തുചെന്ന് ആനയെ വിളിച്ച് എണീപ്പിച്ച് നടത്തി വാടതോട്ടിനപ്പുറത്താക്കുകയും ചെയ്തു. ദേവസങ്കേതസ്ഥലത്തിന്റെ അതിർത്തിയായ വാടതോട്ടു കടന്നുകഴിഞ്ഞപ്പോൾ ആന അവിടെ വീഴുകയും ചെയ്തു. വെളിച്ചപ്പാടിന്റെ ഈ അത്ഭുതപ്രവൃത്തി കണ്ടു രാജാവും ജനങ്ങളും വിസ്മയപരവശന്മാരായിത്തീരുകയും പനയന്നാർ കാവിൽ ഭഗവതിയെക്കുറിച്ച് അവർക്ക് അളവില്ലാതെ ഭക്തിയും

വിശ്വാസവുമുണ്ടായിത്തീരുകയും ചെയ്തു. അതിനാൽ ചെമ്പകശ്ശേരി രാജാവു പനയന്നാർ കാവു ദേവസ്വം വകയ്ക്കു മുന്നൂറ്റിയറുപത്തിയഞ്ചു പറ പുഞ്ചനിലം കര മൊഴിവായി പതിച്ചുകൊടുക്കുകയും സ്വർണ്ണരചിതങ്ങളും, രത്നഖചിതങ്ങളുമായ അനേകം തിരുവാഭരണങ്ങൾ നടയ്ക്കുവെയ്ക്കുകയും ചെയ്തു. ആ തിരുവാഭരണങ്ങളെല്ലാം 'ചെമ്പകശ്ശേരി വക' എന്നു പേരു വെട്ടിയിട്ടുള്ളത് ഇന്നും കാണ്മാനുണ്ട്. പുഞ്ചക്കണ്ടം ഇന്നു ദേവസ്വം വക കൈവശാനുഭവത്തിൽത്തന്നെയിരിക്കുന്നുണ്ട്.

അമ്പലപ്പുഴ നാട്ടു പിടിച്ചടക്കി തിരുവിതാംകൂറിനോടു ചേർത്തതിന്റെ ശേഷം ചെമ്പകശ്ശേരിവക എന്നു പേരു വെട്ടിയ ചില തിരുവാഭരണങ്ങൾ പനയന്നാർകാവിലുണ്ടെന്നു മനസ്സിലാവുകയാൽ രാമയ്യൻ ദളവ അവകൂടി കൈവശപ്പെടുത്തി തിരുവിതാംകൂർ മഹാരാജാവിന്റെ ഭണ്ഡാരത്തിലാക്കണമെന്നു വിചാരിച്ച് അതിലേക്ക് ചില ശ്രമങ്ങൾ ചെയ്തു തുടങ്ങി. ആ ശ്രമം തുടങ്ങിയപ്പോൾത്തന്നെ രാമയ്യനു പനിയാരംഭിക്കുകയും അത് അതികഠിനമായ വസൂരിദീനമായിപ്പരിണമിക്കുകയും ചെയ്തു. ദീനമുള്ള ദിക്കുകളിൽ സഞ്ചരിക്കുകയോ ദീനക്കാരെ കാണുകയോ യാതൊന്നും ചെയ്യാതെ തനിക്ക് ഈ ദീനം വരാൻ കാരണമെന്തെന്ന് രാമയ്യൻ പ്രശ്നം വെപ്പിച്ചുനോക്കിയപ്പോൾ പനയന്നാർകാവിൽ ഭഗവതിയുടെ മുതലെന്തോ അപഹരിക്കണമെന്ന് വിചാരിക്കുകയാൽ ഭഗവതിക്ക് വിരോധം ഉണ്ടായിരിക്കുന്നുവെന്നും അതിനാലാണ് ഈ രോഗമുണ്ടായിരിക്കുന്നതെന്നും പ്രശ്നക്കാരൻ വിധിച്ചു. അതിനാൽ രാമയ്യൻ ദളവ തന്റെ തെറ്റിന് ചില പ്രായശ്ചിത്തങ്ങൾ മനസ്സുകൊണ്ട് നിശ്ചയിച്ചിട്ട് പനയന്നാർ കാവിലേക്കു ചില ആളുകളെ അയച്ചു. രാമയ്യന്റെ ആളുകൾ ചെന്നപേക്ഷിക്കുകയാൽ പനയന്നാർകാവിലെ വെളിച്ചപ്പാടു തുള്ളി മാവേലിക്കര രാമയ്യൻ കിടന്നിരുന്ന സ്ഥലത്തുചെന്ന് അദ്ദേഹത്തിന്റെ ദേഹത്തിൽ ഭസ്മമിട്ടു. രാമയ്യന്റെ ദേഹത്തിൽ ആപാദചൂഡം ഒരുപോലെ പുറപ്പെട്ടിരുന്ന കുരുക്കൾ തൽക്ഷണം മാഞ്ഞുപോവുകയും രണ്ടുമൂന്നു ദിവസം കൊണ്ട് അദ്ദേഹത്തിനു പൂർണ്ണസുഖം സിദ്ധിക്കുകയും അദ്ദേഹം കുളിച്ചു പനയന്നാർകാവിൽച്ചെന്നു തൊഴുത് താൻ നിശ്ചയിച്ചിരുന്ന പ്രായശ്ചിത്തവും വഴിപാടുകളുമെല്ലാം നടത്തുകയും ചെയ്തു. മാർത്താണ്ഡവർമ്മ മഹാരാജാവു തിരുമനസ്സുകൊണ്ട് ഈ വിവരമറിഞ്ഞ് പനയന്നാർകാവു ദേവസ്വത്തിലേക്കു നിലവും പുരയിടവും ഏതാനും സ്ഥലവും (ഇപ്പോഴത്തെ അളവുപ്രകാരം ആറേക്കർ) കരമൊഴിവായി പതിച്ചുകൊടുക്കുന്നതിന് കല്പിച്ചു ചട്ടംകെട്ടുകയും ചെയ്തു. ഇതിലേക്ക് എഴുതിയ നീട്ടു തുല്യം ചാർത്തിയത് കൊല്ലം 926ാം ആണ്ട് മീനമാസം 11ആം തീയതി ആണെന്നു കാണുന്നു.

തദനന്തരം പാർവ്വതീമഹാരാജ്ഞി നാട്ടുവാണിരുന്നപ്പോൾ ദിവാനായിരുന്ന മൺട്രോ സായ്പവർകൾ പനയന്നാർകാവിലെ തിരുവാഭരണങ്ങളെല്ലാമൊന്നു കാണണമെന്നു നിശ്ചയിച്ചു. അത് അനാവശ്യമാണെന്നും അതിനുപോയാൽ ആപത്തുണ്ടായേക്കാമെന്നും മറ്റും ചിലർ പറഞ്ഞിട്ടും സമ്മതിക്കാതെ സായ്പവർകൾ സർക്കീട്ടായി മാവേലിക്കരെ ചെന്നിരുന്നപ്പോൾതിരുവാഭരണങ്ങളെല്ലാം അവിടെ കൊണ്ടുചെല്ലുന്നതിന് പനയന്നാർകാവിലെ ദേവസ്വകാര്യാന്വേഷണക്കാരുടെ പേർക്ക് എഴുതിയയച്ചു. ദിവാന്റെ ഉത്തരവിനെ വകവെയ്ക്കാതെയിരിക്കുന്നതു യുക്തമല്ലല്ലോ എന്നു

വിചാരിച്ച ദേവസ്വക്കാർ തിരുവാഭരണങ്ങളെല്ലാം പെട്ടികളിലാക്കി എടുപ്പിച്ചുകൊണ്ട് മാവേലിക്കരെ സായ്പവർകൾ താമസിക്കുന്ന സ്ഥലത്തു ചെന്നു. ഉടനെ സായ്പവർകൾ പെട്ടികളൊക്കെ തുറക്കാൻ ആജ്ഞാപിച്ചു. ഒരു പെട്ടി തുറക്കുകയും സായ്പവർകൾ അതിനകത്തേക്കു നോക്കുകയും അദ്ദേഹം ബോധംകെട്ടു നിലത്തുവീഴുകയും ഒരുമിച്ചുകഴിഞ്ഞു. പിന്നെ മൂന്നേമുക്കാൽ നാഴിക കഴിഞ്ഞതിനുശേഷമാണ് സായ്പവർകൾക്ക് ബോധം വീണത്. ബോധക്ഷയം നീങ്ങി എണീറ്റയുടനെ സായ്പവർകൾ താൻ ചെയ്ത തെറ്റിന് പ്രായശ്ചിത്തമായി ആയിരം പണം കൊടുത്തിട്ട് പെട്ടികളെലാം പൂട്ടി ഉടനെ മടക്കിക്കൊണ്ടുപൊയ്ക്കൊള്ളുന്നതിന് അനുവദിക്കുകയും ദേവസ്വക്കാർ ഉടനെ അപ്രകാരം ചെയ്യുകയും ചെയ്തു. ഒരാണ്ടിൽ പതിവുപോലെ കാളിയൂട്ടു (കുരുതി) നടത്തി നാല്പത്തൊന്നാം ദിവസം നരബലിക്കായി കൊണ്ടുചെന്നിരുന്ന കന്യകയെ വെട്ടാനായി ആയുധമെടുത്ത് ഓങ്ങിയ സമയം അവൾ സന്തോഷഭാവത്തോടുകൂടി ചിരിച്ചു. ഉടനെ വെളിച്ചപ്പാടു തുള്ളിവന്ന് 'അവളെ കൊല്ലണ്ട; അവൾ എന്റെ പരിചാരികയായി പാർത്തുകൊള്ളട്ടെ. അവളിൽ നിന്നുണ്ടാകുന്ന സന്താനപരമ്പരകളും എന്റെ പരിചാരകവൃത്തിയിൽത്തന്നെ ജീവിച്ചുകൊള്ളട്ടെ. ഇനി ഇവിടെ ആൾവെട്ടിക്കുരുതി ഒരിക്കലും വേണ്ട. എന്റെ കിഴക്കേ നട ഉടനെ അടച്ചുകൊള്ളണം. ആൾവെട്ടിക്കുരുതി അവസാനിപ്പിച്ചതിന്റെ അടയാളമായി അടയ്ക്കുന്ന ആ വാതിലിനി തുറക്കണമെങ്കിൽ ആനവെട്ടിക്കുരുതി കഴിക്കണം. അല്ലാതെ ആ നട തുറന്നാൽ അത്യാപത്തുണ്ടാകും' എന്നു കല്പിച്ചു. അന്നടച്ച ആ കിഴക്കേ നട ഇപ്പോഴും അടച്ചുതന്നെ കിടക്കുന്നു. നരബലിക്കായി കൊണ്ടു വരികയും ദേവിയുടെ കല്പനപ്രകാരം വിട്ടയയ്ക്കുകയും ചെയ്ത കന്യകയിൽനിന്നുണ്ടായി വർദ്ധിച്ച കുടുംബക്കാർ ആദ്യം ദേവിയുടെ പരിചാരകന്മാരായിരുന്നുവെങ്കിലും ഇപ്പോൾ അവർ ദേവസത്തിൽ സർവ്വ സ്വാതന്ത്ര്യമുള്ള അധികാരികൾ ആയിട്ടാണ് വർത്തിക്കുന്നത്. ദേവസ്വത്തിന്റെ ഉടമസ്ഥന്മാരായിരുന്ന സ്രായിക്കൂർ (ചിറവായിക്കൽ) കോവിലകത്തുകാരും അവരുടെ ശാഖാകുടുംബങ്ങളിലുള്ളവരും കൂടി ദേവസ്വത്തിലെ സകല അധികാരങ്ങളും ആ കുടുംബക്കാർക്ക് ഒഴിഞ്ഞുകൊടുത്തതിനാലാണ് അവർക്കവിടെ സർവ്വസ്വാതന്ത്ര്യം സിദ്ധിച്ചത്. ഈ കുടുംബക്കാർ മേല്പറഞ്ഞ കോവിലകങ്ങളിലുള്ളവർക്കു ദേശാധിപത്യവും നാടുവാഴ്ചയുമുണ്ടായിരുന്ന കാലത്ത് അവരുടെ സേനാനായകന്മാരായിരുന്നതിനാൽ അവരുടെ ഉപജീവനത്തിനായിട്ടാണ് ദേവസ്വം അവർക്ക് വിട്ടുകൊടുത്തതെന്നാണ് പറയുന്നത്, അന്യാധീനപ്പെടുത്തപ്പെട്ട സ്ഥലത്തു തങ്ങൾ പ്രവേശിക്കുന്നതു യുക്തമല്ലെന്നോ കുറച്ചിലാണെന്നോ മറ്റോ വിചാരിച്ചിട്ടോ എന്തോ, ഇപ്പോൾ മേല്പറഞ്ഞ കോവിലകങ്ങളിലുള്ളവർ ആ ക്ഷേത്രത്തിന്റെ ബലിവട്ടത്തിനകത്തു കടക്കാറില്ല. ഇപ്പോൾ ദേവസ്വം കാര്യങ്ങൾ സർവ്വസ്വാതന്ത്ര്യത്തോടുകൂടി അന്വേഷിച്ചുവരുന്ന കുടുംബക്കാരെ 'ആദിശ്ശന്മാർ' എന്നാണ് പറഞ്ഞുവരുന്നത്. ഇത് 'ആൾവെട്ടിശേഷിച്ചവർ' എന്നുള്ളതിന്റെ ലോപമാണെന്നും അവർ പറയുന്നുണ്ട്. മറ്റു ചിലരുടെ അഭിപ്രായം 'ആദേശ്യന്മാർ' എന്നുള്ളതുലോപിച്ച് ആദിശ്ശന്മാരായിത്തീർന്നെന്നാണ്. ഈ രണ്ടാമത്തെ അഭിപ്രായമാണ് കുറച്ചുകൂടി യുക്തിയുക്തമായിരിക്കുന്നതെന്നു തോന്നുന്നു.

ഇവിടെ സാക്ഷാൽ ബ്രാഹ്മണർ പൂജാദികൾ നടത്തിയാൽ ഭഗവതിയുടെ ചൈതന്യം വർദ്ധിക്കുകയും അത് ജനങ്ങൾക്ക് ഉപദ്രവകരമായിത്തീരുകയും

ചെയ്യേക്കുമെന്നു വിചാരിച്ച് ശാന്തിക്കു നിയമിച്ചിരിക്കുന്നത് വാസിഷ്ഠ ബ്രാഹ്മണർ (അടികൾ) എന്നൊരു ജാതിക്കാരെയാണ്. കൊടുങ്ങല്ലൂരും അടികളുടെ പൂജയോ പുഷ്പാഞ്ജലിയോ ഏതാണ്ടൊക്കെ പതിവുണ്ടല്ലോ.

ഇവിടെ അടികളുടെ പൂജ കൂടാതെ പതിവായി ആദിശ്ശന്മാരുടെ പൂജയുമുണ്ട്. പക്ഷേ അത് ക്ഷേത്രത്തിനു പുറത്ത് പള്ളിയറ എന്ന സ്ഥലത്തു വെച്ചു ശാക്തേയരീതിയിൽ മദ്യനിവേദ്യത്തോടുകൂടിയുമാണ് നടത്തിവരുന്നത്.

ഇവിടെ ആൾവെട്ടിക്കുരുതി വേണ്ടെന്നുവെച്ചുവെങ്കിലും കോഴിവെട്ടിക്കുരുതി ഇപ്പോഴും പതിവായി നടന്നുവരുന്നുണ്ട്. അതു നടത്തുന്നതും ആദിശ്ശന്മാർ തന്നെയാണ്. ഈ കുടുംബക്കാർ വലിയ മന്ത്രവാദികളാണ്. ഇവർ മന്ത്രവാദം സംബന്ധിച്ചു പല അത്ഭുതകർമ്മങ്ങൾ പ്രവർത്തിച്ചിട്ടുള്ളതായി കേൾവിയുണ്ട്. വിസ്തര ഭയത്താൽ അവയിലൊന്നും ഇവിടെ വിവരിക്കുന്നില്ല. കാവിലെ വെളിച്ചപ്പാടായിരിക്കുന്നതും ഇവരുടെ കുടുംബത്തിൽ അന്നന്നു മൂപ്പായിരിക്കുന്നവരാണത്രേ.

ഭഗവതിയുടെ ശക്തി വർദ്ധിക്കാതെയിരിക്കാൻ ഇവിടെ പല ഏർപ്പാടുകളും ചെയ്തിട്ടുണ്ടെങ്കിലും അതു ദിവസംപ്രതി വർദ്ധിച്ചുവരുന്നതല്ലാതെ ഒട്ടും കുറയുന്നില്ല. കേരളത്തിലെ 64 ഗ്രാമങ്ങളിൽ 63-ാമത്തേതായ 'ഇളിഭ്യം' ഗ്രാമം പനയന്നാർക്കാവു ക്ഷേത്രത്തിൽനിന്ന് ഏകദേശം ഒരു ഫർലോങ്ങു നേരെ വടക്കാണ്. ഭഗവതിയുടെ വടക്കോട്ടുള്ള പ്രതിഷ്ഠയുടെ നേരെ ആയതുകൊണ്ട് ആ ഗ്രാമം ക്രമേണ ക്ഷയിച്ച് ഇപ്പോൾ 'ഗ്രാമോ നഷ്ടഃ' എന്നുതന്നെയായിരിക്കുന്നു. അവിടെയുള്ളവർ യഥാർത്ഥത്തിൽ 'ഇളിഭ്യ'ന്മാരുമായിട്ടുണ്ട്. പണ്ട് ധനപുഷ്ടികൊണ്ടും ജനപുഷ്ടികൊണ്ടും പ്രബലപ്പെട്ടിരുന്ന ആ ഗ്രാമം ഇങ്ങനെയായിത്തീർന്നത് ദേവിയുടെ ദൃഷ്ടിപാതംകൊണ്ടാണെന്നാണ് ജനങ്ങളുടെ വിശ്വാസം. കാവിന്റെ കിഴക്കേ നടയും ഇങ്ങനെതന്നെ ആയിത്തീർന്നിരിക്കുകയാണ്. അവിടെ ഇപ്പോൾ അര ഫർലോങ്ങു വീതിയിൽ ഏകദേശം രണ്ടുമൂന്നു നാഴിക ദൂരംവരെ കിഴക്കോട്ട് ആൾപ്പാർപ്പും കൃഷിയും യാതൊന്നുമില്ലാതെ വെറും തരിശായിട്ടാണ് കിടക്കുന്നത്. ദേവിയുടെ ദൃഷ്ടിക്ക്, നേരെ പാർത്താലും കൃഷി ചെയ്താലും ഒന്നും ഗുണമാവുകയില്ലെന്നും എല്ലാം ദോഷമായിട്ടേ പരിണമിക്കയുള്ളൂ എന്നുമാണ് ജനങ്ങളുടെ വിശ്വാസം.

ബാധോപദ്രവങ്ങൾ നീങ്ങുന്നതിനായിട്ടും രോഗങ്ങൾ ശമിക്കുന്നതിനായിട്ടും സന്താനാർത്ഥമായിട്ടും മറ്റും ഇപ്പോഴും പനയന്നാർക്കാവിൽ ച്ചെന്ന് അനേകമാളുകൾ ഭജിക്കുകയും അഭീഷ്ടം സാധിക്കുകയും ചെയ്തു പോരുന്നുണ്ട്. ഭജനക്കാരും വഴിപാടുകാരും ആരുമില്ലാതെ അവിടെ ഒരു ദിവസംപോലും ഇപ്പോഴുമുണ്ടായിരിക്കുന്നില്ല. ആകപ്പാടെ വിചാരിച്ചാൽ പനയന്നാർ കാവിൽ ഭഗവതിയുടെ മാഹാത്മ്യം അചിന്തനീയവും വാചാമഗോചരവുമാണെന്നുതന്നെ പറയേണ്ടിയിരിക്കുന്നു.

പനിമതിയണിയും ശ്രീപാർവ്വതീശന്റെ നെറ്റി
ക്കനൽമിഴിയിലുദിച്ചോരീശ്വരീ! വിശ്വനാഥേ!
അനിശവുമയി!യുഷ്മത്തൃപ്പദം കുപ്പമെന്നിൽ
ക്കനിയുക പനയന്നാർക്കാവെഴും ദേവി! മായേ!

●

ഉത്രം തിരുനാൾ തിരുമനസ്സുകൊണ്ടും കഥകളിയോഗവും

ഗംഭീരാശയനും സംഗീതസാഹിത്യകുശലനെന്നല്ല, സകലകലാവല്ലഭനുമായിരുന്ന സ്വാതിതിരുനാൾ രാമവർമ്മമഹാരാജാവു തിരുമനസ്സിലെ കനിഷ്ഠഭ്രാതാവായ ഉത്രം തിരുനാൾ മാർത്താണ്ഡവർമ്മ മഹാരാജാവു തിരുമനസ്സുകൊണ്ട് തിരുവവതാരം ചെയ്തരുളിയത് കൊല്ലം 990ാം ആണ്ട് ചിങ്ങമാസത്തിലായിരുന്നു. ഈ തിരുമനസ്സുകൊണ്ട് അവിടുത്തെ ജ്യേഷ്ഠഭ്രാതാവിനെപ്പോലെതന്നെ ഗാംഭീര്യവും പല ഭാഷകളിൽ പാണ്ഡിത്യവും സംഗീതസാഹിത്യങ്ങളിൽ അനന്യസാധാരണമായ നൈപുണ്യവും സമ്പാദിച്ചിരുന്നില്ലെങ്കിലും മലയാളം, സംസ്കൃതം, ഇംഗ്ലീഷ് എന്നീ ഭാഷ കളിൽ സാമാന്യജ്ഞാനവും ഒരുവിധം കവിതാവാസനയും അവിടേക്കുണ്ടായിരുന്നു. അവിടേക്കു സംസ്കൃതഭാഷാജ്ഞാനവും ഒരു വിധം കവിതാവാസനയുമുണ്ടായിരുന്നു എന്നുള്ളത് അവിടുന്ന് കല്പിച്ചുണ്ടാക്കിയ 'സിംഹധ്വജചരിതം' ആട്ടക്കഥകൊണ്ടുതന്നെ സ്പഷ്ടമാകുന്നുണ്ട്.

സ്വാതിതിരുനാൾ രാമവർമ്മമഹാരാജാവു തിരുമനസ്സിലേക്ക് കൊല്ലം 1004ാം ആണ്ട് തിരുമുപ്പു സിദ്ധിച്ചതിനോടുകൂടി മാർത്താണ്ഡവർമ്മ മഹാരാജാവു തിരുമനസ്സുകൊണ്ട് ഇളംകൂർസ്ഥാനത്തെ പ്രാപിച്ചു. അക്കാലം മുതൽ അവിടുന്നു പൂജപ്പുര കൊട്ടാരത്തിലാണ് എഴുന്നള്ളിത്താമസിച്ചിരുന്നത്.

മാർത്തണ്ഡവർമ്മ മഹാരാജാവു തിരുമനസ്സിലേക്കു കഥകളിയിൽ അസാമാന്യമായ ഭ്രമവും നല്ല ജ്ഞാനവുമുണ്ടായിരുന്നു. അതിനാൽ തിരുമനസ്സുകൊണ്ടു യോഗ്യന്മാരായ ചില ആട്ടക്കാരെ തിരുവനന്തപുരത്തു വരുത്തിത്താമസിപ്പിച്ചും അവരെക്കൊണ്ടു മറ്റു ചില കുട്ടികളെക്കൂടി കഥകളിക്കു കച്ചകെട്ടിച്ച് അഭ്യസിപ്പിച്ചു ചേർത്തും സ്വന്തമായൊരു കഥകളിയോഗമുണ്ടാക്കി. അതിന് അന്നു പറഞ്ഞിരുന്ന പേര് പൂജപ്പുര കൊട്ടാരം വക കഥകളിയോഗമെന്നായിരുന്നു. കഥകളിയുടെ രീതിയും സമ്പ്രദായവും കപ്ലിങ്ങാടൻ, കലടിക്കോടൻ, വെട്ടത്തുനാടൻ ഇങ്ങനെ മൂന്നുവിധമാണല്ലോ. അവയിൽ ഓരോന്നിനുമുള്ള പ്രാധാന്യവും വിശേഷവും ഓരോ വിഷയത്തിലാണ്. ഒന്നിനു കാൽപ്രയോഗത്തിലും മറ്റൊന്നിനു മെയ്യിലും കയ്യിലും പിന്നെയൊന്നിനു മുഖത്തു രസം വരുത്തി തന്മയത്വസഹിതം നടിക്കുന്നതിലുമാണ് വിശേഷതയുള്ളത്. തിരുമനസ്സുകൊണ്ട് ആ വിശേഷ

ഗുണങ്ങളെല്ലാമെടുത്തു ചേർത്താണ് സ്വന്തം കഥകളിയോഗക്കാരെ അഭ്യസിപ്പിച്ചു ശീലിപ്പിച്ചത്. അതിനാൽ ആ കഥകളിയോഗത്തിന്റെ രീതി പ്രത്യേകമൊന്നായിരുന്നു. അത് ഏതു ദേശക്കാർക്കും രുചിക്കുന്നതുമായിരുന്നു.

സ്വാതിതിരുനാൾ മഹാരാജാവു തിരുമനസ്സുകൊണ്ട് കൊല്ലം 1022ാം ആണ്ട് നാടുനീങ്ങിയതിന്റെ ശേഷം മാർത്താണ്ഡവർമ്മ മഹാരാജാവു തിരുമനസ്സിലേക്കു തിരുമൂപ്പു സിദ്ധിക്കുകയും അക്കാലം മുതൽ അവിടുന്നു കോട്ടയ്ക്കകത്തു വലിയ കൊട്ടാരത്തിൽത്തന്നെ എഴുന്നള്ളിത്താമസിച്ചു തുടങ്ങുകയും ചെയ്തു. തിരുമൂപ്പു സിദ്ധിച്ചതിനോടുകൂടി തിരുമനസ്സിലേക്കു രാജ്യഭരണം സംബന്ധിച്ച് അനേകം ജോലികൾകൂടി വന്നുകൂടിയെങ്കിലും കഥകളിയിൽ അവിടേക്കുണ്ടായിരുന്ന പ്രതിപത്തി പിന്നെയും കുറഞ്ഞില്ല. അപ്പോഴും അവിടുന്നു കഥകളിയോഗത്തിൽ ആവശ്യംപോലെ ആളുകളെ ചേർക്കുകയും അഭ്യസിപ്പിക്കുകയും കളി മുറയ്ക്കു നടത്തുകയും ചെയ്തുകൊണ്ടിരുന്നു. തിരുമനസ്സിലേക്കു തിരുമൂപ്പു സിദ്ധിക്കുകയും എഴുന്നള്ളിത്താമസം വലിയ കൊട്ടാരത്തിലാവുകയും ചെയ്തതോടുകൂടി കഥകളിയോഗത്തിന്റെ പേര് 'വലിയകൊട്ടാരം വക കഥകളിയോഗം' എന്നായി. അക്കാലത്തു വലിയ കൊട്ടാരത്തിൽ കഥകളിയില്ലാത്ത ദിവസം വളരെ ചുരുക്കമായിരുന്നു. എന്നാലതു മറ്റുള്ള സ്ഥലങ്ങളിലെപ്പോലെ നേരം വെളുക്കുന്നതുവരെ പതിവില്ല. രാത്രി എട്ടുമണിക്കു കളി ആരംഭിക്കുകയും പന്ത്രണ്ടുമണിക്ക് അവസാനിപ്പിക്കുകയും ചെയ്യും. അങ്ങനെയായിരുന്നു അവിടത്തെ പതിവ്.

കഥകളിയോഗത്തിൽ ആളുകളെ ചേർക്കുന്നതിനും പുതിയതായി ചേർക്കുന്നവരെ അഭ്യസിപ്പിക്കുന്നതിനും പുത്തൻപുത്തനായി ആട്ടക്കഥകൾ നിർമ്മിക്കുന്നതിനു കവികളെ പ്രോത്സാഹിപ്പിക്കുന്നതിനും കഥകൾ ശേഖരിച്ചു കഥകളിയോഗത്തിലെ പാട്ടുകാരെ ഏല്പിച്ചു തോന്നിപ്പിക്കുന്നതിനും അങ്ങേയറ്റം കഴിപ്പിക്കുന്നതിനും കഥകളി യോഗക്കാർക്ക് ആവശ്യമുള്ളതെല്ലാം ചട്ടംകെട്ടിക്കൊടുക്കുന്നതിനും മറ്റും കല്പിച്ചു ചുമതലപ്പെടുത്തിയിരുന്നത് വിളായിക്കോട്ടു നമ്പൂരിയെ ആയിരുന്നു. ആ നമ്പൂരിയുടെ ഇല്ലം കോട്ടയത്തിനു സമീപം കുടമാളൂർ ദേശത്തായിരുന്നുവെങ്കിലും അദ്ദേഹം കഥകളിയിൽ നല്ല ജ്ഞാനമുള്ള ആളും സംഗീതജ്ഞനുമായിരുന്നതിനാൽ തിരുമനസ്സിലെ പ്രീതിക്കു പ്രത്യേകം പ്രത്രീഭവിക്കുകയാൽ അദ്ദേഹത്തിന്റെ സ്ഥിരതാമസം മിക്കവാറും തിരുവനന്തപുരത്തുതന്നെ ആയിത്തീർന്നിരുന്നു. അദ്ദേഹത്തിന് അവിടെ താമസിക്കുന്നതിന് ശ്രീകണ്ഠേശ്വരത്തു ക്ഷേത്രത്തിനു സമീപം കല്പിച്ച് ഒരു മഠം പണിയിച്ചു കൊടുക്കുകയും ചെയ്തിരുന്നു.

കഥകളിയോഗത്തിൽച്ചേരാൻ മനസ്സും സമ്മതവുമുള്ള കുട്ടികളെ അന്വേഷിച്ചു പിടിച്ച് നമ്പൂരി തിരുമുമ്പാകെ കൊണ്ടുചെന്നാലുടനെ അവരെ മുഖത്തു തേപ്പിച്ചു ചുട്ടികുത്തിച്ചു തൃക്കൺപാർത്തിട്ടു മുഖശ്രീയും വേഷത്തിനു ഭംഗിയുമുള്ളവരെ യോഗത്തിൽ ചേർത്തു കച്ചകെട്ടിച്ച് അഭ്യസിപ്പിക്കുന്നതിനും അവ (മുഖശ്രീയും വേഷഭംഗിയും) ഇല്ലാത്തവരെ സ്വല്പം വല്ലതും കൊടുത്തു മടക്കിയയയ്ക്കാനും കല്പന കൊടുക്കും. അങ്ങനെയായിരുന്നു പതിവ്. ഇങ്ങനെ കുറച്ചുകാലം കഴിഞ്ഞപ്പോൾ കൊട്ടാരംവക കഥകളിയോഗത്തിലെ പ്രധാനവേഷക്കാർ ഈശ്വരപിള്ള, പുത്തൻ കൊച്ചുകൃഷ്ണപിള്ള, പഴയ കൊച്ചുകൃഷ്ണപിള്ള, പഴവങ്ങാടി നാണു പിള്ള, നളനുണ്ണി, കിട്ടുപ്പണിക്കർ മുതലായവരായിത്തീർന്നു. ഇവരിൽച്ചിലർ ചെറുപ്പത്തിൽത്തന്നെ

കൊട്ടാരംവക കഥകളിയോഗത്തിൽ ചേർന്ന് അഭ്യസിച്ചിട്ടുള്ളവരും ഏതാനുംപേർ ഒരുവിധം പ്രസിദ്ധന്മാരായതിന്റെ ശേഷം ഈ യോഗത്തിൽ വന്നു ചേർന്നവരുമായിരുന്നു. ഈ യോഗത്തിലെ വേഷക്കാരെല്ലാവരും എല്ലാ വേഷങ്ങളും കെട്ടിയാടാവുന്നവരായിരുന്നു. എങ്കിലും ചിലരുടെ വേഷങ്ങൾക്ക് ചില പ്രത്യേക ഗുണങ്ങളുണ്ടായിരുന്നു. ഇതിനെക്കുറിച്ച് കല്പിച്ചുണ്ടാക്കിയ ഒരു ശ്ലോകം കേട്ടിട്ടുണ്ട്. അതിന്റെ പൂർവ്വാർദ്ധം താഴെ ച്ചേർക്കുന്നു.

'കൊച്ചയ്യപ്പനു കത്തിയും കരിയുമാം പച്ചയ്ക്കിടിച്ചേന്നനും
മെച്ചത്തിൽസ്സരസം പതിഞ്ഞ പദമങ്ങാടീടുവാനുണ്ണിയും'

ഇവിടെ 'ഉണ്ണി' എന്നു പറഞ്ഞിരിക്കുന്നതു നളനുണ്ണിയെ ഉദ്ദേശിച്ചാണ്. നളനുണ്ണിയുടെ സാക്ഷാൽ പേരു വേറെ എന്തോ ആയിരുന്നു. അദ്ദേഹത്തിന്റെ നളവേഷത്തിന് അനന്യസാധാരണമായ തന്മയത്വവും ഗുണവുമുണ്ടായിരുന്നതിനാൽ അദ്ദേഹത്തിന് 'നളനുണ്ണി' എന്ന പേരു കല്പിച്ചു കൊടുത്തതാണ്.

കൊച്ചയ്യപ്പപ്പണിക്കരുടെ കത്തിയും കരിയും വളരെ പ്രസിദ്ധങ്ങളായിരുന്നു. അദ്ദേഹത്തിന്റെ കത്തിയാണ് അധികം നല്ലതെന്നും അതല്ല, കരിയാണ് അധികം നല്ലതെന്നും അക്കാലത്തു ജനങ്ങളുടെയിടയിൽ വലിയ വാദം നടന്നിരുന്നു. കൊച്ചയ്യപ്പപ്പണിക്കരുടെ അലർച്ച തന്നെ വളരെ കേമമായിരുന്നു. അതുപോലെ അലറുന്ന വേഷക്കാർ അക്കാലത്തു വേറെയില്ലായിരുന്നുവെന്നല്ല, അതിനു മുൻപാരുമുണ്ടായിരുന്നുമില്ല, പിന്നെയാരുമുണ്ടായിട്ടുമില്ല. കൊച്ചയ്യപ്പപ്പണിക്കർ ഒരിക്കൽ തിരുമനസ്സറിയിച്ച് അനുവാദം വാങ്ങിക്കൊണ്ടു ഗംഗാസ്നാനത്തിനു പോയിരുന്നു. സ്നാനം കഴിഞ്ഞു മടങ്ങിവന്ന് തിരുവനന്തപുരത്തെത്തിയത് ഒരു ദിവസം സന്ധ്യ കഴിഞ്ഞപ്പോളായിരുന്നു. അദ്ദേഹം അവിടെയെത്തിയ ഉടനെ അണിയറയിൽച്ചെന്നു. അന്നു കാർത്ത്യവീര്യവിജയമായിരുന്നു കഥനിശ്ചയിച്ചിരുന്നത്. രാവണന്റെ വേഷത്തിന് ആരാണ് വേണ്ടതെന്ന് ആർക്കും സംശയമില്ലാതിരുന്നതിനാൽ മുഖത്തു തേയ്ക്കാൻ ഭാവിച്ചയാൾ പണിക്കരെക്കണ്ട ക്ഷണത്തിൽ വിളക്കത്തുനിന്നെണീറ്റ് അദ്ദേഹത്തെ വന്ദിച്ചിട്ട് മാറിനിന്നു. ഉടനെ പണിക്കർ, 'വേണ്ട, വേണ്ട, മാറേണ്ട, താൻതന്നെ തേയ്ക്കു. നിശ്ചയിച്ചതുപോലെതന്നെ നടക്കട്ടെ. ഇന്നത്തേക്കു ഇതിനു തന്നെയല്ലേ കല്പിച്ചു നിശ്ചയിച്ചിരിക്കുന്നത്?' എന്നു പറഞ്ഞു. അപ്പോൾ മറ്റേയാൾ 'എനിക്കു തല്ക്കാലത്തേക്കു മാത്രമുള്ള കല്പനയാണല്ലോ. താങ്കൾക്കു മുമ്പേ തന്നെയുള്ള കല്പനയല്ലേ? പതിവുശാന്തിക്കാരൻ വന്നാൽ മുട്ടുശാന്തിക്കാരനു മാറിക്കൊടുക്കാൻ പ്രത്യേകമനുവാദം വേണ്ടല്ലോ. എന്നു മാത്രമല്ല, പതിവുശാന്തിക്കാരൻ ഹാജരുള്ളപ്പോൾ മുട്ടുശാന്തിക്കാരൻ പൂജകഴിച്ചാലതു ദേവനു സന്തോഷകരമാകുമെന്നും തോന്നുന്നില്ല. അതുകൊണ്ടു ഞാനിതാ ഒഴിഞ്ഞിരിക്കുന്നു' എന്നു പറഞ്ഞ് അയാൾ അണിയറയിൽനിന്ന് ഇറങ്ങിപ്പോയി. ഉടനെ കൊച്ചയ്യപ്പപ്പണിക്കർ മുഖത്തുതേച്ചു ചുട്ടിക്കു കിടക്കുകയും ക്ഷണത്തിൽ വേഷം തീർത്ത് അരങ്ങത്തെത്തുകയും രാവണന്റെ പ്രവേശനത്തിനുള്ള 'ഇത്ഥം കൃത്വാ നരേന്ദ്രം' ഇത്യാദി ശ്ലോകം ചൊല്ലിത്തീർത്തപ്പോൾ പതിവുപോലെ അലറുകയും ചെയ്തു. പണിക്കർ മടങ്ങിവന്ന വിവരം തിരുമനസ്സുകൊണ്ടറിഞ്ഞിരുന്നില്ല. അതിനാൽ അലർച്ച കേട്ടപ്പോൾ അടുക്കൽ

നിന്നിരുന്ന വിളായിക്കോട്ടു നമ്പൂരിയോട് 'ഹേ! കൊച്ചയ്യപ്പൻ വന്നുവല്ലോ? ഈ അലർച്ച അവന്റേതു തന്നെയാണ്. സംശയമില്ല. ഇങ്ങനെ അലറുന്ന ഒരാട്ടക്കാരൻ ഇപ്പോൾ വേറെയുണ്ടെന്നു തോന്നുന്നില്ല! ശ്ലോകം ചൊല്ലി യവസാനിപ്പിക്കുന്ന ആ ഉച്ചസ്വരത്തിൽത്തന്നെയാണ് അവൻ അലറുക പതിവ്. അതു മറ്റാരായാലും ഇത്രയും ശരിയാവുകയില്ല. ശൃംഗാരപദം കഴിഞ്ഞാലുടനെ തുമ്പുരുനാരദന്മാർ വരുന്നതിനുമുമ്പേ വേഷത്തോടുകൂടി ത്തന്നെ അവൻ നമ്മുടെ അടുക്കൽ വരാൻ ചട്ടംകെട്ടണം' എന്നു കല്പിച്ചു. ഇങ്ങനെ ആ യോഗത്തിലുണ്ടായിരുന്ന ഓരോ വേഷക്കാരെക്കുറിച്ചും പല കഥകൾ കേട്ടിട്ടുണ്ട്. ലേഖനദൈർഘ്യഭയത്താൽ അവയൊന്നും ഇവിടെ വിസ്തരിക്കുന്നില്ല.

കഥകളിയോഗത്തിലുണ്ടായിരുന്ന എല്ലാവരെയും കുറിച്ചു തിരുമന സ്സിലേക്കു വളരെ വാത്സല്യവും കരുണയുമുണ്ടായിരുന്നു. വിശേഷിച്ച് അവരിൽ പുത്തൻ കൊച്ചുകൃഷ്ണപിള്ള, പഴയ കൊച്ചുകൃഷ്ണപിള്ള, പഴവങ്ങാടി നാണുപിള്ള, ഈശ്വരപിള്ള ഇവർ തിരുമനസ്സിലെ സേവകന്മാരുമായിരു ന്നു. അവരിൽ പ്രധാനൻ ഈശ്വരപിള്ളയുമായിരുന്നു. തിരുമനസ്സിലേക്കു വാസ്തവത്തിൽ മറ്റു സേവകന്മാരെക്കുറിച്ചുണ്ടായിരുന്നതിൽ വളരെയധികം കൃപയും വാത്സല്യവും ഈശ്വരപിള്ളയെക്കുറിച്ചുണ്ടായിരുന്നു. അതിന്റെ കാരണങ്ങൾ അദ്ദേഹത്തിന്റെ വിനയാദി സത്ഗുണങ്ങളും ആട്ടത്തിനും വേഷത്തിനുമുണ്ടായിരുന്ന ഭംഗിയും അനന്യശരണത്വവുമായിരുന്നു. ഈ കാരണങ്ങളാൽ തിരുമനസ്സുകൊണ്ട് അദ്ദേഹത്തെ പള്ളിയറ വിചാരിപ്പു കാരായി നിയമിക്കുകകൂടി ചെയ്തു. അക്കാലം മുതൽ അദ്ദേഹത്തിന്റെ പേര് 'ഈശ്വരപിള്ള വിചാരിപ്പുകാരെ'ന്ന് പ്രസിദ്ധമായിത്തീർന്നു.

ഈശ്വരപിള്ള വിചാരിപ്പുകാർക്കു തിരുമനസ്സിലെ കരുണയല്ലാതെ മറ്റൊരു ശരണവുമുണ്ടായിരുന്നില്ല. അദ്ദേഹത്തിന്റെ വീട് വിളവംകോട്ടു താലൂക്കിലെവിടെയോ ആയിരുന്നുവത്രെ. ആ വീട്ടിൽ അദ്ദേഹവും അദ്ദേ ഹത്തിന്റെ അമ്മയുമല്ലാതെ വേറെ ആരുമുണ്ടായിരുന്നില്ല. അവർക്കു ദാരിദ്ര്യം സാമാന്യത്തിലധികമുണ്ടായിരുന്നു. അദ്ദേഹത്തിന്റെ അമ്മയ്ക്ക് അവിടെയൊരു ധനവാന്റെ വീട്ടിൽ അടിച്ചുതളിയായിരുന്നു തൊഴിൽ. അതിനു കിട്ടുന്ന ശമ്പളംകൊണ്ട് അമ്മയ്ക്കും മകനുംകൂടി നിത്യവൃത്തിക്കു മതിയാവുകയില്ലായിരുന്നു. താൻനിമിത്തം അമ്മയുംകൂടി മുറിപ്പട്ടിണി കിട ക്കാനിടയാകേണ്ടെന്നു വിചാരിച്ച് ഈശ്വരപിള്ള സ്വദേശം വിട്ടുപോയി. അങ്ങനെ പല സ്ഥലങ്ങളിൽ സഞ്ചരിച്ച് ഒടുക്കം തിരുവനന്തപുരത്തു ചെന്നുചേർന്നു. അന്ന് അദ്ദേഹത്തിന് പന്ത്രണ്ടുവയസ്സുമാത്രമേ പ്രായമായി രുന്നുള്ളൂ. അദ്ദേഹം അവിടെ യഥാശക്തി കൂലിവേലകൾ ചെയ്തു നിത്യവൃത്തി കഴിച്ചുകൊണ്ട് അങ്ങനെ താമസിച്ചു. അന്ന് അദ്ദേഹത്തെ എല്ലാവരും ഈച്ചരൻ എന്നാണു വിളിച്ചിരുന്നത്.

അങ്ങനെ താമസിച്ചിരുന്ന കാലത്ത് ഒരു ദിവസം ദൈവഗത്യാ വിളാ യിക്കോട്ടു നമ്പൂരി ഈ ബാലനെ കാണുന്നതിനിടയായി. ആ കൊച്ചന്റെ മുഖശ്രീ കണ്ടപ്പോൾ 'ഇവനെ കഥകളിക്ക് അഭ്യസിപ്പിച്ചാൽ ഇവനൊരു നല്ല വേഷക്കാരനായിത്തീരും' എന്നു തോന്നുകയാൽ നമ്പൂരി അവനെ അടുക്കൽ വിളിച്ച് അവന്റെ സ്ഥിതികളെല്ലാം ചോദിച്ചറിഞ്ഞതിന്റെ ശേഷം അവനെ വിളിച്ചുകൊണ്ടുപോയി മുഖത്തു പച്ചമനയോല തേപ്പിച്ചു

ച്ചട്ടി കുത്തിച്ച തിരുമുൻപാകെ കൊണ്ടുചെന്നു. അവന്റെ മുഖശ്രീയും വേഷഭംഗിയും കണ്ടു തിരുമനസ്സുകൊണ്ടു വളരെ സന്തോഷിക്കുകയും അവനെ യോഗത്തിൽ ചേർത്തു കച്ചകെട്ടിച്ച് അഭ്യസിപ്പിച്ചുകൊള്ളുന്നതിനു കല്പിച്ചനുവദിക്കുകയും ചെയ്തു. അഞ്ചാറുമാസം കഴിഞ്ഞപ്പോൾ

ഈച്ചരന്റെ അരങ്ങേറ്റം കഴിപ്പിച്ചു കുട്ടിത്തരം വേഷങ്ങൾ കെട്ടിച്ചുതുടങ്ങി. അക്കാലത്തുതന്നെ ഈച്ചരന്റെ രസവാസനയും ആട്ടത്തിന്റെ തന്മയത്വവും ഭംഗിയും വേഷത്തിന്റെ മനോഹരത്വവും കണ്ടു ജനങ്ങൾ ഈച്ചരനെ പ്രശംസിച്ചുതുടങ്ങുകയും തിരുമനസ്സുകൊണ്ടു വളരെ സന്തോഷിക്കുകയും ചെയ്തു. അന്നുതന്നെ ഈച്ചരനു ഉണ്ണാനുമുടുക്കാനും തേച്ചുകുളിക്കാനും മറ്റും കൊടുത്തുവന്നിരുന്നതുകൂടാതെ പ്രതിമാസം മൂന്നുരൂപാ ശമ്പളം കൊടുത്തുകൊള്ളുന്നതിനും കല്പിച്ചനുവദിച്ചു. തിരുമനസ്സിലേക്ക് ഈച്ചരന്റെ പേരിലുള്ള കാരുണ്യവും വാത്സല്യവും ക്രമേണ വർദ്ധിച്ചു സീമാതീതങ്ങളായിത്തീരുകയാൽ അവന്റെ ആട്ടത്തിന് അനന്യസാധാരണമായ ഗുണപൗഷ്കല്യമുണ്ടാക്കിത്തീർക്കണമെന്ന് നിശ്ചയിച്ച് അക്കാലത്തുണ്ടായിരുന്ന നടവര്യന്മാരിൽ പ്രസിദ്ധനും പ്രഥമഗണനീയനുമായിരുന്ന അമ്മന്നൂർ പരമേശ്വരച്ചാക്യാരെ കല്പിച്ചു തിരുവനന്തപുരത്തു വരുത്തിത്താമസിപ്പിച്ചു. അദ്ദേഹത്തെക്കൊണ്ടുംകൂടി കുറച്ചുകാലം ഈച്ചരനെ ആട്ടം അഭ്യസിപ്പിച്ചു. അതുകൊണ്ട് വളരെ ഗുണം സിദ്ധിക്കുകയും ചെയ്തു. ഈശ്വരപിള്ളയുടെ ആട്ടത്തിന് അനന്യസാധാരണമായ ഒരു വിശേഷമുണ്ടെന്നുള്ള സർവ്വസമ്മതിയും പ്രസിദ്ധിയും സിദ്ധിക്കുന്നതിനുള്ള പ്രധാനകാരണം ഇതുതന്നെയാണ്. ഈശ്വരപിള്ളയുടെ കൈലാസോദ്ധാരണം, സ്വർഗ്ഗവർണ്ണന, വനവർണ്ണന, സമുദ്രവർണ്ണന മുതലായ ആട്ടങ്ങൾക്ക് അനന്യസാധാരണമായ ഒരു വിശേഷമുണ്ടെന്ന് എല്ലാവരും സമ്മതിക്കുകയും അതു പ്രസിദ്ധമായിത്തീരുകയും ചെയ്തിരുന്നുവല്ലോ. ഇത്രയുമായതിന്റെ ശേഷം അദ്ദേഹത്തെ തിരുമനസ്സുകൊണ്ടല്ലാതെ പിന്നെയാരും ഈച്ചരൻ എന്നു വിളിച്ചിരുന്നില്ല. എല്ലാവരും അദ്ദേഹത്തെ ഈശ്വരപിള്ള എന്നും പിന്നീട് ഈശ്വരപിള്ള വിചാരിപ്പുകാരെന്നുമാണ് പറഞ്ഞിരുന്നത്. ഇതിനിടയ്ക്ക് ഈശ്വരപിള്ള അക്ഷരാഭ്യാസം ചെയ്ത് ഒരുവിധം ലോകവ്യുല്പത്തിയും സമ്പാദിച്ചു.

തിരുമനസ്സുകൊണ്ടു ക്രമേണ ഈശ്വരപിള്ളയുടെ കുടുംബസ്ഥിതികളെല്ലാം മനസ്സിലാക്കുകയും കോട്ടയ്ക്കകത്തുതന്നെ ഒരു പുരയിടം ഒഴിപ്പിച്ചെടുത്ത് അതിൽ ഒരു പുരയും പണികഴിപ്പിച്ച് അദ്ദേഹത്തിനു കല്പിച്ചുകൊടുക്കുകയും ചെയ്തു. അനന്തരം ഈശ്വരപിള്ള കല്പനപ്രകാരം തന്റെ മാതാവിനെയും തിരുവനന്തപുരത്തു വരുത്തി ആ സ്ഥലത്തു താമസിപ്പിച്ചു. അവർക്കു നിത്യവൃത്തിക്കുവേണ്ടതെല്ലാം കല്പിച്ചുകൊടുത്തിരുന്നു. കുറച്ചുകാലം കഴിഞ്ഞപ്പോൾ ആ അമ്മ കാലധർമ്മത്തെ പ്രാപിക്കുകയാൽ ഈശ്വരപിള്ള ഏകാകിയായിത്തീർന്നു. അപ്പോൾ ഈശ്വരപിള്ള ഒരു കുടുംബക്കാരെ കല്പനപ്രകാരം തന്റെ അനന്തിരവരാക്കി ദത്തെടുത്തു. ഇപ്പോൾ തിരുവനന്തപുരത്തു കോട്ടയ്ക്കു കത്തുള്ള 'പുന്നയ്ക്കൽ' കുടുംബക്കാർ ഈശ്വരപിള്ളയുടെ ആ ദത്തവകാശികളുടെ സന്താനപരമ്പരയിലുൾപ്പെട്ടവരാണ്. അവർ താമസിക്കുന്ന ഗൃഹം മുമ്പ് ഈശ്വരപിള്ള താമസിച്ചിരുന്നതുമാണ്.

ഈശ്വരപിള്ളയ്ക്കു പ്രതിമാസം ശമ്പളമായി ആദ്യം മൂന്നും, പിന്നെ ഏഴും ഒടുവിൽ പതിന്നാലും രൂപാവീതം മാത്രമേ കല്പിച്ചുകൊടുത്തിരുന്നുള്ളൂ.

എങ്കിലും ആവശ്യംപോലെ ധാരാളം പണം കല്പിച്ചു കൊടുത്തിരുന്നതുകൂടാതെ ഒട്ടുവളരെ വസ്തുക്കൾ പതിച്ചുകൊടുക്കുകയും ചെയ്തിരുന്നു.

ഈശ്വരപിള്ള ഒരു സ്ത്രീയെ സംബന്ധം ചെയ്തു ഭാര്യയാക്കിയിരുന്നു. അവർക്കും കല്പനപ്രകാരം കോട്ടയ്ക്കകത്തുതന്നെ ഒരു പുരയിടം വാങ്ങി അതിൽ ഒന്നാന്തരത്തിൽ ഒരു പുരയും പണിയിച്ചു കൊടുത്തിരുന്നതുകൂടാതെ അവരുടെ പേരിൽ ധാരാളം വസ്തുക്കൾ പതിച്ചുകൊടുക്കുകയും ചെയ്തിരുന്നു. ആ സ്ത്രീയിൽ ഈശ്വരപിള്ളയ്ക്ക് ആണായും പെണ്ണായും ചില സന്താനങ്ങളുണ്ടാവുകയും ചെയ്തു. ഈശ്വരപിള്ള തന്റെ ഒരു മകനെ കച്ചകെട്ടിച്ച് കഥകളി അഭ്യസിപ്പിച്ചു.

അദ്ദേഹവും ഒരു നല്ല ആട്ടക്കാരൻ തന്നെയായിത്തീർന്നു. ആ മനുഷ്യന്റെ പേരു വേലായുധൻ എന്നായിരുന്നു. അദ്ദേഹത്തെ തിരുമനസ്സുകൊണ്ടും ഈശ്വരപിള്ളയും കൊച്ചുവേലു എന്നും മറ്റുള്ളവർ കൊച്ചുവേലുപ്പിള്ളയെന്നുമാണ് പറഞ്ഞുവന്നിരുന്നത്. ഒട്ടക്കം കമ്മട്ടംസൂപ്രണ്ടായിരുന്ന അദ്ദേഹം പരലോകപ്രാപ്തനായിട്ട് ഇപ്പോൾ പത്തു പതിനഞ്ചു കൊല്ലത്തിലധികം കാലമായിട്ടുണ്ടെന്നു തോന്നുന്നില്ല.

വിചാരിപ്പുകാരദ്ദേഹത്തിന് ഗൗരിക്കുട്ടി എന്നു പേരായിട്ട് ഒരു പുത്രിയുണ്ടായിരുന്നു. ആ സ്ത്രീ അസാമാന്യരൂപലാവണ്യവും വൈദുഷ്യവുമുള്ള കൂട്ടത്തിലായിരുന്നു. ഈശ്വരപിള്ളയദ്ദേഹം ആ പുത്രിക്ക് തിരുമനസ്സിലെ കല്പനപ്രകാരം പഴവങ്ങാടി നാണുപിള്ളയെക്കൊണ്ടു സംബന്ധം ചെയ്യിപ്പിച്ചു. ആ പുരുഷനെ ആ വിദുഷിക്ക് ഒട്ടുംതന്നെ ബോധിച്ചില്ല.

'യസ്യ ഷഷ്ഠി ചതുർത്ഥീ ച വിഹായ ച വിഹസ്യ ച
അഹം കഥം ദ്വിതീയാ സാദ്വിതീയാ സ്യാമഹം കഥം'

എന്ന് മനോരമത്തമ്പുരാട്ടി പറഞ്ഞതുപോലായിരുന്നു ആ വിദുഷിയുടെ വിചാരം. ആ സ്ത്രീ നാണുപിള്ളയുടെ സംബന്ധം വേണ്ടെന്നു വെയ്പിക്കണമെന്ന് നിർബന്ധപൂർവം പലരോടും പറഞ്ഞ് ഈശ്വരപിള്ളയുടെ അടുക്കൽ പറയിച്ചു. ഈശ്വരപിള്ള ഇക്കാര്യത്തിൽ വല്ലാതെ വിഷമിച്ചു. തന്റെ വാത്സല്യഭാജനമായ പ്രിയപുത്രി മനസ്സിണങ്ങാത്ത ഭർത്താവോടുകൂടി കാലയാപനം ചെയ്തുകൊള്ളണമെന്നു നിർബന്ധിക്കുന്നതു കഷ്ടമാണല്ലോ. കല്പനപ്രകാരം ചെയിച്ച സംബന്ധം വേണ്ടെന്നു വെച്ചാൽ തിരുമനസ്സിലേക്കു രസമാകുമോ? 'ആട്ടെ എന്തെങ്കിലും സമാധാനമുണ്ടാക്കാ' മെന്നു മനസ്സിൽ കരുതിക്കൊണ്ട് അദ്ദേഹം പുത്രിയുടെ സങ്കടം തന്നോടു വന്നു പറഞ്ഞവരോട്, 'ഇതിനെന്തെങ്കിലും കൗശലമുണ്ടാക്കാം. കുറച്ചുദിവസം കൂടി ക്ഷമിക്കട്ടെ' എന്നു മറുപടി പറഞ്ഞു. അങ്ങനെയിരിന്നപ്പോൾ ഒരു ദിവസം കൊട്ടാരത്തിൽ കളിക്ക് ദക്ഷയാഗം കഥ കല്പിച്ചു നിശ്ചയിച്ചു. അന്ന് ദക്ഷൻ ഈശ്വരപിള്ളയും ശിവൻ നാണുപിള്ളയുമായിരുന്നു. ഈശ്വരപിള്ള, 'അറിയാതെ മമ പുത്രിയെ നൽകിയതനുചിതമായിതഹോ! പരിപാവകവുമഭിമാനവും ലൗകികപദവിയുമില്ലാത്ത ഭർഗന്റെ ശീലത്തെ അറിയാതെ മമ പുത്രിയെ നൽകിയതനുചിതമായിതഹോ!' എന്നുള്ള പദം തന്മയത്വത്തോടുകൂടി ഭംഗിയായിട്ടാടി. ആട്ടമെല്ലാം തിരുമനസ്സിലെ നേരെ ആയിരുന്നു. തിരുമനസ്സിലേക്ക് ഈ ആട്ടത്തിന്റെ ആന്തരാർത്ഥം മനസ്സിലാവുകയും പിറ്റേ ദിവസംതന്നെ നാണുപിള്ളയെ തിരുമുമ്പിൽ വരുത്തി,

'ഇനി സംബന്ധമുറയ്ക്ക ഗൗരിക്കുട്ടിയുടെ വീട്ടിൽ പോകേണ്ട' എന്നു കല്പിക്കു കയും ചെയ്തു. അക്കാര്യം ഈശ്വരപിള്ള വാക്കാൽ തിരുമനസ്സറിയിക്കാതെ ആട്ടംകൊണ്ടു സാധിച്ചു.

കൊട്ടാരത്തിൽ കഥകളിയുടെ ദിവസങ്ങളിൽ കഥ ഇന്നതെന്നും ഇന്നി ന്നവർക്ക് ഇന്നിന്ന വേഷങ്ങളെന്നും കല്പിച്ചു നിശ്ചയിച്ച് അപ്രകാരം ഒരു പട്ടിക തയ്യാറാക്കി പകലേ കൊട്ടാരത്തിൽനിന്നു കഥകളി യോഗത്തിലേ ക്കു കല്പിച്ചയച്ചുകൊടുക്കുകയും അതുപ്രകാരം എല്ലാവരും വേഷംകെട്ടി കളി നടത്തുകയുമായിരുന്നു പതിവ്. കഥയേതായാലും പ്രധാനമായ ആദ്യാവ സാനവേഷം ഈശ്വരപിള്ളയ്ക്കായിരിക്കും. ഈശ്വര പിള്ളയ്ക്ക് അതിനു തക്ക യോഗ്യത ഉണ്ടായിരുന്നിട്ടായിരുന്നു അങ്ങനെ കല്പിച്ചു നിശ്ചയിച്ചിരുന്നത്. എങ്കിലും അതു നിമിത്തം മറ്റുള്ള വലിയ വേഷക്കാർക്കെല്ലാം വളരെ കുണ്ഠിതവും ഈശ്വരപിള്ളയെക്കുറിച്ച് അസൂയയുമുണ്ടായിത്തീർന്നു. ഇതു തിരുമനസ്സിലേക്കും മനസ്സിലായി. ഇതിനൊരു സമാധാനമുണ്ടാക്കണമെ ന്നു കല്പിച്ചു നിശ്ചയിച്ച് ഒരു ദിവസം കളിക്ക് കഥ രാവണോത്ഭവമെന്നും വിദ്യുജ്ജിഹ്വന്റെ വേഷം ഈശ്വരപിള്ളയ്ക്കെന്നും കല്പിച്ചു നിശ്ചയിച്ചു പട്ടിക തയ്യാറാക്കിയയച്ചു. ഇതു കണ്ടപ്പോൾ സ്പർദ്ധാലുക്കളായിരുന്നവർ ക്കെല്ലാം വളരെ സന്തോഷമുണ്ടായി. 'എല്ലാ ദിവസവും ആദ്യാവസാന വേഷം അയാൾക്കുതന്നെ കല്പിച്ചു നിശ്ചയിക്കുന്നതുകൊണ്ട് അയാൾക്ക് അഹംഭാവം കലശലായിട്ടുണ്ട്. അതു കുറയണമെങ്കിൽ ചിലപ്പോൾ ഇങ്ങനെയും വേണം' എന്നും മറ്റും സ്വകാര്യമായിപ്പറഞ്ഞ് അവരെല്ലാം രസിച്ചു. എന്നാൽ ഈശ്വരപിള്ളയ്ക്ക് ഇതു കണ്ടിട്ട് ഒട്ടും കുണ്ഠിതമുണ്ടായില്ല കല്പിച്ചാൽ ഏതു വേഷം കെട്ടാനും അദ്ദേഹം സന്നദ്ധനായിരുന്നു. പിന്നെ കുണ്ഠിതം തോന്നാനൊന്നുമില്ലല്ലോ.

ഈ കഥയിൽ വിദ്യുജ്ജിഹ്വൻ വരുന്നത് ശൂർപ്പണഖയെ വിവാഹം കഴിക്കാനായിട്ടാണല്ലോ. അതിനുള്ള എഴുത്തു വായിച്ചു രസിച്ചുകൊണ്ട് കുറച്ചു ദൂരത്തുനിന്നാണല്ലോ വിദ്യുജ്ജിഹ്വൻ അരങ്ങത്തേക്കു വരിക പതിവ്. അന്നു വിദ്യുജ്ജിഹ്വന്റെ വരവു കിഴക്കേക്കോട്ടവാതിൽക്കൽ നിന്നായിരുന്നു. വിദ്യുജ്ജിഹ്വന്റെ വരവായപ്പോഴേക്കും അവിടെ പട്ടാള ക്കാർ, ബാന്റുവാദ്യക്കാർ, നാഗസ്വരക്കാർ, പന്തക്കുഴകൾ, തീവെട്ടികൾ മുതലായവ നിരക്കുകയും കുടച്ചക്രം, കുഴിപ്പൂവ്, വാണം, കതിനാവെടി മുതലായവ തുടങ്ങുകയും ചെയ്തു. രാക്ഷസചക്രവർത്തിയായ രാവണന്റെ സഹോദരിയുടെ വിവാഹത്തിനുള്ള മാപ്പിളപ്പുറപ്പാടിന് ആഡംബരങ്ങൾ എത്രയായാലും അത് അധികവും അസംബന്ധവുമായിപ്പോയി എന്നു വരി കയില്ലല്ലോ. വിചാരിച്ചിരിക്കാതെയുള്ള ഘോഷങ്ങൾ കോട്ടവാതിൽക്കൽ കേട്ടുതുടങ്ങിയപ്പോഴേക്കും അരങ്ങത്തുണ്ടായിരുന്ന കാഴ്ചക്കാരെല്ലാമെണീറ്റ് അങ്ങോട്ടോടി. ആ സമയത്ത് അരങ്ങത്തു രാവണന്റെ 'തരുണാരുണസാ രസനയനേ! തരുണീജനമകുടമണേ! കേൾ' ഇത്യാദി പാടിപ്പദം ആരംഭി ച്ചിരിക്കുകയായിരുന്നു. രാവണന്റെ വേഷം ധരിച്ചിരുന്നത് തിരുമനസ്സിലെ സേവകന്മാരിൽത്തന്നെ ഒരാളായിരുന്നു. അയാൾ ഒരു നല്ല ആട്ടക്കാരനുമാ യിരുന്നു. എങ്കിലും അയാളുടെ ആട്ടം കാണാൻ മണ്ഡോദരിയും മേളക്കാരും പാട്ടുകാരും മാത്രമേ അവിടെയുണ്ടായിരുന്നുള്ളൂ. അതിനാൽ രാവണന്റെ വേഷംകെട്ടിയ ആൾ സാമാന്യത്തിലധികം ഇളിഭ്യനായി എന്നുള്ളതു

പറയണമെന്നില്ലല്ലോ. അന്നു മുതൽ ആട്ടക്കാരെല്ലാം ഈശ്വരപിള്ളയോടുള്ള അസൂയയും മത്സരവും വേണ്ടെന്നു വെച്ചു.

അക്കാലത്ത് അമ്പലപ്പുഴ നാരായണപ്പണിക്കരെന്നു പ്രസിദ്ധനായിട്ട് ഒരാട്ടക്കാരനുണ്ടായിരുന്നു. അയാൾക്ക് എല്ലാ വേഷങ്ങളും കെട്ടാമായിരുന്നുവെങ്കിലും ബ്രാഹ്മണൻ, മഹർഷി മുതലായ മിനുക്കുവേഷങ്ങളായിരുന്നു അധികം നല്ലത്. അയാളും ഒരിടയ്ക്ക് തിരുവനന്തപുരത്തുവന്ന് കൊട്ടാരംവക കളിയോഗത്തിൽച്ചേർന്നിരുന്നു. ഈശ്വരപിള്ളയ്ക്കും എല്ലാ വേഷങ്ങളും കെട്ടാമെന്നും എല്ലാം ഒന്നാന്തരമാണെന്നും പ്രസിദ്ധമായിരുന്നുവല്ലോ. എങ്കിലും മിനുക്ക വേഷങ്ങൾ പണിക്കരുടേതുതന്നെയാണ് അധികം നല്ലതെന്ന് ചിലർക്ക് അഭിപ്രായമുണ്ടായിരുന്നു. എന്നുമാത്രമല്ല, മിനുക്കുവേഷങ്ങൾക്കു തന്നെക്കഴിഞ്ഞല്ലാതെ ലോകത്തിലാരുമില്ലെന്നൊരു വിചാരം പണിക്കർക്കുണ്ടായിരുന്നു. അങ്ങനെയിരിക്കുമ്പോൾ ഒരു ദിവസം കളിക്ക് കഥ സന്താനഗോപാലമെന്നും അർജ്ജുനൻ ഈശ്വരപിള്ളയെന്നും ബ്രാഹ്മണൻ നാരായണപ്പണിക്കരെന്നും കല്പിച്ചു നിശ്ചയിച്ചു. അന്നു ബ്രാഹ്മണൻ, 'മൂടന്മാ! അതിപ്രൗഢന്മമാം നിന്നുടെ പാടവം കുത്ര ഗതം' എന്നുള്ള പദം ആടിക്കഴിഞ്ഞതിന്റെശേഷം ഇളകിയാട്ടത്തിൽ, അല്ലയോ അർജ്ജുനാ! നിന്റെ അഹംഭാവം ഒട്ടും ചില്ലറയല്ല. നിന്റെ അഹമ്മതി കൊണ്ടാണ് നീ ചിലപ്പോൾ ഇങ്ങനെ ഇളിഭ്യനായിത്തീരുന്നത്'' എന്നുകൂടി ആടി. ഇതിനു മറുപടിയായി അർ ജ്ജുനൻ (ഈശ്വരപിള്ള) ഒന്നും ആടിയുമില്ല. 'നിശമ്യ ഭൂദേവഗിരം സപാണ്ഡവസ്തമുത്തരം കിഞ്ചനോക്തവാനസൗ' എന്നാണല്ലോ ശ്ലോകത്തിൽ പറഞ്ഞിരിക്കുന്നത്. അതുകൊണ്ട് അർജ്ജുനൻ വല്ലതും മറുപടി പറഞ്ഞാൽ അത് അസംബന്ധമായിത്തീരുകയും ചെയ്യുമല്ലോ. എന്നാൽ ഈശ്വരപിള്ള ഇതിന്റെ പകരം വീട്ടാതെയിരുന്നില്ല. ഒടുക്കം, 'നമസ്തേ ഭൂസുരമലേ!' ഇത്യാദി പദത്തിൽ 'അഗ്രജനിതു രണ്ടാമൻ' എന്നു തുടങ്ങി 'ഭാഗ്യവാരിധേ! തവ പുത്രന്മാർ പത്തിനെയും വ്യഗ്രതതീർന്നു പരിഗ്രഹിച്ചാലും തന്നിടുന്നേൻ' എന്നുവരെ ആടി. ബ്രാഹ്മണന്റെ പുത്രന്മാരെല്ലാം കൊടുത്തുകഴിഞ്ഞതിന്റെശേഷം അല്ലയോ ശുദ്ധാത്മാവായ ബ്രാഹ്മണാ! ഞാൻവെറുതെ ആത്മപ്രശംസ ചെയ്യുന്ന വനല്ലെന്നും ഞാൻവിചാരിച്ചാൽ ഇതിനെക്കാൾ വലിയ കാര്യങ്ങൾ സാധിക്കാനും കഴിയുമെന്നും ഇനിയെങ്കിലും മനസ്സിലാക്കിക്കൊള്ളുക. എന്നാൽ ഇതൊന്നും എന്റെ വൈഭവം കൊണ്ടല്ലെന്നും എല്ലാം ഈ സ്വാമിയുടെ (ഇവിടെ കൈകൊണ്ടു കൃഷ്ണനെയും കണ്ണുകൊണ്ടു മഹാരാജാവിനെയും കാണിച്ചുകൊണ്ടു ആടിയത്) കൃപകൊണ്ടാണെന്നു കൂടി മനസ്സിലാക്കണം. ഇദ്ദേഹം സേവിക്കുന്നവർക്ക് കല്പവൃക്ഷമായിട്ടുള്ള ആളാണ്. ഈ സ്വാമിയിൽ അങ്ങേക്ക് ഭക്തിയില്ലാഞ്ഞിട്ടാണ് ഇങ്ങനെയുള്ള ആപത്തുക്കളൊക്കെയുണ്ടാകുന്നത്. ഇനിയെങ്കിലും ഈ സ്വാമിയിൽ ഭക്തിയോടുകൂടിയിരുന്നുകൊള്ളുക എന്നുകൂടി ആടി അവസാനിപ്പിച്ചു. ഈ ആട്ടം കണ്ടു കാഴ്ചക്കാരെല്ലാം ഏറ്റവും സന്തോഷിക്കുകയും 'ഓഹോ! ധാരാളം മതി, പണിക്കർ കൊടുത്തത് ഇരട്ടി പലിശയോടുകൂടി മടക്കിക്കൊടുത്തുവല്ലോ' എന്നു പതുക്കെപ്പറഞ്ഞു മന്ദമായി ചിരിച്ചു. തിരുമനസ്സിലെ തിരുമുഖത്തും സ്വല്പമായ ഒരു മന്ദഹാസം കാണപ്പെട്ടു. തിരുമനസ്സുകൊണ്ട് അരങ്ങത്ത് എഴുന്നള്ളിയിരിക്കുന്നില്ലായിരുന്നുവെങ്കിൽ ഈശ്വരപിള്ളയുടെ ഈ ആട്ടം കണ്ടപ്പോൾ ജനങ്ങൾ കൈകൊട്ടി

ആർത്തുവിളിക്കുമായിരുന്നു. അതൊന്നുമുണ്ടായില്ലെങ്കിലും പണിക്കർ സാമാന്യത്തിലധികം ഇളിഭ്യനായി. അതിൽപ്പിന്നെ ഒരിക്കലും നാരായണ പ്പണിക്കർ ഈശ്വരപ്പിള്ളയോടു കൊമ്പുവെയ്ക്കാൻ പോയിരുന്നില്ല. ഇങ്ങനെ ആ കഥകളിയോഗത്തിലുൾപ്പെട്ട പ്രധാനവേഷക്കാരേയും വിശേഷിച്ച് ഈശ്വരപിള്ളവിചാരിപ്പുകാരദ്ദേഹത്തിനെയും കുറിച്ച് ഇനിയും പല സംഗതികൾ പറയാനുണ്ട്. എങ്കിലും ഇപ്പോൾ അതിനായിത്തുനിയുന്നില്ല.

ഈ മഹാരാജാവു തിരുമനസ്സിലെ കഥകളിഭ്രമം നിമിത്തം നമ്മുടെ മലയാള ഭാഷായോഷയ്ക്ക് അനേകം കൃതിതല്ലജസമ്പാദ്യങ്ങളുണ്ടായിട്ടുണ്ടെന്നുള്ളത് ഒരിക്കലും വിസ്മരിക്കാവുന്നതല്ല. തിരുമനസ്സിലെ കല്പനപ്രകാരവും പ്രീതിക്കായിട്ടും പലരും അക്കാലത്തു പല നാട്യപ്രബന്ധങ്ങൾ (ആട്ടക്കഥകൾ) ഉണ്ടാക്കിത്തീർത്തു. അത് അവയിലെ ചില ശ്ലോകങ്ങൾ കൊണ്ടുതന്നെ സ്പഷ്ടമാകുന്നുണ്ട്.

'ശ്രീരാമവർമ്മകുലശേഖരസോദരസ്യ
മാർത്താണ്ഡവർമ്മയുവഭൂമിപതേർന്നിദേശാൽ
കേനാപി തൽപദജുഷാ കില ദക്ഷയാഗ
നാട്യപ്രബന്ധമുദിതം സുധിയഃ പുനന്തു'
(ഇരയിമ്മൻ തമ്പി)
നൃപേന്ദ്രകുലശേഖരക്ഷിതിപസോദരസ്യോജ്ജ്വല
പ്രശാന്തഗുണശാലിനോ യുവമഹീപതേരാജ്ഞയാ
കൃതാം കിമപി കേനചിത്ത്വഭിനയോചിതാമുർവ്വശീ
സ്വയംവരകഥാം ബുധാഃ ശ്രവണഗോചരീകുർവ്വതാം'
(ഹരിപ്പാട്ടു കൊച്ചുപിള്ളവാര്യർ)

ഇങ്ങനെ വേറെ ചില കഥകളിലും കാണുന്നുണ്ട്. ഈ തിരു മനസ്സിലെ കല്പനപ്രകാരം കോട്ടയ്ക്കകത്തുതന്നെ ഒരച്ചുക്കൂടം സ്ഥാപിക്കുകയും അവിടെ ഈശ്വരപിള്ള വിചാരിപ്പുകാരദ്ദേഹം അൻപത്തിനാല് ആട്ടക്കഥകൾ ചേർത്ത് ഒരു പുസ്തകം അച്ചടിപ്പിച്ചു പ്രസിദ്ധപ്പെടുത്തുകയും ചെയ്തു.

മാർത്താണ്ഡവർമ്മ മഹാരാജാവു തിരുമനസ്സുകൊണ്ടു കൊല്ലം 1036ാം ആണ്ട് നാടുനീങ്ങിയതിന്റെശേഷം നാടു വാണിരുന്നത് ആയില്യം തിരുനാൾ രാമവർമ്മ മഹാരാജാവു തിരുമനസ്സുകൊണ്ടായിരുന്നല്ലോ. അവിടേക്കു കഥകളിയിലും മറ്റും അത്ര ഭ്രമമില്ലാതിരുന്നതിനാൽ കഥകളിയോഗം പിരിച്ചുവിട്ടു. എങ്കിലും ആ യോഗത്തിലെ വേഷക്കാർക്കും മറ്റും നാടുനീങ്ങിപ്പോയ തിരുമനസ്സുകൊണ്ടു കല്പിച്ചുകൊടുത്തിരുന്ന ശമ്പളം ഈ തിരുമനസ്സുകൊണ്ടും ആജീവനാന്തം അവർക്കെല്ലാവർക്കും കൊടുത്തിരുന്നു.

മാർത്താണ്ഡവർമ്മ മഹാരാജാവു തിരുമനസ്സുകൊണ്ടു നാടുനീങ്ങിയതിന്റെ ശേഷം ഈശ്വരപിള്ള വിചാരിപ്പുകാരദ്ദേഹം മാടത്താനിക്കുഞ്ചു പിള്ള മുതലായ ചില മഹാന്മാരുടെ കഥകളിയോഗത്തിൽച്ചേർന്നു നടന്നിരുന്നു. തിരുമനസ്സുകൊണ്ടു നാടുനീങ്ങിപ്പോയിട്ടും ഈശ്വരപിള്ളയദ്ദേഹത്തിന് മാന്യതയ്ക്ക് ഒരു കുറവും വന്നിരുന്നില്ല. ചെല്ലുന്ന സ്ഥലങ്ങളിലെല്ലാം അദ്ദേഹത്തെ യഥാപൂർവ്വം എല്ലാവരും മാനിച്ചിരുന്നു.

ഈശ്വരപിള്ളവിചാരിപ്പുകാരദ്ദേഹം ഏതു യോഗത്തിൽച്ചേർന്നു

വേഷംകെട്ടിയാലും അന്യരുടെ കോപ്പുകൾ ഉപയോഗിച്ചിരുന്നില്ല. അദ്ദേഹത്തിനു പ്രത്യേക കിരീടവും മെയ്ക്കോപ്പുകളുമെല്ലാം കല്പിച്ചുണ്ടാക്കിച്ചു കൊടുത്തിരുന്നു. അദ്ദേഹം ആജീവനാന്തം ആ കോപ്പുകൾ തന്നെയാണ് ഉപയോഗിച്ചിരുന്നത്. എവിടെപ്പോകുമ്പോഴും അദ്ദേഹം ആ കോപ്പുകൾ കൂടി കൊണ്ടുപോവുക പതിവായിരുന്നു. വിചാരിപ്പുകാരദ്ദേഹം കുമാരനല്ലൂർ കാർത്തികയ്ക്കും ഗുരുവായൂർ ഏകാദശിക്കും വൈക്കത്തഷ്ടമിക്കും അവിടെയെല്ലാം ചെന്നു ദർശനം കഴിക്കുക പതിവായിരുന്നു. അദ്ദേഹം ആ സ്ഥലങ്ങളിൽ ചെല്ലുമ്പോൾ അവിടെയെല്ലാം ഏതെങ്കിലും കഥകളിയോഗവും എത്തീട്ടുണ്ടാവും. ആ യോഗത്തിൽച്ചേർന്ന് അവിടെയെല്ലാം ഓരോ വേഷം കെട്ടുകയും പതിവായിരുന്നു. എങ്കിലും അദ്ദേഹത്തിന് എല്ലാ സ്ഥലങ്ങളിലും ഓരോരുത്തർ കൊടുത്തിട്ട് അൻപതും അറുപതും ചിലപ്പോൾ അതിലധികവും മുണ്ടുവീതം കിട്ടാറുണ്ട്. വിചാരിപ്പുകാരദ്ദേഹത്തിനു കൊട്ടാരംവക കഥകളിയോഗത്തിൽ ചേരുന്നതിനും മഹാരാജാവു തിരുമനസ്സിലെ പ്രീതി സമ്പാദിക്കുന്നതിനും കാരണഭൂതൻ വിളായിക്കോട്ടു നമ്പൂരിയായിരുന്നുവല്ലോ. ആ നമ്പൂരി കഴിഞ്ഞുപോയിട്ടും വിചാരിപ്പുകാരദ്ദേഹം ആ സ്മരണ വിട്ടുകളഞ്ഞില്ല. ആ ഇല്ലക്കാരെക്കുറിച്ച് അദ്ദേഹത്തിന് ആജീവനാന്തം വളരെ സ്നേഹവും ഭക്തിയുമുണ്ടായിരുന്നു. കുമാരനല്ലൂർ കാർത്തിക കഴിഞ്ഞാൽ വിചാരിപ്പു കാരദ്ദേഹം ഏതെങ്കിലും കഥകളിയോഗക്കാരെ കൂട്ടിക്കൊണ്ടു വിളായിക്കോട്ടില്ലത്തു ചെന്ന് അവിടെ ഒരരങ്ങു കളിക്കുകയും അദ്ദേഹം ഒരു വേഷം കെട്ടുകയും പതിവായിരുന്നു. കളിയോഗം ഏതായാലും വിചാരിപ്പു കാരദ്ദേഹം കൂടെയുണ്ടെങ്കിൽ ആ ഇല്ലക്കാർ ഒരരങ്ങു കളിപ്പിക്കുകയും ചെയ്തിരുന്നു. എന്നാൽ അവിടെ വേഷംകെട്ടുന്നതിന് വിചാരിപ്പുകാരദ്ദേഹം പ്രതിഫലമൊന്നും വാങ്ങാറില്ല. എങ്കിലും ആ ഇല്ലക്കാർ അദ്ദേഹത്തിനു നാലു മുണ്ടുകൊടുക്കുക പതിവായിരുന്നു. അവിടെയുള്ള അന്തർജ്ജനങ്ങൾക്കും കിടാങ്ങൾക്കും മറ്റും വിചാരിപ്പുകാരദ്ദേഹം അങ്ങോട്ടും ഓണപ്പുടവ കൊടുക്കാറുണ്ടായിരുന്നു. 'നഹി കൃതമുപകാരം സാധവോ വിസ്മരന്തി' എന്നുണ്ടല്ലോ.

വിചാരിപ്പുകാരദ്ദേഹത്തിനു മറ്റുള്ള ആട്ടക്കാരെപ്പോലെ പകലുറക്കം പതിവില്ലായിരുന്നു. കഥകളിയുള്ള ദിവസങ്ങളിൽ വേഷമഴിച്ചു മുഖത്തേതു തുടച്ചു കഴിഞ്ഞാലുടനെ അദ്ദേഹം പോയി മുങ്ങിക്കുളിക്കും. കുളി കഴിഞ്ഞു വരുമ്പോഴേക്കും ഭൃത്യന്മാർ ഒരു കോസടി വിരിച്ചു തയ്യാറാക്കിയിരിക്കും. അദ്ദേഹം വന്ന് ഈറൻ വിഴുത്തുകഴിഞ്ഞാലുടനെ നനച്ചു കുളിച്ച് ആ ഈറൻ തോർത്തുമുണ്ടുകൂടി കോസടിയുടെ മീതെ വിരിച്ചു കിടക്കുകയും ഉടനെ ഉറങ്ങിത്തുടങ്ങുകയും ചെയ്യും. ആ ഉറക്കം ഒരു നാലഞ്ചുനാഴികയിലധികം നേരമുണ്ടായിരിക്കയില്ല. പിന്നെ പകലുറങ്ങാറുമില്ല. 'അസാത്മ്യജാഗരാർദ്ധം പ്രാതസ്സ്വപ്യാദഭുക്തവാൻ' എന്നുള്ള പ്രമാണമനുസരിച്ചാണ് അദ്ദേഹം പ്രവർത്തിച്ചിരുന്നത്. ആജീവനാന്തം അതിനെ ഭേദപ്പെടുത്തിയിരുന്നുമില്ല.

●

കപ്ലിങ്ങാട്ട നമ്പൂരിയും ദേശമംഗലത്തു വാര്യരും

കപ്ലിങ്ങാട്ട നമ്പൂരിയുടെ ഇല്ലം കൊച്ചീരാജ്യത്തു തലപ്പിള്ളിത്താലൂക്കിൽ ചെറുതുരുത്തി തീവണ്ടിസ്റ്റേഷന്റെ സമീപത്താണ്. പണ്ടൊരിക്കൽ ആ ഇല്ലത്തെ ഒരന്തർജ്ജനം ഗർഭിണിയായിരുന്ന കാലത്ത് പ്രസിദ്ധനായ 'കരിപ്പാലസ്വാമിയാർ' അവിടെയുള്ള ക്ഷേത്രങ്ങളിൽ ഏതാനും ദിവസം എഴുന്നള്ളിത്താമസിച്ചിരുന്നു. ആ വിവരമറിഞ്ഞ് ഈ അന്തർജ്ജനത്തിന്റെ ഭർത്താവായ നമ്പൂരി അമ്പലത്തിൽച്ചെന്നു സ്വാമിയാരെക്കണ്ടു ഗർഭിണിയായിരിക്കുന്ന തന്റെ അന്തർജ്ജനത്തിനു സൽസന്താനലബ്ധിക്കായിട്ടു നാല്പതു ദിവസം പതിവായി കുറേശ്ശെ വെണ്ണ ജപിച്ചു കൊടുത്താൽക്കൊള്ളാമെന്നു അപേക്ഷിക്കുകയും അടുത്ത ദിവസം മുതൽക്കുതന്നെ തുടങ്ങിയാൽക്കൊള്ളാമെന്ന് അഭ്യർത്ഥിക്കുകയും അപ്രകാരം ചെയ്യാമെന്നു സ്വാമിയാർ സമ്മതിക്കുകയും അടുത്തദിവസം മുതൽക്കുതന്നെ വെണ്ണജപിച്ചു കൊടുത്തു തുടങ്ങുകയും ചെയ്തു. അക്കാലത്ത് ആ ക്ഷേത്രത്തിൽ കഴകം 'മണിക്കുറ്റിൽ' വാര്യത്തേക്കായിരുന്നു. അന്ന് ആ വാര്യത്തെ ഒരു വാരസ്യാരും ഗർഭം ധരിച്ചിരുന്നു. കപ്ലിങ്ങാട്ടില്ലത്തെ അന്തർജ്ജനം സ്വാമിയാരെക്കൊണ്ടു വെണ്ണ ജപിപ്പിച്ചു സേവിക്കുന്നുണ്ടെന്നറിഞ്ഞപ്പോൾ തനിക്കും അങ്ങനെ ചെയ്താൽ ക്കൊള്ളാമെന്നൊരു മോഹം വാരസ്യാർക്കുണ്ടാവുകയും അവർ അവരുടെ ഭർത്താവും ക്ഷേത്രത്തിൽ ശാന്തിക്കാരനുമായ നമ്പൂരി മുഖാന്തരം ആ വിവരം സ്വാമിയാരെ ധരിപ്പിക്കുകയും സ്വാമിയാർ സമ്മതിച്ച് അവർക്കും പതിവായി വെണ്ണ ജപിച്ചു കൊടുത്തു തുടങ്ങുകയും ചെയ്തു.

സ്വാമിയാർ വെണ്ണ പ്രത്യേകം പ്രത്യേകം ജപിച്ചു രണ്ടു പൊതിയായി കെട്ടി, 'ഇത് അന്തർജ്ജനത്തിന്', 'ഇത് വാരസ്യാർക്ക്' എന്നു പറഞ്ഞു ശാന്തിക്കാരനെ ഏല്പിക്കുകയും ശാന്തിക്കാരൻ രണ്ടു പൊതി കളുമെടുത്തു സൂക്ഷിച്ചുവെച്ച്, അന്തർജ്ജനവും വാരസ്യാരും ക്ഷേത്രത്തിൽ തൊഴാൻ ചെല്ലുമ്പോൾ ഓരോ പൊതി വീതം കൊടുക്കുകയുമാണ് പതിവ്. സ്വാമിയാർ വെണ്ണ പ്രത്യേകം പ്രത്യേകം ജപിക്കുന്നതുകൊണ്ട് അന്തർജ്ജനത്തിനുള്ള തിൽ വല്ല വിശേഷവുമുണ്ടായിരിക്കുമെന്നും ആ വിശേഷം തന്റെ ഭാര്യയ്ക്കു സിദ്ധിക്കണമെന്നും കരുതി ശാന്തിക്കാരൻ അന്തർജ്ജനത്തിനുള്ള പൊതി വാരസ്യാർക്കും വാരസ്യാർക്കുള്ള പൊതി അന്തർജ്ജനത്തിനുമാണ് കൊടുത്തുവന്നത്.

ഇങ്ങനെ അന്തർജ്ജനവും വാരസ്യാരും വെണ്ണ സേവിക്കുകയും യഥാകാലം രണ്ടുപേരും പ്രസവിക്കുകയും ചെയ്തു. രണ്ടുപേർക്കുണ്ടായതും

പുരുഷപ്രജകളായിരുന്നു. എന്നാൽ ആ ശിശുക്കൾക്കു മാതാ പിതാക്കളുടെ ആനുരൂപ്യം ഒട്ടും തന്നെ ഉണ്ടായിരുന്നില്ല. കപ്ലിങ്ങാട്ടു നമ്പൂരി നല്ല സുന്ദരനും അന്തർജ്ജനം ഏറ്റവും രൂപവതിയുമായിരുന്നു. അവർക്കുണ്ടായ പുത്രൻ അത്രതന്നെ തേജസ്വിയായിരുന്നില്ല. നേരെമറിച്ച ശാന്തിക്കാരൻ നമ്പൂരി ഒരു വിരൂപനും അദ്ദേഹത്തിന്റെ ഭാര്യയായ വാരസ്യാർ ഒരുവിധം വിരൂപിണിയുമായിരുന്നു. എങ്കിലും അവർക്കുണ്ടായ പുത്രൻ ഏറ്റവും തേജസ്വിയുമായിരുന്നു. ആ കുട്ടികൾ വളർന്നുവന്നപ്പോൾ അവരുടെ സ്വഭാവവും പ്രവൃത്തികളുമെല്ലാം ഇപ്രകാരംതന്നെ ഭേദപ്പെട്ടിരുന്നു. ആരും പറയുകയും നിർബന്ധിക്കുകയും ചെയ്യാതെതന്നെ വാര്യരുകുട്ടി ഏഴര നാഴിക വെളുപ്പാനുള്ളപ്പോൾ ഉണർന്നെഴുന്നേറ്റു ദേഹശുദ്ധി വരുത്തി ഭസ്മക്കുറിയിട്ട് ഈശ്വര സ്തോത്രങ്ങളും നാമ സങ്കീർത്തനങ്ങളും ജപിക്കുകയും നേരം വെളുക്കുമ്പോൾ കുളിച്ച് അമ്പലത്തിൽപ്പോയി ദേവദർശനം കഴിക്കുകയും മറ്റും ചെയ്തു വന്നിരുന്നു. നേരെ മറിച്ച് ബ്രാഹ്മണകുമാരൻ ആരെല്ലാം വിളിച്ചാലും നിർബന്ധിച്ചാലും അഞ്ചു നാഴിക പുലർന്നല്ലാതെ ഉണർന്നെണിക്കുകപോലും ചെയ്തിരുന്നില്ല. കാലത്തെ കുളിച്ച് അമ്പലത്തിൽപ്പോയി തൊഴണമെന്നും സന്ധ്യയ്ക്കു കാലും മുഖവും കഴുകി ഭസ്മക്കുറിയിട്ട് നാമം ജപിക്കണമെന്നും പറഞ്ഞു മാതാപിതാക്കന്മാർ വളരെ നിർബന്ധിച്ചിരുന്നു. എങ്കിലും ആ ബ്രാഹ്മണകുമാരൻ അങ്ങനെയൊന്നും ചെയ്തിരുന്നില്ല. ഈ കുമാരന്മാർ ഇപ്രകാരം ഭിന്നബുദ്ധികളായിത്തീർന്നതു കരിപ്പാലസ്വാമിയാരുടെ മന്ത്രശക്തികൊണ്ടാണെന്നുള്ളതു പറയണമെന്നില്ലല്ലോ. വാര്യരുകുട്ടിക്ക് ശുദ്ധവൃത്തിയും ശുചിത്യവുമെല്ലാം നല്ലപോലെയുണ്ടായിരുന്നു. ബ്രാഹ്മണകുമാരന് അവയെല്ലാം വളരെ കുറവുമായിരുന്നു. യഥാകാലം ആ ബ്രാഹ്മണകുമാരന്റെ ഉപനയനം, സമാവർത്തനം മുതലായവയെല്ലം അദ്ദേഹത്തിന്റെ അച്ഛൻ നടത്തി. എങ്കിലും ആ ബ്രഹ്മണകുമാരൻ കാലത്തെ കുളിക്കുകയോ നിത്യകർമ്മാദികൾ യഥാകാലം വേണ്ടതുപോലെ നടത്തുകയോ ചെയ്തിരുന്നില്ല.

ഈ രണ്ടു കുമാരന്മാരേയും യഥാകാലം വിദ്യാഭ്യാസത്തിന് ഒരു ഗുരുവിന്റെ അടുക്കൽത്തന്നെയാക്കി. കുശാഗ്രബുദ്ധിയായിരുന്ന വാര്യർ ക്ഷണകാലംകൊണ്ട് കാവ്യനാടകാലങ്കാരാദികളിൽ അസാമാന്യമായ നൈപുണ്യം സമ്പാദിച്ചു. ആ ഗുരുനാഥനും തർക്കം, വ്യാകരണം മുതലായവ പഠിപ്പിക്കാൻ തക്കവണ്ണമുള്ള ശാസ്ത്രവ്യുൽപത്തിയില്ലായിരുന്നതിനാൽ ഇത്രയും കഴിഞ്ഞതിന്റെ ശേഷം വാര്യർ വിദ്യാഭാസം മതിയാക്കി. ബ്രഹ്മണകുമാരനും നല്ല ബുദ്ധിമാനായിരുന്നു. എങ്കിലും അദ്ദേഹത്തിന്റെ വാസന ഈ വിഷയത്തിലല്ലായിരുന്നതിനാൽ അദ്ദേഹത്തിനു സംസ്കൃതഭാഷയിൽ വാര്യരോളം തന്നെ വ്യുൽപത്തി സമ്പാദിക്കാൻ കഴിഞ്ഞില്ല അദ്ദേഹത്തിന്റെ വാസന കൊട്ട്, പാട്ട്, മരപ്പണി മുതലായവയിലായിരുന്നു.

വാര്യരുടെ ബുദ്ധി സാമർത്ഥ്യത്തേയും ലോകവ്യുൽപത്തിയിലുള്ള ദൃഢതയേയും കുറിച്ച് കേട്ടറിഞ്ഞ് അക്കാലത്ത് ദേശമംഗലത്തു മനയ്ക്കൽ മൂപ്പനായിരുന്ന അച്ഛൻ നമ്പൂരിപ്പാട് വാര്യരെ മനയ്ക്കലേക്കു ക്ഷണിച്ചു അവിടെയുണ്ടായിരുന്ന ബ്രാഹ്മണകുമാരന്മാരെ വിദ്യാഭ്യാസം ചെയ്യിക്കുന്നതിനു നിയമിച്ചു. വാര്യർക്കു വ്യാകരണ വ്യുൽപത്തിയില്ലായിരുന്നതിനാൽ കാവ്യനാടകാലങ്കാരങ്ങൾ പഠിപ്പിക്കുന്നതിനുമാത്രമാണ് നിയമിച്ചത്. വ്യാകരണം പഠിപ്പിക്കുന്നതിനു വ്യാകരണവ്യുൽപന്നന്മാരായ ചില

നമ്പൂരിമാരെയും അവിടെ നിയമിച്ചിരുന്നു. അവർ ചില ചെറിയ നമ്പൂരിപ്പാടന്മാരെ വ്യാകരണം പഠിപ്പിക്കുന്നതു കേട്ടു ധരിച്ചു വാര്യരും അചിരേണ ഒരു വൈയാകരണനായിത്തീർന്നു. പക്ഷേ അത് അവിടെയുണ്ടായിരുന്ന വിദ്വാന്മാരാരും മനസ്സിലാക്കിയില്ല. കുട്ടികളെ കാവ്യം മുതലായവ പഠിപ്പിച്ചു കൊണ്ടിരിക്കുന്നതിനിടയ്ക്കു വ്യാകരണം കേട്ടുധരിച്ചു മനസ്സിലുറപ്പിക്കുമെന്നു വിചാരിപ്പാൻ ന്യായമില്ലല്ലോ. താൻ വ്യാകരണം കേട്ടു മനസ്സിലാക്കി എന്ന് അവിടെ ആരും ധരിച്ചിട്ടില്ലാത്തതിനാൽ അതു അവിടെയുണ്ടായിരുന്ന വൈയാകരണന്മാരെ ഒന്നു മനസ്സിലാക്കണമെന്നു നിശ്ചയിച്ചു വാര്യർ അതിനു തരംനോക്കിക്കൊണ്ടിരുന്നു. അങ്ങനെയിരുന്നപ്പോൾ ഒരു ദിവസം ഉച്ചയ്ക്ക് വാര്യർക്കു ഉണ്ണാൻ ചോറു വിളമ്പിയപ്പോൾ അതിൽ ഒരു കറുത്തവറ്റു കണ്ടിട്ട് വാര്യർ അതെടുത്തു മാറ്റിവെച്ചു. അതു കണ്ടിട്ട് വൈയാകരണനായ ഒരു നമ്പൂരി 'എന്താ അത്' എന്നു ചോദിച്ചു. അതിനുത്തരമായി വാര്യർ 'കറുത്തരി ശപ്പ്' എന്നു പറഞ്ഞു. ഇതു കേട്ടപ്പോൾ ബുദ്ധിമാനായ ആ നമ്പൂരി വാര്യർ വ്യാകരണമെല്ലാം മനസ്സിലാക്കിയിരിക്കുന്നുവെന്നും 'കർത്തരിശപ്പ്' എന്നുള്ള വ്യാകരണസൂത്രത്തെ ഇവിടെയും അർത്ഥം യോജിക്കത്തക്കവണ്ണം സ്വല്പം ഭേദപ്പെടുത്തി ഉച്ചരിച്ചു വെന്നേ ഉള്ളൂ എന്നും തീർച്ചപ്പെടുത്തിയിട്ട് അദ്ദേഹം അർത്ഥദ്വയത്തോടു കൂടി ഫലിതമായി 'അതൊരു സൂത്രമല്ലേ പറഞ്ഞത്?' എന്നു ചോദിച്ചു. അതിനു വാര്യരുടെ മറുപടി 'സൂത്രമറിയാവുന്നവർക്കു അങ്ങനേയും വിചാരിക്കാം' എന്നായിരുന്നു. ഈ സംഭാഷണം നിമിത്തം വാര്യരും ഒരു വൈയാകരണനായിത്തീർന്നിരിക്കുന്നുവെന്ന് അവിടെയുണ്ടായിരുന്നവരെല്ലാം മനസ്സിലാക്കുകയും അതു പ്രസിദ്ധമായിത്തീരുകയും ചെയ്തു.

അനന്തരം ദേശമംഗലത്തു നമ്പൂരിപ്പാട് വാര്യർക്കു അവിടെയൊരു ഭവനം പണിയിച്ചുകൊടുക്കുകയും വാര്യരുടെ കുടുംബസഹിതമുള്ള സ്ഥിരവാസം അവിടെയാക്കുകയും ചെയ്തു. ഇപ്പോഴും ഏറ്റവും പ്രസിദ്ധിയോടുകൂടി പ്രശോഭിക്കുന്ന ദേശമംഗലത്തുവാര്യം ഉണ്ടായിത്തീർന്നത് ഇപ്രകാരമാണ്. ഇത്രയുമായപ്പോഴേയ്ക്കും ദേശമംഗലത്തു വാര്യരെന്നുള്ള പ്രസിദ്ധി സർവ്വത്ര പരന്നു. അതിനാൽ അന്നത്തെ സാമൂതിരിപ്പാട്ടു തമ്പുരാൻ വാര്യരെ കോഴിക്കോട്ടേക്കു ക്ഷണിക്കുകയും അവിടെ കോവിലകത്തു കൊച്ചുതമ്പുരാക്കന്മാരെ വിദ്യാഭ്യാസം ചെയ്യിക്കുന്നതിന് നിയമിക്കുകയും അധികം താമസിയാതെ നെടുവിരിപ്പു സ്വരൂപത്തിലെ ഗുരുസ്ഥാനം ആ വാര്യരുടെ തറവാട്ടേക്കു കല്പിച്ചുകൊടുക്കുകയും ചെയ്തു. ഇപ്പോഴും ആ സ്ഥാനം ദേശമംഗലത്തു വാര്യത്തേക്കു തന്നെയാണിരിക്കുന്നത്. പ്രസിദ്ധനായ ആ വാര്യരുടെ കാലം മുതൽ അവരുടെ കുടുംബത്തിൽ യോഗ്യന്മാരും വിദ്വാന്മാരും പ്രസിദ്ധന്മാരുമായിട്ടുള്ളവരല്ലാതെ ഉണ്ടായിട്ടില്ല. ഇപ്പോഴും ആ കുടുംബത്തിൽ സംസ്കൃതം, ഇംഗ്ലീഷ് മുതലായ ഭാഷകളിലും രസതന്ത്രം മുതലായ ശാസ്ത്രങ്ങളിലും അതിനിപുണന്മാരും വലിയ വലിയ ഗവർമ്മെന്റുദ്യോഗങ്ങൾ വഹിക്കുന്ന വരുമായി പലരുമുണ്ട്.

ദേശമംഗലത്തുവാര്യർ രാജഗുരുവായിത്തീർന്നപ്പോഴേക്കും അദ്ദേഹത്തിന്റെ സതീർത്ഥ്യനായ കപ്ലിങ്ങാട്ടുനമ്പൂരി ചെണ്ടകൊട്ട്, പാട്ട് മുതലായ വിഷയങ്ങളിൽ അതിനിപുണനും പ്രസിദ്ധനുമായിത്തീർന്നു. അദ്ദേഹത്തിന് അസാമാന്യമായ ഭ്രമം കഥകളിയിലായിരുന്നു. കൊട്ടാരക്കരത്തമ്പുരാൻ

മുതലായ ചില മഹാന്മാർ ചില ആട്ടക്കഥകളുണ്ടാക്കുകയും കഥകളി നടപ്പാക്കുകയും ചെയ്തുവെങ്കിലും അതു കേവലം അപരിഷ്കൃതരീതിയിലായിരുന്നു. ആദ്യകാലത്തു വേഷങ്ങൾ തന്നെ എല്ലാം ഒരു പോലെയായിരുന്നു. ഒരു വേഷത്തിനും മുഖത്തൊന്നും തേച്ചിരുന്നില്ല. അക്കാലത്ത് ഒരോകഥാപാത്രങ്ങൾക്കും ആടാനുള്ള പദങ്ങളെല്ലാം (നാടകങ്ങളിലെ ശ്ലോകങ്ങളും വാക്യങ്ങളും ചൊല്ലുന്നതുപോലെ) അവരവർ തന്നെയാണ് പാടിയിരുന്നത്. കപ്ലിങ്ങാട്ടു നമ്പൂരി അതെല്ലാം ഭേദപ്പെടുത്തി. പാട്ടിനു വേറെ ആളുകൾതന്നെ വേണമെന്നു നിശ്ചയിച്ചു. വേഷങ്ങൾക്കു പച്ച, കത്തി, കരി,വെള്ളത്താടി, ചുവന്ന താടി, മിനുക്ക് (ബ്രാഹ്മണൻ, മഹർഷി മുതലായവ) ഇങ്ങനെ ഇപ്പോൾ കണ്ടുവരുന്ന വിധത്തിലുള്ള വ്യത്യാസങ്ങളും കൽപിച്ചു. ആട്ടത്തിന്റെ സമ്പ്രദായവും ആകപ്പാടെ മാറ്റി ഇപ്പോൾ കണ്ടുവരുന്ന വിധത്തിലുള്ള ചവിട്ടും ചാട്ടവും കലാശങ്ങളുമെല്ലാ മേർപ്പെടുത്തി. കിംബഹുനാ, കഥകളിയുടെ രീതി ആകപ്പാടെ പരിഷ്കരിച്ച് ഇപ്പോൾ കാണുന്ന രീതിയിലാക്കിത്തീർത്തു. ഇതു നടപ്പാ കേണ്ടതിലേക്കായി അദ്ദേഹം ഈ രീതി ചിലരെ അഭ്യസിപ്പിച്ച് ഒരു കഥകളിയോഗംകൂട്ടി അദ്ദേഹംതന്നെ കുറച്ചുകാലം കൊണ്ടുനടന്നിരുന്നു. വേഷങ്ങൾക്കു വേണ്ടുന്ന കിരീടം മുതലായ മരക്കോപ്പുകളെല്ലാം പണിതുണ്ടാക്കിയതും അവയ്ക്കു ചില്ലും ചകലാസ്സും പതിച്ചു തകിടിട്ടു നന്നാക്കിയതുമെല്ലാം അദ്ദേഹം തന്നെയായിരുന്നു. കഥകളിയോഗത്തിൽ മേളത്തിനും പാട്ടിനും യോഗ്യന്മാരായ ആളുകളെ നിയമിച്ചിട്ടുണ്ടായിരുന്നുവെങ്കിലും പാട്ടിന്റെ പ്രധാന ഭാഗം അദ്ദേഹം തന്നെയാണ് നിർവ്വഹിച്ചിരുന്നത്. അങ്ങനെയെല്ലാഞ്ഞാൽ കളിക്കാർക്കും കളിപ്പിക്കുന്നവർക്കും മാത്രമല്ല, അദ്ദേഹത്തിനും തന്നെയും തൃപ്തിയാവുകയില്ലായിരുന്നു. ചൊല്ലിയാടിക്കുന്നതിനു കപ്ലിങ്ങാട്ടുനമ്പൂരിക്കുണ്ടായിരുന്ന സാമർത്ഥ്യം അനന്യസാധാരണം തന്നെയായിരുന്നു.

കപ്ലിങ്ങാട്ടുനമ്പൂരി കഥകളിയുടെ രീതി ആകപ്പാടെ പരിഷ്കരിച്ചു വെന്നും അദ്ദേഹം തന്നെ ഒരു കഥകളിയോഗം ഏർപ്പെടുത്തി കൊണ്ടു നടന്നുതുടങ്ങിയിരിക്കുന്നുവെന്നും അദ്ദേഹത്തിന്റെ പാട്ട് ഏറ്റവും മനോഹരമാണെന്നും മറ്റും പലരും പറഞ്ഞറിയുകയാൽ പൂമുള്ളിമനയ്ക്കൽ അച്ഛൻനമ്പൂരിപ്പാട് ആ പരിഷ്കരിച്ച രീതിയിലുള്ള കഥകളി കാണുകയും കപ്ലിങ്ങാട്ടുനമ്പൂരിയുടെ പാട്ടു കേൾക്കുകയും ചെയ്യണമെന്നു നിശ്ചയിച്ച് കഥകളിക്കു ദിവസം തീർച്ചപ്പെടുത്തിക്കൊണ്ടു തലേ ദിവസംതന്നെ ഒരു കാര്യസ്ഥൻ മുഖാന്തരം വിവരം കപ്ലിങ്ങാട്ടു നമ്പൂരിയെ അറിയിച്ചു. അന്നും അടുക്കൽ ഒരു സ്ഥലത്തു കളിയുണ്ടായിരുന്നു. അവിടെച്ചെന്നാണു കാര്യസ്ഥൻ വിവരം നമ്പൂരിയോടു പറഞ്ഞത്. അടുത്ത ദിവസം രാവിലെ യോഗത്തോടുകൂടി എത്തിക്കൊള്ളാമെന്നു നമ്പൂരി മറുപടി പറഞ്ഞയയ്ക്കുകയും ചെയ്തു. അന്നു കളിക്കുകൊട്ടിയപ്പോൾ ചെണ്ട പൊട്ടിപ്പോവുകയാൽ തൽക്കാലം അവിടെ അടുക്കലുണ്ടായിരുന്ന ഒരു മാരാരുടെ ഗൃഹത്തിൽനിന്നു ഒരു ചെണ്ട വരുത്തി കളി ഒരു വിധം കഴിച്ചുകൂട്ടി. പിറ്റേ ദിവസം കാലത്തു കപ്ലിങ്ങാട്ടുനമ്പൂരി 'നിങ്ങൾ ഇപ്പോൾതന്നെ പൊയ്ക്കോൾവിൻ. ചെണ്ടവട്ടമുണ്ടാക്കിക്കൊണ്ടു ഞാൻപകലേ അവിടെ എത്തിക്കൊള്ളാം' എന്നു പറഞ്ഞു. കഥകളി യോഗക്കാരെ പൂമുള്ളി മനയ്ക്കലേക്കയയ്ക്കുകയും അപ്രകാരം നമ്പൂരി ചെണ്ട വട്ടവുംകൊണ്ടു പകലേ അവിടെയെത്തുകയും ചെയ്തു.

അവിടെയെത്തിയ ഉടനെ അദ്ദേഹം ചെണ്ടവട്ടം ചെണ്ടക്കാരനെ ഏൽപ്പിച്ച ക്ഷണത്തിൽ അതു കോർത്തു ശരിയാക്കാൻ പറഞ്ഞിട്ടു കുളിക്കാനായി പുറപ്പെട്ടു. അപ്പോഴേക്കും നേരം വൈകിയിരുന്നതിനാൽ കുളിക്കാനും സന്ധ്യാവന്ദനത്തിനുമായി അച്ഛൻനമ്പൂരിപ്പാട്ടു പുറത്തുവന്നു. അപ്പോൾ അച്ഛൻ നമ്പൂരിപ്പാട്ടു കപ്ലിങ്ങാട്ടു നമ്പൂരിയെ കണ്ടിട്ട്, 'ഹേ! കപ്ലിങ്ങാട്ടു വന്നുവോ? സന്തോഷമായി നമുക്കു കുളിക്കാൻ പോകാം' എന്നു പറഞ്ഞു രണ്ടുപേരും കൂടി കുളിക്കാൻപോയി. കുളി കഴിഞ്ഞു കപ്ലിങ്ങാട്ടു നമ്പൂരി സന്ധ്യാവന്ദനത്തിനായി കിഴക്കോട്ടു തിരിഞ്ഞുനിന്നു വെള്ളം കോരിപ്പിടിച്ചു. അത് കണ്ടിട്ട് അച്ഛൻനമ്പൂരിപ്പാട് 'കപ്ലിങ്ങാട് അതല്ല പടിഞ്ഞാറ്. അതു കിഴക്കാണ്. തിരിഞ്ഞുനിന്ന് അർഘ്യം കൊടുക്കു' എന്നു പറഞ്ഞു.

കപ്ലിങ്ങാട്ടി നമ്പൂരി: ഇതു പടിഞ്ഞാറാണെന്നു ഞാൻവിചാരിച്ചില്ല. കിഴക്കാണെന്നുതന്നെയാണ് എന്റെ വിചാരം. കാലത്തേതു കഴിഞ്ഞിട്ടു വേണമല്ലോ വൈകുന്നേരത്തത്, എന്നു വിചാരിച്ചാണ്.

അച്ഛൻനമ്പൂതിരിപ്പാട്: അപ്പോൾ ഇന്നു നേരത്തു സന്ധ്യവന്ദനമുണ്ടായില്ലെന്നോ?

കപ്ലിങ്ങാട്: ഉണ്ടായില്ല ചില ബദ്ധപ്പാടുകൾകൊണ്ട് ഇന്ന് ഇതുവരെ കുളിക്കാനും സന്ധ്യാവന്ദനം കഴിക്കാനും ഉണ്ണാനും ഒന്നും തരമായില്ല.

അച്ഛൻ: കഷ്ടം! സന്ധ്യാവന്ദനത്തിനു നേരംനീക്കം വരുത്തുന്നതു കഷ്ടമല്ലേ?

കപ്ലിങ്ങാട്: അതേ. നിവൃത്തിയില്ലാതെ വന്നാൽ എന്തുചെയ്യും? ഇന്നത്തെ കഥ തന്നെ ഞാൻപറയാം. കളിയോഗം വകയായി ഒരു ചെണ്ടയുള്ളതിന്റെ ഇടന്തലവട്ടം ഇന്നലെത്തന്നെ പൊട്ടിപ്പൊളിഞ്ഞു. ഇന്ന് ഇവിടെയെത്തി കളി നടത്തിക്കൊള്ളാമെന്നു ഇന്നലെത്തന്നെ സമ്മതിച്ചു പറഞ്ഞയയ്ക്കുകയും ചെയ്തിട്ടുണ്ടല്ലോ. ചെണ്ടയില്ലാതെ കളി നടക്കുമോ? ചെണ്ടവട്ടവുംകൊണ്ടു ഞാൻ പകലേ ഇവിടെ എത്തിക്കൊള്ളാമെന്ന് പറഞ്ഞാണ് യോഗക്കാരെ രാവിലെ ഇങ്ങോട്ടയച്ചത്. യോഗക്കാരെ ഇങ്ങോട്ടു പറഞ്ഞയച്ചതിന്റെ ശേഷം ചെണ്ടവട്ടമുണ്ടാക്കാനുള്ള ശ്രമമായി. അവിടെനിന്നു നാലുനാഴിക ദൂരെ ഒരു പറയൻ താമസിക്കുന്നുണ്ട്. അവന്റെ കൈവശം എല്ലായ്പ്പോഴും തുകലുണ്ടായിരിക്കുക പതിവാണ്. അവന്റെ അടുക്കൽ ചെന്ന് ഒരു തുകൽ വിലയ്ക്കു വാങ്ങാമെന്നു വിചാരിച്ച് അങ്ങോട്ടുപോയി. അവിടെ ചെന്നപ്പോൾ അവനെ അവിടെ കണ്ടില്ലെന്നു മാത്രമല്ല, അവന്റെ മാടത്തിൽ ആരുമുണ്ടായിരുന്നുമില്ല. പിന്നെ മാടത്തിനകത്തു കടന്നു അവിടെയൊക്കെ നോക്കി. അവിടെയെങ്ങും ഒരു തുകലും കണ്ടില്ല. 'കാര്യം വളരെ ദുർഘടമായല്ലോ! ഇനി എന്താ നിവൃത്തി! എന്നു വിചാരിച്ചു ഞാൻഏറ്റവും വിഷാദത്തോടുകൂടി അവിടെ നിന്നു മടങ്ങി വഴിയിൽ വന്നപ്പോൾ അവിടെ ഒരു പശു നിൽക്കുന്നതു കണ്ടു. അതു പ്രായാധിക്യം നിമിത്തം വളരെ ക്ഷീണിച്ചതും പ്രസവം മാറിയതുമായിരുന്നു. ഉപയോഗമില്ലാതെയായതുകൊണ്ട് അതിന്റെ ഉടമസ്ഥൻ ഉപേക്ഷിച്ചതായിരിക്കുമെന്നു വിചാരിച്ചു ഞാൻആ പശുവിനെ പിടിച്ചുകെട്ടി അതിന്റെ തുകൽ ഉരിച്ചെടുത്തു.

അച്ഛൻ: (ചെവിപൊത്തിക്കൊണ്ട്)മതി! മതി! എന്റെ കപ്ലിങ്ങാട് എനിക്ക് ഇനി ഒന്നും കേൾക്കണ്ട. ഗോഹത്യ. ശിവ! ശിവ!

കപ്ലിങ്ങാട്: മുഴുവനും കേൾക്കാതെ ഒരു കാര്യം മനസ്സിലാവുകയില്ലല്ലോ. പിന്നെ ആ തുകൽ കുറ്റിക്കിട്ട് ഉണക്കി ചേറി നന്നാക്കി ഒരു ചെണ്ടവട്ടം മാടിയുണ്ടാക്കി. അപ്പോഴേക്കും നേരം വൈകിത്തുടങ്ങി. ഉടനെ ഇങ്ങോട്ടു പോരികയും ചെയ്തു. ഈ ജോലി കൊണ്ടാണ് ഇന്നു കുളിക്കാനും നിത്യകർമ്മം കഴിക്കാനും ഉണ്ണാനും ഒന്നും തരമാകാഞ്ഞത്. കുളിയും നിത്യകർമ്മാനുഷ്ഠാനവും കഴിഞ്ഞതിന്റെ ശേഷം

കപ്ലിങ്ങാട്ടു നമ്പൂരി അച്ഛൻ നമ്പൂരിപ്പാടിനോട് 'നേരനീക്കം വന്നാലും ഞാൻതേവാരമൊന്നും മുടക്കാറില്ല. എനിക്കു സാളഗ്രാമപൂജ പതിവുണ്ട്. അതിന് ഒരു വിളക്കും കുറച്ചു ചന്ദനവും പൂവും മറ്റും വേണം' എന്നു പറഞ്ഞു. ഉടനെ അച്ഛൻ നമ്പൂരിപ്പാട് ഒരു നമ്പൂരിയെ വിളിച്ച് ഒരു 'സാളഗ്രാമവും പൂജയ്ക്കു വേണ്ടുന്ന സാധനങ്ങളും കൊണ്ടുവന്നു കൊടുക്കാൻ' പറഞ്ഞു. അപ്പോൾ കപ്ലിങ്ങാട്ടുനമ്പൂരി 'സാളഗ്രാമം വേണ്ടാ. അത് എന്റെ കൈവശമുണ്ട്'എന്നു പറഞ്ഞു. അതു കേട്ട് അച്ഛൻ നമ്പൂരിപ്പാട്, 'സാളഗ്രാമം എവിടെ വെച്ചിരിക്കുന്നു?' എന്നു ചോദിച്ചു. അതിനുത്തരമായി കപ്ലിങ്ങാട്ടിനമ്പൂരി 'സാളഗ്രാമം മുഴുവനോടെ കൊണ്ടു നടക്കുന്നതു ബുദ്ധിമുട്ടാണെന്നു വിചാരിച്ചു അതുടച്ചു ചെറുതാക്കി മോതിരത്തിന്മേൽ വെച്ചുകെട്ടി കൈവിരന്മേലിട്ടുകൊണ്ടാണ് ഞാൻ നടക്കുന്നത്' എന്നു പറഞ്ഞു. അതു കേട്ടപ്പോൾ അച്ഛൻ നമ്പൂരിപ്പാട്, 'സാളഗ്രാമം ഉടയ്ക്കുകയോ? ശിവ! ശിവ! അതും മഹാ കഷ്ടം' എന്നു പറഞ്ഞ് അകത്തേക്കു പോയി.

കപ്ലിങ്ങാട്ടുനമ്പൂരി സാളഗ്രാമപൂജയും അത്താഴവും കഴിച്ച് അണിയറയിൽചെന്നു കളിയോഗക്കാരോട് 'വിളക്കുവെച്ചാൽ കളി മുറയ്ക്കു നടത്തിക്കൊള്ളണം. ഇന്നലെ രാത്രി ഞാനൊട്ടും ഉറങ്ങിയിട്ടില്ല. അതിനാൽ ഞാനൊന്നു കിടക്കാൻ പോവുകയാണ്. എന്നെ ഉറക്കത്തിൽ വിളിച്ച് ആരും ഉപദ്രവിക്കരുത്. ഉറക്കം മതിയാകുമ്പോൾ ഞാനുണർന്ന് എണീറ്റു വന്നുകൊള്ളാം' എന്നു പറഞ്ഞിട്ട് അദ്ദേഹം ഒരു മുറിക്കകത്തു കടന്ന് വാതിൽ ചാരിയിട്ടു കിടന്നുറങ്ങിത്തുടങ്ങി. കളി തുടങ്ങി കുറച്ചുനേരം കഴിഞ്ഞിട്ടും പാടാൻ കപ്ലിങ്ങാട്ടു നമ്പൂരിയെ കാണാഞ്ഞിട്ട് അച്ഛൻ നമ്പൂരിപ്പാട് അതെന്താണെന്നന്വേഷിച്ചു. അപ്പോൾ ചിലർ അദ്ദേഹം കിടന്നുറങ്ങുകയാണെന്നു പറയുകാൽ അച്ഛൻ നമ്പൂരിപ്പാട് കളിയോഗത്തിലുള്ളവരിൽ ചിലരെ വിളിച്ചു കപ്ലിങ്ങാട്ടു നമ്പൂരിയെ വിളിക്കാൻ പറഞ്ഞു.

അപ്പോൾ അവർ, 'വിളിക്കരുതെന്നാണ് കല്പിച്ചിരിക്കുന്നത്' എന്നറിയിച്ചു. ഉടനെ അച്ഛൻ നമ്പൂരിപ്പാട്, 'കപ്ലിങ്ങാടിനെ വിളിക്കാൻ നിങ്ങൾക്കൊക്കെ ഭയമാണെങ്കിൽ ഞാൻതന്നെ വിളിക്കാം' എന്നു പറഞ്ഞു നമ്പൂരി കിടന്നിരുന്ന മുറിയുടെ വാതിൽക്കൽ ചെന്നു വാതിൽ തള്ളിത്തുറന്നു. അപ്പോൾ ദുർന്നിരീക്ഷ്യമായ ഒരു തേജസ്സാണ് അവിടെ കാണപ്പെട്ടത്. ദേഹം സ്തംഭിക്കുകയും കണ്ണു മഞ്ഞളിക്കുകയുംചെയ്യുകയാൽ ഇളകാൻപോലും ശക്തനല്ലാതെ അച്ഛൻ നമ്പൂരിപ്പാടു നിന്നനിലയിൽ കുറച്ചുനേരം അവിടെ നിന്നു. അപ്പോൾ അദ്ദേഹത്തിന്റെ കണ്ണു കാണാറായി. ആ സമയം കപ്ലിങ്ങാട്ടു നമ്പൂരിയെ അദ്ദേഹം കണ്ടത് ചതുർബാഹുവായ മഹാവിഷ്ണുവിന്റെ രൂപത്തിലാണ്. ഉടനെ അച്ഛൻ നമ്പൂരിപ്പാടു ഭയാത്ഭുത ഭക്തി വിഹ്വലനായി സാഷ്ടാംഗം വീണു നമസ്കരിച്ചിട്ട് ഒന്നും മിണ്ടാതെ യഥാപൂർവ്വം വാതിൽ ചാരിക്കൊണ്ടു മടങ്ങിപ്പോന്നു. താൻ കണ്ട അത്ഭുതത്തെക്കുറിച്ച് അച്ഛൻ

നമ്പൂരിപ്പാട് അന്ന് ആരോടും ഒന്നും പറഞ്ഞില്ല

കഥകളി ഏകദേശം പകുതിയായപ്പോഴേക്കും കപ്ലിങ്ങാട്ടു നമ്പൂരി ഉണർന്നെണിറ്റ് അരങ്ങത്തെത്തി പാടിത്തുടങ്ങി. അന്ന് അദ്ദേഹത്തിന്റെ പാട്ട് പതിവിലധികം നന്നായതിനാൽ എല്ലാവരും വളരെ സന്തോഷിച്ചു. അച്ഛൻ നമ്പൂരിപ്പാട്ടിലെക്കുണ്ടായ സന്തോഷം സീമാതീതമായിരുന്നു.

കഥകളി കഴിഞ്ഞു വേഷക്കാരെല്ലാവരും വേഷമൊക്കെയഴിച്ചു മുഖത്തേതു തുടച്ചുവന്നപ്പോഴേക്കും അച്ഛൻ നമ്പൂരിപ്പാടും കുളിയും നിത്യകർമ്മാനുഷ്ഠാനവും കഴിഞ്ഞുവന്നു. പ്രധാനവേഷക്കാർ മുതൽ പെട്ടിക്കാർ വരെ എല്ലാവർക്കും യഥായോഗ്യം സമ്മാനങ്ങളും പതിവുള്ള പണവും കൊടുത്തതിന്റെ ശേഷം അച്ഛൻ നമ്പൂരിപ്പാട് കപ്ലിങ്ങാട്ടു നമ്പൂരിയെ അടുക്കൽ വിളിച്ച്, 'കപ്ലിങ്ങാട്ടിന്റെ പാട്ടിനെക്കുറിച്ച് പലരും പ്രശംസിച്ചുകേൾക്കാറുണ്ട്. പാട്ട് കേൾക്കാൻ എനിക്ക് ഇന്നലെ മാത്രമേ സംഗതിയായുള്ളൂ. പാട്ടു വളരെ കേമം തന്നെ. ഇത്രയും നന്നായിട്ടുള്ള കഥകളിപ്പാട്ടു ഞാൻഇതിനു മുമ്പു കേട്ടിട്ടില്ല. വളരെ സന്തോഷമായി. കപ്ലിങ്ങാട്ടു സന്ധ്യാവന്ദനത്തിനു നേരനീക്കം വരുത്തുന്നതിനെക്കുറിച്ചും മറ്റും ഇന്നലെ ഞാൻഏതാണ്ടൊക്കെ പറഞ്ഞുപോയി. അങ്ങയുടെ യോഗ്യതയറിയാതെ അങ്ങനെയൊക്കെ ഞാൻപറഞ്ഞതാണ്. അതുകൊണ്ടു മുഷിച്ചിൽ തോന്നരുത്. കപ്ലിങ്ങാടിന്റെ യോഗ്യത വിചാരിച്ചാൽ ഇങ്ങനെയൊന്നുമല്ല ബഹുമാനിക്കേണ്ടത്. എങ്കിലും ഒരു കഥകളിയുടമസ്ഥന്റെ നിലയിലാണല്ലോ ഇപ്പോൾ വന്നിരിക്കുന്നത്. അതുകൊണ്ട് ഇപ്പോൾ ഇതിരിക്കട്ടെ' എന്ന് പറഞ്ഞ് ഒരു കുത്തു പാവുമുണ്ടു സമ്മാനിച്ചു സന്തോഷിപ്പിച്ചയച്ചു.

കഥകളിയോഗക്കാർ അവിടെനിന്നു പോയതിന്റെ ശേഷം അച്ഛൻ നമ്പൂരിപ്പാട് അവിടെയുണ്ടായിരുന്ന ചില നമ്പൂരിമാരോട് താൻ തലേദിവസം കണ്ട അത്ഭുതത്തെക്കുറിച്ചു പറഞ്ഞു. കപ്ലിങ്ങാട്ടു നമ്പൂരി ബുദ്ധിമാനും സമർത്ഥനുമാണെങ്കിലും ബ്രഹ്മതേജസ്സും ബ്രാഹ്മണവൃത്തിയുമില്ലാത്തയാളാണെന്നു പറഞ്ഞു പുച്ഛിച്ചുകൊണ്ടിരുന്ന നമ്പൂരിമാരും മറ്റും അക്കാലം മുതൽ അദ്ദേഹത്തെക്കണ്ടാൽ സബഹുമാനം വന്ദിച്ചു തുടങ്ങി.

കപ്ലിങ്ങാട്ടു നമ്പൂരി വേഷം പരിഷ്കരിച്ച് ഇന്നിന്നവർക്കു പച്ച, ഇന്നിന്നവർക്കു കത്തിയെന്നും മറ്റും നിശ്ചയിച്ചപ്പോൾ വിദ്യുജ്ജിഹ്വനും ഒരു രാക്ഷസരാജാവായതുകൊണ്ട് കത്തി എന്നാണു നിശ്ചയിച്ചിരുന്നത്. ഒരു സ്ഥലത്ത് ഒരു കഥകളിക്കു വിദ്യുജ്ജിഹ്വന്റെ വേഷം കെട്ടുന്നയാൾ കത്തിക്കു തേച്ചു ചുട്ടിക്കു കിടന്നു. ചുട്ടി തീർന്നപ്പോൾ ആ വേഷക്കാരൻ നല്ല ഉറക്കമായിരുന്നു. അയാളെ ചുട്ടിക്കാരൻ വിളിച്ചുണർത്തി. വേഷക്കാരൻ ഉറക്കിപ്പിച്ചയോടുകൂടി എണീറ്റിരുന്ന് ഓർമ്മകൂടാതെ കൈകൊണ്ടു മുഖത്തു തേച്ചിരുന്നതും ചുട്ടിയുമെല്ലാം തുത്തു വല്ലാതെയാക്കി ത്തീർത്തു. വീണ്ടും കത്തി തേച്ചു ചുട്ടികുത്തി വേഷം തീർക്കാൻ സമയമില്ലാതിരുന്നതുകൊണ്ട് കപ്ലിങ്ങാട്ടു നമ്പൂരി 'ഇനി ആ വേഷം അങ്ങനെ മതി' എന്നു പറഞ്ഞു കണ്ണിൽക്കണ്ടതെല്ലാം അയാളുടെ തലയിലും ദേഹത്തിലുമെല്ലാം വെച്ചുകെട്ടി വേഷം തീർത്ത് അയാളെ അരങ്ങത്തേക്കു തള്ളിയയച്ചു. അന്നുമുതൽ വിദ്യുജ്ജിഹ്വന്റെ വേഷം ഇപ്പോൾ കണ്ടു വരുന്ന വിധത്തിൽ വികൃതമായിട്ടുതന്നെ നടപ്പായി.

കപ്ലിങ്ങാട്ടു നമ്പൂരി കഥകളി പരിഷ്കരിച്ചതിന്റെ ശേഷം വേറെ രണ്ടു നമ്പൂരിമാരും അൽപാല്പം ഭേദഗതികളോട്ടുകൂടി കഥകളി പരിഷ്കരിച്ചു. അതിനാൽ കഥകളിക്കു കപ്ലിങ്ങാട്ടൻ, കലടിക്കോടൻ, വെട്ടത്തുനാടൻ ഇങ്ങനെ മൂന്നു രീതി നടപ്പായിത്തീർന്നു. ഇവയിൽ വെട്ടത്തുനാടൻ രീതിക്ക് അധികം പ്രചാരം സിദ്ധിച്ചില്ല. അത് ഇപ്പോഴും വിരളപ്രചാരമായിത്തന്നെ ഇരിക്കുന്നേയുള്ളൂ. കപ്ലിങ്ങാടൻ, കല്ലടി ക്കോടൻ എന്നീ രണ്ടു രീതികൾക്കു ആദ്യം തന്നെ ധാരാളം പ്രചാരം സിദ്ധിച്ചു. അവ ഇപ്പോഴം പ്രചുരപ്രചാരത്തോട്ടുകൂടി തന്നെയാണിരിക്കുന്നത്. ഈ മൂന്നു രീതികളും തമ്മിൽ ആട്ടത്തിനും ചാട്ടത്തിനും ചവിട്ടുകൾക്കും കലാശങ്ങൾക്കുമല്ലാതെ വേഷങ്ങൾക്കു വലിയ വ്യത്യാസമൊന്നുമില്ല. തിരുവിതാംകൂർ, കൊച്ചി എന്നീ രാജ്യങ്ങൾ ഇപ്പോഴും കപ്ലിങ്ങാടൻ രീതിതന്നെയാണ് അധികം പ്രചാരത്തിൽ ഇരിക്കുന്നത്. കല്ലടിക്കോടൻ രീതിക്ക് അധികം പ്രചാരം ബ്രിട്ടീഷു മലബാറിലാണ്. നമ്മുടെ കഥാനായകനായ കപ്ലിങ്ങാട്ടു നമ്പൂരിയുടെ കാലാനന്തരവും ആ ഇല്ലത്തുണ്ടായവരെല്ലാം ബുദ്ധിമാന്മാരും സമർത്ഥരുമായിരുന്നുവെന്നും ഇപ്പോഴും അവിടെ അങ്ങനെതന്നെയാണ് ഇരിക്കുന്നതെന്നുമാണ് പലരും പറഞ്ഞു കേട്ടിട്ടുള്ളത്.

●

ചെങ്ങന്നൂർ ഭഗവതി

ചെങ്ങന്നൂർ മഹാക്ഷേത്രത്തിലെ പ്രധാന മൂർത്തികൾ പാർവ്വതീപരമേശ്വരന്മാരാണ്. എന്നാൽആ ദേവിയുടെ പേരിനു മാത്രമേ പ്രസിദ്ധിയുള്ളൂ. ദേവീസാന്നിദ്ധ്യം കൂടിയുള്ള സ്ഥലങ്ങളിലെല്ലാം ഇങ്ങിനെയിരിക്കുന്നതു സാധാരണമാണ്. തിരുമാന്ധാംകുന്ന്, കൊടുങ്ങല്ലൂർ, പനയന്നാർക്കാവ് ഈ ക്ഷേത്രങ്ങളിൽ പ്രധാനമായി പ്രതിഷ്ഠിക്കപ്പെട്ടിരിക്കുന്നതു ശിവനാണല്ലോ. എങ്കിലും ആ സ്ഥലങ്ങളിലെല്ലാം ഭഗവതികൾക്കാണു പ്രസിദ്ധി. അതുപോലെതന്നെ ചെങ്ങന്നൂരും ഭഗവതിയെ കുറിച്ചല്ലാതെ ശിവനെക്കുറിച്ച് ആരുമൊന്നുംപറഞ്ഞു കേൾക്കുന്നില്ല. ആ ദേവിയുടെ പ്രസിദ്ധിയും മാഹാത്മ്യവും ഒട്ടും ചില്ലറയല്ലതാനും. അവയെക്കുറിച്ച് പിന്നാലെ പ്രസ്താവിയ്ക്കാം. ഈ ദേവീ ദേവന്മാർ ഇവിടെ ആവിർഭവിച്ചതിന്റെ കാരണം തന്നെ ആദ്യമെ പറഞ്ഞു കൊള്ളുന്നു.

പണ്ടു പാർവ്വതീസ്വയംവരത്തിനായിട്ടു ശ്രീ പരമേശ്വരനും തദ്ദർശനാർഥം ബ്രഹ്മാവും, വിഷ്ണുവും, ഇന്ദ്രാദിദേവന്മാരും, സിദ്ധന്മാർ, സാദ്ധ്യന്മാർ, കിന്നരന്മാർ, കിമ്പുരുഷന്മാർ, യക്ഷന്മാർ, ഗന്ധർവന്മാർ മുതലായ ദേവയോനികളും, അപ്സരസ്സുകളും സകല മഹർഷികളും മറ്റും ഹിമവൽ പാർശ്വത്തിങ്കൽ ചെന്നു ചേർന്നപ്പോൾ അവരുടെ ഭാരം കൊണ്ടു ഭൂഗോളം വടക്കോട്ടു മറിഞ്ഞേക്കുമോ എന്നു സംശയിച്ച് ബ്രഹ്മാദികളായ ത്രിമൂർത്തികൾ അത്യന്തം തപശ്ശക്തിയുള്ള മഹാനായ അഗസ്ത്യമഹർഷിയെ വിളിച്ചു തെക്കു പമ്പാനദിയുടെ തെക്കേക്കരയിലുള്ള ശോണാദ്രിയിൽച്ചെന്നു, ഈ സ്വയംവരം കഴിഞ്ഞു ഹിമവൽ പാർശ്വത്തിങ്കൽനിന്നു എല്ലാവരും പിരിഞ്ഞുപോകുന്നതുവരെ ഇരിക്കാൻ നിയോഗിച്ചു. അതുകേട്ടു അഗസ്ത്യമഹർഷി 'ശോണാദ്രിയിൽ ചെന്നു ഇരിക്കുന്നതിനു വിരോധമില്ല. എങ്കിലും ദേവിയുടെ സ്വയംവരമഹോത്സവം കാണാതെ പോകുന്ന കാര്യത്തിൽ അപാരമായ മനസ്താപമുണ്ട്' എന്നു പറഞ്ഞു. അപ്പോൾ ബ്രഹ്മാവ് 'അതിനെക്കുറിച്ചു മനസ്താപം വേണ്ട, ഇവിടെയുണ്ടാകുന്ന ഘോഷങ്ങളെല്ലാം അവിടെ കാണിച്ചു തരാം' എന്നു പറഞ്ഞു. ഉടനെ മഹർഷി എന്നാൽ മതി എന്നു സമ്മതിച്ച് അവിടെനിന്നു പോയി ശോണാദ്രിയിലെത്തി തപോനിഷ്ഠയോടുകൂടിതന്നെ അവിടെയിരുന്നു. സ്വയംവരാനന്തരം ശ്രീ പരമേശ്വരനും, ശ്രീപാർവ്വതിയും, ബ്രഹ്മാവും, വിഷ്ണുവും, ഇന്ദ്രാദിദേവന്മാരും മറ്റും ശോണാദ്രിയിൽ അഗസ്ത്യമഹർഷിയുടെ അടുക്കൽ സാഘോഷം ചെന്നുചേർന്നു. അപ്പോൾ ശ്രീപാർവതി തൃപ്പൂത്ത് (ഋതു) ആയി. പിന്നെ ഋതുശാന്തിക്കല്യാണം അവിടെ വെച്ചു കെങ്കേമമായിനടത്തി. അതിന്റെ

ഘോഷങ്ങളെല്ലാം കണ്ടപ്പോൾ അഗസ്ത്യമഹർഷിക്ക സ്വയംവരോത്സവം കാണാഞ്ഞിട്ടുണ്ടായ മനസ്താപം തീർന്നു. അനന്തരം ബ്രഹ്മാദികൾ അവിടെ നിന്നു പിരിഞ്ഞു പോവുകയും ചെയ്തു. അവിടം അന്നു വലിയ വനപ്രദേശമായിരുന്നു. പിന്നെയും വളരെക്കാലം അങ്ങിനെ തന്നെ കിടന്നിരുന്നു.

അനന്തരം ശ്രീപരശുരാമൻ പരദേശങ്ങളിൽ നിന്നു ബ്രാഹ്മണരേയും മറ്റും കേരളത്തിൽ കൊണ്ടുവന്നതിന്റെ ശേഷം അവരിൽ ചിലർ ഈ സ്ഥലം വെട്ടി തെളിച്ച് ജനവാസയോഗ്യമാക്കിതീർത്തു. പിന്നെ കേരള രാജ്യത്തെ വടക്ക മുപ്പത്തിരണ്ട്, തെക്ക മുപ്പത്തിരണ്ട് ഇങ്ങനെ അറുപത്തിനാലു ഗ്രാമങ്ങളാക്കി വിഭജിച്ചപ്പോൾ ഈ സ്ഥലവും ഒരു ഗ്രാമവും മലയാളബ്രാഹ്മണസങ്കേതവും, അഞ്ഞിപ്പുഴതമ്പുരാൻ ഈ ദേശത്തിന്റെ അധിപനമായിത്തീർന്നു. 'ശോണാദ്രി' എന്നുള്ള ഗീർവ്വാണപദം മലയാളത്തിലായപ്പോൾ 'ചെങ്കുന്നു' എന്നായി. അതു ഒരു ഊരു (ഗ്രാമം) കൂടിയായപ്പോൾ ചെങ്കുന്നൂരെന്നായി. അതു കാലക്രമേണ ചെങ്ങന്നൂരായി പരിണമിച്ചു.

ഇപ്പോൾ ചെങ്ങന്നൂർ ക്ഷേത്രമിരിക്കുന്ന സ്ഥലം വഞ്ഞിപ്പുഴ തമ്പുരാന്റെ അധീനതയിലുൾപ്പെട്ടതായിരുന്നതിനാൽ അവിടുന്നു ആ സ്ഥലം 'നയനാരുപിള്ള' എന്നൊരാൾക്ക പാട്ടത്തിനു കൊടുത്തിരുന്നു. ആ നയനാരുപിള്ളയുടെ കൂലിവേലക്കാരത്തിയായ ഒരു കുറത്തി ഒരു ദിവസം അവളുടെ അരിവാൾമൂർച്ച കൂട്ടാനായി അവിടെ കണ്ട ഒരു കല്ലിന്മേൽ ഇട്ടു തേച്ചു. അപ്പോൾ ആ കല്ലിൽ നിന്നും രക്തം പ്രവഹിച്ചു തുടങ്ങി. അവൾ അതു കണ്ടു പേടിച്ചു പരിഭ്രമിച്ചു ഓടിച്ചെന്ന് ഈ വിവരം നായനാരുപിള്ളയോടു പറഞ്ഞു. നയനാരുപിള്ള അതു വഞ്ഞിപുഴ തമ്പുരാന്റെ അടുക്കലറിയിച്ചു. തമ്പുരാൻ ഉടനെ തന്റെ സ്വജനങ്ങളായ ബ്രാഹ്മണശ്രേഷ്ഠന്മാരോടുകൂടി ആ സ്ഥലത്തെത്തി. അപ്പോഴേയ്ക്കും പൗരപ്രധാനന്മാരായ പല യോഗ്യന്മാരും അവിടെ വന്നു കൂടി. തമ്പുരാന്റെ കൂടെ ചെന്ന ബ്രാഹ്മണരിൽ ഒരാൾ അവിടുത്തെ സ്വജനവും പ്രസിദ്ധ തന്ത്രിയുമായിരുന്ന താഴമൺ പോറ്റിയായിരുന്നു. അദ്ദേഹം മന്ത്രതന്ത്രങ്ങളി ലെന്നപോലെ സകലശാസ്ത്രങ്ങളിലും അതി നിപുണനായ ഒരു ദിവ്യനു മായിരുന്നു. അദ്ദേഹം ആ ശിലയും രക്തപ്രവാഹവും കണ്ടിട്ടു സ്വല്പനേരം ധ്യാനനിഷ്ഠനായി ഇരുന്നതിനു ശേഷം 'ഇതു കേവലം കാട്ടുശിലയല്ലെന്ന് ഈ രക്തപ്രവാഹം കൊണ്ടു തന്നെ സ്പഷ്ടമാകുന്നുണ്ടല്ലോ. ഇതു സ്വയം ഭൂവായ ശിവലിംഗമാണ്. ഇങ്ങിനെ കാണപ്പെടുന്ന ഈശ്വരബിംബത്തിങ്കൽ ഉടനെ ഒരു നിവേദ്യമെങ്കിലും കഴിക്കാഞ്ഞാൽ പെട്ടന്നു അപ്രത്യക്ഷമായിപ്പോയെന്നും വരാം. ഈ രക്തപ്രവാഹം നില്ക്കുന്നതിനു തൽക്കാലം മുപ്പത്തിയാറു പറ നെയ്യു ഈ ബിംബത്തിനു ആടേണ്ടിയിരിക്കുന്നു. സമന്ത്രം ഘൃതധാര ചെയ്യാതെ ഈ രക്തസ്രാവം നില്ക്കുകയില്ല' എന്നു പറഞ്ഞു. ഉടനെ വഞ്ഞിപ്പുഴതമ്പുരാൻ നിവേദ്യത്തിനു വേണ്ടുന്ന സാധനങ്ങളും ആട്ടുന്നതിനു മുപ്പത്തിയാറുപറ നെയ്യും അവിടെ വരുത്തിക്കൊടുത്തു. താഴമൺപോറ്റി അവയെടുത്തു നിവേദ്യവും നെയ്യാട്ടവും നടത്തുകയും ഉടനെ രക്തസ്രാവം നിലയ്ക്കുകയും ചെയ്തു.

അനന്തരം വഞ്ഞിപുഴതമ്പുരാൻ താഴമൺപോറ്റി മുതലായവർ യോഗം കൂടി അവിടെ ക്ഷേത്രം പണിയിക്കുന്നതിനുള്ള ആലോചന തുടങ്ങി. അപ്പോൾ താഴമൺ പോറ്റി 'ഇവിടെ ശിവൻ മാത്രമല്ല ഇളകൊണ്ടിരിക്കുന്നത്, ശ്രീ പാർവ്വതിയുടെ സാന്നിദ്ധ്യവുമുണ്ട്. അതിനാൽ ക്ഷേത്രം

പണിയുമ്പോൾ ശിവന്റെ ശ്രീകോവിലോടുകൂടി ദേവിയുടെ വിഗ്രഹം പ്രതിഷ്ഠിക്കുന്നതിനും ഒരു ഗർഭഗൃഹമുണ്ടായിരിക്കണം' എന്നു പറഞ്ഞു.

ഇങ്ങനെ യോഗക്കാർ ഓരോന്നു പറയുകയും ആലോചിക്കുകയും ചെയ്തുകൊണ്ടിരുന്ന അവസരത്തിൽ സാക്ഷാൽ ഉളിയന്നൂർ പെരുന്തച്ചൻ ദൈവഗത്യാ അവിടെ വന്നുചേർന്നു. പെരുന്തച്ചനെ കണ്ടപ്പോൾ അവിടെയുണ്ടായിരുന്നവരെല്ലാവരും 'അയേ! മൃഗ്യമാണാ ലതാ പാദയോഃ പ്രാതാ (തേടിയ വള്ളി കാലിൽ ചുറ്റി) എന്നു വിചാരിച്ചു ഏറ്റവും സന്തോഷത്തോടുകൂടി അദ്ദേഹത്തെ സാദരം സത്കരിച്ചു ഇരുത്തി, അവിടെയുണ്ടായ സംഗതികളും തങ്ങളുടെ ആലോചനയും അദ്ദേഹത്തെ ഗ്രഹിപ്പിക്കുകയും അമ്പലം പണിയുന്നതിനു ഒരു കണക്കു ചാർത്തിക്കൊടുക്കണമെന്ന് അപേക്ഷിക്കുകയും ചെയ്തു. പെരുന്തച്ചൻ രണ്ടുമൂന്നു ദിവസം അവിടെ താമസിച്ച് അമ്പലം, കൂത്തമ്പലം, ഗോപുരങ്ങൾ മുതലായവയുടെ കണക്കുകൾ ചാർത്തിക്കൊടുക്കുകയും 'താമസിയാതെ ഇനിയും വന്നുകൊള്ളാം' എന്നു പറഞ്ഞിട്ടു അവിടെ നിന്നു പോവുകയും ചെയ്തു.

അനന്തരം ഏതാനും മാസങ്ങൾക്കു ശേഷം പെരുന്തച്ചൻ പിന്നെയും അവിടെ ചെന്നിരുന്നു. അപ്പോഴേയ്ക്കും അമ്പലം പണി മിക്കവാറും തീർന്നിരുന്നു. ശിവന്റെ ശ്രീകോവിൽ കിഴക്കോട്ടു ദർശനമായി തുരവായിട്ടും പാർവ്വതിയുടെ ശ്രീകോവിൽ തുരവിനു പുറത്തു പടിഞ്ഞാട്ടു ദർശനവുമായിട്ടായിരുന്നു പണിതിരുന്നത്. പെരുന്തച്ചൻ നിശ്ചയിച്ചിരുന്നതും അങ്ങിനെ തന്നെയായിരുന്നു. ചുറ്റമ്പലം, തിടപ്പള്ളി മുതലായവയും പണി തീർത്തിരുന്നു. എന്നാൽ കൂത്തമ്പലത്തിന്റെ പണി ആരംഭിക്കുകപോലും ചെയ്തിരുന്നില്ല. അതിന്റെ കണക്കു സാധാരണ രീതിയിലല്ല പെരുന്തച്ചൻ കണക്കു കൊടുത്തിരുന്നത്. കൂത്തമ്പലം കുക്കുടാണ്ഡാകൃതിയിൽ പണിതീർക്കത്തക്കവണ്ണമായിരുന്നു കണക്കുണ്ടാക്കിക്കൊടുത്തിരുന്നത്. അങ്ങനെ പണിതീർക്കുന്നതിന് ആ ദിക്കിലും അടുത്ത പ്രദേശങ്ങളിലുമുണ്ടായിരുന്ന ആശാരിമാർ വിചാരിച്ചിട്ടു സാധിച്ചില്ല. അതിനാൽ പെരുന്തച്ചൻ ഏതാനും മാസങ്ങൾ അവിടെ താമസിച്ചു സ്വയമേവ പണിതും പറഞ്ഞുകൊടുത്തു മറ്റുള്ള ആശാരിമാരെക്കൊണ്ടു പണിയിച്ചും കൂത്തമ്പലം തീർത്തു.

അമ്പലം പണിയെല്ലാം കുറെ തീർന്നപ്പോൾ വഞ്ഞിപ്പുഴതമ്പുരാൻ മുതലായവർ ശ്രീപാർവതിയുടെ ഒരു ശിലാവിഗ്രഹം പെരുന്തച്ചൻ തന്നെ ഉണ്ടാക്കിക്കൊടുക്കണമെന്ന് ആവശ്യപ്പെട്ടു. ഉടനെ പെരുന്തച്ചൻ മതിൽക്കകത്തെല്ലാം ചുറ്റി നടന്നു, ആ സ്ഥലം ആകപ്പാടെ പരിശോധിച്ചതിന്റെ ശേഷം മതിൽക്കകത്തു വായു കോണിൽ ഒരു സ്ഥലം തൊട്ടു കാണിച്ചിട്ട് അവിടെ വെട്ടി കുഴിച്ചു മണ്ണുമാറ്റിക്കുവാൻപറഞ്ഞു. തമ്പുരാന്റെ കല്പനപ്രകാരം അങ്ങനെ ചെയ്തപ്പോൾ മണ്ണിനടിയിൽ നിന്നും ദേവിയുടെ ഒരു ശിലാവിഗ്രഹം യാതൊരു കേടുംകൂടാതെ കണ്ടുകിട്ടി. പെരുന്തച്ചൻ ആ വിഗ്രഹമെടുത്ത് അവിടെ കൊടുത്തിട്ടു പിന്നെയും അവിടെനിന്നു പോയി.

അടുത്തുണ്ടായിരുന്ന ശുഭമുഹൂർത്തത്തിൽ ദേവീപ്രതിഷ്ഠയും ദേവനും ദേവിയ്ക്കും യഥാവിധി കലശം ഉത്സവം മുതലായവയും നടത്തുകയും നിത്യദാനം, മാസവിശേഷം, ആട്ടവിശേഷം മുതലായവ നിശ്ചയിച്ചു അവയ്ക്കെല്ലാം പതിവുകളേർപ്പെടുത്തുകയും ചെയ്തു. ആണ്ടുതോറും

ധനുമാസത്തിൽ കൊടി കയറി ഇരുപത്തെട്ടു ദിവസത്തെ ഉത്സവം വേണമെന്നാണ് നിശ്ചയിച്ചത്. അങ്ങനെ ഇപ്പൊഴും നടന്നു വരുന്നുണ്ട്. ആ മുറയ്ക്കു സാധാരണ ആറാട്ടു മകരമാസത്തിൽ തിരുവാതിര നാളാകും. എന്നാൽ ചില കൊല്ലം ധനുമാസത്തിൽ രണ്ടു തിരുവാതിര വന്നാൽ ആദ്യത്തെ തിരുവാതിര കൊടിയേറ്റും രണ്ടാമത്തെ തിരുവാതിര ആറാട്ടുമായിരിക്കും.

ദേവിയെക്കുറിച്ചു ജനങ്ങൾക്കു ഭക്തിയും വിശ്വാസവും വർദ്ധിക്കുന്നതിന് ഒരു കാരണവും കൂടി ഉണ്ടായിത്തീർന്നു. ഒരു ദിവസം ശാന്തിക്കാരൻ കുളിച്ചു ചെന്നു ദേവിയുടെ നടതുറന്നു നിർമ്മാല്യം വാങ്ങിയപ്പോൾ ഉടയാടയിൽ രജസ്സു കാണുകയാൽ സംശയിച്ചു നിർമ്മാല്യത്തോടു (പൂവ്, മാല മുതലായവയോടു)കൂടെ ഉടയാട പതിവുപോലെ പുറത്തിടുകയും സംശയിക്കപ്പെട്ട സംഗതി സ്വകാര്യമായി കഴകക്കാരൻ വാര്യരോടു പറയുകയും ചെയ്തു. വാരിയർ ആ സംഗതി ദേവസ്വക്കാരെ അറിയിക്കുകയും അവരുടെ നിയോഗപ്രകാരം ആ ഉടയാട പൊതിഞ്ഞുകെട്ടി വഞ്ഞിപ്പുഴ മഠത്തിൽ കൊണ്ടുപോയി അകത്തു കൊടുപ്പിച്ചു വലിയതമ്പുരാട്ടിയെ കാണിക്കുകയും വലിയ തമ്പുരാട്ടി നോക്കി പരിശോധിച്ചു ദേവി ഋതുവായതു തന്നെയാണന്നു തീർച്ചപ്പെടുത്തുകയും എങ്കിലും താഴമൺ മഠത്തിൽ കൊണ്ടു പോയി അവിടുത്തെ വലിയ അന്തർജ്ജനത്തെക്കൂടെ കാണിച്ചേക്കണം എന്നു കല്പിച്ചു ഉടയാട മടക്കിക്കൊടുക്കുകയും ചെയ്തു. വാരിയർ ഉടയാട താഴമൺ മഠത്തിലും കൊണ്ടുപോയി ദാസികൾ മുഖാന്തിരം അകത്തു കൊടുത്തു കാണിച്ചു. അവിടുത്തെ വലിയ അന്തർജ്ജനവും നോക്കി വലിയ തമ്പുരാട്ടി കല്പിച്ചതു പോലെ തന്നെ തീർച്ചപ്പെടുത്തി പറഞ്ഞു. ഇങ്ങനെ സംഗതി തീർച്ചയായ തിന്റെ ശേഷം തന്ത്രിയായ താഴമൺ പോറ്റി അമ്പലത്തിൽ ചെന്നു പടിഞ്ഞാറെ ചുറ്റമ്പലത്തിന്റെ വടക്കെ മൂലയിൽ (വായു കോണിൽ) ഉള്ള ഒരു മുറി ദേവസ്വക്കാർ മുഖാന്തിരം കെട്ടി വിതാനിച്ചു അലങ്കരിപ്പിച്ചു ദേവിയെ ശ്രീ കോവിലനകത്തു നിന്നു എഴുന്നള്ളിച്ചു ആ മുറിയിലിരുത്തി ഉടനെ ശ്രീകോവിലടച്ചുപൂട്ടുകയും ചെയ്തു. പിന്നെ മൂന്നു ദിവസത്തേക്കു ദേവിക്കു പൂജ, ദീപാരാധന മുതലായവയെല്ലാം ദേവിയെ എഴുന്നള്ളിച്ചിരുത്തിയ സ്ഥലത്തു വച്ചു തന്നെ നടത്തി. രാത്രിയിൽ ദേവിക്കു തുണയായി മൂന്നു ദിവസം പടിഞ്ഞാറെ ചുറ്റമ്പലത്തിൽ കിടക്കുന്നതിനു നാലു നായർ സ്ത്രീകളെ ഏർപ്പെടുത്തുകയും ചെയ്തു. ഇങ്ങനെ മൂന്നു ദിവസം കഴിഞ്ഞതിന്റെ ശേഷം നാലാം ദിവസം രാവിലെ ദേവിയെ തൃപ്പൂത്താറാട്ടിനായി(ഋതുസ്നാനതിനായിട്ട്) പിടിയാനപ്പുറത്തു കയറ്റി പമ്പാനദിയുടെ കൈവഴിയായ മിത്രപ്പുഴക്കടവ്' എന്ന സ്ഥലത്തേക്കു വാദ്യഘോഷങ്ങളോടുകൂടി എഴുന്നള്ളിച്ചു കൊണ്ടുപോയി. അന്തർജ്ജനങ്ങളുടെ ഋതുസ്നാനം പോലെ മണ്ണാത്തിമാറ്റു മുതലായ ഉപകരണങ്ങ ളോടും പരിചയപ്പെട്ട സ്ത്രീകളുടെ സാഹചര്യത്തോടും കൂടി ആറാടിച്ചു. തന്ത്രി, പരികർമ്മികൾ മുതലായവർ ചെന്നു സാധാരണമായി ആറാട്ടുകൾക്കുള്ള ചടങ്ങുകളോടു കൂടി പുണ്യാഹം, പൂജ മുതലായവയും കഴിച്ചു ദേവിയെ പിടിയാനപ്പുറത്തുതന്നെ വാദ്യഘോഷങ്ങളോടുകൂടി തിരികെ എഴുന്നള്ളിച്ചു മതിൽക്കകത്തെത്തിയപ്പോൾ പതിവുള്ള എതിരുത്ത (കാലത്തെയുള്ള) ശീവേലിക്കു് ദേവനെയും എഴുന്നള്ളിച്ചു. പിന്നെ രണ്ടു എഴുന്നള്ളത്തുകളും കൂടി മൂന്നു പ്രദിക്ഷണം കഴിഞ്ഞു ദേവനെ ദേവന്റെ ശ്രീകോവിലിലേക്കും ദേവിയെ ദേവിയുടെ ശ്രീകോവിലിലേക്കും

എഴുന്നള്ളിച്ചു. അങ്ങിനെ ആ അടിയന്തിരം അവസാനിച്ചു.

അടുത്തമാസത്തിലും ദേവി ഋതുവായി. അപ്പോഴും ശാന്തിക്കാരൻ മുന്മാസത്തിലേതുപോലെ ഉടയാട നിർമ്മാല്യത്തോടെയെടുത്തു പുറത്തിട്ടു കയും സംഗതി വാരിയരോടു സ്വകാര്യമായി പറയുകയും ചെയ്തു. വാരിയർ ഉടയാട വഞ്ഞിപ്പുഴമഠത്തിലെ വലിയ തമ്പുരാട്ടിയേയും താഴമൺ മഠത്തിലെ അന്തർജ്ജനത്തിനെയും കാണിച്ചു സംഗതി തീർച്ചപ്പെടുത്തു കയും വിവരം ദേവസ്വക്കാരെ അറിയിക്കുകയും തന്ത്രി മുതലായവർ കൂടി തൃപ്പൂത്താറാട്ടു വരെയുള്ള സകല കാര്യങ്ങളും യഥാപൂർവം ഭംഗിയായി നടത്തുകയും ചെയ്തു. അനന്തരം വഞ്ഞിപ്പുഴത്തമ്പുരാൻ മുതലായവർ യോഗം കൂടി ദേവി പിന്നെയും മാസം തോറും ഋതുവാകുമെന്നു തന്നെ തീർച്ചപ്പെടുത്തി. അതു സംബന്ധിച്ചു വേണ്ടുന്ന ചെലവിലേയ്ക്കായി മുതൽ വകവെച്ചു ദേവസ്വം വക പതിവു കണക്കിൽ ചേർത്തെഴുതിക്കുകയും ദേവിയുടെ പരിചയപ്പെട്ടവരായി ചില വീട്ടുകാരെ നിശ്ചയിക്കുകയും അവർക്കും ചില അനുഭവങ്ങൾ നിശ്ചയിക്കുകയും ചെയ്തു. ആ അടിയന്തിരം പിന്നെ മുറയ്ക്കു നടന്നു കൊണ്ടിരുന്നു.

അങ്ങിനെയിരുന്ന കാലത്തു പെരുന്തച്ചൻ പിന്നെയുമൊരുദിവസം ചെങ്ങന്നൂർ ചെന്നിരുന്നു. അപ്പോൾ പഞ്ചലോഹങ്ങൾ ചേർത്തു ഒരു ദേവീ വിഗ്രഹം വാർത്തുണ്ടാക്കി കൊണ്ടാണ് അദ്ദേഹം ചെന്നത്. ആ ബിംബം തന്ത്രിയായ താഴ്മൺ പോറ്റിയെ ഏല്പിച്ചു കൊടുത്തിട്ട് 'ഇനിയും ഏതാനും ശതാബ്ദങ്ങൾ കഴിയുമ്പോൾ ഈ അമ്പലത്തിനു അഗ്നിബാധയുണ്ടാകും. അപ്പോൾ അമ്പലത്തോടുകൂടി ഇപ്പോഴത്തെ ദേവീ വിഗ്രഹവും നഷ്ടപ്പെട്ടു പോകും. പിന്നീടു അമ്പലം പണി കഴിഞ്ഞു പ്രതിഷ്ഠിക്കുമ്പോൾ ഈ വിഗ്രഹം ഉപയോഗിക്കണം. അക്കാലം വരെ ഈ വിഗ്രഹം വടക്കു വശത്തോടുകൂടി ഒഴുകുന്ന നദിയുടെ കരയോടു ചേർന്നു കാണുന്ന പാറയുടെ സമീപത്തുള്ള കയത്തിലിട്ടേക്കണം. അക്കാലത്തുണ്ടായിരിന്നവർക്കു ഇതൊന്നുമറിഞ്ഞു കൂടായിരിക്കുമല്ലോ. അതിനാൽ അവരുടെ അറിവിനായി ഈ വിവരങ്ങളെല്ലാം ഒരു ഗ്രന്ഥത്തിലെഴുതി സൂക്ഷിച്ചു വയ്ക്കുകയും വേണം' എന്നു പറഞ്ഞിട്ടു പെരുന്തച്ചൻ പോവുകയും ആ താഴമൺ പോറ്റി അപ്രകാരമെല്ലാം ചെയ്യുകയും ചെയ്തു.

അനന്തരം ഏതാനും ശതാബ്ദങ്ങൾ കഴിഞ്ഞപ്പോൾ പെരുന്തച്ചൻ പറഞ്ഞതുപോലെ അമ്പലത്തിനു അഗ്നിബാധയുണ്ടായി. അപ്പോൾ ബിംബഹാനി വരരുതെന്നു കരുതി ജനങ്ങൾ കൂടി ആദ്യം ശിവന്റെ ശ്രീ കോവിലിനകത്തു ചെളി കോരികൊണ്ടുവന്നിട്ടു നിറച്ചു. പിന്നെ ദേവിയുടെ ശ്രീകോവിലിനകത്തു കൂടെ അപ്രകാരം ചെയ്യുന്നതിനു ചെന്നപ്പോഴേയ്ക്കും തീജ്വാലകൊണ്ട് ആർക്കും അങ്ങോട്ട് അടുക്കാൻ വയ്യാതെയായിപ്പോയതിനാൽ അമ്പലം വെന്തു വെണ്ണീറായതിനോടു കൂടിദേവിയുടെ വിഗ്രഹം പൊട്ടിത്തകർന്നുപോയി. അഗ്നിബാധയിൽപ്പെട്ട് അമ്പലവും, കൂത്തമ്പലവും ഗോപുരങ്ങളുമെല്ലാം നിശ്ശേഷം അഗ്നിക്കിര യായിതീർന്നു.

പിന്നെ വഞ്ഞിപ്പുഴതമ്പുരാൻ മുതലായയോഗക്കാരും മറ്റും കൂടിയാലോചിച്ചു അധികം താമസിയാതെ അമ്പലവും മറ്റും യഥാപൂർവ്വം പുത്തനായി പണി കഴിപ്പിച്ചു. കൂത്തമ്പലം പണിയുന്നതിനു അറിയാവുന്ന ആശാരിമാരില്ലാതെയിരുന്നതിനാൽ അതുമാത്രം പണിയിച്ചില്ല. കുക്കുടാണ്ഡാകൃതിയിലുള്ള

അതിന്റെ തറ ഇപ്പൊഴും അവിടെ കാണ്മാനുണ്ട്. അമ്പലം പണികഴിഞ്ഞതിന്റെ ശേഷം ദേവീ വിഗ്രഹം ഉണ്ടാക്കാനുള്ള ആലോചനയായി ലക്ഷണപ്പിഴ കൂടാതെ ശാസ്ത്രപ്രകാരം ബിംബം പണിയാൻ പഠിപ്പും പരിചയവുമുള്ള ശില്പാചാരി എവിടെയുണ്ടെന്നു അന്വേഷിച്ചുകൊണ്ടിരിക്കുന്ന കാലത്തു അന്നു താഴമൺ മഠത്തിൽമൂപ്പായിരുന്ന നീലകണ്ഠൻ പോറ്റി ഒരു ദിവസം അത്താഴം കഴിഞ്ഞു കിടന്നുറങ്ങിയപ്പോൾ അദ്ദേഹത്തിനു ഒരു സ്വപ്നമുണ്ടായി. അദ്ദേഹത്തിന്റെ അടുക്കൽ ആരോ ചെന്നു 'ഗ്രന്ഥം നോക്കണം എന്നു പറഞ്ഞതായിട്ടായിരുന്നു സ്വപ്നം. ഉടനെ അദ്ദേഹം ഉണർന്നു നോക്കീട്ട് അവിടെ ആരെയും കണ്ടില്ല. 'എന്തോ സാരമില്ല' എന്നു വിചാരിച്ചു അദ്ദേഹം പിന്നെയും കണ്ണടച്ചുറങ്ങിയപ്പോൾ വീണ്ടും മേൽപ്രകാരം സ്വപ്നമുണ്ടായി. അങ്ങിനെ അന്നു മുതൽ നാലഞ്ചു ദിവസം അടുപ്പിച്ചു രാത്രി തോറും നാലുമഞ്ചും പ്രാവശ്യം സ്വപ്നം കണ്ടു. അതിന്റെ സാരമെന്താണെന്നു മനസ്സിലായില്ലെങ്കിലും 'ഗ്രന്ഥം നോക്കണം' എന്നു പറഞ്ഞതായിട്ടാണല്ലോ സ്വപ്നമുണ്ടായത്. ഏതെങ്കിലും ഗ്രന്ഥങ്ങളഴിച്ചു പരിശോധിക്കുക തന്നെ എന്നു വിചാരിച്ചു അദ്ദേഹം അടുത്ത ദിവസം ഗ്രന്ഥപ്പെട്ടിതുറന്നു ഓരോ ഗ്രന്ഥങ്ങളഴിച്ചു പരിശോധിച്ചു തുടങ്ങി, അപ്പോൾ ഒരു ഗ്രന്ഥത്തിൽ 'പെരുന്തച്ചൻ ഒരിക്കൽ ഇവിടെ വന്നിരുന്നു അദ്ദേഹം ഇനി ഏതാനും ശതബ്ദങ്ങൾ കഴിയുമ്പോൾ ഇവിടെ അമ്പലത്തിനു അഗ്നിബാധ ഉണ്ടാവുകയും അമ്പലത്തോടു കൂടി ദേവീവിഗ്രഹവും നഷ്ടപ്പെട്ടു പോവുകയും ചെയ്യും. അപ്പോൾ ആ വിഗ്രഹത്തിനു പകരം ഈ വിഗ്രഹം പ്രതിഷ്ഠിച്ചു കൊള്ളണം എന്നു പറഞ്ഞു പഞ്ചലോഹ നിർമിതമായ ഒരു ദേവീവിഗ്രഹം തന്നിട്ടാണു പോയത്. ആ വിഗ്രഹം ഇവിടെ വടക്കു വശത്തുള്ള പുഴവക്കത്തു കാണുന്ന പാറയുടെ സമീപ മുള്ള കയത്തിൽ നിക്ഷേപിച്ചിട്ടുണ്ട്. ആവശ്യപ്പെടുമ്പോൾ എടുത്തു കൊള്ളണം' എന്നു എഴുതിയിരിക്കുന്നതായി കണ്ടു. ആ വിവരം നീലകണ്ഠൻപോറ്റി വഞ്ചിപ്പുഴ തമ്പുരാൻ മുതലായവരെ അറിയിച്ചു. ഉടനെ തമ്പുരാൻ അനേകമാളുകളെ അയച്ചു കയത്തിൽ മുങ്ങിതപ്പി നോക്കിച്ചു. ഒരു ഫലവുമുണ്ടായില്ല.

അങ്ങിനെയിരിക്കെ കരുനാഗപ്പള്ളിക്കാരായ ചില മരയ്ക്കാന്മാർ വഞ്ചികളിൽ കയറി വല വീശി മത്സ്യം പിടിച്ചു നടന്ന കൂട്ടത്തിൽ മേല്പറഞ്ഞ കയത്തിനു സമീപം വഞ്ചികളടുപ്പിച്ചു കരയ്ക്കിറങ്ങി കയത്തിൽ കുളിച്ചു. അപ്പോൾ അതിൽ ഒരുത്തന് കയത്തിന് എത്രമാത്രം ആഴമുണ്ടെന്നു നോക്കണമെന്നു തോന്നി. അവൻ ആ കയത്തിൽ മുങ്ങി അടിയിൽ ച്ചെന്നപ്പോൾ ഘനമുള്ള എന്തോ ഒരു വസ്തു അവന്റെ കാലിൽ തടഞ്ഞു. അവൻ അതെടുത്തു കരയ്ക്കു കൊണ്ടുവന്നു. അതു ഒരു ദേവീവിഗ്രഹം തന്നെയായിരുന്നു. ഉടനെ ഈ വിവരം വഞ്ചിപുഴതമ്പുരാൻ മുതലായവരറിഞ്ഞു. ചിലരെപ്പറഞ്ഞയച്ചു ആ മരയ്ക്കാന്മാരെകൊണ്ടു തന്നെ ആ വിഗ്രഹമെടുപ്പിച്ചു പടിഞ്ഞാറെ ഗോപുരത്തിങ്കൽ വരുത്തി. അപ്പോൾ ആ മരയ്ക്കാന്മാർ വിശപ്പുകൊണ്ട് ഏറ്റവും വലഞ്ഞിരുന്നു. എങ്കിലും അന്നു ശിവരാത്രി ആയിരുന്നതിനാൽ അവർക്കു കരിയ്ക്ക്, പഴം മുതലായവ ധാരാളമായി കൊടുത്തു സന്തോഷിപ്പിച്ചു അവരെ പറഞ്ഞയച്ചു.

പിന്നെ നവീകരണക്രിയാദികളോടുകൂടി ശുഭമുഹൂർത്തത്തിങ്കൽ ദേവിയുടെ ബിംബപ്രതിഷ്ഠയും, കലശവും, ഉത്സവവും മറ്റും യഥാവിധി

നടത്തുകയും ക്ഷേത്രാചാരങ്ങളെല്ലാം യഥാപൂർവ്വം മുറയ്ക്ക നടന്നു തുടങ്ങുക യും ചെയ്തു. എങ്കിലും ആ നവീനപ്രതിഷ്ഠ കഴിഞ്ഞതിൽപ്പിന്നെ അവിടെ ദേവിയുടെ ചൈതന്യം ലേശം പോലും ഇല്ലാതായിതീർന്നു. അവിടെ ഭജനത്തിനായും ദർശനത്തിനായും ആരും വരാതെയും വഴിപാടുകളൊ ന്നും ഇല്ലാതെയുമായി. ഇങ്ങിനെയൊക്കെ ആയിതീർന്നതു പ്രതിഷ്ഠ മുതലായവ നടത്തിയ തന്ത്രിക്കു തപശക്തിയും, മനഃശ്ശുദ്ധിയും മന്ത്രതന്ത്രാ ദികളിൽ പാണ്ഡിത്യവും പരിചയവുമില്ലാഞ്ഞിട്ടാണെന്നു പറഞ്ഞു ജനങ്ങൾ അദ്ദേഹത്തെ പരിഹസിപ്പാനും തുടങ്ങി. ക്രമേണ നീലകണ്ഠൻ പോറ്റിയ്ക്കു പരപരിഹാസവും തന്നിമിത്തമുള്ള മനസ്താപവും ദുസ്സഹമായിത്തീർന്നു. അതിനാലദ്ദേഹം ഭക്തിപൂർവ്വം ദേവിയെ ഭജിക്കുകയും ചില ദിവ്യമന്ത്ര ങ്ങൾ കൊണ്ട് പതിവായി പുഷ്പാഞ്ജലികളും ചില ദിവ്യ മന്ത്രങ്ങൾ ജപിച്ചു നിവേദ്യങ്ങളിൽ ഉപസ്തരിക്കുകയും മറ്റും ചെയ്തു തുടങ്ങി. അങ്ങിനെ രണ്ടു മൂന്നു മാസം കഴിഞ്ഞപ്പോഴെയ്ക്കും അവിടെ ദേവിയുടെ സാന്നിദ്ധ്യവും ചൈതന്യവുമുണ്ടായിത്തുടങ്ങിയതായി ജനങ്ങൾക്കു തോന്നിത്തുടങ്ങി. അപ്പോഴേയ്ക്കും അവിടെ ഭജനത്തിനായും ദർശനത്തിനായും ജനങ്ങൾ കുറേശ്ശെ വന്നു തുടങ്ങി. വഴിപാടുകളുണ്ടായിത്തുടങ്ങി. ദേവി ചിലപ്പോൾ ഋതുവായിത്തുടങ്ങുകയും ചെയ്തു.

ഇങ്ങിനെ നീലകണ്ഠൻപോറ്റിയുടെ അതിനിഷ്ഠയോടു കൂടിയ ഭജനം ഒരു സംവത്സരമായപ്പോഴേയ്ക്കും അവിടെ ദേവിയുടെ ചൈതന്യം പണ്ടത്തേതിൽ പതിന്മടങ്ങു വർദ്ധിച്ചു. പിന്നെ അതു അവിടെ ഒരിക്കലും കുറഞ്ഞിട്ടില്ല. ഇപ്പോഴും അതവിടെ പ്രതിദിനമെന്നപോലെ വർദ്ധിച്ചു കൊണ്ടു തന്നെയിരി ക്കുന്നു. പത്തു പതിനഞ്ചു ഭജനക്കാരെങ്കിലും ഒരിക്കലും ഇല്ലാതെ വരാറില്ല, ചിലപ്പോൾ നൂറും നൂറ്റമ്പതും പേരുണ്ടായിയെന്നു വരും. പ്രതിദിനം ദർശന ത്തിനായി അസംഖ്യമാളുകൾ വരുന്നുണ്ട്. കണക്കില്ലാത്ത വഴിപാടികളുമു ണ്ടാകുന്നുണ്ട്. ആ ദേവി സകല ജനങ്ങൾക്കും സകലാഭീഷ്ടങ്ങളും സാധിപ്പി ച്ചു കൊടുക്കുന്നുമുണ്ട്. അവിടെ ചെന്നു കണ്ടാൽ ദേവിയെകുറിച്ചുള്ള ഭക്തിയും വിശ്വാസവും പുരുഷന്മാരേക്കാളധികം സ്ത്രീകൾക്കാണെന്നു തോന്നും. ദേവി ഋതുവായിരിക്കുന്ന കാലങ്ങളിൽ അവിടെ ചെന്നു ദർശനം കഴിക്കുന്നതു സന്തതിക്കും സമ്പത്തിനും സൗഭാഗ്യത്തിനും നെടുമാംഗല്യത്തിനും വളരെ നല്ലതാണെന്നുള്ള പ്രസിദ്ധി നിമിത്തം അക്കാലങ്ങളിൽ അവിടെ ദർശന ത്തിനായി വരുന്ന സ്ത്രീകൾക്കു കണക്കില്ല. അപ്രകാരം തന്നെ തൃപ്പൂത്താറാട്ടു സംബന്ധിച്ചുള്ള എഴുന്നള്ളത്തിന്റെ മുൻപിൽ താലപ്പൊലി എടുക്കുന്നതിനും അസംഖ്യം ആളുകൾ അവിടെ വന്നു കൂടുന്നുണ്ട്. ദേവിയുടെ തൃപ്പൂത്താറാട്ട് സംബന്ധിച്ചുള്ള എഴുന്നള്ളത്തു കാണുന്നതിനു ദേവന്മാരോടുകൂടി ദേവസ്ത്രീ കളും ആകാശത്തിങ്കൽ വന്നു നിൽക്കുമെന്നാണല്ലോ പ്രസിദ്ധി.

ദേവിയെക്കുറിച്ചുള്ള പ്രസിദ്ധി ലോകത്തിൽ സർവ്വത്ര വ്യാപിക്കുകയും തങ്ങൾ എടുത്തു കൊടുത്ത വിഗ്രഹമാണു അവിടെ പ്രതിഷ്ഠിക്കപ്പെട്ടതെ ന്നു അറിയുകയും ചെയ്തപ്പോൾ കരുനാഗപ്പള്ളിക്കാരായ മരയ്ക്കാന്മാർക്കും ഭഗവതിയെക്കുറിച്ചു ക്രമത്തിലധികമായ ഭക്തിയും പ്രതിപത്തിയുമുണ്ടാ യിത്തീരുകയും അവർ ശിവരാത്രി തോറും ദേവിയെ വന്ദിക്കുന്നതിനായി ചെങ്ങന്നൂർ പടിഞ്ഞാറെ നടയ്ക്കൽ പോയി തുടങ്ങുകയും, അവരവിടെ ചെന്നാൽ ദേവസ്വക്കാർ അവർക്ക് കരിക്കും, പഴവും കൊടുത്തു തുടങ്ങുകയും

ചെയ്തു. കാലക്രമേണ അതൊരു പതിവായിത്തീർന്നു. ആ മരയ്ക്കാന്മാരുടെ വംശക്കാർ ഇപ്പോഴും ശിവരാത്രി തോറുമവിടെ വരികയും ദേവസ്വത്തിൽ നിന്നുഅവർക്കു കരിക്കും പഴവും കൊടുക്കുകയും ചെയ്തു വരുന്നുണ്ട്.

സ്വയംവരാനന്തരം പാർവതീ പരമേശ്വരന്മാരും ബ്രഹ്മാദി ദേവന്മാരും മറ്റും കൂടി ശോണാദ്രിയിൽ ചെന്നുവെന്നും അപ്പോൾ ദേവി ഋതുവായി യെന്നും അവിടെ വച്ച് ഋതുശാന്തി കല്യാണം നടത്തിയെന്നും മുൻപു പറഞ്ഞിട്ടുണ്ട്. അന്നു ആ ഋതുശാന്തി സംബന്ധിച്ച ഹോമം കഴിച്ച സ്ഥലം കാലക്രമേണ ഒരു തടാകമായിത്തീർന്നു. ആ തടാകമാണു ചെങ്ങന്നൂർ വടക്കെക്കുളമായിപ്പരിണമിച്ചത്. ആ കുളത്തിനു ഇപ്പോഴും പറഞ്ഞു വരുന്ന പേരു ശക്തികുണ്ഡതീർത്ഥം എന്നാണ്. ആ കുളം സ്വച്ഛമാക്കുന്നതിനായി അടുത്തകാലത്തു വെള്ളം തേകി വറ്റിച്ച് ചേറെടുത്തു മാറ്റിയപ്പോൾ അടിയ്ക്കു മദ്ധ്യഭാഗത്തായി ഒരു ഹോമകുണ്ഡം കാണുകയുണ്ടായി. ഇങ്ങനെ മേല്പറഞ്ഞ സംഗതികളുടെ യാഥാർത്ഥ്യത്തെ തെളിയിക്കുന്ന അനേകം ദൃഷ്ടാന്തങ്ങൾ ഉണ്ടായിട്ടുണ്ട്. ഇപ്പോഴും ഉണ്ടായിക്കൊണ്ടുമിരിക്കുന്നുണ്ട്. അവയെല്ലാം യഥാക്രമം വിവരിക്കുന്നതായാൽ ലേഖനം സാമാന്യത്തി ലധികം ദീർഘിച്ചു പോകും. ഇപ്പോൾതന്നെ ലേഖനത്തിന്റെ ദൈർഘ്യം വിചാരിച്ചതിലധികമായിരിക്കുന്നു. അതിനാലിനി ചുരുക്കത്തിൽ ചില സംഗതികൾമാത്രമേ വിവരിക്കാൻ വിചാരിക്കുന്നുള്ളൂ.

പറവൂർവരെയുള്ള വടക്കൻ പ്രദേശങ്ങളും അവയിലുള്ള അനേകം ക്ഷേത്രങ്ങളും തിരുവതാംകൂറിൽ ചേർത്തതിന്റെ ശേഷം ദേവസ്വങ്ങളിലെ പതിവു കണക്കുകൾ പരിഷ്കരിച്ചു മാറിയെഴുതി ശരിപ്പെടുത്തിയതു ബ്രിട്ടിഷ് റസിഡണ്ടും തിരുവതാംകൂർ ദിവാനുമായിരുന്ന മൺട്രാ സായ്പായിരുന്ന ല്ലോ. ചെങ്ങന്നൂർ ദേവസ്വംവക പതിവുകണക്കു പരിഷ്കരിചപ്പോൾ ദേവി ഋതുവായാൽ തൃപ്പൂത്താറാട്ടുവരെയുള്ള ചെലവുകളുടെ പതിവ് അദ്ദേഹം തള്ളി ക്കളഞ്ഞു. ദേവി ഋതുവാകുമെന്നുള്ളതിൽ അദ്ദേഹത്തിനു ലേശവും വിശ്വാ സമുണ്ടായില്ല. അതു ചില ജനങ്ങൾ വെറുതെ പറഞ്ഞുണ്ടാക്കിയതാണെന്നാ യിരുന്നു അദ്ദേഹത്തിന്റെ വിചാരം. എങ്കിലും ആ പതിവു കണക്കു വെട്ടിക്കു റച്ചപ്പോൾ സായ്പിന്റെ ഭാര്യയായ മദാമ്മയ്ക്കു രക്തസ്രാവമാരംഭിച്ചു. അതിനു പല ചികിത്സകൾ ചെയ്തിട്ടും യാതൊരു ഫലവുമുണ്ടായില്ല. അതിനാൽ സായ്പിന്റെ ഇഷ്ടനും കണക്കെഴുത്തുകാരനുമായിരുന്ന ഒരു നായർ സായ്പിന്റെ അറിവും സമ്മതവും കൂടാതെ ഒരു നല്ല പ്രശ്നക്കാരനെകൊണ്ടു മദാമ്മയുടെ രോഗത്തിനു കാരണമെന്താണെന്നും അതിന്റെ പ്രതിവിധി എന്താണെന്നും പ്രശ്നം വയ്പിച്ചു നോക്കി. അപ്പോൾ പ്രശ്നക്കാരൻ രോഗകാരണം ചെങ്ങന്നൂർ ഭഗവതിയുടെ വിരോധമാണെന്നും അവിടുത്തെ പതിവു കണക്കു പൂർവ്വ സ്ഥിതിയിൽ ആക്കിയാൽ രോഗം ഭേദമാകുമെന്നും വിധിച്ചു. സായ്പിന്റെ ഇഷ്ടനായ നായർ, ആ സംഗതി ഗൂഢന്മമായി സായ്പിനെ ഗ്രഹിപ്പിച്ചു. ഇതു കേട്ടിട്ട് സായ്പ് 'എന്നാൽ മദാമ്മയുടെ സുഖക്കേട് ഉടനെ ഭേദമാകട്ടെ. ആ ദേവസ്വത്തിലെ പതിവു കണക്കു പൂർവസ്ഥിതിയിൽ ആക്കിയേക്കാം. എന്നു മാത്രമല്ല ആണ്ടു തോറും ദേവി ആദ്യം ഋതുവാകുമ്പോളതു സംബന്ധിച്ചുള്ള ചെലവുകൾ പലിശകൊണ്ടു കഴിയാൻ തക്കവണ്ണമുള്ള സംഖ്യ ഞാൻഎന്റെ കൈയിൽ നിന്നു ആ ദേവസ്വത്തിൽ ഏല്പിക്കുകയും ചെയ്തേക്കാം എന്നു പറയുകയും ഉടനെ ഒരു സംഖ്യ എടുത്തു പ്രത്യേകം കെട്ടിവയ്ക്കുകയും ചെയ്തു.

അനന്തരം നാലഞ്ചു ദിവസം കഴിഞ്ഞപ്പോൾ മദാമ്മയുടെ ദീനം നിശ്ശേഷം ഭേദമായി. അവർ പൂർവസ്ഥിതിയെ പ്രാപിച്ചു. അപ്പോൾ സായ്പ് 'ചെങ്ങന്നൂർ ഭഗവതിയുടെ മാഹാത്മ്യം അത്ഭുതാവഹം തന്നെ' എന്നു പറയുകയും ഉടനെ ചെങ്ങന്നൂർ ചെന്നു ദേവസ്വത്തിലെ പതിവു കണക്കു പൂർവ്വസ്ഥിതി യിലാക്കുകയും താൻ നിശ്ചയിച്ച കെട്ടിവച്ച സംഖ്യ ദേവസ്വത്തിലേല്പിക്കുകയും ചെയ്തു.

കൊല്ലം 1055ാം ആണ്ട് നാടു നീങ്ങിയ ആയില്യം തിരുനാൾ മഹാരാജാവ് തിരുമനസ്സിലേക്കാലത്തു സൂര്യനാരായണയ്യൻ എന്നു പേരായ ഒരു പരദേശ ബ്രാഹ്മണൻ സ്വല്പശമ്പളമായ ഒരു സർക്കാരുദ്യോഗത്തോടുകൂടി തിരുവനന്തപുരത്തു താമസിച്ചിരുന്നു. അദ്ദേഹത്തിന്റെ പേരിൽ തിരുമനസ്സിലേയ്ക്ക് എന്തോ തിരുവുള്ളക്കേട്(വിരോധം) ഉണ്ടായിത്തീരുകയാൽ അദ്ദേഹത്തെപ്പിടിച്ചു തോവാളകോട്ട (തിരുവതാംകൂറിന്റെ അതിർത്തി) കടത്തിവിടാൻ കല്പനയുണ്ടാവുകയും അപ്രകാരം ചെയ്യുകയും ചെയ്തു. അദ്ദേഹം ആരുമറിയാതെ ഉപായത്തിൽ മടങ്ങി വന്നു തിരുവല്ലായിലെത്തി 'വിദ്വാൻ ഭട്ടതിരി' എന്നു പ്രസിദ്ധനായിരുന്ന കഴിക്കാട്ട് അച്ഛൻ ഭട്ടതിരിയുടെ അടുക്കൽ നിന്നു ചില ദിവ്യമന്ത്രാപദേശങ്ങളും വാങ്ങികൊണ്ടു ചെങ്ങന്നൂർ ചെന്നു ദേവീസന്നിധിയിൽ ഭജനം തുടങ്ങുകയും ഒരു പുഷ്പാഞ്ജലി തുടങ്ങിക്കുകയും ചെയ്തു. പുഷ്പാഞ്ജലിക്കുള്ള മന്ത്രം ആ ബ്രാഹ്മണൻ സോപനത്തിങ്കൽ നിന്നു ചൊല്ലിക്കൊടുക്കുകയും ശാന്തിക്കാരൻ അതുകേട്ടു ചൊല്ലി പുഷ്പാഞ്ജലി ചെയ്യുകയുമായിരുന്നു. അങ്ങിനെ നാല്പത്തൊന്നു ദിവസം കഴിഞ്ഞപ്പോൾ മഹാരാജാവിന്റെ തിരുമനസ്സിൽ സൂര്യനാരായണനെ വരുത്തി ഉദ്യോഗംകൊടുക്കണമെന്നു തോന്നിത്തുടങ്ങി. ഉടനെ അദ്ദേഹത്തെ എവിടെ നിന്നെങ്കിലും അന്വേഷിച്ചു കണ്ടുപിടിച്ചു കൊണ്ടു വരണമെന്നു കല്പനയാവുകയും, കല്പനപ്രകാരം പല സ്ഥലങ്ങളിലുമെഴുതിയയച്ചും ആളുകളെ അയച്ചും മുറയ്ക്കു അന്വേഷണം തുടങ്ങുകയും ചെയ്തു. ഭജനം തൊണ്ണൂറു ദിവസമായപ്പോഴെയ്ക്കും ചിലർ ചെങ്ങന്നൂർ എത്തി അദ്ദേഹത്തെ കണ്ടു പിടിക്കുകയും ഉടനെ തിരുവന്തപുരത്തു കൊണ്ടുപോയി ഹാജരാക്കുകയും ഉടനെ കല്പനപ്രകാരം അദ്ദേഹത്തെ കാർത്തികപ്പള്ളി താലൂക്കിൽ തഹശീൽ മജിസ്ത്രട്ടായി നിയമിക്കുകയും ചെയ്തു. പിന്നെ അദ്ദേഹം പല താലൂക്കുകളിൽ തഹസീൽ മജിസ്ത്രേട്ടായും ഒട്ടക്കം കണ്ടെഴുത്തു പേഷ്ക്കാരായും വളരെക്കാലം ഇരുന്നതിന്റെ ശേഷമാണ് മരിച്ചത്. മരിക്കുന്നതുവരെ അദ്ദേഹത്തിനു ഉദ്യോഗമുണ്ടായിരുന്നു. അദ്ദേഹം ഉദ്യോഗത്തിലിരുന്ന കാലത്തും ആണ്ടു തോറും മൂന്നു പ്രാവശ്യത്തിൽ കുറയാതെ ചെങ്ങന്നൂർ ചെന്നു ദർശനം കഴിക്കുകയും പുഷ്പാഞ്ജലി നടത്തിക്കുകയുംചെയ്തിരുന്നു. അദ്ദേഹം ചിലപ്പോൾ നൂറും ഇരുനൂറും പറ പൂ കൊണ്ടു പുഷ്പാഞ്ജലി കഴിപ്പിച്ചിരുന്നു. ആ സൂര്യനാരായണയ്യന്റെ ഭജനകാലം മുതൽക്കാണു ചെങ്ങന്നൂർ ഭഗവതിയ്ക്കു പുഷ്പാഞ്ജലി ഒരു പ്രത്യേക വഴിപാടായി ത്തീർന്നത്. ഇപ്പോൾ ജനങ്ങൾ ഓരോ കാര്യങ്ങൾ സാധിക്കുന്നതിനായി അവിടെ യഥാശക്തി രണ്ടണ മുതൽ രണ്ടായിരം പണം വരെ ചെലവു ചെയ്തു പുഷ്പാഞ്ജലി നടത്തിക്കുന്നുണ്ട്. അവിടെ ഇപ്പോൾ ഒരു ദിവസം പത്തുപന്ത്രണ്ട് പേരുടെ പേർക്കെങ്കിലും പുഷ്പാഞ്ജലിയുണ്ടാകാതെയിരിക്കാറില്ല. ചിലപ്പോൾ നൂറും നൂറ്റമ്പതും അതിലധികവുംപേരുടെ പേർക്കും ഉണ്ടാകാറുണ്ട്.

എം.സി നാരായണപിള്ള എന്നൊരാൾ ചെങ്ങന്നൂർ തഹശീൽദാരായിരുന്ന കാലത്തു അക്കൊല്ലത്തെ ഉത്സവം പതിവിലധികം കേമമാക്കണമെന്നു വിചാരിച്ചു അതിനു തക്കവണ്ണം വേണ്ടുന്ന ഏർപ്പെട്ടുകളെല്ലാം ചെയ്തു ഉത്സവം കെങ്കേമമായി നടത്തിത്തുടങ്ങി. 2ാമുത്സവമായപ്പോൾ ദേവി ഋതുവായിരിക്കുന്നു എന്നുള്ള അടയാളം ഉടയാടയിൽ കാണുകയും ആ വിവരം വാരിയർ ദേവസ്വക്കാരെ അറിയിക്കുകയും ചെയ്തു. ദേവി ഋതുവായാൽ പിന്നെ അവിടെ ആഘോഷങ്ങളൊന്നും പതിവില്ലാത്തതിനാൽ ഇതറിഞ്ഞപ്പോൾ തഹശീൽദാർക്കു വളരെ കുണ്ഠിതമുണ്ടായി. അദ്ദേഹം വാരിയരെ വിളിച്ചു ദേഷ്യപ്പെടുകയും ശകാരിക്കുകയും ഒന്നുമില്ലാതെയാക്കി തീർക്കുന്നതിനു സ്വകാര്യമായി തന്ത്രിയെ ചട്ടം കെട്ടുകയും ചെയ്തു. വാരിയർ ഉടയാട താഴമൺ മഠത്തിൽ കൊണ്ടു ചെന്നപ്പോൾ അകത്തു കാണിക്കാതെ തന്ത്രി വാങ്ങി നോക്കി ഒന്നുമില്ല എന്നു പറഞ്ഞു മടക്കിക്കൊടുത്തയച്ചു. ദേവി ഋതുവായാൽ പതിവുള്ളതു പോലെയൊന്നും ചെയ്യാതെ ഉത്സവം തഹശീൽദാർ വിചാരിച്ചതുപോലെ കേമമായി നടത്തി. എങ്കിലും ഉത്സവം മുഴുവനാകുന്നതിനു മുൻപു തന്നെ തന്ത്രിയുടെ അന്തർജ്ജനത്തിനും തഹശീൽദാരുടെ ഭാര്യയ്ക്കും രക്തസ്രാവം ആരംഭിച്ചു. ഉത്സവം കഴിഞ്ഞപ്പോഴേയ്ക്കും അതു രണ്ടു പേർക്കും കലശലായി. പിന്നെ പ്രശ്നവിധിപ്രകാരം തന്ത്രിയും തഹശീൽദാരും ദേവിയുടെ നടയിൽ പ്രായച്ഛിത്തം ചെയ്യുകയും പുഷ്പാഞ്ജലി മുതലായി അനേകം വഴിപാടുകളും ദേവി ഋതുവായപ്പോൾ ചെയ്യേണ്ടതൊന്നും ചെയ്യാതെയിരുന്നതിനു ചില പ്രതിവിധികളും നടത്തുകയും ചെയ്തപ്പോൾ രണ്ടു പേർക്കും സുഖമാവുകയും ചെയ്തു.

കുംഭകോണത്തുകാരനും വലിയ ധനവാനുമായ ഒരു രായരുടെ ഭാര്യയ്ക്കു ഒരിക്കൽ ഒരു ബാധോപദ്രവമുണ്ടായി. ആ ദേവതാഗോഷ്ഠി കണ്ടാൽ വലിയ മുഴുഭ്രാന്താണെന്നു തന്നെ തോന്നുമായിരുന്നു. അതിനു പല വിധത്തിലുള്ള ചികിത്സകളും മന്ത്രവാദങ്ങളുമൊക്കെ ചെയ്തിട്ടും യാതൊരു ഭേദവും കണ്ടില്ല. അപ്പോൾ സേതുസ്നാനം ചെയ്യിച്ചാൽ ഇതു ഭേദമാകുമെന്ന് ആരോ പറയുകയാൽ രായർ ഭാര്യയേയും കൊണ്ട് രാമേശ്വരത്തേക്കു പുറപ്പെട്ടു. മധുരയിൽ വച്ചു യജ്ഞവേദശാസ്ത്രികൾ എന്നൊരു വിദ്വാനെ കാണുകയും അദ്ദേഹം ഇതിന് സേതുസ്നാനമല്ല വേണ്ടത്, ചെങ്ങന്നൂർ ഭഗവതിയുടെ സന്നിധിയിൽ ഒരു മണ്ഡലം ഭജിക്കുകയും പുഷ്പാഞ്ജലി ചെയ്യുകയുമാണു യുക്തമായിട്ടുള്ളത്. അതു രണ്ടും ചെയ്താൽ ഈ ഉപദ്രവം മാറും പിന്നെ വേണമെങ്കിൽ സേതുസ്നാനവും കഴിയ്ക്കാം' എന്നു പറയുകയാൽ രായർ ഭാര്യയോടുകൂടി ചെങ്ങന്നൂർ എത്തി ഭജനവും പുഷ്പാഞ്ജലിയും തുടങ്ങിച്ചു. നാല്പതാംദിവസം ആ രായർസ്ത്രീയിലാവേശിച്ചിരുന്ന ബാധ തുള്ളി അവർ അണിഞ്ഞിരുന്ന അമൂല്യങ്ങളായ ആഭരണമെല്ലാം അഴിച്ചു ദേവിയുടെ നടയിൽ വച്ചിട്ട് സത്യം ചെയ്തു ബാധ ഒഴിഞ്ഞുപോയി. രായർ സന്തോഷിച്ചു പിന്നെയും പല വഴിപാടുകളും കഴിയ്ക്കുകയും വിലയേറിയൊരു പട്ടും ഏതാനും പണവും കൂടി ഭഗവതിയുടെ നടയിൽ വെച്ചു വന്ദിക്കുകയും ചെയ്തിട്ട് അടുത്ത ദിവസം തന്നെ ഭാര്യയോടുകൂടി മടങ്ങിപ്പോയി. ഇതു ഏകദേശം പതിനൊന്നു കൊല്ലം മുൻപുണ്ടായ സംഗതിയാണ്.

ഇങ്ങിനെ അവിടെ ഭജനമിരുന്നിട്ട് അടുത്ത കാലത്തു തന്നെ അനേകം പേരുടെ ബാധകൾ സത്യം ചെയ്തു ഒഴിഞ്ഞുപോയിട്ടുണ്ട്. അവയെല്ലാം പ്രത്യേകം വിവരിക്കുവാൻ ഇപ്പോൾ നിവൃത്തിയില്ല. ആ പടിഞ്ഞാറെ നടയിലെ സത്യത്തിന്റെ സ്വഭാവം കൂടി ചുരുക്കത്തിൽ പറഞ്ഞിട്ട് ഈ ഉപന്യാസം അവസാനിപ്പിക്കണമെന്നെ വിചാരിക്കുന്നുള്ളൂ.

കോർട്ടു വിധിപ്രകാരവും മറ്റും സത്യം ചെയ്യുന്നതിനായി അവിടെ ചെന്നാൽ പടിഞ്ഞറേ ഗോപുരത്തിന്റെ അകത്തുവശത്തു വലതുഭാഗത്തുള്ള കട്ടിളക്കാലിലോട് ഒട്ടടുത്ത് തറയ്ക്ക് അല്പം താഴത്തുമായിട്ടുള്ള ദ്വാരത്തിൽ കൈവിരലിട്ടുകൊണ്ട് ഗോപുരപ്പടിയിന്മേൽ നിന്നു കൊണ്ടാണു സത്യം ചെയ്യുക പതിവ്. കള്ളസത്യമാണെങ്കിൽ ദ്വാരത്തിലിടുന്ന കൈവിരലിന്മേൽ ഒരു സർപ്പം ദംശിക്കുകയും സത്യം ചെയ്യുന്ന ആൾ ഗോപുരത്തിനു പുറത്തേയ്ക്കു മലർന്നു വീഴുകയും മരിയ്ക്കുകയും ഉടനെ കഴിയും. ഈ ഏർപ്പാടിന്റെ ഭയങ്കരത്വം നിമിത്തം വളരെക്കാലമായിട്ട് ഇവിടെ സത്യം ചെയ്യാൻ ആരും സന്നദ്ധരാകാറില്ല. ചെങ്ങന്നൂർ പടിഞ്ഞാറെ നടയിലെ സത്യം എന്നു കേൾക്കുന്നതു തന്നെ ജനങ്ങൾക്കു ഭയമാണ്. പിന്നെ അതിനു ആരെങ്കിലും പുറപ്പെടുമോ? ഇങ്ങനെ ഈ ദേവിയുടെ മാഹാത്മ്യത്തെക്കുറിച്ചു ഇനിയും വളരെ പറയാനുണ്ട്. എങ്കിലും ഇപ്പോൾ ഇങ്ങനെ നിറുത്തുന്നു.

●

www.ingramcontent.com/pod-product-compliance
Lightning Source LLC
LaVergne TN
LVHW060559051026
849519LV00002B/411
* 9 7 8 9 3 8 5 8 9 9 7 3 7 *